'बौद्धिक तसेच आंतरिक पातळीवरही समाधान देते... ही विचारी लोकांसाठीची रहस्यमय कादंबरी आहे.'

पब्लिशर्स वीकली

'रहस्याच्या साहाय्याने ते कादंबरीच्या उत्कंठापूर्ण शेवटापर्यंत वाचकांवरील पकड सोडत नाहीत.'

अमेरिकन प्रेस (टेक्स)

'लक्षवेधक... कोर्टामधील घडामोडी जशाच्या तशा समोर रंगविण्याचे काम ग्रिशॅम उत्कृष्टपणे करतात... ज्यूरींच्या मानसिकतेवरही उत्तम प्रकाश टाकतात.'

शिकागो ट्रिब्यून

'अत्यंत गुंतागुंतीच्या कथानकाची उत्कृष्ट हाताळणी... अत्यंत सुनियोजित व समाधान देणारे.'

सन-सेन्टिनेल (फोर्ट लॉडरडेल, फला)

'ग्रिशॅम यांची ताकद त्यांच्या वर्णनशैलीत आहे. कथानकाची मांडणी अत्यंत सुबक आणि घट्ट आहे आणि शेवटी अनेक वळणे दिलेली आहेत.'

द प्लेन डीलर (क्लीव्हलंड)

'अत्यंत रंगतदार, अस्वस्थ करून सोडणारे व वास्तववादी... हे पुस्तक म्हणजे मानवी हावेचे व पैशाच्या ताकदीचे मूर्तिमंत चित्रण आहे.'

द न्यूज – कमर्शिअल (कॉलिन्स, मिस)

जॉन ग्रिशॅम

ग्रिशॅम यांचा जन्म ८ फेब्रुवारी, १९५५मध्ये जॉन्सबोरो अर्कान्सास इथे झाला. बांधकाम कामगाराचा हा मुलगा 'व्यावसायिक बेसबॉल खेळाडू' व्हायची स्वप्ने बघत होता. परंतु त्यासाठी आवश्यक गोष्टी आपल्याकडे नाहीत हे लक्षात आल्यावर त्यांनी आपली गाडी दुसऱ्या विषयाकडे वळवली.

कायद्याची पदवी घेतल्यानंतर दहा वर्षं त्यांनी वकिली केली. १९८३ ते १९९० या काळात विधान सभेवर निवडून येऊन त्यांनी कार्य केले. एक दिवस एका बारा वर्षांच्या बलात्कारित मुलीची कहाणी ऐकून त्यांनी त्यावर आधारित कादंबरी लिहायला सुरुवात केली. कामावर जायच्या आधी पहाटे पाच वाजता उठून ते कादंबरी लिहीत असत. तीन वर्षांनंतर ही कादंबरी पूर्ण झाली; पण प्रकाशकांनी पटकन स्वीकारली नाही.

'कायदेविषयक रोमांचक वाङ्मय लिहिणारा लेखक' ही पदवी मिळण्याच्या आधी ते मिसिसिपीमध्ये आठवड्याला साठ ते सत्तर तास काम करणारे वकील होते. त्यांचा सर्व वेळ ऑफिसमध्येच जात असे. कधी कामाला जाण्याच्या आधीचा तर कधी मधल्या सुटीचा वेळ ते कादंबरी लेखनाच्या छंदासाठी देत असत.

पण लवकरच त्यांच्या लेखनाच्या छंदाचे पूर्ण वेळ व्यवसायात रूपांतर झाले. लोकप्रिय आणि रोमांचक कादंबऱ्याचा सिलसिला चालू झाला. त्यांच्या नऊ कादंबऱ्यांवर चित्रपट निघाले आहेत. त्यांच्या अनेक कादंबऱ्या 'बेस्टसेलर' ठरल्या.

लेखनाव्यतिरिक्त समाजोपयोगी कार्यातही ते मग्न असतात. त्यांनी उभारलेल्या फंडामधून वादळग्रस्त लोकांसाठी काम केले जाते.

जॉन ग्रिशॅम यांचे साहित्य

अ टाइम टु किल

द फर्म

द पेलिकन ब्रीफ

द क्लाएंट

द चेंबर

द रेनमेकर

द पार्टनर

द स्ट्रीट लॉयर

द टेस्टामेंट

द अपील

द असोसिएट

द किंग ऑफ टॉर्ट्स

द इनोसन्ट मॅन

द ब्रोकर

द लास्ट ज्यूरर

ब्लीचर्स

द समन्स

स्किपींग ख्रिसमस

ए पेन्टेड हाऊस

प्लेईंग फॉर पिझ्झा

द रनअवे ज्यूरी

जॉन ग्रिशॅम

अनुवाद

अनिल काळे

मेहता पब्लिशिंग हाऊस

■ **THE RUNAWAY JURY** by John Grisham

© 1996 by John Grisham

■ **द रनअवे ज्यूरी / अनुवादित कादंबरी**
अनुवाद : अनिल काळे
सनगौरी को. ऑप. सोसायटी,
सी-११, सर्व्हे नं. ५२,
कुंभारे टाऊनशीप, पौड रोड, पुणे
✆ : ०२०-२५४६६८२५

■ प्रकाशक
सुनील अनिल मेहता,
मेहता पब्लिशिंग हाऊस,
१९४१ सदाशिव पेठ,
माडीवाले कॉलनी,
पुणे - ४११ ०३०

■ मराठी अनुवादाचे व प्रकाशनाचे हक्क
मेहता पब्लिशिंग हाऊस, पुणे.

■ अक्षरजुळणी
एच. एम. टाइपसेटर्स,
११२०, सदाशिव पेठ,
पुणे ४११०३०

■ प्रथमावृत्ती
मे, २००९

■ मुखपृष्ठ
फाल्गुन ग्राफिक्स

■ ISBN 978-81-8498-026-4

'मेहता पब्लिशिंग हाऊस'च्या नवीन पुस्तकांची माहिती
मिळविण्यासाठी आपला पत्ता, फोन नंबर व E-mail Address
आमच्या E-mail : info@mehtapublishinghouse.com /
production@mehtapublishinghouse.com वर पाठवावा
किंवा ✆ ०२०-२४४६०३१३ या फोनवर
आमच्याशी थेट संपर्क साधावा.
Website : www.mehtapublishinghouse.com

(कै.) अशोक मोघे या माझ्या जिवलग
मित्राच्या स्मृतीला हे पुस्तक अर्पण!
ध्यानीमनी नसताना अचानक
आमच्यातून कसा निघून गेलास, अशोक?

अनुवादकाचे मनोगत

प्रिय वाचक,

प्रसिद्ध अमेरिकन कादंबरीलेखक जॉन ग्रिशॅम यांचे मी अनुवाद केलेले हे दुसरे पुस्तक. फक्त कायद्याशी संबंधित विषयांवरच कादंबऱ्या लिहिण्यात हातखंडा असलेला हा जगभर नावाजलेला लेखक.

मुळात कोणताही कायदा करत असताना तो ज्या उद्देशाने केलेला असतो, तो उद्देश त्याच्या अंमलबजावणीच्या वेळी बऱ्याचदा सफल होत नाही. कारण कायदा राबवणारे लोक ताबडतोब त्यातून पळवाटा शोधण्याच्या मागे लागतात. (अनेकदा कायदा तयार करतानाच त्यात पळवाटा ठेवलेल्या असतात!) कायद्याचा अर्थ लावणारेही तेच करत असतात. त्यामुळे मूळ उद्देशापासून कायदा भरकटत जातो.

या कादंबरीमध्ये अमेरिकन न्यायपद्धतीप्रमाणे अगदी ज्यूरींच्या निवडीपासून ते पार खटल्याच्या निकालापर्यंत जे काही भयंकर आणि भ्रष्ट प्रकार दाखवले आहेत, ते खरोखर सुज्ञ वाचकाचे मन सुन्न करणारे आहेत. (आपल्याकडे तरी कुठे वेगळी परिस्थिती आहे!)

या प्रकारांबरोबरच 'बिग बिझिनेस'मधले सर्व तऱ्हेचे उच्च पातळीवरचे गैरप्रकारही असेच आहेत.

मात्र खटल्यातील साक्षीपुराव्यांच्या निमित्ताने 'सिगारेट,'

'तंबाखू', 'निकोटिन' या विषयांवर झालेल्या आणि होत असलेल्या प्रचंड संशोधनाची एक झलक आपल्याला पाहायला मिळते आणि ती माहिती मात्र शहारे आणणारी आहे.

सिगारेट ओढण्याच्या किंवा इतर प्रकारांनी तंबाखूसेवनाच्या स्वतःपुरत्या निर्णयाचा अधिकार प्रत्येकाला आहे खरा, पण प्रचंड जाहिरातबाजी करून आणि निकोटिनसारखे तंबाखूची सवय लावणारे रसायन अजिबात कमी न करता सिगारेट व इतर तंबाखूची उत्पादने सर्रास प्रचंड प्रमाणावर उत्पादित करून ते विकली जातात, तेव्हा हा तथाकथित स्वयंनिर्णयाचा अधिकार केवळ कागदावरच उरत नाही का? हा या कादंबरीत विचारलेला प्रश्न मोठा विचार करायला लावणारा आहे. 'सिगारेट स्मोकिंग इज इनज्युरिअस टु हेल्थ' असा तथाकथित वैधानिक इशारा आपल्याकडेही सिगारेटच्या पाकिटांवर छापलेला असतो. पण तेवढ्याने भागते का? अगदी शाळांपासून पन्नास फुटांवर असलेली आपल्याकडची सिगारेट व तंबाखू व गुटखा विक्रेत्यांची दुकाने, गुटख्याच्या उत्पादनांवर व विक्रीवर घातलेले निर्बंध आणि त्यांची राजरोस होत असलेली तुफान विक्री, कायद्याच्या कचाट्यातून सुटण्यासाठी अत्यंत कल्पकतेने बनवलेल्या त्यांच्या जाहिराती हेच नाही का दाखवत, की, कायदा आणि त्याची अंमलबजावणी यात प्रचंड मोठी तफावत आहे.

सिगारेट कंपन्या, न्यायव्यवस्था, राजकीय दबावगट अशा प्रचंड व्यापक पार्श्वभूमीवर अत्यंत कल्पकपणे रंगवलेली, सत्य आणि कल्पना यांचे अनोखे मिश्रण असलेली ही एक प्रदीर्घ अशी सूडकथा आहे. पण त्याबद्दल येथे जास्त विस्ताराने लिहिणे योग्य होणार नाही.

असो.

'मेहता पब्लिशिंग हाऊस'चे श्री. सुनील मेहता आणि त्यांचे सर्व सहकारी यांनी नेहमीप्रमाणेच उत्कृष्ट निर्मितिमूल्ये राखून 'द रनअवे ज्यूरी' प्रसिद्ध केले आहे, त्याबद्दल ते निश्चितच अभिनंदनास पात्र आहेत.

—अनिल काळे

१

सुंदर, नाजूक कॉर्डलेस टेलिफोन्स ठेवलेल्या एक रॅकमागे निकोलस ईस्टरचा चेहरा किंचितसा दडलेला दिसत होता. त्याची नजर मात्र कॅमेऱ्यावर रोखलेली नव्हती. तो किंचित डावीकडे, एखाद्या ग्राहकाकडे किंवा आणखी कुठेतरी बघत होता. फोटो घेणाऱ्यानं त्याचा फोटो जरी चाळीस यार्डांवरून, मॉलमध्ये हिंडणाऱ्या गर्दीपैकी कोणी मध्ये न येईल अशा बेतानं घेतलेला असला, तरी फोटो चांगलाच स्पष्ट आणि स्वच्छ आलेला होता. फोटोतला त्याचा चेहरा काहीसा पोरगेलासा, पण चांगला देखणा, चलाख दिसत होता. ईस्टरचं वय सत्तावीस होतं, याचा तर त्यांच्याकडे पुरावाच होता. त्यानं स्वच्छ दाढी केलेली होती. पण त्याच्या नाकात किंवा कानात कसली रिंग नव्हती, की विचित्र हेअरकट नव्हता. तो तासाला पाच डॉलर्स खर्च करून सदान्‌कदा कॉम्प्युटरशी खेळत बसणारा एखादा कॉम्प्युटरवेडाही दिसत नव्हता. त्यानं भरून दिलेल्या प्रश्नमालिकेत त्यानं आपण या शहरात चार महिन्यांपूर्वी आलो आहोत आणि अर्धवेळ शिकणारे एक विद्यार्थी आहोत असं म्हटलेलं होतं, पण शहरापासून तीनशे मैल परिसरातल्या कुठल्याही कॉलेजमध्ये त्याचं नाव नोंदलेलं नव्हतं. ही त्यानं चक्क थाप मारलीय, याबद्दल त्यांची पक्की खात्री झालेली होती.

तो खोटंच बोलत असणार हे उघड होतं, कारण गुप्त माहिती काढणारी त्यांची यंत्रणा इतकी उत्कृष्ट होती की, हा पोरगा जर विद्यार्थी असलाच, तर तो कुठे शिकतोय, कुठल्या क्षेत्रात अभ्यास करतोय, त्याला मिळालेले मार्क्स कसे आहेत, या गोष्टी त्यांच्या नजरेतून सुटणंच शक्य नव्हतं. एका शॉपिंग मॉलमधल्या एका 'कॉम्प्युटर हट'मध्ये तो एक साधा क्लार्क आहे, बस्स. कदाचित कुठेतरी नाव घालायचं त्याच्या डोक्यात

असेल, किंवा त्यानं शिक्षण सोडलेलं असेल आणि तरीही आपण विद्यार्थी आहोत, असं म्हणवून घेणं त्याला आवडत असेल. कदाचित त्यामुळे त्याला बरं वाटत असेल, समोर एखादं उद्दिष्ट असल्यासारखं वाटत असेल.

पण या क्षणी तो विद्यार्थी नाही आणि गेल्या काही वर्षांमध्येही तो कधी विद्यार्थी नव्हता, एवढं मात्र नक्की. पण मग या माणसावर विश्वास ठेवायचा की नाही? प्रत्येक वेळी त्यांच्याकडच्या यादीतल्या त्याच्या नावाशी ते आले किंवा पडद्यावर त्याचा फोटो आला की, या प्रश्नावर घोडं अडत होतं. आतापर्यंत दोन वेळा त्यावरून बरीच चर्चाही झालेली होती. ही एक अगदी साधी थाप आहे, या निष्कर्षाशी ते जवळजवळ येऊन ठेपलेले होते.

तो सिगारेट मात्र ओढत नव्हता. दुकानामध्ये तर सिगारेट ओढायला सक्त मनाई होती. जवळच्या फूड गार्डनमध्ये तो बरोबरच्या एका सहकारी पोरीबरोबर गेला होता, तेव्हा तिनं दोन सिगारेट्स ओढल्या होत्या, पण त्यानं मात्र सिगारेट ओढलेली नव्हती, ही गोष्ट त्यांच्या हस्तकांनी बघितलेली होती (फोटो मात्र काढले नव्हते). पण समोरची व्यक्ती सिगारेट ओढत असेल तर त्याचं मात्र ईस्टरला काही वाटल्याचं दिसत नव्हतं. निदान तो धूम्रपानाचा कट्टर विरोधक तरी दिसत नव्हता.

फोटोतला निकोलस ईस्टरचा चेहरा बऱ्यापैकी रापलेला दिसत होता आणि त्याच्या मिटलेल्या ओठांच्या कोपऱ्यात एक स्मित तरळत होतं. त्यानं पांढऱ्यास्वच्छ शर्टवर एक चांगला मॅच होणारा टाय आणि युनिफॉर्मचा तांबडा कोट घातलेला होता. तो अगदी व्यवस्थित दिसत होता. काहीतरी बहाणा करून तो फोटोग्राफर त्याच्याशी प्रत्यक्ष बोललेला होता आणि त्याच्या म्हणण्याप्रमाणे तो असा अतिशय नम्र, बोलका, कुणालाही मदत करायला तत्पर असा पोरगा दिसत होता. निकोलस ईस्टरच्या कोटावर लावलेल्या नावाच्या पट्टीवर तो को-मॅनेजर असल्याचं म्हटलं होतं, पण असे आणखी दोन को-मॅनेजर दुकानात त्याच वेळी दिसले होते, त्यामुळे त्या हुद्द्याला फारसा अर्थ नसावा असं दिसत होतं.

फोटो घेतल्याच्या दुसऱ्या दिवशी जीन्स घातलेली एक सुंदर पोरगी त्या दुकानात शिरली होती आणि दुकानातल्या वस्तू बघता बघता तिनं चक्क एक सिगारेट पेटवली होती. त्या वेळी योगायोगानं निकोलस ईस्टर जवळच होता आणि त्यानं त्या पोरीपाशी जाऊन तिला अतिशय नम्र भाषेत सिगारेट विझवून टाकायला सांगितलं होतं. काहीसं चिडल्याचं, अपमानित झाल्याचं नाटक करत तिनं त्याला जरासं उचकवण्याचा प्रयत्न केला होता. तरीही त्यानं शांतपणे, हसऱ्या मुद्रेनं तिला समजावून सांगितलं होतं की, दुकानात सिगारेट ओढायला सक्त मनाई आहे, तसा नियम आहे आणि तुम्ही इतर कुठेही सिगारेट ओढायला हरकत नाही. ''मी सिगारेट ओढतेय त्याचा तुम्हाला काही त्रास होतोय का?'' तिनं खोचकपणे विचारलं होतं.

“मला नाही, पण या दुकानाच्या मालकाला होतोय.” त्यानं हसून प्रत्युत्तर दिलं होतं आणि तिला पुन्हा एकदा सिगारेट विझवायची विनंती केली होती. “मला खरंच एक डिजिटल रेडिओ घ्यायचाय. एखादा ॲश ट्रे आणाल का, प्लीज?” तिनं विचारलं होतं. निकोलसनं कुठूनसा एक सॉफ्ट ड्रिंक्सचा रिकामा कॅन पैदा केला होता आणि चक्क हसतमुखानं तिच्या हातातली सिगारेट घेऊन त्यात विझवून टाकली होती. हा रेडिओ घ्यावा का तो घ्यावा असं करत ते दोघं आणखी वीस मिनिटं बोलले होते. ती मुद्दाम होऊन गळेपडूपणा करत होती, लाडिकपणे बोलत होती आणि निकोलसही तिला छानपैकी खेळवत होता; शेवटी एक रेडिओ तिनं विकत घेतला होता आणि जाता जाता त्याला आपला फोन नंबर दिला होता. ‘नक्की फोन करतो.’ असं निकोलसनंही तिला वचन दिलं होतं.

हा प्रकार एकंदर चोवीस मिनिटं चालला होता आणि तिच्या पर्समधल्या छोट्या टेपरेकॉर्डरवर त्यांचं बोलणं रेकॉर्ड झालं होतं. दोन वेळा जेव्हा त्याचा फोटो पडद्यावर आला होता, तेव्हा दोन्ही वेळा ही टेप त्यांनी लावून ऐकली होती आणि तज्ज्ञ मंडळींनी त्यांच्या बोलण्याचा बारकाईने अभ्यास केला होता. फाईलमध्ये तिनं दिलेला या प्रसंगाचा लेखी रिपोर्टही होता. त्यात तिनं त्याचे ‘नाइकी’ शूज जुने होते, इथपासून त्याच्या तोंडाला लवंगेच्या गमचा वास येत होता, त्याच्या भाषेत बहुसंख्य शब्द फार तर कॉलेज लेव्हलचे होते, त्यानं आपल्या हातातली सिगारेटही एखाद्या सवय नसलेल्या माणसासारखी हाताळली, असं सगळंच वर्णन करून ठेवलेलं होतं. तिच्या मते त्यानं कधीही सिगारेट ओढलेली नव्हती.

ईस्टरचा छान आवाज, दुकानातला विक्रेता म्हणून त्यानं केलेलं अगत्यशील बोलणं, त्याची आनंदी बडबड त्यांनी ऐकली आणि एकंदरीत तो त्यांना आवडला. तो हुशार होता. स्वत: धूम्रपान करत नसला, तरी त्याला तंबाखू या विषयाची चीड नव्हती. एका आदर्श ज्यूररच्या त्यांच्या कल्पनेत जरी तो पूर्णपणे बसू शकत नसला, तरी त्याचा विचार व्हायला काहीच हरकत नाही, असं त्यांचं मत पडलं. त्याच्या बाबतीत त्यांची मुख्य अडचण अशी होती की, त्याची पुरेशी माहितीच त्यांच्यापाशी नव्हती. एक वर्षापूर्वी तो इथल्या गल्फच्या किनाऱ्यावर आला होता हे खरं, पण तो कुठून आला ते कोणालाच माहिती नव्हतं. त्याचा भूतकाळ हेही एक गूढच होतं. बिलॉक्सीमधल्या कोर्टाच्या इमारतीपासून आठ ब्लॉक अंतरावर त्यानं एक वन बेडरूम फ्लॅट भाड्यानं घेतलेला होता. त्या बिल्डिंगचे फोटोही त्यांच्याकडे होते. सुरुवातीला त्यानं किनाऱ्यावरच्या एका कॅसिनोमध्ये वेटर म्हणून नोकरी पत्करली होती. लवकरच त्याला ब्लॅकजॅकच्या खेळातला डीलर म्हणून बढती मिळाली होती, पण दोन महिन्यांनी त्यानं नोकरी सोडली होती.

मिसिसिपी राज्यानं जुगाराला कायदेशीर मान्यता दिल्यावर थोड्याच दिवसांमध्ये

किनाऱ्यावर कॅसिनोचं पेवच फुटलं आणि त्या भागात आर्थिक सुबत्तेची एक नवी लाट आली. नोकरी शोधणाऱ्यांचा त्या भागाकडे एक ओघच सुरू झाला. त्यामुळे इतर हजारो लोकांसारखा ईस्टरही त्यासाठीच बिलॉक्सीमध्ये आला असावा, असं मानायला हरकत नव्हती. यात वेगळी उठून दिसणारी एकच गोष्ट होती, ती अशी की, त्यानं आल्याबरोबर लगेच मतदारयादीमध्ये आपलं नाव नोंदवून टाकलं होतं.

त्याच्याकडे १९६९ सालची एक व्होक्सवॅगन बीटल गाडी होती. लगेच पडद्यावर त्याच्या चेहऱ्याची जागा त्या गाडीच्या फोटोनं घेतली. असेल! त्यात काय? सत्तावीस वर्षांचा अविवाहित, स्वत:ला पार्ट टाईम विद्यार्थी म्हणवणारा तरुण पोरगा अशीच गाडी वापरणार. गाडीच्या बंपर्सवर कसलेही स्टिकर नव्हते. त्याची राजकीय मतं, सामाजिक जाणीव किंवा एखाद्या खेळाचं, एखाद्या टीमचं खास प्रेम, काहीच समजत नव्हतं. गाडीच्या मूळ डीलरचं नाव सांगणारा एखादा चिकटलेला स्टिकरही कुठे दिसत नव्हता. त्यामुळे त्यांच्या दृष्टीनं एक गरिबीचं निर्देशक एवढा अर्थ सोडला, तर त्या गाडीला काही फारसा अर्थ नव्हता.

प्रोजेक्टर चालवणाऱ्या माणसाचं नाव होतं कार्ल न्यूसमन. माहिती सांगण्याचं कामही तोच करत होता. हा माणूस शिकागोत एक वकील होता, पण आता वकिली बंद करून त्यानं स्वत:ची ज्यूरी कन्सल्टिंग फर्म काढलेली होती. भरपूर पैसे घेऊन क्लाएंटला हवे तसे ज्यूरर्स निवडून द्यायचे, हे कार्लचं आणि त्याच्या माणसांचं काम होतं. संभाव्य ज्यूरर लोकांची माहिती ते जमवायचे, फोटो घ्यायचे, त्यांचे आवाज टेप करायचे, गरज पडली तर तंग जीन्स घातलेल्या पोरींचाही वापर करायचे. कार्ल आणि त्याच्यासारखे लोक कायद्याच्या, नीतीच्या अगदी सीमारेषेवर काम करायचे, पण त्यांना पकडणं मात्र अशक्य होतं. संभाव्य ज्यूरर लोकांचे फोटो घेण्यात बेकायदेशीर किंवा अनैतिक असं काहीच नाही. हॅरिसन काऊंटीमध्ये त्यांनी एकदा सहा महिन्यांपूर्वी, मग दोन महिन्यांपूर्वी आणि पुन्हा एकदा महिन्याभरापूर्वी टेलिफोनवरून सर्वेक्षण केलं होतं. तंबाखूबद्दल समाजात एकंदर काय मत आहे, हे जाणून घेऊन अशा प्रकारच्या खटल्यांमध्ये आदर्श ज्यूरर कसा असावा, हे ठरवण्यासाठी हा सगळा खटाटोप होता. त्यांनी कसलेही फोटो घेण्याचं, जी हानीकारक ठरू शकेल अशी कसलीही माहिती गोळा करण्याचं बाकी ठेवलं नव्हतं. हॅरिसन काऊंटीमधल्या प्रत्येक संभाव्य ज्यूररची एकेक फाईल त्यांच्याकडे तयार होती.

कार्लनं एक बटण दाबल्याबरोबर समोरचं ईस्टरच्या गाडीचं चित्र जाऊन त्या जागी त्याचं अपार्टमेंट असलेल्या बिल्डिंगचा फोटो आला. बिल्डिंगच्या बाहेरच्या रंगाचे पोपडे पडायला लागलेले दिसत होते. काही क्षणातच हा फोटो जाऊन पुन्हा ईस्टरचा चेहरा पडद्यावर आला.

''त्यामुळे, संभाव्य ज्यूरर नंबर छप्पन्नचे आपल्याकडे हे तीनच फोटो आहेत.''

कार्लनं निराशेनं म्हटलं आणि आपल्या फोटोग्राफरकडे डोळे वटारून बघितलं. ज्यूरर लोकांवर नजर ठेवणारी त्याची जी माणसं होती, त्यांपैकी एक म्हणजे हा फोटोग्राफर होता आणि या फोटोग्राफरनं प्रांजळपणे कबूल केलेलं होतं की, आपण स्वत: गुप्त राहून या पोराचा फोटो काढणं जवळजवळ अशक्यच आहे. या क्षणी तो भिंतीशी खेटून ठेवलेल्या एका खुर्चीवर बसलेला होता आणि त्याच्यासमोर एका लांबलचक टेबलापाशी वकील मंडळी, त्यांचे मदतनीस, 'ज्यूरी' या विषयातले तज्ज्ञ लोक बसलेले होते. तो आधीच भयंकर कंटाळलेला होता. शुक्रवारी संध्याकाळी बरेचसे लोक कामाला कंटाळलेलेच असतात. छप्पन्न नंबर अजून पडद्यावरून हलायचं नाव घेत नव्हता आणि यादीवर त्याच्यानंतर अजून एकशे चाळीस नावं होती. म्हणजे वीकएंडच्या सुट्टीची वाट लागल्यातच जमा होती. आता खरं म्हणजे एक ड्रिंक हवं, त्यानं शंभराव्यांदा मनात म्हटलं.

चुरगळलेल्या शर्टातले, कोपरावर बाह्या सरकवलेले पाच-सहा वकील अधूनमधून निकोलस ईस्टरच्या चेहऱ्याकडे बघत भराभर कागदावर नोट्स खरडत होते. मानसतज्ज्ञ, समाजतज्ज्ञ, अक्षरतज्ज्ञ, कायद्याचे अभ्यासक, असे अनेक प्रकारचे ज्यूरी तज्ज्ञ कागद चाळत होते. ईस्टरचं काय करायचं हेच त्यांना कळत नव्हतं. तो खोटं बोलला होता, स्वत:चा भूतकाळ लपवत होता आणि तरीसुद्धा निदान कागदावर तरी – आणि फोटोतही – तो ठीक वाटत होता.

किंवा कदाचित तो खोटं बोलतही नसेल. कदाचित ॲरिझोनामधल्या एखाद्या फालतू ज्युनिअर कॉलेजात गेल्या वर्षी तो शिकत असेल आणि ही माहिती कदाचित आपल्याकडे नसेल.

'अरे जाऊ द्या त्या पोराला, त्यालाही एखादी संधी द्या जरा,' फोटोग्राफरनं मनात म्हटलं, पण उघडपणे तो काहीच बोलला नाही. या एवढ्या उच्चशिक्षित, स्वत:ला हुशार समजणाऱ्या, गलेलठ्ठ पगार खाणाऱ्या लोकांमध्ये आपल्या मताला काहीच किंमत नाही, हे त्याला माहीत होतं आणि बोलणं हे त्याचं कामही नव्हतं.

त्याच्याकडे पुन्हा एकदा बघत कार्लनं घसा खाकरला. 'नंबर सत्तावन्न' त्यानं म्हटलं. एका तरुण मुलीचा घामेजलेला चेहरा पडद्यावर होता. ही एक-दोन तरी पोरांची आई असावी, हे फोटोवरूनही सहज कळत होतं. 'ट्रेसी विल्किस.' कार्लनं अशा पद्धतीनं म्हटलं की तो या पोरीला जणू अनेक वर्षांपासून ओळखत असावा. पुन्हा खोलीत कागदांची चाळवाचाळव सुरू झाली.

'वय तेहतीस, विवाहित, दोन मुलं. नवरा डॉक्टर. दोन कंट्री क्लब, दोन हेल्थ क्लब आणि बऱ्याच काही स्पेशल क्लब्जची मेंबर.' कुठलेही कागद न वाचता, प्रोजेक्टरच्या बटनाशी बोटानं खेळत कार्लनं घडाघडा माहिती सांगितली. लगेच तिच्या लाल चेहऱ्याच्या जागी तिचा एक रस्त्याकडेनं जॉगिंग करतानाचा फोटो

पडद्यावर आला. तिच्या अंगावर एक सुंदर काळा आणि गुलाबी जॉगिंग सूट होता, पायात रीबॉकचे रनिंग शूज होते, डोक्यावर पांढरा स्वच्छ सन व्हायझर होता, डोळ्यांवर खास खेळताना वापरण्याचा अत्याधुनिक गॉगल होता आणि पोनीटेलमध्ये बांधलेले तिचे लांबसडक केस पाठीमागे उसळत होते. जॉगिंग करतानाच ती पुढ्यात असलेली एक बाबागाडी ढकलत होती आणि त्या बाबागाडीत तिचं छोटंसं मूल होतं. तिला बहुतेक घामानं निथळणंच आवडत असावं. ती अत्यंत तंदुरुस्त दिसत होती, पण पहिल्यांदा वाटली होती तेवढी ती सडसडीत मात्र नव्हती. तिला एक-दोन वाईट सवयीही होत्या. पुढच्या फोटोत ती तिच्या काळ्या कुळकुळीत मर्सिडीज वॅगनमध्ये होती आणि तिची पोरं आणि एक कुत्रा गाडीच्या खिडक्यांमधून बाहेर डोकावत होते. आणखी एका फोटोमध्ये ट्रेसी त्याच गाडीमध्ये खाद्यवस्तूंच्या बॅगा ठेवत होती. या वेळी तिच्या अंगावर एक तंग शॉर्ट आणि शर्ट होता आणि पायांमध्ये वेगळे स्नीकर्स होते. काही लोकांना आपण कायमच तंदुरुस्त आणि चटपटीत दिसावं असं वाटत असतं, तशी ट्रेसी दिसत होती. तिचा पाठलाग करणं, फोटो घेणं फारच सोपं गेलं होतं, कारण ती कामात इतकी व्यग्र असायची, की ती कधीही क्षणभर थांबून इकडे-तिकडे बघत नसे.

कार्लनं मग विल्किस दांपत्याच्या प्रशस्त तीन मजली बंगल्याचे फोटो दाखवले. एखाद्या प्रथितयश डॉक्टरला शोभेल असाच तो बंगला होता. या फोटोंवर त्यानं फारसा वेळ घालवला नाही, कारण त्यानं सर्वात महत्त्वाचा फोटो खास शेवटी दाखवण्यासाठी राखून ठेवला होता. या फोटोत घामानं चिंब भिजलेली ट्रेसी एका बागेत झाडाखाली बसलेली होती, तिची खास स्वत:साठी बनवून घेतलेली डिझायनर सायकल हिरवळीवर पडलेली होती आणि एकांतात, एकटीच बसलेली ट्रेसी चक्क सिगारेट ओढत होती!

फोटोग्राफरच्या कंटाळलेल्या चेहऱ्यावर हास्य उमललं. शंभर यार्डांवरून त्यानं हा फोटो घेतलेला होता, तोही तिला जरासुद्धा न समजता! एका डॉक्टरची बायको चोरून सिगारेट ओढत होती. खरं म्हणजे याची त्यालाही मुळीच कल्पना नव्हती. त्याच बागेतल्या एका छोट्याशा पुलाशी थांबून तो स्वत:ही सिगारेट ओढत होता, तेवढ्यात त्याला सायकलवरून ट्रेसी जोरात जाताना दिसली होती. ती बागेतल्या ट्रॅकवरून सायकल चालवत होती, त्यामुळे त्यानं उगाचच बागेत इकडेतिकडे फिरत अर्धा तास वेळ काढला होता. आणि अचानक त्याला ती झाडाखाली बसलेली दिसली होती आणि तिनं सायकलवर लावलेल्या पाऊचमधून सिगारेट काढून पेटवली होती.

काही क्षण का होईना, खोलीतलं वातावरण जरा हलकं झालं. कार्लनं म्हटलं, "आता आपण सत्तावन्न नंबरला निवडायला काहीच हरकत नाही." कागदावर त्यानं

नोंद केली आणि शेजारच्या पेपरकपमधल्या गार झालेल्या कॉफीचा एक घोट घेतला. का नाही निवडायचं एका डॉक्टरच्या बायकोला? फिर्यादी पक्षाचे लोक लक्षावधी डॉलर्सची नुकसानभरपाई मागत असताना खरं तर ज्यूरी म्हणून डॉक्टरांच्या बायकाच पाहिजेत! त्यातूनही त्या सिगारेट ओढणाऱ्या असल्या तर फारच उत्तम!

संभाव्य ज्यूरी नंबर अठ्ठावन्न हा इन्गॉल्समधला एक शिपयार्ड कामगार होता – वय पन्नास, गोरा, घटस्फोटित आणि कामगार संघटनेचा पदाधिकारी. कार्लनं या माणसाच्या फोर्ड पिकअप ट्रकचा फोटो पडद्यावर आणला आणि तो त्याची माहिती सांगायला सुरुवात करणार, इतक्यात दार उघडून रॅन्किन फिच आत आला. कार्लनं बोलणं थांबवलं. सगळी वकील मंडळी एकदम ताठ बसली आणि अत्यंत बारकाईनं पडद्यावरच्या गाडीकडे बघू लागली. जणू इतकी सुंदर गाडी आपल्याला आयुष्यात परत कधी बघायला मिळणार नाही, अशा आविर्भावात त्यांनी कागदावर भराभरा खरडायला सुरुवात केली. ज्यूरी कन्सल्टंट मंडळींनीही फिचकडे बघण्याचं टाळत भराभर नोट्स काढायला सुरुवात केली.

मिस्टर फिच आलेत!

फिचनं सावकाश दार बंद केलं, तो टेबलाच्या दिशेनं चालत थोडा पुढे येऊन कमरेवर हात देऊन उभा राहिला आणि त्यानं आपली रागीट नजर सगळ्यांवरून फिरवली. खरं म्हणजे रागापेक्षा तो फणकाराच जास्त होता. त्याच्या कपाळावर असलेल्या खोल आठ्या आणखी जवळ आल्या. त्याचे जाडजूड गाल थरथरले, डोळे आणखी बारीक झाले. त्याची प्रचंड छाती सावकाश वर-खाली होत होती. काही क्षण तर खोलीत तो एकटाच श्वासोच्छ्वास करत होता. त्याचे ओठ फक्त बोलताना, खाताना किंवा पिताना उघडत असत. तो कधी साधं स्मितसुद्धा करत नसे, मग हसणं तर दूरची गोष्ट होती.

फिच चिडलेला होता, यात नवीन काहीच नव्हतं. तो बहुतेक रागावलेल्या स्थितीतच झोपत असावा. पण कुठल्याही क्षणी त्याच्या रागाचं स्वरूप कसं असेल, तो शिव्या देईल, की धमकावेल, की हाताला लागेल त्या वस्तूंची फेकाफेक करेल, की नुसताच खदखदत राहील, हे कधीच सांगता येत नसे. टेबलाशी येऊन तो ज्या दोघा वकिलांच्या मधोमध उभा राहिला ते दोघं या फर्मचे ज्युनिअर पार्टनर होते, गलेलठ्ठ सहा आकडी पगार घेत होते आणि हे त्यांच्या फर्ममधलं, त्यांच्या बिल्डिंगमधलं त्यांचंच ऑफिस होतं. फिच मात्र वॉशिंग्टनहून आलेला होता, बाहेरचा माणूस होता आणि तरीही तो इथे येऊन गेला महिनाभर आरडाओरडा करत या खोलीतून त्या खोलीत हिंडत होता आणि त्या दोघा वकिलांची त्याच्याकडे वळून बघण्याची सुद्धा प्राज्ञा नव्हती.

"किती नंबर चाललाय?" फिचनं कार्लला विचारलं.

"अठ्ठावन्न." कार्लनं तत्परतेनं उत्तर दिलं.

"परत छप्पन्न नंबर काढ." फिचनं म्हटलं. त्याबरोबर कार्लनं भराभर मागे जात पुन्हा निकोलस ईस्टरला पडद्यावर आणलं. पुन्हा जिकडेतिकडे कागदांची चाळवाचाळव झाली.

"याच्याबद्दल काय माहिती आहे तुझ्याकडे?"

"पूर्वीचीच सगळी माहिती आहे. नवीन काहीच नाही." कार्लने त्याची नजर टाळत म्हटलं.

"ग्रेट. एकशे शहाण्णव जणांपैकी अजून अशी किती माणसं आहेत?"

"एकूण आठ जण."

स्वत:शीच मान हलवत फिचनं नाकातून एक तुच्छतादर्शक आवाज काढला. आता त्याचा भडका उडणार असं वाटून प्रत्येकजण जागच्या जागी थिजला. पण तसं काहीच न होता फिच काही क्षण आपल्या हनुवटीवर राखलेली अर्धवट पिकलेली दाढी कुरवाळत विचार करत उभा राहिला. परिस्थितीचं गांभीर्य प्रत्येकाच्या मनावर बिंबल्याची खात्री झाल्यावर त्यानं जरबेनं म्हटलं, "आज मध्यरात्रीपर्यंत तुम्ही सगळ्यांनी काम करायचंय आणि उद्या सकाळी सातला इथे परत यायचंय. हीच गोष्ट रविवारीही करायचीय." एवढं बोलून त्यानं आपला जाडजूड देह दरवाजाच्या दिशेनं वळवला आणि तो बाहेर निघून गेला.

दार खाडकन बंद झाल्याबरोबर आतला तणाव बराच निवळला आणि सगळ्यांनी जवळजवळ एकदमच आपापल्या घड्याळात बघितलं. आता पुढच्या त्रेपन्न तासांपैकी एकोणचाळीस तास सगळ्यांना इथेच, आधीच बघितलेले दोनशे माणसांचे फोटो बघत, नावं आणि जन्मतारखा आणि बरीच काही माहिती लक्षात ठेवत काढणं भाग होतं.

आणि आपल्याला आता जे सांगितलं गेलंय तेच करावं लागणार आहे, याबद्दल खोलीतल्या एकाच्याही मनात पुसटशीसुद्धा शंका नव्हती.

पायऱ्या उतरून फिच पहिल्या मजल्यावर आला आणि तिथे त्याला जोझे नावाचा त्याचा ड्रायव्हर दिसला. प्रचंड देहाच्या जोझेनं काळा सूट आणि काळे वेस्टर्न बूट घातलेले होते आणि डोळ्यावर काळा गॉगल चढवलेला होता. हा गॉगल तो फक्त अंघोळ करताना आणि झोपतानाच काढून ठेवत असे. फिचनं तसंच पुढे जाऊन एका बंद दरवाजावर टकटक न करताच तो उघडला आणि आत चाललेल्या मीटिंगमध्ये व्यत्यय आणला. ही मीटिंगही कित्येक तास चाललेली होती. चार वकील आणि त्यांचे निवडक मदतनीस आत फिर्यादी पक्षाच्या पहिल्या साक्षीदारांची व्हिडिओटेप केलेली वर्णनं बघत होते. फिच आत घुसल्याबरोबर व्हिडिओ टेप

एकदम थांबला. एका वकिलाशी तो थोडंसं बोलून लगेच बाहेर पडला. त्याच्यापाठोपाठ जोझेही चालत निघाला. एका लायब्ररी रूममधून पलीकडे जाऊन फिचनं आणखी एक दार धाडकन उघडलं आणि आणखी एका मीटिंगमध्ये बसलेल्या वकिलांनाही घाबरवून सोडलं.

व्हिटने अँड केबल अँड व्हाईट ही गल्फच्या किनारी भागातली सगळ्यात मोठी वकिलांची फर्म होती. ऐंशी वकील असलेल्या या फर्मची निवड फिचनं स्वत:च केली होती. खटल्याची लक्षावधी डॉलर्सची फीसुद्धा या फर्मला मिळणार होती, पण त्यासाठी या सगळ्या वकिलांना रॅन्किन फिचची मनमानी आणि जुलूमशाही सहन करणंही भाग होतं.

संपूर्ण बिल्डिंगला आपण उपस्थित असल्याचं समजलंय आणि सगळ्या मंडळींवर आपला जबरदस्त वचक बसलाय, अशी खात्री करून घेतल्यावर फिच तिथून बाहेर पडला आणि बाहेर फुटपाथवर येऊन जोझेची वाट बघत थांबला. तिथून थोड्याच अंतरावर एका बँकेच्या जुन्या बिल्डिंगमध्ये वरच्या अर्ध्या भागातही असेच दिवे लागलेले त्याला दिसत होते. ऑक्टोबर महिना असल्यामुळे हवेत उष्मा जाणवत होता. फिचचा शत्रुपक्षही त्या बिल्डिंगमध्ये अजून कामात गढून गेलेला होता. तिथे फिर्यादी पक्षाची वकील मंडळी आणि तज्ज्ञ लोकही असेच फोटो बघत होते, भराभरा नोट्स खरडत होते, चर्चा करत होते. सोमवारी ज्यूरींची निवड होऊन खटल्याचं प्रत्यक्ष कामकाज सुरू होणार होतं, त्यामुळे त्याही लोकांसमोर निकोलस ईस्टर कोण, तो कुठून आलाय वगैरे प्रश्न उभे असणार, याची त्याला कल्पना होती. आणि रेमन कॅरो आणि ल्युकास मिलर आणि अँड्र्यू लँब आणि बार्बारा फरो आणि डोलोरेस डीबो कोण होती ही माणसं? मिसिसिपी राज्यासारख्या मागास भागातच अशा संभाव्य ज्यूरींच्या कालबाह्य झालेल्या याद्या सापडतात. यापूर्वी आठ वेगवेगळ्या राज्यांमध्ये, आठ वेगवेगळ्या केसेसमध्ये फिचनं असं काम केलेलं होतं. पण तिकडे लोक कॉम्प्युटर्स वापरायचे, माहिती नेहमी अद्ययावत बनवली जायची आणि तुमच्या हातात जेव्हा ज्यूरर लोकांची यादी पडेल तेव्हा तुम्हाला यातलं कोण मेलंय, कोण जिवंत आहे, याची चिंता करण्याचं काही कारण नसे.

पलीकडच्या बिल्डिंगमधल्या दिव्यांकडे बघत असताना फिचच्या मनात आलं, या लोकांनी जर समजा खटला जिंकलाच तर हे लांडगे त्या पैशाची विभागणी कशी बरं करतील? मेलेल्या जनावरावर हात मारण्यासाठी त्यांच्यात जी कुतरओढ होईल, त्यापुढे प्रत्यक्ष खटला म्हणजे लुटुपुटूची लढाई वाटेल!

तिरस्कारानं फिच पचकन थुंकला. त्यानं एक सिगारेट पेटवली. त्याच्या जाडजूड बोटांमध्ये ती चेपली गेली.

तेवढ्यात जोझे एक चकचकीत काळी 'सबर्बन' गाडी घेऊन त्याच्यापाशी येऊन थांबला. ही गाडी भाड्याची होती. तिला काळ्या काचा होत्या. फिच नेहमीप्रमाणे त्याच्या शेजारच्या सीटवर पुढे बसला. जाताना जोझेलाही पलीकडच्या बिल्डिंगमधल्या ऑफिसमध्ये लागलेले दिवे दिसले, पण तो काही बोलला नाही. त्याच्या बॉसला फालतू बडबड मुळीच चालत नसे. त्यांची गाडी बिलॉक्सीच्या कोर्टाच्या बिल्डिंगवरून पुढे गेली. तिथून पुढे थोड्याच अंतरावर एक जवळजवळ सोडूनच दिलेलं स्वस्त वस्तूंचं दुकान होतं, तिथे फिचचं एक गुप्त ऑफिस होतं. या ऑफिसमधलं फर्निचर अगदी फालतू दर्जाचं, भाड्यानं आणलेलं होतं.

तिथेही न थांबता गाडी तशीच पुढे जाऊन हायवे ९० वर किनाऱ्यापाशी पश्चिमेकडे वळली. शुक्रवारची रात्र असल्यामुळे या भागात भरपूर रहदारी होती. सगळे कॅसिनो भरून वाहत होते. लोक आपला कष्टानं कमावलेला, बायकोनं ग्रोसरी वगैरे सामान आणायला दिलेला पैसा जुगारावर उधळत होते. रहदारीतून वाट काढत गाडी हळूहळू बिलॉक्सीमधून बाहेर पडली. पुढे लागलेल्या गल्फपोर्ट, लाँग बीच आणि पास ख्रिश्चन या गावांमधून ती तशीच पुढे गेली. नंतर तिनं किनाऱ्यालगत जाणारा रस्ता सोडला आणि लगेचच ती एक लॅगूनजवळच्या सिक्युरिटी चेकपॉईंटमधून आत शिरली.

२

ते बीच हाऊस चांगलं विस्तीर्ण होतं, नवीन बांधलेलं होतं, पण त्याच्या जवळपास कुठेही किनारा मात्र नव्हता. आजूबाजूची जमीन पाणथळ होती. साचलेल्या त्या पाण्यात भरपूर पाणवनस्पती उगवलेल्या होत्या आणि त्यातून एक पांढऱ्या प्लायवुडनं बनवलेली जेटी दूर जात अंधारात दिसेनाशी झालेली होती. एक वीस फुटी मच्छिमार नौका जेटीपाशी लावलेली होती. हे बीच हाऊस न्यू ऑर्लिन्समधल्या एका उद्योगपतीकडून तीन महिन्यांसाठी भाड्यानं घेतलेलं होतं – रोख पैसे, भलत्या शंकाकुशंका विचारायच्या नाहीत, या अटींवर. सध्या काही अत्यंत मोठ्या धनाढ्य व्यक्तींसाठी ते राहण्याचं आणि भेटण्याचं गुप्त ठिकाण म्हणून वापरलं जात होतं.

बीच हाऊसच्या गच्चीवर सभ्य, धनाढ्य दिसणारी चार माणसं शांतपणे ड्रिंक्सचा आस्वाद घेत इकडच्या-तिकडच्या गप्पा करत होती. सगळे जण आणखी एका व्यक्तीची वाट बघत होते. व्यावसायिक दृष्टीनं खरं तर हे चौघंही एकमेकांचे हाडवैरी होते, पण आज दुपारी मात्र ते एकत्र गोल्फ खेळले होते, एकत्र खाल्लं-प्यायलं होतं. आता ते खालच्या पाण्याकडे बघत ड्रिंक्स घेत होते. विशेषत: शुक्रवारी संध्याकाळी आपण आपल्या घरी असायचं, त्याऐवजी इतक्या दूर इथे आहोत याची त्यांना मनस्वी चीड आलेली होती, पण त्याला इलाज नव्हता.

धंद्याचा प्रश्न होता, अत्यंत महत्त्वाच्या गोष्टी करायच्या होत्या, त्यामुळे त्यांना तात्पुरता का होईना, एकमेकात समझोता करणं भाग पडलं होतं. प्रत्येकजण एकेका प्रचंड मोठ्या कंपनीचा सीईओ होता. चारही कंपन्यांची नावं 'फॉर्च्यून ५००' मध्ये होती आणि त्यांचे शेअर्सही वॉल स्ट्रीट स्टॉक एक्सचेंजमध्ये होते. गेल्या वर्षी या चार कंपन्यांपैकी सगळ्यात छोट्या कंपनीची विक्री साठ कोटी डॉलर्स होती, तर

सगळ्यात मोठ्या कंपनीनं चारशे कोटी डॉलर्स विक्री केलेली होती. सगळ्या कंपन्यांनी प्रचंड नफा कमावलेला होता, भरपूर डिव्हिडंड दिलेलं होतं, सगळ्यांचे शेअर होल्डर बेहद्द खूष होते. त्यामुळे अर्थातच त्यांच्या या सीईओ मंडळींनीही प्रचंड मोबदला कमावलेला होता.

प्रत्येक कंपनीच्या कित्येक सबसिडीअरी कंपन्या होत्या, अनेक विभाग होते, तऱ्हेतऱ्हेची उत्पादनं होती. त्यांची जाहिरातींची बजेटही प्रचंड होती. त्यांची नावं मात्र अशी ठेवलेली होती की, त्यावरून त्यांच्या व्यवसायाच्या स्वरूपाची कल्पना येणंच शक्य नव्हतं – उदाहरणार्थ, ट्रेलको किंवा स्मिथ ग्रीअर. मुळात या कंपन्यांचा मुख्य व्यवसाय हा तंबाखूची उत्पादनं काढण्याचा आहे, ही गोष्ट लपवण्यासाठीच हा सगळा भूलभुलैय्या तयार केलेला होता. या चार कंपन्या आर्थिक वर्तुळात 'बिग फोर' म्हणून ओळखल्या जात होत्या आणि त्यांचे मूळ मालक एकोणिसाव्या शतकात कॅरोलिना आणि व्हर्जिनिया राज्यांमध्ये तंबाखूचा घाऊक प्रमाणात व्यापार करणारे व्यापारी होते. आता या चारही कंपन्या सिगारेटचं उत्पादन करत होत्या. अमेरिका आणि कॅनडामध्ये होत असलेल्या सिगारेटच्या एकूण विक्रीपैकी अठ्ठ्याण्णव टक्के वाटा या चार कंपन्यांचा मिळून होता. त्या क्रोबार, कॉर्न चिप्स, हेअरडाय अशी तंबाखूशी अजिबात संबंध नसलेली अनेक उत्पादनंही निर्माण करत होत्या, पण थोडं जरी खोलात शिरलं, तरी त्यांचा सगळा नफा सिगारेटमधूनच येतोय, हे सहज लक्षात येण्यासारखं होतं. सामान्य माणसाच्या नजरेत धूळफेक करण्यासाठी त्यांनी अनेकदा नावं बदललेली होती, इतर उत्पादनं काढलेली होती, बाकीचेही हरतऱ्हेचे प्रयत्न केले होते, पण तरीही शेकडो ग्राहक संघांनी, डॉक्टर मंडळींनी, इतकंच काय, राजकारण्यांनीसुद्धा या 'बिग फोर' कंपन्यांना एकटं पाडून त्यांच्यावर प्रचंड टीका केली होती, चिखलफेक केलेली होती.

आणि आता त्यांच्या मागे वकील मंडळी हात धुऊन लागलेली होती. धूम्रपानामुळे प्राण गमावलेल्या लोकांची मुलं, बायका, इतर जवळची मंडळी त्यांच्यावर एकामागून एक खटले भरत होती; आणि सिगारेटमुळे कॅन्सर होतो, असं सांगून त्यांच्याकडून लाखो डॉलर्सची नुकसानभरपाई मागत होती. आतापर्यंत असे सोळा खटले उभे राहिले होते आणि ते सगळे खटले 'बिग फोर' नीच जिंकलेले होते, पण आता मात्र त्यांच्यावरचा दबाव सतत वाढत होता. एका जरी विधवेनं एखादा खटला जिंकून नुकसानभरपाई मिळवली, तरी खटल्यांचं धरणच फुटणार हे आता उघड दिसत होतं. मग या महापुरात हात धुऊन घेण्यासाठी वकील लोकही जाहिरातींचा मारा करणार, धूम्रपान करणाऱ्यांना किंवा त्यांच्या नातेवाईक मंडळींना खटले भरायला उद्युक्त करणार, हेही सगळं ओघानंच येणार होतं.

सामान्यत: हे चौघंजण एखाद्या वेगळ्या विषयावर बोलले असते, पण ड्रिंक्समुळे

त्यांच्या जिभा सैल झाल्या. इतके दिवस मनात साठून राहिलेला सगळा कडवटपणा उफाळून वर आला. जनता, वकील लोक, अमेरिकेतली कायदा व्यवस्था, अशा सगळ्यांना त्यांनी शिव्या द्यायला सुरुवात केली. आपल्यासारख्या जबाबदार कंपन्यांना अशा खटल्यांपासून संरक्षण मिळावं, यासाठी कायद्यातच सुधारणा घडवून आणण्यासाठी या चारही कंपन्या वॉशिंग्टनमध्ये निरनिराळ्या दबावगटांवर पाण्यासारखा पैसा खर्च करत होत्या, पण कशाचाच उपयोग होत असल्याचं दिसत नव्हतं.

कोर्टांच्या वाढत्या हल्ल्यांना तोंड देता यावं म्हणून या 'बिग फोर' कंपन्यांनी 'द फंड' नावानं एक भली मोठी रक्कम गोळा केलेली होती. या फंडाला कसल्याही मर्यादा नव्हत्या, हा पैसा कुठून आला आणि कुठे खर्च झाला, हेही कोणाला समजणं शक्य नव्हतं. तो जणू अस्तित्वातच नव्हता. खटले चालवून ते जिंकण्यासाठी करायच्या सगळ्या नैतिक, अनैतिक, वैध, अवैध गोष्टींसाठी हा पैसा वापरला जात होता – सर्वोत्कृष्ट आणि सगळ्यात हरामखोर वकील नेमणं, वेगवेगळे तज्ज्ञ लोक नेमणं, सगळ्यात चांगले ज्यूरी तज्ज्ञ नेमणं, साक्षीदार फोडणं, ज्यूरींना, साक्षीदारांना विकत घेणं, धाकदपटशा, दहशत वगैरे. ओळीनं सोळा खटले जिंकल्यावर त्यांचाही आत्मविश्वास चांगलाच वाढलेला होता. ' 'फंड' करू शकत नाही अशी एक तरी गोष्ट आहे का रे?' ते चौघं कधी कधी एकमेकांना – एकटेच असल्यावर – विचारत. प्रत्येक कंपनी दरवर्षी तीस लाख डॉलर्स उलटसुलट मार्गानं 'फंडा'त आणून ओतत असे. 'फंडा'चा सुगावा अजूनपर्यंत कोणाही ऑडिटरला, सरकारी अधिकाऱ्याला लागलेला नव्हता.

फंडाची सगळी व्यवस्था बघण्याचं काम रॅन्किन फिचकडे होतं. हे चौघंही जण त्याचा मनोमन तिरस्कार करत होते, पण नाईलाजानं का होईना त्याचं म्हणणं ऐकत होते, त्याच्या सांगण्याप्रमाणे वागतही होते. तो सांगेल तेव्हा एकत्र जमत होते, निघून जात होते, पुन्हा एकत्र येत होते. जोपर्यंत तो जिंकत राहील तोपर्यंत ते त्याचं प्रत्येक म्हणणं ऐकणार होते, त्याची हुकूमशाही वृत्ती सहन करणार होते. आतापर्यंतच्या सोळा खटल्यांपैकी आठ खटले त्यांना फिचनं जिंकून दिलेले होते. त्याखेरीज दोन खटले कोर्टानं 'मिसट्रायल' म्हणून घोषित केले होते. त्यामागेही फिचच होता, पण याचा अर्थातच कुठलाही पुरावा नव्हता.

तेवढ्यात एक नोकर नवे ड्रिंक्सचे ग्लास ट्रेमध्ये घेऊन आला. प्रत्येक ड्रिंक त्या त्या माणसानं सांगितल्यानुसार बनवलेलं होतं. प्रत्येकजण आपापला ग्लास उचलत असतानाच कोणी तरी 'फिच आलाय' एवढंच म्हटलं. त्यासरशी चौघांनीही आपापले ग्लास एका घोटात रिकामे केले आणि परत ट्रेमध्ये ठेवून दिले.

चौघंही त्वरेनं आतल्या खास, छोट्याशा खोलीत आले, तेव्हा फिच जोझेला दाराबाहेर थांबायला सांगत होता. मघाच्या नोकरानं त्याला बर्फ न घालता एका ग्लासात

मिनरल वॉटर ओतून दिलं. फिच कधीही दारूला स्पर्श करत नसे. एकेकाळी मात्र त्यानं एवढी दारू प्यायलेली होती की, त्यावर एक बार्ज सहज तरंगू शकला असता. त्या नोकराला साधं तोंडदेखलं, 'थँक्स' ही न म्हणता, त्याच्याकडे साफ दुर्लक्ष करून तो खोलीतल्या, नुसत्या देखाव्यासाठीच असलेल्या फायरप्लेसजवळ गेला आणि त्या चौघांनी समोरच्या सोफ्यांवर येऊन बसण्याची वाट बघत थांबला. आणखी एक नोकर भाजलेल्या ऑयस्टरची एक डिश घेऊन त्याच्याकडे येऊ लागला, पण त्यानं त्याला वाटेतूनच परत जायचा इशारा केला. फिच काही ना काही, कधी ना कधी खात असावा हे त्याच्या देहयष्टीवरून सहज लक्षात येत होतं, पण प्रत्यक्षात मात्र अजून त्याला कुणी खाताना बघितलेलं नव्हतं. पण तो नेहमी काळे सूट अंगावर घालायचा, कोटाची सगळी बटनं कायम लावून ठेवायचा आणि त्यामुळे तो जाडजूड असला, तरी बेंगरूळ मात्र दिसत नसे.

सगळ्यांनी येऊन बसण्यासाठी आपण पुरेसा वेळ दिलेला आहे, असं वाटल्यावर फिचनं बोलायला सुरुवात केली. ''या क्षणी आपली– म्हणजे बचावपक्षाची– सगळी माणसं अथक काम करतायत. वीकएंडच्या सुट्टीच्या दोन्ही दिवसांमध्येही हे काम असंच चालणार आहे. ज्यूरींवरचं संशोधनही ठरल्याप्रमाणे चाललंय. सगळे वकील जय्यत तयारीत आहेत. सगळे साक्षीदार तयार आहेत, तज्ज्ञ मंडळीही शहरात येऊन पोचलेली आहेत. अजूनपर्यंत कुठलीही अडचण आलेली नाही.''

याचं बोलणं संपलंय, हा आणखी पुढे काही बोलणार नाही, अशी खात्री पटल्यावर डी. मार्टिन जँकलनं तोंड उघडलं. ''आणि त्या ज्यूरर लोकांचं काय?'' त्या चौघांपैकी हाच माणूस सगळ्यात जास्त काळजी करणारा होता. तो 'यू-टॅब' चा सीईओ होता. पूर्वी या कंपनीचं नाव 'युनियन टोबॅको' असं होतं, पण नावातच 'टोबॅको' असल्याचा परिणाम जेव्हा कंपनीच्या विक्रीवर व्हायला लागला, तेव्हा कंपनीच्या नावाचा 'यू-टॅब' असा शॉर्ट फॉर्म करण्यात आला. स्टॉक एक्सचेंजवर मात्र कंपनीचं नाव 'पायनेक्स' असं नोंदलेलं होतं. आताचा हा खटलासुद्धा 'वुड विरुद्ध पायनेक्स' असाच होता आणि त्यामुळे जँकलवरच खरी मोठी जबाबदारी येऊन पडलेली होती. 'बिग फोर' पैकी पायनेक्स ही आकारानं तिसऱ्या नंबरची कंपनी होती. गेल्या वर्षी तिनं दोनशे कोटी डॉलर्स एवढी विक्री नोंदवलेली होती. पण 'बिग फोर' पैकी तिचे कॅश रिझर्व्ह मात्र सगळ्यात जास्त होते – मागच्या तिमाहीपर्यंत ही परिस्थिती होती आणि त्यामुळेच कंपनीच्या दृष्टीनं हा खटला नेमक्या नको त्याच वेळी भरला गेला होता. दुर्दैवानं उद्या जर ज्यूरींना पायनेक्सचे बॅलन्सशीट वगैरे दाखवले गेले, तर त्यात कंपनीचे कॅश रिझर्व्ह चांगले ऐंशी कोटी डॉलर्स आहेत, असं त्यांना दिसलं असतं.

''तेही काम चालू आहे.'' फिचनं म्हटलं, ''त्यापैकी आठ जणांबद्दल आपल्याकडे अर्धवट माहिती आहे. चार जण कदाचित जिवंत नसावेत किंवा गाव सोडून निघून

गेले असावेत. उरलेले चौघं जिवंत आहेत आणि ते सोमवारी कोर्टात यावेत अशी अपेक्षा आहे.''

''एक हरामी ज्यूररसुद्धा सारा खेळ बिघडवून टाकू शकतो.'' जँकलनं म्हटलं. यू-टॅबमध्ये येण्यापूर्वी तो लुईव्हिलमध्ये एक कॉर्पोरेट वकील होता आणि त्यामुळे इतर तिघांपेक्षा आपल्याला कायद्यातलं खूपच जास्त समजतं, याची जाणीव फिचला करून देण्याची एकही संधी तो सोडत नसे.

''मला माहितेय ते.'' फिचनं फटकन म्हटलं.

''आपल्याला या माणसांची माहिती करून घेतलीच पाहिजे.''

''हे बघ, आम्ही आमच्याकडून सगळे प्रयत्न करतोय. इथल्या ज्यूरींच्या याद्याच जर इतर राज्यांसारख्या अप टु डेट नसतील, तर त्याला आमचाही इलाज नाही.''

मध्येच कोणीतरी हातात दिलेल्या ड्रिंक्सच्या ग्लासमधून एक मोठा थोरला घोट घेत जँकलनं फिचकडे टक लावून बघितलं. कितीही पैसे घेत असला तरी हा फिच म्हणजे शेवटी आपल्यासाठी काम करणारा एक गुंड – हो, गुंडच – आहे. आपल्यासारख्या, एक मोठ्या कंपनीच्या सीईओशी त्याची काय बरोबरी होणार? आता या क्षणी सगळी बटणं याच्या हातात आहेत, म्हणून हा एवढ्या तोऱ्यात वागतोय, आपल्याला हवं तसं नाचवतोय, पण तरीही शेवटी हा एक प्रतिष्ठित गुंडच तर आहे! अर्थात, हे विचार जँकल मोठ्यानं बोलणं शक्यच नव्हतं.

''आणखी काही?'' फिचनं जँकलकडे अशा आविर्भावात बघत विचारलं की, नसत्या शंका काढत बसण्यापलीकडे तुझ्याकडे बोलण्यासारखं काही नसलं, तर तू तोंड बंदच ठेवलेलं बरं.

''या वकिलांवर विश्वास आहे का तुझा?'' जँकलनं दुसरी शंका काढली.

''यावर आपलं आधीच बोलून झालंय.''

''हो, पण मला जर वाटलं तर आपण पुन्हा एकदा यावर बोलू शकतो.''

''आपल्या वकिलांबद्दल तुला एवढी काळजी का वाटतेय?''

''कारण, अं– मुख्य कारण असं की, ते या भागातले आहेत, म्हणून.'' जँकलनं उत्तर दिलं.

''अच्छा. म्हणजे न्यूयॉर्कमधल्या, किंवा बोस्टनमधल्या वकिलांनी आपल्या ज्यूरींशी बोलावं, असं वाटतंय का तुला?''

''नाही, तसं नाही, पण त्यांनी अजूनपर्यंत कधीच एखादी सिगारेटबद्दलची केस लढलेली नाही, म्हणून मला जरा चिंता वाटतेय.''

''अरे, पण या भागात अजूनपर्यंत अशी केस झालेलीच नाही. आता हे चांगलं आहे, की वाईट?'' फिचनं विचारलं.

''तरीही मला त्यांच्याबद्दल शंका वाटते. बस्स.''

"पण या भागातले सगळ्यात चांगले वकील आपण घेतलेत." फिचनं म्हटलं.

"असं जर आहे तर मग ते एवढ्या कमी पैशात कसे काम करायला तयार झाले?"

"आता कमाल झाली. मागच्या आठवड्यात तू आपल्या खटल्याच्या खर्चाबद्दल आरडाओरडा करत होतास. आता मात्र तू म्हणतोयस की, आपले वकील फार कमी पैशात काम करतायत. एकदाच काय ते ठरवून मग बोल ना."

"मागच्या वर्षी पिट्सबर्गमधल्या वकिलांना आपण तासाला चारशे डॉलर्स या दरानं पैसे दिले. हे लोक मात्र तासाला दोनशेच डॉलर्स लावतायत."

फिचनं कपाळाला आठ्या घालत ट्रेलकोचा सीईओ ल्युथर व्हँडेमीरकडे बघितलं. "माझी काही समजण्यात चूक होतेय का इथे?" त्यानं विचारलं. "हा काय बोलतोय? या खटल्यावर आपले पन्नास लाख डॉलर्स खर्च झालेत आणि तरीही हा म्हणतोय की मी नको तिथे पैसे वाचवतोय." व्हँडेमीर नुसताच हसला आणि त्यानं आपल्या ड्रिंक्सचा एक घोट घेतला.

"ओक्लाहोमामध्ये तू साठ लाख डॉलर्स खर्च केलेस." जँकलनं म्हटलं.

"हो आणि आपण ती केस जिंकलो. त्या वेळी कुणी काही तक्रार केल्याचं मला तरी आठवत नाही."

"मी आत्ताही तक्रार करतोय असं नाही. मी फक्त मला वाटणारी काळजी बोलून दाखवतोय, इतकंच."

"ग्रेट! आता मी असं करतो की, मी ऑफिसला परत जातो, सगळ्या वकिलांना जमवतो आणि सांगतो की बाबांनो, तुम्ही फार स्वस्तात काम करताय असं नाही वाटत तुम्हाला? तुम्ही जास्त बिल लावायला पाहिजे, असं माझ्या क्लाएंटचं म्हणणं आहे, त्यामुळे तुमचा चार्ज चांगला भरपूर वाढवा! काय?"

"शांत हो, मार्टिन." व्हँडेमीरनं म्हटलं, "अरे, खटला अजून सुरूसुद्धा झालेला नाही."

"हो, पण हा खटला वेगळा आहे, हे आपल्या सगळ्यांनाच माहितेय." बोलता बोलताच जँकलनं ग्लास तोंडाला लावला, त्यामुळे त्याचं पुढचं बोलणं ग्लासातच बुडून गेलं. या चौघांपैकी एकट्या जँकललाच मद्यपानाचा मोठा प्रॉब्लेम होता. त्याच्या कंपनीनं गुप्तपणे त्याला पूर्वी एकदा 'अल्कोहोलिक्स ॲनॉनिमस' मध्ये नेलं होतं. त्याच्यावर उपचार करून त्याचं व्यसन बरंच कमीही केलं होतं. पण आता या खटल्यांच्या भयंकर तणावामुळे ते व्यसन पुन्हा डोकं वर काढत होतं. फिच स्वत:च पूर्वी मद्यपी असल्यामुळे जँकलच्या अवस्थेची त्याला पूर्ण कल्पना होती. ताबडतोब जर जँकलचं व्यसन काबूमध्ये आलं नाही, तर मोठी अडचणीची परिस्थिती निर्माण होणार होती. कारण थोड्याच दिवसांनी जँकलला कोर्टात उभं राहावं लागणार होतं.

फिचच्या डोक्याला आधीच खूप खुराक होता, त्यातच आता डी. मार्टिन जँकलला तोपर्यंत शुद्धीवर ठेवायची आणखी एक नवी जबाबदारी त्याच्यावर येऊन पडलेली होती. त्याच्या या कमजोरीमुळे फिच त्याच्यावर आणखीच वैतागला.

''फिर्यादी पक्षाच्या वकिलांची सगळी तयारी झाली असेल, असं समजतोय मी.'' तिसऱ्या एका सीईओनं म्हटलं.

''बरोबर समजतोयस तू.'' फिचनं खांदे उडवून म्हटलं, ''त्यांच्याकडे किती वकील आहेत. माहितय ना?''

सिगारेट उत्पादक कंपन्यांविरुद्धच्या या युद्धात अमेरिकेतल्या वकिलांच्या आठ मोठ्या फर्म्स एकत्र येऊन उतरल्या होत्या. त्यांनी प्रत्येकी दहा लाख डॉलर्स काढून एक एकत्रित फंडही निर्माण केल्याची बोलवा होती. फिर्यादीची निवड त्यांनीच केली होती – जेकब एल वूड नावाच्या एका मृत माणसाची ही विधवा पत्नी होती. रणांगणही त्यांनीच निवडलं होतं – मिसिसिपी राज्यातल्या गल्फच्या किनारी भागातलं बिलॉक्सी हे शहर. कारण मिसिसिपी राज्यातले टॉर्टशी संबंधित कायदे त्यांच्या दृष्टीनं अत्यंत सोयिस्कर होते आणि बिलॉक्सीतले ज्यूरी लोकही चांगले उदारमतवादी होते. न्यायाधीशाची निवड त्यांच्या हातात नव्हती, पण तिथे नशिबानं त्यांची साथ केली होती. ऑनरेबल फ्रेडरिक हार्किन हे पूर्वी एक सुप्रसिद्ध फिर्यादीचे वकील होते, पण हार्ट ॲटॅक आल्यामुळे वकिली सोडून देऊन ते आता न्यायाधीशाच्या खुर्चीवर आले होते.

ही केस साधी नव्हे, याची खोलीतल्या प्रत्येकाला पूर्ण जाणीव होती.

''त्यांचा किती खर्च झालाय?''

''ती माहिती माझ्याकडे नाही.'' फिचनं सांगितलं, ''आम्ही असं ऐकलंय की ते म्हणतात तेवढा पैसा त्यांना जमवता आलेला नाही – काही वकिलांकडून पैसे जमवायला त्यांना बहुधा काही थोडी फार अडचण आली असावी. पण त्यांचाही खर्च काही मिलियन डॉलर्सच्या घरात गेलाय. आणि त्यांना काही ग्राहक संघटनांचाही चांगला पाठिंबा आहे.''

जँकलनं ग्लासातला बर्फ हलवून ड्रिंकचा शेवटचा थेंब पिऊन टाकला. हे त्याचं चौथं ड्रिंक होतं. खोलीत काही क्षण शांतता होती. फिच गप्प उभा होता आणि समोरचे चारही सीईओ खालच्या कार्पेटकडे बघत होते.

''हा खटला साधारण किती दिवस चालेल?'' शेवटी जँकलनं विचारलं.

''चार ते सहा आठवडे. इथली ज्यूरींची निवड भराभर होते. मला वाटतं बुधवारपर्यंत आपले ज्यूरी निश्चित होतील.'' फिच उत्तरला.

''ॲलनटाऊनचा खटला तीन महिने चालला होता.''

''हो, पण हे काही कॅन्सास नव्हे, टोटो. तुला हा खटलाही तीन महिने

चाललेला हवाय का?''

"नाही, नाही. मी नुसतं...'' जँकलनं खिन्नपणे अर्धवट म्हटलं.

"आम्ही इथे किती दिवस राहायचं?'' व्हँडेमीरनं विचारलं आणि आपोआपच हातातल्या घड्याळात बघितलं.

"ते तुम्ही बघा. तुम्हाला हवं तर तुम्ही आत्ता निघा, किंवा हवं तर ज्यूरीची निवड होईपर्यंत थांबा. तुमच्याकडे तुमची स्वत:ची विमानं आहेत. मला गरज वाटली, तर मी कधीही तुम्हाला बोलावू शकतो.'' फिचनं हातातला ग्लास फायरप्लेसवर ठेवला आणि सगळ्यांकडे एकदा नजर फिरवून बघितलं. "आणखी काही?''

शांतता.

"गुड.''

पुढचं दार उघडून त्यानं जोझेला काहीतरी सांगितलं आणि तो निघून गेला. हे चौघं मात्र जागेवरच गप्प बसून होते. प्रत्येकाच्या डोक्यात शेकडो चिंता होत्या.

जँकलनं थरथरत्या हातांनी एक सिगरेट पेटवली.

काही वर्षांपूर्वी गल्फमध्ये शेल कंपनीच्या एका तेलविहिरीवर लागलेल्या आगीत दोन कामगार जिवंत जळाले होते, त्या केसमध्ये वेन्डॉल ऱ्होरनं आपलं पहिलं मोठं घबाड मिळवलं होतं. त्या वेळी त्याला जवळजवळ वीस लाख डॉलर्स मिळाले होते. त्यानं मोठ्या हुशारीनं हा पैसा खर्च करून आणखी केसेस भराभर मिळवल्या होत्या. चाळिशीच्या आतच एक अत्यंत आक्रमक पद्धतीनं खटले लढवणारा वकील, अशी त्याची आणि त्याच्या फर्मची ख्याती पसरली होती. पुढे अमली पदार्थांचं व्यसन, घटस्फोट आणि काही चुकीच्या ठिकाणी केलेल्या गुंतवणुका, यामुळे त्याचं आयुष्य जवळजवळ बरबादच झालं होतं आणि पन्नाशीला पोचल्यावरही तो इतर हजारो सामान्य वकिलांसारखा फालतू कामं करत होता. पुढे ॲसबेस्टॉसची धूळ शरीरात जाऊन उद्भवलेल्या भयानक रोगांबद्दल ॲसबेस्टॉस उत्पादक कंपन्यांकडून भरपाई मागण्याच्या खटल्याची एक मोठी लाटच गल्फ भागात आली होती आणि वेन्डॉलचे दिवस पुन्हा पालटले होते. त्यानं पुन्हा एकदा भरपूर पैसा कमावला होता. आणि आता मात्र पूर्वीच्या चुका पुन्हा करायच्या नाहीत असा चंगच बांधून तो कामाला लागला होता. त्यानं पुन्हा आपली फर्म सुरू केली होती, मोठं थोरलं सुंदर ऑफिस थाटलं होतं. एका तरुण पोरीशी त्यानं लग्नही केलं होतं. आता सगळ्याच व्यसनांमधून पूर्णपणे मुक्त झालेल्या वेन्डॉलनं, मोठमोठ्या कंपन्यांच्या कारवायांमुळे नुकसान सोसावं लागलेल्या सामान्य नागरिकांच्या केसेस घेऊन त्या लढण्यावरच आपली सारी शक्ती केंद्रित केली होती. पहिल्यापेक्षा या वेळी त्याची प्रगती आणखी वेगानं झाली होती. त्यानं दाढी वाढवली होती, केसांना तेल लावायला सुरुवात केली होती, स्वत:ला पक्का सुधारणावादी म्हणवून घ्यायला सुरुवात

केली होती.

एका तरुण वकिलामार्फत ऱ्होरची भेट सेलेस्ट वुडशी – जेकब वुडच्या विधवा पत्नीशी – झाली होती. या वकिलानं जेकब वुडच्या मृत्यूपूर्वी त्याचं मृत्यूपत्र तयार केलं होतं. जवळजवळ तीस वर्षं सलग रोज तीन पाकिटं सिगारेट्स ओढल्यामुळे जेकब वुडला एक्कावन्नाव्या वर्षी मृत्यू आला होता. मृत्यूसमयी तो एका बोटी बनवणाऱ्या कंपनीत वर्षाला चाळीस हजार डॉलर्स पगारावर प्रॉडक्शन सुपरवायझर होता.

दुसऱ्या एखाद्या वकिलाकडे या केसची गणना इतर असंख्य लोकांप्रमाणेच धूम्रपान करून मेलेला आणखी एक माणूस, अशी झाली असती. पण ऱ्होर भलताच महत्त्वाकांक्षी होता. त्याच्या वर्तुळातले बरेचसे वकीलही पैसा, यश, कीर्ती मिळवण्याची मोठमोठी स्वप्नं पाहणारे होते. 'प्रॉडक्ट लाएबिलीटी'शी संबंधित कायद्यातले हे सगळे तज्ज्ञ होते आणि त्यांनी डॅल्कन शील्डस, ॲसबेस्टॉस वगैरेंशी संबंधित शेकडो खटल्यांमध्ये अशीलं गाठून त्यांना प्रचंड नुकसानभरपाई मिळवून देऊन स्वत:ही लक्षावधी डॉलर्सची कमाई केली होती. आता तर हे सगळेजण दरवर्षी काही ठरावीक दिवस एकत्र भेटत होते आणि अमेरिकन कायदा व्यवस्थेतल्या या टॉर्ट कायद्याच्या रूपानं गवसलेल्या पैशाच्या खाणीतून पैसा कमावण्याच्या आणि ग्राहकांनाही नुकसानभरपाई मिळवून देण्याच्या नवनवीन मार्गांवर मुद्दाम विचार करत होते. जगाच्या इतिहासात कायदेशीरपणे निर्माण केलेल्या वस्तूंपैकी सिगारेट या एका वस्तूमुळे जेवढी माणसं मरत होती, तेवढी दुसऱ्या कुठल्याही वस्तूमुळे मरत नव्हती. आणि सिगारेट उत्पादकांच्या तिजोऱ्या तर पैशानं अक्षरश: भरभरून वाहत होत्या.

ऱ्होरनं यात सगळ्यात आधी आपले दहा लाख डॉलर्स घातले होते. हळूहळू आणखी सात फर्म्स त्याला येऊन मिळाल्या होत्या. या ग्रुपनं भराभर 'टोबॅको टास्क फोर्स', 'कोएलिशन फॉर अ स्मोक फ्री वर्ल्ड', 'टोबॅको लाएबिलिटी फंड' आणि त्याखेरीज इतरही काही ग्राहक संस्थांना मदतीला घेतलं होतं. रीतसरपणे फिर्यादींच्या बाजूनं खटले लढवण्यासाठी वकिलांचं एक मंडळ बनवण्यात आलं होतं. त्याचं अध्यक्षपद अर्थातच ऱ्होरकडे आलं होतं. कोर्टातही खटल्याचं फिर्यादी पक्षाकडून सूत्रसंचालन तोच करणार होता. चार वर्षांपूर्वी या गटानं भरपूर गाजावाजा करून मिसिसिपी राज्यातल्या हॅरिसन काउंटीच्या सर्किट कोर्टामध्ये 'वुड विरुद्ध पायनेक्स' हा खटला दाखल केला होता.

फिचनं केलेल्या संशोधनानुसार हा खटला जिंकण्याची दोन्ही बाजूंना पन्नास टक्के शक्यता होती. याआधी छत्तीस खटले वेगवेगळ्या कारणांसाठी काढून टाकण्यात आले होते. सोळा खटले सिगारेट कंपन्यांनी जिंकले होते. दोन खटले

'मिसट्रायल' झाले होते. आजवर सिगारेट कंपन्यांना एकाही फिर्यादीला एक छदामही नुकसानभरपाई द्यावी लागलेली नव्हती.

ऱ्होरचं म्हणणं असं होतं की, या चोपन्नही खटल्यांच्या वेळी फिर्यादींच्या पाठीमागे आतासारखी प्रचंड आणि एकत्रित ताकद उभी राहिलेली नव्हती. फिर्यादीमागे पैशाचं पाठबळ असल्यामुळे दोन्ही पक्ष तुल्यबळ झाले आहेत, असंही पूर्वी कधी झालेलं नव्हतं.

ही गोष्ट फिचलाही मान्य करणं भाग होतं.

ऱ्होरची युद्धनीती अत्यंत सोपी होती. त्याचं म्हणणं असं होतं की, अमेरिकेत दहा कोटी लोक धूम्रपान करतात. त्यांच्यापैकी सगळ्यांनाच फुप्फुसाचा कॅन्सर असेल किंवा होईल, असं नाही. पण त्यांपैकी माझ्याकडे इतक्या केसेस नक्कीच येतील, की, मला रिटायर होईपर्यंत दुसरं नाहीच करावं लागणार नाही. पहिली केस मी जिंकली की, माझ्याकडे क्लाएंट्सची एवढी गर्दी होईल की, त्यात चेंगराचेंगरीच होईल. धूम्रपान करून कॅन्सरनं मेलेल्या कुठल्याही सोम्यागोम्याची विधवा बायको केस घेऊन माझ्याकडे येईल.

कोर्टाच्या बिल्डिंगपासून जवळच असलेल्या एका जुन्या बँकेच्या बिल्डिंगचे वरचे तीन मजले घेऊन त्यात त्याच्या ग्रूपनं ऑफिस थाटलेलं होतं. त्या शुक्रवारी रात्री उशिरा ऱ्होरनं एका अंधारलेल्या खोलीचं दार उघडलं. आत जोनाथन कोटलॅक प्रोजेक्टर चालवत होता. सॅन दिएगोमधून आलेल्या कोटलॅकवर ज्यूरींवरच्या अभ्यासाची आणि त्यांच्या निवडीची जबाबदारी दिलेली होती. अर्थात, प्रश्न विचारण्याचं काम ऱ्होरच करणार होता. खोलीच्या मधोमध ठेवलेल्या लांबलचक टेबलावर कॉफीचे कप आणि कागदांचे बोळे पडलेले होते आणि टेबलाभोवती बसलेली मंडळी तारवटलेल्या डोळ्यांनी पडद्यावरचे फोटो बघत होती.

वेली रॉबर्ट, वय पंचेचाळीस. घटस्फोटिता. पूर्वी एकदा हिच्यावर बलात्कार झाला होता. बँकेत टेलर म्हणून काम करते. धूम्रपान करत नाही. अतिशय जाडजूड. त्यामुळे ऱ्होरच्या मतानुसार ती ज्यूरी म्हणून आपोआपच अपात्र होती. जाड बायकांना ज्यूरीवर कधीही घेऊ नये, असं त्याचं अगदी ठाम मत होतं. कुठला तज्ज्ञ काय सांगतो, कोटलॅकचं मत काय याच्याशी त्याला मुळीच कर्तव्य नव्हतं. तो स्वत: कधीही जाड बायकांना ज्यूरी म्हणून निवडत नसे – विशेषत: त्या जर एकट्या असल्या तर मुळीच नाही. त्या अतिशय चिक्कू असतात आणि त्यांच्यातली दयाबुद्धी नाहीशी झालेली असते, असं त्याचं म्हणणं होतं.

त्यानं आधीच सगळ्या संभाव्य ज्यूरींचे चेहरे आणि नावं पक्की लक्षात ठेवलेली होती आणि या सगळ्याचा त्याला एव्हाना मनस्वी कंटाळा आलेला होता. हळूच बाहेर येऊन त्यानं डोळे चोळले आणि जिना उतरून तो आपल्या आलिशान

ऑफिसातल्या कॉन्फरन्स रूममध्ये आला. तिथे न्यूऑर्लिन्समधून आलेल्या आन्द्रे ड्युराँदच्या देखरेखीखाली तऱ्हेतऱ्हेचे हजारो कागदपत्र व्यवस्थित लावण्याचं काम मोठ्या जोरात सुरू होतं. या क्षणी, शुक्रवारी रात्री दहा वाजता वेन्डॉल एच. ऱ्होरच्या ऑफिसमध्ये जवळजवळ चाळीस माणसं कामात गर्क होती.

ड्युराँदशी थोडा वेळ बोलून तो बाहेर पडला आणि वाढत्या उत्साहानं पुढच्या ऑफिसकडे निघाला.

थोड्याच अंतरावर बचावपक्षाची माणसंही अशीच जोरात काम करत होती.

एवढ्या मोठ्या, पथदर्शक स्वरूपाच्या खटल्यामधला थरार मोठा विलक्षण असतो.

३

बिलॉक्सीमधल्या कोर्टाच्या इमारतीतली मुख्य कोर्ट रूम दुसऱ्या मजल्यावर होती. टाईल्स लावलेल्या प्रशस्त पायऱ्या चढून आलं की, बाहेर एक मोठं थोरलं, उंच ॲट्रियम होतं. स्वच्छ सूर्यप्रकाश आत येत होता. सगळ्या भिंतींना नुकताच पांढरा रंग नव्यानं देण्यात आला होता आणि नवीन पॉलिश केल्यामुळे खालची लाकडी तक्तपोशी चकाकत होती.

सोमवारी सकाळी आठ वाजल्यापासूनच ॲट्रियममध्ये, कोर्ट रूमच्या रुंद दरवाजांच्या बाहेर गर्दी जमायला सुरुवात झालेली होती. एका कोपऱ्यात लोकांचा एक छोटासा घोळका जमलेला होता. ही सगळी तरुण मंडळी होती आणि सगळ्यांनी एकाच प्रकारचे काळे सूट घातलेले असल्यामुळे ते जवळजवळ एकसारखेच दिसत होते. सगळेजण अत्यंत स्वच्छ होते आणि बहुतेकांच्या डोळ्यांवर बारीक काळ्या काड्यांचे गोल चष्मे होते. हे सगळेजण वॉल स्ट्रीटच्या एक्सचेंजमधले अर्थतज्ज्ञ- त्यातही सिगारेट कंपन्यांच्या शेअरमधले तज्ज्ञ होते आणि ते खास 'वुड विरुद्ध पायनेक्स' खटल्यातल्या सुरुवातीच्या घडामोडींचं निरीक्षण करण्यासाठी इतक्या लांब आलेले होते.

लोकांचा आणखी एक मोठा गट ॲट्रियमच्या मध्यभागी उभा होता आणि त्यांची संख्या भराभर वाढत होती. प्रत्येकाच्या हातात एक ज्यूरी समन्सचा कागद होता. थोडेफार अपवाद वगळता या मंडळींची एकमेकांशी ओळख नव्हती, पण सगळ्यांच्या हातात एकाच प्रकारचे कागद असल्यामुळे त्यांना एकमेकांशी गप्पा मारणं फारसं अवघड जात नव्हतं. वातावरणात काहीशी अस्वस्थता जाणवत होती. काळे सूट घातलेल्या त्या तरुणांचं लक्ष या घोळक्याकडे गेल्यावर त्यांची बडबड

बंद झाली.

तिसऱ्या एका छोट्या घोळक्याच्या अंगावर युनिफॉर्म आणि कपाळावर आठ्या होत्या. खटल्याच्या या पहिल्या दिवशी तब्बल सात साहाय्यक नेमण्यात आलेले होते. दोघं जण मुख्य दाराशी उभं राहून मेटल डिटेक्टरशी काही तरी खटपट करत होते. दोघं एका टेबलाशी कागदपत्रांची चाळवाचाळव करत होते. आज संपूर्ण कोर्टरूम भरून जाणार असा त्यांचा अंदाज होता. उरलेले तिघेजण पेपर कपांमधून कॉफी पीत गर्दीवर लक्ष ठेवून होते.

बरोबर साडेआठ वाजता रक्षकांनी दार उघडलं, प्रत्येक ज्यूररकडचं समन्स तपासून त्यांनी एकेकाला मेटल डिटेक्टरमधून आत सोडलं आणि इतर प्रेक्षकांना, वॉल स्ट्रीटच्या तज्ज्ञ मंडळींना आणि वार्ताहरांना थोडा वेळ बाहेरच थांबायला सांगितलं.

बाकांच्या रांगांमधल्या मोकळ्या जागेत फोल्डिंगच्या खुर्च्या ठेवल्या तर कोर्टरूममध्ये साधारण तीनशे लोकांची बसायची सोय होती. मधल्या कठड्याच्या पलीकडे असलेल्या वकिलांच्या टेबलांशी आणखी तीस जण लवकरच येऊन बसणार होते. सर्किट क्लार्कनं प्रत्येक ज्यूररचं समन्स तपासून बघितलं आणि त्यांच्याशी हसून बोलत तिनं त्यांना त्यांच्या राखीव बाकांवर व्यवस्थित बसवलं. तिचं नाव होतं ग्लोरिया लेन आणि गेली अकरा वर्षं ती सर्किट क्लार्क होती. ज्यूरर लोकांशी शेकहँड करून, त्यांच्याशी हसून बोलत थोडा वेळ का होईना, तिच्या करिअरमधल्या या सगळ्यात महत्त्वाच्या खटल्याच्या निमित्तानं प्रसिद्धीच्या झोतात वावरण्याची ही नामी संधी ती सोडणंच शक्य नव्हतं. तिच्या हाताखालच्या तीन तरुण मदतनीस पोरीही तिला मदत करत होत्या. नऊ वाजता सगळी संभाव्य ज्यूरर मंडळी आपापल्या जागी व्यवस्थित बसून प्रश्नोत्तरांच्या एका फॉर्मवर उत्तरं लिहिण्यात गढून गेलेली होती.

या मंडळींमध्ये फक्त दोन व्यक्ती गैरहजर होत्या. अर्नेस्ट ड्युली फ्लोरिडाला स्थायिक होऊन तिकडेच मरण पावलेला होता आणि मिसेस टेला हाऊसरायडर या बाईंचा काहीच थांगपत्ता लागलेला नव्हता. १९५९ साली त्यांचं नाव मतदारयादीत आलं होतं, पण जिमी कार्टरनं जेराल्ड फोर्डचा पराभव केल्यानंतर त्या कधी मत द्यायलाही आलेल्या नव्हत्या. या दोन व्यक्ती अस्तित्वात नसल्याचं ग्लोरिया लेननं जाहीर केलं. आता तिच्या डावीकडच्या बाकांच्या एक ते बारा नंबरच्या रांगांमध्ये १४४ संभाव्य ज्यूरर्स होते, तर उजव्या बाजूला रांग नंबर तेरा ते सोळामध्ये उरलेले पन्नासजण बसलेले होते. ग्लोरियानं मग एका सशस्त्र साहाय्यकाशी बोलून न्यायमूर्ती हार्किनच्या आदेशानुसार त्याला चाळीस प्रेक्षकांना आत सोडायची परवानगी दिली.

प्रश्नोत्तरांचे कागद सगळ्यांचे चटकन भरून झाले, ते त्या दोघा साहाय्यक

मुलींनी गोळा केले आणि दहाच्या सुमाराला हळूहळू वकील मंडळी कोर्टरूममध्ये यायला सुरुवात झाली. हे वकील लोक पुढच्या दारानं आत न येता न्यायासनाच्या मागच्या बाजूला असलेल्या दारातून आत येत होते. मागच्या बाजूला बऱ्याच काही छोट्या खोल्या आणि ऑफिसेस होती. सगळ्या जणांच्या अंगावर काळ्या रंगाचे सूट आणि चेहऱ्यावर काहीसे आढ्यताखोर, भयंकर गंभीर असे भाव होते, कपाळावर आठ्या होत्या. संभाव्य ज्यूरर मंडळींबद्दल कमालीचं कुतूहल वाटत असूनही तिकडे निर्विकार नजरेनं बघण्याचा प्रयत्न प्रत्येकजण करत होता आणि त्यात तो साफ अयशस्वी ठरत होता. एक एक, दोन दोन असे ते आत येत होते आणि टेबलांपाशी बसत होते. उजव्या हाताला फिर्यादींच्या वकिलांचं टेबल होतं, तर बचावपक्षाचं टेबल त्याच्या जवळ होतं. ही टेबल्स आणि पाठीमागचा कठडा यांच्या मधल्या जागेत अत्यंत दाटीवाटीनं खुर्च्या मांडलेल्या होत्या.

सतरा नंबरची रांग न्यायमूर्ती हार्किनच्या आदेशानुसार मोकळी ठेवलेली होती आणि अठराव्या रांगेत वॉल स्ट्रीटची तरुण तज्ज्ञमंडळी ज्यूरर लोकांच्या पाठीमागे बसलेली होती. त्यांच्या मागच्या रांगेत वार्ताहर, पत्रकार वगैरे लोक होते आणि त्यांच्या पाठीमागे शहरातले काही वकील आणि इतर प्रेक्षक होते. सगळ्यांत शेवटच्या रांगेत रॅन्किन फिच पेपर वाचत असल्याचं नाटक करत बसलेला होता.

वकिलांपाठोपाठ दोन्ही बाजूंचे ज्यूरी तज्ज्ञ आले आणि टेबल्स आणि कठडा यांच्या दरम्यानच्या जागेतल्या खुर्च्यांवर आपापल्या पक्षातल्या वकिलांच्या मागे कसेबसे बसले. समोर दिसणाऱ्या एकशे चौऱ्याण्णव प्रश्नार्थक चेहऱ्यांकडे, त्यांना जाणवणार नाही अशा बेतानं बघत त्यांचं निरीक्षण करण्याचं काम या तज्ज्ञांनी सुरू केलं. याचं पहिलं कारण असं होतं की, याच कामासाठी त्यांना प्रचंड फी मिळत होती आणि दुसरं कारण असं होतं की, केवळ समोरच्या माणसाच्या देहबोलीतून त्याचा स्वभाव, मनोवृत्ती, मन:स्थिती वगैरे गोष्टींचं विश्लेषण आपण करू शकतो असा त्यांचा दावा होता. कोणी तरी छातीवर हाताची घडी घालण्याची, नखं कुरतडण्याची, ओठ चावण्याची, संशयानं मान तिरकी करण्याची हालचाल करून किंवा अशाच शेकडो छोट्या छोट्या शारीरिक प्रतिक्रियांमधून, सवयींमधून आपलं अंतरंग, आपल्या मनाच्या अगदी तळाशी जपलेली मतं, समजुती उघड करण्याची ते वाट बघत बसले.

ते कागदावर नोट्स काढत समोरचे चेहरे नजरेनं चाचपून बघत होते. संभाव्य ज्यूरर नंबर छप्पन्न, निकोलस ईस्टरकडे तर सगळेच तज्ज्ञ वारंवार उघडपणे किंवा लपून पाहत होते. दिसायला बराच देखणा असलेला निकोलस ईस्टर स्टार्च केलेली खाकी पँट आणि बटन-डाऊन घालून पाचव्या रांगेत मध्यभागी बसलेला होता. तो मधूनच इकडे-तिकडे बघत होता, पण त्याचं लक्ष बरोबर आणलेल्या एका पेपरबॅक

कादंबरीत होतं. येताना बरोबर एखादं पुस्तक आणण्याचं बाकी कुणालाच सुचलेलं नव्हतं.

कठड्याजवळच्या आणखी खुर्च्या भरत चाललेल्या होत्या. बचावपक्षानं सहा ज्यूरी तज्ज्ञ आणले होते, तर फिर्यादी पक्षानं चौघाजणांना बोलावलेलं होतं. सगळेचजण ज्यूरींच्या साध्या शारीरिक हालचालींचाही आपापल्या पद्धतीनं प्रयत्न करत होते.

संभाव्य ज्यूरींपैकी कुणालाच या लोकांनी आपल्याकडे असं निरखून बघितल्याचं आवडलेलं दिसत नव्हतं. त्यामुळे त्यांच्यापैकी बऱ्याचशा लोकांनीही काहीशा चिडलेल्या नजरेनं समोरच्या तज्ज्ञ मंडळींकडे रोखून बघायला सुरुवात केली. पंधरा मिनिटं हे असंच चालू होतं. तेवढ्यात एका वकिलानं काही तरी विनोद केला आणि सगळीकडे खसखस पिकली. वातावरणातला तणाव काहीसा निवळला. वकील मंडळी एकमेकांशी गप्पा मारत होती, हलक्या आवाजात काहीतरी बोलत होती. पण ज्यूरीतले लोक मात्र काहीही बोलायला कचरत होते.

कोर्टरूममध्ये प्रवेश करणारा शेवटचा वकील अर्थातच वेन्डॉल ऱ्होर होता. एखादा कसलेला नट जसा विंगमधूनच डायलॉग बोलत स्टेजवर येतो, तसं ऱ्होर प्रत्यक्ष आत आलेला दिसण्याआधी त्याचं बोलणं ऐकू आलं. इतर वकिलांसारखा काळा सूट त्याच्याकडे कधीच नव्हता. त्यामुळे कुठल्याही खटल्याच्या पहिल्या दिवशी तो नेहमी जो ड्रेस घालत असे, तोच ड्रेस त्यानं आज घातलेला होता – करड्या रंगाचा चौकटीचा स्पोर्टस कोट, त्यावर मुळीच शोभून न दिसणारी करड्या रंगाची स्लॅक, पांढरा व्हेस्ट, निळा शर्ट आणि लाल-पिवळ्या रंगाचा एक बो-टाय. पाठोपाठ येत असलेल्या एका शिकाऊ वकिलाच्या अंगावर ओरडत तो बाहेर आला आणि ते तसेच समोर बसलेल्या बचावपक्षाच्या वकिलांकडे साफ दुर्लक्ष करत पुढे जाऊन फिर्यादी पक्षाच्या वकिलांच्या टेबलापाशी आले. आपल्या जागेपाशी आल्यावरही तो आपल्या एका सहकारी वकिलाला उद्देशून मोठ्यानं काहीतरी बोलला आणि साऱ्या कोर्टाचं लक्ष आपल्याकडे वेधलं असल्याची खात्री झाल्यावर त्यानं ज्यूरींकडे एकवार बघितलं – ही माणसं माझी आहेत, ही केसही माझी आहे, यांच्याकडून न्याय मागता यावा म्हणून मीच माझ्या गावात ही केस फाईल केलीय. त्यानं काही लोकांकडे बघून मानेनंच त्यांना 'हाय' केलं, काही जणांकडे बघून तो ओळखीचं हसला. जणू या सगळ्या मंडळींना तो वैयक्तिकरीत्या ओळखत होता. एका अर्थी ते खरंही होतं.

त्याच्या आगमनामुळे बचाव पक्षाच्या ज्यूरी तज्ज्ञांमध्ये थोडीशी घबराट निर्माण झाली. त्यांच्यापैकी कोणीच ऱ्होरला आजवर प्रत्यक्ष पाहिलेलं नव्हतं, पण त्याच्या यशस्वी कारकिर्दीची सगळी माहिती मात्र त्यांना देण्यात आलेली होती. ज्यूरीतल्या काही लोकांच्या चेहऱ्यांवर उमटलेलं ओळखीचं हसू त्यांना दिसलं. ओळखीचा चेहरा

दिसल्यावर ज्यूरींमधले बरेचसे लोक निश्चिंत झाल्याचंही त्यांना जाणवलं. ऱ्होर म्हणजे बिलॉक्सीमधली एक दंतकथा होता. सगळ्यात मागच्या रांगेत बसलेला फिच मात्र त्याच्या नावानं बोटं मोडत होता.

सरतेशेवटी साडेदहाला न्यायासनाच्या मागे असलेल्या दारातून एक साहाय्यक एकदम कोर्टरूममध्ये आला आणि त्यानं मोठ्यानं ओरडून 'न्यायाधीश महाराज येत असून सगळ्यांनी उभं रहावं' असं म्हटलं. तीनशे लोक एकदम उठून उभे राहिले आणि ऑनरेबल फ्रेडरिक हार्किननी आपल्या उच्चासनापाशी जाऊन सगळ्यांना बसायला सांगितलं.

एक न्यायमूर्ती म्हणून त्यांचं वय तसं बरंच कमी होतं. ते फक्त पन्नास वर्षांचे होते आणि डेमॉक्रेटिक पक्षाचे होते. आधीच्या न्यायमूर्तींच्या निधनानंतर अर्धवट राहिलेली मुदत पूर्ण करण्यासाठी त्यांना गव्हर्नरनं आधी नेमलं होतं आणि ती मुदत संपल्यावर जनतेनं त्यांची फेरनिवड केली होती. त्याआधी ते नेहमी फिर्यादीच्या बाजूनं खटला लढणारे एक वकील होते, त्यामुळे आताही ते फिर्यादीलाच झुकतं माप देत असल्याची बोलवा होती, पण त्यात काही तथ्य नव्हतं.

ही बचावपक्षाची कामं करणाऱ्या वकिलांनी उठवलेली एक चविष्ट बाजारगप्प होती. खरं सांगायचं, तर पूर्वी ते वकिलांच्या एका छोट्या फर्ममध्ये कायद्याची जनरल प्रॅक्टिस करत होते. कोर्टात खटले जिंकण्याबद्दल त्यांची फर्म प्रसिद्ध होती असंही नव्हे. पण स्थानिक राजकारणात मात्र ते हिरीरीनं भाग घेत होते. दरम्यानच्या काळात आलेल्या हार्ट ॲटॅकमुळे त्यांना सक्रिय वकिली सोडावी लागली होती. पण गव्हर्नरनं त्यांना न्यायाधीश म्हणून नेमलं होतं. या बाबतीत त्यांना नशिबाची साथ मिळाली, असंच म्हणावं लागेल. आता ते वर्षाला ऐंशी हजार पगार मिळवत होते. वकिली करत असताना त्यांनी एवढं उत्पन्न कधीच मिळवलेलं नव्हतं.

एवढे सुविद्य मतदार एकत्रितपणे समोर दिसल्यावर कुणीही निर्वाचित अधिकारी खूष झाला असता. गच्च भरलेली कोर्टरूम बघितल्यावर न्यायमूर्ती हार्किनही चेहऱ्यावर फुटलेलं खुषीचं हास्य लपवू शकले नाहीत. सगळ्या संभाव्य ज्यूरींचं त्यांनी सुहास्य मुद्रेनं भरभरून स्वागत केलं – जणू काही हे सगळे लोक स्वेच्छेनंच इथे आले असावेत, असं. आपलं छोटंसं स्वागतपर भाषण करता करता त्यांच्या चेहऱ्यावरचं हास्य हळूहळू निवळलं. ज्यूरींच्या उपस्थितीचं महत्त्व त्यांनी त्यांच्या मनावर बिंबवलं. मुळातच ते मनमिळाऊ किंवा विनोदी स्वभावाबद्दल फारसे प्रसिद्ध नव्हते, त्यामुळे ते लगेचच गंभीर झाले.

आणि त्याला तसं कारणही होतं. त्यांच्यासमोर या क्षणी इतके वकील बसलेले होते की, ते त्यांना नेमून दिलेल्या जागेत नीट मावतही नव्हते. कोर्टाकडे फिर्यादी पक्षाचे आठ तर बचाव पक्षाचे नऊ वकील काम पाहतील, असं सांगून त्यांची नावंही

देण्यात आली होती. चार दिवसांपूर्वी न्यायमूर्ती हार्किनने दोन्ही बाजूंची बसण्याची व्यवस्था निश्चित केली होती. ज्यूरींची निवड झाल्यानंतर दोन्ही पक्षांच्या वकिलांसाठी राखून ठेवलेल्या टेबलांशी फक्त प्रत्येकी सहा वकील बसतील, असं त्यांनी ठरवून दिलं. उरलेल्या वकिलांनी ज्यूरी तज्ज्ञांच्याच रांगेत जाऊन बसायचं होतं. प्रत्यक्ष दोन्ही पक्षांनाही, म्हणजे सेलेस्ट वुड आणि पायनेक्सचा प्रतिनिधी, यांनाही त्यांनी खास जागा राखून ठेवली होती. ही सगळी आसनव्यवस्था त्यांनी खास या खटल्यासाठी बनवलेल्या एक छोट्या नियमपुस्तिकेत समाविष्ट केली होती.

हा खटला चार वर्षांपूर्वी दाखल करण्यात आला होता आणि त्याचा कटाक्षानं पाठपुरावाही करण्यात आला होता. त्याच्या कागदपत्रांनी एव्हाना अकरा मोठ्या पेट्या भरलेल्या होत्या. दोन्ही पक्षांनी आतापर्यंत लक्षावधी डॉलर्स खर्च केले होते. या क्षणी कोर्टात देशातली काही अत्यंत हुशार आणि प्रथितयश वकील मंडळी जमलेली होती. त्यामुळे न्यायमूर्ती हार्किनने हा खटला अत्यंत न्यायनिष्ठुरपणे चालवण्याचं ठरवलेलं होतं.

मायक्रोफोनवरून बोलत त्यांनी फक्त सगळ्यांच्या माहितीसाठी या केसची अगदी थोडक्यात माहिती सांगितली. खरं तर हे मुख्यत: ज्यूरींसाठी होतं. खटला काही आठवडे चालेल आणि ज्यूरींना त्यांच्या कुटुंबीयांपासून अलग ठेवलं जाणार नाही, असं त्यांनी सांगितलं. ज्यूरीचं काम करण्यामधून माफी करण्यासाठी कायद्यात काही खास तरतुदी आहेत असं सांगून त्यांनी संभाव्य ज्यूरींपैकी जर कुणा पासष्ट वर्षांपेक्षा जास्त वयाच्या व्यक्तींना इथे बोलावण्यात आलं असेल, तर त्यांनी हात वर करण्याची विनंती केली. लगेच सहा हात वर झाले. न्यायमूर्तींनी काहीशा आश्चर्यानं ग्लोरिया लेनकडे बघितलं. हे जणू नेहमीचंच असल्यासारखं तिनं खांदे उडवले. या सहा जणांना बाहेर जायची परवानगी होती. त्यांपैकी पाच जणांनी हा पर्याय निवडला. आता १८९ संभाव्य ज्यूरी उरले होते. ज्यूरी तज्ज्ञांनी ही पाच नावं आपल्या यादीतून खोडून टाकली, तर वकील मंडळींनी गंभीरपणे कागदावर तसं लिहून घेतलं.

"आता, इथे कोणी अंध व्यक्ती आहेत का?" न्यायमूर्तींनी विचारलं आणि "मी कायदेशीरपणे अंध असलेल्या व्यक्तींबद्दल बोलतोय." असा एक विनोद करण्याचा प्रयत्न केला. काही चेहऱ्यांवर पुसटसं स्मित उमटलं. आता एखादा आंधळा माणूस कशाला ज्यूरी होण्यासाठी आपण होऊन येईल?

आश्चर्य म्हणजे, अकरा नंबरच्या रांगेतून एक हात सावकाश वर झाला – ज्यूरर नंबर त्रेसष्ट, मि. हर्मन ग्राईम्स, वय पंचावन्न, कॉम्प्युटर प्रोग्रॅमर, विवाहित, गोरा, अपत्यहीन. हे काय चाललंय? दोन्ही बाजूंच्या ज्यूरी तज्ज्ञांमध्ये गडबड माजली. हर्मन ग्राईम्सचे त्यांच्याकडे जे फोटो होते, ते त्याच्या घराचे होते आणि दुरून

घेतलेल्या एक-दोन फोटोंमध्ये तो घरासमोरच्या पोर्चमध्ये उभा होता. त्या भागात तो तीन वर्षं राहत होता आणि त्याच्या प्रश्नोत्तरांच्या फॉर्ममध्येही कुठल्या शारीरिक व्यंगाचा उल्लेख नव्हता.

''प्लीज उभे रहा, सर.'' न्यायमूर्तींनी म्हटलं.

हर्मन ग्राईम्स खिशात हात घालून उभा राहिला. त्याच्या अंगावरचा ड्रेस अगदी साधा होता, त्याच्या डोळ्यांवरचा चष्मासुद्धा अगदी नेहमीसारखा होता. सहज बघणाऱ्याला तो अंध असेल अशी शंकासुद्धा आली नसती.

''तुमचा नंबर सांगा.'' इतर ज्यूरी तज्ज्ञांप्रमाणे किंवा वकिलांप्रमाणे न्यायमूर्तींना प्रत्येक ज्यूरीचं नाव, नंबर वगैरे लक्षात ठेवण्याचं काहीच कारण नव्हतं.

''अं, त्रेसष्ट.''

''आणि तुमचं नाव?'' समोरच्या कॉम्प्युटर प्रिंटआऊटची पानं चाळत त्यांनी विचारलं.

''हर्मन ग्राईम्स.''

न्यायमूर्तींना ते नाव सापडलं. ग्राईम्सकडे बघत त्यांनी विचारलं, ''तुम्ही कायद्यानं अंध आहात?''

''हो, सर. आणि प्रत्यक्षसुद्धा.''

''मग मि. ग्राईम्स, कायद्यानं तुम्हाला ज्यूरीचं काम नाकारण्याची सवलत आहे. तुम्ही जायला मोकळे आहात.''

हर्मन ग्राईम्स जागचा हललासुद्धा नाही. त्यानं आवाजाच्या दिशेनं बघत विचारलं, ''का?''

''म्हणजे?''

''मी जायला पाहिजे, असं का?''

''तुम्ही आंधळे आहात म्हणून.''

''ते मलाही माहितेय.''

''शिवाय, अंध व्यक्ती ज्यूरी म्हणून काम करू शकत नाहीत.'' डावीकडे, मग उजवीकडे बघत न्यायमूर्तींनी अर्धवट वाक्य उच्चारलं. ''तुम्ही जायला मोकळे आहात, मि. ग्राईम्स.''

''अंध व्यक्ती ज्यूरीवर काम करू शकत नाही, असं कोण म्हणतो?'' थोडं थांबत, क्षणभर विचार करून ग्राईम्सनं धीर गोळा करत विचारलं.

हात लांब करून न्यायमूर्तींनी टेबलावरचं एक कायद्याचं पुस्तक घेतलं. या खटल्याची त्यांनी फार काळजीपूर्वक तयारी केलेली होती. बाकीच्या खटल्यांची सुनावणी त्यांनी महिन्याभरापूर्वी बंद केली होती आणि ते नेमानं आपल्या चेंबरमध्ये बसून या खटल्याचे कागदपत्र, डिस्कव्हरी, संबंधित कायदे, वगैरेंचा सखोल अभ्यास

करत होते. आजवरच्या कारकिर्दीत त्यांनी सर्व प्रकारच्या खटल्यांसाठी सर्व प्रकारचे ज्यूरी निवडलेले होते. तरीही संपूर्ण भरलेल्या कोर्टरूममध्ये, पहिल्याच दिवशी, ज्यूरींच्या निवडीच्या वेळी पहिल्या दहा मिनिटांत सुद्धा आपण अडचणीत येऊ शकतो, याची त्यांना कल्पना होती.

''म्हणजे तुम्हाला ज्यूरी म्हणून खरंच काम करायचंय का, मि. ग्राईम्स?'' पुस्तकाची पानं चाळत त्यांनी उगाचच, तणाव जरा हलका करण्यासाठी काहीशा हसऱ्या आवाजात विचारलं.

पण मि. हर्मन ग्राईम्स मात्र माघार घ्यायला तयार नव्हते. ''अंध माणूस ज्यूरी का होऊ शकत नाही, ते सांगा मला. असं कुठे कायद्यात लिहिलेलं असलं तर तो कायदाच पक्षपाती आहे आणि त्याबद्दल मी खटला भरेन. कायद्यात जर कुठे असं लिहिलेलं नसलं आणि हा जर फक्त एक प्रघात असला, तर मी दुप्पट जोमानं खटला भरणार आहे.''

म्हणजे कायद्याच्या बाबतीत हा माणूस मुळीच अनभिज्ञ नाही, हे सगळ्यांनाच कळून चुकलं.

बारच्या एका बाजूला दोनशे सामान्य माणसं होती, त्यांना कायद्यानं इथे खेचून आणलेलं होतं. दुसऱ्या बाजूला उच्चासनावर बसलेले न्यायमूर्ती होते, स्वत:ला शहाणे समजणारे वकील होते, क्लार्क होते, कोर्टातले साहाय्यक होते, बेलिफ होते –म्हणजे प्रत्यक्ष कायदाच होता. कायद्यानं जबरदस्तीनं बोलावणं पाठवून खेचून आणलेल्या त्या लोकांच्या वतीनं हर्मन ग्राईम्सनं साऱ्या प्रस्थापित व्यवस्थेवर जोरदार हल्ला चढवलेला होता, पण त्याच्या सहकाऱ्यांकडून मात्र त्याला हलक्याशा स्मितापलीकडे कसलाच प्रतिसाद किंवा पाठिंबा मिळाला नाही. पण त्यालाही त्याची फिकीर नव्हती.

ज्यूरींनी हास्य केल्यामुळे वकिलांनाही हसणं भाग होतं. अस्वस्थपणे ते जागेवर चुळबुळ करत, ''हा असला प्रकार आधी कधीच बघितला नव्हता मी.'' असं एकमेकांशी कुजबुजू लागले. सगळेच जण डोकं खाजवू लागले, कारण यावर प्रतिक्रिया काय व्यक्त करावी, हेच कुणाला कळत नव्हतं.

ज्यूरीच्या कर्तव्यामधून अंध व्यक्तीला माफी दिली जाऊ शकते असं कायद्यात लिहिलेलं होतं आणि 'शकते' या शब्दावर नजर गेल्याबरोबर न्यायमूर्तींनी ठरवलं की, या माणसाला निदान सध्या तरी राहू द्यावं. आपल्याच कोर्टात आपल्याचविरुद्ध खटला कशाला भरून घ्यायचा? अंध व्यक्तीला ज्यूरीचं काम करू न देण्याचे इतर काही कायदेशीर पर्याय असतील, त्याबद्दल ॲटर्नीशी बोलून काय ते ठरवू. ''मला वाटतं, मि. ग्राईम्स, तुम्ही ज्यूरीचं काम व्यवस्थित करू शकाल. तुम्ही बसायला हरकत नाही.''

हर्मन ग्राईम्सनं हसून मान डोलावली. "थँक यू. सर."

पण यामुळे ज्यूरी तज्ज्ञ आणि वकील मंडळींपुढे मात्र नवीनच प्रश्नचिन्ह उभं राहिलं. अंध व्यक्ती नेमकी कशी वागू शकेल हे कसं ठरवायचं? याची मनोवृत्ती, आवडीनिवडी, समजुती कशा असतात? कोणतेच नियम नसलेल्या या खेळात अंध व्यक्तींबद्दल एक पक्की धारणा अशी होती की, कोणतंही शारीरिक व्यंग असलेला ज्यूरर हा निश्चितपणे फिर्यादीला झुकतं माप देतो, कारण यातना, दुःख म्हणजे काय, हे त्याला स्वानुभवानं समजलेलं असतं. पण यालासुद्धा असंख्य अपवाद होते.

पाठीमागच्या रांगेत बसलेला रॅन्किन फिच मान उंचावून उजवीकडे बघत कार्ल न्यूसमनचं लक्ष वेधून घेण्याचा अयशस्वी प्रयत्न करत होता. संभाव्य ज्यूरींमध्ये सर्वतोपरी सुयोग्य अशी माणसं निवडण्यासाठी त्यानं कार्लला एव्हाना चांगले बारा लाख डॉलर्स दिले होते. न्यूसमन मात्र हातात एक पॅड धरून ज्यूरींचे चेहरे निरखण्यात गढून गेलेला होता – जणू हर्मन ग्राईम्स आंधळा असल्याचं सुरुवातीपासूनच माहिती असल्यासारखा. पण हे त्यालाही माहीत नव्हतं आणि फिचलाही त्याची कल्पना होती. ही एक छोटीशी गोष्ट होती आणि ज्यूरी तज्ज्ञांच्या नजरेतून ती सुटलेली होती. पण फिच मात्र विचार करत होता, आणखी अशा किती गोष्टी सुटल्या आहेत यांच्या नजरेतून? आत्ता कोर्टानं सुट्टी जाहीर केल्याबरोबर कार्लला गाठून त्याची चामडी सोलायला हवी!

आपल्यावरच खटला होण्याचं संकट टळलंय म्हटल्याबरोबर न्यायमूर्तींच्या आवाजाला पुन्हा जोर चढला. कारण आता पुढचं काम त्वरेनं सुरू करायला हवं होतं. "सगळ्यांनी जरा इकडे लक्ष द्या, प्लीज." त्यांनी मोठ्यानं म्हटलं, "आता आपल्याला ज्यूरींची अंतिम निवड करायचीय आणि हे जरा वेळखाऊ प्रकरण आहे. यामध्ये, तुम्हापैकी कोणामध्ये जर तुमच्या ज्यूरीच्या कामात अडथळा ठरू शकेल असं एखादं शारीरिक व्यंग, व्याधी, कमतरता असेल, तर त्याचा आधी विचार करावा लागेल. इथे तुमची चेष्टा करण्याचा किंवा तुम्हाला अपात्र ठरवण्याचा कोणताही हेतू नाही, पण अशी एखादी शारीरिक अडचण असली तर त्यावर आधीच विचार केलेला बरा. आपण पहिल्या रांगेपासून सुरुवात करूया."

ग्लोरिया लेन बाकांच्या रांगांमधल्या मोकळ्या जागेत पहिल्या रांगेशेजारी उभी राहिली. पहिल्या रांगेत बसलेला एक साधारण साठ वर्षांचा माणूस उभा राहिला आणि बारच्या छोट्या झुलत्या दारातून बाहेर आला. एका बेलिफानं त्याला साक्षीदाराच्या खुर्चीवर आणून बसवलं आणि तिथला मायक्रोफोन दूर सारला. न्यायमूर्ती उच्चासनाच्या कडेशी जाऊन पुढे वाकून बसले. दोन्ही बाजूंचा एकेक वकील साक्षीदाराच्या पिंजऱ्याच्या थेट समोर येऊन उभा राहिला. आता प्रेक्षकांना पुढचं काहीच दिसणार नव्हतं. कोर्टाच्या रिपोर्टरनं हे कोंडाळं पूर्ण केल्यावर न्यायमूर्तींनी त्या माणसाशी हलक्या आवाजात

बोलायला सुरुवात केली.

त्या माणसाला स्लिप डिस्कचा त्रास होता आणि त्यानं डॉक्टरचं तसं पत्रही आणलेलं होतं. त्याला जायची परवानगी देण्यात आली, त्याबरोबर तो लगेच उठून बाहेर निघून गेला.

न्यायमूर्तींनी लंचसाठी कामकाज थांबवलं, तोपर्यंत एकंदर तेरा व्यक्तींना वैद्यकीय कारणांसाठी खटला सोडून निघून जाण्याची परवानगी त्यांनी दिलेली होती. एव्हाना कामात तोचतोपणा आलेला होता. कोर्ट दीड वाजता परत सुरू होणार होतं आणि पुढेही हेच काम चालू राहणार होतं.

निकोलस ईस्टर कोर्टातून बाहेर पडला आणि एकटाच चालत 'बर्गर किंग' च्या एका स्टॉलवर आला. त्यानं एक मोठा थोरला 'व्हॉपर' आणि कोक मागवला. खिडकीजवळच्या एका बूथमध्ये येऊन तो समोरच्या ग्राऊंडवर खेळणाऱ्या मुलांकडे बघत, 'यूएसए टुडे' चा अंक चाळत सावकाश खायला लागला. त्याला दीड तास वेळ काढायचा होता.

'कॉम्प्युटर हट' च्या त्याच्या दुकानात त्याला जी पोरगी भेटली होती, तीच त्याला पुन्हा दिसली. आता तिनं एक बॅगी जीनची शॉर्ट, एक मोकळाढाकळा टी. शर्ट घातलेला होता. तिच्या पायांत 'नाइकी' चे वेगळेच नवे शूज होते आणि खांद्यावर छोटीशी जिम बॅग होती. आपला खाद्यपदार्थांचा ट्रे घेऊन ती त्याच्या बूथजवळून चाललेली असतानाच ओळखीचा चेहरा बघून ती थबकली.

"निकोलस ना?" त्याला नीटसं ओळखलं नसल्याचं उत्कृष्ट नाटक करत तिनं म्हटलं.

निकोलसनं तिच्याकडे पाहिलं. त्याला तिचा चेहरा ओळखीचा वाटला, पण नेमकं नाव काही लक्षात येईना.

"तू ओळखलेलं दिसत नाहीस मला." गोड हसून तिनं म्हटलं. "तुमच्या कॉम्प्युटर हटमध्ये मी पंधरा दिवसांपूर्वी आले होते आणि –"

"हो, आत्ता आठवलं." तिच्या घाटदार बांध्याकडे चटकन एक नजर टाकून त्यानं म्हटलं, "तू एक डिजिटल रेडिओ घेतला होतास."

"बरोबर. मी ॲमांडा. आणि मला वाटतं, मी तुला तेव्हा माझा फोन नंबरही दिला होता. तो तू एव्हाना बहुतेक हरवला असणार."

"बस ना."

"थँक यू." तिनं चटकन बसून ट्रेमधला एक फ्रेंच फ्रायचा तुकडा उचलला.

"आणि माझ्याकडे अजूनही तुझा नंबर आहे. उलट–"

"जाऊ दे रे. तू नक्कीच मला अनेकदा फोन केला असशील, पण माझंच

आन्सरिंग मशीन मोडलंय.''

''नाही, नाही, मी खरंच तुला फोन केलेला नाही. पण करावा असं मात्र मला बऱ्याचदा वाटत होतं.''

''ओ.के.'' ती हसत बोलली. तिचे दात फार सुंदर होते आणि त्यांचं प्रदर्शन करायला तिला आवडतही असावं. तिनं आपल्या केसांचा पोनीटेल बांधलेला होता. पण ती इतकी नाजूक होती आणि तिचा मेकअप आणि कपडे इतके व्यवस्थित होते की, ती जॉगिंग करत असणं शक्य नव्हतं. तिच्या चेहऱ्यावर घामाचा लवलेशही दिसत नव्हता.

''मग तू इकडे कशी?'' त्यानं विचारलं.

''मी आता एरोबिक्सला निघालेय.''

''आणि एरोबिक्सच्या आधी तू फ्रेंच फ्राईज खातेयस?''

''का? काय हरकत आहे?''

''कोण जाणे. पण ते पटत नाही एवढं खरं.''

''का? एवढ्या कार्बोहैड्रेट्सची मला गरजच असते.''

''अच्छा. आणि एरोबिक्सपूर्वी तू कधी सिगारेट ओढतेस का?''

''कधी कधी ओढते. म्हणजे? मी सिगारेट ओढते म्हणून तू मला फोन केला नाहीस, असं तर नाही ना?''

''तसंच काही नाही.''

''निकोलस, अरे तू तसं सांगितलंस तरी हरकत नाही. चालेल मला.'' ती अजूनही मंद हसत होती.

''ओ.के. मग हा विचार माझ्या मनात येऊन गेलेला होता.''

''वाटलंच मला. पूर्वी कधी एखाद्या सिगारेट ओढणाऱ्या पोरीशी डेटिंग केलंयस का?''

''नाही. तसं आठवत तरी नाही.''

''का बरं?''

''मला सिगारेटचा सेकंडहॅंड वास आलेला आवडत नाही, म्हणूनही असेल कदाचित. पण मी असल्या गोष्टींवर विचार करण्यात वेळ फुकट घालवत नाही.''

''तू स्वत: कधी सिगारेट ओढलीयस का रे?'' फ्रेंच फ्रायचा आणखी एक तुकडा चघळत, त्याच्याकडे निरखून बघत तिनं विचारलं.

''लहानपणी प्रत्येकच पोरगा सिगारेट ओढून बघतो. मी दहा वर्षांचा असताना आमच्या घरी काम करायला आलेल्या प्लंबरचं कॅमल्सचं पाकीट पळवलं होतं. दोन दिवसांत ते पाकीट ओढून फस्त केल्यावर मी चांगला आजारी पडलो होतो. आपण आता कॅन्सर होऊन मरणार, अशी खात्री झाली होती माझी तेव्हा.'' बर्गरचा तुकडा

तोडत त्यानं म्हटलं.

"नंतर पुन्हा कधी नाही ओढलीस?"

बर्गरचा घास चघळत त्यानं थोडं आठवून बघितलं. "नाही. नंतर कधी ओढल्याचं आठवत नाही. तू का सिगारेट ओढायला सुरुवात केलीस?"

"मूर्ख होते म्हणून. आता मी सोडू बघतेय."

"गुड. सोडच सिगारेट. अजून तू फार लहान आहेस."

"थँक्स. आणि मग मी सिगारेट सोडली, की, लगेच तू मला कॉल करणार, हो ना?"

"नाही, तू नाही सोडलीस तरी मी तुला कॉल करेनच."

"हे मी आधीही ऐकलंय." हसत तिनं चेष्टेनं म्हटलं. स्ट्रॉमधून कोकचा एक मोठा घोट घेत तिनं विचारलं, "आणि तू आत्ता इथे काय करतोयस असं मी विचारलं, तर हरकत नाही ना तुझी?"

"म्हणजे काय, बर्गर खातोय. आणि तू?"

"सांगितलं ना तुला, मी जिमला चाललेय."

"ओ.के. आणि मी एका कामासाठी आलो होतो. भूक लागली म्हणून इथे आलो. बस्स."

"पण तू कॉम्प्युटर हटसारख्या दुकानात का काम करतोयस?"

"म्हणजे एका मॉलमधल्या साध्या दुकानात अगदी कमी पगारावर नोकरी करून मी आयुष्य फुकट का घालवतोय, असंच ना?"

"तसंच थोडंसं."

"मी अजून शिकतोय."

"कुठे?"

"सध्या कुठेच नाही. मी एका स्कूलमधून बाहेर पडलो, पण दुसऱ्या स्कूलमध्ये अजून दाखल झालेलो नाही."

"आधीची स्कूल कुठे होती?"

"नॉर्थ टेक्सास स्टेट."

"आणि पुढची?"

"बहुतेक साऊथ मिसिसिपी स्टेट. फार प्रश्न विचारतेस तू."

"हो, पण ते खूप सोपे असतात. हो की नाही?"

"हं. तू कुठे नोकरी करतेस?"

"कुठेच नाही. मी नुकताच एका श्रीमंत माणसाला घटस्फोट दिलाय. मला मुलंही नाहीत. मी अठ्ठावीस वर्षांची आहे, एकटीच आहे, पुढेही एकटीच राहायचा विचार आहे. पण अधूनमधून एखादी डेट असली की जरा मजा येते. तू का नाही

कॉल करत मला?''

''किती श्रीमंत होता तो?''

मोठ्यानं हसून तिनं हातावरच्या घड्याळात बघितलं. ''आता गेलंच पाहिजे मला. दहा मिनिटांत माझा क्लास सुरू होईल.'' उठत तिनं आपली बॅग उचलली, पण ट्रे मात्र तिथेच ठेवला. ''भेटूच पुन्हा.''

एका छोट्याशा बीएमडबल्यूमधून ती निघून गेली.

वैद्यकीयदृष्ट्या अडचणी असलेल्या व्यक्तींना जायला परवानगी देण्याचं काम लंचनंतर भराभर आवरलं आणि तीन वाजता न्यायमूर्तींनी जेव्हा पंधरा मिनिटांची सुट्टी जाहीर केली तेव्हा संभाव्य ज्यूरींची संख्या १५९ वर आलेली होती. कोर्ट पुन्हा भरल्यावर न्यायमूर्तींनी सामाजिक आणि नागरी जबाबदारी, कर्तव्य वगैरेवर एक छोटंसं पण जोरदार भाषण ठोकलं आणि वैद्यकीय अडचणी सोडून इतर काही अडचणी असतील तर त्या सांगण्याचं सगळ्या ज्यूरींना आवाहन केलं – वस्तुतः त्यांनी हे ज्या पद्धतीनं सांगितलं, त्यावरून ते आवाहनापेक्षा आव्हानच होतं म्हटलं तरी चालेल. या सबबीखाली सुटका करून घेण्याचा पहिला प्रयत्न एका भयंकर त्रासलेला दिसणाऱ्या, एका मोठ्या कंपनीतल्या उच्चपदस्थ अधिकाऱ्यानं केला. साक्षीदाराच्या खुर्चीवर येऊन बसल्यावर त्यानं न्यायाधीशांना, त्या दोघा वकिलांना आणि कोर्टाच्या रिपोर्टरला सांगितलं की, आपण एका मोठ्या कंपनीत आठवड्याला ऐंशी तास काम करतो, ती कंपनी झपाट्याने तोट्यात चाललीय आणि आपण ऑफिसात गेलो नाही, तर कंपनी तितक्या लवकर खड्ड्यात जाईल. न्यायमूर्तींनी त्याला जागेवर जाऊन पुढच्या सूचनांसाठी थांबायला सांगितलं.

दुसरा प्रयत्न एका मध्यमवयीन स्त्रीनं केला. ती आपल्या घरात बेकायदेशीरपणे एक पाळणाघर चालवत होती. ''मी पाळणाघर चालवते, युअर ऑनर.'' डोळ्यांतून येऊ पाहणारे अश्रू थोपवत तिनं हलक्या आवाजात म्हटलं, ''एवढी एकच गोष्ट मी करू शकते. त्यातून मला आठवड्याला दोनशे डॉलर्स मिळतात आणि तेवढ्यावरच मी कसंबसं जगते. मला जर ज्यूरीचं काम करावं लागलं तर मला मुलांकडे बघण्यासाठी दुसऱ्या कोणाला तरी ठेवावं लागेल. मुलांच्या आईबाबांना ते आवडणार नाही, शिवाय मलाही ते परवडणार नाही. माझं पाळणाघरच मग बंद पडेल.''

तिला निघून जायची परवानगी मिळाली.

सगळ्या संभाव्य ज्यूरींच्या नजरा तिच्या पाठमोऱ्या आकृतीकडे लागलेल्या होत्या. मघाच्या त्या कंपनी अधिकाऱ्याला मात्र चरफडत जागेवरच बसावं लागलं.

साडेपाचपर्यंत अकरा जणांना घरी सोडण्यात आलं होतं, तर आणखी सोळा जणांना परत जागेवर बसायला सांगण्यात आलं होतं. त्यांचं नाटक त्यांना नीटसं

वठवता आलेलं नव्हतं. त्यानंतर न्यायमूर्तींनी ग्लोरिया लेनला, उरलेल्या संभाव्य ज्यूरींना आणखी एकेक प्रश्नोत्तराचे फॉर्म देऊन ते दुसऱ्या दिवशी सकाळी नऊ वाजेपर्यंत परत मागवायला सांगितलं. केसच्या बाबतीत कोणाशीही न बोलण्याची पुन्हा एकदा सक्त ताकीद देऊन त्यांनी सगळ्यांना घरी जायची परवानगी दिली.

सोमवारी जेव्हा कोर्टाचं कामकाज संपलं तेव्हा फिच कोर्टात नव्हता. तो त्याच्या ऑफिसमध्ये होता. उत्तर टेक्सासमधल्या कोणत्याही स्कूलमध्ये निकोलस ईस्टरचं नाव नव्हतं. ईस्टरबरोबर 'बर्गर किंग' मध्ये झालेलं बोलणं त्या पोरीनं टेप केलेलं होतं आणि ते फिचनं दोनदा ऐकलेलं होतं. ईस्टर सहज भेटला तर बघावं म्हणून तिला तिकडे पाठवण्याचा निर्णय त्याचाच होता. यात जरा धोका होता, पण त्याचं काम झालं होतं. ती पोरगी आता वॉशिंग्टनच्या परतीच्या मार्गावर होती. बिलॉक्सीमधलं तिचं आन्सरिंग मशीन सुरू होतं आणि ज्यूरींची निवड होईपर्यंत ते चालूच राहणार होतं. त्यामुळे ईस्टरनं जरी तिला फोन केला – अर्थात फिचला मुळात याबद्दलच शंका होती – तरी तो तिला भेटू शकणार नव्हता.

४

त्या फॉर्ममध्ये बरेच प्रश्न विचारलेले होते. सध्या तुम्ही सिगारेट ओढता का? जर तसं असेल, तर दिवसाला किती पाकिटं ओढता? किती काळ सिगारेट ओढता आहात? ओढत असाल, तर तुम्हाला सिगरेट सोडावीशी वाटते का? सवय म्हणून तुम्ही कधी सिगारेट ओढली आहे का? तुमच्या कुटुंबीयांपैकी किंवा परिचितांपैकी कोणाला सिगारेटशी थेट संबंध असलेला आजार झाला आहे का? (याचं उत्तर 'हो' असेल तर खाली ठेवलेल्या मोकळ्या जागेमध्ये त्या व्यक्तीचे नाव, रोगाचे नाव आणि या व्यक्तीवर यशस्वीपणे उपचार झाले का, ते लिहा.) सिगारेटमुळे खालील रोग होतात असं तुम्हाला वाटतं का? :

ए) फुप्फुसाचा कॅन्सर, बी) हृदयविकार, सी) उच्च रक्तदाब, डी) वरीलपैकी कोणताच रोग नाही, ई) वरीलपैकी सर्व रोग होतात.

तिसऱ्या पानावर जरा जास्त महत्त्वाचे, विचार करायला लावणारे प्रश्न होते. करदात्यांचा पैसा धूम्रपानाशी संबंधित रोगांच्या रुग्णांच्या शुश्रुषेवर वापरला जातोय, त्याविषयी तुमचं मत सांगा. करदात्यांच्या पैशातून तंबाखू उत्पादक शेतकऱ्यांना अनुदानं दिली जाताहेत, त्याबद्दलचं तुमचं मत सांगा. सार्वजनिक इमारतींमध्ये धूम्रपानावर बंदी घालण्याबद्दल तुमचं मत काय? धूम्रपान करणाऱ्या व्यक्तींना कोणते अधिकार असावेत असं तुम्हाला वाटतं? अशा सगळ्या प्रश्नांखाली उत्तरं लिहायला भरपूर मोकळी जागा ठेवलेली होती.

चौथ्या पानावर या खटल्याचं काम अधिकृतपणे पाहणाऱ्या सतरा वकिलांची नावं होती. त्याच्या खाली या वकिलांशी प्रॅक्टिसच्या दृष्टीनं या ना त्या प्रकारे संबंधित असलेल्या आणखी ऐंशी वकिलांची नावं दिलेली होती. यांपैकी तुम्ही कोणत्या

वकिलांना वैयक्तिकरीत्या ओळखता का? यांपैकी कुणा वकिलांनी एखाद्या खटल्यामध्ये तुमचं प्रतिनिधित्व केलंय का? यांपैकी कुणा वकिलांशी एखाद्या खटल्याच्या संबंधाने तुमचा संबंध आलाय का?

नाही, नाही, नाही. निकोलसनं भराभर खुणा केल्या.

पाचव्या पानावर या खटल्यामधल्या बासष्ट संभाव्य साक्षीदारांची नावं दिलेली होती. त्यात फिर्यादी सेलेस्ट वुडचंही नाव होतं. यांपैकी कुणा व्यक्तींना तुम्ही वैयक्तिकरीत्या ओळखता का? – नाही.

त्यानं इन्स्टंट कॉफीचा आणखी एक कप बनवला. काल रात्री त्यानं या प्रश्नोत्तरांवर एक तास घालवलेला होता आणि आजही सकाळी एव्हाना त्याचा आणखी एक तास गेलेला होता. सूर्य आताशी कुठे डोकं वर काढत होता. फक्त एक केळं आणि एक शिळं बॅजेल एवढ्यावरच त्याचा ब्रेकफास्ट संपला होता. बॅजेल खात त्यानं शेवटचा प्रश्न वाचला आणि पेन्सिलीनं सावकाश, मुद्दाम गिरवल्यासारखी अक्षरं काढत त्याचं उत्तर लिहायला सुरुवात केली – सगळी अक्षरं तो कॅपिटलमध्ये काढत होता, कारण त्याचं रनिंग हँडमधलं अक्षर भलतंच गिचमिड होतं. पण त्यामागे आणखी एक कारण होतं. त्याला पक्की खात्री होती की, आजच्या आज दोन्ही बाजूंचे हस्ताक्षरतज्ज्ञ आपल्या लिखाणाचा बारकाईनं अभ्यास करणार. अर्थात, त्याच्या मतांशी त्यांना काहीच फारसं कर्तव्य नव्हतं, पण आपल्या अक्षरावरून ते आपल्या स्वभावाचा अभ्यास करणार, हे त्याला माहीत होतं आणि आपण अतिशय व्यवस्थित, विचारी आहोत असं त्यांना वाटलं पाहिजे, हा त्याचा उद्देश होता – आपण विचारी तर आहोतच, शिवाय चांगले हुशार आहोत, आपण दोन्ही बाजूचं म्हणणं नीट ऐकून घेऊन न्यायबुद्धीनं त्यावर निर्णय घेऊ शकतो, हे त्यांच्या लक्षात आलं पाहिजे आणि त्यामुळे त्यांनी आपली निवड ज्यूरीवर नक्की केली पाहिजे.

हस्ताक्षरावरून स्वभाव ओळखण्याच्या शास्त्रावरची तीन उत्तम पुस्तकं बारकाईने वाचून त्यातले बारकावे त्यानं मुद्दाम समजून घेतले होते.

तंबाखू-उत्पादक शेतकऱ्यांना अनुदान देण्याच्या प्रश्नाचं पान त्यानं पुन्हा उलगडून वाचायला सुरुवात केली. या प्रश्नाचं उत्तर त्यानं मनाशी तयार करून ठेवलेलं होतं. त्यावर त्यानं बराच विचार केलेला होता आणि एक असं अस्पष्ट उत्तर तयार केलेलं होतं, की, त्यात त्याचे स्वत:चे विचारही त्यांना फारसे कळणार नव्हते आणि तरीही दोन्ही पक्ष त्यामुळे गांगरूनही जाणार नव्हते.

आताच्या प्रश्नांपैकी बरेचसे प्रश्न मागच्या वर्षी ॲलनटाऊन, पेनसिल्व्हेनियामध्ये लढल्या गेलेल्या सिमिनो केसच्या वेळीही विचारले गेले होते. निकोलस ईस्टर हा त्यावेळी डेव्हिड लँकास्टर होता. त्या वेळी तो फावल्या वेळेत शिकणारा एक फिल्म स्टुडंट होता. त्या वेळी त्यानं छानपैकी भरपूर दाढी वाढवलेली होती आणि तो गोल

काचांचा काळ्या फ्रेमचा चष्माही वापरत होता आणि एका व्हिडिओ स्टोअरमध्ये अर्धवेळ काम करत होता. या खटल्याच्या ज्यूरींच्या निवडीआधी त्या वेळी मिळालेल्या प्रश्नोत्तरांच्या फॉर्मची त्यानं कॉपी काढून ठेवली होती – अर्थात, स्वत:ची उत्तरं लिहून झाल्यावर. त्या वेळी फिर्याद करणारी स्त्री वेगळी असली तरी तिचाही नवरा सिगारेट ओढून झालेल्या फुफ्फुसांच्या कॅन्सरमुळेच मेलेला होता आणि सिगारेट कंपनीचं नावही वेगळं होतं. त्या केसमध्ये शंभर वकील होते, पण त्यांपैकी कोणीच आताच्या वकिलांपैकी नव्हते. फिच मात्र तेव्हाही होता.

त्या वेळी निकोलस ऊर्फ डेव्हिड ज्यूरींच्या निवडीच्या पहिल्या दोन भागांमधून पास झाला होता, पण शेवटच्या भागामध्ये त्याचा नंबर येण्याआधीच ज्यूरींचं पॅनेल पूर्ण झालं होतं. त्यानं दाढी काढून टाकली होती, चष्मा काढून टाकला होता आणि महिन्याभरानं तो शहर सोडून निघून गेला होता.

तो उत्तर लिहीत असताना ते छोटंसं फोल्डिंगचं टेबल किंचित थरथरत होतं. ही त्याची छोटीशी डायनिंगरूम होती. खरं तर त्या खोलीला डायनिंग रूम म्हणणंसुद्धा जरा धाडसाचंच ठरलं असतं. तिथे फक्त हे फोल्डिंगचं टेबल आणि तीन अगदी वेगवेगळ्या खुर्च्या, एवढ्याच गोष्टी होत्या. उजव्या हाताला आणखी एक छोटी खोली होती, तिथे एक मोडकळीला आलेली रॉकर खुर्ची, एका लाकडी खोक्यावर ठेवलेला लहानसा टीव्ही आणि जुन्या बाजारातून पंधरा डॉलर्सला घेतलेला एक मळकट सोफा होता. त्याला कदाचित जरा आणखी चांगल्या वस्तू भाड्यानं घेता आल्याही असत्या, पण मग त्या वेळी त्याला वेगवेगळे फॉर्म भरून द्यावे लागले असते. नाव, पत्ता द्यावा लागला असता. आणि मग या गोष्टी नको त्या लोकांना आपोआप समजल्या असत्या. आपली माहिती मिळवण्यासाठी आपण घराबाहेर टाकलेला कचरासुद्धा चिवडून बघणारे काही लोक आहेत, याची त्याला पक्की खात्री होती.

त्याला अचानक त्या पोरीची आठवण झाली. आज कुठे भेटेल ती? स्वत: सिगारेट ओढत ती आपल्याशीही स्मोकिंगच्या फालतू गप्पा मारेल. तिला फोन करण्याचं कधीही त्याच्या मनात आलेलं नव्हतं, पण ती कोणत्या पक्षासाठी काम करत असेल याबद्दल मात्र त्याला उत्सुकता होती. पण ती बहुतेक त्या सिगारेट कंपन्यांसाठीच काम करत असणार. कदाचित फिचची एजंटही असेल ती.

निकोलसनं कायद्याचा जो काही अभ्यास केला होता, त्यावरून त्याला नक्की समजलेलं होतं की, त्या पोरीनं किंवा इतर कोणाही एजंटनं एखाद्या संभाव्य ज्यूररशी थेट संपर्क साधणं हे पूर्णपणे नीतिमत्तेच्या विरुद्ध होतं. त्या पोरीला इथून एकदम नाहीसं करून पुढच्या एखाद्या खटल्याच्या वेळी तिला दुसऱ्याच एखाद्या स्वरूपात पुन्हा आणायचं, तर त्यासाठी लागेल तेवढा पैसा फिचकडे नक्कीच आहे, हेही

त्याला ठाऊक होतं. पण काही गोष्टींचा छडाच लागत नाही, हेही तितकंच खरं.

निकोलसच्या या अपार्टमेंटमधली जी बेडरूम होती, ती जवळजवळ एका लांब, रुंद, जमिनीवरच कायमच्या पसरून ठेवलेल्या गादीनं व्यापलेली होती. ही त्याची जुन्या बाजारातली आणखी एक खरेदी होती. लहान-मोठ्या आकाराच्या पुठ्ठ्याच्या खोक्यांचा मोठ्या खुबीनं ड्रॉवरसारखा वापर करून त्यानं त्यात आपल्या इतर वस्तू ठेवलेल्या होत्या. कपडे सगळे जमिनीवरच पडलेले असत.

हे त्याचं अगदी तात्पुरत्या स्वरूपाचं घर होतं – महिना दोन महिने राहायचं आणि रात्रीच्या अंधारात एक दिवस अचानक गाव सोडून निघून जायचं. गेले सहा महिने तो इथे राहत होता. मतदार म्हणून नाव नोंदवताना त्यानं हाच पत्ता दिलेला होता आणि त्याच्या मिसिसिपी राज्यातल्या ड्रायव्हिंग लायसन्सवरही हाच पत्ता होता. इथून चार मैलांवर त्याचं आणखी एक, यापेक्षा बरंच चांगलं घर होतं, पण तिथे तो कुणाला दिसून चालण्यासारखं नव्हतं.

त्यामुळे इथे तो एखाद्या विद्यार्थ्यासारखा गरिबीत, पण मजेत राहत होता – नावावर काही मालमत्ताही नाही, जबाबदाऱ्याही नाहीत. फिचची माणसं अजून आपल्या घरात घुसलेली नाहीत, याबद्दल त्याला जवळजवळ खात्री होती, पण त्याला उगाचच धोका पत्करायचा नव्हता. जागेतल्या सगळ्या गोष्टी त्यानं अतिशय काळजीपूर्वक रचलेल्या होत्या आणि कोणतीही गोष्ट जरा जरी हलली तरी ते चटकन त्याच्या लक्षात आलं असतं.

आठ वाजता त्यानं तो प्रश्नोत्तरांचा फॉर्म भरून पूर्ण केला आणि पुन्हा एकदा नीट वाचून काढला. सिमिनोच्या केसमधला फॉर्म त्यानं रनिंग हँडमध्ये आणि पूर्णपणे वेगळ्या पद्धतीनं भरला होता. अनेक महिने हस्ताक्षराचा सराव केल्यावर आता आपल्याला कोणी ओळखू शकणार नाही अशी त्याची खात्री झालेली होती. त्या केसमध्ये तीनशे संभाव्य ज्यूरी होते, तर आताही जवळजवळ दोनशे होते. आपण दोन्हीमध्ये होतो, असा संशय कोणाला येण्याचं त्याला काहीच कारण दिसत नव्हतं.

किचन/डायनिंग रूमच्या खिडकीवर टाकलेला उशीचा अभ्रा त्यानं बाजूला केला आणि समोरच्या पार्किंग लॉटमध्ये लपून आपल्यावर कोणी नजर ठेवत नाही ना, हे बघून घेतलं. तसं कोणीच त्याला आज दिसलं नाही. तीन आठवड्यांपूर्वी एका गाडीमागे लपून बसलेला एक फोटोग्राफर त्याला दिसला होता.

अपार्टमेंटला कुलूप लावून तो बाहेर पडला.

आज दुसऱ्या दिवशी ग्लोरिया लेननं उरलेल्या १४८ संभाव्य ज्यूरर्सना प्रत्येक रांगेत बारा, अशा बारा रांगांमध्ये बसवलं. उरलेल्या चौघांना बाकांच्या रांगांमधल्या मोकळ्या जागेत खुर्च्यांवर बसवण्यात आलं होतं. आत येताना प्रत्येकाकडून

प्रश्नोत्तरांचा फॉर्म गोळा करण्याची तिनं व्यवस्था केली होती. सगळ्या फॉर्मच्या कॉपी काढून त्या दोन्ही पक्षांना देण्यात आल्या होत्या.

पलीकडच्या बाकांवर वॉल स्ट्रीटमधून आलेले अर्थतज्ज्ञ, वार्ताहर आणि इतर प्रेक्षक शांतपणे बसून दोन्ही टेबलांभोवती गर्दी करून बसलेल्या वकिलांकडे बघत होते, तर वकील लोक संभाव्य ज्यूरीचं निरीक्षण करण्यात गढून गेलेले होते. फिच आज अगदी पहिल्या रांगेत, बचावपक्षाच्या टेबलामागे बसलेला होता. त्याच्या डाव्या-उजव्या बाजूला त्याचा एकेक मदतनीस बसलेला होता.

न्यायमूर्ती हार्किनने कालचं अर्धवट राहिलेलं काम झपाट्यानं पुढे चालू केलं आणि वैद्यकीय कारणं सोडून इतर अडचणींसाठी त्यांनी आणखी सहा जणांना खटला सोडून निघून जायची परवानगी दिली. आता संभाव्य ज्यूरींची संख्या १४२ झालेली होती.

शेवटी एकदाची मुख्य कारवाई सुरू होण्याची वेळ झाली. कालच्याचसारखे कपडे घातलेला वेन्डॉल र्‍होर उठला आणि कठड्यापाशी येऊन उभा राहिला. एकदा दोन्ही हातांची बोटं त्यानं कडाकड मोडली आणि एक अतिशय मनमिळाऊ हास्य चेहऱ्यावर आणून हात पसरले, "वेलकम" त्यानं मोठ्या नाटकीपणानं म्हटलं – जणू आता नाटकाचा जो प्रयोग सगळ्यांपुढे रंगणार होता, त्याच्या आठवणी सगळ्यांच्या मनात कायमच्या राहणार होत्या. त्यानं आधी स्वत:ची, मग फिर्यादीच्या बाजूनं काम पाहणाऱ्या आपल्या सहकारी वकिलांची ओळख करून दिली आणि फिर्यादी सेलेस्ट वुडला उठून उभं राहण्याची विनंती केली. तिची ओळख करून देताना त्यानं 'जेकब वुडची विधवा पत्नी' असा शब्दप्रयोग मुद्दामून दोन वेळा केला. छोट्याशा चणीची सेलेस्ट वुड दिसायला सुस्वरूप होती. तिनं एक अगदी साधा काळा ड्रेस घातलेला होता. पायात काळे शूज घातलेले होते आणि नवऱ्याच्या मृत्यूला चार वर्षं लोटलेली असूनही आपण अजून त्या दु:खातून बाहेर आलेलो नाही, अशा दु:खी चेहऱ्यानं तिनं ज्यूरींकडे बघून एक कसनुसं स्मित केलं. खरं तर तिनं जवळजवळ पुनर्विवाह केल्यातच जमा होता, पण र्‍होरला हे समजल्याबरोबर अगदी शेवटच्या क्षणी त्यानं तो तिला रद्द करायला लावला होता. तू त्या माणसावर प्रेम करायला हरकत नाही, पण तुम्ही दोघं सध्या चोरून एकमेकांना भेटा आणि खटल्याचा निकाल लागेपर्यंत मुळीच लग्न करू नका, असं त्यानं तिला बजावून सांगितलं होतं. तुला सगळ्यांची सहानुभूती मिळवायला नको का? मग त्यासाठी तू अजूनही दु:खातून बाहेर आलेली नाहीस, असंच सगळ्यांना दिसायला हवं, नाही का?

फिचला या सगळ्या प्रकरणाची अर्थातच माहिती होती. पण त्याचबरोबर, ही गोष्ट ज्यूरींसमोर आणणं जवळजवळ अशक्य आहे हेही त्याला ठाऊक होतं.

आपल्या पक्षातल्या सगळ्यांची अधिकृतपणे ओळख करून दिल्यावर व्होरनं खटल्याची थोडक्यात हकिगत सांगायला सुरुवात केली. बचावपक्षाचे सगळे वकील आणि खुद्द न्यायमूर्ती सुद्धा कान देऊन त्याचं बोलणं ऐकत होते. सत्य घटना आणि युक्तिवाद यांच्यामधली ती अदृश्य सीमारेषा हा कधी ओलांडतो आणि आपण कधी याला अडचणीत पकडतो, अशा तयारीत ते बसले होते. पण व्होरनं ही हकिगत इतक्या कौशल्यानं सांगितली की, अनेकदा सीमेपर्यंत येऊनही त्यानं ती कधीच ओलांडली नाही. त्यांना मनातून होत असलेल्या चिडचिडीची त्या अनुभवी वकिलाला पूर्ण कल्पना होती. त्यांना निष्कारण वैताग देण्याचा आनंद मात्र त्यानं पुरेपूर उपभोगला.

त्यानंतर व्होरनं सगळ्या संभाव्य ज्यूरर्सना उद्देशून मन खुलं ठेवण्याचं, कोणतीही शंका आली तरी निर्भयपणे हात वर करून ती विचारण्याचं, न्यायबुद्धीनं निवाडा करण्याचं एक बऱ्यापैकी लांबलचक आवाहन केलं. "तुम्ही जर मोकळेपणानं बोलला नाहीत, शंका विचारल्या नाहीत, तर आम्हां वकिलांना तुमच्या भावना आणि विचार कसे समजणार? तुमच्याकडे नुसतं बघून आम्हाला काय समजणार?" तो पुन्हा दात दाखवत हसला. प्रत्यक्षात मात्र, कोर्टात त्या क्षणी थोडीथाडकी नाही, चांगली आठ माणसं या संभाव्य ज्यूरर्सच्या बारीकसारीक हालचालींचाही अन्वयार्थ लावण्यात गर्क होती.

व्होरनं टेबलावरचं एक पॅड उचललं आणि तिकडे एकवार कटाक्ष टाकून बोलायला सुरुवात केली. "आता, तुमच्यापैकी बऱ्याच काही व्यक्ती अशा आहेत, की, त्यांनी पूर्वीही नागरी स्वरूपाच्या खटल्यांच्या वेळी ज्यूरी म्हणून काम केलंय. अशा व्यक्तींनी प्लीज हात वर करावेत." दहा-बारा हात आज्ञाधारकपणे वर झाले. व्होरनं एकदा सगळ्यांवरून नजर फिरवली आणि पहिल्याच रांगेतल्या एका स्त्रीवर त्याचे डोळे स्थिरावले. "मिसेस मिलवुड, हो ना?" त्यानं विचारलं. बाईंचे गाल एकदम लाल होऊन उठले. कोर्टातला प्रत्येक माणूस त्यांच्याकडे बघत होत्या.

"काही वर्षांपूर्वी मला वाटतं तुम्ही एका नागरी स्वरूपाच्या खटल्याच्या वेळी ज्यूरर होतात. बरोबर ना?" व्होरनं हसतमुखानं विचारलं.

"हो." मिलवुडबाईंनी घसा खाकरत, मोठ्यानं बोलायचा प्रयत्न करत म्हटलं.

"कसली केस होती ती?" त्यानं विचारलं – अर्थात, त्याला त्या केसची संपूर्ण माहिती होती – सात वर्षांपूर्वीची ती केस होती, याच कोर्टरूममध्ये झालेली होती, त्या वेळचे न्यायमूर्ती वेगळे होते आणि फिर्यादीला नुकसानभरपाई मिळालेली नव्हती. त्या संपूर्ण फाईलची कॉपी अगोदरच करून घेतलेली होती. त्या वेळचा फिर्यादीचा वकील व्होरचा मित्र होता आणि तो त्याच्याशी बोललेलाही होता. आत्ता त्यानं मुद्दामच या बाईंना निवडलेलं होतं, कारण ज्यूरीचं काम करणं, शंका आली तर हात

वर करणं, वगैरे गोष्टी किती सोप्या असतात हे त्याला बाकीच्या संभाव्य ज्यूररना दाखवून द्यायचं होतं.

''एका अपघातात एका गाडीचं नुकसान झालं होतं, त्याची केस होती ती.''

''आणि हा खटला कुठे चालला?''

''इथेच.''

''ओ हो, याच कोर्टरूममध्ये!'' त्यानं आश्चर्यानं म्हटलं. पण ते किती खोटं आहे हे बचावपक्षाचे वकील पुरतेपणी जाणून होते.

''मग त्या वेळी ज्यूरींनी निवाडा केला?''

''हो.''

''काय निवाडा केला?''

''आम्ही त्याला काहीच नुकसानभरपाई दिली नाही.''

''त्याला म्हणजे फिर्यादीलाच ना?''

''हो. नुकसानभरपाई मागण्याइतकं त्याचं नुकसान झालेलं नाही, असं आमचं मत झालं.''

''हं. आणि एकंदरीत हा अनुभव कसा वाटला तुम्हाला? चांगला होता?''

बाईंनी थोडा विचार केला. ''ठीक होता. पण दोन्ही बाजूंचे वकील एवढ्या-तेवढ्या गोष्टींवरून वादावादी करायचे, तेव्हा मात्र आम्हाला कंटाळा यायचा.''

कोर्टात खसखस पिकली. ऱ्होरही हसला. ''हो, हे मात्र खरं. पण त्या वेळच्या अनुभवाचा परिणाम या वेळच्या सुनावणीवर होण्यासारखं काहीच घडलं नाही. हो ना?''

''अं. हो.''

''थँक यू, मिसेस मिलवुड.'' मिलवुडबाईंचा नवरा पूर्वी एका काउंटीमधल्या छोट्याशा हॉस्पिटलमध्ये अकाउंटंट होता आणि वैद्यकीय स्वरूपाचे काही अनैतिक प्रकार उघडकीला आल्यामुळे ते हॉस्पिटल बंद पाडण्यात आलं होतं. त्यामुळे मोठी नुकसानभरपाई देण्याबद्दल बाईंच्या मनात एक प्रकारचा तिटकारा निर्माण झालेला होता. ज्यूरींची अंतिम निवड करण्याच्या बाबतीतला फिर्यादीचा प्रमुख वकील असलेल्या जोनाथन कोटलॅकनं बाईंच्या नावावर आधीच काट मारलेली होती.

पण कोटलॅकच्या पलीकडच्याच टेबलावर बसलेल्या बचावपक्षाच्या वकिलांचं मत मात्र नेमकं उलट होतं. जोॲन मिलवुड ज्यूरीमध्ये असल्याच पाहिजेत असं त्यांचं म्हणणं होतं.

ज्यूरीच्या कामाचा पूर्वानुभव असलेल्या बाकीच्या लोकांनाही ऱ्होर तेच प्रश्न विचारू लागला. पुन्हा एकदा वातावरणात कंटाळवाणेपणा आला. त्यानंतर त्यानं टॉर्ट कायद्यांमध्ये सुधारणा करण्याचा विवाद्य मुद्दा काढला आणि नुकसानग्रस्त

ग्राहकांचे अधिकार, विनाकारण भरलेले खटले, इन्शुअरन्सची 'किंमत' वगैरेबद्दल काही प्रश्न विचारले, पण वादाच्या मुद्द्यांमध्ये फार खोलात मात्र तो मुद्दामच शिरला नाही. कारण ही ती जागाही नव्हती आणि वेळही नव्हती. लंचची वेळ जवळजवळ होत आलेली होती आणि थोडा वेळ त्यातलं इतर संभाव्य ज्यूरींचं स्वारस्यही कमी झालेलं होतं. न्यायमूर्तींनी एक तास सुट्टी जाहीर केली. संभाव्य ज्यूरी आणि प्रेक्षक मंडळी निघून गेली.

पण दोन्ही बाजूंचे वकील मात्र जागेवरच बसून राहिले. ग्लोरिया लेननं छोटी सँडविच आणि सफरचंदांच्या फोडी असलेले लंच बॉक्स सगळ्यांना देण्याची व्यवस्था केली. लंचच्या सुट्टीमध्येही आज इतर कामकाज चालू राहणार होतं. तऱ्हेतऱ्हेच्या प्रस्तावांवर विचार करून निर्णय घेण्याचं काम बाकी होतं आणि त्यावरचे युक्तिवाद न्यायमूर्ती ऐकणार होते.

प्रश्नोत्तरांच्या त्या फॉर्मचा उपयोग केल्यामुळे ज्यूरींच्या अंतिम निवडीचं काम बरंच सुकर झालं. कोर्टामध्ये ऱ्होरची प्रश्नोत्तरं सुरू असताना एकीकडे बऱ्याच लोकांनी ज्यूरींनी दिलेले फॉर्म वाचून आपापल्या यादीतली नावं खोडण्याचं काम चालू ठेवलेलं होतं. एका माणसाची बहीण फुप्फुसाच्या कॅन्सरमुळे मरण पावलेली होती. आणखी सात जणांच्या मित्रांना किंवा जवळच्या नातेवाइकांना निरनिराळ्या व्याधींनी ग्रासलेलं होतं आणि त्या सगळ्या व्याधी धूम्रपानामुळेच झाल्या असल्याचं त्यांचं ठाम मत होतं. संभाव्य ज्यूरींपैकी कमीत कमी निम्मे लोक एक तर सध्या धूम्रपान करत होते किंवा पूर्वी नियमितपणे धूम्रपान करत होते. जे लोक सध्या धूम्रपान करत होते, त्यांना धूम्रपान बंद करण्याची मनापासून इच्छा होती.

या सगळ्या माहितीचं विश्लेषण करून ती कॉम्प्युटरमध्ये टाकण्यात आली आणि त्याच दिवशी दुपारी उशिरा पुन्हा नवे प्रिंट आउट काढून त्यांच्यावर पुन्हा संस्कार करण्यात येऊ लागले. न्यायमूर्तींनी साडेचार वाजता सुट्टी जाहीर केली, वकील सोडून इतरांना बाहेर जायची परवानगी दिली आणि पुन्हा कामकाजाला सुरुवात केली. पुढचे तीन तास ज्यूरींच्या लेखी उत्तरांवर चर्चा झाली आणि अखेर आणखी एकतीस व्यक्तींना वगळण्यात आलं. ही आनंदाची बातमी या सगळ्या मंडळींना ताबडतोब फोनवरून सांगण्याचा आदेश न्यायमूर्तींनी ग्लोरिया लेनला दिला.

बुधवारी कोणत्याही परिस्थितीत ज्यूरींच्या अंतिम पॅनेलची निवड झालीच पाहिजे असं न्यायमूर्ती हार्किननी ठरवलेलं होतं. गुरुवारी दोन्ही बाजूंचं सुरुवातीचं भाषण त्यांनी ठेवलेलं होतं. कदाचित शनिवारीही काम करावं लागेल, असंही त्यांनी मोघम बोलून ठेवलेलं होतं.

मंगळवारी रात्री आठ वाजता त्यांनी एक शेवटचा प्रस्ताव ऐकला आणि वकिलांना घरी जायची परवानगी दिली. बचाव पक्षाचे वकील पुन्हा व्हिटने अँड केबल अँड व्हाईटच्या ऑफिसात आले. थंडगार सँडविच आणि तेलानं निथळणाऱ्या चिप्सची आणखी एक मेजवानी त्यांची वाट पाहत होती. फिचला आणखी काम करायचं होतं. एकीकडे सगळी थकलेली, कंटाळलेली वकील मंडळी आपापल्या पेपरप्लेट भरत असताना दोघा शिकाऊ वकिलांनी, ज्यूरींच्या हस्ताक्षरावरून केलेल्या विश्लेषणाच्या कॉपी सगळ्यांना वाटल्या. 'लवकर खाणं आवरा.' फिचनं म्हटलं. पण हे मुद्दाम सांगण्याची मुळीच गरज नव्हती. मुळातच वकिलांसमोरच्या पेपरप्लेटमधले खाद्यपदार्थ मुद्दाम, आरामात, चव घेत खाण्याच्या लायकीचे नव्हते. आता संभाव्य ज्यूरींचा आकडा १११ वर आलेला होता आणि उद्याच्या दिवसभरात अंतिम पॅनेल तयार होणार होतं.

बुधवारी सकाळच्या संपूर्ण सत्रावर व्हिटने अँड केबल अँड व्हाईटचा सीनियर पार्टनर डरवुड केबलचाच प्रभाव पडलेला होता. एकसष्ट वर्षांचा हा माणूस आयुष्यात कधीच या भागातून फारसा बाहेर पडलेला नव्हता आणि त्यामुळे या भागात त्याला सगळेच जण ओळखत होते, पण 'डर' या नावानं. पायनेक्स कंपनीच्या बाजूनं प्रत्यक्ष कोर्टरूममधलं बहुतांशी काम करण्यासाठी फिचनं त्याची खास निवड केलेली होती. तीस वर्षांच्या वकिलीच्या प्रदीर्घ काळात केबलनं बराचसा वेळ ज्यूरींशी बोलण्यात, त्यांच्यासमोर युक्तिवाद करण्यातच घालवलेला होता. कोर्टरूम म्हणजे एक स्टेज असतं, असं तो म्हणत असे – उगाचच वाजणारे फोन नाहीत, एकसारख्या पायांत घोटाळणाऱ्या सेक्रेटरी नाहीत, इकडे-तिकडे हिंडणारी माणसं नाहीत; प्रत्येक जण आपापली नेमून दिलेली भूमिका पार पाडत असतो, प्रत्येकजण सांगितल्याबरहुकूम संवाद म्हणत असतो आणि यातली प्रमुख भूमिका ही वकिलाची असते. कोर्टातल्या सगळ्या हालचाली तो आधी ठरवून दिल्यासारख्या करत असे, तशाच पद्धतीनं बोलत असे. पण त्याच वेळी त्याचे घारे डोळे कोर्टातली प्रत्येक घटना, प्रत्येक हालचाल टिपून घेत असत. त्याचा प्रतिस्पर्धी वेन्डॉल ऱ्होर बडबड्या, भपकेबाज होता, पण केबल मात्र अत्यंत शिस्तबद्ध, नम्र, मोजकंच बोलणारा, मोजक्याच हालचाली करणारा होता. त्याचा ड्रेसही नेहमी ठरलेला असे – काळा सूट, काहीसा भडक वाटणारा एक सोनेरी टाय, साधा पांढरा शर्ट. त्याला समुद्रात जाऊन मासेमारी करण्याचा मोठा छंद होता, त्यामुळे त्याचं संपूर्ण शरीर रापलेलं होतं.

एकेकाळी सलग सहा वर्षं तो एकही केस हरलेला नव्हता आणि अचानक ऱ्होरनं एका तीनचाकी वाहनाच्या खटल्यात त्याच्या क्लाएंटला वीस लाख डॉलर्स

नुकसानभरपाई द्यायला लावली होती.

कठड्यापाशी जाऊन केबलनं समोर बसलेले एकशे अकरा चेहरे गंभीरपणे न्याहाळले. यातली कोणती व्यक्ती काय करते, तिचं नाव, गाव, पत्ता, मुलंबाळं, नातवंडं, याची सगळी माहिती त्याच्या डोक्यात होती. त्यानं हातांची घडी घातली, आपली हनुवटी एखाद्या गहन विचारात गढलेल्या प्रोफेसरसारखी हळूच खाजवली आणि छान, गोड आवाजात बोलायला सुरुवात केली. ''माझं नाव डरवुड केबल आणि मी या खटल्यात पायनेक्स कंपनीचा वकील आहे. पायनेक्स ही कंपनी गेली नव्वद वर्षं सिगारेटचं उत्पादन करतेय.'' झालं? आता यात लाज वाटण्यासारखं काय आहे? दहा मिनिटं तो पायनेक्स कंपनीची माहिती सांगत होता आणि आपलं अशील कसं चांगलं, मानवतावादी दृष्टिकोन असलेलं आहे, हे त्यानं अतिशय परिणामकारक रीतीनं सांगितलं.

हे झाल्यावर केबलनं बेधडक निवडीच्या अधिकाराच्या मुद्द्याला हात घातला. ऱ्होरनं आपलं बोलणं व्यसन या विषयावर केंद्रित केलं होतं. केबलनं मात्र निवडीच्या स्वातंत्र्यावर भर दिला. ''सिगारेटचा जर दुरुपयोग केला, तर ही गोष्ट धोकादायक ठरू शकते, हे तर तुम्हाला मान्य आहे?'' त्यानं विचारलं. बरीचशी डोकी होकारार्थी हलली. आता याबद्दल दुमत असण्याचं कारणच काय? ''उत्तम. आता ही गोष्ट सगळ्यांनाच जर माहितेय, जर तो माणूस सिगारेट ओढतो, त्यालाही ही गोष्ट माहीत असली पाहिजे, यावर तरी वाद होण्याचं काय कारण?'' पुन्हा सगळ्या माना हलल्या. एकही हात वर झालेला नव्हता. अजून तरी. तो सगळ्यांकडे बारकाईनं बघत होता. विशेषत: आता तिसऱ्या रांगेत आठव्या नंबरवर बसलेल्या निकोलस ईस्टरच्या निर्विकार चेहऱ्याकडे त्याचं जास्त लक्ष होतं. बऱ्याच लोकांची नावं काढून टाकल्यामुळे ईस्टरचा नंबर छप्पन्नवरून बत्तीसवर आलेला होता. तो फक्त एकाग्रपणे केबलचं बोलणं ऐकत होता.

''आता एक महत्त्वाचा प्रश्न तुम्हाला विचारतो.'' केबलनं म्हटलं. समोर बसलेल्या ज्यूरींकडे त्यानं उजव्या हाताची तर्जनी रोखली आणि ती फार आक्रमक वाटणार नाही अशा बेतानं नाचवत त्यानं विचारलं, ''जो माणूस स्वेच्छेनं सिगारेट ओढतो त्याला त्यातल्या धोक्यांची कल्पना असलीच पाहिजे, यावर मतभेद असलेली कोणी व्यक्ती तुमच्यात आहे?''

गळ टाकून तो काही क्षण थांबला आणि अपेक्षेनुसार त्याला एक मासाही मिळाला. चौथ्या रांगेतून एक हात हळूहळू वर आला. केबल हसला. ''यस. मला वाटतं तुम्ही मिसेस टट्वायलर, हो ना? प्लीज, जरा उभ्या राहणार?'' त्याला वाटलं होतं की, आता या बाईच्या मदतीनं आपल्याला आपला मुद्दा पुढे रेटता येईल. पण झालं उलटंच. मिसेस टट्वायलरबाईंचं वय साठ होतं आणि चेहऱ्यावर कायमचे

चिडखोर भाव होते. ताठ उभं राहून त्यांनी म्हटलं, ''मला एक प्रश्न विचारायचाय, मि. केबल.''

''जरूर, बोला ना.''

''सिगारेट घातक असते हे जर सगळ्यांनाच माहीत असतं असं तुम्ही म्हणताय, तर मग तुमची क्लाएंट कंपनी सिगारेट का बनवतेय?''

बाईंच्या काही सहकाऱ्यांच्या चेहऱ्यांवर हसू उमटलं. सगळ्या नजरा डरवुड केबलवर खिळलेल्या होत्या. त्याच्या चेहऱ्यावरचं हास्य जराही कमी झालं नाही. ''अतिशय मार्मिक प्रश्न आहे हा.'' त्यानं म्हटलं. तो अर्थातच त्याचं उत्तर देणार नव्हता. ''म्हणजे, सगळ्या प्रकारच्या सिगारेटच्या उत्पादनावर बंदी घातली पाहिजे असं वाटतं तुम्हाला, मिसेस टट्‌वायलर?''

''हो, प्रश्नच नाही.''

''जरी लोकांना त्यांचा स्वेच्छेनं निवड करण्याचा अधिकार वापरायचा असला तरी?''

''सिगारेटचं व्यसन लागतं, सवय लागते, मि. केबल. हे तुम्हालाही माहितीय.''

''थँक्यू, मिसेस टट्‌वायलर.''

''सगळे सिगारेटनिर्माते सिगारेटमध्ये भरमसाठ निकोटीन घालतात. लोकांना सिगारेटची सवय लावतात, सिगारेटची विक्री कायम होत राहावी म्हणून वेड्यासारख्या जाहिराती करतात.''

''थँक्यू, मिसेस टट्‌वायलर.''

''मला बोलू दे पुढे.'' बाईंनी मोठ्यानं म्हटलं आणि पुढच्या बाकाच्या पाठीचा आधार घेत त्या आणखी ताठ उभ्या राहिल्या. ''सिगारेटची सवय लागते, व्यसन लागतं ही गोष्ट हे निर्माते कायम नाकारत असतात. हे खोटं आहे आणि हे तुम्हालाही माहितीय. मग ही गोष्ट ते पाकिटांवर किंवा जाहिरातींमध्ये स्पष्टपणे छापत का नाहीत?''

केबलच्या चेहऱ्यावरचं हसू अजूनही तसंच होतं. त्यांचं बोलणं संपेपर्यंत तो शांतपणे थांबला आणि पूर्वीच्याच हसऱ्या आवाजात त्यानं विचारलं, ''तुमचं बोलून झालं, मिसेस टट्‌वायलर?'' त्यांना बहुधा आणखी बोलायचं होतं, पण त्यासाठी ही जागा नव्हे, हे त्यांच्या लक्षात आलं. ''हो.'' त्यांनी हळूच म्हटलं.

''थँक्यू. अशा प्रतिक्रिया मिळणं हे ज्यूरींच्या निवडीच्या दृष्टीनं फार महत्त्वाचं असतं. थँक्यू व्हेरी मच. आता तुम्ही बसायला हरकत नाही.''

आपल्या बाजूनं आणखी कोणी बोलेल या अपेक्षेनं टट्‌वायलरबाईंनी आजूबाजूला बघितलं, पण आपण एकट्याच उभ्या आहोत, हे पाहिल्यावर त्या निराशेने खाली बसल्या.

केबलनं मग काही थोडे कमी वादग्रस्त मुद्दे काढले. त्यानं बरेच काही प्रश्न विचारले. त्यावर काही प्रत्युत्तरंही मिळवण्यात त्याला यश आलं. बाराला काही मिनिटं कमी असताना त्यानं आपलं बोलणं संपवलं. न्यायमूर्तींनी संभाव्य ज्यूरींना तीन वाजता परत बोलावलं, पण वकिलांना मात्र त्यांनी पाऊण तासात लंच आवरून परत यायला सांगितलं.

एक वाजता कोर्टरूमचे दरवाजे आतून बंद करण्यात आले. सगळे वकील आपापल्या टेबलाशी दाटीवाटीनं बसले होते. जोनाथन कोटलॅक उठला आणि त्यानं कोर्टाला सांगितलं, ''संभाव्य ज्यूरी नंबर एकची निवड व्हायला फिर्यादी पक्षाची हरकत नाही.'' याचं कोणालाच आश्चर्य वाटलेलं दिसलं नाही. प्रत्येकानं समोरच्या प्रिंटआउटवर काहीतरी खरडलं. न्यायमूर्तींनीही काही तरी नोंद केली आणि विचारलं, ''बचावपक्षाचं काय म्हणणं आहे यावर?''

''बचावपक्षाचीही या नावाला हरकत नाही.''

पहिला नंबर रिकी कोलमनचा होता. ती तरुण होती, तिला दोन मुलं होती, तिनं कधीही धूम्रपान केलेलं नव्हतं आणि एका हॉस्पिटलमध्ये ती रेकॉर्ड ॲडमिनिस्ट्रेटर म्हणून नोकरी करत होती. तिची लेखी उत्तरं, तिची कॉलेजची डिग्री, शुश्रूषा क्षेत्रातला तिचा अनुभव आणि या संपूर्ण खटल्यात तिनं आतापर्यंत दाखवलेला रस, या सगळ्याचा विचार करून कोटलॅकनं तिला दहापैकी सात मार्क्स दिले होते. बचावपक्षानंही तिला सहा मार्क्स दिले होते.

''हे अगदीच सहज झालं.'' न्यायमूर्तींनी स्वत:शीच म्हटलं, ''आता संभाव्य ज्यूरर नंबर दोन, रेमंड सी. लामोनेट.'' हा माणूस दोन्ही पक्षांना नको होता – दोघांनीही त्याला साडेचार मार्क्स दिले होते. तो भरपूर सिगारेट ओढत होता, पण त्याला धूम्रपान सोडायची फार इच्छा होती. त्याची लेखी उत्तरं कुणालाही वाचता येण्यासारखी होती. दोन्ही बाजूंच्या देहबोलीतज्ज्ञांच्या मते मि. लामोनेट वकिलांचा आणि त्यांच्याशी संबंधित सगळ्याच गोष्टींचा मनस्वी तिरस्कार करत होता. एका मद्यधुंद ड्रायव्हरनं काही वर्षांपूर्वी केलेल्या एका अपघातात मि. लामोनेट जबर जखमी झाला होता आणि त्या वेळच्या नुकसानभरपाईच्या खटल्यात त्याला काहीही मिळालेलं नव्हतं.

ज्यूरींच्या निवडीसंदर्भातल्या नियमांनुसार दोन्ही पक्षांना, कोणतंही कारण न देता एखाद्या संभाव्य ज्यूरीला नापास करण्याच्या काही ठरावीक संधी दिलेल्या होत्या. या खटल्याचं महत्त्व लक्षात घेऊन न्यायमूर्तींनी अशा दहा संधी प्रत्येक पक्षाला दिलेल्या होत्या. खरं तर नेहमी अशा चारच संधी देण्याची प्रथा होती. अशा संधींना 'स्ट्राइक' म्हटलं जात असे. लामोनेटचं नाव दोन्ही पक्षांना नको होतं, पण अशा स्ट्राइक्सचा आणखी चांगला उपयोग करता यावा, म्हणून दोन्ही पक्ष आपापल्या स्ट्राइक्स राखून

ठेवण्याचा प्रयत्न करणार हे उघड होतं.

पण ज्यूरींच्या बाबतीत निवड करण्याचा किंवा न करण्याचा पहिला हक्क फिर्यादी पक्षाचा होता. त्यामुळे थोडं थांबून कोटलॅकनं म्हटलं, ''फिर्यादी पक्ष नंबर दोनचं नाव स्ट्राईक करतोय.''

''म्हणजे फिर्यादी पक्षानं पहिली स्ट्राइक वापरलीय.'' कागदावर नोंद करत न्यायमूर्तींनी म्हटलं. बचावपक्षाचा हा एक लहानसा विजय होता. कारण फिर्यादी पक्षानं लामोनेटला निवडलं असतं तर केबल आपली पहिली स्ट्राइक वापरून त्याचं नाव नाकारणार होता.

फिर्यादी पक्षानं तीन नंबरला आपली आणखी एक स्ट्राइक वापरली आणि चौथ्या नंबरलाही एक स्ट्राइक वापरली. दोन्ही पक्षांनी आपापल्या स्ट्राइक्स वापरून पहिल्या रांगेतल्या सगळ्याच नावांना नकार दिला. त्यातून फक्त दोन ज्यूरर्स निवडले गेले. दुसऱ्या रांगेच्या वेळी या कत्तलीचं प्रमाण बरंच कमी झालं. दोघांची नावं खुद्द कोर्टानंच काढून टाकली. तिसऱ्या रांगेला सुरुवात होण्याआधी एकूण सात ज्यूरर्सची निवड झालेली होती. तिसऱ्या रांगेत आठव्या नंबरवर निकोलस ईस्टर होता. ईस्टरनं आतापर्यंत सगळ्या कामकाजाकडे व्यवस्थित लक्ष दिलेलं होतं आणि काहीशा अस्वस्थपणे का होईना पण दोन्ही पक्षांची त्याच्या निवडीला मान्यता देण्याची निदान तयारी तरी होती.

चौथ्या रांगेतल्या दोन व्यक्तींबद्दल कोटलॅक आपल्या दोघा तज्ज्ञांशी बोलण्यात गुंतलेला होता, त्यामुळे वेन्डॉल ऱ्होरनं त्याची जागा घेतली आणि आणखी एक स्ट्राईक वापरून पंचवीस नंबरचं नाव नाकारलं. आता फिर्यादी पक्षाची एकच स्ट्राइक शिल्लक होती आणि ती चौथ्या रांगेतल्या एका रिपब्लिकन पक्षाच्या कुप्रसिद्ध कार्यकर्त्यासाठी राखून ठेवण्यात आली होती. बचावपक्षानं आपली स्ट्राइक वापरून सव्वीस नंबरचं नाव नाकारलं. त्यांच्याही आता आठ स्ट्राइक्स वापरून झाल्या होत्या. ज्यूरर नंबर सत्तावीस, अठ्ठावीस आणि एकोणतीसला निवडण्यात आलं. तीस नंबरच्या नावाला बचाव पक्षानं आक्षेप घेतला, पण त्यासाठी खास कारण असून आपण आपली स्ट्राइक वापरलेली नाही, असं ग्राह्य धरण्याची विनंती कोर्टाला केली. केबलनं कोर्टाला 'ऑफ द रेकॉर्ड' जाण्याची विनंती करून आपल्याला तीस नंबरबद्दल खास काही सांगायचं आहे असं कोर्टाला निवेदन केलं. ऱ्होरनं कपाळाला किंचित आठ्या घातल्या, पण यावर आक्षेप घेतला नाही. कोर्ट रिपोर्टरनं रेकॉर्डिंग करण्याचं थांबवलं. मग केबलनं कोर्टाला काही कागद दिले आणि त्यांची एक कॉपी ऱ्होरला दिली. आपला आवाज खाली आणत त्यानं म्हटलं, ''युअर ऑनर, आम्हाला अशी खात्रीलायक माहिती मिळालीय की ज्यूरर नंबर तीस, बॉनी टायस या बाईंना 'ॲटिव्हन' या फक्त प्रिस्क्रिप्शनवर मिळणाऱ्या ड्रगचं व्यसन आहे.

याबद्दल त्यांच्यावर कधीही कसलेही उपचार झालेले नाहीत, त्यांना कधी अटक झालेली नाही, किंबहुना या प्रॉब्लेमची त्यांनी कधी कबुलीही दिलेली नाही. आपल्या प्रश्नोत्तरांमध्येही त्यांनी याचा उल्लेख केलेला नाही. त्या गुपचुप आपलं जीवन जगतायत, त्यांची नोकरी आणि नवरा, या दोन्ही गोष्टीही अजून त्यांनी गमावलेल्या नाहीत. अर्थात हा त्यांचा तिसरा नवरा आहे ही गोष्ट वेगळी.''

''हे तुम्हाला कुठून कळलं?'' न्यायमूर्तींनी विचारलं.

''आम्ही सगळ्याच संभाव्य ज्यूरर लोकांची बऱ्यापैकी खोलात शिरून चौकशी केली, त्यात हे उघडकीला आलं. आणि युअर ऑनर, मी शपथेवर सांगतो की, आम्ही कोणत्याही संभाव्य ज्यूररशी कोणत्याही वेळी अनधिकृतपणे संपर्क साधलेला नाही.''

ही भानगड फिचनं शोधून काढलेली होती. टायसबाईंचा दुसरा पती नॅशव्हिलमध्ये ट्रक्स धुण्याचं काम करतो असं त्याला समजलं होतं. शंभर डॉलर्स दिल्याबरोबर त्यानं आपल्या घटस्फोटित बायकोची सगळी माहिती घडाघडा सांगितली होती.

'मि. ऱ्होर, तुमचं काय म्हणणं आहे यावर?'' न्यायमूर्तींनी विचारलं.

एका सेकंदाचाही वेळ न घालवता ऱ्होरनं सरळ म्हटलं, ''आमच्याकडेही हीच माहिती आहे, युअर ऑनर.'' बोलता बोलता त्यानं हसून कोटलॅककडे एक कटाक्ष टाकला. कोटलॅक मात्र त्या वेळी आपल्या दुसऱ्या एका सहकारी वकिलाकडे खाऊ की गिळू अशा नजरेनं बघत होता. टायसबाईंची चौकशी करण्याची जबाबदारी त्या वकिलाची होती. ज्यूरींच्या निवडीवर आपण दहा लाख डॉलर्स खर्च केलेत आणि तरीही एवढी महत्त्वाची माहिती आपल्या नजरेतून सुटते, याचा अर्थ काय!

''ओ.के. ज्यूरर नंबर तीसचं नाव काढून टाकलंय. बॅक ऑन द रेकॉर्ड नाऊ. ज्यूरर नंबर एकतीस?''

''मला थोडा वेळ मिळेल का, युअर ऑनर?'' ऱ्होरनं विचारलं.

''ओके, पण थोडक्यात आवरा.''

तीस नावांचा विचार झालेला होता. दहा जणांची निवड झालेली होती. फिर्यादी पक्षानं नऊ नावं नाकारलेली होती, आठ बचावपक्षानं नाकारलेली होती आणि तीन नावं कोर्टानंच काढून टाकलेली होती. आता निवडप्रक्रिया चौथ्या रांगेपर्यंत पोचण्याची शक्यता उरलेली नव्हती. ऱ्होरकडे फक्त एक स्ट्राइक शिल्लक होती. त्यानं टेबलाशी कोंडाळं करून बसलेल्या आपल्या सहकाऱ्यांना हळूच विचारलं, ''यातली आपल्याला वाटेल त्या परिस्थितीत नको असलेली व्यक्ती कोणती?'' सगळ्यांनी चौतीस नंबरकडे बोट दाखवलं. विल्डा हॅने नावाच्या या एक जाडजूड, चेहऱ्यावरूनच खाष्ट वाटणाऱ्या गोऱ्या बाई होत्या आणि काही झालं तरी या बाई पॅनेलवर असता कामा नयेत असं सगळ्यांनी पहिल्या दिवशीच ठरवलेलं होतं. त्यांनी समोरची यादी थोडा वेळ वाचली

आणि ठरवून टाकलं की नंबर एकतीस, बत्तीस आणि पस्तीस यांना निवडायचं. हे चौघे जण सर्वगुणसंपन्न होते असं मुळीच नव्हे, पण विल्डा हॅनेपेक्षा कितीतरी चालण्यासारखे होते.

पलीकडे बचाव पक्षाच्या टेबलावर केबल आणि कंपनीनं ठरवलं की एकतीस नंबरला स्ट्राइक वापरायची, बत्तीसला निवडायचं, तेहतीस नंबरवर असलेल्या अंध मि. हर्मन ग्राईम्सच्या नावाला हरकत घ्यायची, चौतीस नंबरला निवडायचं आणि गरज पडली तर पस्तीस नंबरला आपली शेवटची स्ट्राइक वापरायची.

अशा रीतीनं 'वुड विरुद्ध पायनेक्स' खटल्याच्या ज्यूरीच्या अंतिम पॅनेलवर अकरावा ज्यूरर म्हणून निकोलस ईस्टरची निवड पक्की झाली. तीन वाजता कोर्ट भरलं. सगळे संभाव्य ज्यूरी आपापल्या जागी बसल्यावर न्यायमूर्ती हार्किन निवडलेल्या बारा व्यक्तींची नावं पुकारू लागले, तसतशी ती व्यक्ती उठून मधल्या छोट्या, आपोआप बंद होणाऱ्या दारातून ज्यूरी बॉक्समध्ये शिरली आणि नेमून दिलेल्या जागी बसली. निकोलसची जागा पहिल्या रांगेत दुसऱ्या नंबरवर होती. त्याचं वय सत्तावीस असल्यामुळे ज्यूरी पॅनेलपैकी तो दोन नंबरचा सगळ्यात कमी वयाचा ज्यूरर होता. पॅनेलमध्ये नऊ लोक गोरे, तर तीन कृष्णवर्णीय होते. सात स्त्रिया आणि पाच पुरुष होते. पुरुषांपैकी एक जण अंध होता. ज्यूरी बॉक्समध्ये एक कोपऱ्यात ठेवलेल्या तीन गुबगुबीत खुर्च्यांवर तीन पर्यायी ज्यूरर्स बसले. साडेचार वाजता या पंधरा जणांनी उभं राहून ज्यूरीची शपथ घेतली. नंतर न्यायमूर्तींनी अर्धा तास भाषण करून ज्यूरींना, वकिलांना आणि फिर्यादी आणि बचाव पक्षाला काही कडक सूचना दिल्या. कोणत्याही पद्धतीनं ज्यूरीमधल्या कोणाही सदस्याशी जर खासगीरीत्या संपर्क साधला तर त्याला मोठ्या दंडाची, तुरुंगवासाची किंवा कदाचित मृत्यूचीही शिक्षा होऊ शकते, किंवा हा खटला 'मिसट्रायल' म्हणूनही घोषित केला जाऊ शकतो, असं त्यांनी स्पष्ट शब्दांत बजावून सांगितलं.

सगळ्या ज्यूरर मंडळींना त्यांनी या खटल्याच्या कामकाजाबद्दल कोणाशीही, अगदी पती अगर पत्नीशी सुद्धा चर्चा करण्याची सक्त मनाई केली आणि सस्मित मुद्रेनं निरोप देऊन उद्या सकाळी बरोबर नऊ वाजता कोर्टात हजर राहायला सांगितलं.

ज्यूरर मंडळी कोर्टातून बाहेर पडत असताना सगळे वकील त्यांच्याकडे बघत होते आणि आपल्यालाही जाता आलं असतं तर किती बरं झालं असतं, असं मनातल्या मनात म्हणत होते. न्यायमूर्तींनाही हे दिसत होतं. कोर्टात फक्त वकील आणि कोर्टाचे कर्मचारी बाकी उरल्यावर त्यांनी डोळे मिचकावून हसत म्हटलं, "लोकहो, हे एवढे वेगवेगळे प्रस्ताव तुम्हीच मांडलेत ना? मग आता त्यावर चर्चा करायला नको का?"

५

काही अंशी उत्सुकतेमुळे आणि काही अंशी आपल्याला दुसरं कोणी भेटू शकेल असं वाटून निकोलस कोर्टाच्या बिल्डिंगच्या मागच्या दारानं सकाळी साडेआठलाच आत शिरला. फारशा कधी वापरात नसलेल्या मागच्या जिन्यावरून तो दुसऱ्या मजल्यावर, कोर्टरूमच्या पाठीमागच्या कॉरिडॉरमध्ये आला. काऊंटीची बरीचशी सरकारी कार्यालयं सकाळी आठलाच उघडत, त्यामुळे पहिल्या मजल्यावर वर्दळ होती. दुसऱ्या मजल्यावर जवळजवळ शांतताच होती. त्यानं कोर्टरूममध्ये डोकावून पाहिलं. आत कोणीच नव्हतं. पण वकिलांच्या ब्रीफकेसेस मात्र त्यांच्या टेबलाखाली पायाशी कशाही ठेवलेल्या होत्या. वकील मंडळी बहुधा मागे कॉफी मशीन्सजवळ गप्पा मारत असावीत.

आतली सगळी रचना निकोलसला चांगली माहीत होती. तीन आठवड्यांपूर्वी ज्यूरी ड्यूटीचं समन्स हातात आल्यावर तो असाच कोर्टात आला होता आणि त्यानं संपूर्ण बिल्डिंगची आणि आसपासच्या गल्ल्या-रस्त्यांची नीट पाहणी केली होती. न्यायाधीशांच्या छोट्या खोल्या, वकील लोक जिथे जुन्या टेबलांपाशी बसून टेबलांवर ठेवलेली मासिकं वाचत कॉफी घ्यायचे, ती कॉफी रूम, बिनखिडक्यांच्या, फोल्डिंगच्या खुर्च्या ठेवलेल्या साक्षीदारांच्या तात्पुरत्या स्वरूपाच्या खोल्या, निर्ढावलेल्या गुन्हेगार आरोपींना बंद करून ठेवण्याच्या खोल्या आणि अर्थातच ज्यूरींची खोलीही.

निकोलसचा अंदाज एकदम खरा ठरला. त्याला खरोखरच तिथे दुसरी एक व्यक्ती भेटली. तिचं नाव होतं लू डेल. साठीच्या घरातली जाड, बुटकी लू डेल ज्यूरींच्या खोलीच्या दाराबाहेर खुर्चीवर बसून एक जुनं प्रणयकथांचं पुस्तक वाचत होती. तिच्या अंगावर पॉलिएस्टरची काळी पँट आणि पायांत जुने स्नीकर्स होते.

आपल्या अधिकारक्षेत्रात कुणीतरी येण्याची ती जणू वाटच बघत होती. निकोलसला बघितल्याबरोबर ती चटकन उठून उभी राहिली. खुर्चीवर ठेवलेला एक कागद तिनं उचलला आणि म्हणाली, ''गुड मॉर्निंग. कॅन आय हेल्प यू?'' तिच्या संपूर्ण चेहऱ्यावर हास्य फुललेलं होतं आणि डोळ्यांत खोडकर चमक होती.

''मी निकोलस ईस्टर.'' तिनं पुढे केलेला हात हातात घेत त्यानं म्हटलं. तिनं लगेच जोरदार शेकहँड केला आणि कागदावर त्याचं नाव आहे का ते बघितलं. नाव दिसल्यावर तिचं हास्य आणखी रुंदावलं. ''वेलकम. ही तुमची ज्यूरीची खोली. हा काय तुमचा पहिलाच खटला का?''

''हो.''

''चला.'' त्याला जवळजवळ दारातून आत ढकलतच तिनं म्हटलं, ''कॉफी आणि डोनट्स त्या तिकडे आहेत.'' तिनं हातानं दाखवलं. ''मी स्वत: बनवलेत.'' काळ्या तेलकट मफिन्सनी भरलेली एक बास्केट उचलत तिनं मोठ्या अभिमानानं म्हटलं, ''ही एक माझी पद्धतच आहे. खटल्याच्या पहिल्या दिवशी मी नेहमी असे मफिन्स करून आणते. घ्या ना.''

टेबलावर बऱ्याच ट्रेमध्ये वेगवेगळ्या प्रकारचे डोनट्स व्यवस्थित ओळीनं लावून ठेवलेले होते. वाफाळत्या कॉफीचे दोन पॉट होते. प्लेट, कप, चमचे, काटे, साखर, क्रीम आणि तऱ्हेतऱ्हेचे स्वीटनर्सही व्यवस्थित मांडून ठेवलेले होते. हातातली मफिनची बास्केट तिनं परत टेबलाच्या मधोमध ठेवली. एक मफिन उचलण्यावाचून निकोलसला पर्यायच नव्हता.

''गेली अठरा वर्षं मी हे करतेय.'' तिनं म्हटलं, ''पूर्वी मी त्यात बेदाणे आणि पिस्ते घालत असे, पण ते मला बंद करावं लागलं.'' आता पुढची हकिगत सांगितली तर आपली भयंकर बदनामी होईल, अशा आविर्भावात तिनं त्याच्याकडे बघितलं.

''का बरं?'' त्याला विचारावंच लागलं.

''कारण त्यामुळे सगळ्या ज्यूरींना गॅसेसचा त्रास व्हायला लागला आणि कधी कधी कोर्टात अगदी बारीकसा आवाजही ऐकू येतो.'' तिनं म्हटलं, ''आलं ना लक्षात ?''

''हो, हो.''

''कॉफी?''

''मी घेईन ना.''

''ओ.के.'' एकदम वळून लू डेलनं टेबलावर ठेवलेल्या एका कागदांच्या गठ्ठ्याकडे हात केला. ''न्यायमूर्ती हार्किननी तिथे सगळ्या ज्यूरर लोकांसाठी काही सूचना लिहिल्या आहेत. तुम्ही प्रत्येकानं एकेक कागद घेऊन तो नीट वाचायचा

आणि त्याखाली सही करायची, असं त्यांनी सांगून ठेवलंय. मी ते नंतर सगळ्यांकडून गोळा करेन.''

''थँक्स.''

''तुम्हाला माझी गरज लागली, तर मी बाहेर दाराशी बसलेली आहे. मी कायम तिथेच असते. या वेळी मला हाताखाली एक मदतनीस देणार आहेत, माहितेय? नुसत्या या विचारानंसुद्धा वैताग येतो मला. देतील कुठला तरी एखादा बावळट माणूस, झालं. ते जाऊ दे, पण मला वाटतं, हा माझ्या आयुष्यातला सगळ्यात मोठा खटला असेल – म्हणजे, नागरी खटला. आमच्या इथे चाललेले एकेक गुन्हेगारी खटले तुम्ही ऐकलेत, तर तुमचा विश्वासच बसणार नाही.'' बोलता बोलता तिनं दार उघडलं. ''मी इथे बाहेर आहे. काही लागलं तर सांगा.''

दार बंद झालं. निकोलसनं काही क्षण हातातलं मफिन बघितलं आणि मग हळूच त्याचा एक छोटासा तुकडा तोडून तोंडात टाकला. त्यात पीठ आणि साखरेशिवाय बहुधा आणखी काही नसावं, पण मग त्याला कोर्टातल्या लू डेलनं सांगितलेल्या 'आवाजां'ची आठवण झाली. त्यानं सरळ ते मफिन कचऱ्याच्या डब्यात टाकून दिलं आणि एका प्लॅस्टिकच्या कपात काळी कॉफी ओतून घेतली. हे प्लॅस्टिक कप चालणार नाहीत, त्यानं मनात म्हटलं. पुढचा महिना–दीड महिना मी इथे सात-आठ तास रोज यावं असं जर यांना वाटत असेल, तर त्यांना खरे, काचेचे कप आणावे लागतील आणि यांना जर हे छान छान डोनट परवडत असले, तर त्यांना बॅजेल आणि केकही परवडले पाहिजेत.

टेबलावर डिकॅफ केलेली कॉफी नव्हती, कुणाला जर चहाच हवा असेल तर त्यासाठी गरम पाणी नव्हतं. हे सगळं त्यानं लक्षात ठेवलं. आणि हो, लंचही चांगलच हवं. पुढचा महिनाभर नुसतं टूना सॅलड खाऊन राहायला मी तयार नाही.

टेबल त्या खोलीच्या मधोमध होतं आणि त्याच्याभोवती बारा खुर्च्या व्यवस्थित ठेवलेल्या होत्या. तीन आठवड्यांपूर्वी त्याला इथे सगळीकडे धुळीचं साम्राज्य दिसलं होतं, पण आता सगळं काही स्वच्छ, व्यवस्थित दिसत होतं. भिंतीवर एक मोठा काळा फळा होता, डस्टर आणि नवीन खडूही दिसत होते. पलीकडच्या भिंतीला तीन मोठ्या खिडक्या होत्या. निकोलसनं एका खिडकीतून बाहेर बघितलं. खाली त्याला कोर्टाचं सुंदर, हिरवंगार लॉन दिसत होतं. उन्हाळा संपून महिना उलटून गेला होता, तरी लॉन अतिशय सुरेख दिसत होतं. पलीकडच्या फुटपाथवरून चाललेली लोकांची ये-जा त्याला दिसत होती.

न्यायमूर्तींच्या नवीन सूचनांचा कागद त्यानं नीट वाचून काढला. काही थोड्या गोष्टी करायच्या होत्या, बऱ्याच काही टाळायच्या होत्या. अंगी स्वयंशिस्त बाणवा. तुमच्यातून एक फोरमन निवडा आणि ते तुम्हाला शक्य झालं नाही, तर न्यायमूर्ती

तुमच्यातल्या एकाची फोरमन म्हणून निवड करून देतील. तुम्ही ज्यूरर आहात हे दाखवणारं बटण कायम लावत जा. ही बटणं तुम्हाला देण्याची लू डेल व्यवस्था करेल. रिकाम्या वेळात काहीतरी वाचण्यासाठी बरोबर आणत जा. कोणतीही शंका अगर प्रश्न निर्भयपणे विचारा. न्यायमूर्तींच्या सूचनेशिवाय आपसात या केसबद्दल चर्चा करू नका. या केसबद्दल खरं तर कोणाशीच चर्चा करू नका. परवानगीशिवाय कोर्टामधून बाहेर पडू नका. परवानगीशिवाय टेलिफोनचा वापर करू नका. लंचची व्यवस्था ज्यूरी रूममध्येच केली जाईल आणि तिथेच लंच करा. रोज सकाळी नऊच्या आत कोर्ट सुरू होण्याआधी लंचचा मेन्यू दिला जाईल. या खटल्याबाबत तुमच्याशी किंवा तुमच्या एखाद्या परिचित व्यक्तीशी कुणी संपर्क साधायचा प्रयत्न केला, तर कोर्टाला ताबडतोब तसं कळवा. तुम्हाला जर काही संशयास्पद दिसलं, ऐकू आलं किंवा समजलं, तर त्याचा या केसचे ज्यूरी म्हणून तुमच्याशी संबंध असो वा नसो, ती माहिती कोर्टाला ताबडतोब द्या.

या शेवटच्या दोन सूचना जरा विचित्र होत्या. पण निकोलसला पूर्व टेक्सासमधल्या एका छोट्या शहरात एका सिगारेट कंपनीविरुद्धच्या केसच्या वेळी घडलेला किस्सा माहीत होता. त्या केसवरच्या ज्यूरीच्या सदस्यांच्या नातेवाइकांना काही माणसं मोठमोठ्या रकमा देत गुपचुपपणे गावातून फिरत असल्याची माहिती कोर्टाला समजली होती आणि तो खटला ताबडतोब काढून टाकण्यात आला होता. या माणसांना पकडण्यापूर्वीच ती पसार झाली होती आणि ती कोणत्या बाजूसाठी काम करत होती, हे कधीच समजलं नव्हतं. ती माणसं सिगारेट कंपन्यांसाठीच काम करत असल्याची काही अनुभवी व्यक्तींची खात्री होती. दोन्ही बाजूंनी एकमेकींवर आरोपांच्या फैरी झाडल्या होत्या. ज्यूरींची सहानुभूती अर्थातच फिर्यादी पक्षाला होती आणि हा खटला 'मिसट्रायल' म्हणून काढून टाकल्याबरोबर बचावपक्ष बेहद्द खूष झाला होता.

यामागे कोणाचा हात आहे हे सांगणारा कोणताही पुरावा नव्हता. पण यामागचा बोलविता धनी रॅन्किन फिचच आहे, याबद्दल निकोलसची पक्की खात्री होती आणि आता लवकरच फिच आपल्या नवीन सहकाऱ्यांच्या मागे लागणार, अशीही त्याची खात्री होती.

त्या कागदावर खाली सही करून त्यानं तो टेबलावर ठेवून दिला. तेवढ्यात बाहेरच्या कॉरिडॉरमधून बोलण्याचे आवाज ऐकू आले. काही क्षणांतच लाथ घातल्यासारखा आवाज होऊन दार उघडलं. पाठोपाठ दारावर ठक्कन काहीतरी आपटल्याचा आवाज झाला आणि अंध हर्मन ग्राईम्स आपली काठी वाजवत आत आला. त्याच्यापाठोपाठ त्याची पत्नीही आत आली. ती कुजबुजत्या आवाजात बोलत होती, ''लांब-रुंद खोली आहे, वीस बाय पंधरा, लांबी तुझ्यासमोरच्या बाजूला आहे, मधोमध लांबीशी समांतर दिशेत एक लांबलचक टेबल आहे, भोवती खुर्च्या आहेत, तुला सगळ्यात

जवळची खुर्ची आठ फुटांवर आहे.'' तिचं बोलणं ऐकत तो जागेवरच उभा राहिला. ती सांगत होती, तसतशी त्याची मान इकडून तिकडे फिरत होती. त्यांच्या पाठीमागे लू डेल कमरेवर हात ठेवून दारात उभी होती. याला कधी एकदा मफिन खायला घालते असं तिला झालं होतं.

निकोलसनं पुढे होऊन स्वत:ची ओळख करून दिली आणि हर्मननं पुढे केलेला हात पकडून ते दोघं थोडा वेळ इकडचं तिकडचं बोलले. निकोलसनं मग मिसेस ग्राईम्सलाही हसून 'हॅलो' म्हटलं आणि तो हर्मनला घेऊन टेबलाशी गेला. लू डेलचा बेत आधीच हाणून पाडण्यासाठी त्यानं डोनट आणि मफिन्सचं थोडं वर्णन केलं. लू डेल मोठ्या अपेक्षेनं दाराशीच रेंगाळत थांबलेली होती, पण आपल्याला भूक नसल्याचं हर्मननं आधीच सांगून टाकलं.

''माझे एक आवडते काका आहेत आणि तेही असेच अंध आहेत.'' निकोलसनं हर्मनसाठी एका कपात कॉफी ओतून त्यात साखर आणि क्रीम टाकून चमच्यानं ढवळत म्हटलं, ''तुम्ही जर खटला चालू असेपर्यंत मला तुम्हाला कसलीही मदत करायची संधी दिलीत, तर मी तो माझा बहुमान समजेन.''

''मला कोणाच्याही मदतीची गरज नाही. मला माझी सगळी कामं स्वत: करता येतात.'' शारीरिक व्यंग असलेल्या कोणाही व्यक्तींसारखंच हर्मन ग्राईम्सनं काहीशा तुसड्या आवाजात, ताठरपणे उत्तर दिलं. पण मिसेस ग्राईम्स मात्र चेहऱ्यावर उमटलेलं खुषीचं, कौतुकाचं हसू लपवू शकल्या नाहीत. त्यांनी त्याच्याकडे बघून हलकेच डोळा मिचकावून मान डोलावली.

''हो, माझी खात्री आहे तशी.'' निकोलसनं म्हटलं, ''पण अनेक छोट्या छोट्या गोष्टी असतात, कधी अचानक अडचणी येतात. मला फक्त तुम्हाला मदत करायचीय इतकंच.''

''थँक्यू.'' थोडं थांबून हर्मन ग्राईम्सनं म्हटलं.

''थँक्यू, सर.'' मिसेस ग्राईम्सनंही हसून म्हटलं.

''तुम्हाला काही लागलं तर सांगा.'' लू डेलनं दार उघडत म्हटलं. ''मी इथे बाहेरच आहे.''

''त्याला न्यायला मी किती वाजता येऊ?'' मिसेस हर्मननं विचारलं.

''पाच वाजता. कोर्ट लवकर सुटलं तर मी फोन करेन.'' बाहेर जाता जाता लू डेलनं म्हटलं.

हर्मन ग्राईम्सच्या डोळ्यांवर काळा चष्मा होता आणि डोक्यावर भरपूर, दाट, ब्राऊन रंगाचे केस होते, ते पोमेड वगैरे लावून व्यवस्थित विंचरलेले होते. एकही पिकलेला केस दिसत नव्हता.

मिसेस ग्राईम्सही बाहेर निघून गेल्या.

''न्यायमूर्तींनी काही नवीन सूचना पाठवल्या आहेत.'' निकोलसनं म्हटलं. आता खोलीत ते दोघंच होते. ''तुम्ही खुर्चीवर बसा, म्हणजे मी तुम्हाला वाचून दाखवतो.'' हर्मननं जवळच्या खुर्चीवर हात फिरवून अंदाज घेतला आणि तो बसला. निकोलसनं त्याच्याशेजारी आणखी एक खुर्ची ओढून घेतली आणि बसून त्यानं कागद वाचायला सुरुवात केली.

ज्यूरींच्या निवडीवर एवढा प्रचंड पैसा खर्च केल्यावर दोन्हीकडची तज्ज्ञ मंडळी मतं व्यक्त करणार हे उघडच होतं. प्रत्येकाचं स्वत:चं, वेगळं मत होतं. बचावपक्षाच्या तज्ज्ञ लोकांनी इतकी छान ज्यूरी निवडल्याबद्दल स्वत:च्याच पाठी थोपटून घेतल्या. अर्थात, हा सगळा देखावा त्यांनी अहोरात्र काम करत असलेल्या वकिलांच्या पलटणींसमोर मुद्दाम केला होता, ही गोष्ट वेगळी. डर केबलनं यापेक्षा वाईट ज्यूरी बघितलेले होते, पण त्याबरोबरच त्यानं याहून चांगले ज्यूरीही पाहिलेले होते. कोणती ज्यूरी कोणता निर्णय देईल हे आधी नेमकं सांगणं अशक्य असतं, ही गोष्टसुद्धा तो कित्येक वर्षांपूर्वी शिकला होता. फिचसुद्धा त्यानं जेवढं खूष व्हायचं ठरवलं होतं तेवढा खूष होता, तरीही त्यानं एवढ्यातेवढ्यावरून प्रत्येकावर डाफरण्याचं सोडलं नाहीच. ज्यूरीमध्ये चार जण सिगारेट ओढणारे होते. ज्या अर्थी या गल्फच्या किनारी भागात एवढे कॅसिनो आणि टॉपलेस बार आहेत, त्या अर्थी या भागात एकंदरीत सगळ्याच प्रकारच्या व्यसनांना पोषक वातावरण आहे आणि इथल्या लोकांमध्येही सर्वसाधारणपणे व्यसनांबाबतची सहनशक्ती चांगली असल्यामुळे बिलॉक्सीमध्ये आपली केस उभी राहिलीय ही गोष्ट आपल्या फायद्याचीच आहे, या आपल्या स्वत:शीच केलेल्या तर्काला फिच चिकटून राहिला.

रस्त्याच्या विरुद्ध बाजूला वेन्डॉल ऱ्होर आणि कंपनीनं ज्यूरीच्या निवडीबाबत एकंदरीत समाधान व्यक्त केलं. विशेषत: हर्मन ग्राईम्सच्या रूपानं एका अंध व्यक्तीच्या ज्यूरीवरच्या निवडीला आपण कारणीभूत झाल्याबद्दल ते फारच खूष होते. त्यांच्यापैकी कुणाच्याही आठवणीत अशा प्रकारची निवड झालेली नव्हती. हर्मन ग्राईम्सनं पुन्हा पुन्हा बजावून सांगितलं होतं की, आपलं मूल्यमापनही इतर 'डोळस' व्यक्तींसारखंच केलं जावं; किंबहुना, आपल्याला वेगळी वागणूक दिली, तर त्यानं कायदेशीर कारवाईची धमकीच दिली होती. लहान-सहान गोष्टींवरूनही खटला भरण्याच्या धमक्या देण्याच्या त्याच्या प्रवृत्तीवर ऱ्होर आणि कंपनी बेहद्द खूष झाली होती. कारण त्याच्या शारीरिक व्यंगामुळे तो नेहमीच फिर्यादीला झुकतं माप देणार अशी त्यांची पक्की खात्री होती. बचाव पक्षानं मात्र त्याच्या निवडीला जास्तीत जास्त विरोध केला होता, प्रत्येक मुद्द्यावरून आक्षेप घेतले होते. मि. ग्राईम्स पुरावे कसे काय बघू शकतील, असाही हरकतीचा मुद्दा त्यांनी काढला होता. यावर

न्यायमूर्तींनी सुचवलं होतं की दोन्ही पक्षांच्या वकिलांनी हर्मन ग्राईम्सला हलक्या आवाजात प्रश्न विचारावेत. हर्मन ग्राईम्सनं त्यांना सांगितलं होतं की, पुराव्याचं व्यवस्थित लेखी वर्णन जर आपल्याला मिळालं, तर आपण हे पुरावे 'बघू' शकू. त्यामुळे न्यायमूर्तींनी ठरवलं होतं की, एक वेगळा कोर्ट रिपोर्टर सगळ्या पुराव्यांचं वर्णन टाईप करेल, त्याची डिस्क ग्राईम्सच्या ब्रेल कॉम्प्युटरमध्ये टाकली जाईल आणि मग तो ते वर्णन रात्री वाचू शकेल. हर्मन ग्राईम्सला हे लगेच पसंत पडलं होतं आणि मग त्यानं ऊठसूट खटला भरण्याच्या धमक्या देण्याचं बंद केलं होतं. बचावपक्ष यामुळे गप्प झाला होता. विशेषत: पूर्वी हर्मन ग्राईम्स धूम्रपान करत होता आणि धूम्रपान करणाऱ्या व्यक्ती अवतीभोवती असायला त्याची काही हरकत नसते, हे समजल्यावर तर बचावपक्ष उलट खूषच झाला होता.

एकंदरीत, थोडेसे सावधगिरीने का होईना, दोन्ही पक्ष ज्यूरींच्या निवडीबद्दल समाधानी होते. अतिरेकी उजव्या किंवा डाव्या बाजूच्या मतांची एकही व्यक्ती ज्यूरीवर आलेली नव्हती. बाराही जणांकडे हायस्कूलचे डिप्लोमा होते. त्यापैकी दोघांकडे कॉलेजच्या पदव्या होत्या, तर आणखी तिघांनी पदव्युत्तर शिक्षण घेतलेलं होतं. ईस्टरच्या लेखी उत्तरात त्यानं हायस्कूलचं शिक्षण पूर्ण झाल्याचं म्हटलेलं होतं, पण त्याचं कॉलेजशिक्षण मात्र अजून एक रहस्यच होतं.

प्रत्यक्ष खटल्याच्या कामकाजाच्या पहिल्या दिवसाची तयारी करत असताना एकीकडे दोन्ही बाजूंच्या मनात त्यांची नेहमीची शंका घोळत होती. सगळ्या चेहऱ्यांचं हजाराव्यांदा बारकाईनं निरीक्षण करत असताना जो-तो स्वत:लाच विचारत होता, ज्यूरीचा प्रमुख कोण होणार?

प्रत्येक ज्यूरीला कोणी ना कोणी प्रमुख असतोच आणि तिथेच खरं तर तुम्हाला ज्यूरीचा निर्णय कळतो. तो सगळी सूत्रं आपल्या हातात लगेच घेईल? का गप्प राहून सगळ्यात शेवटी चर्चेच्या वेळी घेईल? खरं तर या क्षणी या गोष्टींची कल्पना ज्यूरीतल्या सदस्यांनासुद्धा नव्हती.

बरोबर दहाच्या ठोक्याला न्यायमूर्ती हार्किननी संपूर्ण गच्च भरलेल्या आपल्या कोर्टरूममधून नजर फिरवली आणि सगळेजण आपापल्या ठरलेल्या जागी असल्याची खात्री करून घेतली. त्यांनी आपला हातोडा हळूच आपटला, तशी सगळी कुजबूज एकदम थांबली. त्यांनी आपल्या म्हाताऱ्या बेलिफकडे बघितलं आणि म्हटलं, ''ज्यूरींना घेऊन या.'' सगळ्या नजरा ज्यूरी बॉक्सजवळच्या दाराकडे वळल्या. पिलांना पाठोपाठ घेऊन येणाऱ्या एखाद्या कोंबडीसारखी लू डेल आधी बाहेर आली. पाठोपाठ निवड झालेले बारा ज्यूरी एका रांगेत आले आणि आपापल्या ठरवून दिलेल्या जागेकडे गेले. त्यांच्यामागून राखीव ज्यूरी म्हणून निवड झालेले तिघंजण

येऊन त्यांना दिलेल्या फोल्डिंगच्या खुर्च्यांवर जाऊन बसले. सीट कुशन मागे-पुढे सरकवणं, ड्रेस व्यवस्थित करणं, हातातल्या पर्स, पुस्तकं वगैरे पायाशी ठेवणं, असे सारे सोपस्कार झाल्यावर सगळे जण व्यवस्थित शांत बसले आणि आपोआपच सगळ्यांच्या लक्षात आलं की, कोर्टातले सगळे चेहरे उघड उघड, काहीशा कुतूहलानं आपल्याकडेच बघतायत.

"गुड मॉर्निंग." तोंड भरून हसत, मोठ्या आवाजात न्यायमूर्तींनी म्हटलं. जवळजवळ सगळ्यांनीच मान डोलवून त्यांना प्रत्युत्तर दिलं.

"तुम्हा सगळ्यांना ज्यूरी रूम सापडलीय आणि ब्रेकफास्ट वगैरे सगळं करून तुम्ही इथे आला असाल, असं मी समजतोय." लू डेलनं सगळ्या ज्यूरींना वाटलेल्या आणि परत घेतलेल्या पंधरा फॉर्मचा गठ्ठा हातात घेऊन त्यांनी वर धरला. "तुम्ही फोरमन निवडलाय?" बाराही डोकी एकदम हलली.

"गुड. कोणाला निवडलंय तुम्ही?"

"मला, युअर ऑनर." पहिल्या रांगेत बसलेल्या हर्मन ग्राईम्सनं हात वर केला. क्षणभर का होईना, बचाव पक्षाचे प्रतिनिधी, त्यांचे सगळे वकील, ज्यूरी तज्ज्ञ वगैरे सगळ्यांना एकदम छातीत धस्स झालं. मग हळूहळू त्यांनी परत श्वास घ्यायला सुरुवात केली. सगळ्यांच्या चेहऱ्यावर मात्र ज्यूरी म्हणून निवड झालेल्या आणि आता ज्यूरीचा फोरमन झालेल्या या अंध माणसाबद्दल आपल्याला नितांत प्रेम, आदर आणि कौतुक आहे, असंच दिसत होतं.

"व्हेरी वेल." न्यायमूर्तींनी हळूच एक सुटकेचा निःश्वास टाकत म्हटलं. कसलेही वादविवाद न होता या ज्यूरीला फोरमन निवडता आला, ही गोष्टच त्यांना कौतुकास्पद वाटत होती. या बाबतीत त्यांना अनेक बरे-वाईट अनुभव आले होते. एका ज्यूरीत सहा गोरे आणि सहा कृष्णवर्णीय सदस्य निवडून आले होते, त्यांना तर फोरमनच निवडता आला नव्हता. नंतर लंचच्या मेन्यूवरूनही त्यांच्यात रोजच्या रोज भांडणं होत होती.

"तुम्ही या लेखी सूचना वाचल्याच असतील." असं म्हणून त्यांनी त्याच सगळ्या सूचना पुन्हा दोनदा तोंडी सांगितल्या.

निकोलस ईस्टर पुढच्या रांगेत, डावीकडून दुसऱ्या जागेवर बसलेला होता. न्यायमूर्तींची एकसुरी लेक्चरबाजी चालू असताना त्यानं चेहरा निर्विकार करून कोर्टरूममधल्या इतर खेळाडूंचं निरीक्षण आरंभलं. डोकं फारसं हलू न देता त्यानं फक्त आपली नजर संपूर्ण कोर्टरूममधून फिरवली. दोन्ही टेबलांभोवती दाटीवाटीनं बसलेले वकील अगदी उघडपणे ज्यूरींचं निरीक्षण करण्यात गुंगून गेलेले होते. पण लवकरच त्यांना या गोष्टीचा कंटाळा येणार हे उघड होतं.

बचाव पक्षाच्या मागे दुसऱ्या रांगेत रॅन्किन फिच बसलेला होता. त्याची नजर

मख्खपणे समोरच्या माणसाच्या डोक्यावर खिळलेली होती. ज्यूरींशी आपला काही संबंधच नाही असं हा दाखवतोय, पण याच्या नजरेतून एकही गोष्ट सुटणं शक्य नाही, निकोलसनं मनात म्हटलं.

चौदा महिन्यांपूर्वी निकोलसनं त्याला ॲलनटाऊन, पेन्सिल्व्हानियामधल्या सिमिनोच्या खटल्याच्या वेळी कोर्टरूममध्ये बघितलं होतं, तेव्हाही तो आतासारखाच दिसत होता. जाडजूड, बोकडदाढी राखलेला आणि त्याच्याभोवतीचं ते गूढ वलयही आतासारखंच कायम होतं आणि ग्लेव्हिनच्या केसच्या वेळी ब्रोकन ॲरो, ओक्लाहोमामधल्या कोर्टाच्या बिल्डिंगबाहेर निकोलसला तो फुटपाथवर दिसलेला होता. निकोलसला पक्की खात्री होती की, आपण कधीही नॉर्थ टेक्सास स्टेटमध्ये कॉलेजला गेलेलो नव्हतो, ही गोष्ट या माणसाला एव्हाना नक्कीच समजलेली असेल. ज्यूरीमधल्या इतर कोणत्याही माणसापेक्षा फिचला आपली जास्त धास्ती वाटत असेल आणि ती का वाटत असेल, हेही निकोलस पुरतेपणी जाणून होता.

फिचच्या पाठीमागच्या दोन रांगा एकसारखेच काळे सूट घातलेल्या एकसारख्याच दिसणाऱ्या माणसांनी भरलेल्या होत्या. सगळ्यांच्या चेहऱ्यावर एकसारखेच गंभीर भाव होते. ही सगळी वॉल स्ट्रीटमधली अर्थतज्ज्ञ मंडळी असणार, हे निकोलसनं ओळखलं. ज्यूरींच्या निवडीचा कोणताही परिणाम शेअर बाजारावर झालेला नसल्याचं त्याला सकाळच्या पेपरमधून समजलेलं होतं. पायनेक्सचा शेअर ऐंशी डॉलर्सवर स्थिर होता. आपण जर आत्ता उठून अचानक ''माझ्या मते फिर्यादीला जास्तीत जास्त नुकसानभरपाई मिळाली पाहिजे.'' असं मोठ्यानं ओरडलो, तर काय होईल या कल्पनेनं निकोलसला हसूच आलं. मागच्या या दोन्ही रांगा ताबडतोब रिकाम्या होतील आणि लंचपर्यंत पायनेक्स निदान दहा पॉइंट खाली घसरलेला असेल!

'बिग फोर' ग्रुपमधले इतर तीन कंपन्यांचे – ट्रेलको, स्मिथ ग्रीअर आणि कॉनपॅक – शेअर्सही स्थिर होते.

पुढच्या रांगांमध्ये काही लोकांच्या चेहऱ्यावर निराशा स्पष्ट दिसत होती. हे सगळे ज्यूरी तज्ज्ञ असणार, त्यानं मनात म्हटलं. ज्यूरीची निवड पूर्ण झालेली असल्यामुळे हे लोक आता फक्त ज्यूरींच्या निरीक्षणाचं काम करत होते. प्रत्येक साक्षीदाराचा शब्द न शब्द लक्षपूर्वक ऐकायचा आणि त्याचा ज्यूरींवर काय परिणाम होतो, हे नोंदवून ठेवण्याची जबाबदारी या दुःखी आत्म्यांच्या खांद्यांवर होती. या बाबतीतलं धोरण असं ठरलेलं होतं की, एखाद्या साक्षीदाराच्या साक्षीचा थोडा जरी वाईट परिणाम ज्यूरींवर झालेला दिसला, तरी त्याची साक्ष लवकरात लवकर आवरती घ्यायची आणि दुसरा एखादा चांगला साक्षीदार आणून त्याच्याकरवी झालेलं नुकसान शक्यतो भरून काढायचा प्रयत्न करायचा. पण निकोलसला याबद्दल पक्की खात्री नव्हती. ज्यूरी तज्ज्ञांबद्दल त्यानं बरंच वाचन केलेलं होतं, सेंट लुईमध्ये तो

एका सेमिनारमध्येही गेलेला होता. तरीसुद्धा स्वत:ला 'कटिंग एज' वाले तज्ज्ञ म्हणवणारी ही माणसं फक्त लोकांच्या डोळ्यांत धूळ फेकण्याचं काम करत असावीत, अशी त्याची समजूत होती.

एखाद्याच्या बोलण्याचा ज्यूरीवर काय परिणाम होतो, हे आपल्याला ज्यूरींच्या केवळ लहानसहान हालचाली बघूनही कळतं, अशा बढाया मारणारे हे लोक. समजा, एखाद्या साक्षीच्या वेळी आपण आपलं बोट नाकात घातलं आणि पाच मिनिटं ते तिथेच ठेवलं तर त्याचा काय अर्थ लावतील ही माणसं? तो पुन्हा स्वत:शी हसला.

बाकीच्या प्रेक्षकांबद्दल मात्र त्याला नीटसं आकलन झालं नाही. यात थोडी फार वार्ताहर मंडळी असणारच. शिवाय थोडेसे कंटाळलेले इथलेच वकील असतील, केवळ कुतूहलापोटी कोर्टात नेमानं येणारी इतर काही मंडळीही असतील. हर्मन ग्राईम्सची पत्नीही त्याला दिसली. तिचा चेहरा नवऱ्याबद्दलच्या अभिमानानं नुसता फुलून आलेला होता. तेवढ्यात न्यायमूर्तींनी त्यांचं भाषण संपवलं आणि वेन्डॉल ऱ्होरला हातानं खूण केली. सावकाश उठून उभं राहत ऱ्होरनं आपल्या कोटाची बटणं नीट लावली आणि ज्यूरींकडे बघून आपले खोटे दात दाखवत हसून तो मोठ्या आढ्यतेनं चालत लेक्टर्नपाशी येऊन उभा राहिला. ''हे माझं सुरुवातीचं भाषण आहे,'' त्यानं म्हटलं, ''आणि त्यात मी या एकंदर केसचा थोडक्यात गोषवारा सांगणार आहे.'' कोर्टरूममध्ये संपूर्ण शांतता पसरली.

''सिगारेटनं फुफ्फुसांचा कॅन्सर होतो हे आम्ही सिद्ध करणार आहोत, तसंच आमच्या अशिलाचा पती मि. जेकब वुड या गृहस्थाला जवळजवळ तीस वर्षं ब्रिस्टल सिगारेट ओढल्यामुळेच फुफ्फुसाचा कॅन्सर होऊन जीव गमवावा लागला, हेही आम्ही सिद्ध करणार आहोत. सिगारेटनंच त्याचा मृत्यू ओढवला.'' ऱ्होरनं गंभीरपणे म्हटलं. त्याचा आवाज जरासा खरखरीत पण स्वच्छ होता आणि कोणता शब्द किती जोर देऊन, कशा पद्धतीनं बोलायचा, याची त्याला उत्तम जाण होती. ऱ्होर हा खऱ्या अर्थानं परफॉर्मर होता. त्याचा किंचितसा वाकडा बो-टाय, त्याच्या वाजणाऱ्या दातांच्या कवळ्या, एकमेकांशी मुळीच मॅच न होणारे कपडे या साऱ्या गोष्टी तो आपण सामान्य माणसांना त्यांच्यापैकीच एक आहोत असं वाटलं पाहिजे, या उद्देशानं मुद्दाम करत असे – मी तुमच्यातलाच आहे. पलीकडचे सुंदर सूट, टाय, बूट घातलेले बचावपक्षाचे वकील तुमच्याशी कितीही तोऱ्यात आणि आढ्यतेनं वागू देत, पण मी मात्र तुमच्यातला आहे आणि तुम्हीही माझे आहात.

''सिगारेटमुळे फुफ्फुसांचा कॅन्सर होतो, हे आम्ही कसं सिद्ध करू शकू? खरं तर याचे अनेक पुरावे आहेत. सगळ्यात आधी आम्ही देशातल्या काही अत्यंत

मान्यवर कॅन्सर तज्ज्ञांना इथे बोलावणार आहोत आणि ही सगळी मोठी माणसं इथे येऊन तुमच्याशी बोलून भरपूर आकडेवारी दाखवून सिद्ध करतील, की, सिगारेट ओढल्यामुळे खरोखरच कॅन्सर होतो.''

त्यानंतर ऱ्होरनं सांगितलं की, फिर्यादी पक्ष अशा काही लोकांना तुमच्यासमोर आणणार आहे, की, ज्यांनी पूर्वी सिगारेट उद्योगासाठी प्रत्यक्ष काम केलंय. सिगारेट उद्योगात चाललेल्या सगळ्या घाणेरड्या कारवाया इथे तुमच्यासमोर उघड केल्या जाणार आहेत.

''थोडक्यात, सिगारेटच्या धुरामध्ये कोणकोणती घातक द्रव्यं असतात –कॅन्सर निर्माण करणारी काही नैसर्गिक द्रव्यं, कीडनाशक द्रव्यं, किरणोत्सारी पदार्थांचे कण, ॲसबेस्टॉससदृश काही द्रव्यांचे कण– हे सगळं आम्ही या कोर्टरूममध्ये तुमच्यासमोर दाखवून देणार आहोत.''

या सगळ्या गोष्टी वेन्डॉल ऱ्होर निश्चितपणे आणि सहजगत्या सिद्ध करू शकेल, याबद्दल एव्हाना कोर्टरूममधल्या कोणाच्याही मनात फारसा संशय उरलेला नव्हता. थोडं थांबून त्यानं उगाचच आपल्या बो-टायशी चाळा केला आणि पॅडस्वरच्या नोट्सकडे एक कटाक्ष टाकून अत्यंत गंभीर आवाजात जेकब वुडबद्दल बोलायला सुरुवात केली. जेकब वुड अत्यंत कुटुंबवत्सल, कामसू, धार्मिक वृत्तीचा माणूस. चर्चच्या ज्येष्ठ व्यक्तींच्या सॉफ्टबॉल टीममधला खेळाडू. अगदी लहान वयात त्याला सिगारेटचं व्यसन लागलं. इतरांसारखीच त्यालाही सिगारेट ओढल्यामुळे होऊ शकणाऱ्या रोगांची, धोक्यांची अजिबात कल्पना नव्हती. त्याला एक नातवंडही होतं. वगैरे, वगैरे.

ऱ्होर जरा जास्तच नाटकीपणा करत होता, पण त्याची त्यालाही बहुधा जाणीव असावी. नुकसानभरपाईबद्दलही तो थोडंसं बोलला. हा खटला खूप मोठा आहे, अत्यंत महत्त्वपूर्ण आहे. फिर्यादीला प्रचंड नुकसानभरपाईची अपेक्षा आहे आणि ती मागणी निश्चितपणे केली जाणार आहे. आणि ही नुकसानभरपाई फक्त प्रत्यक्ष झालेल्या नुकसानासाठीच नसेल – म्हणजे जेकब वुडच्या जीवनाचं आर्थिक मूल्य आणि त्याच्या प्रेमाचं छत्र हरवल्यामुळे त्याच्या कुटुंबाचं झालेलं नुकसान – तर त्याखेरीज दंडापोटीही नुकसानभरपाई मागितली जाणार आहे.

दंडापोटी मिळण्याच्या नुकसानभरपाईबद्दलही ऱ्होर थोडंसं अनावश्यक, जास्त बोलला. काही वेळा त्याची आपल्या विषयावरची पकडही ढिली झाल्यासारखी वाटली. प्रचंड रक्कम मिळण्याच्या अपेक्षेमुळेच हे झालेलं असावं, असं बऱ्याच ज्यूरींच्या लक्षात आलं.

दोन्ही पक्षांच्या सुरुवातीच्या भाषणांसाठी न्यायमूर्ती हार्किननी प्रत्येकी एकेक तास वेळ दिलेला होता आणि जर कुणी यापेक्षा जास्त बोलत राहिला, तर त्याचं

भाषण ताबडतोब थांबवलं जाईल अशी लेखी तंबीही दिलेली होती. आपली बाजू जास्तीत जास्त परिणामकारकपणे मांडण्यासाठी उगाचच जास्त ठासून प्रत्येक मुद्दा सांगण्याची खास वकिली प्रवृत्ती ऱ्होरमध्येही होती, पण न्यायमूर्तींच्या वेळेचं उल्लंघन करायचं नसतं, हेही त्याला ठाऊक होतं. न्याय मिळवून देण्याचं त्यानं ज्यूरींना नम्रपणे आवाहन केलं, लक्ष देऊन आपलं म्हणणं ऐकल्याबद्दल त्यांचे आभार मानले आणि हसून मान डोलावून तो खाली बसला. पन्नास मिनिटांत त्यानं त्याचं आवरलेलं होतं.

अजिबात कोणाशी न बोलता एका जागी गप्प बसून पन्नास मिनिटं कोणाचं तरी बोलणं ऐकायचं म्हणजे किती कठीण काम असतं, याची न्यायमूर्तींना कल्पना होती. त्यांनी पंधरा मिनिटांची सुट्टी जाहीर केली. त्यानंतर बचाव पक्षाच्या वकिलांचं सुरुवातीचं भाषण होणार होतं.

डरवुड केबलनं आपलं सुरुवातीचं भाषण तीस मिनिटांपेक्षा थोड्या कमीच वेळात संपवलं. त्यानंही ज्यूरींना शांतपणे सांगितलं की, पायनेक्सकडेही स्वतःचे तज्ज्ञ, शास्त्रज्ञ, संशोधक आहेत आणि सिगारेटमुळे खरं म्हणजे फुप्फुसांचा कॅन्सर होत नाही, असं ते तुमच्यासमोर दाखवून देतील. ज्यूरींच्या चेहऱ्यावर उमटलेले तिरस्काराचे भाव त्याला दिसले, पण त्यानं फक्त त्यांना थोडं थांबून वाट बघायची आणि आपलं मन खुलं ठेवण्याची विनंती केली. कुठल्याही नोट्सचा आधार न घेता तो बोलत होता, त्यामुळे त्याचं बोलणं जास्त परिणामकारक होत होतं. शांतपणे, कुठल्याही शब्दावर फारसा जोर न देता, एकेका ज्यूरीच्या डोळ्याला डोळा भिडवून तो बोलत होता आणि त्यामुळे त्याच्या बोलण्याची हळूहळू लोकांवर मोहिनी पडत चाललेली होती. त्याच्या आवाजातला सच्चेपणाही लोकांना जास्त भावत होता.

६

पहिला समरप्रसंग लंचच्या वेळी झाला. दुपारी बारा वाजून दहा मिनिटांनी न्यायमूर्तींनी लंचची सुट्टी जाहीर केली आणि सगळे ज्यूरर लोक कोर्टरूमच्या बाहेर आले. बाहेरच्या कॉरिडॉरमध्ये लू डेल त्यांची वाटच बघत होती. ''चला. ज्यूरी रूममध्ये जाऊन खुर्चीवर बसा. लंच एवढ्यात येईलच आणि ताजी कॉफीही केलीय.'' बाराही ज्यूरर्स आपापल्या जागी बसल्यावर तिनं दार बंद केलं आणि दुसऱ्या एका लहानशा खोलीत तीन पर्यायी ज्यूरींची व्यवस्था केली होती, तिकडे ती गेली. त्यांची व्यवस्था बघून ती बाहेर आपल्या जागेवर गेली आणि तिचा साहाय्यक म्हणून दिलेल्या मठ्ठ विलिसकडे चिडून बघू लागली. त्याच्या हातात एक भरलेली रायफलही होती. पण खरं तर त्यालाच संरक्षणाची गरज असावी, इतका तो बापुडवाणा वाटत होता.

ज्यूरी रूममध्ये बसलेले ज्यूरर्स हळूहळू इकडे-तिकडे फिरू लागले. काही जण आळस देऊ लागले, काही जण एकमेकांशी हवापाण्याच्या गप्पा मारू लागले. इतक्या सर्वस्वी अनोळखी व्यक्ती एका बंद खोलीत आल्यावर हे स्वाभाविकच होतं. इथे येऊन फक्त खाण्याचंच काम होतं, त्यामुळे सगळ्यांचं मुख्य लक्ष लंचकडेच लागलेलं होतं.

हर्मन ग्राईम्सनं मुद्दामच टेबलाच्या एका टोकावरची जागा पकडली, जणू आपण ज्यूरींचे फोरमन असल्याचं त्याला सगळ्यांना जाणवून द्यायचं होतं. थोड्याच वेळात त्यानं मिली डुप्री या पन्नाशीच्या एका कनवाळू स्वभावाच्या स्त्रीशी गप्पा मारायला सुरुवात केली. तिच्या ओळखीचा एक माणूसही अंध असल्यामुळे तिलाही त्याच्याशी बोलणं सोपं जात होतं. निकोलस ईस्टरनं लॉनी शेव्हरशी – हा ज्यूरीतला एकमेव

निग्रो पुरुष होता – बोलणं काढलं. शेव्हर हा एका ग्रोसरी स्टोअरचा मॅनेजर होता. या भागात ग्रोसरी स्टोअर्सची एक मोठी साखळी होती, त्यापैकी हे एक स्टोअर होतं आणि शेव्हर हा त्या कंपनीतला सगळ्यात वरच्या पदावर पोचलेला निग्रो होता. त्याला खरं तर या ज्यूरीच्या भानगडीत मुळीच पडायचं नव्हतं. पुढचे चार आठवडे आपल्या स्टोअरमध्ये गैरहजर राहण्याची कल्पनाच त्याला सहन होत नव्हती.

वीस मिनिटं होऊन गेली, तरीही लंच काही आले नव्हते. साडेबारा वाजल्यावर टेबलाच्या एकदम विरुद्ध टोकाला बसलेल्या निकोलसनं मोठ्या आवाजात विचारलं, ''हर्मन, आपलं लंच कुठाय?''

खोलीत एकदम शांतता पसरली. ''मी तरी काय सांगू? मी तर फक्त तुमचा फोरमन आहे.'' हर्मननं हसून म्हटलं.

निकोलस उठून दारापाशी गेला आणि दार उघडून त्यानं लू डेलला बोलावलं, ''लंच कुठाय? इथे सगळ्यांना भूक लागलीय.''

सावकाश हातातलं पुस्तक खाली ठेवून लू डेलनं आतल्या बाकीच्या अकरा जणांकडे बघितलं. ''येईलच एवढ्यात.''

''कुठून मागवलंय?''

''इथून जवळूनच. ओ'रायलीज डेली मधून.'' त्याचं असं प्रश्न विचारणं तिला फारसं रुचलेलं नव्हतं.

''हे बघा, आम्हाला इथे घरातल्या कुत्र्यामांजरासारखं डांबून ठेवलंय.'' निकोलसनं म्हटलं. ''इतर सामान्य लोकांसारखं बाहेर जाऊन लंच घेता येणार नाही का? बाहेर जाऊन एक छानपैकी लंच घेऊन आम्ही व्यवस्थित परत येऊ शकणार नाही, असं न्यायमूर्तींना का वाटतंय, समजत नाही.'' एक पाऊल पुढे जाऊन त्यानं लू डेलकडे डोळे मोठे करून पाहिलं. ''ही लंचची कटकट रोजच होणार असेल, तर चालणार नाही. समजलं?''

''समजलं.''

''मला वाटतं, तुम्ही फोन करून लंचचं काय झालंय त्याची चौकशी करा. नाहीतर मला न्यायमूर्तींशी बोलावं लागेल.''

''हो.''

दार बंद झालं आणि निकोलस कॉफी पॉटच्या दिशेनं चालत परत आला.

''तुम्ही जरा जास्तच कठोर बोललात, असं नाही वाटत?'' मिली डुप्रीनं विचारलं.

''तसं असेल तर मी माफीसुद्धा मागेन. पण या छोट्या छोट्या गोष्टींमध्ये आपण जर तिथल्या तिथे लक्ष घातलं नाही, तर हे लोक आपल्याला विसरूनच जातील.''

''पण त्यात त्या बाईंची काय चूक?'' हर्मननं म्हटलं.

"आपली सगळी व्यवस्था ठेवणं हे त्यांचं काम आहे." कॉफीचा एक कप घेऊन निकोलस त्याच्याशेजारी येऊन बसला. "बाकीच्या प्रत्येक खटल्यामध्ये ज्यूरीचे लोक बाहेर जाऊन लंच घेऊन येऊ शकतात, हे माहितेय का तुम्हाला? आपल्याला ही जी ज्यूररची बटणं दिलीयत, ती कशासाठी असतात?" एव्हाना बाकीची मंडळी टेबलाशी आलेली होती.

"हे तुम्हाला कसं माहिती?" मिली डुप्रीनं विचारलं.

आपल्याला आणखी बरंच काही माहितय, पण ते आपण सांगणार नाही, अशा आविर्भावात निकोलसनं खांदे उडवले. "मला या एकंदर व्यवस्थेची थोडी फार माहिती आहे."

"ती कशी काय?" हर्मननं विचारलं.

निकोलस काही क्षण मुद्दामच थांबला. "मी दोन वर्षं लॉ स्कूलमध्ये होतो." त्यानं कॉफीचा एक मोठा घोट घेतला. बाकीच्यांना हे नवीनच होतं.

निकोलसचा भाव एकदम वधारला. आपण नम्र, मनमिळाऊ आहोत, मदत करायला कायम तत्पर आहोत, चांगले चलाख आहोत हे त्यानं अगोदरच दाखवून दिलेलं होतं. त्यात आता त्याला कायद्याचीही माहिती असल्याचं सगळ्यांना समजलं होतं.

दुपारचा पाऊण वाजून गेला तरी लंच येण्याची काहीच चिन्हं दिसेनात. ताबडतोब मध्येच गप्पा थांबवून निकोलस उठला आणि दाराशी येऊन त्यानं दार उघडलं. कॉरिडॉरमध्ये लू डेल अस्वस्थपणे हातातल्या घड्याळात बघत उभी होती. "मी विलिसला पाठवलंय." तिनं जरा घाबरून म्हटलं, "लंच येईलच एवढ्यात. आय ॲम रिअली सॉरी."

"पुरुषांचं टॉयलेट कुठाय?" निकोलसनं विचारलं.

"थोडंसं पुढे जा, तुमच्या उजव्या हाताला वळल्यावर आहे." सुटल्यासारखं तिनं म्हटलं. तो पुढे गेला, पण टॉयलेटपाशी न थांबता तसाच मागच्या जिन्यानं खाली उतरून कोर्टाच्या बिल्डिंगमधून बाहेर पडला. लॅम्युस रोडवरून दोन चौक चालत जाऊन तो व्ह्यू मार्चच्या गल्लीत आला. इथे वाहनांना यायला बंदी होती आणि दोन्ही बाजूंना भरपूर छोटी दुकानं होती. एकेकाळी हा बिलॉक्सी शहरातला मध्यवर्ती बाजारपेठेचा भाग होता. व्ह्यू मार्च भागातले कॅफे आणि खाद्यपदार्थांचे स्टॉल्स त्याला खूप आवडायचे. याच भागात एक मोठं पुस्तकांचं दुकानही होतं.

डावीकडे वळून तो एका जुन्या पांढऱ्या बिल्डिंगमध्ये आला. या बिल्डिंगमध्ये मेरी महोनीज हे अतिशय लोकप्रिय रेस्टॉरंट होतं. कोर्ट चालू असताना कोर्टातली बरीचशी वकील मंडळी, कोर्टातले कर्मचारी, न्यायाधीश वगैरे लोक लंचसाठी इथेच यायचे. आठवड्याभरापूर्वी निकोलस मुद्दाम या रेस्टॉरंटमध्ये चालत येऊन लंच घेऊन

गेला होता.

आत शिरल्यावर दिसलेल्या पहिल्या वेट्रेसला त्यानं न्यायमूर्ती हार्किन इथे लंच घेतायत का, असं विचारलं. तिनं मान डोलावून आत बोटानं दाखवलं. त्या बारमधून निकोलस चालत पलीकडच्या प्रशस्त डायनिंग हॉलमध्ये आला. या डायनिंग हॉलला भरपूर मोठ्या खिडक्या होत्या. स्वच्छ सूर्यप्रकाश आत येत होता, सगळ्या टेबलांवर ताजी फुलं ठेवलेली होती. हॉलमध्ये गर्दी होती. पण निकोलसला लगेचच हार्किन एका चौघाजणांच्या टेबलावर लंच घेत बसलेले दिसले. त्यांनाही त्याचा चेहरा ओळखीचा वाटला. हा ज्यूरर लोकांपैकी एक असल्याचं त्यांच्या लक्षात आलं. त्याच्या खिशावरचं तांबडं-पांढरं ज्यूररचं बटणही त्यांना दिसलं. तोंडाकडे चाललेला त्यांचा चमचा वाटेतच थांबला.

''सॉरी सर, तुमच्या लंचमध्ये व्यत्यय आणतोय मी.'' टेबलाच्या कडेशी येऊन उभं राहत निकोलसनं म्हटलं. टेबलावर गरम ब्रेड, ताजं सॅलड आणि थंडगार चहाचे मोठे ग्लास होते. ग्लोरिया लेन, कोर्ट रिपोर्टर असलेली स्त्री आणि हार्किनची एक मदतनीस क्लार्क, असे आणखी तिघंही बसलेले होते; सगळ्यांनाच धक्का बसलेला होता.

''तुम्ही इथे कसे?'' न्यायमूर्तींनी विचारलं. चीजचा एक छोटा तुकडा त्यांच्या खालच्या ओठावर चिकटलेला होता.

''तुमच्याकडे ज्यूरर लोकांची तक्रार घेऊन आलोय.''

''काय झालं?''

कुणाचं लक्ष जाऊ नये म्हणून निकोलस टेबलाशी वाकून उभा राहिला. ''तुम्ही लोक इथे छानपैकी लंचवर ताव मारताय, पण आम्ही तिकडे भुकेनं तळमळतोय.'' त्याच्या डोळ्यांमधून संताप उसळत होता. ओठांची फारशी हालचाल न करता तो बोलत होता आणि हे सगळं त्या चौघांनाही स्पष्ट जाणवत होतं. ''तुमच्यासारखं लंच आम्हाला मिळणार नसेल तर नसू दे, पण का कोण जाणे, जे काही पदार्थ आमच्या नशिबी असतील, त्यांना बिचाऱ्यांना आमच्यापर्यंत यायचा मार्गच अजून सापडत नाहीय. तुमच्याबद्दलचा पूर्ण आदर राखून मी बोलतोय, सर, पण आम्हाला भुका लागल्या आहेत, हेही तितकंच खरं आहे.''

हार्किननी हातातला चमचा ठणकन प्लेटमध्ये ठेवला. संतापानं तोंडातल्या तोंडात काही तरी पुटपुटत त्यांनी नॅपकिन टेबलावर टाकला. त्या तिघींकडे भुवया उंचावत त्यांनी बघितलं, ''चला.'' सगळेच जण उठले आणि ताडताड चालत रेस्टॉरंटमधून बाहेर पडले.

ते ज्यूरीरूमपाशी आले, तेव्हा लू डेल आणि विलिस कुठेच दिसत नव्हते. दार उघडून सगळे आत आले – अजूनही आतलं टेबल रिकामंच होतं. एक वाजून पाच

मिनिटं झालेली होती. बाकीची ज्यूरर मंडळी आपसातल्या गप्पा थांबवून न्यायमूर्तींकडे अविश्वासानं बघू लागली.

निकोलसनं नाटकीपणानं त्या रिकाम्या टेबलाकडे हात केला. ‘‘जवळजवळ एक तास होत आलाय, सर.’’ बाकीच्या ज्यूरर मंडळींच्या चेहऱ्यांवरही एव्हाना आश्चर्याच्या जागी आता चीड दिसू लागलेली होती.

‘‘आम्हाला योग्य त्या सन्मानानं वागणूक मिळाली पाहिजे. आमचा हक्क आहे तो.’’ लॉनी शेव्हरनं ताडकन म्हटलं आणि न्यायमूर्ती हार्किन पुरतेपणी खच्ची झाले.

‘‘लू डेल कुठाय?’’ त्यांनी आपल्याबरोबर आलेल्या त्या तिघींकडे बघितलं. सगळ्यांच्या नजरा दाराकडे गेल्या आणि अचानक लू डेल घाईघाईनं आत शिरली. पण न्यायमूर्तींना बघितल्यावर ती जागच्या जागी थिजली. न्यायमूर्तींनी तिच्याकडे मोर्चा वळवला.

‘‘हे काय चाललंय?’’ कमरेवर हात ठेवत त्यांनी मोठ्यानं, पण स्वत:वरचा ताबा न सोडता विचारलं.

‘‘मी आत्ताच त्या ओ'रायलीज डेलीशी बोललेय.’’ तिनं कसंबसं म्हटलं. आधीच तिला थोडासा दम लागलेला होता. शिवाय ती जरा घाबरलीही होती. तिच्या कपाळावर घाम जमू लागलेला होता. ‘‘काही तरी समजुतीचा घोटाळा झाला होता. त्यांनी सांगितलं की दीड वाजेपर्यंत लंच आणण्याची गरज नाही, असा आपल्या इथूनच त्यांना निरोप मिळाला होता.’’

‘‘हे लोक इथे भुकेनं तळमळतायत.’’ जणू काही तरी नवीनच सांगत असल्यासारखं हार्किन बोलले. ‘‘दीड वाजता?’’

‘‘नाही सर, हा त्यांच्याकडचाच घोटाळा आहे. आपल्याकडून असा निरोप जाणंच शक्य नाही.’’

‘‘त्या मालकाशी बोलायची आठवण कर मला.’’

‘‘यस, सर.’’

मग त्यांनी ज्यूरींकडे बघितलं, ‘‘आय ॲम रिअली सॉरी. ही गोष्ट पुन्हा घडणार नाही.’’ क्षणभर थांबून त्यांनी घड्याळात बघितलं, ‘‘माझ्याबरोबरच मेरी महोनीजमध्ये चला. आपण आज तिकडेच लंच घेऊ.’’ त्यांनी आपल्या मदतनीस क्लार्क पोरीकडे बघितलं. ‘‘बॉब महोनीला फोन करून सांग आणि त्याला म्हणावं, डायनिंग हॉलशेजारच्या खास रूममध्ये आपली सगळ्यांची व्यवस्था कर.’’

सगळ्यांनी क्रॅब केक्स, ग्रिल्ड स्नॅपर, ताजे ऑयस्टर्स, गम्बो, असं भरपूर जेवण केलं. हे सगळं निकोलस ईस्टरमुळे घडलेलं होतं. अडीच वाजून गेल्यावर सगळे जण न्यायमूर्तींपाठोपाठ आरामात चालत कोर्टात परत आले. दुपारचं कामकाज सुरू व्हायच्या आत ही सारी हकिगत कोर्टात प्रत्येकाला समजलेली होती.

ओ'रायलीजचा मालक नील ओ'रायलीनं नंतर न्यायमूर्तींना शपथेवर सांगितलं होतं की, आपण सर्किट क्लार्कच्या ऑफिसातून बोलत असल्याचं सांगणाऱ्या एका तरुण पोरीशी त्याचं स्वत:चं बोलणं झालेलं होतं आणि लंच बरोबर दीडच्या ठोक्याला पाठवा असं तिनं बजावून सांगितलं होतं.

खटल्यातला पहिला साक्षीदार स्वत: जेकब वुडच होता. त्याच्या मृत्यूपूर्वी काही महिने त्याच्या साक्षीचं व्हिडिओ रेकॉर्डिंग केलेलं होतं. ज्यूरींच्या समोर दोन वीस इंची टीव्ही लावण्यात आलेले होते. आणखी सहा टी.व्ही कोर्टरूममध्ये ठिकठिकाणी लावण्यात आले होते. ज्यूरींचं लंच चालू असताना ही व्यवस्था करण्यात आली होती.

हॉस्पिटलमधल्या एका बेडवर जेकब वुडला उशांच्या आधारानं बसतं करण्यात आलं होतं. त्याच्या अंगात एक साधा पांढरा टी-शर्ट होता आणि त्याचं कमरेखालचं शरीर पांघरुणानं झाकलेलं दिसत होतं. तो अत्यंत अशक्त, कृश झालेला होता, पांढरा फटक पडलेला दिसत होता आणि त्याच्या हाडकुळ्या मानेजवळून ऑक्सिजनची एक ट्यूब त्याच्या नाकात गेलेली होती. त्याला बोलायला सुरुवात करायला सांगितल्यावर त्यानं आपलं नाव आणि पत्ता सांगितला. त्याचा आवाज अतिशय खरखरीत, अशक्त वाटत होता.

त्याच्या अवतीभोवती जरी वकील असले, तरी पडद्यावर फक्त त्याचा एकट्याचाच चेहरा दिसत होता. मधूनच वकिलांमध्ये वादविवाद झाल्याचे आवाज येत होते, पण जेकब वुडला त्यांच्याशी काहीही कर्तव्य असल्यासारखं किंवा त्याचं लक्ष विचलित झाल्यासारखं त्याच्या चेहऱ्यावरून मुळीच वाटत नव्हतं. त्याचं वय एक्कावन्न होतं, पण तो आणखी वीस वर्षांनी म्हातारा दिसत होता आणि त्याला मृत्यूची घंटा ऐकू येत असल्याचं अगदी स्पष्ट जाणवत होतं.

वेन्डॉल ऱ्होरनं कसलंही प्रॉम्प्टिंग न करता जेकब वुडनं जन्मापासून आपली संपूर्ण आत्मकथा सांगितली. त्यात एक तास गेला. बालपण, सुरुवातीचं शिक्षण, मित्रमैत्रिणी, घरं, नौदलातली नोकरी, लग्न, वेगवेगळ्या केलेल्या नोकऱ्या, मुलं, सवयी, छंद, मोठा झाल्यावर मिळालेले मित्र, प्रवास, सुट्ट्या, नातवंडं, निवृत्तीचे विचार. मेलेल्या माणसाचं व्हिडिओ शूटिंग पाहणं ज्यूरींनाही सुरुवातीला जडच गेलं, पण त्याचं जीवनही आपल्यासारखंच एकसुरी, कंटाळवाणं होतं हे त्यांना लगेच जाणवलं. पोटभर लंच झालेलं होतं, त्यामुळे बऱ्याचशा मंडळींच्या डोळ्यांवर झापड येऊ लागली. मेंदू कापसाच्या एखाद्या मऊ मऊ दुलईवर ठेवल्यासारखा वाटू लागला. सगळेजण बसल्याजागी चुळबूळ करत होते. हर्मनला तर फक्त वुडचा आवाजच ऐकू येत होता आणि त्याच्या चेहऱ्याची तो फक्त कल्पना करू शकत

होता. त्यामुळे त्याचंही लक्ष लागेनासं झालं. नशिबानं, खुद्द न्यायमूर्तींचीसुद्धा तीच अवस्था झालेली होती. त्यामुळे एक तास वीस मिनिटं झाल्यावर त्यांनी पंधरा मिनिटांची एक सुट्टी जाहीर केली.

ज्यूरीतली सिगारेट ओढणारी चार मंडळी तर भयंकर अस्वस्थ झालेली होती. लू डेल त्यांना पुरुषांच्या टॉयलेटशेजारच्या एका खिडक्या असलेल्या छोट्या खोलीत घेऊन गेली. सामान्यत: या खोलीचा वापर बालगुन्हेगारांना कोर्टापुढे हजर करण्यासाठी आणल्यावर थांबवून ठेवण्यासाठी केला जात असे. ''या खटल्यानंतरही जर एखाद्याला सिगारेट सोडता आली नाही, तर खरंच काहीतरी गडबड आहे.'' तिनं विनोदाचा एक अत्यंत केविलवाणा प्रयत्न केला, पण या चौघांच्या चेहऱ्यावरची सुरकुतीसुद्धा हलली नाही. ''सॉरी.'' तिनं वरमून म्हटलं आणि बाहेर जाऊन दार बंद केलं. अडतीस वर्षांच्या जेरी फर्नांडिसनं आपली सिगारेट आधी पेटवली. बाकीच्या तीन व्यक्ती स्त्रिया होत्या. त्यानं त्यांच्याही सिगारेटी आपल्या लायटरनं पेटवल्या. तो एक कार सेल्समन होता, कॅसिनोमध्ये जुगाराच्या कर्जात बुडालेला होता आणि त्याचं वैवाहिक जीवनही मुळीच सुखाचं नव्हतं. चौघांनीही मोठमोठे झुरके घेतले आणि धूर खिडक्यांबाहेर सोडून दिला. ''चिअर्स फॉर जेकब वुड.'' त्यानं म्हटलं. बाकीच्या तिघी मात्र सिगारेटचा आस्वाद घेण्यातच गुंगून गेलेल्या होत्या.

केसबद्दल आपसात चर्चा करणं कसं नियमबाह्य आहे, यावर फोरमन हर्मन ग्राईम्सनं आधीच एक छोटंसं लेक्चर दिलेलं होतं, कारण न्यायमूर्ती हार्किन पुन्हा पुन्हा तीच गोष्ट बजावून सांगत होते. त्यामुळे तो स्वत: ही गोष्ट मुळीच खपवून घेत नव्हता. पण या क्षणी तो दुसऱ्या खोलीत होता आणि जेरीला तर उत्सुकता अनावर होत होती. ''त्या जेकबनं कधी सिगारेट सोडायचा प्रयत्न केला असेल का?'' त्यानं स्वत:शीच, पण बाकीच्या तिघींना ऐकू जावं म्हणून मोठ्यानं म्हटलं.

सिल्व्हिया टेलर-टॅटमनं एवढ्यातच आपली सिगारेट ओढून संपवत आणलेली होती. ''ते समजेलच आता.'' आपल्या लांब, धारदार नाकातून निळ्या धुराचे दोन भलेमोठे लोट सोडत तिनं म्हटलं. तिचा निमुळता चेहरा, मोठं धारदार नाक आणि अस्ताव्यस्त दिसणारे, पिकत चाललेले, भरपूर, खांद्यावर रुळणारे केस बघून जेरीनं तिला 'पूडल' असं नाव एवढ्यातच ठेवलेलंही होतं. ती कमीत कमी सहा फूट उंच, अतिशय कृश बांध्याची होती आणि तिच्या कपाळावर कायम आठ्या असायच्या, त्यामुळे तिच्याशी फारसं कोणी बोलायला येत नसे. आणि तिलाही तेच हवं होतं.

''आता पुढचा साक्षीदार कोण असेल, कोण जाणे.'' जेरीनं उगाचच संभाषण वाढवायचा आणखी एक प्रयत्न केला.

''असेल कोणीतरी डॉक्टर.'' पूडलनं खिडकीबाहेर बघत म्हटलं.

बाकीच्या दोघीजणी नुसत्याच सिगारेट ओढत होत्या.

शेवटी जेरीनं आणखी बोलण्याचा प्रयत्न सोडून दिला.

तिचं नाव होतं मार्ली– निदान सध्यापुरतं तरी तिनं हेच नाव स्वत:साठी घेतलेलं होतं. तिचं वय तीस वर्षांचं होतं. तिचे केस आखूड कापलेले, चॉकलेटी रंगाचे होते, डोळेही चॉकलेटी होते, उंची मध्यम होती, बांधा सडपातळ होता. आणि अंगावरचे कपडे मुद्दाम असेच निवडलेले होते की, आपल्याकडे फारसं कोणाचं लक्ष जाऊ नये. तंग जीन्स, आखूड स्कर्ट, खरं तर अंगात कोणतेही कपडे असताना – किंवा नसतानासुद्धा – ती अत्यंत आकर्षक दिसली असती, पण सध्या तिला लोकांच्या नजरा आपल्याकडे वळलेल्या नको होत्या. या कोर्टरूममध्ये ती पूर्वी दोनदा आलेली होती– एकदा पंधरा दिवसांपूर्वी सुरू असलेल्या दुसऱ्या एका खटल्याच्या वेळी आणि नंतर या खटल्याच्या वेळी ज्यूरींची निवड चाललेली असताना. तिला न्यायमूर्तींचं ऑफिस कुठे आहे ते माहीत होतं, ते लंच कुठे घेतात तेही माहीत होतं. कोर्टाच्या बिल्डिंगची आणि आसपासच्या भागाची माहिती तिनं करून घेतली होती. तिला फिर्यादी पक्षाच्या आणि बचाव पक्षाच्या सगळ्या वकिलांची नावंही माहीत होती. तिनं कोर्टाची संपूर्ण फाइल वाचलेली होती, एवढंच काय, खटला चालू असताना रॅन्किन फिच कुठल्या हॉटेलात दडून राहतो, हे सुद्धा तिला माहीत होतं.

छोट्या सुट्टीच्या काळात पुढच्या दारावरच्या मेटल डिटेक्टरच्या तपासणीमधून सुटून ती कोर्टरूममध्ये शेवटच्या रांगेत येऊन बसली. कंटाळलेली प्रेक्षकमंडळी हातपाय ताणून जांभया देत होती आणि वकीलमंडळी कोंडाळी करून चर्चा करत होती. एका कोपऱ्यात तिला फिच दोघाजणांशी बोलताना दिसला. हे दोघं बहुतेक ज्यूरी तज्ज्ञ असावेत अशी तिची समजूत होती. पण त्याचं तिच्याकडे लक्ष गेलं नाही. आसपास साधारण शंभरएक लोक होते.

थोडा वेळ असाच गेला. मार्लीचं लक्ष न्यायाधीशांच्या आसनाच्या मागच्या दारावर होतं. तेवढ्यात ते दार उघडलं आणि कोर्टाची क्लार्क हातात कॉफीचा कप घेऊन बाहेर आली. आता थोड्याच वेळात न्यायमूर्तीही येणार हे मार्लीनं ओळखलं. तिनं पर्समधून एक कागदाचं पाकीट बाहेर काढलं आणि उठून ती दारापाशी उभ्या असलेल्या एका साहाय्यकाकडे गेली. त्याच्याकडे बघून गोड हसत तिनं म्हटलं, "माझं एक काम कराल?"

मध्यम वयाच्या त्या साहाय्यकानंही तिच्याकडे बघून चक्क हसण्याचा प्रयत्न केला. "काय?"

"मी जरा घाईत आहे. हे पाकीट तुम्ही त्या कोपऱ्यात उभ्या असलेल्या माणसाला नेऊन द्याल? मला त्यांच्या बोलण्यात व्यत्यय आणायचा नाही, म्हणून विचारतेय."

तिनं बोट केलेल्या दिशेनं त्यानं बघितलं. "कोणाला?"

"तो त्या तिघांपैकी जो मध्ये उभा असलेला जाडजूड, हनुवटीवर दाढी असलेला माणूस आहे ना, त्याला."

तेवढ्यात बेलिफ मागचं दार उघडून आत आला आणि त्यानं ओरडून शांतता प्रस्थापित केली.

"त्याचं नाव काय म्हणालात?" साहाय्यकानं आवाज कमी करत विचारलं.

तिनं पाकीट त्याच्या हातात देत वर लिहिलेल्या नावावर बोट ठेवलं. "रॅन्किन फिच. थँक्स." आणि ती चटकन कोर्टरूममधून बाहेर पडली.

फिच आपल्या एका माणसाशी वाकून काहीतरी कुजबुजला आणि चालत मागे येऊ लागला. तेवढ्यात ज्यूरींनी कोर्टरूममध्ये प्रवेश केला. फिचला आता आणखी थांबायची इच्छा नव्हती. एकदा ज्यूरींची निवड झाली की, तो फारसं कोर्टात थांबत नसे. खटल्यावर लक्ष ठेवायची त्याच्याकडे दुसरी व्यवस्था होती.

तो दारापाशी आल्यावर त्या साहाय्यकानं त्याला थांबवून ते पाकीट दिलं. आपलं नाव त्या पाकिटावर बघून फिचला धक्काच बसला. आपल्याला इथे कोणीही ओळखत नाही, अशी त्याची समजूत होती. तो कोणाशीही ओळख करून घेत नसे. किंबहुना बिलॉक्सीमध्ये तो वेगळ्याच नावानं वावरत होता. वॉशिंग्टनमधल्या त्याच्या फर्मचं नाव 'अर्लिंग्टन वेस्ट असोसिएट्स' असं होतं. म्हणजे या नावावरूनही फारसा अर्थबोध होण्याचं काही कारण नव्हतं. त्याचं नाव कुणालाच माहीत नव्हतं– अर्थात त्याचे कर्मचारी, क्लाएंट आणि थोडेफार वकील सोडून. त्या साहाय्यकाचे कसेबसे आभार मानून तो बाहेरच्या ॲट्रियममध्ये आला. अजूनही तो अविश्वासानं हातातल्या पाकिटाकडे बघत होता. आपलं नाव बायकी पद्धतीनं लिहिलंय, हे त्याच्या लगेच लक्षात आलं. सावकाश ते पाकीट उघडून त्यानं आत असलेला एकच एक पांढरा कागद बाहेर काढला. त्यावर मधोमध प्रिंट केलेलं होतं : "डिअर मि. फिच, उद्या ज्यूरर नंबर दोन निकोलस ईस्टरच्या अंगावर तांबड्या बारीक लायनिंगचा करड्या रंगाचा गोल्फ पुलओव्हर शर्ट, स्टार्च केलेली खाकी पँट, पांढरे सॉक्स आणि चॉकलेटी रंगाचे लेसचे ब्राऊन लेदर शूज, असा पोषाख असेल."

बाहेरच्या कारंज्यापाशी उभा असलेला त्याचा ड्रायव्हर जोझे सावकाश चालत आत आला आणि इमानी कुत्र्यासारखा बॉसपाशी येऊन उभा राहिला. फिचनं तो कागद पुन्हा एकदा वाचला आणि प्रश्नार्थक चेहऱ्यानं जोझेकडे बघितलं. मागे वळून तो दाराशी गेला आणि दार थोडंसं उघडून त्यानं त्या साहाय्यकाला बाहेर बोलावलं.

"काय झालं?" त्या साहाय्यकानं विचारलं. त्याला दारापाशी, कोर्टरूमच्या आत उभं राहायला सांगितलं होतं आणि उगाचच आपली जागा सोडायला त्याला आवडत नसे.

"हे कोणी दिलं तुम्हाला?" फिचनं चेहरा शक्य तितका हसरा करत विचारलं. मेटल डिटेक्टर हाताळणारे दुसरे दोघं साहाय्यक हे सगळं कुतूहलानं बघत होते.

"एका पोरीनं दिलं. तिचं नाव माहीत नाही."

"केव्हा दिलं?"

"तुम्ही बाहेर यायच्या थोडंसंच आधी. जेमतेम एका मिनिटभरापूर्वी."

फिचनं पटकन वळून आजूबाजूला बघितलं. "इथे कुठे दिसतेय का ती?"

"नाही." त्यानंही इकडेतिकडे बघून म्हटलं.

"तिचं वर्णन सांगता येईल?"

तो साहाय्यक पोलिसाचं काम करत होता आणि पोलिसांना निरीक्षण करायला शिकवलेलंच असतं. "जरूर. ती तिशीच्या आसपासची होती. आखूड राखलेले चॉकलेटी केस. चॉकलेटी डोळे. दिसायला छान होती. सडपातळ होती."

"अंगावरचे कपडे कसे होते?"

हे त्यानं खरं तर बघितलं नव्हतं, पण तसं कबूलही करणं शक्य नव्हतं. "अं, फिकट रंगाचा ड्रेस होता, बहुधा बेज कलरचा. कॉटनचा, पुढे बटनं असलेला."

हे वर्णन नीट ऐकून घेऊन फिचनं थोडा विचार केला. "तिनं तुम्हाला काय सांगितलं?"

"फक्त ते पाकीट तुम्हाला द्यायला सांगितलं आणि लगेच ती बाहेर निघून गेली."

"हं. तिच्या बोलण्यात, उच्चारात काही वेगळं जाणवलं तुम्हाला?"

"नाही. हे बघा, आता मला आत जायला हवं."

"हो, जरूर. थँक्स."

फिच आणि ज्यो पायऱ्या उतरून खाली आले आणि त्यांनी पहिल्या मजल्यावरच्या सगळ्या कॉरिडॉरमध्ये हिंडून बघितलं. मग ते बाहेर पडले आणि जरा ताज्या हवेत हिंडत असल्यासारखं नाटक करत सिगारेट ओढत बिल्डिंगच्या आवारात भटकत राहिले.

मार्लीचा अर्थातच कुठेही पत्ता नव्हता.

जेकब वुडच्या साक्षीचं व्हिडिओ रेकॉर्डिंग खरं म्हणजे अडीच दिवस चाललं होतं, पण न्यायमूर्ती हार्किननी त्यातले वकिलांची भांडणं, नर्सेस आणि डॉक्टरांनी आणलेले व्यत्यय वगैरेचे प्रसंग काढून टाकायला लावून त्याची साक्ष अडीच तासांवर आणलेली होती.

एवढं करूनही ही साक्ष सगळ्यांनाच प्रदीर्घ लांबीची आणि कंटाळवाणी वाटली. त्या गरीब बिचाऱ्या माणसानं केलेलं आपल्या सिगारेटच्या व्यसनाचं वर्णन

काही एका मर्यादेपर्यंत ऐकण्यासारखंही होतं, पण हार्किननी टेपमध्ये अजून काटछाट करायला हवी होती असं सगळ्याच ज्यूरींना मनातून वाटत होतं. वयाच्या सोळाव्या वर्षीच जेकब वुडनं 'रेडटॉप' सिगारेट ओढायला सुरुवात केली होती, कारण त्याचे सगळे मित्रही तीच सिगारेट ओढत होते. लवकरच त्याला ते व्यसन जडलं होतं आणि तो दिवसाला दोन पाकिटं सिगारेट ओढू लागला होता. नौदलातली नोकरी संपल्यावर त्यानं 'रेडटॉप' ओढायचं बंद केलं होतं, कारण या दरम्यान त्याचं लग्न झालं होतं आणि त्यानं फिल्टर असलेली सिगारेट ओढावी, असं त्याच्या पत्नीचं मत होतं. खरं तर तिला त्याला सिगारेट सोडायला लावायची होती, पण ते जमत नव्हतं, त्यामुळे त्यानं 'ब्रिस्टल' ओढायला सुरुवात केली होती. कारण जाहिरातींमध्ये 'ब्रिस्टल' सिगारेटमध्ये टार आणि निकोटिन कमी असल्याचं म्हटलं होतं. तो पंचवीस वर्षांचा झाला तेव्हा त्याचं प्रमाण रोज तीन पाकिटं इतकं झालं होतं, हे त्याला चांगलं आठवत होतं. कारण तो पंचवीस वर्षांचा असताना त्या दोघांना पहिलं मूल झालं होतं आणि त्या वेळी सेलेस्ट वुडनं त्याला म्हटलं होतं की, तू जर असाच सिगारेट ओढत राहिलास तर तू नातवाचं तोंड बघायला जिवंत नसशील. ती बाजारात जायची, तेव्हा त्याच्यासाठी सिगारेट आणायला ती साफ नकार देत असे, त्यामुळे जेकबनं स्वत:च सिगारेट आणायला सुरुवात केली होती. आठवड्याला त्याला सरासरी दोन कार्टन, म्हणजे वीस पाकिटं लागायची आणि पुन्हा कार्टन घेण्याइतके पैसे हातात येईपर्यंत तो बहुधा आणखी एकदोन पाकिटं घेत असे.

त्याला खरोखरच मनापासून सिगारेट सोडायची इच्छा होती. एकदा त्यानं पंधरा दिवस सिगारेट ओढली नव्हती, पण एका रात्री हळूच घराबाहेर जाऊन तो सिगारेट ओढून आला होता. अनेकदा त्यानं सिगारेटी कमी केल्या होत्या, रोज दोन पाकिटांपर्यंत तो खाली आला होता. एकदा तर तो रोज एका पाकिटापर्यंतही आला होता, पण प्रत्येक वेळी आपलं प्रमाण पुन्हा तीन पाकिटांपर्यंत कधी आलं, हे त्याला कळतही नसे. तो डॉक्टरांकडे जाऊन आला होता, मानसोपचार तज्ज्ञांकडे जाऊन आला होता. त्यानं हिप्नॉटिझम करणाऱ्या तज्ज्ञांना सुद्धा भेटी दिल्या होत्या. त्यानं ॲक्युपंक्चर करून पाहिलं होतं, निकोटिन असलेला च्युईंग गमही खाऊन बघितला होता. त्याला एम्फिसेमा झाला तरी सिगारेट सोडता आली नव्हती आणि फुप्फुसाचा कॅन्सर झाल्याचं निदान झाल्यावरही सोडता आली नव्हती.

आपण सिगारेट ओढायला लागलो हा आपला आयुष्यातला सगळ्यात मोठा गाढवपणा झाला आणि आता त्याचं प्रायश्चित्त आपण असं भोगतो आहोत, हे त्यानं कॅमेऱ्यासमोर प्रांजळपणे कबूल केलं. केवळ एक्काव‌न्नाव्या वर्षी मी मृत्यूच्या दारात उभा आहे, तो या सिगारेटमुळेच. त्यानं खोकत, धापा टाकत म्हटलं, प्लीज, तुम्ही सिगारेट ओढत असाल, तर ती ताबडतोब, वाटेल ते करून सोडा.

मला माझी बायको, मुलं, नातवंडं, मित्र यांची कायम आठवण येत राहील; आम्ही होडीतून रेडफिश पकडायला जात होतो त्याची आठवण येत राहील, त्यानं अत्यंत दु:खानं म्हटलं. सेलेस्ट वुडनं स्फुंदत डोळ्यांना रुमाल लावला, तिकडे मिली डुप्रीनंही हुंदके द्यायला सुरुवात केली.

शेवटी जेकब वुडचं बोलणं संपलं आणि सगळ्या पडद्यांवरचं त्याचं चित्र नाहीसं झालं. न्यायमूर्तींनी पहिल्या दिवसाच्या कामकाजाबद्दल ज्यूरींचे आभार मानले. नंतर लगेच त्यांनी गंभीर होऊन या केसबद्दल कुणाशीही, अगदी आपल्या पती किंवा पत्नीशीसुद्धा चर्चा न करण्याची सगळ्यांना सक्त ताकीद दिली; आणि दुसऱ्या कोणीही, कोणत्याही पद्धतीनं आपल्याशी संपर्क साधायचा प्रयत्न केला तर ताबडतोब कोर्टाला ती माहिती कळवण्याचं आवाहनही केलं. चांगली दहा मिनिटं या गोष्टींवर ज्यूरींचं बौद्धिक घेतल्यावर त्यांनी त्यांना बाहेर जायची परवानगी दिली.

निकोलस ईस्टरच्या घरात जाऊन झडती घ्यावी असा विचार पूर्वीपासून फिचच्या मनात घोळत होता, पण आता मात्र त्याला खरंच तसं करण्याची गरज वाटू लागली आणि ते फारसं अवघडही नव्हतं. या कामगिरीवर त्यानं जोझे आणि डॉईल नावाच्या एका हस्तकाला पाठवलं. ईस्टर त्या वेळी ज्यूरी बॉक्समध्ये बसून कंटाळून जेकब वुडच्या साक्षीची व्हिडिओ टेप बघत होता. नेमकं मध्येच कोर्ट उठलं तर भानगड नको, म्हणून फिचची आणखी दोन माणसं कोर्टात त्याच्यावर नजर ठेवून होती.

डॉईल ईस्टरच्या अपार्टमेंट बिल्डिंगमध्ये दिसेनासा झाला, पण जोझे मात्र गाडीत फोनशेजारी, बिल्डिंगच्या प्रवेशद्वारावर नजर ठेवत बसून राहिला. डॉईल जिना चढून वर गेला. वरच्या एका थोड्याफार अंधाऱ्या कॉरिडॉरच्या शेवटी त्याला ३१२ नंबरची निकोलस ईस्टरची अपार्टमेंट मिळाली. आसपासच्या अपार्टमेंट्समधून कोणाचीही चाहूल नव्हती. सगळेजण आपापल्या नोकरीधंद्याला बाहेर गेलेले होते.

त्यानं दाराचा अर्धवट बसणारा डोअरनॉब जरासा हलवला, मग तो घट्ट धरला आणि एक आठ इंच लांबीची प्लॅस्टिकची पट्टी फटीत सरकवली. 'क्लिक' आवाज करून कुलूप आत सरकलं आणि डोअरनॉब फिरला. त्यानं हळूच दार दोन इंच उघडलं आणि कुठे अलार्म वाजतो का, ते बघत काही क्षण तो थांबून राहिला. कसलाही अलार्म वगैरे वाजला नाही. एकतर सगळी बिल्डिंग जुनी होती, सगळ्या अपार्टमेंट्सची भाडीही अगदी कमी होती. त्यामुळे इथे अलार्म न वाजल्याचं डॉईलला मुळीच आश्चर्य वाटलं नाही.

तो चटकन आत शिरला आणि छोटासा फ्लॅश लाईट असलेल्या आपल्या कॅमेऱ्यानं त्यानं किचन, छोटीशी डेन, बाथरूम आणि बेडरूमचे भराभर फोटो घेतले. कॉफीच्या टेबलावरच्या मासिकांचे त्यानं क्लोजअप फोटो काढले. जमिनीवर रचून

ठेवलेल्या पुस्तकांचे, स्टिरिओवरच्या सीडींचे, कॉम्प्युटरजवळच्या सॉफ्टवेअर सीडींचेही त्यानं अगदी जवळून फोटो घेतले. प्रत्येक गोष्टीला कमीत कमी स्पर्श होईल अशा बेतानं त्यानं इकडेतिकडे धुंडाळायला सुरुवात केली. कपाटात त्याला हँगरला लावलेला करडा गोल्फचा पुलओव्हर शर्ट मिळाला, त्याचा त्यानं फोटो घेतला. फ्रीज उघडून त्यानं आत ठेवलेल्या वस्तूंचा फोटो घेतला. कपाटं उघडून आतलेही फोटो त्यानं घेतले.

अपार्टमेंट अगदी छोटी होती, आतलं फर्निचरही अगदीच साधं होतं, पण ती स्वच्छ राखण्याचा प्रयत्न त्याला स्पष्ट जाणवला. एअर कंडिशनर बहुधा बंद असावा किंवा नादुरुस्त तरी असावा. जेमतेम दहा मिनिटं तो अपार्टमेंटमध्ये होता. तेवढ्यात त्यानं फोटोंचे दोन रोल संपवले. ईस्टर खरोखरच एकटा राहतोय, अशी त्याची खात्री पटली. दुसरी कोणी व्यक्ती, विशेषतः बाईमाणूस इथे राहत असल्याच्या कोणत्याही खुणा त्याला दिसल्या नाहीत.

अत्यंत काळजीपूर्वक त्यानं दार कुलूप लावून बंद केलं आणि हळूच, पाय न वाजवता तो बिल्डिंगमधून बाहेर आला. दहा मिनिटांत तो फिचच्या ऑफिसात होता.

कोर्टातून बाहेर पडून निकोलस चालत निघाला आणि केवळ योगायोगानं व्ह्यू मार्चमध्येच असलेल्या ओ'रायलीज डेलीमध्ये आला. त्यानं अर्धा पौंड स्मोक्ड टर्की आणि पास्ता सॅलडचा एक डबा खरेदी केला. दिवसभर एकाच जागी बसून कंटाळलेला असल्यामुळे तो रमतगमत, संध्याकाळच्या सूर्यप्रकाशाची मजा घेत घराकडे निघाला. वाटेत एका ठिकाणी मिनरल वॉटरची बाटली विकत घेऊन त्यातलं पाणी अधूनमधून पीत चालला होता. वाटेत एका चर्चच्या पार्किंग लॉटमध्ये त्याला काही निग्रो पोरं मोठ्या रंगात येऊन बास्केट बॉल खेळताना दिसली. अचानक तो उगाचच एका लहानशा बागेत घुसला. थोडा वेळ त्याला वाटलं की, आपण आपला पाठलाग करत येणाऱ्या माणसाला चुकवलंय. पण तसं झालं नाही. तो जेव्हा दुसऱ्या बाजूनं बाहेर पडला, तेव्हा फिचचा तो हस्तक त्याचा पाठलाग करत येतच होता. या बुटक्या हस्तकाचं नाव होतं पँग आणि तो आशियाई होता. निकोलसनं त्याला पार्कमध्ये चांगलंच गोंधळात टाकलं होतं.

आपल्या अपार्टमेंटच्या दाराशी आल्यावर निकोलसनं खिशातून छोटंसं पॅड काढलं आणि आपला चार आकडी कोड त्यावर टाईप केला, लगेच पॅडवरचा छोटासा लाल दिवा हिरवा झाला. त्याबरोबर त्यानं दाराचं कुलूप उघडलं.

त्यानं फ्रीजच्या वरच्या बाजूच्या एअर कंडिशनिंगच्या एअर डक्टमध्ये कॅमेरा बसवलेला होता आणि त्या कॅमेऱ्याच्या 'नजरे'च्या टप्प्यात किचन, डेन आणि बाथरूमचं दार व्यवस्थित येत होतं. निकोलस सरळ कॉम्प्युटरकडे गेला. तो कुणी चालू केलेला नाही, याची त्यानं आधी खात्री करून घेतली आणि थोड्याच वेळात

आपल्या अपार्टमेंटमध्ये बरोबर दुपारी चार वाजून बावन्न मिनिटांनी कोणीतरी अनधिकृतरीत्या घुसलेलं होतं, ही कॉम्प्युटरनं केलेली नोंद त्यानं बघितली.

एक मोठा श्वास घेऊन त्यानं तिन्ही खोल्यांमध्ये फिरून नीट पाहणी करायचं ठरवलं. कोणी येऊन गेल्याची खूण सापडण्याची त्याला खरं तर अपेक्षा नव्हती. दार पहिल्यासारखंच होतं, त्याचा नॉब सैल होता. किचन आणि डेनमधल्या सगळ्या वस्तू जागच्या जागी होत्या. खऱ्या अर्थानं त्याच्या म्हणता येण्यासारख्या कोणत्याच वस्तूंना– स्टिरिओ, सीडी, टीव्ही आणि कॉम्प्युटर– हात लावलेला दिसत नव्हता. बेडरूममध्येही त्याला चोरीचा किंवा इतर कुठल्या अपराधाचा काहीही पुरावा मिळाला नाही. कॉम्प्युटरकडे परत येऊन त्यानं योग्य तो प्रोग्रॅम निवडला, कॅमेऱ्याचा व्हिडिओ थांबवला आणि दोन बटणं दाबून व्हिडिओ उलटा फिरवत चार वाजून बावन्न मिनिटांपर्यंत आणला. कॉम्प्युटरवर कृष्णधवल रंगात प्रतिमा येऊ लागल्या. दार उघडलं आणि कॅमेरा थेट दारावर गेला. दारामध्ये एक छोटीशी फट उघडली. अलार्म वाजत नाही, हे लक्षात आल्यावर दार नीट उघडलं आणि एक माणूस आत शिरला. व्हिडिओ थांबवून निकोलसनं त्या माणसाचा चेहरा नीट बघितला. पण हा चेहरा त्यानं पूर्वी कधीही बघितला नव्हता.

त्यानं व्हिडिओ पुढे सुरू केला. त्या माणसानं खिशातून एक कॅमेरा काढून भराभर फोटो घ्यायला सुरुवात केली. तो अपार्टमेंटमध्ये फिरत होता. मध्येच तो बेडरूमच्या दारातून काही क्षण आत दिसेनासा झाला. तिथेही तो फोटो घेत होता. काही क्षण त्यानं कॉम्प्युटरचं निरीक्षण केलं, पण त्याला स्पर्श मात्र केला नाही. गंमत वाटून निकोलस स्वत:शीच हसला. एकतर त्याच्या कॉम्प्युटरमध्ये कोणालाही प्रवेश करणं शक्य नव्हतं, पण या माणसाला कॉम्प्युटरचं पॉवर बटनच सापडलं नव्हतं.

तो माणूस त्याच्या अपार्टमेंटमध्ये नऊ मिनिटं तेरा सेकंद होता. तो आपल्या अपार्टमेंटमध्ये का आला असेल याबद्दल निकोलस फक्त अंदाजच करू शकत होता. त्यानं शेवटी असा तर्क केला की, आपण कोर्टात असल्यामुळे अपार्टमेंट रिकामीच असेल हे फिचला माहीत असल्यामुळे त्यानंच हा माणूस पाठवला असावा.

या घटनेत घाबरण्यासारखं काहीच नव्हतं, उलट निकोलसला हे अपेक्षितच होतं. पुन्हा एकदा व्हिडिओ बघून त्यानं ती 'सेव्ह' करून ठेवून दिली.

७

दुसऱ्या दिवशी सकाळी आठ वाजता जेव्हा निकोलस अपार्टमेंटमधून खाली आला, तेव्हा त्याच्यावर नजर ठेवण्यासाठी थांबलेल्या व्हॅनमध्ये स्वत: फिच मागच्या सीटवर बसलेला होता. निकोलसनं खाली येऊन पार्किंग लॉटमध्ये इकडेतिकडे बघितलं. व्हॅनवर एका प्लंबिंग कंपनीचं नाव दारावर रंगवलेलं होतं आणि खाली एक खोटा फोननंबरही होता. ''तो बघा, आला.'' डॉईलनं म्हटल्याबरोबर सगळे दचकले. फिचनं चटकन शेजारची दुर्बीण उचलून डोळ्यांना लावली. ''अरे बापरे. कमाल झाली.'' त्यानं हळूच म्हटलं.

''काय झालं?'' ड्रायव्हरशेजारच्या सीटवर बसलेल्या पँगनं विचारलं.

फिचचं तोंड आश्चर्यानं उघडंच राहिलं. ''खरंच कमाल आहे. त्याचे कपडे बघा. करडा पुलओव्हर, खाकी पँट, पांढरे सॉक्स, ब्राऊन रंगाचे लेदरचे शूज.''

''म्हणजे फोटोत होता, तोच शर्ट घातलाय का त्यानं?'' डॉईलनं विचारलं.

''हो ना.''

पँगनं एका पोर्टेबल रेडिओचं बटन दाबून दोन चौक पलीकडे असलेल्या दुसऱ्या एका माणसाला सावध केलं. ईस्टर कोर्टाच्या बिल्डिंगच्या दिशेनं चालत निघालेला होता.

कोपऱ्यावरच्या ठरलेल्या दुकानातून त्यानं काळ्या कॉफीचा एक कप आणि एक वृत्तपत्र घेतलं आणि ठरलेल्या पार्कमध्ये ठरलेल्या जागेवर बसून तो वीस मिनिटं पेपर वाचत होता. त्याच्या डोळ्यांवर काळा गॉगल होता आणि नजरही अधूनमधून सावधपणे भिरभिरत होती.

फिच तिथून सरळ आपल्या ऑफिसमध्ये गेला आणि त्यानं पँग, डॉईल आणि

पूर्वी एफबीआयचा एजंट असलेल्या स्वॅन्सन नावाच्या तिसऱ्या एका माणसाबरोबर बोलणं सुरू केलं. ''वाटेल ते झालं तरी ती पोरगी आपल्याला सापडलीच पाहिजे.'' तो पुन्हा पुन्हा बजावून सांगत होता. शेवटी एका माणसाला कोर्टरूममध्ये सगळ्यात पाठीमागच्या रांगेत ठेवावं, एकाला बाहेर जिन्याच्या वरच्या बाजूला ठेवावं, एकाला पहिल्या मजल्यावर सॉफ्ट ड्रिंक मशीनजवळ ठेवावं आणि एकाला रेडिओ देऊन कोर्टाच्या बिल्डिंगच्या प्रवेशद्वाराशी ठेवावं असं ठरलं. प्रत्येक सुट्टीच्या नंतर ते आपापल्या जागा बदलणार होते. त्या पोरीचं जे काही थोडंफार वर्णन मिळालेलं होतं, ते सगळ्यांना कळवण्यात आलं. आपण स्वत: जिथे काल बसलो होतो तिथेच बसायचं आणि सगळं काही कालच्याप्रमाणेच करायचं, असं फिचनं ठरवलं.

नजर ठेवण्याच्या बाबतीत स्वॅन्सन एकदम तरबेज आणि अनुभवी होता. त्याला मात्र काही हाती लागेल अशी खात्री पटत नव्हती. ''याचा काही उपयोग होणार नाही.'' त्यानं स्पष्ट सांगितलं.

''का?'' फिचनं कपाळाला आठ्या घातल्या.

''कारण तीच तुम्हाला भेटेल. तुम्हाला सांगावी अशी काहीतरी गोष्ट तिच्याकडे आहे आणि त्यामुळे तीच तुमच्याकडे येईल.''

''असेलही, पण ती कोण आहे, ते मला हवय.''

''काळजी करू नका. तीच तुमच्यापर्यंत येऊन पोचेल.''

जवळजवळ नऊ वाजेपर्यंत हा वाद फिचनं असाच चालू ठेवला आणि मग तो घाईघाईनं चालत कोर्टाकडे गेला. डॉईलनं त्या कालच्या साहाय्यकाला पटवलं आणि ती पोरगी दिसली तर आपल्याला खूण करून दाखवायला सांगितलं.

आज सकाळी कॉफीबरोबर गप्पा मारण्यासाठी निकोलसनं रिकी कोलमनची निवड केलेली होती. तीस वर्षांची रिकी अत्यंत आकर्षक होती, विवाहित, दोन मुलांची आई होती आणि गल्फफोर्टमधल्या एका खासगी हॉस्पिटलमध्ये रेकॉर्ड्स ॲडमिनिस्ट्रेटरचं काम करत होती. प्रकृतिस्वास्थ्याच्या बाबतीत ती जरा जास्तच काटेकोर होती आणि अल्कोहोल, कॅफिन आणि अर्थातच निकोटिनपासून कायम चार हात दूर राहत होती. तिनं आपल्या लालसर केसांचा बॉयकट केलेला होता आणि चष्म्याच्या नाजूक, डिझायनर फ्रेममधून तिचे निळे डोळे आणखीच सुंदर दिसत होते. कोपऱ्यातल्या एका खुर्चीवर बसून ती ऑरेंज ज्यूस पीत 'यूएसए टुडे' वाचत होती. निकोलस सरळ तिच्याकडे गेला. ''गुडमॉर्निंग. मला वाटतं, आपली काल औपचारिकपणे ओळख झाली नाही.''

ती एकदम हसली. ती नेहमीच चटकन सहज हसायची. तिनं आपला हात पुढे केला. ''मी रिकी कोलमन.''

"मी निकोलस ईस्टर. नाईस टू मीट यू."

"कालच्या लंचबद्दल थँक्स." तिनं पुन्हा हसून म्हटलं.

"ते जाऊ दे. त्यात विशेष काहीच नव्हतं. मी बसू का इथे?" त्यानं शेजारच्या फोल्डिंगच्या खुर्चीकडे मानेनं खूण करत म्हटलं.

"हो, जरूर." तिनं हातातला पेपर मांडीवर ठेवून दिला.

बाराही ज्यूरर मंडळी येऊन पोचलेली होती आणि बहुतेक सगळेजण कुणाशी ना कुणाशी हळू आवाजात गप्पा मारत होते. हर्मन ग्राईम्स एकटाच टेबलाच्या एका टोकाशी आपल्या आवडत्या फोरमनच्या खुर्चीवर बसलेला होता. त्यानं कॉफीचा कप दोन्ही हातांनी धरलेला होता, पण त्याचे कान मात्र खटल्याबद्दल कुणी काही बोलतंय का, याचा वेध घेत होते. लॉनी शेव्हरही एकटाच बसलेला होता. तो पुढ्यातले त्याच्या सुपरमार्केटचे कॉम्प्युटर प्रिंटआऊट वाचत होता. जेरी फर्नांडिस आणि पूडल सकाळची पहिली सिगारेट ओढायला बाहेरच्या त्या छोट्या खोलीकडे गेलेले होते.

"मग? कसं वाटतं ज्यूरीचं काम?" निकोलसनं विचारलं.

"आधी वाटलं होतं तितकं काही इंटरेस्टिंग वाटत नाही आता."

"काल तुला कुणी लाच वगैरे द्यायचा प्रयत्न केला की नाही?"

"छे. आणि तुला?"

"नाही ना. पण हे काही बरं नव्हे. आपल्याला लाच द्यायचा कोणीच प्रयत्न केला नाही तर न्यायमूर्ती हार्किनची केवढी घोर निराशा होईल."

"ही गोष्ट ते अशी एकसारखी का सांगत असतात?" तिनं कपाळाला आठ्या घालत विचारलं.

निकोलस थोडासा पुढे झुकला, पण तिच्या फार जवळ गेला नाही. तीही पुढे झुकली आणि हर्मनचं आपल्याकडे लक्ष जात नाहीय ना, हे बघण्यासाठी तिनं हळूच तिकडे कटाक्ष टाकला– अर्थात, हर्मन ग्राईम्सला ते दोघं दिसणं शक्य नव्हतं, हा भाग वेगळा. दोन सुंदर व्यक्तींना जसं कधीकधी आपोआपच एकमेकांबद्दल एक अनामिक आकर्षण वाटतं, तशी त्या दोघांनाही एकमेकांच्या जवळिकीची मनातून मजा वाटत होती. "कारण, असं पूर्वी घडलंय. अनेकदा घडलंय." त्यानं हलक्या आवाजात म्हटलं. तेवढ्यात कॉफी पॉटजवळ असलेल्या मिसेस ग्लॅडिस कार्ड आणि मिसेस स्टेला ह्युलिक पेपरमधल्या कुठल्याशा विनोदाला खळखळून हसल्या.

"काय घडलंय पूर्वी?" रिकीनं विचारलं.

"सिगारेट कंपन्यांविरुद्धच्या खटल्यांमध्ये ज्यूरींना प्रलोभनं दाखवून आपल्या बाजूनं ओढण्याचे प्रयत्न झालेत. जवळजवळ अशा प्रत्येक खटल्यात हे प्रयत्न झालेत आणि तेही बचाव पक्षाकडूनच झालेत."

"मला नाही समजलं." तिनं म्हटलं, पण दोन वर्षं कायद्याचं शिक्षण घेतलेल्या

या तरुण माणसाच्या बोलण्यावर तिचा लगेच विश्वासही बसलेला होता आणि तिची उत्सुकताही चाळवलेली होती.

"सिगारेट कंपन्यांविरुद्ध आताच्या केससारख्या अनेक केसेस देशात सगळीकडे झालेल्या आहेत, पण सिगारेट उद्योगाला अजूनही एखादा खटला त्यांच्या विरोधात जाऊन फटका बसलेला नाही. बचावासाठी या कंपन्या पाण्यासारखा पैसा खर्च करतायत, कारण एका जरी खटल्याचा निकाल त्यांच्या विरोधात जाऊन त्यांना प्रचंड नुकसानभरपाई मोजावी लागली, तर अशा खटल्यांचं अक्षरश: धरण फुटेल." थोडं थांबून इकडेतिकडे त्यानं कॉफीचा घोट घेतला. "त्यामुळे या कंपन्या कोणत्याही गैरमार्गांचा वापर करायचं बाकी ठेवत नाहीत."

"उदाहरणार्थ?"

"ज्यूरर लोकांच्या बायकामुलांना, नातेवाइकांना पैशाची लालूच दाखवायची. सिगारेट ओढल्यामुळे जी कोणी व्यक्ती दगावलेली असेल, तिच्याविरुद्ध वाईट अफवा पसरवायच्या– त्याचे चार बायकांशी संबंध होते, तो बायकोला मारहाण करत होता, मित्रांकडे चोऱ्या करत होता, फक्त अंत्ययात्रेलाच चर्चमध्ये जात होता, त्याची मुलं होमोसेक्शुअल आहेत, वगैरे."

तिनं अविश्वासानं त्याच्याकडे बघितलं. तो बोलतच होता. "हे अगदी खरंय, कायद्याच्या क्षेत्रातल्या लोकांना हे माहितेय, हार्किननाही हे माहितेय. म्हणूनच तर ते पुन्हा पुन्हा आपल्याला सावध करतायत."

"पण त्यांना कोणी थांबवू शकत नाही का?"

"नाही ना. अजून तरी नाही. ही माणसं अत्यंत चलाख, लबाड असतात आणि ती मागे कसलाही मागमूस ठेवत नाहीत. शिवाय त्यांच्याकडे वाटेल तेवढा पैसा आहे." तो थांबला. ती त्याच्याकडेच बघत होती. "आपली ज्यूरींची निवड व्हायच्या आधी त्यांनी तुझ्यावरही पाळत ठेवली होती."

"हॅं! काहीतरीच बोलतोयस!"

"खरं तेच सांगतोय. सगळ्याच मोठ्या खटल्यांच्या वेळी हे घडतं. तशी पद्धतच आहे. कायद्यानं त्यांना ज्यूरींच्या निवडीआधी कोणत्याही संभाव्य ज्यूरींशी थेट संपर्क साधायला मनाई आहे, त्यामुळे ते तेवढं सोडून बाकीचं जे शक्य आहे, ते सगळं करतात. त्यांनी बहुतेक तुझे, तुझ्या घराचे, मुलांचे, नवऱ्याचे, तू जिथे काम करतेस त्या जागेचे फोटो काढले असतील. ते कदाचित तुझ्या सहकाऱ्यांशी बोलले असतील, तू जिथे लंच घेत असशील तिथं बोलणंही त्यांनी चोरून ऐकलं असेल. या बाबतीत काहीच सांगता येत नाही."

तिनं आपला ग्लास खिडकीपाशी ठेवला. "पण हे बेकायदेशीर आहे, नीतिमत्तेला सोडून आहे."

"खरंय, पण त्यांची सारी कृत्यं पचून गेली, कारण मुख्य म्हणजे तुलाच याची कल्पना नव्हती.''

"पण तुला तरी हे माहीत होतं का?''

"हो. एकदा मला माझ्या अपार्टमेंटबाहेर एक फोटोग्राफर गाडीत बसलेला दिसला होता आणि मी ज्या स्टोअरमध्ये काम करतो, तिथे त्यांनी एका पोरीला पाठवलं होतं आणि आमच्या स्टोअरमध्ये सिगारेट ओढायला मनाई आहे, त्याबद्दल त्या पोरीनं माझ्याशी वाद उकरून काढायचा प्रयत्न केला होता. पण ते काय करतायत हे मला नेमकं माहीत होतं.''

"मग तू हे न्यायमूर्तींना का सांगितलं नाहीस?''

"कारण एकतर ते जे करत होते, ते सगळं तसं निरुपद्रवी होतं. दुसरं म्हणजे ते काय करतायत याची मला कल्पना होती. पण आता मात्र मी ज्यूरीवर आलोय. आता मी अतिशय सावध आहे.''

'हिची उत्सुकता चाळवली गेलीय, आता हिला असंच खदखदत राहू दे, मग आणखी माहिती नंतर केव्हा तरी सांगू', निकोलसनं मनात म्हटलं. त्यानं घड्याळात बघितलं आणि तो चटकन उठला. "आपली वेळ होत आली. एकदा टॉयलेटमध्ये जाऊन येतो, म्हणजे नंतर कटकट नको.''

तेवढ्यात लू डेलनं धाडकन दरवाजा उघडला. "चला, वेळ झाली.'' तिनं मोठ्यानं, शाळेतली शिक्षिका वर्गातल्या पोरांना जसं म्हणेल तशा पद्धतीनं म्हटलं, पण तिच्यात तेवढाही दरारा किंवा आत्मविश्वास दिसत नव्हता.

कोर्टरूममध्ये आज, कालच्या मानानं निम्मेच प्रेक्षक हजर होते. ज्यूरर मंडळी जागेवर येऊन फाटक्या कुशनच्या आसनांवर बसेपर्यंत निकोलसनं चटकन प्रेक्षकांचं निरीक्षण उरकलं. त्याच्या अपेक्षेप्रमाणे फिच कालच्याच जागेवर बसलेला होता. त्यानं चेहऱ्यासमोर एक वर्तमानपत्र उघडून धरलेलं होतं– जणू आता ज्यूरी काय करतायत किंवा निकोलसनं कोणते कपडे घातलेत, याच्याशी आपल्याला काहीच कर्तव्य नसल्यासारखं. पण नंतर तो आपल्याकडे टक लावून बघणार, हे निकोलसला पक्कं ठाऊक होतं. वार्ताहर मंडळी तर जवळजवळ नाहीशीच झालेली होती, पण तेही दिवसभरात हळूहळू येणार हे नक्की होतं. वॉल स्ट्रीटवाली तथाकथित तज्ज्ञ मंडळी तर एवढ्यातच जाम कंटाळलेली दिसत होती. हे सगळेजण अगदी तरुण, नुकतेच कॉलेजातून बाहेर पडलेले होते आणि त्यांच्या बॉस मंडळींनी त्यांना मुद्दाम इतक्या लांब पाठवलेलं होतं, कारण त्यांना कामात या शिकाऊ पोरांची कटकट नको होती. मिसेस ग्राईम्सही कालच्याच जागेवर बसलेल्या होत्या. या आता रोज इथे येणार, प्रत्येक शब्द ऐकणार आणि नवऱ्याला त्याच्या कामात तत्परतेनं मदत करणार, निकोलसनं मनात म्हटलं.

आपल्या घरात जो माणूस घुसला होता, तोही नक्कीच इथे येणार, कदाचित आज नाही, तर पुढे कधीतरी येणार, याबद्दलही त्याची पक्की खात्री होती.

"गुड मॉर्निंग." सगळेजण व्यवस्थित जागेवर बसल्यानंतर न्यायमूर्तींनी मोठ्या प्रसन्नपणे ज्यूरींना म्हटलं. सगळ्याच चेहऱ्यांवर स्मित उमटलं– न्यायमूर्तींच्या, कर्मचाऱ्यांच्या, वकिलांच्याही– त्यांनीही आपसातली कुजबूज थांबवून क्षणभर बेगडी स्मित चेहऱ्यावर आणलं. ज्यूरीही माना डोलावून हसले. "गुड." न्यायमूर्तींनी म्हटलं, "मॅडम क्लार्कनी मला सांगितलंय की, तुम्ही सगळेजण आजच्या कामासाठी तयारीनं येऊन बसला आहात." लू डेलला कसलीही 'मॅडम' म्हणून डोळ्यासमोर आणणं जरा अवघडच होतं.

न्यायमूर्तींनी टेबलावरचा एक कागद उचलून हातात घेतला. त्यावर जे प्रश्न लिहिले होते, त्यांचा ज्यूरींना पुढे मनस्वी तिटकारा वाटायला लागणार होता. गंभीर होत त्यांनी घसा खाकरून बोलायला सुरुवात केली. "ज्यूरीतले सभ्य स्त्रीपुरुषहो, आता मी काही अत्यंत महत्त्वाचे प्रश्न तुम्हाला विचारणार आहे आणि त्यांना उत्तर देण्याची थोडी जरी गरज आहे असं तुम्हाला वाटलं, तर तुम्ही उत्तर द्यायचंय. तुम्हाला पुन्हा एकदा आठवण करून देतो की, उत्तर देणं आवश्यक असूनही कुणी जर उत्तर न दिल्याचं सिद्ध झालं, तर तो मी कोर्टाचा अपमान समजणार आहे आणि त्यासाठी तुम्हाला तुरुंगवासाची शिक्षा होऊ शकते."

ही अत्यंत गंभीर सूचना दिल्यावर ते काही क्षण गप्प राहिले. केवळ ही सूचना दिली गेल्याबद्दलही काही ज्यूरर लोकांना अपमानित झाल्यासारखं वाटलं. आपली सूचना योग्य त्या ठिकाणी पोचलीय असं लक्षात आल्यावर त्यांनी प्रश्न विचारायला सुरुवात केली : या केसबद्दल तुमच्याशी चर्चा करण्याचा प्रयत्न कोणी केलाय का? काल कोर्ट उठल्यापासून तुम्हाला काही विचित्र असे टेलिफोन आलेत का? तुमच्यावर किंवा तुमच्या कुटुंबीयांवर पाळत ठेवणारी एखादी अनोळखी व्यक्ती तुम्हाला आढळून आलीय का? खटल्याशी संबंधित कुणा व्यक्तीबद्दल किंवा संस्थेबद्दल तुम्ही काही अफवा किंवा ऐकीव गोष्टी ऐकल्या आहेत का? कुणा वकिलांबद्दल? कुणा साक्षीदारांबद्दल? तुमच्याशी या खटल्याबद्दल चर्चा करण्याचा तुमच्या कुणी परिचितानं किंवा कुटुंबीयानं प्रयत्न केला का? या खटल्यासंबंधी माहिती देणारं किंवा खटल्याचा उल्लेख करणारं काही लेखी स्वरूपात तुमच्या वाचण्यात किंवा पाहण्यात आलं का?

प्रत्येक प्रश्न विचारल्यावर ते मोठ्या आशेनं सगळ्या ज्यूरींकडे बघत होते आणि काहीच प्रत्युत्तर न आल्यावर काहीसे निराश होऊन पुढच्या प्रश्नाकडे वळत होते.

प्रत्येक प्रश्नाभोवती अपेक्षेचं एक चमत्कारिक वाटणारं वलय ज्यूरींना जाणवत

होतं. वकील लोक प्रत्येक शब्द लक्षपूर्वक ऐकत होते आणि आता काहीतरी बदनामीकारक प्रत्युत्तर ज्यूरींकडून येणार अशाच अपेक्षेनं ते ज्यूरींकडे बघत होते. नेहमी कागदपत्रं हाताळण्यात किंवा आणखी अनेक गोष्टी करण्यात दंग असलेले कर्मचारी लोकही गप्प बसून आता कुठला ज्यूरर हात वर करतो, अशा दृष्टीनं ज्यूरींकडे बघत होते. प्रत्येक प्रश्नानंतर न्यायमूर्तींची गंभीर मुद्रा आणि उंचावलेल्या भुवया बघून सगळ्या ज्यूरींना वाटत होतं की, आपण गप्प राहतोय याचा अर्थ न्यायमूर्ती आपण काहीतरी लपवतोय असा लावतायत. प्रत्येक प्रश्न म्हणजे आपल्या सचोटीबद्दल दाखवलेला उघडउघड संशय आहे, असंच त्यांना वाटत होतं.

सगळे प्रश्न विचारून झाल्यावर न्यायमूर्तींनी जेव्हा 'थँक्यू' असं म्हटलं, तेव्हा संपूर्ण कोर्टरूमनं जणू एवढा वेळ रोखून धरलेला श्वास सोडला. सगळ्या ज्यूरर मंडळींना मात्र आपला घोर अपमान झाल्यासारखं वाटत होतं. एका मोठ्या कपामधून न्यायमूर्तींनी कॉफीचा घोट घेतला आणि वेन्डॉल ऱ्होरकडे सस्मित मुद्रेनं बघितलं. "तुमच्या पुढच्या साक्षीदाराला बोलवा, मि. ऱ्होर."

ऱ्होर उठून उभा राहिला. त्याच्या चुरगळलेल्या पांढऱ्या शर्टच्या मधोमध एक मोठा कॉफीचा डाग पडलेला होता, त्याचा बो-टाय नेहमीप्रमाणेच तिरका होता आणि शूज आणखी खराब झाले होते. त्यानं न्यायमूर्तींकडे बघून मान तुकवली आणि ज्यूरींकडे पाहून तोंडभर स्मित केलं. ज्यूरींच्याही चेहऱ्यांवर आपोआपच स्मित झळकलं.

ऱ्होरनं ज्यूरी काय पेहराव करतात हे बघण्यासाठी एक वेगळा ज्यूरी तज्ज्ञ नेमलेला होता. ज्यूरीतल्या पाच पुरुषांपैकी एक दिवस जर कोणी काऊबॉय बूट घातलेले दिसले, तर तसेच जुने बूट ऱ्होरकडे तयार होते. स्नीकर्स घालून कोर्टात यायलाही त्याला काही वाटत नसे. एकदा ज्यूरींपैकी एकानं स्नीकर्स घातले होते, तेव्हा ऱ्होरनं तेही केलं होतं. आपल्याला पायांचं एक दुखणं झालंय, त्यामुळे हलके स्नीकर्सच घालायला आपल्याला परवानगी आहे असं त्यानं सांगितलं होतं आणि तसं डॉक्टरचं सर्टिफिकेटही दाखवलं होतं. तो वाटेल ते कपडे कोर्टात घालून येत असे– स्टार्च केलेली खाकी पँट, पॉलिएस्टरचे स्पोर्ट्स कोट, काऊबॉय बेल्ट, अगदी स्वस्तातले लोफर्स (पॉलिश केलेले किंवा जुने– गरज पडेल तसे). आपलं भाषण दिवसाचे सहा-सात तास ऐकण्यासाठी सक्तीनं धरून आणून ज्यूरी बॉक्समध्ये बसवलेले हे जे साधे, सामान्य लोक आहेत, त्यांच्यापैकीच आपणही एक आहोत हे दाखवण्यासाठी लागणाऱ्या सर्व प्रकारच्या वस्तू, कपडे, शूज, बूट, सँडल, टाय त्याच्या संग्रही होते.

"आम्हाला डॉक्टर फ्रिकना बोलवायचंय." त्यानं म्हटलं.

डॉ. फ्रिकला साक्षीदाराच्या पिंजऱ्यात आणून, शपथ देववून बसवल्यावर

बेलिफनं त्याचा मायक्रोफोन त्याला हवा तसा केला. हा माणूस अत्यंत विद्वान आहे हे लगेचच सगळ्यांच्या लक्षात आलं– त्याच्या पदव्या, त्यानं प्रसिद्ध केलेले शेकडो लेख, शोधनिबंध, सतरा पुस्तकं, त्याचा वर्षानुवर्षांचा शिक्षकी पेशाचा अनुभव, तंबाखूच्या परिणामांवर त्यानं केलेलं प्रदीर्घ संशोधन वगैरे. छोट्या चणीच्या या बुटक्या माणसाचा चेहरा गोल होता आणि डोळ्यांवर बारीक काळ्या फ्रेमचा चष्मा होता. त्याची शैक्षणिक योग्यता आणि संशोधन यांची माहिती द्यायलाच ऱ्होरला अर्धा तास लागला. तंबाखूच्या धुरावरच्या संशोधनाच्या बाबतीतला एक महान तज्ज्ञ म्हणून डॉ. फ्रिकला कोर्टापुढे सादर करण्यात आल्यावर केबलनं मात्र 'डॉ. फ्रिक हे त्यांच्या क्षेत्रामध्ये तज्ज्ञ आहेत' एवढंच वाक्य म्हटलं आणि सोडून दिलं.

हळूहळू डॉ. फ्रिकनं आपलं संशोधनाचं क्षेत्र मर्यादित करत आणलं होतं आणि आता तो तंबाखूच्या धुराचे माणसाच्या शरीरावर काय परिणाम होतात यावरच रोजचे दहा तास संशोधन करत होता. तो रॉचेस्टर, न्यूयॉर्कमधल्या 'स्मोक फ्री रिसर्च इन्स्टिट्यूट'चा डायरेक्टर होता. ऱ्होरनं जेकब वुडच्या मृत्यूच्या आधीपासूनच डॉ. फ्रिकचं सहकार्य घेतलं होतं. जेकब वुडच्या मृत्यूनंतर चार तासांनी त्याचं शवविच्छेदन झालं होतं; तेव्हाही तो हजर होता. त्यानं त्या वेळी काही फोटो घेतले होते.

न्यायमूर्तींनी लंचची सुट्टी जाहीर केली, तेव्हा आज दिवसभर डॉ. फ्रिकचीच साक्ष चालणार असल्याचं ऱ्होरनं जाहीर केलं.

ज्यूरींचे लंच ज्यूरीरूममध्ये तयार होते आणि स्वत: ओ'रायलीनं रूममध्ये येऊन सगळ्या ज्यूरींची कालच्या दुर्दैवी घटनेबद्दल पुन्हा पुन्हा माफी मागितली.

''या इथे आम्हाला पेपरच्या प्लेट आणि प्लॅस्टिकचे चमचे दिले आहेत.'' सगळेजण आपापल्या जागी बसत असताना निकोलसनं म्हटलं. तो बसला नाही. ओ'रायलीनं प्रश्नार्थक मुद्रेनं लू डेलकडे बघितलं. तिनं म्हटलं, ''बरं, मग?''

''आम्ही स्पष्टपणे सांगितलेलं होतं की, आम्हाला खऱ्या काचेच्या प्लेट्स आणि खरे काटे-चमचे हवेत. सांगितलं होतं ना?'' त्याचा आवाज वर चढत होता. काही ज्यूरर मंडळींनी तिकडे बघण्याचंच टाळलं. त्यांना भूक लागलेली होती आणि समोर जे काही असेल ते त्यांना खायचं होतं.

''पण पेपरच्या प्लेट दिल्या तर त्यात काय वाईट आहे?'' लू डेलनं चाचरत विचारलं. तिचे हात किंचित थरथरत होते.

''पेपरच्या प्लेट तेल शोषून घेतात आणि त्यांचा लोळागोळा होतो. त्यांचे टेबलावर डागही पडतात. समजलं? त्यासाठी मी मुद्दाम काचेच्या प्लेट मागवल्या होत्या. आणि खरे काटे-चमचे.'' त्यानं एक प्लॅस्टिकचा काट-चमचा उचलून त्याचे दोन तुकडे केले आणि कचऱ्याच्या डब्यात फेकून दिले. ''आणि मला चीड येते ती या गोष्टीची की, या क्षणी न्यायमूर्ती आणि साक्षीदार आणि वकील आणि त्यांचे

क्लाएंट्स वगैरे जे या खटल्याशी संबंधित आहेत, ते सगळेजण एका छान रेस्टॉरंटमध्ये उत्कृष्ट काचेच्या प्लेट आणि ग्लासमधून, खऱ्याखुऱ्या काट्याचमच्यांनी सुंदर लंच घेत असतील. ते चांगल्या जाडजूड मेन्यूकार्डातून भरपूर, चवदार पदार्थ मागवत असतील आणि आम्ही ज्यूरर लोक, खरं म्हणजे या खटल्यातली सगळ्यात महत्त्वाची माणसं असूनही आम्ही मात्र इथे पहिलीतल्या पोरांसारखं प्लॅस्टिकच्या चमच्यांनी पेपरच्या प्लेटमधून बिस्किटं आणि मार्मालेडचं लुटुपुटूचं लंच घेतोय.''

''पण सगळे पदार्थ तर चांगले आहेत.'' ओ'रायलीनं सावधपणे म्हटलं.

''माझ्या मते, तू जरा जास्त करतोयस.'' मिसेस ग्लॅडिस कार्डनंही म्हटलं. मध्यमवयाकडे झुकणारी ही छोट्या चणीची स्त्री प्रथमदर्शनी थोडीशी चिडखोर वाटावी अशी होती. तिचे सगळे केस पांढरे झाले होते.

''मग तुमचं गोळा झालेलं सँडविच खा आणि गप्प बसा!'' निकोलसनं जरा जास्तच जोरात खडसावलं.

''रोज लंचच्या वेळी तू असाच बेताल बडबडणार का रे?'' रिटायर्ड कर्नल फ्रँक हरेरानं विचारलं. बुटका, पोट सुटलेला आणि छोट्या हातांचा हा माणूस उत्तरेतून कुठून तरी आलेला होता आणि जवळजवळ प्रत्येक बाबतीत त्याचं स्वत:चं असं खास मत होतं. फोरमन म्हणून आपली निवड झाली नाही म्हणून कमालीचा निराश झालेला असा तो ज्यूरीतला एकमेव माणूस होता.

जेरी फर्नांडिसनं त्याला 'नेपोलियन' असं नाव आधीच ठेवलेलं होतं. किंवा चक्क 'नॅप'. किंवा 'रिटार्डेड कर्नल'.

''मग काल कुणीच काही तक्रार केली नाही ती?'' निकोलसनं ताडकन विचारलं.

''चला, आपण सुरुवात करूया. मी इथे भुकेनं अर्धमेला झालोय.'' हरेरानं म्हटलं आणि एका सँडविचवरचं वेष्टण काढायला सुरुवातही केली. इतर काही जणांनीही त्याचं अनुकरण केलं.

बेक्ड चिकन आणि फ्रेंच फ्राईजचा खमंग वास येऊ लागला. पास्ता सॅलडचं पॅकिंग उघडत ओ'रायलीनं म्हटलं, ''सोमवारी मी चांगल्या काचेच्या प्लेट, ग्लास आणि खरे काटे-चमचे घेऊन येतो. नो प्रॉब्लेम.''

''थँक्स.'' निकोलसनं शांतपणे म्हटलं आणि तो खाली बसला.

फिफ्टिसेकंड स्ट्रीटवरच्या '२१' क्लबमध्ये 'ट्रेलको'चा सीईओ ल्यूथर व्हँडेमीर आणि त्याचा पूर्वी उजवा हात असलेला, आता 'लिस्टिंग फूड्स'चा सीईओ असलेला लॅरी झेल हे दोघं लंचसाठी एकत्र भेटले आणि त्यांनी ठरलेला करार पक्का केला. करारात तसं विशेष काहीच नव्हतं. त्या दोघांनी फोनवरून आधी बरंचसं

एकमेकांशी बोलून घेतलेलं होतं, आता फक्त त्याची माहिती दुसऱ्या कुणी ऐकू नये म्हणून ते लंचसाठी प्रत्यक्ष भेटले होते आणि त्यांनी कराराची औपचारिकता पूर्ण केली होती. बिलॉक्सीमधल्या खटल्याच्या रूपानं उभ्या राहिलेल्या संकटाची माहिती व्हँडेमीरनं झेलला दिली आणि आपल्याला त्या खटल्याबद्दल चांगलीच काळजी वाटत असल्याचं प्रांजळपणे कबूल केलं. 'ट्रेलको'चा जरी यात प्रत्यक्ष संबंध नसला, तरी संपूर्ण सिगारेट उद्योगावरच हे संकट येणार आहे. तसा आमचा 'बिग फोर' कंपन्यांचा ग्रुप चांगला खंबीर आहे. झेललाही याची पूर्ण कल्पना होती. त्यानं 'ट्रेलको'मध्ये सतरा वर्षं नोकरी केलेली होती आणि त्यात त्यालाही वकील जमातीबद्दल मनस्वी तिरस्कार उत्पन्न करणारे अनेक अनुभव आलेले होते.

पेन्साकोलामध्ये 'हॅडली ब्रदर्स' नावाची एक ग्रोसरी स्टोअर्सची साखळी आहे. त्यांची काही दुकानं दक्षिणेत मिसिसिपीच्या किनारी भागात आहेत आणि बिलॉक्सीमध्येही त्यांचं एक स्टोअर आहे. लॉनी शेव्हर नावाचा एक निग्रो तरुण त्या स्टोअरचा मॅनेजर आहे. चांगला हुशार माणूस आहे आणि योगायोगानं तो सध्या बिलॉक्सीतल्या खटल्याच्या ज्यूरीवर आहे. माझी अशी इच्छा आहे की, तुमच्या 'सुपरहाऊस' या आणखी कितीतरी मोठ्या ग्रोसरी स्टोअरच्या चेननं वाटेल ती किंमत मोजून 'हॅडली ब्रदर्स' खरेदी करावी. 'सुपरहाऊस' हा तुमच्या 'लिस्टिंग फूड्स'च्या वीसएक विभागांपैकी एक आहे. हा व्यवहार काही तसा मोठा नसेल– माझ्या माणसांनी आधीच हिशेबही केलेत– आणि 'लिस्टिंग फूड्स'ला त्यासाठी जास्तीत जास्त साठ लाख डॉलर्स खर्च येईल. 'हॅडली ब्रदर्स' खासगी मालकीचं आहे, त्यामुळे या व्यवहाराकडे कुणाचं लक्षसुद्धा जाणार नाही. 'लिस्टिंग फूड्स'ची विक्रीच गेल्या वर्षी दोनशे कोटी होती; त्यामुळे साठ लाख डॉलर्स गेलेलेसुद्धा तुम्हाला कळणार नाहीत. आणि तसं तुम्हाला वाटलंच, तर दोन वर्षांनी 'ट्रेलको'च 'हॅडली ब्रदर्स' तुमच्याकडून विकत घेईल.

यात काही गडबड होण्याची शक्यताच नाही. 'लिस्टिंग फूड्स' आणि 'ट्रेलको' यांचा एकमेकींशी अर्थाअर्थी काही संबंध नाही. 'लिस्टिंग फूड्स' तर आधीच ग्रोसरीच्या धंद्यात आहे आणि 'ट्रेलको'चा बिलॉक्सीतल्या खटल्याशी कसलाही थेट संबंध नाही. त्यामुळे आपण दोघं आत्ता जे ठरवू, तेच आणि तसंच होणार.

पुढे अर्थातच 'हॅडली ब्रदर्स'मध्ये बरेच बदल करावे लागतील, नवीन लोक घ्यावे लागतील, चांगले नसलेले लोक काढावे लागतील, वगैरे. पण अशा व्यवहारांमध्ये हे होतंच.

त्या वेळी व्हँडेमीरला अशा काही सूचना झेलला द्याव्या लागणार होत्या, की त्या झेलमार्फत खाली पोचतील आणि लॉनी शेव्हरवर योग्य तो दबाव येईल. मात्र हे सगळं लवकर व्हायला हवं. खटला साधारण अजून एक महिना चालेल.

मॅनहटनमधल्या आपल्या ऑफिसात एक छोटीशी डुलकी काढल्यावर व्हँडेमीरनं बिलॉक्सीमध्ये फोन केला आणि शनिवार-रविवारच्या दरम्यान रॅन्किन फिचनं आपल्याला फोन करावा, असा निरोप ठेवला.

फिचचं ऑफिस बऱ्याच वर्षांपूर्वी बंद पडलेल्या एका स्वस्त वस्तूंच्या दुकानाच्या पाठीमागे होतं. जागेचं भाडं अगदी कमी होतं, पार्किंगसाठी भरपूर जागा होती, ती जागा कोणाच्याही नजरेत येण्यासारखी नव्हती आणि कोर्टाच्या बिल्डिंगपासून चालत काही मिनिटांच्या अंतरावर होती. एकंदर पाच मोठ्या, प्लायवुडनं घाईघाईत बांधलेल्या खोल्या होत्या. त्या प्लायवुडलासुद्धा रंग दिलेला नव्हता आणि बांधतानाच्या कामाचा भुसासुद्धा अजून खाली पडलेला होता. सगळं फर्निचर अगदी सामान्य दर्जाचं, भाड्यानं आणलेलं होतं आणि त्यात मुख्यत: फोल्डिंगची टेबलं आणि प्लॅस्टिकच्या खुर्च्याच होत्या. आत सगळीकडे साधं फ्लुरोसंट ट्यूबचं लायटिंग होतं, पण प्रकाश मात्र भरपूर होता. बाहेरची दारं मात्र अतिशय मजबूत, टिकाऊ होती. दोन सशस्त्र माणसांचा दारांवर चोवीस तास पहारा होता.

ऑफिसच्या निर्मितीत जरी खर्चाच्या बाबतीत आखडता हात घेतलेला असला, तरी आत मात्र सगळी अत्याधुनिक साधनं होती आणि ती चालवायला अतिशय तरबेज माणसंही होती. जिकडेतिकडे कॉम्प्युटर आणि मॉनिटर होते, फॅक्स मशीन्स होती, कॉपिअर, टेलिफोन होते आणि त्यांच्या वायरी खाली जमिनीवरच वाटेल तशा टाकलेल्या होत्या.

एका खोलीत भिंतीवर पंधरा ज्यूरर लोकांचे फोटो लावलेले होते; दुसऱ्या भिंतीवर कॉम्प्युटरचे प्रिंटआऊट्स होते. तिसऱ्या भिंतीवर कोर्टरूममधल्या बसण्याच्या व्यवस्थेचा एक मोठा थोरला नकाशा लावलेला होता. एक कर्मचारी ग्लॅडिस कार्डच्या नावाखाली सोडलेल्या रिकाम्या जागेत माहिती भरत होता.

सगळ्यात पाठीमागे असलेली खोली सगळ्यात छोटी होती. नेहमीच्या कर्मचाऱ्यांना या खोलीत जायची सक्त मनाई होती. अर्थात, आतमध्ये काय चाललेलं असतं याची माहिती मात्र सगळ्यांना होती. या खोलीच्या दाराचं कुलूप आतून आपोआप बंद होत असे आणि त्याची चावी एकट्या फिचकडे होती. या खोलीला खिडक्या नव्हत्या. एका भिंतीवर एक मोठा पडदा होता आणि काही गुबगुबीत प्रशस्त खुर्च्या होत्या. त्या शुक्रवारी दुपारी फिच आणि दोन ज्यूरी तज्ज्ञ खुर्च्यांवर बसून समोरच्या पडद्यावर बघत होते. खोलीत जवळजवळ अंधारच होता. दोघंही ज्यूरी तज्ज्ञ फिचशी साध्या गप्पा मारायचं सहसा टाळत असत. आणि फिचलाही फालतू गप्पा मारण्यात कधीच रस नव्हता. त्यामुळे आत एकदम शांतता होती.

ज्या कॅमेऱ्याद्वारे घेतली जाणारी चित्रं पडद्यावर दिसत होती, तो 'युमारा

एक्सएल टी-२' प्रकारचा होता आणि तो कुठेही बसवता येण्यासारखा होता. त्याची लेन्स अर्धा इंच व्यासाची होती आणि वजन एका पौंडापेक्षाही जरा कमीच होतं. फिचच्या एका माणसानं तो अत्यंत कौशल्यानं एका जुन्या, चॉकलेटी रंगाच्या लेदरच्या बॅगेत बसवलेला होता. ही बॅग सध्या कोर्टरूममध्ये बचावपक्षाच्या टेबलाखाली पायाशी उभी करून ठेवलेली होती. बॅगेवर ऑलिव्हर मॅकअॅडू नावाच्या एका वकिलाची गुप्त नजर होती. मॅकअॅडू वॉशिंग्टनमधून आलेला होता. फिचनं केबलला मदत करायला घेतलेल्या वकिलांपैकी हा एकमेव माणूस बाहेरून आलेला होता. धोरणात्मक विचार करायचा, ज्यूरींकडे बघून अधूनमधून स्मित करायचं आणि केबलला लागतील तसे कागदपत्र पुरवायचे, ही त्याची कामं होती. पण त्याचं खरं काम वेगळंच होतं– दररोज दोन एकसारख्या दिसणाऱ्या चॉकलेटी लेदरच्या बॅगा घेऊन कोर्टात यायचं (यातल्याच एका बॅगेत तो कॅमेरा होता) आणि बचावपक्षाच्या टेबलाशी शक्यतो त्याच जागेवर बसून राहायचं. या कामाची कल्पना फक्त फिच आणि त्याच्या अगदी निवडक साथीदारांनाच होती. दररोज सकाळी बचावपक्षाच्या वकिलांपैकी तोच सगळ्यात आधी येत असे, ठरलेल्या जागेवर बसून कॅमेरा बरोबर ज्यूरींवर रोखला जाईल अशा रीतीनं ती बॅग ठेवत असे आणि फिचला सेलफोनवरून त्यात आणखी काही सुधारणा हवी असली तर विचारून घेत असे.

खटल्याचं काम चालू असताना कोर्टरूममध्ये कोणत्याही वेळी वीसएक ब्रीफकेसेस असायच्या. त्यातल्या बऱ्याच ब्रीफकेसेस दोन्ही पक्षांच्या वकिलांच्या टेबलांखाली असत; काही कोर्टाच्या क्लार्कच्या टेबलाखाली असत, काही ब्रीफकेसेस मदतनीस वकिलांच्या खुर्च्यांखाली असत, तर काही रेलिंगला टेकवून ठेवलेल्या असत. आकारातला लहानमोठेपणा सोडला तर दिसायला सगळ्या ब्रीफकेसेस जवळजवळ सारख्याच होत्या. फिचची कल्पना अगदी सोपी होती– चुकून जर एका ब्रीफकेसमध्ये कॅमेरा आहे असं कोणाच्या लक्षात आलंच, तर नंतर उडणाऱ्या गोंधळात मॅकअॅडूनं फक्त त्या ब्रीफकेसच्या जागी दुसरी ब्रीफकेस ठेवायची आणि आपलं पितळ उघडं पडणार नाही अशी प्रार्थना करत शांतपणे बसून राहायचं. किंवा जमलं तर चटकन कॅमेऱ्याची ब्रीफकेस घेऊन बाहेर निसटायचं.

पण हे उघडकीला येण्याची शक्यता जवळजवळ नव्हतीच. तो कॅमेरा जराही आवाज करत नसे आणि तो जे सिग्नल पाठवत असे, ते कोणालाही ऐकू जाण्यासारखे नव्हते. ती ब्रीफकेस इतर ब्रीफकेसेसबरोबरच ठेवलेली असायची. कधी कधी ती हलायची, क्वचित पाय लागून ती पडायचीसुद्धा. पण पुन्हा ती सहज परत तशीच ठेवली जायची. मॅकअॅडू सरळ एखाद्या शांत कोपऱ्यात जाऊन फिचशी सेलफोनवरून बोलायचा. मागच्या वर्षीच्या सिमिनो केसच्या वेळी त्यांनी ही व्यवस्था एकदम निर्दोष केलेली होती.

कॅमेऱ्यात वापरलेलं तंत्रज्ञान खरोखरच वाखाणण्याजोगं होतं. त्याचं ते छोटंसं लेन्स संपूर्ण ज्यूरी बॉक्सची, त्यात बसलेल्या पंधरा चेहऱ्यांची रंगीत प्रतिमा पकडत असे आणि ती फिचच्या ऑफिसमध्ये पाठवत असे. तिथल्या मोठ्या पडद्यावर हे सगळं दृश्य अगदी स्पष्ट दिसत असे. तिथे बसलेले दोघं ज्यूरी तज्ज्ञ पडद्यावर दिसणारी प्रत्येक प्रतिक्रिया दिवसभर न्याहाळून त्या पंधरा चेहऱ्यांचा अभ्यास करत असत.

त्यांचं हे सगळं विश्लेषण मग फिच केबलला गप्पा मारताना सांगत असे. केबलला किंवा इतर कुठल्याही स्थानिक वकिलाला कॅमेऱ्याचं अस्तित्व कधीही समजणार नव्हतं.

त्या शुक्रवारी दुपारी कॅमेऱ्यानं ज्यूरींच्या ज्या प्रतिक्रिया दाखवल्या, त्या खरोखरच नाट्यपूर्ण म्हणाव्यात अशा होत्या. कॅमेरा फक्त ज्यूरींवरच स्थिर राहू शकत होता, कारण त्याची लेन्स इकडेतिकडे फिरून बाकीच्या घडामोडींचं चित्रण करू शकत नव्हतं. जपानी तंत्रज्ञान अजून एवढं पुढे गेलेलं नव्हतं, ही मोठी दुर्दैवाची गोष्ट होती. त्यामुळे तो कॅमेरा जेकब वुडच्या आक्रसून गेलेल्या, काळवंडलेल्या फुप्फुसांचे मोठे केलेले फोटो 'बघू' शकत नव्हता. पण ज्यूरींना मात्र ते स्पष्ट दिसत होते. ऱ्होरची आणि डॉ. फ्रिकची प्रश्नोत्तरं एकीकडे चालू असताना सगळेच ज्यूरी त्या भयानक दिसणाऱ्या, पस्तीस वर्षांच्या प्रदीर्घ काळात फुप्फुसांच्या झालेल्या त्या भयंकर हानीच्या फोटोंकडे डोळे विस्फारून अविश्वासानं बघत होते. चीड, दुःख, कणव, संताप अशा अनेक भावना त्या चेहऱ्यांवर स्पष्टपणे उमटत होत्या.

ऱ्होरचं टायमिंग अत्यंत परिणामकारक होतं. ते दोन फोटो साक्षीदाराच्या पिंजऱ्यासमोर तीन पायांच्या दोन वेगवेगळ्या स्टँडवर लावलेले होते आणि संध्याकाळी सव्वापाचला डॉ. फ्रिकची साक्ष संपली, तेव्हा न्यायमूर्तींनी दोन दिवसांची वीकएंडची सुट्टी जाहीर केली. त्यामुळे पुढचे दोन्ही दिवस ज्यूरींच्या डोळ्यांसमोर फक्त ते काळवंडून गेलेल्या फुप्फुसांचे फोटो येत राहणार होते. जेकब वुडच्या मृत्यूनंतर चार तासांच्या आत त्याची दोन्ही फुप्फुसं शरीरातून काढून घेऊन पांढऱ्याशुभ्र चादरींवर ठेवून त्यांचे जे फोटो घेतलेले होते, तेच हे दोन फोटो होते.

८

वीकएंडच्या संपूर्ण दोन दिवसांच्या सुट्टीमध्ये ईस्टरनं आपल्या हालचालींच्या इतक्या खुणा मागे ठेवल्या की, त्याचा माग कुणालाही सहज काढता आला असता. शुक्रवारी कोर्टातून सुटल्यावर तो पुन्हा ओ'रायलीज डेलीमध्ये गेला. तिथं त्यानं ओ'रायलीशी छानपैकी गप्पा मारल्या. तिथून बरेच खाद्यपदार्थ आणि कोल्ड्रिंकची एक मोठी बाटली घेऊन तो सरळ आपल्या अपार्टमेंटमध्ये गेला. त्या दिवशी तो नंतर बाहेर पडला नाही. शनिवारी सकाळी आठ वाजता तो आपली गाडी घेऊन 'कॉम्प्युटर हट'मध्ये गेला. तिथे त्यानं बारा तास विक्रीच्या काउंटरवर काम केलं. दुपारी त्यानं केव्हिन नावाच्या आपल्या एका सहकाऱ्याबरोबर फूड गार्डनमध्ये लंच घेतलं. फिचची माणसं ज्या पोरीच्या शोधात होती, तशा वर्णनाच्या कोणाही पोरीशी त्याची भेट झाली नाही. कामावरून सुटल्यावर तो थेट आपल्या अपार्टमेंटमध्ये परतला आणि त्या दिवशीही तो पुन्हा बाहेर पडला नाही.

रविवारी सकाळी मात्र एक काहीशी धक्कादायक घटना घडली. सकाळी आठ वाजता निकोलस बाहेर पडला आणि गाडीनं बिलॉक्सीच्या खास छोट्या होड्यांसाठीच्या बंदराशी आला. तिथे त्याची भेट झाली, ती व्यक्ती म्हणजे चक्क जेरी फर्नांडिस होता. ते दोघं आणखी दोघाजणांबरोबर एका तीस फुटी मच्छिमार बोटीत चढून दिसेनासे झाले. हे दोघं बहुधा जेरीचे कोणी मित्र असावेत. जवळजवळ साडेआठ तासांनी ते परतले तेव्हा सगळ्यांचे चेहरे उन्हानं लाल झालेले होते. बोटीतल्या मोठ्या कूलरमध्ये त्यांनी पकडलेले खाऱ्या पाण्यातले मासे होते आणि बोटीत रिकाम्या बीअर कॅन्सचा खच पडलेला होता.

अशा रीतीनं त्यांना ईस्टरचा पहिला छंद – मासेमारी – समजला आणि त्याच्या

पहिल्या दोस्ताचा – जेरी फर्नांडिसचा – त्यांना पत्ता लागला.

त्या मुलीचा अजून कुठेच पत्ता लागत नव्हता– अर्थात ती चटकन सापडेल अशी फिचला फारशी अपेक्षाही नव्हती. पण ही प्रतीक्षा मात्र अक्षरश: वेड लावणारी होती. तिनं त्याला जो पहिला संकेत दिलेला होता, तो त्यानं पुढच्या संकेतांची वाट बघावी यासाठीच होता, हे उघड होतं.

पण स्वॅन्सनचं मात्र ठाम मत होतं की, येत्या आठवड्यात ती कुठे ना कुठे अवतीर्ण होईल, कारण तिची जी काही योजना असेल ती तिनं आपल्याशी आणखी संपर्क साधल्याशिवाय आणखी पुढे जाणं शक्य नाही.

आणि त्याचं म्हणणं सोमवारी सकाळीच खरं ठरलं. खटल्याचं कामकाज सुरू व्हायला अर्धा तास बाकी होता. वकील लोक आधीच आलेले होते आणि पुढच्या धोरणांबद्दल एकमेकांशी चर्चा करत होते. न्यायमूर्ती हार्किन स्वत:च्या चेंबरमध्ये दुसऱ्या एका केसबद्दल काही तरी काम करत होते. ज्यूरर मंडळी ज्यूरी रूममध्ये हळूहळू जमत होती. फिच आपल्या ऑफिसातल्या त्या खास खोलीत होता. एवढ्यात कॉन्रॅड नावाचा त्याचा एक तरुण कर्मचारी– हा माणूस फोन, वायर, टेप, कॅमेरे वगैरे हाताळण्यात एकदम तरबेज होता– केबिनच्या अर्धवट उघड्या दारातून आत डोकावला. "एक फोन आलाय. मला वाटतं तुम्ही घेतलेला बरा."

त्याच्याकडे रोखून बघत फिच सवयीनंच भराभर विचार करू लागला. मला आलेले सगळे फोन आधी पुढच्या डेस्कवर घेतले जातात, मग तिथला माणूस इंटरकॉमवर माझ्याशी बोलतो आणि मग तो फोन मी मागितला, तरच मला दिला जातो. असं जर आहे, तर हा माझ्याशी इंटरकॉमवरून बोलण्याऐवजी इथे स्वत:च का आलाय?

"का?" फिचनं संशयी आवाजात विचारलं.

"ती म्हणते, तुम्हाला आणखी एक संदेश द्यायचाय."

"तिचं नाव?"

"ती काहीच सांगत नाहीय. पण तिला फक्त तुमच्याशीच बोलायचंय."

समोरच्या एका फोनवरचा दिवा उघडमीट करत होता, तिकडे बघत फिच विचार करत आणखी काही क्षण थांबला. "हा नंबर तिला कसा मिळाला, काही सांगता येईल तुला?"

"नाही."

"हा कॉल तू ट्रेस करतोयस?"

"हो. एक मिनिटभर तिला फोनवर बोलतं ठेवा."

फिचनं फोनचं बटन दाबून रिसीव्हर उचलला. "यस?" त्यानं जमेल तितक्या गोड आवाजात विचारलं.

“मि. फिच ना?” तिनं हसऱ्या आवाजात विचारलं.

“हो. कोण बोलतंय?”

“मार्ली.”

वा! निदान नाव तरी कळलं. तो काही क्षण थांबला. ऑफिसमध्ये येणारा प्रत्येक कॉल आपोआपच रेकॉर्ड होत असे. फिचला ते बोलणं, नंतर पुन्हा ऐकता यावं म्हणून ही व्यवस्था केलेली होती. “गुड मॉर्निंग, मार्ली. तुझं पूर्ण नाव?”

“ते नंतर. ज्यूरर नंबर बारा, फर्नांडिस हा अजून वीस मिनिटांनी कोर्टरूममध्ये प्रवेश करेल, तेव्हा त्याच्या हातात ‘स्पोर्ट्स इलस्ट्रेटेड’चा १२ ऑक्टोबरचा अंक असेल– कव्हरवर डॅन मरिनोचा फोटो असलेला.”

“ओ.के.” जणू हे लिहून घेत असल्यासारखं त्यानं म्हटलं. “अजून काही?”

“नाही. आत्ता तरी नाही.”

“पुन्हा केव्हा फोन करशील?”

“कोण जाणे.”

“पण तुला माझा हा फोननंबर कसा मिळाला?”

“ते अगदीच सोपं होतं. लक्षात ठेवा, नंबर बारा, फर्नांडिस.”

पलीकडून फोन बंद झाला. फिचनं आणखी एक बटन दाबलं आणि मग एका दोन आकडी नंबरची बटनं दाबली. लगेच संपूर्ण संभाषण पुन्हा त्याला एका स्पीकरमधून ऐकू आलं.

तेवढ्यात कॉन्रॅड हातात एक प्रिंटआउट घेऊन आत घुसला. “हा कॉल गल्फपोर्टमधल्या एका दुकानातल्या पे-फोनवरून केला होता.”

“व्हॉट अ सरप्राईज.” आपला कोट घेत फिच उठला आणि त्यानं आपला टाय नीट केला. “चला, मला कोर्टात गेलं पाहिजे.”

ज्यूरी रूममध्ये सगळे ज्यूरी टेबलाशी येऊन बसेपर्यंत निकोलस थांबला आणि त्यांच्यातलं बोलणं जरा कमी झाल्याबरोबर त्यानं मोठ्या आवाजात विचारलं, “मग, वीकएंडच्या सुट्टीत कुणाला काही लाच वगैरे मिळाली की नाही?” सगळ्यांच्या चेहऱ्यांवर आपोआपच हसू फुटलं, पण आपल्याला लाच देण्याचा किंवा आपला पाठलाग करण्याचा प्रयत्न झाल्याचं कोणी कबूल मात्र केलं नाही.

“माझं मत हे विक्रीसाठी नाही, पण ते मी भाड्यानं मात्र देऊ शकतो.” जेरी फर्नांडिसनं काल निकोलसकडूनच ऐकलेल्या एका विनोदाची पंचलाईन ऐकवली. या विनोदावरही एकटा हर्मन ग्राईम्स सोडून बाकी सगळे हसले.

“पण ते न्यायमूर्ती आपल्याला एकसारखं हेच लेक्चर का देत असतात?” मिली डुप्रीनं विचारलं. कोणीतरी या विषयाला तोंड फोडलं म्हणून ती खूष झालेली

होती– चघळायला आणखी एक विषय मिळाला म्हणून. इतरही लोक आणखी पुढे झुकले. दोन वर्षं कायदा शिकलेला निकोलस म्हणजे त्यांच्या दृष्टीनं मोठा तज्ज्ञच होता. तो काय म्हणतो इकडे सगळ्यांचं लक्ष होतं. रिकी कोलमन मात्र पेपर वाचत कोपऱ्यात बसून राहिली. तिनं हे आधीच ऐकलेलं होतं.

''कारण हे प्रकार पूर्वी घडले आहेत.'' निकोलसनं काहीसं अनिच्छेनं म्हटलं. ''ज्यूरींना फितवण्याचे प्रयत्न करणारी कित्येक हरामी माणसं आहेत आणि त्यांनी असे प्रयत्न केलेलेही आहेत.''

''मला वाटतं या विषयावर आपण मुळीच बोलता कामा नये.'' हर्मन ग्राईम्सनं म्हटलं.

''का म्हणून?'' निकोलसनं जोरात विचारलं. ''त्यात वाईट काय आहे? आपण काही पुराव्याबद्दल किंवा इतर एखाद्या महत्त्वाच्या बाबतीत चर्चा करत नाही आहोत.'' हर्मन ग्राईम्स मात्र अजून आढेवेढे घेत होता.

''पण आपल्याला न्यायमूर्तींनीच सांगितलंय की, खटल्याबद्दल कुठलीही चर्चा आपसात करायची नाही.'' त्यानं म्हटलं आणि मदतीच्या अपेक्षेनं इतरांकडे बघितलं. त्याला दुजोरा द्यायला कुणीच पुढे आलं नाही. निकोलसच्या बोलण्यात ठामपणा होता. ''काळजी करू नका, मि. हर्मन. हे बोलणं चाललंय ते पुराव्यांबद्दल किंवा पुढे आपल्याला ज्याबद्दल चर्चा करायची आहे, त्यापैकी कशाबद्दलही चाललेलं नाही. हे बोलणं...'' सगळ्यांवर आपल्या बोलण्याचा परिणाम होण्यासाठी तो दोन क्षण थांबला. ''हे बोलणं ज्यूरींना फितवण्याबद्दल, फिरवण्याबद्दल चाललंय.''

लॉनी शेव्हरनं आपले प्रिंटआउटचे कागद बाजूला ठेवले आणि तो टेबलापाशी सरकला. रिकीनं आता ऐकायला सुरुवात केली. जेरी फर्नांडिसनं हे सगळं कालच बोटीवर ऐकलं होतं, तरी तोही कान टवकारून बसला.

''सात वर्षांपूर्वी आपल्यासारखीच एक केस क्विटमन काऊंटी, मिसिसिपीमध्ये झाली. कदाचित तुमच्यापैकी काही जणांना ती आठवत असेल. सिगारेट कंपनी वेगळी होती, पण दोन्ही बाजूंचे काही खेळाडू त्याही वेळी होते आणि आताही आहेत. त्या खटल्याच्या वेळी ज्यूरींच्या निवडीच्या आधी आणि खटला सुरू झाल्यावरही अशा काही घटना घडल्या होत्या. हार्किननी त्या वेळची सगळी हकीगत ऐकलीय, त्यामुळेच त्यांची आपल्यावर करडी नजर आहे. आणखीही बऱ्याच लोकांची आपल्यावर नजर आहे.''

मिलीनं एकवार सगळ्यांकडे बघितलं. ''म्हणजे कुणाची?'' तिनं विचारलं.

''दोन्ही बाजूंची.'' पूर्वी दोन्ही बाजूंकडून या गोष्टी घडल्या होत्या, त्यामुळे याही वेळी तसंच असेल असा विचार करून निकोलसनं म्हटलं. ''दोन्ही बाजू ज्यूरी तज्ज्ञ म्हणून ओळखल्या जाणाऱ्या लोकांना नेमतात आणि ही माणसं इथे येऊन आपापल्या

बाजूला सुयोग्य असे ज्यूरर्स निवडायला त्यांना मदत करतात. आपली निवड होण्याआधी हे लोक आपलं निरीक्षण करतात, आपल्यावर पाळत ठेवतात, ते–''

''हे सगळं ते कसं करतात?'' मिसेस ग्लॅडिस कार्डनं विचारलं.

''ते आपल्या घरांचे, गाड्यांचे, आपल्या शेजाऱ्यापाजाऱ्यांचे, आपल्या कामाच्या जागांचे, आपल्या मुलाबाळांचे, त्यांच्या वाहनांचे आणि अर्थातच आपलेही फोटो घेतात. हे सगळं नीतीला आणि कायद्याला धरून असतं, पण ते अगदी त्या सीमारेषा ओलांडण्यापर्यंत येऊन ठेपतात. आपली ओळख करून घेण्यासाठी ते कोर्टाच्या फाईल्स, टॅक्स रेकॉर्ड असे वेगवेगळे सरकारी कागदपत्रंही तपासतात. कधीकधी ते आपल्या परिचित लोकांशी, आपल्या सहकाऱ्यांशी, शेजाऱ्यांशी फोनवरून किंवा प्रत्यक्ष बोलतातही. हल्ली हे सगळ्याच मोठ्या खटल्यांच्या बाबतीत घडतं.''

सगळेजण त्याचं बोलणं कान देऊन ऐकत होते; आपल्या जवळपास कधी कोणी अपरिचित माणसं कॅमेरा घेऊन हिंडताना दिसली होती का, ते आठवून बघत होते. कॉफीचा घोट घेऊन निकोलसनं पुढे बोलायला सुरुवात केली. ''ज्यूरींची निवड झाल्यावर त्यांच्या कामाचं स्वरूप बदलतं, वेगही वाढतो. कारण आता दोनशे लोकांपैकी पंधराच जणांवर त्यांना नजर ठेवायची असते. खटला सुरू असेपर्यंत दोन्ही बाजू त्यांचे ज्यूरी तज्ज्ञ कायम कोर्टात ठेवतात आणि ही माणसं आपलं बारकाईनं निरीक्षण करत आपली मतं, प्रतिक्रिया वगैरे जाणून घेण्याचा प्रयत्न करत असतात. सर्वसाधारणपणे हे लोक पहिल्या दोन रांगांमध्ये बसलेले असतात, पण ते एकसारखी जागा बदलतही असतात.''

''तू ओळखतोस त्यांना?'' मिली डुप्रीनं अविश्वासानं विचारलं.

''मला त्यांची नावं माहीत नाहीत, पण ही माणसं सहज ओळखू येतात. या सगळ्यांनी उत्तम ड्रेस केलेला असतो आणि त्यांची नजर सतत आपल्यावर खिळलेली असते.''

''हे रिपोर्टर असतील अशी माझी कल्पना होती.'' रिटायर्ड कर्नल 'नेपोलियन'ला प्रयत्न करूनही या बोलण्याकडे दुर्लक्ष करणं शक्य होत नव्हतं.

''ही गोष्ट माझ्या लक्षातच आली नव्हती.'' हर्मन ग्राईम्सनं म्हटलं. पूडलसकट सगळ्यांच्या चेहऱ्यावर हसू उमटलं.

''आज आता तुम्ही सगळेजण हे मुद्दाम बघून ठेवा.'' निकोलसनं म्हटलं. ''हे ज्यूरी तज्ज्ञ त्यांच्या पक्षाच्या वकिलांच्या टेबलाच्या पाठीमागच्या रांगांमध्ये असतात. मला एक मस्त कल्पना सुचलीय. साधारण चाळिशीतली, जाडजूड, भरपूर आखूड केस राखलेली बाई मला रोज नेमानं डरवूड केबलच्या पाठीमागे पहिल्या रांगेत बसलेली दिसते आणि ती ज्यूरी तज्ज्ञच असणार अशी माझी खात्री आहे. आपण आत्ता ज्यूरीबॉक्समध्ये जाऊन बसलो की, सगळेजण तिच्याकडेच एकटक नजरेनं

बघूया. आपण सगळ्यांनी, बाराही जणांनी तिच्याकडे फक्त बघत बसायचं.''

''मी सुद्धा?'' हर्मननं विचारलं.

''हो, तुम्हीसुद्धा. दहा वाजता घड्याळातले काटे ज्या कोनात असतात, त्या कोनात डावीकडे तुमची मान वळवून ठेवा.''

''पण असले हे बालिश खेळ आपण कशाला खेळतोय?'' पूडलनं विचारलं.

''काय हरकत आहे? नाहीतरी पुढचे आठ तास आपल्याला काय काम आहे?''

''मला आवडली तुझी कल्पना.'' जेरी फर्नांडिसनं म्हटलं. ''निदान कदाचित त्यामुळे तरी ते आपल्याकडे टक लावून पाहण्याचं बंद करतील.''

''पण आपण किती वेळ असं बघायचं?'' मिलीनं विचारलं.

''रोजच्याप्रमाणे न्यायमूर्ती हार्किन जेव्हा आपल्याला त्या नेहमीच्या सूचना देतील ना, तेवढा वेळ आपण हे काम करू. म्हणजे साधारण दहा मिनिटं.'' बहुतेकांनी काहीशा साशंकपणे का होईना, पण माना डोलावल्या.

बरोबर नऊ वाजता लू डेल त्यांना घेऊन जायला आली आणि सगळेजण तिच्यापाठोपाठ बाहेर पडले. निकोलसच्या हातात दोन मासिकं होती– त्यापैकी एक १२ ऑक्टोबरचा 'स्पोर्ट्स इलस्ट्रेटेड'चा अंक होता. कोर्टरूमच्या दाराशी येईपर्यंत तो जेरी फर्नांडिसच्या बरोबर चालत राहिला आणि आत शिरता शिरता त्यानं सहजच जेरीकडे बघत विचारलं, ''काही वाचायला हवंय का?''

तो अंक जेरीनं न बघताच हातात घेतला. ''हो, चालेल की. थँक्स.''

बारा नंबरच्या ज्यूररच्या हातात तो अंक असेल हे फिचला आधीच माहीत होतं, तरीही जेरीच्या हातातला तो अंक बघून त्याला धक्का बसलाच. त्यानं जेरीला ज्यूरीबॉक्समध्ये मागच्या रांगेत सरकत जाऊन आपल्या जागेवर बसलेलं पाहिलं. अंकाचं कव्हर त्यानं नुकतंच इथे चालत येताना वाटेतल्या एका मासिकांच्या स्टॉलवर बघितलेलं होतं, त्यामुळे जेरीच्या हातातल्या अंकावरचं मरिनोचं, तेरा नंबरची हिरवट निळी जर्सी घातलेलं चित्र त्यानं लगेच ओळखलं.

पण या घटनेमागचा नेमका अर्थ कळायलाही फिचला वेळ लागला नाही. आणि तो अर्थ जेव्हा त्याच्या लक्षात आला तेव्हा तो खूष झाला. याचा अर्थ होता की, मार्ली कोर्टाबाहेर राहून काम करत होती आणि ज्यूरींपैकी एकजण आतल्या बाजूनं काम करत होता. कुणी सांगावं, कदाचित दोन किंवा तीन, किंवा चार ज्यूरर मंडळीसुद्धा तिच्याबरोबर हातमिळवणी करत असतील, त्यानं मनाशी विचार केला. किती का असेनात, आपल्याला काय फरक पडतो? जितके जास्त लोक असतील, तितकं उलट फायद्याचंच आहे. त्यांना टेबल लावायचं तर खुशाल लावू देत. मी इथे पत्ते वाटायलाच बसलोय.

त्या ज्यूरी तज्ज्ञ बाईचं नाव होतं जिंजर आणि ती कार्ल न्यूसमनच्या फर्ममध्ये

काम करत होती. तिला या कामाचा प्रदीर्घ अनुभव होता. अशा कित्येक खटल्यांमध्ये ती हजर राहिलेली होती. साधारणपणे ती दररोज अर्धा दिवस कोर्टात हजर राहत असे. त्या अवधीत ती प्रत्येक सुट्टीमध्ये जागा बदलत असे, कधी कोट काढून ठेवत असे, तर कधी डोळ्यावरचा चष्मा काढून ठेवत असे. ज्यूरींच्या निरीक्षणात आणि निरीक्षणाचं विश्लेषण करण्यात ती अत्यंत तरबेज होती. ज्यूरी आत येऊन बसू लागले, तेव्हा ती बचावपक्षाच्या वकिलांच्या टेबलाच्या पाठीमागच्या पहिल्या रांगेत बसलेली होती. तिच्यापासून काही फुटांवर तिचा एक सहकारी पेपर वाचण्याचं नाटक करत बसलेला होता.

जिंजरनं ज्यूरींकडे एकदा बघितलं. न्यायमूर्तींनी नेहमीप्रमाणे ज्यूरींना सस्मित मुद्रेनं 'गुडमॉर्निंग' म्हटलं. बहुतेक सगळ्या ज्यूरींनीही त्यांच्याकडे हसून बघत माना डोलावल्या आणि मग आंधळ्या हर्मन ग्राईम्ससकट सगळेजण एकदम वळले आणि थेट तिच्याकडे बघू लागले. एकदोन चेहऱ्यांवर पुसटसं हास्यही होतं, पण बाकी सगळेच जण कशानं तरी अस्वस्थ झाल्यासारखे वाटत होते.

जिंजरनं दुसरीकडे बघितलं.

न्यायमूर्ती हार्किन त्यांचे ठरलेले, चीड आणणारे प्रश्न विचारत होते, पण लगेचच त्यांच्याही लक्षात आलं की, सगळ्या ज्यूरींच्या नजरा प्रेक्षकांपैकी कुणावर तरी खिळलेल्या आहेत.

एकही ज्यूरी अजूनही तिच्यावरून नजर काढण्याचं नाव घेत नव्हता.

निकोलसला चेहऱ्यावर फुटू बघणारं हसू आवरता आवरत नव्हतं. त्याचं नशीब आज भलतंच जोरावर होतं. कोर्टरूमच्या डाव्या बाजूला बचावपक्षाच्या वकिलांच्या मागच्या भागात साधारण वीस लोक बसलेले होते आणि जिंजरच्या बरोबर पाठीमागे, दोन रांगा सोडून असलेल्या जागेवर रॅन्किन फिचची जाडजूड आकृती बसलेली होती. ज्यूरी बॉक्समधून पाहिलं, तर जिंजर आणि फिच एकाच रेषेत बसलेले होते, त्यामुळे ज्यूरीतले लोक नेमके कुणाकडे बघताहेत– जिंजरकडे की फिचकडे– हे पन्नास फुटांवरून सांगता येणं शक्य नव्हतं.

हे लोक आपल्याकडेच बघतायेत अशी जिंजरची पक्की खात्री होती. तिनं लगबगीनं काही कागद काढून वाचायला सुरुवात केली. तिचा तो सहकारीही आणखी लांब जाऊन बसला.

इकडे बाराही ज्यूरींच्या नजरा आपल्यावरच खिळल्या आहेत अशा समजुतीनं फिचही भयंकर अस्वस्थ झाला. त्याला एकदम आपण पूर्णपणे निराधार आहोत असं वाटू लागलं. त्याच्या कपाळावर घाम डवरला. न्यायमूर्तींचे प्रश्न चालूच होते. बचावपक्षातल्या दोघातिघा वकिलांनीही अस्वस्थपणे मागे वळून बघितलं.

''असेच बघत रहा सगळेजण.'' निकोलसनं ओठ न हलवता हळूच म्हटलं.

वेन्डॉल ऱ्होरनंही मान वळवून तिकडे कोण बसलंय ते बघायचा प्रयत्न केला. जिंजर मान खाली घालून आपल्या शूजकडे बघू लागली. ज्यूरींच्या नजरा तिच्यावरून हलायचं नाव घेत नव्हत्या.

भर खटल्यात न्यायमूर्तींनी ज्यूरींना खटल्याकडे लक्ष द्यायला सांगितलंय, असं पूर्वी कधी घडलेलं नव्हतं. आता ज्यूरींना लक्ष द्यायला स्पष्टपणे सांगावं असं पूर्वी न्यायमूर्तींना कधी कधी प्रकर्षानं वाटून गेलेलं होतं, पण एखादा ज्यूरीतला सदस्य जर भयंकर कंटाळल्यामुळे झोपी जाऊन घोरायला लागला, तरच. त्यामुळे त्यांनी आपले प्रश्न भराभर विचारून टाकले आणि मोठ्यानं म्हटलं, "थँक्यू, लेडीज अँड जन्टलमेन. आता आपण डॉक्टर फ्रिकची साक्ष पुढे सुरू करायला हरकत नाही."

डॉक्टर मिल्टन फ्रिक साक्षीदाराच्या पिंजऱ्यात येऊन बसेपर्यंत दरम्यानच्या वेळात जिंजर लेडीज रूमकडे अक्षरश: पळत सुटली.

केबलनं अतिशय नम्रपणे, डॉ. फ्रिकच्या विद्वत्तेचा पूर्ण मान राखत म्हटलं की, उलटतपासणीत आपल्याला अगदी थोडे प्रश्न विचारायचे आहेत. विज्ञानाबद्दल एका वैज्ञानिकाशी वाद घालण्याइतका तो नक्कीच मूर्ख नव्हता; पण ज्यूरींसमोर काही किरकोळ मुद्दे सर करण्याची त्याला आशा होती. मि. वुडच्या फुप्फुसांचं जे नुकसान झालेलं होतं, ते सगळंच नुकसान त्यानं तीस वर्षं 'ब्रिस्टल' सिगारेट ओढल्यामुळे झालं असं म्हणता येणार नाही, हे डॉ. फ्रिकनं मान्य केलं. जेकब वुड ज्या ऑफिसात कित्येक वर्षं काम करत होता, त्या ऑफिसात इतरही अनेक लोक सिगारेट ओढत होते आणि वुडच्या फुप्फुसांना झालेल्या नुकसानाचं हेही 'पॅसिव्ह स्मोकिंग'चं कारण काही ना काही प्रमाणात असेलच. "पण तरी शेवटी काय, खरं कारण सिगारेटचा धूर हेच आहे." डॉ. फ्रिकनं म्हटलं आणि केबलनंही ते तात्काळ मान्य केलं.

आणि हवेच्या प्रदूषणाचं काय? दूषित हवेमुळे फुप्फुसं खराब झाली असू शकतील का? हो, हो, तीही शक्यता नक्कीच आहे.

केबलनं त्यानंतर एक जरासा धोकादायक प्रश्न विचारला आणि तरीही त्यावर कुणीही आक्षेप न घेतल्यामुळे तो सहीसलामत निसटला. "डॉ. फ्रिक, आपण जर सगळ्या कारणांचा विचार केला– स्वत: सिगारेट ओढणं, दुसऱ्यांच्या सिगारेटच्या धुराचा परिणाम होणं, हवेचं प्रदूषण, शिवाय आपण न सांगितलेली इतरही काही कारणं असतील– तर त्यांपैकी 'ब्रिस्टल' सिगारेट ओढल्यामुळे जेकब वुडच्या फुप्फुसांचं किती नुकसान झालेलं असू शकेल, हे सांगता येणं तुम्हाला शक्य आहे?"

डॉ. फ्रिकनं काही क्षण विचार केला. "बरंचसं नुकसान 'ब्रिस्टल' सिगारेटमुळेच झालेलं असेल."

"पण किती– साठ टक्के? ऐंशी टक्के? तुमच्यासारख्या नाणावलेल्या वैद्यकीय

संशोधकाला असा काही अंदाज सांगणं शक्य आहे? नेमका नाही, पण सर्वसाधारणपणे?''

हे शक्य नव्हतं आणि केबललाही हे माहीत होतं. तरीही डॉ. फ्रिकनं थोडं मर्यादेबाहेर जाऊन अंदाज सांगितला असता, तर तो खोडून काढण्यासाठी त्याच्याकडे दोन तज्ज्ञ तयार होते.

''नाही. तसं नाही सांगता येणार.'' फ्रिकनं म्हटलं.

''थँक्यू. आता शेवटचा प्रश्न, डॉक्टर. सिगारेट ओढणाऱ्यांपैकी किती टक्के व्यक्तींना फुफ्फुसाचा कॅन्सर होतो?''

''ते तुम्ही कुठल्या संशोधनावर विश्वास ठेवताय यावर अवलंबून आहे.''

''पण तुम्हाला माहीत नाही?''

''मला त्याचा फक्त चांगला अंदाज आहे.''

''मग प्रश्नाचं उत्तर द्या, प्लीज.''

''साधारण दहा टक्के.''

''मला आणखी प्रश्न विचारायचे नाहीत.''

''डॉ. फ्रिक, तुमचं काम झालंय.'' न्यायमूर्तींनी म्हटलं, ''मि. ऱ्होर, तुमच्या पुढच्या साक्षीदाराला बोलवा.''

''डॉक्टर रॉबर्ट ब्रॉन्स्की.''

त्याच वेळी जिंजर कोर्टरूममध्ये आली आणि ती एकदम पाठीमागच्या रांगेत जाऊन बसली. डॉ. फ्रिक साक्षीदाराच्या पिंजऱ्यातून बाहेर पडला आणि डॉ. रॉबर्ट ब्रॉन्स्की तिकडे येऊ लागला. या अवधीचा फायदा घेऊन फिच बाहेर पडला. ॲट्रियममध्ये आल्यावर त्यानं जोझेला बोलावलं आणि ते दोघं घाईघाईनं ऑफिसकडे निघून गेले.

ब्रॉन्स्कीसुद्धा फ्रिकइतकाच गाढा विद्वान होता. त्याच्या नावापुढेही जवळजवळ तेवढ्याच पदव्या होत्या, त्याचेही जवळजवळ तितकेच शोधनिबंध प्रसिद्ध झालेले होते. दोघंही एकमेकांना चांगले ओळखत होते, कारण दोघंही रॉचेस्टरमधल्या त्याच संशोधनकेंद्रात काम करत होते. ऱ्होरनं मोठ्या दिमाखात ब्रॉन्स्कीच्या संशोधनाची, त्याच्या विद्वत्तेची माहिती सांगितली आणि डॉक्टर ब्रॉन्स्की हा त्याच्या क्षेत्रातला तज्ज्ञ आहे हे दोन्ही बाजूंनी मान्य केल्यावर त्यांनी अगदी मूलभूत स्वरूपाच्या प्रश्नोत्तरांद्वारे कोर्टासमोर माहिती मांडायला सुरुवात केली.

तंबाखूच्या धुरामध्ये कित्येक पदार्थ असतात. त्यांपैकी आजवर चार हजारांपेक्षाही जास्त पदार्थ समजलेले आहेत. या पदार्थांमध्ये कॅन्सर उत्पन्न करणारी सोळा द्रव्यं, चौदा अल्कली आणि जीवशास्त्रानुसार अत्यंत सक्रिय अशा कित्येक पदार्थांचा समावेश आहे. तंबाखूचा धूर म्हणजे वायूंच्या अतिसूक्ष्म थेंबांचा समुच्चय असतो.

जेव्हा एखादा माणूस तंबाखूचा धूर श्वासाद्वारे छातीत ओढून घेतो, तेव्हा त्यापैकी जवळजवळ निम्मा धूर फुफ्फुसांमध्येच राहतो आणि त्यातले वायूचे काही अतिसूक्ष्म थेंब श्वासनलिकांच्या आतल्या आवरणांवर जाऊन बसतात.

ऱ्होरच्या दोघा सहकारी वकिलांनी चटकन कोर्टरूमच्या मध्यभागी एक तीन पायांचा स्टँड आणून लावला आणि डॉ. ब्रॉन्स्कीनं साक्षीदाराच्या पिंजऱ्यातून बाहेर येऊन छोटंसं लेक्चर द्यायला सुरुवात केली. त्यानं जो पहिला तक्ता स्टँडवर लावला, त्यात तंबाखूच्या धुरामध्ये असणाऱ्या सगळ्या ज्ञात द्रव्यांच्या नावांची मोठी यादी होती. त्यानं सगळीच नावं घेतली नाहीत, कारण त्याची गरज नव्हती. प्रत्येक नाव भयंकर वाटत होतं.

पुढच्या तक्त्यामध्ये तंबाखूच्या धुरातले जे ज्ञात कॅन्सरजनक पदार्थ आहेत, त्यांची नावं होती. ब्रॉन्स्कीनं प्रत्येक द्रव्याची थोडक्यात माहिती सांगितली. त्यानं डाव्या हातानं पॉइंटर हलकेच तक्त्यावर आपटत म्हटलं, यापेक्षाही अजून ज्यांचा शोध लागलेला नाही, असे कित्येक कॅन्सरजनक पदार्थ तंबाखूच्या धुरात असू शकतील. शिवाय यातले दोन किंवा जास्त पदार्थ एकत्र आल्यामुळे त्यांची कॅन्सरजनक शक्ती वाढत असण्याचीही भरपूर शक्यता आहे.

सकाळच्या उरलेल्या संपूर्ण सत्रात त्यांनी कॅन्सरउत्पादक द्रव्यांवरच चर्चा केली. प्रत्येक नवीन तक्ता बघितल्यावर ज्यूरीतली जेरी फर्नांडिस, पूडल वगैरे धूम्रपंथी मंडळी खचत चाललेली होती आणि लंचची सुट्टी जाहीर झाली त्या वेळी त्यांची अवस्था इतकी दयनीय झालेली होती की, त्या चौघांनी ताबडतोब आधी 'स्मोकिंग हॉल'कडे धाव घेतली.

लंच आधीच आलेलं होतं आणि या बाबतीतल्या सगळ्या अडचणींच्या सुरकुत्या आता साफ झालेल्या दिसत होत्या. टेबलावर काचेच्या प्लेट्स, खरे काटे-चमचे होते आणि थंडगार चहासुद्धा काचेच्या ग्लासमध्ये ओतलेला होता. ओ'रायलीनं ज्यांनी खास सँडविचेस मागवलेली होती, त्यांना त्यांची सँडविचेस वरचं कव्हर काढून दिली आणि इतरांसाठी गरम व्हेजिटेबल्स आणि पास्ताचे मोठाले वाफाळते बाऊल्स उघडून दिले. निकोलसनं त्याची तोंड भरून स्तुती केली.

फोन आला त्या वेळी फिच आपल्या दोघा ज्यूरी तज्ज्ञांबरोबर खोलीतल्या पडद्यावर बघत बसलेला होता. कॉनॅरडनं जरासं बिचकतच दारावर टकटक केली, कारण दार बंद असताना या खोलीच्या जवळपासही कुणी यायचं नाही, अशी फिचनं सगळ्यांना सक्त ताकीद दिलेली होती.

''मार्लीचा फोन आहे. चौथ्या लाईनवर.'' कॉनॅरडनं हलकेच म्हटल्यावर फिच एकदम सावध झाला. दार उघडून तो घाईघाईनं आपल्या ऑफिसकडे निघाला.

“कॉल ट्रेस करा.” जाता जाता त्यानं म्हटलं.

“हो, करतोय.”

“पण ती एखाद्या पे-फोनवरूनच बोलत असणार.”

आपल्या टेबलाशी जाऊन फिचनं चार नंबरचं बटन दाबलं आणि फोन उचलला. “हॅलो.”

“मि. फिच?” तिचा परिचित आवाज आला.

“हो.”

“सगळे ज्यूरी तुझ्याकडे का टक लावून बघत होते, माहितेय?”

“नाही.”

“मग उद्या सांगते.”

“मला आत्ताच काय ते सांग.”

“नाही. कारण तू माझा कॉल ट्रेस करतोयस. हे उद्योग तू थांबवले नाहीस, तर मी तुला फोन करणं बंद करेन.”

“ओ.के. मी कॉल ट्रेस करण्याचं बंद करतो.”

“यावर मी विश्वास ठेवेन असं वाटतंय तुला?”

“तुला नेमकं काय हवंय?”

“नंतर सांगेन, फिच.” तिनं ताबडतोब फोन बंद केला. तिचा फोन कुठून आला होता, ते कळायला थोडा वेळ होता. तोपर्यंत त्यानं संभाषणाची टेप पुन्हा एकदा ऐकली. तेवढ्यात कॉन्रॅडनं सांगितलं की, हा फोन गोतिएमधल्या एका मॉलमधल्या पे-फोनवरून आला होता. गोतिए इथून अर्ध्या तासावर होतं.

फिच एका भाड्यानं घेतलेल्या मोठ्या खुर्चीवर निराशेनं धपकन बसला आणि त्यानं काही क्षण विचार केला. ‘ती तर कोर्टरूममध्ये नव्हती, मग ते लोक माझ्याकडे एकटक बघत होते हे तिला कसं काय कळलं?’ दाढी कुरवाळत त्यानं स्वत:शीच, पण मोठ्यानं म्हटलं.

“कोण बघत होतं तुमच्याकडे?” कॉन्रॅडनं विचारलं. तो कायम ऑफिसमध्येच असायचा. कोर्टात जाणं हे त्याच्या कामात येत नव्हतं. फिचनं मग कोर्टात काय घडलं, हे त्याला सांगितलं.

“म्हणजेच तिला हे कोणीतरी सांगत असलं पाहिजे.” कॉन्रॅडनं विचार करत म्हटलं. “पण कोण?”

“तोच तर प्रश्न आहे.”

दुपारच्या संपूर्ण सत्रामध्ये, दीड वाजल्यापासून तीनपर्यंत आणि साडेतीनपासून पाच वाजता कोर्टाचं कामकाज थांबेपर्यंत सगळी प्रश्नं ‘निकोटिन’ या विषयावर

झाली. थोडीफार ऐकीव माहिती सोडली, तर ही सगळी माहिती ज्यूरींना नवीनच होती : निकोटिन हे एक जहाल विष आहे आणि ते तंबाखूमध्ये आणि तंबाखूच्या धुरातही असतं. प्रत्येक सिगारेटमध्ये एक ते तीन मिलिग्रॅम निकोटिन असतं. जेकब वुडसारखे जे सिगारेट ओढणारे लोक सिगारेटचा धूर छातीत ओढून घेतात, त्यांच्या फुप्फुसांमध्ये त्यापैकी जवळजवळ नव्वद टक्के निकोटिन शोषलं जातं. स्टँडवर माणसाच्या शरीराची, जिवंत माणसाइतकी मोठी आकृती असलेला तक्ता लावलेला होता. त्यावर झगझगीत प्रकाश पाडलेला होता. डॉ. ब्रॉन्स्की जवळजवळ संपूर्ण वेळ त्या तक्त्यापाशी उभा राहून मानवी शरीरातले वेगवेगळे अवयव दाखवत होता आणि खुलासेवार माहिती देत होता– सगळ्या अवयवांच्या पृष्ठभागावरच्या रक्तवाहिन्या निकोटिनमुळे कशा आखडतात, निकोटिनमुळे रक्तदाब कसा वाढतो, नाडीच्या ठोक्यांचा वेग कसा वाढतो, निकोटिन हृदयाला त्याचं कार्य आणखी जोरात कसं करायला लावतं. पचनसंस्थेवर होणारे निकोटिनचे परिणाम अतिशय अनिष्ट, अचानक आणि गुंतागुंतीचे असतात. निकोटिनमुळे मळमळू लागतं, उलट्या होतात. विशेषत: सिगारेटची सवय नसणाऱ्या माणसानं सिगारेट ओढली तर हे परिणाम जास्त तीव्रतेनं जाणवतात. लाळ उत्पन्न होण्याच्या क्रियेला आणि पोटातल्या अवयवांना आधी उत्तेजना मिळते आणि मग त्या दाबल्या जातात. मध्यवर्ती मज्जासंस्था निकोटिनमुळे उत्तेजित होते. ब्रॉन्स्की अतिशय सावकाश, पायरीपायरीनं, पण तितक्याच गंभीरपणे सगळं समजावून सांगत होता. त्याच्या बोलण्यावरून सगळ्यांना वाटायला लागलं की, सिगारेट ओढणं आणि विषाचा एखादा घोट घेणं यात काही फरकच नसतो.

आणि निकोटिनबाबतची सगळ्यात वाईट गोष्ट अशी की, त्याचं व्यसन लागतं, सवय लागते. शेवटच्या एका तासामध्ये – आणि इथेही ऱ्होरनं अचूक टायमिंग साधलं – त्यानं ज्यूरींना पटवून दिलं की, निकोटिनची फार चटकन सवय लागते आणि ही गोष्ट कमीत कमी गेली चाळीस वर्षं सगळ्यांना माहीत आहे.

सिगारेटमधल्या निकोटिनची मात्रा सिगारेटचं उत्पादन करत असतानाच्या प्रक्रियेमध्ये अगदी सहजपणे कमीजास्त करता येते.

निकोटिनचं प्रमाण जर– आणि या 'जर'वर ब्रॉन्स्कीनं जोर दिला– कृत्रिमरीत्या वाढवलं, तर सिगारेट ओढणाऱ्यांना निकोटिनची आणि पर्यायानं सिगारेटची सवय आपोआपच अधिक चटकन लागेल. आणि याचा उघड अर्थ असा की, सिगारेटचा खपही झपाट्यानं वाढेल.

नेमक्या याच मुद्द्यावर दिवसभरासाठी कोर्टाचं कामकाज थांबलं.

९

मंगळवारी सकाळी निकोलस बराच लवकर ज्यूरीरूममध्ये आला. त्या वेळी लू डेल डिकॅफ केलेल्या कॉफीचं पहिलं पॉट बनवत होती आणि एकीकडे ताजे रोल्स, डोनट वगैरेची प्लेट व्यवस्थित लावून ठेवत होती. शेजारीच नव्याकोऱ्या, काचेच्या सुंदर कपबश्यांचा एक पूर्ण सेट व्यवस्थित मांडून ठेवलेला होता. आपल्याला प्लॅस्टिकच्या कपातून कॉफी प्यायला मुळीच आवडत नाही असं निकोलसनं सांगितलं होतं. नशिबानं आणखी दोघा जणांचंही तेच मत होतं. त्यांच्या सगळ्या विनंत्या – खरं म्हणजे मागण्या – न्यायमूर्तींनी ताबडतोब मान्य केल्या होत्या.

तो आल्याबरोबर लू डेलनं आपली कामं भराभर उरकली. त्यानं छानपैकी हसून तिला 'गुडमॉर्निंग' म्हटलं, पण तिनं काही त्याला प्रतिसाद दिला नाही. याआधी त्यांच्यात जे वादावादीचे प्रसंग झाले होते, तेव्हापासून तिच्या मनात त्याच्याबद्दल एक अढी उत्पन्न झाली होती. शेवटी कॉफीचा कप भरून घेऊन त्यानं वर्तमानपत्र उघडलं.

निकोलसच्या अपेक्षेनुसार रिटायर्ड कर्नल फ्रँक हरेरा आठला म्हणजे ठरलेल्या वेळेपेक्षा चांगला तासभर आधी आत आला. त्याच्या हातात दोन वृत्तपत्रं होती. त्यांपैकी 'द वॉल स्ट्रीट जर्नल' हे एक होतं. त्याला खरं म्हणजे इतक्या लवकर आपण एकटेच आलेले असू अशी अपेक्षा होती. पण निकोलसला बघितल्यावर तो त्याच्याकडे बघून जेमतेम हसला.

''मॉर्निंग, कर्नल.'' निकोलसनं मात्र अगदी मोकळेपणानं म्हटलं. ''आज लवकर आलात.''

''मग काय, तूही लवकरच आलायस की!''

"हो ना. मला झोपच लागली नाही. सारखं निकोटिन आणि काळ्या पडलेल्या फुप्फुसांचे फोटो स्वप्नात दिसत होते." स्पोर्ट्सच्या बातम्यांमध्ये डोकं घालत निकोलसनं म्हटलं.

कॉफी ढवळत हरेरा टेबलाशी त्याच्या समोरच्या खुर्चीवर येऊन बसला. "सैन्यात असताना मी दहा वर्षं सिगारेट ओढत होतो." खांदे मागे घेऊन, हनुवटी वर करून, ताठ बसत त्यानं म्हटलं. कुणी नुसतं 'अटेन्शन' असं कुजबुजलं जरी असतं, तरी हा माणूस ताडकन उठून उभा राहिला असता. "पण नंतर मात्र मला सिगारेट सोडण्याची सुबुद्धी झाली."

"मला वाटतं, काही जणांना ते जमतच नाही. जेकब वुडलाही जमलं नाही."

कर्नलनं एक तिरस्कारयुक्त हुंकार दिला आणि हातातला पेपर उघडला. त्याच्या दृष्टीनं एखादी वाईट गोष्ट सोडून देणं म्हणजे केवळ मनोनिग्रह दाखवण्याचं काम होतं. तुमचं डोकं ठिकाणावर ठेवा, की शरीर आपोआप साथ देतं.

"तुम्ही का सोडली सिगारेट?" निकोलसनं पान उलटत विचारलं.

"कारण सिगारेट आपल्याला हानिकारक असते. आता एवढं समजायला काही आईन्स्टाईनची बुद्धिमत्ता लागते असं नव्हे. सिगारेट भयंकर वाईट असते, हे सगळ्यांनाच माहितेय."

खटला सुरू होण्यापूर्वी सगळ्यांना ज्या प्रश्नावली दिलेल्या होत्या, त्यांची उत्तरं देताना जर हरेरानं एवढा रोखठोकपणा दाखवला असता, तर आज तो ज्यूरीवर येऊच शकला नसता. निकोलसला ते प्रश्न चांगले आठवत होते. या माणसाची मतं इतकी परखड आहेत याचा एकच अर्थ होतो, त्यानं मनात म्हटलं, त्याला काहीही करून ज्यूरीवर यायचं होतं. त्याला गोल्फचा कंटाळा आला असेल, बायकोचा कंटाळा आला असेल, शिवाय तो सैन्यातून निवृत्त झालाय त्यामुळे त्याला काहीतरी उद्योग हवा असेल आणि कशाबद्दल तरी त्याच्या मनात निश्चितपणे अढी बसलेली असेल.

"म्हणजे सिगारेटवर कायद्यानं बंदी आणावी असं म्हणायचंय का तुम्हाला?" हा प्रश्न निकोलसनं हजार वेळा आरशात बघून विचारला होता आणि या प्रश्नाच्या प्रत्येक उत्तरावर त्याच्याकडे प्रतिप्रश्न तयार होते.

हातातला पेपर टेबलावर सावकाश ठेवत हरेरानं आपल्या काळ्या कॉफीचा एक मोठा घोट घेतला. "नाही. मला असं वाटतं, की, तीस वर्षं दररोज तीन पाकिटं सिगारेट ओढण्याइतका अविचार लोकांनी करू नये. अरे, एवढ्या सिगारेटी इतकी वर्षं ओढल्यावरही तुम्ही धडधाकट राहणार असं वाटतंय का तुम्हाला?" त्यानं तिरकसपणे म्हटलं. मनाशी काहीतरी पक्कं ठरवूनच हा माणूस ज्यूरीचं काम करायला आलाय, हे अगदी उघड दिसत होतं.

"या गोष्टीबद्दल तुमची पक्की खात्री केव्हा झाली?"

"तू काय बिनडोक आहेस का? यात अवघड असं काय आहे?"

"हे तुमचं मत झालं, पण प्रश्नोत्तरांच्या वेळी तुम्ही हे मत स्पष्ट सांगायला हवं होतं."

"म्हणजे?"

"ज्यूरींच्या निवडीच्या वेळी आपल्याला नेमके याबद्दलच प्रश्न विचारले होते. त्या वेळी तुम्ही एक शब्दही तोंडातून काढल्याचं मला आठवत नाही."

"त्या वेळी आपण असं काही बोलावं, असं मला वाटलंच नाही."

"पण तुम्ही खरंच हे स्पष्ट सांगायला हवं होतं."

हरेरा रागानं लालबुंद झाला, पण थेट प्रतिहल्ला करण्याआधी त्यानं क्षणभर विचार केला. या ईस्टरला कायद्याची माहिती आहे– निदान आपल्यापेक्षा किंवा इतरांपेक्षा तरी नक्कीच जास्त माहिती आहे. कदाचित आपण कुठेतरी चूक केलेली असेल. कदाचित हा पोरगा या ना त्या मार्गानं आपलं नाव हार्किनला सांगेल आणि आपल्याला ज्यूरीवरून काढूनही टाकायला लावू शकेल. कदाचित आपण कोर्टाचा अवमान केलेला असेल, मग आपल्याला दंड होऊ शकेल किंवा कदाचित तुरुंगवासही होऊ शकेल.

तेवढ्यात आणखी एक विचार त्याच्या मनात चमकला. पहिली गोष्ट म्हणजे, केसबद्दल आपसात चर्चा करायलाच मुळात बंदी आहे ना? मग हा ईस्टर न्यायमूर्तींना आपली तक्रार तरी कशी करू शकेल? किंवा असंही असेल की, आपली तक्रार करताना ईस्टर स्वतःचंही नाव उघड करण्याचा धोका पत्करेल आणि इथे ज्यूरीरूममध्ये जे काही बोलणं झालं ते सगळं सांगून टाकेल. हरेरा थोडा स्वस्थ झाला. "म्हणजे, याचा अर्थ मला तरी असा दिसतोय की, तू बचावपक्षाला जास्तीत जास्त मोठी नुकसानभरपाई द्यायला लागावी, यासाठी प्रयत्न करणार. बरोबर?"

"चुकताय तुम्ही, मि. हरेरा. तुम्ही तुमचं मत आधीच पक्कं केलंय, तसं मी केलेलं नाही. आपण आत्तापर्यंत फक्त तीन साक्षी ऐकल्या आहेत, त्यासुद्धा फक्त फिर्यादी पक्षाच्या. अजून कितीतरी साक्षी व्हायच्या बाकी आहेत. मी दोन्ही बाजूंचे सगळे साक्षीपुरावे पूर्ण होईपर्यंत कसलंही मत बनवणार नाही. आणि मला वाटतं, हेच करायचं आपण त्यांना आश्वासन दिलंय."

"हो, मीसुद्धा तेच करणार आहे. माझंही मत बदलू शकतं." अचानकपणे हरेराला पेपरमधल्या अग्रलेखात अत्यंत वाचनीय असं काहीतरी दिसू लागलं. तेवढ्यात धाडकन दार उघडलं आणि हर्मन ग्राईम्स आपली काठी वाजवत आत आला. पाठोपाठ लू डेल आणि मिसेस ग्राईम्सही आल्या. निकोलस नेहमीप्रमाणे फोरमनसाहेबांचा कॉफीचा कप भरण्यासाठी उठला. हे एव्हाना ठरूनच गेलेलं होतं.

नऊ वाजेपर्यंत फिच तिच्या फोनची वाट बघत बसला. आपण कदाचित आज फोन करू, असं तिनं सांगितलं होतं.

ती आपल्याशी नुसतेच खेळ खेळतेय असं नव्हे, तर ती थापासुद्धा मारायला कमी करत नाहीसं दिसतंय, त्यानं मनात म्हटलं. ज्यूरींनी आपल्याकडे पुन्हा बघत राहावं अशी त्याची मुळीच इच्छा नव्हती. आपल्या ऑफिसला कुलूप लावून तो पडदा असलेल्या त्या खास खोलीत गेला. त्याचे दोन ज्यूरी तज्ज्ञ आधीच तिथे बसलेले होते आणि पडद्यावरचं वाकडं झालेलं दृश्य बघत होते. कोणाच्या तरी लाथेनं मॅकॲड्रूची ब्रीफकेस हलून तिरकी झालेली होती, त्यामुळे कॅमेऱ्याची दिशा दहा फुटांनी बदललेली होती. ज्यूरर क्रमांक एक, दोन, सात आणि आठ दिसतच नव्हते, तर मिली डुप्री आणि तिच्यामागची रिकी कोलमन अर्ध्याच दिसत होत्या.

ज्यूरी जागेवर बसून दोन मिनिटं झालेली होती, त्यामुळे मॅकॲड्रू हलू शकत नव्हता आणि त्यामुळे सेलफोनही वापरू शकत नव्हता. कोणीतरी लाथ मारून ब्रीफकेस हलवलीय, हेच त्याला माहीत नव्हतं. फिच चिडून काहीतरी बडबडला आणि त्यानं पटकन कागदावर काहीतरी खरडून आपल्या एका चांगले कपडे घातलेल्या मदतनिसाकडे ती चिठ्ठी दिली. तो पोरगा धावतपळत कोर्टात गेला आणि एखाद्या शिकाऊ वकिलासारखं कोर्टरूममध्ये शिरून त्यानं ती चिठ्ठी हळूच बचावपक्षाच्या टेबलावर दिली.

कॅमेरा हळूहळू डावीकडे हलला, तसे सगळे ज्यूरी पडद्यावर दिसू लागले. पण मॅकॲड्रूनं ब्रीफकेस जरा जास्तच ढकलल्यामुळे जेरी फर्नांडिस आणि एंजल वीझ निम्मे दिसू लागले. फिचनं पुन्हा शिव्या हासडल्या. पण आता मधली सुट्टी होईपर्यंत त्याला थांबण्यावाचून पर्यायच नव्हता.

डॉ. ब्रॉन्स्की रात्री विश्रांती घेऊन ताजातवाना होऊन तंबाखूच्या धुराच्या घातक परिणामांची माहिती द्यायला तयारीनं आलेला होता. तंबाखूच्या धुरातल्या कॅन्सरजनक द्रव्यांची आणि निकोटिनची चर्चा काल करून झाली होती. आता त्यानं तंबाखूच्या धुरातल्या, वैद्यकीयदृष्ट्या महत्त्वाच्या अशा आणखी एका द्रव्यगटाबद्दल सांगायला सुरुवात केली.

व्होर अगदी सोपं पिचिंग करत होता आणि ब्रॉन्स्की 'होम रन'चे फटक्यावर फटके मारत होता. तंबाखूच्या धुरामध्ये अमोनिया, काही घातक ॲसिड्स, अल्डिहाईड्स, फिनॉल्स आणि कीटोन्स असतात आणि ही सगळी द्रव्यं संपूर्ण श्वसनमार्गाच्या आतल्या बाजूच्या श्लेष्मल त्वचेला अत्यंत त्रासदायक ठरतात. साक्षीदाराच्या पिंजऱ्यातून तो बाहेर आला आणि स्टँडवर लावलेल्या नव्या तक्त्यापाशी येऊन उभा राहिला. या तक्त्यावर मानवाचं मस्तक आणि छातीच्या भागाची आकृती काढलेली

होती आणि त्यात श्वसनमार्ग, गळा, श्वासवाहिन्या आणि फुप्फुसं दाखवलेली होती. शरीराच्या या भागामध्ये तंबाखूचा धूर कफाच्या निर्मितीला चालना देतो. त्याच वेळी तो श्वासवाहिन्यांच्या आतल्या आवरणाची क्रिया मंद करतो आणि त्यामुळे या आवरणाचं कफ शरीराबाहेर काढण्याचं कार्यही मंदावतं.

सामान्य माणसाला सहज समजेल अशा भाषेत तो शरीरविज्ञानातल्या आणि वैद्यकाच्या बाबतीतल्या अवघड गोष्टींचा आणि पारिभाषिक शब्दांचा अर्थ समजावून सांगत होता. तंबाखूचा धूर श्वासावाटे छातीत घेतल्यावर नेमकं काय होतं, हे समजावून सांगताना त्यानं मुद्दाम सावकाश बोलायला सुरुवात केली. स्टँडवर आणखी दोन मोठ्या, रंगीत आकृत्या लावलेल्या होत्या आणि त्यानं पॉइंटरच्या साहाय्यानं एकेक गोष्ट खुलासेवार समजावून सांगायला सुरुवात केली. श्वासवाहिन्यांच्या आतल्या बाजूला एक पातळ आवरण असतं आणि त्यावर अतिशय सूक्ष्म असे तंतू असतात. हे तंतू सगळे एकत्रितपणे हालचाल करत असतात आणि त्याद्वारे पडद्याच्या पृष्ठभागावर जमलेल्या कफाचं नियंत्रण करतात. या हालचालींमुळे श्वासाबरोबर आत आलेली सगळी धूळ आणि जंतू मुख्य फुप्फुसांमध्ये प्रवेश करू शकत नाहीत.

धूम्रपानामुळे या संपूर्ण प्रक्रियेवर अत्यंत वाईट परिणाम होतात. निरोगी माणसाच्या छातीत ही प्रक्रिया नेमकी कशी चालते हे ज्यूरींना समजलंय, अशी खात्री झाल्यावर व्होर आणि ब्रॉन्स्की या प्रक्रियेवर धूम्रपानाचे कसे दुष्परिणाम होतात, या विषयाकडे वळले. धूम्रपानामुळे श्वास घेताना होणाऱ्या हवा गाळण्याच्या प्रक्रियेत कशी बाधा उत्पन्न होते आणि त्याचे संपूर्ण श्वसनसंस्थेवर कसे अनिष्ट परिणाम होतात, हे त्यांनी सांगायला सुरुवात केली.

ज्यूरी बॉक्समध्ये पहिली स्पष्ट दिसलेली जांभई दिली, ती मागच्या रांगेत बसलेल्या जेरी फर्नांडिसनं. काल रात्रभर तो एका कॅसिनोत फुटबॉलची मॅच बघत बसला होता आणि त्या भरात त्यानं वाजवीपेक्षा जरा जास्तच मद्यपान केलं होतं. तो रोज दोन पाकिटं सिगारेट ओढायचा. हे घातक आहे याची पूर्ण कल्पना त्याला होती, तरीसुद्धा या क्षणी त्याला सिगारेटची तलफ अनावर झालेली होती.

थोड्या वेळानं आणखी ज्यूरर लोकांनी जांभया द्यायला सुरुवात केली. शेवटी साडेअकराला न्यायमूर्तींनी लंचची दोन तास सुट्टी जाहीर केली.

लंचनंतर ज्यूरींनी थोडंफार फिरून येण्याची कल्पना निकोलसच्या डोक्यात आली होती आणि ती त्यानं सोमवारी न्यायमूर्तींना एका पत्राद्वारे कळवली होती. ज्यूरींना एका छोट्याशा खोलीत जणू डांबून ठेवणं जरा विचित्र वाटतं. आमच्या जिवाला काही धोका आहे असं नव्हे, किंवा आम्ही जरा कुठे बाहेर पडलो तर कुणी अज्ञात हल्लेखोर आमच्यावर हल्ला करतील असंही नव्हे. आमच्याबरोबर हवं तर लू डेल, विलिस आणि आणखी एखादा माणूस द्या, नेहमीप्रमाणे आम्हाला कोणाशी

बोलायची मनाई करा आणि लंचनंतर अर्धा तास आम्हाला रस्त्यावरूनच चालत एक चक्कर मारून येण्याची परवानगी द्या. त्यामुळे जेवणही पचायला मदत होईल आणि आम्हालाही जरा मोकळी हवा मिळेल. ही सूचना न्यायमूर्तींनाही योग्य वाटली होती आणि हे जणू आपल्यालाच सुचलंय अशा आविर्भावात त्यांनी या गोष्टीला मान्यता दिली होती.

निकोलसनं ते पत्र लू डेलला दाखवलं आणि लंच संपत आली तेव्हा तिनं सगळ्यांना सांगितलं की, आजपासून सगळ्यांनी बाहेर एक चक्कर मारून येण्याची कल्पना मिस्टर ईस्टर यांनी न्यायमूर्तींना कळवलीय. सगळेजण निकोलसवर बेहद्द खूष झाले.

बाहेरची हवा छान, आल्हाददायक होती. स्वच्छ ऊन पडलेलं होतं आणि झाडांच्या पानांचे रंग बदलत चाललेले होते. लू डेल आणि विलिस सगळ्यात पुढे चालत होते, तर फर्नांडिस, स्टेला ह्युलिक, पूडल आणि एंजल वीझ ही चार धूम्रमार्गी मंडळी सगळ्यात मागे राहून मस्तपैकी सिगारेटचा आस्वाद घेत होती. ब्रॉन्स्की, त्याचा कफ, फ्रिक आणि वुडची काळवंडलेली फुप्फुसं गेली खड्ड्यात!

फिचनं या मंडळींपाठोपाठ डॉईल आणि ज्यो बॉय नावाच्या आणखी एका हस्तकाला पाठवलं आणि त्यांना दुरूनच फोटो घ्यायला सांगितलं.

लंचनंतर दुपारच्या सत्रात ब्रॉन्स्कीच्या बोलण्याचा प्रभाव झपाट्यानं कमी होऊ लागला. सोप्या भाषेत समजावून सांगायची त्याची खुबीही त्याला सोडून कुठेशी निघून गेली आणि त्याच्या बोलण्यावर मन एकाग्र करणं ज्यूरींना जमेनासं झालं. सगळे तक्ते आणि रंगीत आकृत्या त्यांच्या डोळ्यांसमोर एकमेकांत मिसळू लागल्या. ज्यूरीतले सगळे सदस्य जाम कंटाळून गेले आहेत हे समजायला कुणा महागड्या ज्यूरी तज्ज्ञाचं मत विचारण्याची गरजच नव्हती. जवळजवळ सगळ्या वकिलांकडून घडणारा 'ओव्हरकिल'चा प्रमाद ऱ्होरकडूनही अजाणतेपणी होत होता, हेही सूर्यप्रकाशाइतकं स्वच्छ दिसत होतं.

न्यायमूर्तींनी त्यामुळे बरंच लवकर, चार वाजताच कामकाज आवरतं घेतलं. आपल्याला काही प्रस्तावांवर आणि इतर गोष्टींवर चर्चा करायचीय आणि त्यासाठी ज्यूरींची गरज नाही, असं कारण त्यांनी दिलं. नंतर त्यांनी नेहमीप्रमाणे ज्यूरींना त्यांच्या ठरीव आणि ऐकून गुळगुळीत झालेल्या 'गंभीर सूचना' वगैरे द्यायला सुरुवात केली. तासभर आधी बाहेर पडायला मिळतंय, या आनंदात असलेल्या ज्यूरींनी त्या सूचना धड ऐकल्यासुद्धा नाहीत.

लॉनी शेव्हर तर फारच खूष झालेला होता. कोर्टातून तो गाडीनं थेट तिथून दहा मिनिटांवर असलेल्या त्याच्या सुपरमार्केटमध्ये गेला. मागच्या बाजूच्या खास राखीव

जागेत त्यानं गाडी लावली आणि पाठीमागच्या, स्टॉकरूमच्या दरवाजातून तो चटकन आत शिरला. त्याचं ऑफिस वरच्या भागात होतं आणि ऑफिसच्या भिंतींना लावलेल्या पारदर्शक आरशासारख्या काचेतून त्याला वरचा जवळजवळ संपूर्ण भाग दिसू शकत होता.

सतरा स्टोअर्स असलेल्या त्या साखळीत लॉनी हा एकमेव निग्रो मॅनेजर होता. त्याला वर्षाला चाळीस हजार डॉलर्स पगार होता, हेल्थ इन्शुअरन्स होता आणि एक बऱ्यापैकी पेन्शन प्लॅनही होता. आणखी तीन महिन्यांनी त्याला पगारवाढ मिळणार होती. शिवाय त्याला असंही सांगितलेलं होतं की तुझं मॅनेजर म्हणून काम जर समाधानकारक आहे असं वाटलं, तर तुला डिस्ट्रिक्ट सुपरवायझर म्हणून बढतीही देण्याची योजना आहे. पण यांपैकी कोणतीच गोष्ट लेखी स्वरूपात नव्हती.

त्याचं ऑफिस कायम उघडं असायचं आणि त्याच्या पाचसहा मदतनीसांपैकी कोणी ना कोणी त्याच्या ऑफिसात हजर असायचा. एक असिस्टंट मॅनेजर त्याला बघून पुढे आला आणि त्यानं एका दाराकडे मानेनं खूण केली. ''आपल्याकडे पाहुणेमंडळी आलीयत.'' त्याच्या चेहऱ्यावर आठ्या होत्या.

लॉनीनं त्या बंद दाराकडे क्षणभर थबकून बघितलं. हा दरवाजा एका मोठ्या, प्रशस्त खोलीचा होता आणि त्या खोलीचा वापर कुठल्याही कारणासाठी होत असे–वाढदिवसाच्या पार्ट्या, कर्मचाऱ्यांच्या मीटिंग्ज, मोठ्या अधिकारी लोकांच्या भेटी, वगैरे. ''कोण आलंय?'' लॉनीनं विचारलं.

''हेडऑफिसचे लोक आलेत. त्यांना तुलाच भेटायचंय.''

दारावर टकटक करून लॉनी परवानगीची वाट न बघताच आत शिरला. शेवटी इथला प्रमुख तो होता. हे त्याचं ऑफिस होतं. आत टेबलाच्या एका टोकाशी तीन माणसं शर्टाच्या अस्तन्या कोपरापर्यंत वर सारून कागदपत्र चाळत बसलेली होती. टेबलावरही कागदपत्रांचा आणि कॉम्प्युटर प्रिंटआउट्सचा एक गठ्ठा होता. त्याला बघून ते तिघेही अर्धवट उठून उभे राहिले.

''हाय, लॉनी.'' ट्रॉय हॅडलीनं म्हटलं. कंपनीच्या मालकांपैकी एकाचा हा मुलगा होता आणि त्या तिघांपैकी लॉनी फक्त त्याला ओळखत होता. त्यानं लॉनीशी इतर दोघांची ओळख करून दिली. केन आणि बेन एवढीच नावं त्याच्या लक्षात राहिली. ट्रॉयनं आपली जागा त्याला दिली आणि केन आणि बेन टेबलाशी त्याच्या डाव्या-उजव्या बाजूला बसले.

ट्रॉयनं बोलायला सुरुवात केली. तो जरा अस्वस्थ वाटत होता. ''तुझं ज्यूरीचं काम काय म्हणतंय?''

''कटकट आहे, झालं.''

''हं. ओके. लॉनी, आता आम्ही इकडे येण्याचं कारण सांगतो. केन आणि बेन

हे दोघं 'सुपरहाऊस' या आपल्यासारख्या स्टोअर्सच्या एका मोठ्या चेनमधून आले आहेत. 'सुपरहाऊस'चं मुख्य ऑफिस शार्लोटमध्ये आहे. आणि माझ्या डॅडींनी आणि काकांनी असं ठरवलंय की, आपली संपूर्ण चेन 'सुपरहाऊस'ला विकून टाकायची. याला बरीच काही कारणंही आहेत.''

केन आणि बेनचं आपल्याकडे बारीक लक्ष आहे असं लॉनीच्या लक्षात आलं. त्यामुळे त्यानं निर्विकार चेहऱ्यानं ही बातमी ऐकली. एवढंच नव्हे, तर 'बरं, मग?' अशा अर्थानं खांदेही उडवले. पण त्याला हे पचवणं मात्र जरा जडच जात होतं. ''का बरं?'' त्यानं कसंबसं विचारलं.

''यामागे बरीच कारणं आहेत, पण त्यातली दोन सर्वांत मोठी कारणं तुला सांगतो. माझे डॅडी अडुसष्ट वर्षांचे आहेत आणि काकांचं मोठं ऑपरेशन झालंय, हे तर तुला माहीतच आहे. हे झालं पहिलं कारण. दुसरं कारण असं की, 'सुपरहाऊस'नं जी मोबदल्याची ऑफर दिलीय, ती अतिशय वाजवी आणि योग्य आहे.'' जणू आता कधी एकदा पैसे हातात मिळतायत असं झाल्यासारखे ट्रॉयनं दोन्ही हात चोळले. ''हीच धंदा विकायची संधी आहे, लॉनी. इतकं सरळ आणि सोपं आहे हे.''

''आश्चर्य आहे. मला तर कधीच–''

''अगदी खरं आहे तुझं. चाळीस वर्षं झाली डॅडींनी हा धंदा करून. सुरुवातीला हे फक्त एक छोटंसं फळांचं दुकान होतं आणि ते माझे मम्मी आणि डॅडी चालवत होते. आज चाळीस वर्षांनंतर आता ही सतरा दुकानं आणि तीन गोडाऊनची मोठी साखळी आहे, पाच राज्यांमध्ये आपली स्टोअर्स आहेत आणि गेल्या वर्षी आपली विक्री तब्बल सहा कोटी डॉलर्स एवढी होती. एवढा ऐन भरात चाललेला धंदा ते विकतायत हे आश्चर्य वाटण्यासारखंच आहे.'' हे असलं भावनेला हात घालणारं बोलणं लॉनीला पटवून देण्यात तो साफ अयशस्वी ठरत होता. आणि का, ते लॉनीला पक्कं माहीत होतं. ट्रॉय हॅडली हा अत्यंत मूर्ख आणि बिनडोक असा, श्रीमंत बापाचा बेटा होता. तो रोज तासन्तास गोल्फ खेळत असे आणि त्याच वेळी आपण एक अतिशय कर्तबगार, कडक स्वभावाचे व्यावसायिक आहोत असं लोकांना भासवत असे. त्याचे वडील आणि काका हा धंदा विकून टाकतायत, कारण अजून काही वर्षांनी धंद्याची सगळी सूत्रं ट्रॉयच्या हातात जातील आणि चाळीस वर्षं अथक परिश्रम करून उभारलेला सगळा पैसा रेसिंगच्या बोटींवर आणि बीचवरच्या प्रॉपर्टीवर उधळला जाईल, हे त्यांना चांगलं माहीत आहे, याची पूर्ण कल्पना लॉनीला होती.

थोडा वेळ कुणीच काही बोललं नाही. केन आणि बेन अजून लॉनीकडेच बघत होते. त्यांपैकी एकजण साधारण पंचेचाळीसच्या आसपासचा होता. त्याचे केस अगदीच अव्यवस्थित कापलेले होते आणि शर्टाच्या खिशावर तीनचार स्वस्तातली

बॉलपॉइंट पेनं लावलेली होती. कदाचित हा बेन असावा. दुसरा माणूस त्याच्यापेक्षा काहीसा तरुण होता. त्याचा चेहराही तरतरीत वाटत होता, डोळे कठोर होते आणि कपडेही पहिल्यापेक्षा जास्त चांगले होते. हा निश्चितपणे कंपनीतला अधिकारी वाटत होता. लॉनीनं त्यांच्याकडे बघितलं आणि अचानक त्याच्या लक्षात आलं की, आता बोलण्याची पाळी आपली आहे.

"मग हे स्टोअर बंद होणार का?" त्यानं विचारलं. एवढ्यातच त्याला हताशा जाणवू लागलेली होती.

ट्रॉय जणू याच प्रश्नाची वाट बघत होता. "दुसऱ्या शब्दात, तुझं काय होणार, असंच ना? मी तुला माझ्याकडून खात्री देतो, लॉनी की, त्यांनी तुला इथेच, याच पदावर कायम ठेवावं अशी मी त्यांच्याकडे शिफारस केलीय." बेननं– किंवा केननंही असेल– हळूच मान डोलावली. ट्रॉयनं आपला कोट हातात घेतला. "पण आता हा काही माझा धंदा उरलेला नाही. तुम्ही तिघं काय ते बोलून घ्या, तोपर्यंत मी बाहेर जाऊन येतो."

का कोण जाणे, ट्रॉय हॅडली बाहेर गेल्यावर केन आणि बेनच्या चेहऱ्यांवर एक स्मित चमकलं. लॉनीनं विचारलं, "तुम्ही तुमची व्हिजिटिंग कार्ड्स आणलीयत का?"

"हो, हो." दोघांनीही म्हटलं आणि खिशातून आपापलं कार्ड काढून टेबलावर पुढे सरकवलं. बेनच मध्यमवयीन होता आणि केन तरुण होता. त्या दोघांपैकी केनच प्रमुख होता.

केननं बोलायला सुरुवात केली. "आमच्या कंपनीची थोडी माहिती सांगतो. आमचं हेडऑफिस शार्लोटमध्ये आहे. दोन्ही कॅरोलिना राज्यं आणि जॉर्जियामध्ये आमची ऐंशी स्टोअर्स आहेत. 'सुपरहाऊस' ही 'लिस्टिंग फूड्स' या स्कार्सडेलमधल्या मोठ्या कंपनीची एक डिव्हिजन आहे. गेल्या वर्षी 'लिस्टिंग फूड्स'ची विक्री दोनशे कोटी डॉलर्स होती. 'लिस्टिंग फूड्स' ही एक पब्लिक कंपनी आहे आणि तिच्या शेअर्सची नोंदणी 'नॅझर्दक'वर झाली आहे. कदाचित तू तिचं नावही ऐकलेलं असशील. मी 'सुपरहाऊस'चा व्हाईस प्रेसिडेंट ऑपरेशन्स आहे आणि हा बेन रिजनल व्हीपी आहे. दक्षिणेला आणि पश्चिमेला आमच्या कंपनीचा कारभार बराच वाढतोय आणि त्यात 'हॅडली ब्रदर्स'ही आमच्याच धंद्यातली छोटी, पण जुनी, चांगली कंपनी आम्हाला धंदा विकायला तयार झालीय, म्हणून आम्ही इकडे आलोय."

"म्हणजे तुम्ही हे स्टोअर चालू ठेवणार?"

"हो. निदान सध्या तरी." केननं काहीशा गूढ नजरेनं बेनकडे कटाक्ष टाकत उत्तर दिलं.

''आणि माझं काय?''

त्या दोघांनीही अस्वस्थपणे एकमेकांकडे बघितलं. बेननं खिशातून एक बॉलपॉइंट काढून घेऊन त्याच्याशी चाळा सुरू केला. केननं बोलायला सुरुवात केली. ''अं, त्याचं असं आहे, मि. शेव्हर–''

''मला लॉनी म्हटलंत तरी चालेल.''

''ओके. थँक्स. हे बघ, लॉनी, अशा संपूर्ण कंपनीच्या खरेदीच्या किंवा विक्रीच्या व्यवहारात नंतर काही ना काही बदल होतातच. कुणाच्या नोकऱ्या जातात, कुणाच्या बदल्या होतात, तर काही नवीन जागाही निर्माण होतात.''

''माहितेय, पण माझ्या नोकरीचं काय?'' लॉनीनं जरा ठासून विचारलं. आपली नोकरी जाणार, अशीच त्याला शंका होती, त्यामुळे काय ते आत्ताच ऐकायची त्यानं मनाची तयारी केलेली होती.

केननं उगाचच एक कागद उचलून डोळ्यांसमोर धरला. ''खरं म्हणजे तुझी फाईल तर एकदम उत्तम आहे.''

''आणि तुझी जोरदार शिफारसही झालीय.'' बेननं प्रथमच तोंड उघडलं.

''त्यामुळे तुला इथेच ठेवावं अशी आमची इच्छा आहे. निदान सध्या तरी.''

''सध्या? म्हणजे?''

केननं सावकाश कागद खाली ठेवला आणि तो कोपरं टेबलावर ठेवून पुढे झुकला. ''स्पष्टच सांगायचं, लॉनी, तर आमच्या कंपनीत तू राहशील, असं दिसतंय.''

''आणि तुझ्या आत्ताच्या कंपनीपेक्षा आमची कंपनी कितीतरी जास्त चांगली आहे.'' बेननंही मान डोलावत म्हटलं. त्या दोघांचं परस्परसामंजस्य खरोखरच सुरेख होतं. ''आमच्या कंपनीत जास्त पगार, इतर सोयी, स्टॉक ऑप्शन्स वगैरे सगळं काही देतात.''

''लॉनी, आमच्या कंपनीत मॅनेजरच्या पदावर एकही आफ्रिकन-अमेरिकन माणूस नाही, याची मला आणि बेनला मनापासून शरम वाटते. हे आम्हाला ताबडतोब बदलायचंय आणि यात आमच्या बॉस लोकांचाही आम्हाला पाठिंबा आहे. याची सुरुवात तुझ्यापासूनच व्हावी अशी आमची इच्छा आहे.''

लॉनी त्या दोघांकडे बारकाईनं बघत होता. त्याच्या डोक्यात हजार प्रश्न उसळत होते. मिनिटभरापूर्वी त्याला नोकरी जायची भीती वाटत होती आणि अचानक आता त्याला बढतीची दाट शक्यता दिसू लागलेली होती. ''पण माझ्याकडे कॉलेजची डिग्री नाही–''

''नसू दे, पण तू कॉलेजची दोन वर्षं पूर्ण केलीयस आणि हवं तर तू पुढचंही शिक्षण पूर्ण करू शकशील. तो खर्चही कंपनी देईल.''

सुटकेच्या भावनेनं लॉनीला मोठमोठ्यानं हसावंसं वाटत होतं. आपल्या सुदैवावर त्याचा विश्वासच बसत नव्हता. तरीपण त्याचं दुसरं मन त्याला सांगत होतं, जरा जपून. पाच मिनिटांपूर्वी या दोघांना तू बघितलेलंसुद्धा नव्हतंस. "हं."

केनकडे सगळी उत्तरं तयार होती. "हॅडली ब्रदर्समध्ये काम करणाऱ्या लोकांची माहिती आम्ही घेतलीय आणि एकंदरीत असं दिसतंय की, हॅडली ब्रदर्सच्या बऱ्याचशा मोठ्या आणि मधल्या अधिकाऱ्यांना लवकरच नव्या नोकऱ्या शोधाव्या लागतील. तू आणि मोबाईलमधला आणखी एक तरुण मॅनेजर, असे दोघं मात्र आम्हाला पसंत पडला आहात आणि तुम्ही दोघांनी लवकरात लवकर शार्लोटला येऊन तिकडे काही दिवस राहावं अशी आमची इच्छा आहे. तिकडे या, आमच्या लोकांना भेटा, आमच्या कंपनीची माहिती करून घ्या, मग आपण पुढे काय करायचं ते ठरवू. तुला जर आयुष्यात पुढे जायचं असेल ना, लॉनी, तर तू इथे बिलॉक्सीमध्ये राहण्यात काहीच अर्थ नाही. तुझी कुठेही जायची तयारी असली पाहिजे."

"माझी कशालाही तयारी आहे."

"गुड. मग कधी येऊ शकशील तू? सगळी सोय आम्ही करू."

लॉनीच्या डोळ्यांसमोर एकदम लू डेल त्याच्या तोंडावर धाडकन दार बंद करत असल्याचं चित्र आलं. अत्यंत निराशेनं खोल श्वास घेत त्यानं म्हटलं, "पण सध्या तर मला कोर्टाचं काम आहे. ट्रॉयनं तुम्हाला सांगितलंच असेल."

त्या दोघांनी गोंधळून गेल्याचं नाटक करत एकमेकांकडे बघितलं. "पण ते काम तर एकदोन दिवसांचंच असणार, हो ना?"

"नाही ना. तो खटला महिनाभर चालणार आहे. आणि आत्ता तर कुठे दुसरा आठवडा सुरू आहे."

"एक महिना?" बेननं विचारलं. "एवढा कसला खटला आहे हा?"

"सिगारेट ओढून एक माणूस मेला, त्याच्या विधवा बायकोनं सिगारेट कंपनीवर दावा लावलाय."

त्या दोघांच्या चेहऱ्यावर एकदमच असे काही भाव उमटले की, अशा प्रकारच्या खटल्यांबद्दल त्यांना काय वाटत असेल, हे लॉनीला लगेच समजलं.

"मी खरं तर त्यातून सुटायचे खूप प्रयत्न केले. मला हे असलं ज्यूरर वगैरे व्हायची इच्छाच नव्हती." लॉनीनं काहीशी सारवासारव करत म्हटलं.

"प्रॉडक्ट लाएबिलिटीचा खटला?" केननं भयंकर तिरस्कारानं म्हटलं.

"हं. तसंच काहीसं."

"अजून तीन आठवडे अडकणार तू?" बेननं विचारलं.

"हो, असंच दिसतंय. आणि नेमका मीच कसा सापडलो यांना, कोण जाणे."

बराच वेळ कोणीच काही बोललं नाही. बेननं 'ब्रिस्टल'चं एक नवीन पाकीट

खिशातून काढून उघडलं आणि एक सिगारेट पेटवत त्यानं कडवट आवाजात म्हटलं, "हे असले खटले आमच्यावर नेहमीच भरले जात असतात. मागच्याच महिन्यात रॉकी माऊंटमध्ये एका पार्टीत कार्बोनेटेड वॉटरच्या एका बाटलीचा फुटून स्फोट झाला. आता ही बाटली त्यांना कुणी विकली असेल, सांग? एक कोटी डॉलर्सचा खटला कोणावर भरला असेल? आमच्यावर आणि ती बाटली ज्यानं भरून तयार केली, त्याच्यावर. प्रॉडक्ट लाएबिलिटी म्हणे." त्यानं पटकन एक झुरका घेतला. तो नुसता खदखदत होता. "अथेन्समध्ये सत्तर वर्षांची एक बाई सांगते की, आमच्या दुकानात फर्निचर पॉलिशचा एक उंचावर ठेवलेला कॅन काढताना आपली पाठ मोडली. आता यात आमचा काय दोष? पण तिच्या वकिलानं वीस लाखांचा दावा आमच्यावरच दाखल केलाय."

केन बेनकडे बघून त्याला नजरेनं गप्प बसायला खुणावत होता, पण विषय सुरू झाल्याबरोबर बेनचा बहुतेक भडका उडत असावा. "भिकारडे ते वकील." नाकातून धूर सोडत त्यानं तिरस्कारानं म्हटलं. "गेल्या वर्षी अशा प्रॉडक्ट लाएबिलिटीच्या खटल्यांमध्ये आम्हाला नुकसानभरपाई म्हणून तीस लाख डॉलर्स खर्च करावे लागले. या गिधाडांसारख्या वर घिरट्या घालणाऱ्या वकिलांमुळेच हा पैसा निष्कारण पाण्यात गेला."

"पुरे." शेवटी केननं जरबेनं म्हटलं.

"सॉरी."

"पण वीकएंडला यायला काय हरकत आहे?" लॉनीनं विचारलं. "शुक्रवारी पाचनंतर रविवारी उशिरापर्यंत मी रिकामाच असेन."

"मी आत्ता तोच विचार करत होतो. आम्ही असं करू की, शनिवारी सकाळी तुला न्यायला आम्ही कंपनीचं विमान पाठवून देऊ. तुला आणि तुझ्या पत्नीला आम्ही विमानानं शार्लोटला घेऊन जाऊ. हेडऑफिसची एक टूर घडवून आणू आणि आमच्या बॉस लोकांशी तुझी ओळख करून देऊ. तसेही बरेचसे लोक शनिवारी काम करतातच. या वीकएंडला जमेल हे तुला?"

"हो, नक्कीच."

"ओके. मग मी विमानाची व्यवस्था करतो."

"पण तुझ्या खटल्यात त्यामुळे काही आडकाठी वगैरे तर येणार नाही ना?" बेननं विचारलं.

"मला नाही तसं वाटत."

१०

इतके दिवस अगदी ठरलेल्या वेळापत्रकानुसार वाटचाल करत असलेल्या या खटल्याच्या मार्गात बुधवारी सकाळीच अडथळा निर्माण झाला. बचाव पक्षानं प्रस्ताव मांडला की, डॉक्टर हायलो किलवॅन या मॉंट्रियलमधल्या, फुप्फुसांच्या कॅन्सरसंबंधीच्या आकडेवारीचा तथाकथित तज्ज्ञ असलेल्या माणसाची साक्ष ग्राह्य धरण्यात येऊ नये. या मुद्द्यावरून दोन्ही बाजूंमध्ये जोरदार खडाजंगी झाली. बचाव पक्षानं अवलंबलेल्या धोरणामुळे वेन्डॉल ऱ्होर आणि कंपनी जाम चिडलेली होती. फिर्यादी पक्षानं आत्तापर्यंत सादर केलेल्या प्रत्येकच तज्ज्ञाच्या बाबतीत बचाव पक्षानं हा प्रयत्न केला होता. खरंतर गेली चार वर्षं बचाव पक्ष प्रत्येक गोष्टीला विरोध करण्याच्या आणि वेळकाढूपणा, चालढकल करण्याच्या आपल्या धोरणात कमालीचा यशस्वी ठरलेला होता. बचाव पक्ष पुन्हा एकदा तेच सगळं करतोय असा स्पष्ट आरोप ऱ्होरनं करून बचाव पक्षाला याबद्दल आर्थिक भुर्दंड करण्याची मागणी केली. सिगारेट कंपनीविरुद्ध जेव्हा अगदी पहिला खटला भरला गेला, तेव्हापासूनच दोन्ही बाजू एखाद्या लहानसहान कारणावरूनही परस्परांविरुद्ध आर्थिक दंडाची मागणी करत होत्या, त्यावरून भरपूर चकमकी झडत होत्या, कारण अजूनपर्यंत तरी अशा कुठल्याही खटल्यात न्यायमूर्तींनी ही मागणी मान्य केली नव्हती. पण या उपकथानकांमध्येसुद्धा जवळजवळ मुख्य कथाभागाइतकाच वेळ वाया जात असे.

रिकाम्या असलेल्या ज्यूरी बॉक्ससमोर पाय आपटत ऱ्होर तावातावानं सांगत होता की, साक्ष – किंवा पुरावा – ग्राह्य न धरण्याचा हा जो प्रस्ताव या सिगारेट कंपनीनं आणलाय, हा एकाहत्तरावा – 'मोजून बघा!' – प्रस्ताव आहे. ''सिगारेट ओढण्यामुळे जे इतर रोग होतात, त्यांचे पुरावे काढून टाकायचे प्रस्ताव आपल्यासमोर

आले आहेत, पूर्वसूचनेचे पुरावे काढून टाकण्याचे प्रस्ताव आले आहेत, जाहिरातीं-संबंधीचे पुरावे काढण्याचे प्रस्ताव आले आहेत, साथींच्या रोगांच्या अभ्यासाचे आणि आकडेवारीचे पुरावे काढून टाकण्याचे प्रस्ताव आले आहेत, बचाव पक्षानं न वापरलेल्या पेटंट्सच्या उल्लेखाचे पुरावे काढण्याचे प्रस्ताव आले आहेत, सिगारेटच्या आम्ही घेतलेल्या चाचण्यांचे पुरावे काढून टाकण्याचे प्रस्ताव आले आहेत, उत्तरीय तपासणीतले काही भाग काढून टाकण्याचे प्रस्ताव आले आहेत, व्यसन लागण्याच्या प्रवृत्तीसंबंधीचे पुरावे काढून टाकण्याचे प्रस्ताव आले आहेत–''

''सगळे प्रस्ताव मी पाहिले आहेत, मि. ऱ्होर.'' आता हा सगळ्याच प्रस्तावांची यादी सांगणार, असं वाटून न्यायमूर्ती हार्किननी मध्येच म्हटलं.

पण ऱ्होरचा पट्टा चालूच होता. तो अडखळलासुद्धा नाही. ''आणि, युअर ऑनर, या एकाहत्तर प्रस्तावांव्यतिरिक्त त्यांनी कंटिन्युअन्ससाठी अठरा वेगळे प्रस्ताव मांडले आहेत– मोजून अठरा!''

''ते सगळं मला माहितेय, मि. ऱ्होर. पुढे बोला.''

ऱ्होर आपल्या टेबलाशी गेला. तिथे त्याच्या एका सहकाऱ्यानं टेबलावरच्या कागदपत्रांच्या पसाऱ्यातून एक जाडजूड ब्रीफ त्याच्या हातात दिली. ''आणि बचाव पक्षाच्या प्रत्येक प्रस्तावाबरोबर हे असलं एक बाड असतं.'' ती ब्रीफ टेबलावर टाकत त्यानं मोठ्यानं म्हटलं. ''हे एवढे कागद वाचायलासुद्धा आमच्याकडे वेळ नसतो, कारण आम्ही खटल्याच्या तयारीतच पूर्णपणे बुडालेले असतो. त्यांच्याकडे मात्र तासावर पैसे घेणारे शेकडो वकील असतात आणि ते फक्त सतत कसल्यातरी फालतू प्रस्तावाच्याच तयारीत असतात आणि त्या प्रस्तावाबरोबरही असला एक कागदपत्रांचा पाचसहा पौंडी गठ्ठा येणार असतो आणि त्यात आमचा आणि कोर्टाचाही आणखी वेळ फुकट जाणार असतो.''

''आता यात तुम्हाला नेमकं काय म्हणायचंय ते सांगता का, मि. ऱ्होर?''

ऱ्होर काही ऐकायच्या मन:स्थितीतच नव्हता. ''एवढे कागदपत्र आम्हाला वाचायला वेळ नसतो, युअर ऑनर आणि मग शेवटी आम्ही त्या गठ्ठ्याचं वजन करतो आणि एक पत्र लिहून आमचं उत्तर कळवतो : 'बचाव पक्षाने मांडलेल्या नवीन फालतू प्रस्तावाबरोबर जे साडेचार पौंड कागदपत्र पाठवले होते, त्याला आमचे हे पत्ररूपी उत्तर आहे, असे कृपया समजण्यात यावे.''

कोर्टात ज्यूरी नव्हते, त्यामुळे नम्रपणा, अदब, सुसंस्कृतपणा, शिष्टाचार, स्मितहास्य वगैरे गोष्टींचा अवलंब कोणीच करत नव्हतं. प्रत्येक खेळाडूच्या मनावरचा ताण चेहऱ्यावर स्पष्ट जाणवत होता. कोर्ट रिपोर्टर आणि कोर्टातले इतर कर्मचारीसुद्धा भयंकर अस्वस्थ दिसत होते.

संतापी स्वभावाबद्दल ख्याती असलेल्या ऱ्होरचा पारा चांगलाच वर चढलेला

होता, पण आपल्या रागाचा तो आपल्या फायद्यासाठी उपयोग करून घ्यायला पूर्वीच शिकला होता. त्याची आणि केबलची थोडीफार मैत्री होती, पण या क्षणी केबलचा त्याच्या जवळपास जाऊन त्याला शांत करायचा धीर होत नव्हता. प्रेक्षकांना कोर्टातल्या तुंबळ वादावादीची आयती मेजवानीच मिळत होती.

साडेनऊ वाजता न्यायमूर्तींनी लू डेलकडे निरोप पाठवला की, सध्या कोर्टात एका प्रस्तावाबद्दल चर्चा चालू आहे आणि ती बहुधा दहा वाजेपर्यंत संपेल. लू डेलनं हा निरोप सगळ्यांना सांगितला. कोर्टात जायची सगळी तयारी झाल्यावर ज्यूरर मंडळींना थांबायला सांगण्याचा हा पहिलाच प्रसंग होता, त्यामुळे हे कोणी फारसं मनावर घेतलं नाही. पुन्हा गप्पा मारणाऱ्या मंडळींचे गट एकत्र जमले आणि इच्छेविरुद्ध एकत्र आलेल्या या साध्या नागरिकांच्या शिळोप्याच्या गप्पा पुन्हा सुरू झाल्या. पण हे जे गट होते, ते काळा-गोरा असे नव्हते, तर ते स्त्रिया आणि पुरुष असे होते. बहुतेक वेळा सगळे पुरुष खोलीच्या एका टोकाला जमायचे, तर स्त्रिया दुसऱ्या टोकाला. सिगारेटवाली मंडळी गरजेनुसार जा-ये करायची. फक्त हर्मन ग्राईम्स मात्र आपल्या नेहमीच्या, टेबलाच्या टोकाच्या जागेवर बसलेला असायचा. आतासुद्धा त्यानं आपल्या ब्रेल लॅपटॉप कॉम्प्युटरवर कसलासा गेम खेळायला सुरुवात केली. ब्रॉन्स्कीनं दाखवलेल्या आकृत्यांचं वर्णन ब्रेल लॅपटॉपवर वाचत आपण जवळजवळ पहाटेपर्यंत जागे होतो, असं त्यानं सगळ्यांना आधीच सांगितलेलं होतं.

दुसऱ्या कोपऱ्यातल्या कनेक्शनशी आणखी एक लॅपटॉप लावलेला होता आणि त्यावर लॉनी शेव्हर बसलेला होता. त्यानं तर त्या कोपऱ्यात एक तात्पुरत्या स्वरूपाचं ऑफिसच थाटलेलं होतं. तीन खुर्च्या ओढून घेऊन त्यानं वेगवेगळे प्रिंटआउट्सचे गठ्ठे ठेवलेले होते आणि तो आपल्या स्टोअरमधला स्टॉक, इतर काही पत्रव्यवहार वगैरे बघत बसलेला होता. तो एकलकोंड्या स्वभावाचा होता असं नव्हे, पण त्याला सध्या दुसरं व्यवधान होतं.

हर्मनशेजारी फ्रँक हरेरा बसलेला होता. तो 'द वॉलस्ट्रीट जर्नल'मधले शेअर्सचे बाजारभाव बघण्यात गर्क होता आणि अधूनमधून समोर बसलेल्या जेरी फर्नांडिसशी गप्पा मारत होता. बायकांच्यात मिसळायला ज्याला आवडायचं असा एकच पुरुष होता आणि तो म्हणजे निकोलस ईस्टर. तो लॉरीन ड्यूक या जाडजूड निग्रो स्त्रीशी हळू आवाजात खटल्याबद्दल गप्पा मारत होता. खेळकर स्वभावाची लॉरीन ड्यूक कीस्लर एअर फोर्स बेसमध्ये सेक्रेटरी होती आणि आपल्या या सरकारी नोकरीची तिला या क्षणी अर्थातच आठवणसुद्धा होत नव्हती. ती घटस्फोटित होती आणि तिला दोन मुलं होती. तिचं वय पस्तीस होतं. निकोलसच्या शेजारीच तिची जागा होती, त्यामुळे ते खटला सुरू असतानाही एकमेकांशी कुजबुजत असत. आपण जरी

वर्षभर नोकरीवर गेलोच नाही, तरीसुद्धा कुणालाही कळणार नाही, असं तिनं त्याला सांगितलं होतं. तोसुद्धा तिला पूर्वीच्या खटल्यांच्या वेळी सिगारेट कंपन्यांनी केलेली दुष्कृत्यं सांगत असे. आपल्या कायद्याच्या शिक्षणाच्या दोन वर्षांच्या काळात आपण सिगारेट कंपन्यांच्या खटल्यांचा भरपूर अभ्यास केलाय, असं त्यानं तिला सांगितलं होतं. पैसा नसल्यामुळे आपल्याला शिक्षण सोडावं लागलं, असंही त्यानं सांगितलं होतं. या खटल्याबद्दलच्या गप्पा हर्मनच्या कानावर पडणार नाहीत याची मात्र ते पुरेपूर काळजी घेत होते.

दहा वाजले, तेव्हा निकोलसनं दाराशी जाऊन तिथे कादंबरी वाचत बसलेल्या लू डेलला हाक मारली. ती दचकून उठली. पण न्यायमूर्तींचा निरोप येत नाही तोपर्यंत आपण काहीच करू शकत नाही, असं तिनं काहीशा धास्तावलेल्या आवाजात सांगून टाकलं.

आत जाऊन निकोलस टेबलाशी हर्मनच्या शेजारी जाऊन बसला आणि त्यानं त्याच्याशी चर्चा सुरू केली. असा जेव्हा कामकाज सुरू व्हायला उशीर होतो, तेव्हा आपल्याला असं खोलीत डांबून ठेवणं बरं नव्हे. माझं मत असं की, आपल्याबरोबर माणसं द्यावीत आणि आपल्याला इथून बाहेर पडून मॉर्निंग वॉक करायला परवानगी द्यायला पाहिजे– कोर्टाच्या आवारातही हरकत नाही. त्यांनी ठरवलं की, निकोलसनं लेखी स्वरूपात एका अर्जामध्ये आपलं हे म्हणणं नेहमीप्रमाणे दुपारच्या सुट्टीमध्ये न्यायमूर्तींना सादर करावं.

शेवटी एकदाची साडेदहा वाजता ज्यूरर मंडळी कोर्टरूममध्ये आली. सकाळच्या जोरदार वादावादीनंतर अजूनही कोर्टरूममधलं वातावरण गरम होतं. जागेवर बसल्याबरोबर निकोलसची नजर पडली ती थेट त्याच्या अपार्टमेंटमध्ये चोरून शिरलेल्या माणसावर. हा माणूस फिर्यादी पक्षाच्या मागच्या बाजूला तिसऱ्या रांगेत एकटाच बसलेला होता. त्यानं फक्त शर्ट आणि टाय घातलेला होता आणि त्यानं पुढच्या बाकाच्या पाठीच्या आधारानं एक वृत्तपत्र पसरून समोर धरलेलं होतं. ज्यूरी आत आले तेव्हा या माणसानं जेमतेम तिकडे बघितलं. निकोलसनंही त्याच्याकडे टक लावून बघितलं नाही. फक्त दोनच कटाक्ष तिकडे टाकल्यावर त्यानं त्या माणसाला निश्चित ओळखलं.

फिच जरी कितीही पोचलेला आणि पाताळयंत्री असला, तरी त्याच्या हातूनही चुका होतच असल्या पाहिजेत, निकोलसनं मनाशी म्हटलं. आपल्या अपार्टमेंटमध्ये या मठ्ठ गुंडाला पाठवणं भयंकर धोक्याचं होतं आणि त्यातून फारसं काही हाती लागण्यासारखं होतं, असंही नव्हे.

त्या माणसाला इथे बघून निकोलसला जरी आश्चर्य वाटलं, तरी त्यानं काय करायचं ते आधीच ठरवून ठेवलेलं होतं. फक्त नेमकं काय करायचं, हे तो माणूस

पुन्हा कुठे दिसेल यावर अवलंबून होतं. त्यामुळे तो कोर्टात दिसल्यावर निकोलसला आश्चर्य वाटलं, पण नेमका निर्णय घ्यायला त्याला फक्त एक मिनिट लागलं. आपल्याला कोणी संशयास्पद दिसलंय का, ही काळजी न्यायमूर्तींना सकाळ-संध्याकाळ लागून राहिलेली असते, त्यामुळे या माणसाचा चेहरा त्यांना दिसलाच पाहिजे. आणि हा चेहरा त्यांना आधी प्रत्यक्षात दिसला पाहिजे, कारण नंतर तो त्यांना व्हिडिओवर दिसणार आहे.

आजचा पहिला साक्षीदार डॉ. ब्रॉन्स्की होता. त्याच्या साक्षीचा आज तिसरा दिवस होता. पण बचाव पक्ष त्याची आज उलटतपासणी घेणार होता. डरवूड केबलनं सावकाश, नम्रपणे, ब्रॉन्स्कीच्या विद्वत्तेचा मान राखत प्रश्न विचारायला सुरुवात केली. त्यानं सुरुवातीला असे काही प्रश्न विचारले की, त्यांची उत्तरं बहुतेक सगळे ज्यूरीसुद्धा देऊ शकले असते. त्यानंतर मात्र केबलनं गिअर झपाट्यानं बदलायला सुरुवात केली. डॉ. मिल्टन फ्रिकशी त्यानं पूर्ण आदब राखली होती, पण ब्रॉन्स्कीबरोबर मात्र तो लढाई करणार होता.

तंबाखूच्या धुरामध्ये जी चार हजारांपेक्षा जास्त द्रव्यं असतात, तिथून त्यानं सुरुवात केली. त्यातलं कुठलं तरी एक नाव त्यानं सहजच निवडल्यासारखं घेतलं आणि बेन्झॉल (ए) पायरिनचे फुप्फुसांवर काय परिणाम होतात, असं विचारलं. आपल्याला माहीत नसल्याचं सांगून ब्रॉन्स्कीनं एकाच द्रव्याचे फुप्फुसांवर होत असलेले दुष्परिणाम वेगळे सांगणं शक्य नाही, असं स्पष्टीकरण देण्याचा प्रयत्न केला. बरं, मग या द्रव्याचे श्वासनलिकेवर, आतल्या पडद्यांवर आणि तंतूंवर काय परिणाम होतात? ब्रॉन्स्कीनं पुन्हा तेच सांगण्याचा प्रयत्न केला, की, तंबाखूच्या धुरातल्या एकाच द्रव्याचे दुष्परिणाम वेगळे काढणं अशक्य आहे.

केबलचे घणाघात चालूच होते. त्यानं आणखी एका द्रव्याचं नाव घेऊन त्याचे फुप्फुसांवर, श्वासनलिकांवर, पडद्यांवर काय परिणाम होतात– नेमके काय परिणाम होतात– हे सांगणं शक्य नाही, असं ब्रॉन्स्कीच्या तोंडून ज्यूरींसमोर वदवून घेतलं.

ऱ्होरनं 'ऑब्जेक्शन!' असं म्हटलं, पण न्यायमूर्तींनी ही उलटतपासणी असल्याच्या कारणावरून त्याचा आक्षेप अमान्य केला. विषयाशी संबंधित असा कोणताही प्रश्न साक्षीदाराला विचारता येऊ शकतो, असं त्यांनी बजावलं.

डॉईल आपल्या तिसऱ्या रांगेतल्या जागेवरच चुळबूळ करत बसून होता. त्याला जाम कंटाळा आलेला होता आणि तो इथून बाहेर पडण्याची संधी शोधत होता. त्याला त्या पोरीला शोधून काढायला सांगितलेलं होतं. गेले चार दिवस तो तेच करत होता. कित्येक तास त्यानं बाहेरच्या कॉरिडॉरमध्ये घुटमळत काढले होते. पुढच्या दारावर नजर ठेवत बाहेरच्या कॉफी मशीन्सजवळ एका खोक्यावर बसून त्यानं एका सफाई कामगाराशी गप्पा मारत एक अख्खी दुपार काढली होती. जवळपासच्या

लहानमोठ्या कॅफेंमध्ये बसून त्यानं कपामागून कप कॉफी प्यायली होती. तो, पँग आणि त्यांचे आणखी दोन साथीदार त्या पोरीला शोधून काढायची धडपड करत होते. त्यात त्यांचा सगळा वेळ फुकट जात होता, पण निदान फिचचं तरी समाधान होत होतं.

चार दिवस, दररोज सहा तास एका जागी बसून काढल्यावर निकोलसला फिचच्या कामाच्या पद्धतीचा आणि दिनचर्येचा साधारण अंदाज आलेला होता. त्याची माणसं, मग ते ज्यूरी तज्ज्ञ असोत की साधे हस्तक असोत, कोर्टभर संचार करत होती. ते कायम कोर्टरूममधल्या जागा बदलत होते. ते कधी एकटे बसत होते, तर कधी घोळक्यानं. कोर्टाच्या कामात जरासा खंड पडल्याबरोबर ते गुपचूप निघून जात होते किंवा आत येऊन बसत होते. ही माणसं एकमेकांशी फार क्वचित बोलत होती. कधी ती साक्षीदारांकडे आणि ज्यूरर लोकांकडे पूर्ण लक्ष केंद्रित करून बसत होती, तर कधी शब्दकोडी सोडवत होती किंवा खिडकीतून बाहेर बघत होती.

आपल्या अपार्टमेंटमध्ये घुसलेला तो माणूसही थोड्याच वेळात निघून जाईल याची त्याला कल्पना होती.

त्यानं कागदावर चटकन एक चिठ्ठी खरडली, तिची घडी घातली आणि लॉरीन ड्यूकच्या हातात देऊन तिला ती फक्त न उघडता हातातच धरून ठेवायला सांगितलं. थोड्याच वेळात केबल काही नोट्स वाचत असल्यामुळे उलटतपासणीत काही क्षण खंड पडला. ही संधी साधून निकोलसनं लॉरीन ड्यूकला ती चिठ्ठी भिंतीजवळ ध्वजापाशी उभ्या असलेल्या विलिसच्या हातात द्यायला सांगितलं. अचानक जाग आलेला विलिस जागीच थबकून उभा राहिला आणि मग त्याच्या डोक्यात प्रकाश पडला, की ही चिठ्ठी न्यायमूर्तींकडे देण्यासाठी दिलीय.

लॉरीन ती चिठ्ठी विलिसकडे देत असल्याचं डॉईललाही दिसलं, पण मुळात ती निकोलसनं दिली होती, ही गोष्ट त्याच्या लक्षात आलेली नव्हती.

न्यायमूर्तींनी ती चिठ्ठी तिकडे न बघताच घेतली आणि टेबलावरून आपल्याकडे सरकवली. केबल पुढचा प्रश्न विचारत असताना त्यांनी ती सावकाश उघडली. ती चिठ्ठी ज्यूरर नंबर दोन, निकोलस ईस्टरकडून आलेली होती. त्यात लिहिलं होतं–

> "युअर ऑनर,
> डाव्या बाजूला पुढून तिसऱ्या रांगेमध्ये पांढरा शर्ट आणि हिरवा-निळा टाय घातलेला जो माणूस बसला आहे, तो काल माझा पाठलाग करत होता. तो माणूस मला काल दुसऱ्या खेपेस दिसला होता. त्याची माहिती मिळविणे शक्य आहे काय?
> निकोलस ईस्टर."

प्रेक्षकांकडे नजर टाकण्याआधी न्यायमूर्तींनी डरवूड केबलकडे पाहिलं. तो

माणूस त्यांच्या टेबलाकडे बघत एकटाच बसलेला होता– जणू कोणीतरी आपल्याकडे बघत असल्याचं जाणवल्यासारखा.

न्यायमूर्ती फ्रेडरिक हार्किनसमोर हा एक नवीनच प्रश्न उभा राहिलेला होता– किंबहुना, असं पूर्वी कधी घडल्याचंच त्यांना आठवत नव्हतं. त्यांच्या समोर पर्यायही फारसे नव्हते. आणि ते जसजसा विचार करत होते, तसतसे पर्याय कमी कमीच होत होते. दोन्ही बाजूंचे ज्यूरी तज्ज्ञ आणि हस्तक कोर्टरूममध्ये किंवा बाहेर कायम हिंडत असतात, ही गोष्ट त्यांनाही माहीत होती. कोर्टरूममध्ये त्यांची नजर नेहमी जागरूकपणे सगळीकडे असायची आणि आपला अडथळा होणार नाही अशा बेतानं अनेक लोकांची कोर्टरूममध्ये ये-जा चालू असते, हेही त्यांनी बघितलेलं होतं. त्यामुळे हा माणूसही क्षणात नाहीसा होईल हे त्यांना माहीत होतं. आपण जर अचानक छोटीशी सुट्टी जाहीर केली, तर हा नक्कीच दिसेनासा होईल, हे त्यांच्या लक्षात आलं. बाकीच्या खटल्यांच्या वेळी घडलेल्या, न घडलेल्या ऐकीव गोष्टी समजल्यावर आता खुद्द त्यांच्याच कोर्टरूममध्ये दोघांपैकी एका पक्षासाठी काम करणारा एक अज्ञात माणूस अवतीर्ण झालेला होता.

कोर्टरूममधले जे साहाय्यक असतात, ते सर्वसाधारणपणे युनिफॉर्ममध्ये असतात; सशस्त्र असतात, पण अगदी निरुपद्रवी असतात. तरुण मंडळींना बिल्डिंगच्या बाहेर, थंडी-वारा-पावसात काम करावं लागतं, तर कोर्टरूममध्ये उभं राहण्यासाठी अगदी निवृत्तीच्या जवळ येऊन ठेपलेले वयोवृद्ध साहाय्यक असतात. हार्किननी इकडेतिकडे मान वळवून पाहिलं आणि त्यांच्यापुढचे पर्याय आणखी कमी झाले.

ध्वजाजवळच्या भिंतीशी टेकून उभा असलेला विलिस नेहमीप्रमाणे उभ्याउभ्याच झोपी गेलेला दिसत होता. त्याचं तोंड किंचित उघडं होतं आणि त्यातून लाळ बाहेर येऊ बघत होती. हार्किनच्या अगदी समोर, पण कमीत कमी शंभर फुटांवर जिप आणि रॅस्को मुख्य दारापाशी होते. जिप शेवटच्या बाकाच्या टोकाशी बसलेला होता आणि आपल्या जाडजूड नाकावर वाचण्याचा चष्मा ठेवून तो कसलंसं वर्तमानपत्र चाळत होता. दोन महिन्यांपूर्वी त्याच्या पायाचं ऑपरेशन झालेलं होतं, त्यामुळे त्याला फार वेळ उभं राहता येत नव्हतं. त्यासाठी त्याला कोर्ट सुरू असताना बसायची परवानगी मिळालेली होती. जवळजवळ साठीला टेकलेला रॅस्को हाच त्या मानानं कमी वयाचा साहाय्यक होता आणि त्यालाही जलद हालचाल करणं शक्य नव्हतं. नेहमी एकतरी तरुण साहाय्यक दारापाशी असायचा, पण या क्षणी तो बाहेर ॲट्रियममध्ये मेटल डिटेक्टरपाशी होता.

आठवड्यापेक्षा जास्त कालावधी होऊन गेल्यामुळे खटला सुरू होतानाचा सुरुवातीचा उत्साहही मावळलेला होता. आता हा सुद्धा आणखी एक साधा, नागरी स्वरूपाचा खटला होता. फरक इतकाच होता की, इथे दोन्ही पक्ष ज्या रकमांसाठी

झगडत होते, त्या कमीत कमी सहा शून्य असलेल्या होत्या.

कुणाच्या लक्षात न येता सहजी आणि चटकन मदत मिळणं अवघड आहे, हे लक्षात आल्यावर न्यायमूर्तींनी त्या माणसाला सरळ घेऊन येण्याची कल्पना शेवटी सोडून दिली. त्यांनी भराभर एक चिठ्ठी खरडली आणि त्या माणसाकडे न बघता खालच्या बाजूला एका छोट्याशा टेबलाशी बसलेल्या ग्लोरिया लेनकडे दिली. चिठ्ठीत त्या माणसाचं वर्णन होतं आणि ग्लोरिया लेनला सूचना केलेली होती की, तिनं त्या माणसाच्या लक्षात येऊ न देता त्याला नीट बघावं आणि बाजूच्या दारानं हळूच बाहेर जाऊन शेरीफला घेऊन यावं. शेरीफसाठी वेगळ्या सूचना चिठ्ठीत होत्या, पण दुर्दैवानं त्यांची गरजच पडली नाही.

डॉ. ब्रॉन्स्कीची निर्दयपणे चाललेली उलटतपासणी तासापेक्षाही जास्त वेळ बघितल्यावर डॉईल भलताच कंटाळला होता आणि तो आता अगदी उठायच्या बेतात आलेला होता. त्याला अजूनही ती पोरगी दिसलेली नव्हती, शिवाय त्यानं चिठ्ठ्यांची देवघेवही हेरलेली होती. त्याच्या डोक्यात धोक्याच्या घंटा वाजत होत्या. चटकन त्यानं आपलं वृत्तपत्र घेतलं आणि तो शांतपणे कोर्टरूममधून निघून गेला. त्याला कोणी थांबवण्याचा प्रयत्नही केला नाही. हार्किन थक्क होऊन बघतच राहिले. त्यांनी त्याला हटकण्यासाठी चटकन मायक्रोफोनही उचलला. पण मग हा माणूस परतही येईल, असा विचार करून ते गप्प राहिले.

निकोलसनं त्यांच्याकडे बघितलं. दोघांच्याही चेहऱ्यावर निराशा स्पष्ट दिसत होती. तेवढ्यात केबल प्रश्न विचारता विचारता मध्येच थबकला. लगेच न्यायमूर्तींनी हातोडा आपटला. ''दहा मिनिटं सुट्टी घेऊया. मला वाटतं, ज्यूरर मंडळींना जरा विश्रांती द्यायला हवी.''

विलिसनं तो निरोप लू डेलला दिला. लू डेलनं ज्यूरीरूमचं दार किंचित उघडून आत डोकावून बघितलं. ''मि. ईस्टर, जरा एक मिनिट इकडे येणार?''

विलिसपाठोपाठ चालत निकोलस न्यायमूर्तींच्या चेंबरच्या दाराशी आला. आत न्यायमूर्ती एकटेच होते. त्यांनी झगा काढून ठेवलेला होता आणि त्यांच्या हातात कॉफीचा एक कप होता. विलिसला जायला सांगून त्यांनी दार बंद करून घेतलं. ''बसा, मि. ईस्टर.'' कागदपत्रांनी भरलेल्या आपल्या टेबलाजवळच्या एका खुर्चीकडे त्यांनी हात केला. हे त्यांचं कायमचं ऑफिस नव्हतं. त्यांच्याबरोबर आणखी दोन न्यायाधीश हे ऑफिस वापरत होते. ''कॉफी?''

''नको. आत्ताच झालीय.''

त्यांच्या खुर्चीवर बसून ते दोन्ही कोपरं टेबलावर टेकवून ताठ बसले. ''आता मला सांग, या माणसाला तू कुठे बघितलंस?''

निकोलसनं व्हिडिओ टेपचा उल्लेख नंतर, धोक्याच्या वेळी करायचा ठरवलेलं होतं. न्यायमूर्तींना काय सांगायचं याचाही त्यानं नीट विचार केलेला होता. ''काल इथून सुटल्यावर मी माझ्या अपार्टमेंटकडे चालत परत जाताना वाटेत कोपऱ्यात माईक्समध्ये एक आइस्क्रीम घेण्यासाठी थांबलो होतो. मी आत गेलो आणि माझी नजर सहजच फुटपाथवर गेली. त्या वेळी मला हा माणूस तिथे दिसला. त्यानं मला पाहिलं नाही, पण मी मात्र त्याला आधीही कुठेतरी पाहिल्याचं माझ्या लक्षात आलं. आइस्क्रीम घेऊन मी परत घराकडे निघालो. हा माणूस आपला पाठलाग करतोय असा मला संशय आला, त्यामुळे मी कधी फुटपाथ बदलला, तर कधी भलत्याच रस्त्यावर गेलो आणि त्यामुळे माझा संशय खरा असल्याचं माझ्या लक्षात आलं. तो खरोखरच माझा पाठलाग करत होता.''

''त्याला पूर्वी बघितलंयस तू?''

''हो, सर. मी मॉलमधल्या एका कॉम्प्युटर स्टोअरमध्ये काम करतो आणि एका रात्री हाच माणूस सारखा आमच्या स्टोअरसमोरून ये-जा करत होता आणि आत डोकावून बघत होता. थोड्या वेळानं मी दहा मिनिटं सुट्टी घेऊन बाहेर आलो आणि मॉलच्या पलीकडच्या टोकाच्या दुकानातून मी कोकाकोला घेऊन पीत उभा होतो, तेवढ्यात हा माणूस तिथेही मला दिसला.''

न्यायमूर्ती जरा स्वस्थ झाले. ''आता मला खरं काय ते उत्तर दे. तुझ्या सहकाऱ्यांपैकी कुणी असं काही घडल्याचं बोललंय?''

''नाही, सर.''

''असं कुणी काही बोललं तर मला सांगशील?''

''हो, जरूर, सर.''

''आपण हे जे बोलतोय, यात काहीही आपण चुकीचं किंवा नियमबाह्य करत नाही आहोत. आणि असं जर काही झालं, तर मला ते समजण्याची आवश्यकता आहे.''

''पण मी ते तुम्हाला कसं कळवू?''

''लू डेलमार्फत फक्त एक चिठ्ठी पाठव. आपल्याला भेटायला हवं, एवढंच मोघम त्या चिठ्ठीत लिही. कारण चिठ्ठी बघितली म्हणजे लू डेल ती वाचणार हे नक्की असतं.''

''ओके, सर.''

''हे ठरलं ना?''

''हो, सर. नक्की.''

एक खोल श्वास घेऊन न्यायमूर्तींनी एका उघड्या ब्रीफकेसमध्ये हात घालून काहीतरी शोधायला सुरुवात केली. आतून एक वर्तमानपत्राची घडी काढून त्यांनी ती

निकोलसकडे सरकवली. ''हे वाचलंयस का? हा आजचा 'द वॉल स्ट्रीट जर्नल' आहे.''

''नाही, सर. हा पेपर मी वाचत नाही.''

''यात आपल्या खटल्याची सगळी बातमी छापून आलीय आणि फिर्यादी पक्षाच्या बाजूनं निकाल लागून त्याला जर मोठी नुकसानभरपाई मिळाली, तर त्याचे सिगारेट उद्योगावर काय परिणाम होऊ शकतील, हेही आलंय.''

ही संधी वाया घालवून निकोलसला चालणार नव्हतं. ''हा पेपर आमच्यापैकी फक्त एकच माणूस वाचतो.''

''कोण?''

''फ्रँक हरेरा. तो हा पेपर दररोज आणि पहिल्यापासून शेवटपर्यंत वाचतो.''

''आज वाचला?''

''हो. सकाळी आम्ही ज्यूरी रूममध्ये जेव्हा कॉफी घेत वाट बघत थांबलो होतो, तेव्हा तो हाच पेपर वाचत होता.''

''मग तो काही बोलला का?''

''नाही. निदान माझ्यासमोर तरी नाही.''

''च्!''

''पण त्यानं काहीच फरक पडत नाही, सर.''

''का बरं?''

''त्याचं मत आधीच पक्कं झालंय.''

न्यायमूर्ती एकदम पुन्हा पुढे झुकले आणि त्यांनी त्याच्याकडे रोखून पाहिलं. ''म्हणजे?''

''माझ्या मते, त्याची ज्यूरीवर निवडच व्हायला नको होती. त्यानं लेखी प्रश्नांची उत्तरं काय दिली मला माहीत नाही, पण त्यानं नक्कीच त्याची खरी मतं दिलेली नसणार. नाहीतर तो ज्यूरीवर येणंच शक्य नव्हतं. शिवाय आम्हाला विचारलेल्या तोंडी प्रश्नांमध्येही काही प्रश्न असे होते की, त्यांची त्यानं उत्तरं द्यायला हवी होती, पण तो गप्पच बसला.''

''बोल, मी ऐकतोय.''

''ओके, युअर ऑनर, तुम्ही चिडू नका, पण काल सकाळी आम्ही गप्पा मारत होतो, त्या वेळी ज्यूरीरूममध्ये फक्त आम्ही दोघंच होतो आणि मी शपथेवर सांगतो की, आम्ही फक्त याच केसबद्दल असं बोलत नव्हतो. पण बोलता बोलता सिगारेटचा विषय निघाला. फ्रँक पूर्वी सिगारेट ओढत होता, पण त्यानं कित्येक वर्षांपूर्वीच सिगारेट सोडली आणि जो माणूस सिगारेट सोडू शकत नाही, अशा माणसाबद्दल त्याच्या मनात जरासुद्धा सहानुभूती नाही. शिवाय तो सैन्यातून रिटायर

झालेला असल्यामुळे त्याचा स्वभाव कडक आहे आणि त्याची मतंही–'

"म्हणून काय झालं? मीसुद्धा मरीन्समध्ये होतो."

"सॉरी. मी बोलणं थांबवू का?"

"नाही. बोलत रहा."

"ओके, पण हे सगळं मी जरा घाबरतच बोलतोय. तुम्ही म्हणाल तेव्हा मी थांबेन."

"कधी थांबायचं ते मी तुला सांगेन."

"ओके. एनी वे, फ्रँकचं मत असं की, जो माणूस तीस वर्षं दररोज तीन पाकिटं सिगारेट ओढतो, त्याच्यावर काही ना काही दुष्परिणाम होणारच आणि तीच त्याची लायकी आहे. त्याला कसलीही दयाक्षमा नाही. मी केवळ गंमत म्हणून त्याच्याशी थोडा वेळ वाद घातला आणि त्यामुळे चिडून जाऊन त्यानं माझ्यावर असा आरोप केला की, फिर्यादीला प्रचंड नुकसानभरपाई मिळवून देण्याचाच माझा प्रयत्न आहे."

न्यायमूर्तींनी हे बोलणं बरंच मनावर घेतलेलं दिसत होतं. ते खचल्यासारखे मागे रेलून बसले आणि काही क्षण त्यांनी डोळे मिटून घेतले. त्यांचे खांदेही पडले. "वा! कमाल झाली." ते स्वत:शीच पुटपुटले.

"सॉरी, सर."

"नाही, नाही, यात तुझी काहीच चूक नाही. हे मीच ओढवून घेतलंय." मग ते पुन्हा सावरून ताठ बसले. "हे बघ, ईस्टर. मी काही तुला माझा खबऱ्या व्हायला सांगतोय असं नव्हे, पण बाहेरचा जो काही दबाव येतोय, त्यामुळे मला या ज्यूरींची काळजी वाटतेय. या अशा प्रकारच्या मोठ्या खटल्यांचा इतिहास फार डागाळलेला आहे. तुम्हा लोकांशी कुणी अनधिकृतपणे संपर्क साधायचा प्रयत्न करतंय, अशी तुला नुसती शंका जरी आली, तरी प्लीज ते मला कळव. त्याबद्दल काय करायचं, ते आपण त्या वेळी पाहू.'

"जरूर कळवेन, युअर ऑनर."

'द वॉल स्ट्रीट जर्नल'च्या पहिल्या पानावर जो लेख आला होता, तो ॲग्नर लेसन नावाच्या एका नाणावलेल्या, अनुभवी वार्ताहरानं लिहिलेला होता. ज्यूरींच्या निवडीच्या वेळी आणि आत्तापर्यंतच्या सगळ्या साक्षीपुराव्यांच्या वेळी तो कोर्टरूममध्ये हजर होता. दहा वर्षं वकिली केल्यामुळे अशा खटल्यांचा त्याला भरपूर अनुभव होता. क्रमश: येणार असलेल्या या लेखाचा हा पहिला भाग होता. त्यात वादाच्या मुद्द्यांबद्दल थोडक्यात माहिती होती आणि खटल्यातल्या खेळाडूंचीही माहिती होती. खटला कोणत्या दिशेनं चाललाय वगैरे कसलंही मत लेखात आलेलं नव्हतं, कोण जिंकणार किंवा कोण हरणार, याबद्दलचा कोणताही अंदाज व्यक्त केलेला नव्हता. फक्त फिर्यादी पक्षानं आत्तापर्यंत जे बऱ्यापैकी सबळ वैद्यकीय साक्षीपुरावे सादर केले

होते, त्यांचं सरळ, नि:पक्षपातीपणे केलेलं वर्णन लेखात आलेलं होतं.

या लेखाचा परिणाम होऊन दिवसाच्या सुरुवातीलाच पायनेक्सचा शेअर एका डॉलरनं उतरला, पण दुपारपर्यंत तो पुन्हा आपल्या आधीच्या किमतीवर येऊन स्थिरावला होता. या छोट्याशा वादळातून तो सहीसलामत पार पडत असल्यासारखं दिसत होतं.

पण या लेखामुळे न्यूयॉर्कमधल्या मोठमोठ्या शेअर ब्रोकर मंडळींचे जे तज्ज्ञ बिलॉक्सीत आलेले होते, त्यांच्यावर एकामागून एक फोनचा वर्षाव झाला. न्यूयॉर्कमधली ही सगळी त्रासलेली माणसं सचिंतपणे आपल्या लोकांना एकसारखी विचारत होती आणि स्वत:ही विचार करत होती– 'ज्यूरी काय निकाल देतील?'

आणि बिलॉक्सीमध्ये, इतक्या लांबवर खटल्याची बित्तंबातमी काढायला आलेल्या या तज्ज्ञ मंडळींनाही काहीही अंदाज वर्तवणं शक्य नव्हतं.

११

ब्रॉन्स्कीची उलटतपासणी गुरुवारी उशिरा संपली आणि शुक्रवारी सकाळीच मार्लीचा फोन आला. पहिला फोन कॉन्रॅडनं सकाळी सात वाजून पंचवीस मिनिटांनी उचलला, त्या वेळी वॉशिंग्टनशी दुसऱ्या फोनवर बोलण्यात गढलेल्या फिचकडे पटकन दिला आणि मग स्पीकर फोनवर तो त्यांचं बोलणं ऐकू लागला :
''गुड मॉर्निंग, फिच.'' तिनं गोड आवाजात म्हटलं.

''गुड मॉर्निंग, मार्ली.'' फिचनंही आपला आवाज हसरा ठेवण्याचा आटोकाट प्रयत्न करत म्हटलं. ''कशी आहेस?''

''झकास. ज्यूरर नंबर दोन, ईस्टर, हा आज आकाशी रंगाचा डेनिम शर्ट, फेडेड जीन, पांढरे सॉक्स, जुने रनिंगचे, बहुधा नाईकीचे शूज घालेल. आणि आज त्याच्या हातात 'रोलिंग स्टोन'चा ऑक्टोबरचा अंक असेल. त्याच्या कव्हरवर मीट लोफचा फोटो असेल. आलं लक्षात?''

''हो. आपण कधी भेटून बोलायचं?''

''माझी तयारी झाल्यावर.'' तिनं फोन बंद केला. हा फोन हॅटीसबर्ग, मिसिसिपीमधल्या एका मोटेलच्या लॉबीमधल्या पे-फोनवरून आलेला होता, असं कॉन्रॅडनं बघितलं. हे ठिकाण कारनं कमीत कमी दीड तासावर होतं.

ईस्टरच्या अपार्टमेंटपासून तीन चौक अंतरावरच्या एका कॉफी शॉपमध्ये पँग बसलेला होता आणि काही मिनिटांत तो ईस्टरच्या जुनाट गाडीपासून पन्नास यार्डांवर असलेल्या एका झाडाआड येऊन उभा राहिला. बरोबर पावणेआठला ईस्टर बाहेर पडला आणि रोजच्याप्रमाणे तिथून वीस मिनिटांवर असलेल्या कोर्टाच्या दिशेनं चालत निघाला. नेहमीच्याच दुकानाशी थांबून त्यानं नेहमीचा पेपर आणि कॉफी घेतली.

मार्लीनं फोनवर वर्णन केलेलेच कपडे त्यानं घातलेले होते.

तिचा दुसरा फोनही हॅटीसबर्गमधूनच आला. फक्त फोननंबर वेगळा होता. ''आता तुझ्या डोक्यात आणखी एक नवीन भुंगा सोडते, फिच.''

फिच श्वास रोखून ऐकत होता. ''बोल.''

''आज कोर्टरूममध्ये आल्यावर सगळे ज्यूरर लोक काय करतील, सांग बघू?''

फिचचं डोकंच बधिर झालं. त्याचे ओठही हलेनात. आपण काहीही अंदाज व्यक्त केला तरी आपण तोंडावर आपटणार, हे त्याच्या लक्षात आलं. ''नाही सांगता येत.''

''सगळेजण आज देशाशी एकनिष्ठतेची शपथ घेणार आहेत.''

फिचनं कॉन्रॅडकडे चटकन एक कटाक्ष टाकला.

''समजलं ना, फिच?'' तिनं जरासं कुत्सितपणेच विचारलं.

''हो.''

फोन बंद झाला.

तिचा तिसरा फोन वेन्डॉल ऱ्होरच्या ऑफिसमध्ये गेला. त्याच्या सेक्रेटरीनं तो भयंकर कामात असल्यामुळे फोन घेऊ शकत नसल्याचं तिला सांगितलं. मार्लीनं म्हटलं, ''हो, मी समजू शकते, पण मला मि. ऱ्होरना एक महत्त्वाचा संदेश पाठवायचाय, तो तुमच्या फॅक्सवर आला की फक्त लगेच त्यांच्याकडे प्लीज नेऊन द्या, ते कोर्टात जायला निघण्याआधी तो त्यांना मिळायला हवा.' सेक्रेटरीनं मोठ्या अनिच्छेनंच होकार दिला आणि पाच मिनिटांत खरोखरच फॅक्स मशीनवरून एक संदेश आला. तो संदेश कुठल्या नंबरवरून पाठवला होता, कुणी पाठवला होता, याचा कसलाही उल्लेख त्या कागदावर नव्हता. संदेश असा होता–

डब्ल्यू.आर. : ज्यूरर नंबर दोन, ईस्टर हा आज आकाशी रंगाचा डेनिम शर्ट, फेडेड जीन पँट, पांढरे सॉक्स आणि जुने नाईकीचे शूज घालून येणार आहे. त्याला 'रोलिंग स्टोन' मासिक आवडतं आणि आज तो एखाद्या देशभक्ताप्रमाणे वर्तन करेल.–एम.एम.

सेक्रेटरीनं तो कागद घाईघाईनं ऱ्होरच्या ऑफिसात नेऊन दिला. त्या वेळी ऱ्होर दिवसाच्या कामकाजाच्या कागदपत्रांची ब्रीफकेस भरत होता. त्यानं तो संदेश वाचला, सेक्रेटरीला चार प्रश्न विचारले आणि ताबडतोब आपल्या सहकारी वकिलाला तातडीच्या चर्चेसाठी बोलावणं पाठवलं.

आपल्या इच्छेविरुद्ध तिथे आलेल्या त्या बारा जणांचा मूड 'उत्सवी' होता असं

म्हणणं थोडं धाडसाचं होईल, पण आज शुक्रवार असल्यामुळे त्यांच्या चेहऱ्यावर हसू मात्र होतं. नेहमीच्या मानानं एकमेकांना साधं 'गुड मॉर्निंग' किंवा 'हाय' म्हणण्यातही उत्साह जाणवत होता. निकोलस टेबलाशी हर्मन ग्राईम्सजवळ बसलेला होता. त्याच्या समोरच्या बाजूला फ्रँक हरेरा होता. एकमेकांच्या संभाषणात जरासा खंड पडेपर्यंत त्यानं वाट बघितली आणि आपल्या लॅपटॉपवर कामात गर्क असलेल्या ग्राईम्सकडे चटकन एक कटाक्ष टाकत, अचानक काहीतरी सुचल्यासारखं तो एकदम म्हणाला, ''ए हर्मन, आत्ताच मला एक कल्पना सुचलीय.''

एव्हाना अकरा जणांचे आवाज हर्मनला ओळखू यायला लागलेले होते आणि त्या त्या व्यक्तीचं वर्णन त्याच्या पत्नीनं दरवेळी केल्यामुळे तो आता त्या व्यक्तीलाही ओळखू लागला होता. निकोलसचा आवाज तर तो ताबडतोब ओळखू शकत होता.

''बोल, निकोलस.''

बाकीच्यांचं लक्ष वेधून घेण्यासाठी निकोलसनं जरा मोठ्या आवाजात बोलायला सुरुवात केली. ''मी लहानपणी एका खासगी शाळेत जात होतो आणि तिथे आम्हाला प्रत्येक दिवसाची सुरुवात देशाशी एकनिष्ठतेची शपथ घेऊन करायला शिकवलं होतं. तेव्हापासून ज्या ज्या वेळी मला सकाळी आपला राष्ट्रध्वज दिसतो, तेव्हा प्रत्येक वेळी मला अशी शपथ घ्यावीशी वाटते.''

जवळजवळ सगळेजण त्याचं बोलणं ऐकत होते. फक्त पूडल सकाळची सिगारेट ओढायला गेलेली होती. ''आणि तिकडे कोर्टरूममध्ये न्यायमूर्तींच्या पाठीमागचा ध्वज आपल्याला रोज सकाळी दिसतो, पण आपण काय करतो? दिवसभर फक्त त्या ध्वजाकडे बघत बसून राहतो.''

''हे माझ्या लक्षातच आलेलं नव्हतं.'' हर्मननं जणू रोज तो ध्वज दिसत असल्यासारखं म्हटलं.

''म्हणजे तुला तिकडे देशाशी एकनिष्ठतेची शपथ घ्यायचीय म्हणतोस?'' रिटायर्ड कर्नल नेपोलियननं भुवया उंचावत विचारलं. ''भर कोर्टात?''

''हो. निदान आठवड्यातून एकदा तरी तसं करायला काय हरकत आहे?''

''यात वाईट असं काहीच नाही.'' जेरी फर्नांडिसनं म्हटलं. निकोलसनं त्याला आधीच राजी केलेलं होतं.

''पण न्यायमूर्तींना आवडेल का हे?'' ग्लॅडिस कार्डनं म्हटलं.

''त्यांचा संबंधच काय? आपण जर मिनिटभर उभं राहून राष्ट्रीय ध्वजाला मानवंदना दिली, तर त्यानं कुणाचं काय बिघडणार आहे?''

''तू काही चालबाजी तर करत नाहीयेस ना, निकोलस?'' कर्नलनं विचारलं.

निकोलसनं भयंकर दुखावल्यासारखा चेहरा केला. ''माझ्या डॅडींनी व्हिएतनाम युद्धात वीरमरण पत्करलं होतं, कर्नल. त्या ध्वजाचा मला फार अभिमान आहे.

आणि कर्नल, तुम्ही असं विचारावं म्हणजे खरंच कमाल आहे.''

याच्यावर कुणी काही विचारण्याचा प्रश्नच नव्हता. लगेच बेत पक्का झाला.

सगळेजण कोर्टरूममध्ये आल्यावर न्यायमूर्तींनी खास शुक्रवारचं हसू चेहऱ्यावर आणून सगळ्यांचं स्वागत केलं. भराभर एकदा रोजचे प्रश्न विचारून सरळ खटल्याचं कामकाज सुरू करायचं त्यांनी ठरवलेलं होतं. पण नेहमीप्रमाणे सगळे ज्यूरर लोक जागेवर न बसता उभेच आहेत, हे लक्षात यायला त्यांना जरा वेळच लागला. सगळेजण उभे राहून साक्षीदाराच्या पिंजऱ्यामागच्या भिंतीकडे बघत ताठ उभे राहिले आणि त्यांनी आपापले उजवे हात हृदयावर ठेवले. त्यांचं नेतृत्व करत ईस्टरनं मोठ्या आवाजात देशाशी एकनिष्ठतेची शपथ म्हणायला सुरुवात केली. पाठोपाठ बाकी सगळे एकेक वाक्य उच्चारत होते.

हार्किनना सुरुवातीला आश्चर्याचा मोठा धक्काच बसला. निदान कोर्टरूममध्ये तरी सगळ्या ज्यूरींनी एकसाथ देशाशी एकनिष्ठतेची शपथ घेतल्याचं त्यांनी कधी बघितलेलं नव्हतं, ऐकलेलंही नव्हतं. हा काही रोजच्या सोपस्कारांचा भाग नव्हता, याला त्यांनी मान्यता दिलेली नव्हती. किंबहुना नियमांच्या कुठल्याही पुस्तकात याचा उल्लेख नव्हता. त्यामुळे सगळ्यात आधी त्यांना क्षणभर असंच वाटून गेलं की, यांना मध्येच थांबवावं आणि मग त्यांच्याशी चर्चा करावी. पण मग त्यांच्या लक्षात आलं की, या साध्या, सामान्य माणसांना देशाशी एकनिष्ठतेची शपथ घेण्यापासून जर आपण रोखलं, तर ते भयंकर वाईट दिसेल. नव्हे, खरंतर तो गुन्हाच होईल. त्यांनी ऱ्होर आणि केबलकडे एक कटाक्ष टाकला. तेही तोंडं उघडी टाकून अविश्वासानं तिकडे बघत होते.

त्यामुळे त्यांनाही चटकन उठून उभं राहण्यावाचून गत्यंतरच नव्हतं. ते लगेच ध्वजाकडे वळले आणि हृदयावर हात ठेवून त्यांनीही शपथ म्हणायला सुरुवात केली.

खुद्द ज्यूरी आणि न्यायमूर्तीच उभं राहून ध्वजाला मानवंदना देतायत म्हटल्यावर कोर्टरूममधल्या सगळ्या वकिलांना, कर्मचाऱ्यांना आणि प्रेक्षकांनाही त्यांचं अनुकरण करणं भागच पडलं– विशेषत: वकिलांना तर ते करावंच लागलं, कारण त्यांना ज्यूरींचा रोष ओढवून घेणं परवडणारच नव्हतं. ब्रीफकेसेस पाडत, खुर्च्या मागे लोटून देत सगळे उभे राहिले आणि त्यांनीही शपथ म्हणायला सुरुवात केली. प्रेक्षकांच्या तिसऱ्या रांगेच्या पलीकडे मात्र या लाटेचा परिणाम फारसा गेला नाही, त्यामुळे एखाद्या 'कब स्काऊट'सारखं उभं राहून शपथेचे आता धड स्मरणातही नसलेले शब्द म्हणण्याचा देखावा करण्यामधून फिचची मात्र सुटका झाली.

तो सगळ्यात पाठीमागच्या रांगेत होता. त्यांच्या एका बाजूला जोझे होता, तर दुसऱ्या बाजूला हॉली नावाची त्याची आणखी एक आकर्षक दिसणारी कर्मचारी

पोरगी होती. पँग बाहेर ॲट्रियममध्ये होता आणि डॉईल आपल्या डॉ. पेपरच्या क्रेटवर, कोका कोलाच्या मशीन्सच्या रांगेजवळ पहिल्या मजल्यावर बसून होता. त्याच्या अंगावर कामगारासारखे कपडे होते आणि तो तिथल्या सफाई कामगारांशी गप्पा मारत होता.

फिचही आश्चर्यानं थक्क होऊन समोर चाललेलं नाट्य बघत होता. सगळ्या ज्यूरींनी स्वत: होऊन उभं राहून देशाशी एकनिष्ठतेची शपथ घेतल्याचा प्रसंग समोर प्रत्यक्ष घडतोय, हेच त्याला खरं वाटत नव्हतं. आणि ही गोष्ट मार्लीला आधीच माहीत होती, ही गोष्ट तर भयंकर अस्वस्थ करणारी होती.

त्याबरोबरच ही गोष्ट त्याला वेगळंच काही सांगून गेलेली होती.

त्याला निदान या गोष्टीची थोडीफार पूर्वकल्पना तरी होती, पण ऱ्होरची अवस्था मात्र अगदीच बघण्यासारखी झाली होती. निकोलस ईस्टरनं बरोबर त्या फॅक्समध्ये वर्णन केलेले कपडे घातले आहेत, त्याच्या हातात तो 'रोलिंग स्टोन'चा अंकही आहे आणि या सगळ्यावर कडी म्हणजे तो स्वत: पुढाकार घेऊन सगळ्या ज्यूरर मंडळींना एकनिष्ठतेची शपथ घ्यायला लावतोय, हे सगळंच त्याच्या कल्पनेपलीकडचं होतं. सगळ्या ज्यूरींकडे तो अविश्वासानं बघत होता. काय चाललंय तेच त्याला कळत नव्हतं.

''अँड जस्टिस फॉर ऑल'' हे शेवटचं वाक्य कोर्टरूममध्ये घुमलं आणि सगळे ज्यूरी शांतपणे आपापल्या जागी बसले. बसल्याबरोबर त्यांनी पहिलं काय केलं असेल, तर आपण आत्ताच जे काही केलं त्याची कोर्टरूममध्ये काय प्रतिक्रिया झाली, हे अजमावण्यासाठी सगळ्यांनी एकदम कोर्टरूममधून चटकन नजर फिरवली. हे जणू रोजच घडत असल्यासारखं न्यायमूर्तींनी आपला झगा ठीकठाक करत टेबलावरच्या कागदपत्रांची चाळवाचाळव सुरू केली. आणि यावर बोलणार तरी काय? फक्त अर्ध्या मिनिटात सगळा प्रकार उरकलेला होता.

देशभक्तीच्या एवढ्या उघड प्रदर्शनामुळे बऱ्याचशा वकिलांना काहीसं शरमल्यासारखं वाटत होतं, पण यानं ज्यूरी खूष आहेत ना, मग आपणही खूष आहोत, असंच प्रत्येकजण मनातल्या मनात म्हणत होता. वेन्डॉल ऱ्होरला मात्र काय बोलावं तेच सुचत नव्हतं. शेवटी एका सहकाऱ्यानं कोपरखळी मारून त्याला शुद्धीवर आणलं आणि त्या दोघांनी कुजबुजत्या आवाजात एकमेकांशी बोलायला सुरुवात केली. इकडे न्यायमूर्तींनी तेवढ्यात ज्यूरींना त्यांचे नेहमीचे चीड आणणारे प्रश्न भराभर विचारून घेतले.

''चला. पुढचा साक्षीदार बोलवायला हरकत नाही.'' न्यायमूर्तींना आता जरा घाई झालेली होती.

ऱ्होर उठून उभा राहिला. तो अजूनही सावरलेला दिसत नव्हता. ''फिर्यादीच्या

वतीनं पुढच्या साक्षीदाराचं नाव आहे डॉक्टर हायलो किलवॅन.''

साक्षीदाराला पाचारण करण्यात येत असतानाच्या मधल्या छोट्याशा अवधीत फिच चटकन उठून बाहेर पडला. पाठोपाठ जोझेही होता. झपाट्यानं चालत ते आपल्या ऑफिसात आले.

कोर्टरूममधलं दृश्य बघण्याच्या त्यांच्या खोलीत बसलेले दोघंही ज्यूरी तज्ज्ञ गप्प होते. एकजण मुख्य पडद्यावर डॉ. किलवॅनची सुरुवातीची प्रश्नोत्तरं बघत होता, तर दुसरा तज्ज्ञ एका छोट्या मॉनिटरवर एकनिष्ठतेच्या शपथेच्या दृश्याचा 'रीप्ले' बघत होता. फिच त्याच्यापाशी आला. ''असा प्रसंग पूर्वी कधी बघितला होतास का तू?''

''हे सगळं काम ईस्टरचं आहे.'' त्या तज्ज्ञानं म्हटलं.

''यात काय नवीन सांगितलंस तू?'' फिचनं जोरात म्हटलं. ''मी शेवटच्या रांगेत बसलो होतो, तरी ते माझ्या लक्षात आलं होतं.'' नेहमीप्रमाणेच फिच त्यांना त्यांच्या कामगिरीचं श्रेय देत नव्हता. मार्लीच्या फोनबद्दल त्या दोघाही तज्ज्ञांना माहिती नव्हती, कारण फिचनं त्याच्या हस्तकांना – डॉईल, पँग, कॉन्रॅड आणि हॉली – सोडून हे बाकी कोणालाही अजून सांगितलेलं नव्हतं.

''तुम्ही जो एवढा कॉम्प्युटरवरचा माहितीचा अभ्यास केला, त्याची काय दशा झाली आता?'' फिचनं खोचकपणे विचारलं.

''फुकट गेला आमचा अभ्यास.''

''वाटलंच होतं मला. जाऊ दे. बघत बसा.'' धाडकन दार बंद करून तो त्याच्या ऑफिसकडे निघून गेला.

डॉ. किलवॅनच्या मुख्य साक्षीचं कामकाज फिर्यादीकडून स्कॉटी मॅनग्रम या दुसऱ्याच एका वकिलानं हाताळलं. तो डलासमधून आला होता. निरनिराळ्या पेट्रोकेमिकल कंपन्यांवर विषारी वायूंशी संबंधित कायद्यान्वये खटले भरून त्यानं भरपूर पैसा मिळवलेला होता आणि आता बेचाळिसाव्या वर्षी त्याला ग्राहकाला हानी पोचवणाऱ्या किंवा त्याच्या मृत्यूला कारणीभूत होणाऱ्या ग्राहकोपयोगी वस्तूंबद्दल अचानक चिंता उत्पन्न झाली होती. या आत्ताच्या खटल्यात दहा लाख डॉलर्स गुंतवायला ऱ्होरनंतर तयार होणारा तोच पहिला वकील होता आणि त्याच्याकडे फुप्फुसांच्या कॅन्सरबद्दल आकडेवारी जमवून तिचा तज्ज्ञ होण्याची जबाबदारी देण्यात आली होती. गेली चार वर्षं त्यानं या विषयातल्या तऱ्हेतऱ्हेच्या संशोधनांचा अभ्यास केला होता, त्यानं यातल्या अनेक संशोधकांच्या भेटी घेऊन त्यांच्याशी चर्चा केल्या होत्या. खर्चाचा कसलाही विचार न करता त्यानं तज्ज्ञ साक्षीदार म्हणून डॉ. किलवॅनची अत्यंत विचारपूर्वक निवड केली होती.

डॉ. किलवॅन उत्तम, पण काहीसं प्रयत्नपूर्वक इंग्लिश बोलत होता. त्याच्या उच्चारांची धाटणीही काहीशी वेगळी होती, त्यामुळे ज्यूरींवर त्याचा प्रभाव चटकन पडला. तो मॉँट्रियलमध्ये गेली चाळीस वर्षं राहत होता आणि केवळ या खटल्यासाठी एवढ्या लांबचा प्रवास करून आलेला होता. त्याचं थोडंसं वेगळं नाव, त्याची लक्षात राहण्यासारखी वेगळी उच्चारांची पद्धत आणि खास या खटल्यासाठी इतक्या दुरून इथे येण्यात दाखवलेली तत्परता, एवढ्या गोष्टींचा ज्यूरींवर मोठा परिणाम होणार हे उघडच होतं. तो कॅनडातून आलाय म्हटल्यावर तर त्याची प्रतिमा आणखीच उंचावली. प्रत्यक्ष साक्षीला सुरुवात करण्याआधीच त्यानं ज्यूरींना जिंकलेलं होतं. मॅनग्रमनं मुद्दाम सावकाशीनं त्याच्याकडूनच त्याच्या नावामागच्या पदव्यांची बिरुदावली, त्याचे शोधनिबंध, ग्रंथरचना वगैरेची माहिती वदवून घेतली.

डरवूड केबलनंही डॉ. किलवॅन हा त्याच्या विषयातला महान तज्ज्ञ आहे आणि इथे साक्ष देण्याइतकी त्याची पात्रता आहे, हे चटकन मान्य करून टाकलं. स्कॉटी मॅनग्रमनं त्याचे आभार मानून मुख्य विषयाला हात घातला. हे जे संशोधन होतं, त्यात धूम्रपान करणारे आणि न करणारे, यांच्यातल्या फुप्फुसांच्या कॅन्सरमुळे मृत्यूमुखी पडण्याच्या प्रमाणांची तुलना होती. गेली वीस वर्षं डॉ. किलवॅननं यावर संशोधन केलेलं होतं आणि तो आरामशीर खुर्चीत मागे रेलून बसून उत्तरं देत होता. मॉँट्रियल विद्यापीठातल्या आपल्या वीस वर्षांच्या संशोधनातल्या मूलभूत गोष्टी त्यानं ज्यूरींना समजावून सांगितल्या. त्यानं जगभरातल्या लोकांवर हे संशोधन केलं होतं, पण त्यातल्या त्यात कॅनेडियन आणि अमेरिकन लोकांवर त्याचा जास्त भर होता. रोज पंधरा सिगारेट दहा वर्षं ओढलेल्या माणसाला फुप्फुसांचा कॅन्सर होण्याची शक्यता ही मुळीच धूम्रपान न करणाऱ्या व्यक्तीपेक्षा दहापट असते. दोन पाकिटं जर तो धूम्रपान करणारा माणूस दहा वर्षं ओढत असला, तर ही शक्यता वीसपट होते. जेकब वुडप्रमाणे रोज तीन पाकिटं सिगारेट ओढणाऱ्यांच्या बाबतीत ही शक्यता पंचवीस पट होते.

ज्यूरींच्या समोर तीन स्टँडवर तीन रंगीबेरंगी माहितीचे तक्ते लावण्यात आले होते आणि डॉ. किलवॅन जरासुद्धा घाई न करता ज्यूरींना प्रत्येक गोष्ट एखाद्या प्रोफेसरसारखी व्यवस्थित समजावून सांगत होता.

पुढचं जे संशोधन होतं, ती वेगवेगळ्या प्रकारच्या तंबाखू वापरून धूम्रपान करणाऱ्या लोकांच्या, फुप्फुसाच्या कॅन्सरमुळे होणाऱ्या मृत्यूदरांमधली तुलना होती. पाईपच्या तंबाखूच्या आणि सिगारेटच्या तंबाखूच्या धुरांमधला फरक डॉ. किलवॅननं सोप्या शब्दांत समजावून सांगितला आणि दोन्ही प्रकारांमुळे फुप्फुसाच्या कॅन्सरला बळी पडणाऱ्या अमेरिकन पुरुषांच्या प्रमाणांचा तौलनिक अभ्यास समजावून सांगितला. या विषयावरही त्यानं दोन ग्रंथ लिहिले होते. हळूहळू आकडेवारी वाढत चाललेली

होती, एकमेकींमध्ये मिसळू लागलेली होती. ज्यूरींच्या डोळ्यांवरही आकड्यांची झापड चढत होती.

लंचच्या वेळी आपली प्लेट टेबलावरून उचलून दूर कोपऱ्यात एकटीच बसून लंच सुरू करण्याचं धैर्य सगळ्यात आधी लॉरीन ड्यूकनं दाखवलं. सकाळी नऊ वाजता रोजच्या लंचची ऑर्डर प्रत्येकजण देत असे आणि त्यानुसार लंच आणलं जात असे, त्यामुळे लू डेल, विलिस, ओ'रायली आणि लंचशी संबंधित इतर सगळ्याच लोकांचा कटाक्ष हा सगळ्यांनी टेबलावर बसूनच लंच घ्यावी याकडे होता. कोणी कुठल्या जागी बसावं, हेही ठरवून देण्यात आलेलं होतं. लॉरीनची जागा टेबलाशी बरोबर स्टेला ह्युलिकच्या समोर होती आणि स्टेलाला जेवताना बोलण्याची आणि एकसारखे तोंडानं खाताना आवाज करायची सवय होती. खाद्यपदार्थ तोंडाला चिकटले तरी तिला त्याचं भान नसे. तिचे कपडेही बरेच अव्यवस्थित असायचे. ती समाजात वर येण्याचा सर्वतोपरी प्रयत्न करत होती आणि सुट्टीतला बराचसा वेळ ती, आपण आणि आपल्या नवऱ्याकडे – हासुद्धा एक निवृत्त झालेला प्लंबर होता – काय काय वस्तू आहेत आणि आपण कशा सुस्थितीत आहोत हे इतरांना कसंही करून पटवून देण्यात घालवत असे. आमच्या कॅलच्या मालकीचं एक हॉटेल आहे, कार वॉश आहे, आम्ही दोघं एकसारखे प्रवास करतो, आमची अमुक कंपनीत इतकी गुंतवणूक आहे, वगैरे वगैरे. आणि ही सगळी माहिती अन्नाबरोबरच तिच्या तोंडातून बाहेर पडायची.

या ह्युलिक दांपत्याबद्दल या भागात एक वदंता अशी होती की, काही वर्षांपूर्वी कॅल हा आपल्या मच्छिमार बोटीतून मेक्सिकोमधून मारीजुआनाची चोरटी आयात करत होता. यात किती तथ्य असेल ते असो, पण त्यांच्याकडे भरपूर पैसा होता हे मात्र खरं होतं आणि स्टेला ही गोष्ट जो कोणी ऐकेल त्याला पटवून द्यायची. बोलताना ती नाकातून, चीड आणणाऱ्या आवाजात बोलायची. आतासुद्धा सगळ्यांनी आपले पहिले घास तोंडात घेईपर्यंत ती वाट बघत थांबली. कोणीही बोलत नव्हतं.

"आज आपल्याला लवकर सोडलं तर फार बरं होईल." तिनं ब्रेडचा रोल तोंडात असतानाच बोलायला सुरुवात केली. "मी आणि कॅल वीकएंडसाठी मायामीला जाणार आहोत. खूप छान छान नवी दुकानं झालीयत तिकडे." कोणालाही तिच्या तोंडातून डोकावणाऱ्या ब्रेड रोलकडे बघवत नव्हतं, त्यामुळे सगळ्यांच्या माना खाली झुकलेल्या होत्या. तिच्या तोंडातून शब्दागणिक चावण्याचे आणि चघळण्याचे आवाज येत होते.

तोंडातला घास तसाच ठेवून लॉरीन उठली. तिच्यापाठोपाठ आपल्याला खिडकीशी बसायचं असल्याची लंगडी सबब सांगत रिकी कोलमन उठली. लॉनी शेव्हरला

अचानक लंच घेता घेता काम करण्याची कल्पना सुचली. तोही उठून एक चिकन क्लब सँडविच खाता खाता कॉम्प्युटरवर काम करू लागला.

"डॉ. किलवॅन फार मस्त माहिती सांगतोय, नाही?" निकोलसनं उरल्यासुरल्या ज्यूरर मंडळींना विचारलं. त्यातल्या काही जणांनी टेबलाच्या टोकाशी बसलेल्या हर्मन ग्राईम्सकडे हळूच बघितलं. तो पांढऱ्या ब्रेडवर कसलंही सॉस न घालता केलेलं कोरडं टर्की सँडविच खात होता. स्लाईस केलेलं टर्की सँडविच आणि कातरल्यासारख्या कापलेल्या पोटॅटो चिप्स या दोन गोष्टी दिसत नसलं तरी सहज खाता येण्यासारख्या होत्या. निकोलसचं बोलणं ऐकल्यावर त्याचं हलणारं तोंड काही क्षण जागीच थांबलं, पण तो काही बोलला मात्र नाही.

"त्याची आकडेवारी मुळीच दुर्लक्ष करण्यासारखी नाही." जेरी फर्नांडिसकडे हसून बघत निकोलसनं मुद्दाम, हर्मनला चिडवण्यासाठी म्हटलं.

"बस, पुरे." हर्मननं जरबेनं म्हटलं.

"काय पुरे, हर्मन?"

"खटल्याबद्दल बोलणं पुरे. तुम्हाला न्यायाधीशांचे नियम माहीत आहेत ना?"

"हो, पण न्यायाधीश आत्ता इथे कुठायत, हर्मन? आपण काय बोलतोय हे त्यांना समजणारच नाही. हां, आता तूच त्यांना सांगितलंस, तर–"

"कदाचित मी सांगेनही."

"ओके, हर्मन. मग कुठल्या विषयावर बोलूया आपण? तूच सांग. फुटबॉल, हवापाणी–"

"खटला सोडून काहीही बोल."

"सांग ना, कशाबद्दल बोलायचं? फुटबॉलबद्दल?"

"मी फुटबॉल बघत नाही."

"हा, हा."

टेबलावर एकदम तणावपूर्ण शांतता निर्माण झाली. फक्त स्टेला ह्युलिकच्या तोंडाचाच काय तो आवाज येत होता. त्या दोघांच्या बोलण्यामुळे सगळेच अस्वस्थ झाले होते. स्टेलानं आणखी आवाज करत तोंडातला घास चावायला सुरुवात केली.

जेरी फर्नांडिसचा पारा मात्र भराभर चढत होता. "ए बाई, तू जरा कृपा करून तुझी मचमच थांबवशील का?" त्यानं फाडकन म्हटलं.

स्टेलाला त्याच्या बोलण्याचा इतका धक्का बसला की, तिचं तोंड उघडंच राहिलं. तिच्या तोंडातला अर्धवट चावलेला घास सगळ्यांनाच दिसत होता. तो तिच्याकडे इतकं चिडून बघत होता की, हा आता तिला मारतो की काय असंच प्रत्येकाला वाटत होतं. पण लगेच तो एकदम मऊ झाला. "आय ॲम सॉरी, स्टेला. पण तुझा हा खातानाचा आवाज अजिबात ऐकवत नाही. जेवतानाचे साधे शिष्टाचारही

तू पाळत नाहीयेस.''

ती क्षणभर गांगरली, मग शरमली. पण लगेच तिचे गाल तांबडेलाल झाले आणि तोंडातला घास कसाबसा गिळत तिनं म्हटलं, "हे तू कशाला मला शिकवतोयस?'' बाकीची डोकी आणखीच खाली झुकली. हे असलं घडायला कोणालाच नको होतं.

"निदान मी खाताना आवाज करत नाही आणि तोंडातला पदार्थ बाहेर येऊ देत नाही.'' आपण किती लहान मुलासारखं बोलतोय हे जेरीलाही जाणवत होतं.

"मग काय, ते तर मीही करते.'' स्टेलानं जोरात म्हटलं.

"नाही. तू तसं करत नाहीस.'' नेपोलियननं म्हटलं. तो लॉरीन ड्यूकशेजारी स्टेलाच्या समोरच बसत असे. "एखाद्या छोट्या तीन वर्षांच्या मुलापेक्षाही जास्त आवाज करतेस तू.''

हर्मन मोठ्यानं खाकरला. "हे बघा, जरा शांत व्हा आणि खाली बघून जेवा बघू सगळे.''

सगळ्यांनी कसंबसं लंच संपवलं. जेरी आणि पूडल त्यांच्या सिगारेट ओढण्याच्या खास खोलीकडे गेले. पाठोपाठ निकोलसही गेला. तो सिगारेट ओढत नव्हता, पण त्याला वातावरणात जरा बदल हवा होता. हलकासा पाऊस पडत असल्यामुळे रोजच्याप्रमाणे आज फिरायला जाणंही शक्य नव्हतं.

ते तिघंजण त्या छोट्याशा, खिडकी असलेल्या खोलीत आले. खोलीत काही फोल्डिंगच्या खुर्च्याही होत्या. ज्यूरींपैकी सगळ्यात अबोल असलेली एंजल वीझही आली. स्टेला मात्र दुखावली गेली असल्यामुळे आली नाही.

पूडलला किंवा एंजलला खटल्याबद्दल बोलायला काहीच गैर वाटत नसे. आणखी कुठल्या बाबतीत त्यांची मतं जुळतात? सिगारेटमुळे कॅन्सर होऊ शकतो, हे प्रत्येकाला माहितीये, त्यामुळे ज्यानं त्यानं आपल्या जबाबदारीवर सिगारेट ओढावी, या जेरीच्या मताशी त्यांची मतं जुळत होती.

असं जर आहे, तर मग पस्तीस वर्षं सिगारेट ओढून कॅन्सरनं मेलेल्या माणसाच्या बायकामुलांना एवढी मोठी नुकसानभरपाई कशाला द्यायची? काय अर्थ आहे त्यात? आपण काय करतोय हे ज्याचं त्याला कळायला नको का?

१२

आपलं स्वत:चं एक छोटंसं, सुंदर, लेदरच्या सीट असलेलं जेट विमान असावं, बरोबर दोन पायलट असावेत, असं जरी ह्युलिक दांपत्याला कितीही वाटत असलं, तरी सध्या त्यांच्याकडे एक जुनं, दोन इंजिनांचं साधं 'सेस्ना' विमान होतं. ढग अजिबात नसतील आणि स्वच्छ सूर्यप्रकाश असेल, तेव्हा कॅल ते विमान चालवू शकत असे. रात्री विमान चालवण्याचं धाडस त्याच्यानं होणंच शक्य नव्हतं. त्यामुळे त्यांनी गल्फपोर्ट म्युनिसिपल एअरपोर्टवरून एका विमानानं ॲटलांटापर्यंत प्रवास केला आणि तिथून ते मायामीला विमानानं फर्स्ट क्लासनं गेले. एवढ्या एका तासात स्टेलानं दोन मार्टिनी, शिवाय एक वाईनचा ग्लास रिचवलेला होता. या आठवड्यात तिला भयंकर काम पडलेलं होतं, शिवाय ज्यूररच्या कामाचा प्रचंड ताण तिच्या मनावर पडलेला होता.

विमानतळावर आपलं सामान एका कॅबमध्ये टाकून ते मायामी बीचवर नवीनच झालेल्या एका 'शेरेटन' हॉटेलमध्ये जायला निघाले.

मार्ली त्यांचा पाठलाग करत होती. त्यांच्याच विमानानं ती ॲटलांटापर्यंत आली होती. मायामीपर्यंतचा प्रवासही तिनं त्यांच्याच विमानानं केला होता. ते नक्की 'शेरेटन'मध्येच उतरणार आहेत याची खात्री करून घेण्यासाठी ती थोडा वेळ 'शेरेटन' हॉटेलच्या लॉबीतच घुटमळत राहिली. तिची कॅबही बाहेर उभी होती. ह्युलिक दांपत्य त्यांच्या सूटकडे गेल्यावर ती तिथून पुढे मैलभर अंतरावरच्या एका स्वस्त रिसॉर्टमध्ये येऊन उतरली. त्यांना फोन करण्यासाठी तिनं रात्री अकरा वाजेपर्यंत वाट बघितली.

स्टेला जाम थकलेली होती आणि तिला आज फक्त ड्रिंक्स घेऊन आराम

करायचा होता. डिनरसुद्धा तिनं खोलीतच मागवायला सांगितलं. जणू डिहायड्रेशन झाल्यासारखी ती दारू पीत होती. मार्लीचा फोन आला तेव्हा ती जवळजवळ बेशुद्धावस्थेत बेडवर पडलेली होती आणि कॅल फक्त आपल्या भरभक्कम पोटावरून घसरणारी बॉक्सर शॉर्ट घालून टीव्ही बघत बसलेला होता. फोन वाजल्याबरोबर त्यानं चटकन रिसीव्हर उचलला. ''हॅलो.''

''हॅलो, मि. ह्युलिक.'' पलीकडून एका तरुण पोरीचा स्वच्छ, गोड आवाज आला. ''तुम्हाला सावध राहायला हवं.''

''का... काय?''

''हो. तुमचा पाठलाग होतोय.''

कॅलनं आपले तांबारलेले डोळे चोळले. ''कोण बोलतंय?''

''प्लीज, नीट ऐका. काही माणसं तुमच्या पत्नीवर नजर ठेवून आहेत. ते इथे मायामीलाही आले आहेत. तुम्ही चार हजार चारशे शहात्तर या फ्लाईटनं ॲटलांटाला आलात, तिथून पाचशे तेहेतीस नंबरच्या फ्लाईटनं मायामीला आलात हे त्यांना माहितीये. शिवाय या क्षणी तुम्ही कोणत्या रूम नंबरमध्ये आहात, हे सुद्धा त्यांना माहितीये. तुमच्या प्रत्येक हालचालीवर त्यांची नजर आहे.''

कॅलनं फोनकडे बघत थाडकन कपाळावर हात मारून घेतला. ''एक मिनिट, मी–''

''आणि उद्या ते बहुतेक तुमचे फोन टॅप करतील–'' तिनं म्हटलं. ''त्यामुळेच सांगतेय, तुम्ही सावध रहा.''

''पण हे लोक आहेत तरी कोण?'' त्यानं मोठ्यानं विचारलं. स्टेला कशीबशी अर्धवट उठून बसली आणि तर्रर्र झालेल्या नजरेनं नवऱ्याकडे बघण्याचा प्रयत्न करू लागली.

''त्या सिगारेट कंपन्यांचे ते हस्तक आहेत.'' पलीकडून उत्तर आलं. ''आणि ती माणसं अत्यंत निर्दय आहेत.''

पलीकडून फोन बंद झाला. कॅलनं पुन्हा एकदा हातातल्या रिसीव्हरकडे आणि मग स्टेलाकडे बघितलं. तिची अवस्था तर दयनीय होती. ''काय झालं?'' सिगारेटच्या पाकिटाकडे हात लांब करत तिनं नजरेइतक्याच जडशीळ आवाजात कसंबसं विचारलं. कॅलनं तिला सगळं संभाषण सांगितलं.

''ओ माय गॉड!'' असं घाबरून किंचाळत ती धडपडत टीव्हीपाशी ठेवलेल्या वाईनच्या बाटलीपर्यंत गेली. वाईनचा आणखी एक ग्लास भरत तिनं म्हटलं, ''पण ते माझ्या मागे का लागलेत?'' ती धपकन खुर्चीत बसली. ग्लासमधली हलक्या दर्जाची ती वाईन तिच्या अंगातल्या बाथरोबवर सांडली. ''आणि माझ्याच मागे काय म्हणून?''

“पण ते तुला मारायला आलेत, असं काही त्या पोरीनं सांगितलं नाही.” का कोण जाणे, कॅलच्या आवाजात निराशेची एक अगदी अस्पष्टशी छटा होती.

“ते माझ्या मागे का लागलेत?” तिनं पुन्हा, रडवेल्या आवाजात विचारलं.

““ते मला काय माहीत?” त्यानं चिडून म्हटलं. खोलीतल्या मिनीबारपाशी जाऊन त्यानं आणखी एक बीअरची बाटली काढली. एकमेकांकडे न बघता थोडा वेळ दोघंही पीत बसले. दोघंही घाबरलेले होते.

तेवढ्यात फोन वाजला. स्टेला तर घाबरून किंचाळलीच. कॅलनं धडधडत्या अंत:करणानं रिसीव्हर उचलला. “हॅलो.” त्यानं सावकाश म्हटलं.

“हाय, पुन्हा मीच बोलतेय.” परत तोच आवाज बोलत होता. या वेळी मात्र तो बराच हसरा वाटत होता. “मघाशी सांगायला विसरले. पोलिसांना फोन करू नका. ते लोक जे करतायत, त्यात काहीही बेकायदेशीर असं नाही. तुम्ही फक्त काही वेगळं घडत नसल्यासारखं दाखवत रहा, बस्स.”

“तू कोण?”

“बाय.”

‘लिस्टिंग फूड्स’कडे स्वत:ची तीन जेट विमानं होती. त्यांपैकी एक विमान लॉनी शेव्हरला घेऊन जाण्यासाठी शनिवारी सकाळी लवकर आलं. तो एकटा जाऊ शकणार होता, कारण त्याच्या बायकोला पोरांसाठी कोणी बेबी-सीटर मिळाली नव्हती. विमानाच्या पायलटनं त्याचं हसतमुखानं स्वागत केलं, त्याला कॉफी आणि फळं दिली.

शार्लोटला विमानतळावर केन त्याला घेण्यासाठी कंपनीची गाडी आणि ड्रायव्हर घेऊन आला होता. पंधरा मिनिटांनी ते ‘सुपरहाऊस’च्या हेडऑफिसपाशी आले. शार्लोट शहराच्या उपनगरी भागात हे हेडऑफिस होतं. तिथे पोचल्यावर बेननंही पुढे येऊन त्याच्याशी शेकहँड केला आणि मग केन आणि बेननं मिळून त्याला संपूर्ण हेडऑफिस हिंडवून दाखवलं. ती नवी कोरी, विस्तीर्ण जागेत बांधलेली एकमजली इमारत, आतली प्रशस्त ऑफिसं, भरपूर प्रकाशाची केलेली सोय, सगळी अत्याधुनिक इलेक्ट्रॉनिक उपकरणं आणि सोयी असलेली सुंदर ऑफिसेस बघून त्याला जणू इथे चाललेल्या नोटांच्या छपाईचा सुद्धा आवाज ऐकू यायला लागला.

कंपनीचा सीईओ जॉर्ज टीकरबरोबर त्याच्या प्रशस्त ऑफिसमध्ये बसून त्यांनी कॉफी घेतली. इथून बाहेरची दिसणारी सगळी हिरवळ आणि झाडं प्लॅस्टिकची, कृत्रिम होती. वयानं त्यामानानं बराच तरुण असलेल्या जॉर्ज टीकरनं डेनिमचा ड्रेस घातलेला होता. “हा माझा शनिवारचा ऑफिसला येतानाचा ड्रेस,” त्यानं म्हटलं. रविवारी तो जॉगिंग सूट घालून येत असे. कंपनी भराभर प्रगती करतेय, तू ताबडतोब

ये, असं ठरावीक छापाचं बोलून तो एका मीटिंगला निघून गेला.

एका छोट्या, बिनखिडक्यांच्या पांढऱ्या स्वच्छ बेडरूममध्ये लॉनीला ते घेऊन गेले. टेबलावर कॉफी, डोनट्स वगैरे आधीच आलेले होते. बेन त्याच्या कामाला निघून गेला, पण केन तिथेच थांबला. तेवढ्यात आतल्या दिव्यांचा प्रकाश कमी करण्यात आला आणि समोरच्या पांढऱ्याशुभ्र भिंतीवर एक चित्र आलं. 'सुपरहाऊस' कंपनीची माहिती देणारी एक अर्ध्या तासाची फिल्म सुरू झाली– कंपनीचा इतिहास, बाजारपेठेतलं स्थान, पुढच्या प्रगतीच्या महत्त्वाकांक्षी योजना आणि कंपनीतले लोक– 'कंपनीची खरी महत्त्वाची मालमत्ता.'

कंपनीची विक्री आणि दुकानांची संख्या पुढच्या सहा वर्षांमध्ये दरवर्षी पंधरा टक्क्यांनी वाढवण्याची एकंदर योजना होती. नफ्याचे आकडे तर डोळे दिपवणारे होते.

सगळे दिवे पुन्हा प्रकाशमान झाले आणि एक तरुण ऑफिसर आत आला. त्याचं नावही लॉनी थोड्याच वेळात विसरून गेला. कंपनीच्या कर्मचाऱ्यांसाठी ज्या काही आर्थिक फायदे आणि सवलतींच्या योजना होत्या, त्यांच्यातला तो तज्ज्ञ होता. आरोग्यविषयक सोयी, पेन्शनच्या योजना, रजा, सुट्ट्या, आजारपणा-साठीची रजा, स्टॉक ऑप्शन, पगार वगैरेच्या बाबतीतल्या सगळ्या प्रश्नांची आणि शंकांची उत्तरं त्याच्यापाशी होती. आणि या सगळ्या गोष्टींची माहिती त्यानं लेखी स्वरूपात लॉनीपुढे टेबलावरही ठेवली.

उपनगरी भागातल्या एका सुंदर रेस्टॉरन्टमध्ये केन आणि बेनबरोबर छानपैकी लंच घेतल्यानंतर लॉनीनं परत ऑफिसमध्ये येऊन आणखी काही मीटिंग्जमध्ये सहभाग घेतला. एका मीटिंगमध्ये त्याच्यासाठी खास तयार केलेल्या ट्रेनिंग प्रोग्रॅमची माहिती होती. दुसऱ्या मीटिंगमध्ये व्हिडिओच्या साहाय्यानं त्याला मुख्य होल्डिंग कंपनीच्या आणि प्रतिस्पर्ध्यांच्या तुलनेत असलेल्या कंपनीच्या स्थानाची माहिती देण्यात आली. पण आता त्याला झपाट्यानं कंटाळा यायला लागलेला होता. आठवडाभर एकाच जागी बसून वकिलांचे वादविवाद आणि तज्ज्ञांच्या साक्षी ऐकलेल्या माणसाच्या दृष्टीनं शनिवारचा सुट्टीचा दिवस अशा तऱ्हेनं घालवणं हे एक मोठंच संकट होतं. आपली नवीन कंपनी, नवीन काम वगैरेबद्दल त्याला जरी कितीही उत्साह वाटत असला, तरी त्याला अचानक जरा मोकळ्या हवेत श्वास घ्यावासा वाटू लागला.

केन हे जाणून होता. त्यामुळे व्हिडिओ संपल्याबरोबर त्यानं ''गोल्फ खेळूया?'' असं विचारलं. लॉनीनं याआधी गोल्फ कधीच खेळलेला नव्हता. केनला अर्थातच याचीही माहिती होती, त्यामुळे त्यानं 'चल तर खरं, आधी बाहेर पडूया,' असं म्हटलं. केनच्या सुंदर, निळ्या बीएमडब्ल्यू गाडीतून दोघंही गोल्फच्या कंट्री क्लबवर

जायला निघाले. केन अतिशय काळजीपूर्वक गाडी चालवत होता. टुमदार घरं, सुरेख राखलेली फार्म हाऊसेस, शेतं, दुतर्फा झाडी असलेले रस्ते असा प्रवास करत ते कंट्री क्लबवर येऊन पोचलेले.

गल्फपोर्टमधल्या एका कनिष्ठ मध्यमवर्गीय निग्रो कुटुंबात जन्मलेल्या लॉनीच्या दृष्टीनं कंट्री क्लबवर पाय ठेवण्याची कल्पनासुद्धा गांगरून टाकणारीच होती. सुरुवातीला त्याला ती कल्पनाच नकोशी वाटली आणि दुसरे कोणी निग्रो तिथे दिसले नाहीत तर लगेच तिथून काढता पाय घ्यायचा, असं त्यानं मनाशी ठरवलेलं होतं. पण जरा शांतपणे विचार केल्यावर त्याच्या लक्षात आलं की, आपले हे नवीन मालक लोक आपण एवढ्या लायकीचे आहोत असं समजतायत, याला काही अर्थ आहे. ही माणसं फार चांगली वाटतायत आणि आपण इथे यावं असं यांना मनापासून वाटतंय. इथल्या कॉर्पोरेट संस्कृतीशी आपण जुळवून घ्यावं अशी यांची खरोखरच इच्छा दिसतेय. अजून पैशाबद्दल काहीच बोलणं झालेलं नाहीये, पण आपल्या सध्याच्या पगारापेक्षा इथला पगार कमी असणं शक्यच नाही.

दोघंही क्लबच्या प्रशस्त लाऊंजमध्ये आले. सगळीकडच्या खुर्च्या लेदरच्या होत्या. भिंतींवर मारलेल्या जनावरांची पेंढा भरलेली मुंडकी लावलेली होती. सिगारच्या निळ्याशार धुराचा एक ढग छतापाशी जमलेला होता. सगळं वातावरण एकदम पुरुषी, मर्दानी होतं. एका रुंद खिडकीजवळच्या भल्यामोठ्या टेबलाशी बसून जॉर्ज टीकर दोघा निग्रो माणसांबरोबर गप्पा मारत ड्रिंक्स घेत होता. खिडकीबाहेर गोल्फ कोर्सचं टोक दिसत होतं. लॉनी आल्याबरोबर त्या तिघांनीही उठून त्याच्याशी मोठ्या प्रेमानं शेकहँड केला. दोन निग्रो चेहरे बघितल्याबरोबर लॉनीच्या मनावरचं मोठं दडपण एकदम उतरलं. त्यानं लगेच ड्रिंकला होकार देऊन टाकला. टीकरनं त्याची त्या दोघांशी ओळख करून दिली. त्यातला जो जाडसर, सदा हसतमुख, दिलदार वाटणारा माणूस होता, त्याचं नाव होतं मॉरिस पील. तो 'लिस्टिंग फूड्स' या मुख्य कंपनीचा एक व्हाइस प्रेसिडेंट होता आणि तो न्यूयॉर्कमधून आलेला होता. दुसऱ्या माणसाचं नाव होतं पर्सी केलम. हा माणूस ॲटलांटामधून आलेला होता आणि तोसुद्धा 'लिस्टिंग फूड्स'मध्येच कोणीसा अधिकारी होता. ते दोघंही साधारण पंचेचाळीसच्या आसपासच्या वयाचे होते.

आता या मंडळींमध्ये मोठा कोण, छोटा कोण हे सांगायची गरजच नव्हती. पील हा 'लिस्टिंग फूड्स' या होल्डिंग कंपनीचा व्हाइस प्रेसिडेंट होता. त्यामुळे तोच त्यांच्यातला सगळ्यात उच्चपदस्थ होता, हे उघड होतं. जॉर्ज टीकर जरी 'सीईओ' असला, तरी त्याच्याकडे फक्त एका विभागाची सूत्रं होती. केलम त्या दोघांपेक्षाही आणखी खालच्या जागेवर होता, तर केन त्याहीपेक्षा खाली. लॉनी तर आपण इथे आहोत एवढ्यावरच समाधानी होता. पहिल्या राऊंडच्या वेळी इकडच्या-तिकडच्या

गप्पा आणि औपचारिकता पूर्ण झाल्यावर ड्रिंक्सची दुसरी राऊंड मागवण्यात आली. पीलनं मागे रेलून बसत मोठ्या खुमासदार पद्धतीनं आपली माहिती सांगायला सुरुवात केली. सोळा वर्षांपूर्वी मध्यम दर्जाचा पहिला निग्रो मॅनेजर म्हणून 'लिस्टिंग फूड्स'च्या विश्वात त्यानं प्रवेश केला होता, त्या वेळी सगळेजण त्याच्याकडे 'नसती कटकट' म्हणूनच बघत होते. केवळ एक निग्रो माणूस घेतल्याचा देखावा म्हणून त्याला घेतलेलं होतं, त्याच्या हुशारीसाठी मुळीच नव्हे. त्याला लढत, झगडत, कष्ट करूनच वर यावं लागलं होतं. वांशिक पक्षपाताबद्दल त्यानं दोनदा कंपनीवर खटले भरले होते आणि दोन्ही वेळा तो जिंकला होता. शेवटी जेव्हा वरच्या सगळ्या उच्चपदस्थ गोऱ्या साहेबमंडळींना त्याची पात्रता, क्षमता, बुद्धी आणि वर येऊन त्यांच्यात बसण्याचा निश्चय लक्षात आला होता, तेव्हाच त्यांनी त्याचा एक व्यक्ती म्हणून स्वीकार केला होता. अजूनही सगळं सुरळीत झालं होतं असं नव्हे, पण आता त्याला सगळेजण मानत होते. तिसरी स्कॉच पीत असलेल्या जॉर्ज टीकरनं मग पुढे झुकून त्यांना एक 'अंदरकी बात' सांगितली. पीलला 'लिस्टिंग फूड्स'चा सीईओ करण्याचं घाटत होतं. ''कदाचित आपण 'लिस्टिंग फूड्स'च्या भावी सीईओबरोबर या क्षणी बसलेले असू. असं जर झालं, तर 'लिस्टिंग फूड्स' ही 'फॉर्च्यून-५००' कंपन्यांपैकी निग्रो सीईओ असलेली पहिली कंपनी ठरेल.''

पीलच्या पुढाकारानं 'लिस्टिंग फूड्स'नं निग्रो मॅनेजर घेण्याचं आणि त्यांना प्रशिक्षण देण्याचं धोरण अवलंबलं होतं आणि त्यामुळेच लॉनीला ही संधी मिळतेय, त्यानं म्हटलं. हॅडली ब्रदर्स ही काही वाईट कंपनी आहे असं नव्हे, पण ती जुन्या वळणाची आणि मुख्यत: दक्षिण भागातली कंपनी आहे. त्यामुळेच त्या कंपनीत इतकी थोडी निग्रो माणसं आहेत आणि त्यांना फारसे अधिकारही नाहीत.

दोन तास सगळेजण ड्रिंक्स घेत, गप्पा मारत पुढच्या योजना आखत होते. बाहेर हळूहळू अंधार पडत होता. लाऊंजमध्ये एक कलाकार पियानो वाजवत गाणी म्हणत होता. पलीकडच्या एका आलिशान खासगी डिनर हॉलमध्ये त्यांनी भरपूर डिनर घेतलं. त्या रात्री लॉनी क्लबमध्येच तिसऱ्या मजल्यावरच्या खास सूटमध्ये झोपला. सकाळी त्याला जाग आली, तेव्हा त्याला थोडासा हँगओव्हर होता, पण बाहेरचा देखावा आणि एकूण वातावरण मात्र अत्यंत सुंदर होतं.

रविवारी सकाळी फक्त दोन छोट्या मीटिंग्ज ठेवलेल्या होत्या. पहिल्या मीटिंगला केनही हजर होता आणि जॉर्ज टीकर आपल्या जॉगिंग सूटमध्ये, त्याचं नेहमीचं पाच मैल जॉगिंग करूनही ताजातवाना दिसत होता. ''जगातल्या कुठल्याही हँगओव्हरवर हा सर्वात उत्तम उतारा आहे.'' त्यानं म्हटलं. त्यानं सांगितलं की, लॉनीनं अजून पुढचे तीन महिने बिलॉक्सीतलं त्याचं स्टोअर चालवावं – अर्थात, नव्या कराराखाली आणि नंतर त्याचं काम पुन्हा एकदा तपासलं जाईल. त्या वेळी त्याचं काम जर

सगळ्यांना पसंत पडलं – आणि ते पसंत न पडण्याचं काहीच कारण नाही – तर त्याची बदली ॲटलांटा भागातल्या एखाद्या आणखी मोठ्या स्टोअरमध्ये होईल. मोठं स्टोअर म्हणजे जास्त जबाबदारी आणि जास्त मोबदला हे आलंच. तिथे एक वर्ष काढल्यावर त्याचं काम पुन्हा एकदा बघितलं जाईल आणि त्याची परत बदली होईल. या पंधरा महिन्यांच्या काळात त्याला दर महिन्यात किमान एका वीकएंडला शार्लोटला यावं लागेल आणि एका खास मॅनेजमेंट ट्रेनिंग प्रोग्रॅममध्ये भाग घ्यावा लागेल.

टीकरचं बोलून झाल्यावर त्यानं आणखी काळी कॉफी मागवली.

दुसरी मीटिंग एका काटक दिसणाऱ्या निग्रो तरुणाबरोबर होती. डोक्यावरचे संपूर्ण केस काढून टाकलेल्या या माणसाच्या अंगावर सुरेख सूट आणि टाय होता. त्याचं नाव होतं टॉन्टन आणि तो न्यूयॉर्कचा होता. त्याची फर्म 'लिस्टिंग फूड्स'चं प्रतिनिधित्व करत होती आणि तो स्वत: तर फक्त 'लिस्टिंग फूड्स'शी संबंधित कामकाजच बघत होता. आपण लॉनीला त्याच्या नोकरीचं करारपत्र द्यायला आलो असल्याचं त्यानं सांगून लॉनीच्या हातात ते तीनचार पानी करारपत्र दिलं. न्यूयॉर्कहून, त्यातही वॉल स्ट्रीटहून, इतक्या लांबून हे पत्र आलंय म्हटल्यावर त्याचं महत्त्वही आपोआपच वाढलेलं होतं. लॉनी इतका आश्चर्यचकित झाला, की, त्याला काय बोलावं हेच सुचेना.

"हे आधी वाचून बघ," टॉन्टननं म्हटलं. "आणि मग पुढच्या आठवड्यात आपण बोलू. हे नेहमीसारखं आहे. त्यात विशेष असं काहीच नाही. त्यातल्या तुझ्या वेतनाच्या पॅरिग्राफमध्ये काही मोकळ्या जागा आहेत, त्या आम्ही नंतर भरू."

लॉनीनं फक्त पहिल्या पानावरून नजर फिरवली आणि ते करारपत्रही शेजारी जमत चाललेल्या कागदपत्रांच्या ढिगावर ठेवून दिलं. टॉन्टननं एक पॅड आणि पेन काढलं आणि तो जणू बरीच मोठी उलटतपासणी घेण्याच्या पवित्र्यात सरसावून बसला. "थोडेच प्रश्न विचारायचेत मला."

लॉनीला एकदम बिलॉक्सीतली कोर्टरूम आठवली. तिथले वकीलही नेमके हेच वाक्य उच्चारायचे आणि मग तासन्‌तास प्रश्नांची सरबत्ती करायचे.

"शुअर." लॉनीनं म्हटलं आणि अभावितपणेच हातातल्या घड्याळाकडे नजर टाकली.

"तुझ्याविरुद्ध काही गुन्ह्यांची नोंद वगैरे?"

"नाही. फक्त एकदोनदा वेगात गाडी चालवल्याबद्दल दंड झाला होता मला."

"व्यक्तिश: तुझ्याविरुद्ध काही खटले वगैरे चालू आहेत?"

"नाही."

"तुझ्या बायकोविरुद्ध?"

"नाही."
"दिवाळखोरीसाठी कधी अर्ज केलायस?"
"नाही."
"कधी अटक वगैरे झालीय?"
"छे!"
"तुला पूर्वी कधी शिक्षा झालीय?"
"नाही."

टॉन्टननं दुसरं पान उघडलं. "स्टोअर मॅनेजर या नात्यानं तुझा कधी एखाद्या खटल्याशी संबंध आलाय?"

"हो. सांगतो. साधारण चार वर्षांपूर्वी एक म्हातारा माणूस ओल्या फरशीवरून पाय घसरून पडला होता, त्यानं आमच्यावर खटला भरला होता. त्या वेळी मी लेखी जबाब दिला होता."

"त्याचा प्रत्यक्ष खटला उभा राहिला का?" टॉन्टननं एकदम उत्सुकतेनं विचारलं. त्यानं त्या प्रकरणातली कोर्टाची फाईल आधीच वाचलेली होती, किंबहुना या क्षणीसुद्धा त्या संपूर्ण फाईलची एक कॉपी त्याच्या ब्रीफकेसमध्ये होती.

"नाही. त्या इन्शुअरन्स कंपनीनं ते प्रकरण कोर्टाबाहेरच मिटवलं. मला वाटतं, त्यांनी साधारण वीस हजार डॉलर त्या माणसाला दिले."

प्रत्यक्षात ती रक्कम पंचवीस हजार होती आणि टॉन्टननं हाच आकडा पॅडवर लिहिला. "नालायक असतात हे खटलेवाले वकील!" टीकरनं मध्येच म्हटलं. "हा म्हणजे समाजावर एक बट्टा असतो बट्टा!"

टॉन्टननं त्या दोघांकडे आळीपाळीनं बघितलं. "पण मी नाही असला खटलेवाला वकील!" त्यानं सावधपणे म्हटलं.

"हो रे, ते माहितेय मला." टीकरनं म्हटलं. "मी त्या अँब्युलन्सचा पाठलाग करणाऱ्या वकिलांबद्दल बोलत होतो."

"गेल्या वर्षी लाएबिलिटी इन्शुअरन्सवर आमचा किती खर्च झाला माहितेय?" टॉन्टननं लॉनीकडे बघत विचारलं. लॉनीनं नकारार्थी मान हलवली.

"लिस्टिंग फूड्स'नं दोन कोटी डॉलर दिले गेल्या वर्षी."

"केवळ त्या लांडग्यांना लांब ठेवण्यासाठी." टीकरनं म्हटलं.

काही क्षण एक प्रकारची नाट्यपूर्ण शांतता पसरली आणि टॉन्टन आणि टीकरनं या एकंदर प्रकाराबद्दलच आपल्याला वाटणारी घृणा, चीड, तिरस्कार वगैरे व्यक्त करणारे काही हावभाव केले– केवढा पैसा मातीत गेला आमचा! मग टॉन्टननं आपल्या पॅडवर बघितलं आणि टीकरकडे पाहत विचारलं, "मला वाटतं तुम्ही त्या खटल्याबद्दल काही बोलला नसाल, हो ना?"

टीकरच्या चेहऱ्यावर एकदम आश्चर्य उमटलं. ''पण त्याची गरजच नाही. लॉनी आपलाच आहे.''

टॉन्टननं तिकडे दुर्लक्ष केल्यासारखं दाखवत बोलायला सुरुवात केली. ''हा बिलॉक्सीतला जो सिगारेट कंपन्यांवरचा खटला चालू आहे ना, त्याचे संपूर्ण अर्थव्यवस्थेवरच वाईट परिणाम होणार आहेत– विशेषत: आपल्यासारख्या कंपन्यांवर तर जास्तच.'' लॉनीनं सावकाश मान डोलावली. पायनेक्स सोडून इतर कंपन्यांवर आपल्या खटल्याचा काय परिणाम होणार, त्यानं मनात विचार करत स्वत:शीच म्हटलं.

''पण खरं तर याबद्दल तुला काही बोलता येईल की नाही, याबद्दलच मला जरा शंका आहे.'' टीकरनं टॉन्टनकडे बघत म्हटलं.

''ठीक आहे. चालेल. मला खटल्यातल्या कामकाजाच्या नियमांची चांगली माहिती आहे.'' टॉन्टननं म्हटलं. ''पण लॉनी, तुझी काही हरकत नाही ना? म्हणजे, आम्ही तुझ्यावर याबद्दल भरवसा ठेवू शकतो, हो ना?''

''हो, हो. मी कुणाशी एक शब्दही बोलणार नाही.''

''हा खटला जर फिर्यादीनं जिंकला आणि त्याला भरपूर नुकसानभरपाई मिळावी असा निकाल झाला, तर सिगारेट कंपन्यांविरुद्ध अशा खटल्यांचं धरणच फुटेल. असले खटले चालवणाऱ्या वकिलांचं मग चांगलंच फावेल आणि सगळ्या सिगारेट कंपन्या साफ नेस्तनाबूत होतील.''

''आपणही सिगारेटमधून प्रचंड पैसा मिळवतो, लॉनी.'' नेमकी वेळ साधून टीकरनं म्हटलं.

''मग हे वकील डेअरी कंपन्यांवरही खटले भरायला सुरुवात करतील– कोलेस्टरॉलही प्राणघातक आहे या सबबीवर!'' टॉन्टनचा आवाज चढत होता. जणू एखाद्या दुखऱ्या नसेवर बोट ठेवल्यासारखा तो टेबलावर पुढे झुकून बसला. ''या असल्या खटल्यांना कुठेतरी पायबंद बसलाच पाहिजे, लॉनी. अजूनपर्यंत तरी सिगारेट उद्योग एकही खटला हरलेला नाही. मला वाटतं, आत्तापर्यंत सिगारेट उद्योगानं पंचावन्न खटले लढले आहेत आणि सगळे जिंकले आहेत. सिगारेट ज्यानं त्यानं आपल्या जबाबदारीवर ओढली पाहिजे, ही गोष्ट अजून तरी प्रत्येक खटल्यातल्या ज्यूरींना मान्य झालेली आहे.''

''हे लॉनीलाही समजतंय.'' टीकरनं चुचकारत म्हटलं.

टॉन्टननं एक दीर्घ श्वास घेतला. ''खरंय. मी नको एवढा बोललो असेन, तर मला माफ कर. फक्त त्या तुमच्या बिलॉक्सीतल्या खटल्याचं महत्त्व तुला कळावं, एवढाच माझा उद्देश होता.''

''नो प्रॉब्लेम.'' लॉनीनं म्हटलं. आणि खरोखरच त्याला या बोलण्याचं काहीच

वाटत नव्हतं. किती झालं तरी टॉन्टन स्वत: एक वकील आहे, त्याला कायद्याची चांगली माहितीही आहे. त्यामुळे कदाचित तो जे काही बोलला त्यात कायद्याच्या दृष्टीनं फारसं काही आक्षेपार्ह असं नसेलही; आणि तोसुद्धा प्रत्यक्ष आपल्या खटल्याबद्दल काहीच बोलला नाही. तो फक्त एकूण परिस्थितीबद्दल बोलला. मला त्याचं काहीच वाटलेलं नाही. शिवाय मी त्यांच्यापैकीच आहे– होणार आहे. त्यामुळे माझ्याकडून काही अडचण येण्याचा प्रश्नच येत नाही.

अत्यंत सस्मित चेहऱ्यानं टॉन्टन सगळे कागदपत्र ब्रीफकेसमध्ये भरू लागला. तीनचार दिवसांत लॉनीला त्यानं फोन करण्याचं आश्वासन दिलं. मीटिंग संपलेली होती. लॉनी परत जायला मोकळा होता. केननं त्याला विमानतळावर नेऊन सोडलं. तेच 'लिअर' जेट विमान आणि तेच हसतमुख पायलट त्याची वाट बघत उभे होते.

पावसाच्या एकदोन सरी पडण्याची शक्यता असल्याचा अंदाज स्टेलानं टीव्हीवर बघितला. तिला तेवढंच कारण पुरेसं होतं. बाहेर एकही ढग दिसत नाहीय असं कॅलनं तीनतीनदा सांगूनही तिनं बाहेर पाहिलंसुद्धा नाही. सगळे पडदे बंद करून ती दुपारी बारापर्यंत टीव्हीवर सिनेमा बघत बसली. तिनं रूममध्येच ग्रिल्ड चीज आणि दोन 'ब्लडी मेरी'ची ऑर्डर दिली आणि त्यानंतर दाराला आतून कुलूप लावून, चेन घालून, शिवाय वर एक खुर्ची दाराशी ठेवून तिनं थोडा वेळ झोप काढली. कॅल मात्र मस्तपैकी बीचवर भटकायला गेला. एका बीचवर 'टॉपलेस' बायकाच असतात असं त्यानं ऐकलं होतं, पण बायको बरोबर असल्यामुळे त्याला तिकडे जाता आलं नव्हतं. आज मात्र बायको कडीकुलूप लावून बंदोबस्तात झोपल्यामुळे तो बराच वेळ डोळे भरून 'टॉपलेस' पोरींना न्याहाळत भटकत राहिला. एका गवती छपराच्या बारमध्ये बसून त्यानं एक मस्तपैकी थंडगार बीअर मागवली. तो मनात म्हणत होता, या वेळची ट्रिप बाकी एकदम झकास झाली. प्रत्येक गोष्ट मला हवी तशीच झाली या वेळी. बायको असूनही तिची कटकट नाही. त्यामुळे पोरीही बघता आल्या. शिवाय बायकोला कुणी बघायची भीती वाटतेय, त्यामुळे ती बाहेरही पडणार नाही. त्यामुळे खरेदीची कटकटही वाचली, पैसाही वाचला. वा!

रविवारी सकाळचं पहिलंच विमान पकडून ते बिलॉक्सीला परतले. स्टेलाला चांगलाच हॅंगओव्हर होता आणि आपल्यावर दोन दिवस कोणाची तरी नजर असल्याच्या धास्तीनंही ती जाम थकली होती. सोमवारी सकाळी कोर्टात जायच्या कल्पनेनंही ती घाबरून उठत होती.

१३

सोमवारी सकाळी सगळ्यांनी एकमेकांना 'हाय', 'हॅलो' वगैरे केलं, पण त्यात फारसा उत्साह नव्हता. कॉफीच्या टेबलाशी एकत्र जमणं, डोनट्स पारखून बघणं वगैरे नित्याच्या गोष्टी आता त्यांना कंटाळवाण्या वाटायला लागल्या होत्या– रोज रोज तेच करण्यामुळे नव्हे, तर आता हे प्रकरण आणखी किती लांबणार या काळजीमुळे. पुन्हा आपोआप त्यांचे गट पडले आणि वीकएंडला कुणी काय केलं याबद्दल गप्पा सुरू झाल्या. बहुतेक सगळ्यांनी शॉपिंग केलं होतं. बायकापोरांबरोबर कुठेतरी बाहेर गेले होते, चर्चला गेले होते, पण आता पुन्हा सगळेजण आठवडाभर बंदिस्त होणार असल्यामुळे या छोट्या गोष्टींनाही एक प्रकारचं महत्त्व आलेलं होतं. हर्मन अजून आलेला नव्हता, त्यामुळे खटल्याबद्दलही कुजबुजत बोलणं होत होतं– फारसं महत्त्वाचं काही नाही. फक्त एक सर्वसाधारण एकमत दिसून येत होतं की, ही केस आता वेगवेगळ्या तक्त्यांच्या आणि आकडेवारीच्या गाळात रुतत चाललीय. धूम्रपानामुळे फुफ्फुसांचा कॅन्सर होतो हे सगळ्यांनाच पटलेलं होतं. आता त्यांना नवीन माहिती हवी होती.

सकाळीच एंजल वीझला एकटीला गाठण्यात निकोलसला यश मिळालं. याआधी ते दोघं अधूनमधून थोडंफार तोंडदेखलं बोलले होते, पण एखाद्या खास विषयावर चर्चा त्यांनी केलेली नव्हती. ती आणि लॉरीन ड्यूक या दोघीच ज्यूरीतल्या निग्रो स्त्रिया होत्या, पण तरीही त्यांच्यात फारशी जवळीक निर्माण झालेली नव्हती. सडपातळ बांध्याची एंजल शांत आणि अबोल स्वभावाची होती. तिच्या चेहऱ्यावर कायम एक काहीशी दु:खी छटा असे आणि तिला बोलतं करणं फारसं कुणाला जमलेलं नव्हतं. ती एका बीअरच्या डिस्ट्रिब्यूटरकडे कामाला होती.

स्टेला उशिरानं आली. ती अगदीच गळाठलेली दिसत होती. तिचे डोळे लाल आणि सुजलेले दिसत होते आणि त्वचाही पांढुरकी दिसत होती. कॉफी ओतून घेतानाही तिचे हात थरथर कापत होते आणि कॉफीचा कप घेऊन ती तडक स्मोकिंग रूममध्ये गेली. तिथे जेरी फर्नांडिस आणि पूडल एकमेकांच्या फिरक्या घेत होते. त्या दोघांची एव्हाना चांगलीच गट्टी जमलेली होती.

स्टेलानं वीकएंड कसा घालवला, ही हकिगत ऐकायला निकोलस उत्सुक होता. ''चल, सिगारेट ओढायला येतेस का?'' त्यानं एंजलला मुद्दामच विचारलं.

''तू कधीपासून सिगारेट ओढायला लागलास?'' एंजलनं हलकेच स्मित करत विचारलं. तिच्या चेहऱ्यावर हास्य दिसणं तसं दुर्मिळच होतं.

''मागच्या आठवड्यात. खटला संपला की मग मी सिगारेट सोडून देणार आहे.'' लू डेल चौकस नजरेनं त्यांच्याकडे बघत असतानाच ते दोघं स्मोकिंग रूममध्ये आले. जेरी आणि पूडलची चेष्टामस्करी अजून चालूच होती, तर स्टेला दगडी चेहऱ्यानं भकाभका धूर काढत होती. ती एव्हाना कडेलोटाच्या पातळीला आलेली होती.

जेरीकडून एक 'कॅमल' सिगारेट मागून घेऊन निकोलसनं ती पेटवली. ''काय मग, मायामी काय म्हणतंय?'' त्यानं स्टेलाला विचारलं.

तिनं दचकून त्याच्याकडे एकदम बघितलं. ''मायामीला ना, पाऊस पडला.'' सिगारेटचा फिल्टर ओठांनी दाबत तिनं जोरदार झुरका घेतला. तिला बोलायचीच इच्छा नव्हती. सगळ्यांनीच भराभर सिगारेट ओढायला सुरुवात केल्यामुळे खोलीतलं संभाषण जवळजवळ थांबलं. नऊला दहा मिनिटं कमी होती, त्यामुळे सिगारेट लवकर संपवणं भाग होतं. शिवाय पुढचे तीन तास कुणालाच सिगारेट ओढता येणार नव्हती.

''मला वाटतं, माझा कोणीतरी पाठलाग करत होतं.'' एक मिनिट शांततेत गेल्यावर निकोलसनं म्हटलं.

कुणाच्याच सिगारेट ओढण्यात खंड पडला नाही, पण प्रत्येकाचं डोकं या नवीन माहितीवर भराभर विचार करू लागलं. ''काय म्हणालास?'' जेरीनं विचारलं.

''त्या लोकांनी माझा पाठलाग केला.'' पुन्हा एकदा म्हणून निकोलसनं स्टेलाकडे बघितलं. भयभीत होऊन विस्फारलेल्या डोळ्यांनी ती त्याच्याकडेच बघत होती.

''कोणी?'' पूडलनं विचारलं.

''कोण जाणे. शनिवारी मी कामाला बाहेर पडलो, तेव्हा एका माणसाला मी माझ्या गाडीजवळ लपलेलं बघितलं. नंतर मॉलमध्ये तो मला पुन्हा दिसला. या सिगारेट कंपन्यांचा तो बहुधा कोणी हस्तक असला पाहिजे.''

स्टेलाचं तोंड उघडं पडलेलं होतं. तिचे ओठ थरथरत होते. तिच्या नाकातून

हळूहळू धूर बाहेर पडत होता. ''मग तू हे न्यायमूर्तींना सांगणार?'' तिनं धास्तावलेल्या आवाजात विचारलं. याच प्रश्नावरून तिचं आणि कॅलचं भांडण झालं होतं.

''नाही.''

''का बरं?'' पूडलनं काहीशा उत्सुकतेनं विचारलं.

''माझी अजून खात्री पटलेली नाहीय– म्हणजे, माझा पाठलाग झाला होता हे नक्की, पण तो कुणी केला हे मला सांगता येत नाही. अशा परिस्थितीत मी न्यायमूर्तींना सांगणार तरी काय?''

''तुझा पाठलाग झाला होता, एवढंच सांग.'' जेरीनं सुचवलं.

''पण त्यांनी तुझा पाठलाग का करावा?'' एंजलनं विचारलं.

''आपल्या सगळ्यांवरच त्यांनी ज्या उद्देशानं नजर ठेवलीय, त्याच उद्देशानं.''

''मला नाही खरं वाटत हे.'' पूडलनं म्हटलं.

स्टेलाचा मात्र त्याच्यावर पक्का विश्वास बसलेला होता. पण निकोलससारखा कायदा शिकलेला माणूस जर काही सांगणार नसेल तर मी तरी कशाला सांगू? तिनं विचार केला.

''पण ते आपल्यावर कशासाठी नजर ठेवतायत?'' एंजलनं अस्वस्थ होऊन विचारलं.

''कारण ते तेच काम करतात. आपली निवड करण्यासाठी या सिगारेट कंपन्यांनी पाण्यासारखा पैसा खर्च केलाय, आता ते आपल्यावर नजर ठेवण्यासाठी आणखी पैसा घालवतायत.''

''त्यांना नेमकं काय हवंय?''

''ते आपल्यापर्यंत पोहोचण्याचे मार्ग शोधतायत. आपण आपल्या ज्या ओळखीच्या लोकांशी बोलू शकू अशी माणसं, आपण जिथे जाणं शक्य आहे अशी ठिकाणं. हे त्यांचे नेहमीचे उद्योग आहेत. आपल्या परिचितांच्या वर्तुळांमध्ये ते वावड्या उडवतात, जो माणूस सिगारेटमुळे बळी पडला त्यानं जिवंतपणी काय वाईट गोष्टी केल्या होत्या याबद्दल खऱ्याखोट्या अफवा पसरवतात. त्यांना नेहमी कुठल्या ना कुठल्या कमजोर गोष्टींची माहिती हवी असते. त्यामुळेच तर या कंपन्यांनी अजून एकही खटला हरलेला नाही.''

''याच्यामागे सिगारेट कंपन्याच आहेत, हे तुला काय माहीत?'' पूडलनं एक नवी सिगारेट पेटवली.

''हा माझा फक्त एक तर्क आहे. पण त्यांच्याकडे फिर्यादी पक्षापेक्षा कितीतरी जास्त पैशाचं बळ आहे.''

असल्या प्रकारच्या एखाद्या चालबाजीत किंवा चेष्टेत आपलाही हातभार लावायला जेरी फर्नांडिस नेहमीच तयार असे. ''हां, तू म्हणतोयस त्यावरून आत्ता माझ्या

लक्षात येतंय. या वीकएंडमध्येच एकदा एक माणूस भिंतीआड लपून माझ्याकडे हळूच बघत होता.'' त्यानं निकोलसकडे काहीतरी प्रतिसादासाठी बघितलं, पण निकोलसची नजर स्टेलावर खिळलेली होती. त्यामुळे त्यानं पूडलकडे बघून डोळा मारला, पण तिचंही त्याच्याकडे लक्ष नव्हतं.

तेवढ्यात लू डेलनं दरवाजा ठोठावला.

आज सोमवारी सकाळी मात्र कसलाही 'शपथ'विधी वगैरे झाला नाही, कुणी राष्ट्रगीत म्हटलं नाही. न्यायमूर्ती हार्किन आणि सगळे वकील आपल्या राष्ट्रभक्तीचं प्रदर्शन करण्यासाठी ताडकन उभं राहण्याच्या तयारीत बसलेले होते, पण त्यांची निराशा झाली. ज्यूरर मंडळी बाहेर येऊन शांतपणे आपापल्या जागेवर बसली. आणखी एक आठवडा इथेच डांबून पडण्याच्या कल्पनेनं सगळ्यांचे चेहरे नव्या आठवड्याच्या सुरुवातीलाच काहीसे थकलेले दिसत होते. न्यायमूर्तींनी तोंड भरून हसत त्यांच्याकडे बघितलं आणि मग आपलं 'तुम्हाला कुणी भेटायचा प्रयत्न केला का?' छापाचं ठरीव भाषण सुरू केलं. त्यांचं बोलून संपेपर्यंत स्टेलानं एकदाही खाली वळवलेली नजर उचलून वर बघितलं नाही. तिसऱ्या रांगेत बसून कॅल तिच्याकडे टक लावून बघत होता. खास तिचं मनोधैर्य उंचावण्यासाठी तो आज हजर होता.

स्कॉटी मॅनग्रमनं उठून फिर्यादी पक्ष डॉ. हायलो किलवनची साक्ष पुढे सुरू करणार असल्याचं जाहीर केलं. पाठीमागच्या साक्षीदारांच्या खोलीतून डॉ. किलवनला आणण्यात आलं. तो आपल्या साक्षीदाराच्या पिंजऱ्यातल्या खुर्चीवर येऊन बसला.

वेन्डॉल ऱ्होर आणि त्याच्या वकिलांच्या कामात वीकएंडमुळे कसलाही खंड पडलेला नव्हता. खटल्यातल्या कटकटी आधीच भरपूर होत्या, त्यात शुक्रवारी 'एम एम'कडून आलेल्या फॅक्समुळे तर गोंधळच उडाला होता. हा फॅक्स हॅटीसबर्गजवळच्या एका ट्रक्सच्या स्थानकावरून आला होता, हे त्यांनी शोधून काढलं होतं आणि तिथल्या कर्मचाऱ्यानं थोडे पैसे दिल्यावर एका पोरीचं अत्यंत तुटपुंजं वर्णन त्यांना दिलं होतं. तिशीच्या आसपासच्या वयाच्या या मुलीनं आपल्या काळ्याभोर केसांवर ब्राऊन रंगाची फिशिंग कॅप घातलेली होती आणि रुंद फ्रेमच्या गॉगलआड बराचसा चेहरा झाकलेला होता. ती बहुधा बुटकी होती, पण कदाचित ती सर्वसाधारण उंचीचीही असू शकेल. पाच फूट सहा किंवा सात इंच उंची असेल तिची. ती सडपातळ होती, एवढं मात्र नक्की. पण ते तरी नेमकं कसं सांगणार, कारण शुक्रवारी सकाळचा नऊचा सुमार म्हणजे आमची सगळ्यात गर्दीची आणि गडबडीची वेळ असते. बिलॉक्सीमध्ये एका वकिलाच्या ऑफिसला फक्त एका पानाचा फॅक्स पाठवायचे तिनं चक्क पाच डॉलर्स मोजले होते, हे मात्र त्या माणसाला पक्कं

आठवत होतं. कारण त्यांच्याकडून जे फॅक्स जायचे, ते सगळे इंधनाच्या परवान्यांचे किंवा अचानक पाठवत असलेल्या मालाचे असायचे.

तिची गाडीही त्याला ओळखता आली नव्हती, कारण त्या वेळी तिथे भरपूर गाड्या होत्या.

फिर्यादी पक्षाच्या आठ वकिलांपैकी कोणालाही, त्यांच्या आजवरच्या सगळ्यांच्या मिळून दीडशे वर्षांच्या कारकिर्दीत असला अनुभव आलेला नव्हता. एक सर्वस्वी अपरिचित, खटल्याशी दुरूनही संबंध नसलेली व्यक्ती वकिलांना फोन करते आणि आज ज्यूरी काय करणार हे सांगते, ही गोष्टच त्यांना नवीन होती. स्वत:चं नाव फक्त 'एम एम' एवढंच सांगणारी ही पोरगी पुन्हा आपल्याशी संपर्क साधणार, यावर मात्र सगळ्यांचं एकमत झालं होतं. आणि सुट्टीच्या दोन दिवसांमध्ये विचार करताना ते सगळेजण अशा निष्कर्षापर्यंत येऊन पोचले होते की, ती बहुतेक पैसे मागणार. ज्यूरींनी अमुक एक निर्णय द्यावा म्हणून.

पण ती जेव्हा बोलणी करायला येईल तेव्हा तिला कशा प्रकारे हाताळायचं, हे आधी ठरवून ठेवण्याइतकं धैर्य मात्र ते गोळा करू शकले नव्हते. ते पुढे बघू शक्य तर, पण आत्ता मात्र तसलं काही करायचं नाही.

फिचनं मात्र संपूर्ण वीकएंडमध्ये फक्त याच गोष्टीवर विचार केला होता. सध्या त्याच्याकडच्या 'फंडा'मध्ये पासष्ट लाख डॉलर्स होते, त्यापैकी वीस लाख डॉलर्स खटल्याच्या पुढच्या खर्चासाठी राखून ठेवलेले होते. हा सगळाच पैसा कोणत्याही क्षणी खर्च करण्यासाठी तयार ठेवलेला होता. वीकएंडची सुट्टी त्यानं ज्यूरर मंडळींवर नजर ठेवण्यात, वकिलांशी चर्चा करण्यात आणि ज्यूरर लोकांवर आपल्या हस्तकांनी केलेले रिपोर्ट ऐकण्यात घालवली होती. त्यानं पायनेक्सच्या डी. मार्टिन जँकलशीही फोनवर बोलणं केलं होतं. शार्लोटमध्ये केन आणि बेननं जे नाटक वठवलेलं होतं, त्यातून झालेल्या निष्पत्तीबद्दल जँकल समाधानी होता. लॉनी शेव्हरला आपण जवळजवळ खिशात टाकलेलं आहे असं जॉर्ज टीकरनं त्याला सांगितलं होतं. लॉनी, टीकर आणि टॉन्टन यांच्यात झालेल्या शेवटच्या मीटिंगची गुप्तपणे केलेली व्हिडिओ टेपही जँकलनं बघितली होती.

झोप येणं फिचला नेहमीच अवघड जात असे, तरीही त्यानं शनिवारी रात्री चार तास आणि रविवारी पाच तास झोप काढली होती. झोपेतही त्याला मार्लीचीच स्वप्नं पडत होती आणि ती आता आपल्याकडे काय घेऊन येणार, असे विचार येत होते. आत्तापर्यंतचा हा सगळ्यात सोपा खटला असेल आणि हा खटला आपण सहज जिंकणार, अशीच त्याची खात्री झालेली होती.

सोमवारी सकाळी कोर्टरूममध्ये चाललेल्या सुरुवातीच्या सोपस्कारांची दृश्यं फिचनं ऑफिसातल्या पडद्यावर बघितली. एक ज्यूरी तज्ज्ञही त्याच्याबरोबर होता.

कोर्टरूममधल्या ब्रीफकेसमध्ये लपवलेला तो कॅमेरा इतक्या उत्कृष्टपणे काम देत होता, त्यांनी आता त्या जागी एक आणखी चांगला, जास्त मोठ्या लेन्सचा कॅमेरा आणायचा विचार केला होता. आता हा नवा कॅमेरा पहिल्या कॅमेऱ्याच्या जागी त्याच ब्रीफकेसमध्ये, त्याच जागी ठेवलेला होता आणि अजूनही याचा कुणालाही पत्ता लागलेला नव्हता.

आज मात्र कसलाही 'शपथ'विधी झाला नाही, काहीही वेगळं घडलं नाही. पण फिचला हे अपेक्षितच होतं. हो, नाहीतर मार्लीनं फोन नसता का केला?

डॉ. किलवॅनची साक्ष सुरू झाली. फिचला ऑफिसमध्ये प्रत्येक शब्द ऐकू येत होता. एवढ्यातच ज्यूरर मंडळींचे चेहरे जाम कंटाळलेले बघून त्याला हसूच आलं. त्याच्या तज्ज्ञांचं आणि वकिलांचं पूर्णपणे एकमत झालेलं होतं की, अजूनपर्यंत फिर्यादीच्या एकाही साक्षीदाराला ज्यूरींवर आपला पूर्ण प्रभाव पाडणं शक्य झालेलं नाही. फिर्यादीनं सादर केलेले सगळेच तज्ज्ञ अत्यंत थोर होते, त्यांच्या क्षेत्रात त्यांची कामगिरी नेत्रदीपक होती, पण बचाव पक्षाच्या वकिलांना पूर्वीच्या खटल्यांमध्येही हे अनुभव आलेले होते.

बचाव पक्षाचं धोरण मात्र अगदी साधं, पण परिणामकारकपणे बाजू मांडण्याचं असणार होतं. सिगारेट ओढून फुप्फुसांचा कॅन्सर होत नाही, ही गोष्ट त्यांचे खास तज्ज्ञ साक्षीदार वारंवार पटवून देणार होते. त्यांचे डॉक्टर लोक ठासून सांगणार होते की, धूम्रपान करावं की नाही ही गोष्ट प्रत्येक माणूस उघड्या डोळ्यांनी विचार करून ठरवत असतो आणि असा विचार करताना त्याला या बाबतीत सगळी माहिती असणं अपेक्षित असतं. बचाव पक्षाचे वकील लोक युक्तिवाद करणार होते, की, सिगारेट ओढणं इतकं धोकादायक असतं असं जर तुम्ही म्हणताय, तर जो-तो स्वत:च्या जबाबदारीवर, हे धोके पत्करूनच सिगारेट ओढतो, हेही तितकंच खरं.

फिच मनाशी विचार करत होता, मी या सगळ्यातून अनेकदा गेलोय. सगळे साक्षीपुरावे मी तोंडपाठ केलेत, वकिलांचे युक्तिवाद मी प्रचंड टेन्शन घेऊन ऐकलेत. ज्यूरी त्यांच्या रूममध्ये शेवटची चर्चा करत असताना मला कायम घाम फुटत आलाय. जिंकलेल्या प्रत्येक खटल्याचा विजय मी मनातल्या मनात, माझ्या पद्धतीनं साजरा केलाय. पण अजून मला प्रत्यक्ष विजयच खरेदी करण्याची संधी कधी आली नव्हती. आता माझी तीही हौस पुरी होणार बहुतेक.

"सिगारेटमुळे दरवर्षी चार लाख अमेरिकन नागरिक मृत्यूमुखी पडतात," डॉ. किलवॅननं म्हटलं. ही गोष्ट सप्रमाण सिद्ध करण्यासाठी त्याच्याकडे चार मोठे तक्ते होते. बाजारपेठेतली ही एकमेव सगळ्यात घातक गोष्ट आहे. बाकी काही तिच्या जवळपासही येऊ शकत नाही. याला अपवाद अर्थातच पिस्तुला-बंदुकांचा. पण या

गोष्टी काही कुणी विकत घेईल आणि लोकांना मारत सुटेल अशी अपेक्षा नसते. आणि त्या उद्देशानं त्या बनवलेल्याही नसतात. सिगारेटचं मात्र उत्पादनच लोकांनी त्या पेटवून ओढण्यासाठीच केलेलं असतं, तोच त्यामागचा उद्देश असतो. त्यामुळे त्या पिस्तुलांपेक्षा कित्येक पटींनी जास्त प्राणघातक असतात.

हा मुद्दा मात्र नेमका ज्यूरींच्या मनावर जाऊन ठसला. हा मुद्दा काही विसरण्यासारखा नव्हता. पण साडेदहाला मात्र त्यांच्यात चुळबुळ सुरू झाली. सगळ्यांनाच कॉफी हवी होती, टॉयलेटलाही भेट द्यायची होती. न्यायमूर्तींनी पंधरा मिनिटांची सुट्टी जाहीर केली. निकोलसनं पटकन एक चिठ्ठी खरडून लू डेलकडे दिली. लू डेलनं ती विलिसला दिली. सुदैवानं तो जागाच होता. त्यानं ती न्यायमूर्तींकडे नेऊन दिली. निकोलसला शक्य तर न्यायमूर्तींची भेट हवी होती. शक्यतो लगेच.

आपलं पोट बिघडल्यामुळे आपल्याला भूक नाही, असं कारण सांगून निकोलस लंच न घेताच ज्यूरींच्या रूममधून बाहेर पडला. बाकी कोणी त्याच्याकडे लक्षही दिलं नाही. कारण सगळेच जण स्टेला ह्युलिकपासून दूर जाण्याच्या गडबडीत होते.

भराभर चालत तो न्यायमूर्तींच्या ऑफिसात आला. एक थंड सँडविच पुढ्यात घेऊन ते त्याची वाट बघत होते. दोघांच्याही चेहऱ्यावर तणाव दिसत होता. ते एकमेकांकडे बघत कसंबसं हसले. निकोलसच्या हातात एक ब्राऊन रंगाची छोटीशी हँडबॅग होती. ''तुमच्याशी थोडं बोलायचं होतं.'' त्यानं समोरच्या खुर्चीवर बसत म्हटलं.

''तू इथे आलायस हे बाकीच्यांना माहितेय?''

''नाही. पण मला चटकन काय ते बोलायला हवं.''

''बोल.'' न्यायमूर्तींनी सँडविचचा एक घास घेऊन प्लेट बाजूला सारली.

''तीन गोष्टी. ज्यूरर नंबर चार, स्टेला ह्युलिक वीकएंडसाठी मायामीला गेली होती, तिचा काही अज्ञात लोकांनी पाठलाग केला. हे लोक त्या सिगारेट कंपनीचे हस्तक असावेत असा संशय आहे.''

न्यायमूर्तींचं हलणारं तोंड बंद झालं. ''हे तुला कसं कळलं?''

''आज सकाळी ती दुसऱ्या एका ज्यूररला कुजबुजत हे सांगत असताना ही गोष्ट मला ऐकू आली. आपला पाठलाग होतोय हे तिला कसं कळलं, हे मात्र मला विचारू नका. कारण मी तिचं सगळंच बोलणं ऐकलं नाही. पण त्या बिचारीची अवस्था फारच वाईट आहे. पार हादरून गेलीय ती. मला तर वाटतं की, आज इथे यायच्या आधीसुद्धा तिनं दोनचार ड्रिंक्स घेतलेली आहेत. व्होडका किंवा ब्लडी मेरी.''

''पुढे बोल.''

"दुसरी गोष्ट म्हणजे, ज्यूरर नंबर सात, फ्रँक हरेरा. त्याच्याबद्दल आपण आधीही बोललो आहोत. त्यानं त्याचा निर्णय आधीच ठरवलेला दिसतोय आणि तो बहुतेक बाकीच्यांचंही मन वळवण्याचा प्रयत्न करतोय."

"हं. पुढे."

"तो ज्यूरर म्हणून या खटल्यात आला तेव्हाच त्याचं मत पक्कं झालेलं होतं. मला वाटतं, त्याला ज्यूरर व्हायचंच होतं– तो आधीच आर्मीतून निवृत्त झालेला आहे, त्यामुळे काम नसल्यामुळे चांगल्यापैकी बोअर झालेला असेल. पण तो अगोदरपासूनच बचाव पक्षाच्या बाजूनं झुकलाय, ही खरं तर चिंतेचीच गोष्ट आहे. असल्या ज्यूरर लोकांच्या बाबतीत तुम्ही काय करता, कोण जाणे."

"म्हणजे तो या खटल्याबद्दल उघड बोलतोय का?"

"एकदा माझ्याशीच बोलला होता. हर्मनला मात्र आपण फोरमन असल्याचा भयंकर अभिमान आहे. तो कुणालाही या खटल्याबद्दल एक शब्दही बोलू देत नाही."

"तसंच पाहिजे."

"पण सगळ्यांवर सतत लक्ष ठेवणं त्यालाही अशक्यच आहे. आणि गप्पा मारणं, विशेषत: ज्या विषयावर उघड बोलू नये, त्याच विषयावर एकमेकांशी कुजबूज करणं हा तर माणसाचा स्वभावच आहे. ते काही असो, पण हरेरा धोकादायक आहे, हे मात्र खरं."

"ओके. आणि तिसरी गोष्ट?"

निकोलसनं हँडबॅग उघडून एक व्हिडिओ कॅसेट काढली. "हा टीव्ही चालतो का?" कोपऱ्यात ठेवलेल्या एका छोट्या टीव्ही/व्हीसीआरकडे मानेनं खूण करत त्यानं विचारलं.

"हो, बहुतेक. मागच्या आठवड्यात तरी चालत होता."

"मी जरा वापरू का?"

"प्लीज."

निकोलसनं व्हीसीआर सुरू केला आणि ती कॅसेट आत ढकलली. "मागच्या आठवड्यात तुम्हाला तो माणूस दाखवला होता, आठवतोय ना? माझा पाठलाग करत होता तो?"

"हो." हार्किन उठून टीव्हीजवळ येऊन उभे राहिले.

"हा बघा, हाच तो." काळ्या-पांढऱ्या रंगात पडद्यावर एक दृश्य आलं. ते काहीसं अस्पष्ट होतं, पण काय चाललंय ते सहज लक्षात येत होतं. दार उघडलं आणि तो माणूस निकोलसच्या अपार्टमेंटमध्ये शिरला. काही क्षण त्यानं भराभर इकडे-तिकडे बघितलं. थोडा वेळ तर तो थेट कॅमेऱ्याकडेच बघत असल्यासारखं वाटलं. त्याचा चेहरा पूर्ण दिसल्याबरोबर निकोलसनं कॅसेट थांबवली. "हा बघा."

“खरंच की. हाच तो.” न्यायमूर्तींनी श्वास रोखून म्हटलं.

कॅसेट पुढे सुरू झाली. तो माणूस – डॉईल – येत होता, जात होता, फोटो घेत होता, त्यानं कॉम्प्युटरपाशी वाकून बघितलं आणि दहा मिनिटांच्या आत तो निघून गेला.

“हे कधी–” न्यायमूर्तींनी सावकाश विचारलं.

“शनिवारी दुपारी. मी माझ्या आठ तासांच्या शिफ्टसाठी गेलो होतो, तेव्हा हा माणूस माझ्या अपार्टमेंटमध्ये शिरला होता. “हे काही पूर्ण सत्य नव्हतं, पण न्यायमूर्तींना हे समजणं शक्य नव्हतं. निकोलसनं त्या कॅसेटचा प्रोग्रॅम बदलून तिथे शनिवारची तारीख आणि वेळ आणलेली होती.

“पण तू हे कसं काय–”

“पाच वर्षांपूर्वी मी मोबाईलला राहत होतो, तेव्हा मला मारहाण करून घरात गुंडांनी चोरी केली होती. त्या वेळी मी जवळजवळ मेलोच होतो. घरात ते असेच चोरून शिरले होते आणि नेमका मी पोचलो होतो. तेव्हापासून मी जरा सुरक्षेबद्दल जास्त काळजी घेत असतो.”

ही हकिगत मात्र एकदम पटण्याजोगी होती. अत्यंत तुटपुंज्या पगारावर काम करणाऱ्या माणसाच्या घरात एवढा अत्याधुनिक कॅमेरा आणि व्हिडिओ आणि कॉम्प्युटर कसे काय, याचं उत्तरही आपोआपच मिळालं होतं. आपल्यावर कोणी प्राणघातक हल्ला करेल, अशी भीती हेच यामागचं कारण होतं. हे अगदी सहज समजण्यासारखं होतं. “तुम्हाला ते परत बघायचंय?”

“नाही. मी ओळखलंय त्याला.”

निकोलसनं कॅसेट काढून त्यांना दिली. “ही तुमच्याकडेच राहिली तरी चालेल. माझ्याकडे दुसरी कॉपी आहे.”

दार उघडल्याबरोबर फिचनं आपलं रोस्ट बीफ सँडविच खाणं थांबवलं. त्याला नेमकं जे वाक्य अपेक्षित होतं, तेच दार उघडलेल्या कॉन्रॅडनं उच्चारलं. “त्या पोरीचा फोन आहे.”

चटकन पालथ्या हातानं तोंड आणि दाढी साफ करून फिचनं फोन उचलला. “हॅलो.”

“फिच बेबी, मी मार्ली.”

“यस, डिअर.”

“त्या माणसाचं मला नाव माहीत नाही, पण तू एकोणीस तारखेला गुरुवारी, दुपारी चार बावन्नला– म्हणजेच बरोबर अकरा दिवसांपूर्वी, निकोलस ईस्टरच्या अपार्टमेंटमध्ये ज्याला घुसायला पाठवलं होतंस ना, त्याच्याबद्दल बोलतेय मी.”

फिचला एकदम ठसकाच लागला. मनातल्या मनात शिव्या हासडत तो एकदम उठून उभा राहिला. ती बोलतच होती. ''त्या वेळी नाही का, मी तुला ईस्टर करडा गोल्फ शर्ट आणि पँट घालणार असल्याचं कळवलं होतं– आठवलं का?''

''हो– हो.'' फिचनं कसंबसं म्हटलं.

''त्याच माणसाला तू मागच्या बुधवारी बहुतेक मला शोधायलाच कोर्टरूमबाहेर पाठवलं होतंस– पंचवीस तारखेला. तो तुझा अगदी गाढवपणा होता. कारण ईस्टरनं त्याला ओळखलं आणि न्यायमूर्तींना चिठ्ठी पाठवली. आणि त्यांनीही त्याला अगदी डोळे भरून पाहिलं. ऐकतोयस का, फिच?''

फिच ऐकत होता, पण त्याचा श्वास रोखलेला होता. ''हो!'' त्यानं फटकन म्हटलं.

''हं. मग पुढचं सांगते. तो माणूस निकोलस ईस्टरच्या घरात घुसला होता हेही न्यायमूर्तींना समजलंय आणि त्यांनी त्याच्या अटकेचं वॉरंट काढलंय. त्याला आता शहराबाहेर काढ लगेच, नाहीतर तुझं काही खरं नाही. कदाचित तुलाही अटक होईल.''

फिचच्या डोक्यात शेकडो प्रश्न घोंघावत होते, पण त्यांची उत्तरं ती आपल्याला देणं शक्य नाही हे त्याला माहीत होतं. समजा, डॉईलचा कुठून तरी पत्ता लागला आणि त्याला अटक झाली आणि त्यानं जर तोंड उघडलं, तर काय होईल याचा त्याला विचारही करवत नव्हता. कुणाच्याही घरात चोरून शिरणं हा जगात सगळीकडे गुन्हाच आहे. आता ताबडतोब काहीतरी केलंच पाहिजे, असा विचार करत त्यानं म्हटलं, ''बरं, आणखी काही?''

''काही नाही. आत्ता तरी एवढंच.''

या क्षणी डॉईल खरं म्हणजे कुठल्याशा व्हिएतनामी रेस्टॉरंटमध्ये काहीतरी खात असायला हवा होता, पण प्रत्यक्षात मात्र तो 'ल्यूसी लक' मध्ये ब्लॅकजॅकचा जुगार खेळत होता. तेवढ्यात त्याच्या बेल्टवर लावलेल्या सेल फोननं आवाज केला. ऑफिसमधून फिचच बोलत होता. तिसऱ्या मिनिटाला तो हायवे-९० वरून वेगानं पूर्वेकडे अलाबामा राज्याच्या सीमेकडे निघालेला होता, कारण अलाबामाची सीमा लुईझियानाच्या सीमेपेक्षा जास्त जवळ होती. दोन तासांनी तो शिकागोला जाणाऱ्या विमानात बसलेला होता.

डॉईल डनलॅपच्या नावानं किंवा त्याच्यासारख्या दिसणाऱ्या कोणाही दुसऱ्या व्यक्तीच्या नावानं अजून पकड वॉरंट निघालेलं नाही, हे शोधून काढायला फिचला एक तास लागला. पण तरीसुद्धा मुख्य अडचण सुटलेली नव्हती. फिचच्या माणसानं निकोलसच्या घरात शिरकाव केलेला होता, ही गोष्ट मार्लीला समजली होती.

पण मुळात हे तिला कळलंच कसं, हाच तर खरा अस्वस्थ करणारा प्रश्न होता. कॉन्रॅडला आणि पँगला ऑफिसात बोलावून घेऊन फिचनं दार बंद केलं आणि भरपूर आरडाओरडा केला. या प्रश्नाचं उत्तर शोधायला त्यांना तीन तास लागले.

सोमवारी दुपारी साडेतीनला न्यायमूर्तींनी डॉ. हायलो किलवॅनची साक्ष थांबवून त्याला घरी पाठवलं. आश्चर्यचकित झालेल्या वकील मंडळींना त्यांनी सांगितलं की, ज्यूरींशी संबंधित एक-दोन अतिशय गंभीर गोष्टी आहेत आणि त्यांचं निराकरण ताबडतोब होणं गरजेचं आहे. ज्यूरर लोकांना त्यांनी त्यांच्या रूममध्ये पाठवलं आणि सगळ्या प्रेक्षकांनाही बाहेर जायला सांगितलं. जिप आणि रॅस्कोनं सगळ्यांना बाहेर काढलं आणि कोर्टरूमचं दार बंद करून घेतलं.

ऑलिव्हर मॅकॲडूनं आपला लांबलचक पाय आणखी लांब करून ब्रीफकेस हलवली आणि कॅमेरा न्यायमूर्तींच्या आसनावर रोखला. त्या ब्रीफकेसच्या जवळपास आणखी काही ब्रीफकेसेस, कागदपत्रांची पुठ्ठ्यांची खोकी वगैरे बऱ्याच गोष्टी पडलेल्या होत्या. आता नेमकं काय होणार हे त्याला माहीत नव्हतं, पण जे काही होईल ते फिचनं बघणं बरं असा त्यानं विचार केला आणि तो बरोबरही होता.

सगळ्या वकिलांच्या नजरा न्यायमूर्तींवर खिळलेल्या होत्या. न्यायमूर्तींनी घसा खाकरून त्यांच्याकडे बघत बोलायला सुरुवात केली. "लोकहो, माझ्या लक्षात असं आणून दिलं गेलंय की, सगळ्याच नव्हे, तरी काही ज्यूरर लोकांना असं वाटतंय की त्यांच्यावर कोणाची तरी नजर आहे किंवा त्यांचा कोणीतरी पाठलाग करतंय. निदान एका ज्यूररच्या घरात एक माणूस चोरून शिरला होता, याचा स्पष्ट पुरावा माझ्याकडे आहे." आपलं बोलणं प्रत्येकाच्या डोक्यात नीट शिरावं म्हणून ते मुद्दाम काही क्षण थांबले. सगळ्याच वकिलांना जबर धक्का बसला. दोन्ही बाजूंचे वकील मनात म्हणत होते की, यात आपला हात असण्याचं काही कारणच नाही, या विरुद्ध बाजूच्याच लोकांनी असल्या भानगडी केल्या असणार!

"आता माझ्यापुढे दोन पर्याय उरतात. एक तर मी हा खटला म्हणजे 'मिसट्रायल' आहे असं जाहीर करू शकतो. दुसरा पर्याय म्हणजे, मला सगळ्या ज्यूरींना सुरक्षित ठिकाणी हलवावं लागेल. हा दुसरा पर्याय जरी कितीही वाईट दिसत असला तरी माझ्या मते तोच योग्य आहे, मि. ऱ्होर."

ऱ्होर सावकाश उठला. प्रथम त्याला काय बोलावं हेच सुचत नव्हतं. "अं... न्याय... न्यायमूर्ती महाराज, 'मिसट्रायल' जर झाला, तर ते फारच वाईट होईल. म्हणजे, मला पक्की खात्री आहे की, असलं कृत्य आमच्या बाजूनं निश्चितपणे झालेलं नाही." बोलता बोलता त्यानं शेजारच्या टेबलाकडे सहेतुकपणे बघितलं. "म्हणजे, कोणा ज्यूररच्या घरात कोणी खरंच चोरून शिरलं होतं?"

“हो, असंच बोललो मी. मी तुम्हाला त्याचा पुरावाही दाखवेन थोड्या वेळानं. मि. केबल?”

डरवुड केबलनं उठून उभं राहून कोटाची बटणं नीट लावली. “हे म्हणजे भलतंच धक्कादायक आहे, युअर ऑनर.”

“हो, प्रश्नच नाही.”

“याची आणखी जरा जास्त माहिती मिळाल्याखेरीज मी तरी काय सांगणार?” भयंकर संशयी नजरेनं त्यानंही शेजारच्या टेबलाकडे बघितलं.

“ओके. ज्यूरर नंबर चार, मिसेस स्टेला ह्युलिकना आत घेऊन या.” न्यायमूर्तींनी विलिसला फर्मावलं.

भयंकर घाबरलेल्या अवस्थेत स्टेला ह्युलिक आली.

“प्लीज जरा साक्षीदाराच्या पिंजऱ्यात जाऊन बसा, मिसेस ह्युलिक. मिनिटाभरात मोकळं करतो तुम्हाला.” तिच्याकडे मोठ्या आश्वासकपणे हसून बघत न्यायमूर्तींनी म्हटलं. सगळ्यांकडे भिरभिरत्या, भेदरलेल्या नजरेनं बघत स्टेला साक्षीदाराच्या पिंजऱ्यात जाऊन बसली.

“थँक्यू. आता मिसेस ह्युलिक, तुम्हाला थोडे प्रश्न विचारायचेत मला.”

संपूर्ण कोर्टरूममध्ये पूर्ण शांतता होती. प्रत्येकजण अत्यंत उत्सुकतेनं मिसेस ह्युलिककडे बघत होता. चार वर्षं हे कायद्याचं युद्ध चाललेलं होतं, त्यामुळे समोरचा साक्षीदार काय सांगणार आहे हे सगळ्या वकिलांना आधीच माहिती असे. पण आता आपल्याला काहीतरी नवीनच माहिती कळणार या कल्पनेनं त्यांचीही उत्सुकता कमालीची ताणली गेलेली होती.

आता ही विरुद्ध पक्षाची काहीतरी कावेबाज चाल उघड करणार अशी दोन्ही बाजूंच्या वकिलांची खात्री होती. तिनं कसंबसं न्यायमूर्तींकडे बघितलं. आपल्या तोंडाचा वास कुणाला तरी आलेला असणार आणि त्यानं न्यायमूर्तींना हे सांगितलं असणार, तिनं मनात म्हटलं.

“वीकएंडसाठी तुम्ही मायामीला गेला होतात?”

“हो, सर.” तिनं कसंबसं म्हटलं.

“तुमच्या पतीबरोबर?”

“हो.” लंचच्या आधीच कॅल निघून गेलेला होता. त्याला काहीतरी कामं होती.

“या भेटीमागचा उद्देश काय होता?”

“काही नाही, शॉपिंग करायचं होतं.”

“तुमच्या मुक्कामात काही वेगळं घडलं?”

एक मोठा श्वास घेऊन तिनं दोन्ही टेबलांशी बसलेल्या वकिलांकडे एक कटाक्ष टाकला. मग ती हार्किनमध्ये वळली. “हो, सर.”

"काय घडलं ते सांगा, प्लीज."

तिच्या डोळ्यांमधून अश्रू वाहत होते आणि आता ती हुंदके द्यायला सुरुवात करणारसं दिसत होतं. न्यायमूर्ती हार्किननी मऊपणे म्हटलं, "रडू नका, मिसेस ह्युलिक. तुमच्या हातून काही चूक घडलेली नाही. तुम्ही फक्त काय घडलं ते सांगा."

ओठ चावत तिनं स्वत:वर ताबा मिळवला. "शुक्रवारी रात्री आम्ही हॉटेलमध्ये पोचलो आणि नंतर दोन-तीन तासांनी आमच्या रूममधला फोन वाजला. आधी ज्या बाईनं आम्हाला सिगारेट कंपन्यांची माणसं आमच्यावर नजर ठेवत असल्याचं सांगितलं होतं, तीच फोनवर बोलत होती. तिनं सांगितलं की, त्या लोकांनी बिलॉक्सीपासूनच आमचा पाठलाग केला होता, त्यांना आमचे फ्लाईट नंबर आणि सगळ्याच गोष्टी माहिती होत्या. ही माणसं संपूर्ण वीकएंडमध्ये आमच्यावर नजर ठेवतील, कदाचित आमचे फोनही टॅप करतील असं ती बोलली."

ऱ्होर आणि त्याच्या साक्षीदारांनी सुटकेचा नि:श्वास सोडला. त्यांच्यापैकी एकदोघांनी पलीकडच्या टेबलाशी थिजून बसलेल्या केबल आणि कंपनीकडे जळजळीत नजरेनं कटाक्ष टाकले.

"तुमचा पाठलाग करताना तुम्ही कोणाला पाहिलंत का?"

"खरं सांगायचं सर, तर मी इतकी घाबरले होते की, मी रूममधून बाहेरच पडले नाही. माझा नवरा कॅल दोन-तीन वेळा बाहेर गेला आणि त्याला मात्र बीचवर क्यूबन माणसासारखा दिसणारा एक माणूस दिसला. त्याच्या हातात कॅमेराही होता. नंतर आम्ही हॉटेल सोडताना त्याला तोच माणूस परत दिसला." हाच आपल्या सुटकेचा मार्ग, तिला अचानक लक्षात आलं आणि तिनं रोखून धरलेल्या अश्रूंना जायला वाट करून दिली.

"आणखी काही बघितलं का, मिसेस ह्युलिक?"

"नाही." तिनं हुंदके देत म्हटलं, "हे काहीतरी भयंकर आहे, मला... मला..." आणि पुढचे शब्द हुंदक्यात विरघळून गेले.

न्यायमूर्तींनी सगळ्या वकिलांकडे पाहिलं, "मिसेस ह्युलिकना मी घरी जायला सांगणार आहे आणि त्यांच्या जागी पर्यायी ज्यूरींपैकी पहिल्या व्यक्तीला नेमणार आहे." स्टेलाचे हुंदके आणखीच वाढले आणि आता तिची अवस्था इतकी दयनीय दिसत होती की तिला ज्यूरीवर कायम ठेवावं असा युक्तिवादही करणं शक्य नव्हतं. आधीच सगळ्या ज्यूरींना सुरक्षित जागी न्यायची पाळी आलीय आणि आता ही आणखी एक नवीनच भानगड, न्यायमूर्तींनी मनात म्हटलं.

"तुम्ही ज्यूरी रूममध्ये जाऊन तुमच्या काय वस्तू असतील त्या घेऊन घरी जायला मोकळ्या आहात, मिसेस ह्युलिक. तुमच्या या समाजकार्याबद्दल मी तुमचा

आभारी आहे. आणि सॉरी, असं व्हायला नको होतं.''

''आय ॲम सो सॉरी.'' कसंबसं पुटपुटत ती उठली आणि कोर्टरूममधून निघून गेली. बचाव पक्षाच्या दृष्टीनं हा मोठाच धक्का होता. निवडीच्या वेळीही त्यांची तिला जोरदार पसंती होती आणि आतापर्यंत तिच्या केलेल्या निरीक्षणावरून दोन्ही बाजूंच्या ज्यूरी तज्ज्ञांचं जवळजवळ एकमत झालेलं होतं की, तिची सहानुभूती फिर्यादी पक्षाला मुळीच नव्हती. गेली चोवीस वर्षं सलग ती सिगारेट ओढत आलेली होती आणि तिनं कधी सिगारेट बंद करायचा विचारही केलेला नव्हता.

आत्ता पुन्हा तिच्या जागी येणारी व्यक्ती कशी असेल हा दोन्ही बाजूंना प्रश्नच होता, पण त्यातही बचाव पक्षाला ती जास्त मोठी अडचण होती.

''ज्यूरर नंबर दोन, निकोलस ईस्टरला घेऊन या.'' न्यायमूर्तींनी दार उघडून उभ्या असलेल्या विलिसला फर्मावलं. तो जाऊन निकोलसला घेऊन येण्यादरम्यानच्या वेळात ग्लोरिया लेननं एका मदतनीसाच्या साहाय्यानं एक मोठा टीव्ही आणि व्हीसीआर कोर्टरूममध्ये आणला. दोन्ही बाजूंचे वकील पुन्हा सचिंत नजरेनं इकडेतिकडे बघू लागले. त्यातही बचाव पक्षाचे वकील तर आणखीच.

डरवुड केबलनं टेबलावरच्या कागदांची उगाचच चाळवाचाळव सुरू केली. त्याच्या मनात एकच प्रश्न होता – आता आणखी काय भानगड केलीय फिचनं? खटला सुरू होण्याआधी सगळी व्यवस्था फिचनं पाहिलेली होती – बचाव पक्षात कोण वकील असतील, तज्ज्ञ साक्षीदारांची निवड, ज्यूरी तज्ज्ञांची नेमणूक, संभाव्य ज्यूरींवरचं संशोधन वगैरे. पायनेक्सबरोबरचा संपर्कही त्यानं ठेवलेला होताआणि फिर्यादी पक्षावर तर त्याची कावळ्यासारखी नजर होती. पण खटला सुरू झाल्यानंतरच्या त्याच्या कारवाया हे एक गुपितच होतं. तो काय करतो याची माहिती केबलला नव्हती आणि ती त्याला नकोच होती. आपलं काम कोर्टात उघडपणे लढण्याचं. गटारातल्या कारवाया फिचच जाणे. छुपे वार करून त्याला जिंकू दे हवं तर. मी मात्र समोरासमोर लढणार.

ईस्टर येऊन साक्षीदाराच्या खुर्चीत बसला. तो घाबरलेला किंवा अस्वस्थ असला, तरी तसं त्याच्या चेहऱ्यावरून तरी दिसत नव्हतं. न्यायमूर्तींनी त्याला, जो गूढ माणूस त्याचा पाठलाग करत होता, त्याची माहिती विचारली. ईस्टरनं त्यांना आपण त्या माणसाला नेमकं केव्हा आणि कुठे पाहिलं, ते सांगितलं. मागच्या बुधवारी तोच माणूस आपल्याला कोर्टरूममध्येही दिसला होता तेव्हा काय झालं, त्याचीही खुलासेवार माहिती त्यानं दिली.

आपल्या अपार्टमेंटमध्ये आपण केलेल्या सुरक्षा व्यवस्थेची माहिती सांगून त्यानं न्यायमूर्तींकडून ती व्हिडिओ टेप घेतली आणि व्हीसीआरमध्ये सरकवली. सगळे वकील लोक उत्सुकतेनं बघत होते. त्यानं ती संपूर्ण टेप पडद्यावर दाखवली आणि

ती संपल्यावर पुन्हा एकदा त्याच माणसाला आपण इथेच, याच कोर्टरूममध्ये गेल्या बुधवारी बघितल्याचं सांगितलं.

फिचला मात्र पडद्यावरचं दृश्य त्याच्या ऑफिसात दिसू शकलं नाही, कारण मॅकअॅडूचा किंवा आणखी कुणातरी मूर्खाचा पाय लागून ब्रीफकेसमधला तो कॅमेरा हललेला होता. पण ईस्टरच्या बोलण्यातला प्रत्येक शब्द त्यानं ऐकला. त्यामुळे नुसते डोळे मिटूनसुद्धा कोर्टरूममधल्या वातावरणाचा उत्तम अंदाज तो करू शकत होता. त्याचं डोकं अचानक भयंकर दुखायला लागलं. एक ॲस्पिरिनची गोळी त्यानं पाण्याच्या घोटाबरोबर गिळून टाकली. त्याला या ईस्टरला एक साधा प्रश्न विचारावासा वाटत होता – अपार्टमेंटमध्ये कॅमेरा लपवून ठेवण्याइतकी जर तुला काळजी वाटत होती, तर तू सरळ दारावरच एक अलार्म सिस्टिम का बसवली नाहीस? पण हा प्रश्न विचारायचं कोर्टरूममधल्या कुणालाच सुचलं नाही.

न्यायमूर्तींनी म्हटलं, ''बुधवारी हा माणूस इथे होता, हे मलाही माहितेय.'' पण एव्हाना तो माणूस – म्हणजे डॉईल – केव्हाच शिकागोमध्ये पोचलेला होता.

''तुम्ही ज्यूरी रूममध्ये परत जाऊ शकता, मि. ईस्टर.'' न्यायमूर्तींनी म्हटलं.

सगळ्या ज्यूरींना एका सुरक्षित आणि गुप्त ठिकाणी नेण्याच्या प्रस्तावावर दोन्ही बाजूंच्या वकिलांनी आपली मतं मांडण्यात आणखी एक तास गेला. हा प्रस्ताव अगदीच अचानक आलेला असल्यामुळे दोन्ही बाजूंची काहीच पूर्वतयारी नव्हती. पण हळूहळू चर्चेचं वातावरण तापत गेलं, तसतशा दोन्ही बाजूंकडून एकमेकांवर चुकांच्या आणि कारस्थानांच्या आरोपांच्या फैरी झडू लागल्या. बराचसा मार अर्थातच बचाव पक्षालाच खावा लागला. दोन्ही बाजूंना सिद्ध करणं अशक्य असलेल्या अनेक गोष्टी माहीत होत्या, इतकंच काय, त्यांची वाच्यतासुद्धा करणं शक्य नव्हतं, त्यामुळे सगळे आरोप बरेचसे संदिग्ध स्वरूपाचे होते.

कोर्टरूममध्ये जे काही घडलं ते निकोलसनं सगळ्या ज्यूरर मंडळींना अगदी रंगवून सांगितलं. त्यानं ही गोष्ट कुणालाही सांगण्यावर बंदी घालायला न्यायमूर्ती घाईगडबडीत विसरून गेले होते. ही गोष्ट तत्क्षणीच निकोलसच्या लक्षात आली होती, त्यामुळे त्यानं आपल्या हकिगतीत हवे ते बदलही केले होते. स्टेला मघाशी इथून रडत का घरी गेली, तेही त्यानं सगळ्यांना सांगून टाकलं.

फिच इतका संतापलेला होता की, ऑफिसात तो नुसता थयथयाट करत होता. त्याला तर आता हार्ट ॲटॅक येतो की काय असं वाटू लागलेलं होतं. कॉन्रॅड, स्वॅन्सन आणि पँगवर त्यानं प्रश्नांचा भडिमार केला. त्यांची उत्तरं अर्थातच त्या तिघांकडे नव्हती. त्यांच्याखेरीज त्याच्याकडे हॉली, ज्यो बॉय नावाचा आणखी एक सराईत प्रायव्हेट डिटेक्टिव्ह, दान्ते नावाचा वॉशिंग्टनमधल्या पोलीसदलात पूर्वी

असलेला निग्रो पोलीस आणि मिसिसिपी भागातला दुवाझ नावाचा एक सराईत घरफोड्या, एवढे लोक होते. शिवाय ऑफिसात कॉन्रॅडबरोबर काम करणारे आणखी चौघं होते, शिवाय बिलॉक्सीतली आणखी डझनभर माणसं सहज बोलवता येण्याजोगी होती आणि असंख्य वकील आणि ज्यूरी तज्ज्ञ होते. फिचकडे भरपूर माणसं होती. पण त्यानं कोणाही माणसाला वीकएंडच्या सुट्टीमध्ये मायामीला जायला सांगितलेलं नव्हतं.

क्यूबन दिसणारा माणूस? कॅमेरा घेतलेला? हॅ! त्यानं त्राग्यानं टेबलावरची एक टेलिफोन डायरी समोरच्या भिंतीवर फेकली.

"कदाचित हे त्या पोरीचं तर काम नसेल?" ती डायरी चुकवण्यासाठी खाली केलेलं डोकं हळूच वर करत पँगनं म्हटलं.

"कुठली पोरगी?"

"ती मार्ली. तो फोन एका पोरीनं केला होता असं त्या मिसेस ह्युलिकनी सांगितलं होतं." फिच एवढा थैमान घालत होता, त्या मानानं पँग कमालीचा शांत दिसत होता. फिच एकदम थबकला आणि सावकाश खुर्चीवर येऊन बसला. आणखी एक ॲस्पिरिनची गोळी पाण्याच्या घोटाबरोबर ढकलून त्यानं ग्लास खाली ठेवला. "हं. बहुतेक तू म्हणतोयस तसंच असावं."

आणि तेच खरं होतं. ती शक्कल मार्लीचीच होती. तिनं 'यलो पेजेस' मधून एका फालतू 'ज्यूरी तज्ज्ञा'ला शोधून काढलं होतं. कॅमेरा घेऊन ह्युलिकच्या हॉटेलच्या आसपास आणि नंतर त्यांच्यातलं कोणी बाहेर पडलं तर त्याला दिसेल अशा रीतीनं तिनं त्या माणसाला कॅमेरा घेऊन नुसतं संशयास्पद रीतीनं वावरायला सांगितलं होतं – संशयास्पद तर तो माणूस आधीच दिसत होता, त्यामुळे त्यासाठी वेगळं काही करायची गरज नव्हती. फक्त त्यानं ह्युलिक दांपत्यापैकी निदान एकाच्या तरी नजरेला निश्चितपणे पडावं, असं तिनं त्याला सांगितलं होतं. एवढ्याशा कामासाठी दोनशे डॉलर्स मिळणार म्हटल्यावर तो ज्यूरी तज्ज्ञ लगेच तयार झाला होता.

उरलेले अकरा ज्यूरर लोक आणि तीन पर्यायी ज्यूरर मंडळींना पुन्हा कोर्टरूममध्ये बोलावण्यात आलं. पहिल्या रांगेतल्या स्टेलाच्या रिकाम्या झालेल्या खुर्चीवर फिलिप सॅव्हेलला बसवण्यात आलं. अठ्ठेचाळीस वर्षांच्या या माणसाबद्दल काय मत बनवावं हे दोन्ही बाजूंच्या लोकांना समजलेलं नव्हतं. आपला 'ट्री सर्जन'चा स्वतंत्र व्यवसाय असल्याचं त्यानं सांगितलं होतं, पण असा काही व्यवसाय असतो अशी गेल्या पाच वर्षांत तरी कुठे नोंद सापडली नव्हती. त्याखेरीज तो एक काचेच्या वेगवेगळ्या आकृती तयार करणारा एक हौशी कलाकार होता आणि ग्रीनविच व्हिलेजमधल्या फालतू आर्ट गॅलऱ्यांमध्ये तो आपल्या या कलाकृतींची अधूनमधून प्रदर्शनं भरवत

असे. आपण एक उत्तम खलाशी आहोत, आपल्या हातांनी तयार केलेली शिडाची होडी घेऊन आपण होंड्यूरासला गेलो होतो, पण तिथेच ती समुद्रात बुडाली, अशा बढायाही तो मारत असे. त्याचबरोबर आपण एक हौशी पुरातन वस्तुतज्ज्ञ आहोत आणि बोट बुडाल्यावर आपण होंड्यूरासमध्ये बेकायदा उत्खनन केल्याबद्दल तिकडे अकरा महिने तुरुंगात होतो, असंही तो सांगत असे.

फिलीप सॅव्हेल अविवाहित होता, ग्रिनेलचा ग्रॅज्युएट होता, अतिसुधारक विचारांचा होता आणि निर्व्यसनी होता. त्यामुळे तो ज्यूरर झाल्यावर कोर्टरूममधला प्रत्येक वकील धास्तावून गेला.

आपण आता जी कारवाई करणार आहोत, त्याबद्दल न्यायमूर्ती हार्किननी आधीच माफी मागून टाकली, 'ज्यूरींना असं त्यांच्या माणसांपासून दूर, सुरक्षित ठिकाणी एकत्र ठेवणं ही गोष्ट फार क्वचित घडते. अत्यंत टोकाच्या परिस्थितीतच हे असं करणं भाग पडतं. खरं तर प्रचंड प्रसिद्धी मिळालेल्या खुनाच्या केसेसच्या वेळीच असं पाऊल उचलावं लागतं. पण या वेळी मला काही पर्यायच नाही. ज्यूरींशी बेकायदेशीरपणे, अनधिकृतपणे संपर्क साधण्याचे प्रयत्न झाल्याचे प्रकार उघडकीस आले आहेत. अनेकदा सूचना देऊनही हे प्रकार थांबण्याची चिन्हं दिसत नाहीत. हे मलाही अजिबात आवडलेलं नाही आणि यामुळे तुम्हाला जो काही त्रास होणार आहे त्याबद्दल मला मनापासून वाईट वाटतंय, पण माझा नाईलाज आहे. खटला संपूर्णपणे नि:पक्षपातीपणे चालावा आणि त्याचा निर्णयही संपूर्णपणे नि:पक्षपाती व्हावा हे पाहणं, हेच माझं या क्षणी कर्तव्य आहे.

असं काही घडलं तर काय करायचं, याची योजना मी आधीच तयार करून ठेवली होती. शहराजवळच एका निनावी मोटेलमध्ये ज्यूरींच्या राहण्याची व्यवस्था करण्यात आलीय. ज्यूरींची सुरक्षा व्यवस्था आणखी वाढवण्यात येईल. माझ्याकडे काही नियम तयार केलेले आहेत, ते मी त्यांना सांगेनच. खटल्याचा दुसरा पूर्ण आठवडा सुरू होतोय. आणि वकिलांनी त्यांचे साक्षीपुरावे लवकरात लवकर आवरावेत म्हणून मी स्वत: कसून प्रयत्न करणार आहे.

आता सगळ्या चौदा ज्यूरर्सनी घरी जायचं, आपले कपडे वगैरे भरायचे, पुढचे तीन आठवडे घराबाहेर राहावं लागणार असल्याच्या दृष्टीनं काय ती व्यवस्था करायची आणि उद्या सकाळी परत इथे यायचं.

सगळ्याच ज्यूरर मंडळींना इतका धक्का बसलेला होता, की काय बोलावं हेच त्यांना सुचत नव्हतं. निकोलसला मात्र हा सगळाच प्रकार भयंकर हास्यास्पद वाटत होता.

१४

जेरीची बीअरची आवड, जुगार खेळण्याची आवड आणि एकूणच धमाल करण्याची आवड निकोलसला माहीत असल्यामुळेच त्यानं स्वातंत्र्याचे उरलेसुरले तास घालवण्यासाठी सोमवारी रात्री एका कॅसिनोत भेटण्याची कल्पना मांडली. जेरीला ती न आवडण्याचं काही कारणच नव्हतं. कोर्टातून बाहेर पडताना त्यांच्या डोक्यात आपल्या आणखी काही सहकाऱ्यांनाही संध्याकाळी बोलवावं की काय, असा विचार येत होता. कल्पना तशी चांगली होती, पण ती प्रत्यक्षात उतरणं अवघड होतं. हर्मन येण्याचा प्रश्नच नव्हता. लॉनी शेव्हर उद्विग्न मन:स्थितीत कोणाशी एक शब्दही न बोलता निघून गेला. सॅव्हेलशी अजून कुणाचाही परिचय झालेला नव्हता आणि एकूणच त्याच्या जवळ जावं असं वाटण्यासारखा काही तो दिसत नव्हता. राहता राहिला कर्नल 'नेपोलियन' हरेरा, त्याला तर ते बोलावणंच शक्य नव्हतं. आधीच पुढचे दोन-तीन आठवडे त्याच्या सहवासात काढण्याची कल्पनाच ते करू शकत नव्हते.

जेरीनं सिल्व्हिया टेलर-टॅटम, म्हणजे पूडलला बोलावलं. त्यांची एकंदरीत बऱ्यापैकी गट्टी जमत होती. तिचा दुसऱ्यांदा घटस्फोट झालेला होता आणि जेरीला पहिला घटस्फोट मिळणार होता. जेरीला किनारी भागातले सगळेच कॅसिनो माहीत होते. त्यानं 'द डिप्लोमॅट' या कॅसिनोत भेटायची सूचना मांडली. 'द डिप्लोमॅट' मध्ये बऱ्यापैकी बार, टी.व्ही.चा मोठा पडदा, स्वस्त ड्रिंक्स, थोडी फार प्रायव्हसी आणि तोकडे कपडे घातलेल्या छान छान वेट्रेसेस होत्या.

निकोलस जेव्हा आठ वाजता कॅसिनोत आला, तेव्हा त्या बारच्या गर्दीतही पूडलनं एक टेबल मिळवलेलं होतं आणि ड्राफ्ट बीअरचे घुटके घेत ती छानपैकी

हसत टेबलावर जागा धरून बसलेली होती. कोर्टात ती कधीच अशी हसत नसे. तिचे भरघोस कुरळे केस तिनं मागे बांधलेले होते. तिनं तंग फेडेड जीनची पँट, एक जाडजूड, सैल स्वेटर आणि तांबडे काऊबॉय बूट घातलेले होते. अजूनही ती मुळीच आकर्षक दिसत नव्हती, तरी ज्यूरी रूमपेक्षा इथे ती खूपच चांगली दिसत होती.

सिल्व्हियाचे डोळे मोठे, काळेभोर होते आणि त्यात एक उदास, जगाकडून भरपूर मार खाल्ल्यानंतर येणारा करुण भाव होता. फर्नांडिस यायच्या आत तिची शक्य तितकी माहिती काढून घेण्याचे प्रयत्न निकोलसनं आरंभले. आणखी एक बीअरची राऊंड मागवून त्यानं सरळ पण सहजपणे विचारलं, ''तुमचं लग्न झालंय?'' ती विवाहित नाही हे त्याला आधीच माहीत होतं. तिचं पहिलं लग्न झालं तेव्हा ती फक्त एकोणीस वर्षांची होती आणि याच विवाहसंबंधातून तिनं तिच्या दोघा जुळ्या मुलांना जन्म दिला होता. आता तिचे हे जुळे मुलगे वीस वर्षांचे होते. एक मुलगा किनाऱ्यालगत असलेल्या एका तेलविहिरीवर काम करत होता, तर दुसरा ज्युनियर कॉलेजमध्ये होता. या दोघांमध्ये जमीन-अस्मानाचा फरक होता. तिचा पहिला विवाह पाच वर्षं टिकला होता आणि दोन्ही मुलांना तिनं एकटीच्या बळावर वाढवलं होतं. ''आणि तुझं काय?'' तिनं विचारलं.

''नाही. तांत्रिकदृष्ट्या पाहिलं तर मी अजून विद्यार्थी आहे, पण आता मी काम करतोय.''

तिचा दुसरा नवरा मात्र वयानं जरा जास्त होता, पण नशिबानं त्यांना मुलं मात्र झालेली नव्हती. हा विवाह सात वर्षं टिकला. नंतर त्यानं तिच्याऐवजी आणखी नवं मॉडेल मिळवलं होतं. तिनं मात्र पुन्हा लग्न न करण्याचा निश्चय केला होता. टीव्हीवर 'बेअर्स' आणि 'पॅकर्स' मधली फुटबॉलची मॅच सुरू झाल्याबरोबर सिल्व्हियानं सगळं लक्ष तिकडं केंद्रित केलं. हायस्कूलमधले तिच्या दोन्ही मुलांनी फुटबॉलमध्ये बरंच नाव मिळवलेलं होतं, त्यामुळे तिला फुटबॉल आवडत असे आणि समजतही असे.

तेवढ्यात घाईघाईनं मधूनच मागे बघत जेरी आला. उशिरा आल्याबद्दल त्यानं माफी मागितली आणि काही सेकंदांतच पहिली बीअर पिऊन टाकली. आपला कोणीतरी पाठलाग करत असल्याचा आपल्याला संशय आहे, असं त्यानं म्हटलं. त्याबरोबर ज्यूरीतल्या प्रत्येकालाच या क्षणी आपला पाठलाग होत असल्यासारखं वाटत असेल असं हसत सांगून पूडलनं त्याची चेष्टा आरंभली.

''ते ज्यूरीचं दे सोडून, मला वाटतं, माझ्या बायकोनंच कोणातरी डिटेक्टिव्हला माझ्यावर नजर ठेवायला सांगितलंय.'' जेरीनं म्हटलं.

''काय? तुझ्या बायकोनं?'' निकोलसनं विचारलं.

''हो.''

''म्हणजे मग आपल्याला कधी एकदा अज्ञातवासात नेऊन ठेवतात असं झालं

असेल तुला.''

''हो, प्रश्नच नाही.'' जेरीनं पूडलकडे बघत डोळा मारला.

त्यानं पॅकर्सवर पाचशे डॉलर्स लावले होते, शिवाय आणखी सहा पॉइंट होते, पण हा जुगार पहिल्या हाफमध्ये दोघांचा मिळून किती स्कोअर होतो, एवढ्यावरच होता. निकोलसला आणि सिल्व्हियाला त्यातलं काहीच कळत नव्हतं. साध्या दोन कॉलेज टीम्समधल्या मॅचमध्येसुद्धा जुगार लावण्यासारख्या किती गोष्टी असतात, ते जेरीनं त्यांना समजावून सांगितलं. यांपैकी कशाचाही शेवटी कोण जिंकणार याच्याशी काहीही संबंध नव्हता. कधी कधी तर जेरी पहिला गोल कोण लावेल किंवा कोण सगळ्यात जास्त बॉल अडवेल यावरही पैसे लावायचा. भयंकर उत्सुकतेनं, अधीरपणे तो खेळ बघत होता – जुगारावर लावलेले पैसे हरणं परवडणारच नसलेल्या एखाद्या माणसासारखा. पहिल्या क्वार्टरमध्येच त्याच्या चार ड्राफ्ट बीअर संपलेल्या होत्या. निकोलस आणि सिल्व्हिया त्या मानानं खूपच मागे राहिले.

जेरीच्या फुटबॉलबद्दलच्या बडबडीत निकोलसनं मध्येच खटल्याचा विषय काढण्याचे बरेच प्रयत्न करून बघितले, पण व्यर्थ. ज्यूरींना कुठे तरी अज्ञात ठिकाणी नेऊन ठेवणं हा तसा न पचणारा विषय होता, पण त्यांच्यापैकी कोणालाच या बाबतीतला पूर्वानुभव नव्हता, त्यामुळे त्या बाबतीत बोलण्यासारखंही फारसं नव्हतं. दिवसभराच्या साक्षीपुराव्यांनी आधीच कटकट झालेली असल्यामुळे आता गप्पा मारतानासुद्धा डॉक्टर किलवॅनच्या मतांची उजळणी करणं जिवावर येत होतं. शिवाय प्रत्यक्ष खटल्यातही फारसा कुणाला रस नव्हता.

न्यायमूर्ती हार्किननी ज्यूरींना अज्ञातस्थळी नेण्याबद्दलचे नियम जाहीर केले, तेव्हा मिसेस ग्राईम्सला कोर्टरूममधून बाहेर जावं लागलं होतं. त्यामुळे हर्मनला घेऊन गाडीनं घरी जात असताना तिला हर्मननं सांगितलं की, पुढचे दोन आठवडे आपल्याला एका अज्ञात, अपरिचित ठिकाणी जाऊन राहावं लागणार आहे आणि त्या वेळी ती तिथे असू शकणार नाही. घरी पोचल्याबरोबर थोड्याच वेळानं तिनं सरळ हार्किननाच फोन करून या नवीनच झालेल्या घडामोडींबद्दल चार शब्द सुनावले. आपला पती आंधळा असल्याचं तिनं पुन्हा-पुन्हा त्यांच्या लक्षात आणून दिलं आणि त्याची कशी खास काळजी घ्यावी लागते, तेही सांगितलं. बिचारा हर्मन मात्र बायकोच्या आततायीपणावर धुसफुसत, आपली दिवसातली एकुलती एक बीअर घेत सोफ्यावर बसून होता.

न्यायमूर्तींनी लगेच तोडगा शोधून काढला. त्यांनी मिसेस ग्राईम्सला नवऱ्याबरोबर मोटेलमध्ये राहायची परवानगी दिली. तिला त्यांनी तिकडे राहून नवऱ्याबरोबर ब्रेकफास्ट, डिनर वगैरे घ्यायची परवानगी दिली, पण इतर ज्यूरींबरोबर काहीही न

बोलण्याची ताकीद दिली. शिवाय आता तिला खटल्याच्या वेळी कोर्टरूममध्ये हजर राहता येणार नव्हतं, कारण तिनं खटल्याबद्दल नवऱ्याशी चर्चा केलेली मुळीच चालणार नव्हती. मिसेस ग्राईम्सला हे अर्थातच पसंत पडलं नाही, कारण आतापर्यंत तिनं खटल्यातला प्रत्येक शब्द कान देऊन ऐकला होता आणि तिनं जरी हर्मनला किंवा न्यायमूर्तींना बोलून दाखवलेलं नसलं तरी एव्हाना खटल्याबद्दल तिची काही ठाम मतं बनलेली होती. पण न्यायमूर्ती आपल्या म्हणण्यावर ठाम राहिले. हर्मनही चिडला. तिनं तिकडे साफ दुर्लक्ष केलं आणि ती सामान बांधायच्या तयारीला निघून गेली.

सोमवारी रात्री ऑफिसात बसून लॉनी शेव्हरनं आठवड्याभराचं काम संपवलं. बरेच प्रयत्न केल्यावर त्याला जॉर्ज टीकरचा घरचा फोन लागला आणि खटला संपेपर्यंत ज्यूरींना अज्ञात ठिकाणी नेलं जाणार असल्याचं त्यानं त्याला सांगितलं. याच आठवड्यात आपण टॉन्टनशी बोलणार असं ठरलं होतं, पण ते कदाचित शक्य होणार नसल्याचं त्यानं टीकरला सांगून टाकलं. न्यायूमर्तींनी मोटेलमधून कोणालाही थेट फोन करायला किंवा घ्यायला बंदी केलीय आणि आता खटला संपेपर्यंत बोलणं शक्य होणार नाही, त्यानं म्हटलं. टीकरनं सहानुभूतीनं त्याचं बोलणं ऐकून घेतलं आणि बोलता बोलता खटल्याच्या निकालाबद्दल आपल्याला वाटत असलेली काळजीही आडून आडून व्यक्त केली.

"न्यूयॉर्कमधल्या आपल्या लोकांचं मत असं आहे की, या खटल्याचा निकाल विरुद्ध गेला, तर त्याचे भयंकर पडसाद सगळ्या ग्राहकोपयोगी वस्तूंच्या उद्योगांमध्ये उमटतील. म्हणजे इन्शुअरन्स प्रीमियमचे दर तर आभाळालाच भिडतील."

"हो. मला जेवढं शक्य आहे तेवढं मी करेनच."

"पण ज्यूरी नक्कीच मोठी नुकसानभरपाई द्यायला लावणार नाहीत. तुला काय वाटतं?"

"एवढ्यातच सांगणं कठीण आहे. अजून तर आमची फक्त फिर्यादी पक्षाची अर्धी बाजू ऐकून झालीय."

"पण लॉनी, तुला काहीतरी केलंच पाहिजे. आता सगळ्यांच्याच नजरा तुझ्यावर खिळणार हे उघड आहे, पण नशिबानं तू तिथे प्रत्यक्ष आहेस तरी. ही सुद्धा एक चांगलीच गोष्ट आहे."

"हो, समजलं. मी माझ्याकडून जे काही होण्यासारखं असेल ते सगळं करेन."

"आता आमची सारी मदार तुझ्यावरच आहे, लॉनी."

केबलचा फिचशी खटका उडणार हे अटळ होतं आणि तो उडालाही. पण तो

फारच थोडा वेळ उडाला आणि त्यातून काहीच निष्पन्न झालं नाही. सोमवारी रात्री ऑफिसमधले लोक काम करत होते आणि त्यांचं डिनर चाललेलं होतं. डिनरला तसा जरा उशीरच झालेला होता. ही संधी साधून त्यानं फिचला आपल्या ऑफिसात बोलावलं. फिचला खरं तर त्याच्या ऑफिसात जायचं होतं, तरी पण तो केबलच्या ऑफिसात आला.

"तुझ्याशी एकच गोष्ट जरा बोलायचीय." आपल्या खुर्चीपाशी उभं राहून केबलनं ताठरपणे म्हटलं.

"काय झालं?" फिचनंही खुर्चीवर न बसता, कमरेवर दोन्ही हात ठेवत जोरात विचारलं. केबल कशाबद्दल बोलणार हे त्याला पक्कं ठाऊक होतं.

"आज आमची मान लाजेनं कोर्टरूममध्ये खाली गेली."

"एकदम चूक. माझ्या आठवणीप्रमाणे त्या वेळी ज्यूरीतले लोक हजर नव्हते. त्यामुळे, जे काही झालं, त्याचा निकालावर काहीही परिणाम होणार नाही."

"तुझ्या कारवाया उघडकीला आल्या, त्यामुळे आमची मान कोर्टात खाली गेली."

"मुळीच नाही. माझं काहीच उघडकीस आलं नाही."

"मग आज जे झालं ते तुझ्या मते काय होतं?"

"ती एक शुद्ध थाप होती. स्टेला ह्युलिकवर नजर ठेवायला आम्ही कुणालाही पाठवलं नव्हतं. आम्हाला असलं काही करायचं कारणच काय?"

"मग तिला फोन कुणी केला?"

"ते मला माहिती नाही, पण आमच्यापैकी कुणाचाही त्यात काही संबंध नाही. आणखी काही?"

"हो. दुसरी गोष्ट– त्या निकोलस ईस्टरच्या अपार्टमेंटमध्ये कोण शिरलं होतं?"

"तोही माणूस माझा नव्हता. एक लक्षात घे की, ती व्हिडिओ मी बघितलेली नाही. त्यामुळे मी त्याचा चेहरा बघितलेला नाही, पण आमची माहिती अशी आहे की, त्याला ऱ्होर अँड कंपनीनं पाठवलं होतं."

"हे सिद्ध करू शकशील का तू?"

"मी कशाला काही सिद्ध करू? आणि आणखी प्रश्नांची उत्तरंसुद्धा मी दिलीच पाहिजेत असं काही नाही. तुझं काम हा खटला चालवण्याचं आहे, तेवढच तू कर. बाकीचं मी बघतो."

"मला असं मान खाली घालायला लावू नकोस, फिच."

"आणि तूही हा खटला हरू नकोस, म्हणजे आमचीही मान खाली जाणार नाही."

"मी फार क्वचित हरतो."

मागे वळून फिच दाराशी गेला. "मला माहितेय ते आणि तुम्ही लोक तुमचं

काम बरोबर करताय. फक्त एवढंच की, तुम्हाला बाहेरून मदत मिळण्याची गरज आहे.''

सर्वांत आधी निकोलस येऊन पोचला. त्यानं बरोबर दोन जिम बॅगा आणलेल्या होत्या. त्यात त्याचे कपडे आणि दाढीचं सामान वगैरे इतर गोष्टी होत्या. लू डेल, विलिस आणि आणखी एक नवीन साहाय्यक ज्यूरी रूमबाहेरच्या कॉरिडॉरमध्ये जसजसे लोक येतील, तसतसं त्यांचं सामान घेण्यासाठी थांबलेले होते. मंगळवार सकाळचे आठ वाजून वीस मिनिटं झाली होती.

''इथून हे सामान मोटेलला कसं जाणार आहे?'' आपल्या बॅगा त्यांच्या हातात न देता निकोलसनं संशयी आवाजात विचारलं.

''ते आम्ही दिवसभरात कधीतरी तिकडे नेऊ.'' विलिसनं म्हटलं, ''कारण आधी आम्हाला हे तपासावं लागेल.''

''हॅं!''

''म्हणजे?''

''माझ्या बॅगा कोणीही तपासलेल्या मला चालणार नाहीत.'' एवढं स्पष्टपणे बोलून निकोलसनं ज्यूरीरूममध्ये पाऊल ठेवलं.

''पण तसा न्यायमूर्तींचा हुकूम आहे.'' त्याच्यापाठोपाठ आत शिरत लू डेलनं काहीसं घाबरत म्हटलं.

''त्याच्याशी मला काहीही देणंघेणं नाही. माझ्या बॅगांना कोणी हातही लावायचा नाही.'' त्या बॅगा एका कोपऱ्यात ठेवून तो कॉफी पॉटपाशी आला आणि दारातच उभ्या असलेल्या लू डेल आणि विलिसला त्यानं जरबेनं म्हटलं, ''बाहेर व्हा दोघं. ही ज्यूरींची रूम आहे.''

बाहेर जात लू डेलनं दार बंद केलं. मिनिटाभरानंतर बाहेर पुन्हा बोलण्याचे आवाज येऊ लागले. निकोलसनं दार उघडलं. बाहेर मिली डुप्री हातात दोन मोठाल्या सॅम्सोनाईटच्या सूटकेसेस घेऊन लू डेल आणि विलिसच्यासमोर उभी होती. तिच्या कपाळावर घाम चमकत होता. ''ते आपलं सामान तपासून बघू म्हणतायत, पण ते शक्य नाही.'' निकोलसनं म्हटलं, ''चल, आपण हे आत ठेवू.'' त्यानं मोठ्या प्रयत्नानं तिची एक सूटकेस उचलली आणि ज्यूरी रूमच्या कोपऱ्यात आपल्या सामानाजवळ आणून ठेवून दिली.

''पण... पण न्यायमूर्तींनी सांगितलंय.'' लू डेल तोंडातल्या तोंडात पुटपुटली.

''आम्ही काही कोणी टूरिस्ट नव्हेत.'' दुसरी बॅग कशीबशी उचलत निकोलसनं जोरात म्हटलं, ''त्यांना काय आम्ही चोरून अमली पदार्थ घेऊन जाणार आहोत, असं वाटतंय का?'' एक डोनट उचलत मिलीनं निकोलसचे आभार मानले – ''हो,

माझ्या बॅगमधल्या काही वस्तू अशा आहेत की, त्या विलिसनं किंवा इतर कोणाही पुरुषानं हाताळलेल्या मला खपणार नाहीत!''

''एकदा सांगून कळत नाही का? बाहेर व्हा दोघंही.'' दारापाशी चुळबुळत उभ्या असलेल्या लू डेल आणि विलिसकडे बघून निकोलस ओरडला. लगेच ते दोघं परत बाहेर गेले.

पावणेनऊ वाजेपर्यंत सगळेच्या सगळे बारा ज्यूरर लोक आलेले होते आणि ज्यूरी रूममध्ये सामान भरलेलं होतं. प्रत्येक वेळी तेच बोलणं झालं होतं आणि दर वेळी त्याचा संताप वाढत गेला होता. त्याच्या बडबडीमुळे सगळे ज्यूरर लोकही न्यायमूर्तींवर आणि एकूणच या व्यवस्थेवर चिडले होते. नऊ वाजता लू डेलनं दारावर टकटक केली आणि ते उघडण्यासाठी नॉब फिरवला. पण दार आतून बंद केलेलं होतं.

तिनं पुन्हा दार ठोठावलं.

ज्यूरी रूममध्ये निकोलस सोडून बाकी कोणीही हललं नाही. निकोलस दारापाशी आला. ''कोण आहे?''

''लू डेल. निघायची वेळ झालीय. न्यायमूर्ती तुमची वाट बघतायत.''

''त्यांना म्हणावं जा खड्ड्यात.''

लू डेलनं असाहायपणे विलिसकडे बघितलं. रागानं लाल झालेला विलिस आपल्या गंजलेल्या पिस्तुलाकडे हात नेत होता. निकोलसच्या डाफरण्याचा आतल्या काही मंडळींनाही धक्का बसलेला होता, पण त्यामुळे त्यांच्यातल्या एकजुटीवर काहीच परिणाम झाला नाही.

''काय म्हणालात?'' लू डेलनं म्हटलं.

दार उघडून निकोलस बाहेर आला. ''न्यायमूर्तींना म्हणावं, आम्ही येणार नाही.'' त्यानं चिडलेल्या नजरेनं तिच्याकडे बघत म्हटलं.

''असं कसं म्हणता तुम्ही?'' विलिसनं शक्य तेवढ्या चढ्या आवाजात म्हटलं, पण त्याच्या आवाजात चढेलपणापेक्षा काकुळतीच जास्त होती.

''तोंड बंद कर, विलिस.''

ज्यूरींनी केलेल्या या छोट्याशा बंडाची बातमी समजल्यामुळे मंगळवारी सकाळी कोर्टरूममध्ये प्रेक्षकांची गर्दी बरीच वाढली. एका ज्यूररला घरी पाठवलंय. दुसऱ्याच्या घरात कोणीतरी शिरलं होतं, त्यामुळे न्यायमूर्तींनी चिडून सगळ्या ज्यूरींना अज्ञात ठिकाणी हलवण्याचे आदेश दिले आहेत, वगैरे बातम्या बाहेर पसरलेल्या होत्या. त्यात अफवांचीही भर पडली. त्यातली एक अफवा अशी होती की, सिगारेट कंपन्यांचा एक हस्तक प्रत्यक्ष एका ज्यूररच्या घरातच असतानाचे फोटो मिळाले

आहेत आणि त्याच्या अटकेचं वॉरंटही निघालंय आणि पोलीस आणि एफबीआयची माणसं त्याच्या शोधात आहेत.

बिलॉक्सी, न्यू ऑर्लिन्स, मोबाईल आणि जॅक्सन या शहरांमधल्या सकाळच्या वृत्तपत्रांमध्ये पहिल्याच पानावर याच्या मोठमोठ्या बातम्याही छापून आल्या.

सगळ्याच खटल्यांना हजेरी लावणारे हौशी प्रेक्षक तर जथ्थ्यांनी आले होते. बऱ्याचशा वकिलांनाही नेमकी त्याच वेळी कोर्टात कामं निघाली. वृत्तपत्रांच्या अर्धा डझन वार्ताहरांनी फिर्यादी पक्षाच्या बाजूचं सगळ्यात पुढचं बाक अडवलं. वॉल स्ट्रीटवरून आलेल्या सूटबूटधारी मंडळींची संख्या एवढे दिवस हळूहळू घटत होती, तेही सगळे एकदम हजर झाले.

त्यामुळे लू डेल जेव्हा हलक्या पावलांनी अस्वस्थपणे ज्यूरी रूममधून बाहेर पडून कोर्टरूममधून चालत न्यायमूर्तींपाशी येऊन काही तरी वाकून कुजबुजत बोलू लागली, तेव्हा ही घटना बऱ्याच जणांच्या नजरेला आली. न्यायमूर्ती हार्किनची मान पुन्हा एकदा बोलणं न समजल्यासारखी हलली आणि मग त्यांनी ज्यूरी ज्या दारातून आत यायचे, त्या दारात असाहाय्यपणे अर्धवट खांदे उडवत निश्चल उभ्या असलेल्या विलिसकडे बघितलं.

लू डेलनं तिचा निरोप सांगितला आणि ती चटकन मागे वळून विलिसपाशी येऊन उभी राहिली. न्यायमूर्तींनी समोरच्या वकिलांच्या प्रश्नार्थक मुद्रांकडे बघितलं, नंतर पलीकडे बसलेल्या प्रेक्षकांकडे नजर टाकली. समोरच्या कागदावर त्यांनी काहीतरी खरडलं, पण ते त्यांना स्वत:लाही वाचता येण्यापलीकडचं होतं. आता काय करावं, ते वेगानं विचार करू लागले.

प्रत्यक्ष ज्यूरीच संप करतात, हे कधी ऐकलंय का कोणी?

आता याबद्दल आपल्या नियमावलीत काय नियम आहेत?

मायक्रोफोन जवळ ओढून घेत त्यांनी म्हटलं, ''लोकहो, ज्यूरींची काहीतरी एक छोटीशी अडचण निर्माण झालीय. मला त्यांच्याशी तिकडे जाऊन बोलायला हवं. मि. ऱ्होर आणि मि. केबल या दोघांना मी मदतीची विनंती करतोय. बाकी सगळ्यांनी जागेवरच बसून राहायचंय.''

ज्यूरीरूमचं दार पुन्हा आतून बंद करून घेतलेलं होतं. न्यायमूर्तींनी दारावर हळूच टकटक केली आणि मग नॉब फिरवला. पण दार बंदच राहिलं. ''कोण आहे?'' आतून एक पुरुषी आवाज आला.

''मी न्यायमूर्ती हार्किन.'' त्यांनी मोठ्यानं म्हटलं. आतल्या बाजूला दाराशी आलेल्या निकोलसनं मागे वळून आपल्या सहकाऱ्यांकडे पाहून हास्य केलं. मिली डुप्री आणि मिसेस ग्लॅडिस कार्ड धास्तावून येरझाऱ्या घालत होत्या. आता न्यायमूर्ती आपल्याला काय शिक्षा करणार याची धास्ती त्यांना वाटत होती. पण इतर ज्यूरर

मंडळी मात्र अजूनही उद्विग्नच होती.

निकोलसनं मागे वळून दार उघडलं आणि ज्यूरर्सचे संप म्हणजे अगदीच किरकोळ, नेहमी होणारी गोष्ट असल्याच्या आविर्भावात तो न्यायमूर्तींकडे बघत हसला. ''या. सर.''

हार्किननी आपला झगा काढून ठेवलेला होता. त्यांच्यापाठोपाठ केबल आणि ऱ्होरही आत शिरले. ''काय झालं?'' खोलीत नजर फिरवत त्यांनी विचारलं. बरेचसे ज्यूरर लोक टेबलाशी बसलेले होते. टेबलावर कॉफीचे रिकामे कप, डिशेस, वर्तमानपत्रं पडलेली होती. फिलिप सॅव्हेल एकटाच एका खिडकीशी उभा होता. लॉनी शेव्हर एका कोपऱ्यात बसलेला होता. त्याच्या मांडीवर त्याचा लॅपटॉप होता. सगळ्यांच्या वतीनं निकोलसच बोलतोयसं दिसत होतं आणि त्यानंच सगळ्यांना भडकवलं असणार हेही उघड दिसत होतं.

''कोर्टाच्या कर्मचाऱ्यांनी आमचं सामान तपासून बघणं हे योग्य आहे, असं आम्हाला वाटत नाही.''

''का बरं?''

''कारणं उघड आहेत. या सामानातल्या सगळ्या वस्तू अगदी खासगी स्वरूपाच्या आहेत. आम्ही कोणी टूरिस्ट किंवा अमली पदार्थांचा चोरटा व्यापार करणारे बदमाश नाही आणि तुम्हीही कोणी कस्टम्स अधिकारी नाही.'' प्रत्यक्ष न्यायमूर्तींसमोर तो ज्या धीटपणे आणि आत्मविश्वासानं बोलत होता, त्याचं सगळ्याच ज्यूरर लोकांना आश्चर्य वाटत होतं. अभिमानही वाटत होता – अरे, हा आपल्यातलाच एक आहे आणि हर्मनचं म्हणणं काही असलं तरी त्यानं आपल्याला आपलं या खटल्यातलं महत्त्व पटवून दिलंय – एकदा नव्हे, दहादा.

''पण तुम्हाला अज्ञात ठिकाणी घेऊन जायचं तर आधी तुमचं सामान तपासलं तर त्यात गैर काय आहे? हे तर नेहमीच घडतं.'' न्यायमूर्ती चार पावलं निकोलसच्या जवळ गेले. पण त्यानं निकोलस मुळीच घाबरला नाही. शिवाय तो त्यांच्यापेक्षा चांगला चार इंचांनी उंच होता. त्यामुळे न्यायमूर्ती जवळ येऊन त्याला घाबरवणं तर मुळीच शक्य नव्हतं.

''हो, पण असा लेखी नियम कुठाय? माझी तर उलट खात्री आहे की, या गोष्टी न्यायमूर्तींच्या इच्छेवर अवलंबून असतात. हो ना?''

''हो, पण या तपासणीला तशी कारणंही असतात.''

''कितीही महत्त्वाची कारणं असली तरी ज्यूरर्ससारख्या प्रतिष्ठित लोकांचं सामान तपासण्याइतकी ती नक्कीच संयुक्तिक नाहीत. युअर ऑनर, सामान तपासलं जाणार नाही असं तुम्ही आश्वासन देईपर्यंत आम्ही बाहेर येणार नाही.'' अत्यंत निग्रहानं त्यानं म्हटलं आणि तो सगळ्यांच्या वतीनं बोलत होता हेही उघड होतं. इतर

कोणीही जागचं हललेलं नव्हतं.

हार्किननी किंचित मान मागे करून ऱ्होरकडे कटाक्ष टाकला आणि लगेच आपलं चुकल्याचं त्यांना जाणवलं. ''युअर ऑनर, यात एवढं काय आहे महत्त्वाचं?'' ऱ्होरनंही म्हटलं, ''या लोकांकडे काही बाँब वगैरे नाहीत.''

''पुरे झालं, मि. ऱ्होर.'' न्यायमूर्तींनी म्हटलं, पण आता याला जरासा उशीर झाला होता. ऱ्होरनं तेवढ्यात संधी साधून ज्यूरींचं मत थोडं का होईना, आपल्याकडे वळवलेलं होतं. केबललाही हेच करायचं होतं. तो बोलायला चुळबुळतच होता, पण न्यायमूर्तींनी त्याला संधीच दिली नाही.

''ओ.के.'' त्यांनी म्हटलं, ''तुमचं सामान तपासलं जाणार नाही, पण एखाद्या ज्यूररकडे मी मनाई केलेली एखादी गोष्ट जर आढळून आली, तर त्या ज्यूररनं कोर्टाचा अवमान केल्याचं मी समजेन आणि त्याला तुरुंगात पाठवेन. समजलं ना? त्यामुळे मी तुम्हाला काल नेण्यावर बंदी असलेल्या ज्या वस्तूंची यादी दिली होती, त्यातलं काही आपल्या सामानात नाही ना, हे नीट बघून घ्या.''

ईस्टरनं एकदा आपल्या सगळ्या सहकाऱ्यांकडे बघितलं, बहुतेकांच्या चेहऱ्यावर सुटकेचे भाव होते. एक दोघं चक्क मान डोलावत होते. ''काहीच हरकत नाही, युअर ऑनर.''

''गुड. मग आता खटल्याचं काम पुढे सुरू करायचं ना?''

''खरं तर आणखी एक अडचण आहे.''

''काय झालं?''

निकोलसनं टेबलावरचा एक कागद उचलला आणि त्यातला काहीतरी मजकूर वाचला. ''आपल्या नियमांप्रमाणे आम्हाला दर आठवड्याला फक्त एकदाच 'वैयक्तिक' भेटीगाठी घेण्याची परवानगी आहे. आम्हाला जास्त वेळ ही परवानगी हवी.''

''किती वेळा?''

''जास्तीत जास्त शक्य होईल तेवढ्या.''

ज्यूरर मंडळींना हे नवीनच कळत होतं. 'वैयक्तिक भेटीगाठी' चा संदर्भ आपल्या बायकोशी/नवऱ्याशी किंवा मित्राशी/मैत्रिणीशी घेण्याच्या 'भेटीगाठीं'शी आहे, हे लक्षात येऊन पुरुष लोकांमध्ये काहीसे तक्रारीचे सूर उमटले होते – विशेषत: निकोलस, फर्नांडिस आणि लॉनी शेव्हरच्या बाबतीत, पण बायका मात्र काहीच बोलल्या नव्हत्या. विशेषत: मिसेस ग्लॅडिस कार्ड आणि मिली डुप्री या दोघींना तर आपण आपल्या पतींबरोबर जास्तीत जास्त वेळा समागम करण्याची परवानगी न्यायमूर्तींकडून मागतोय, या विचारानंच लाजल्यासारखं झालं होतं. मिस्टर कार्डला तर पूर्वीच प्रोस्टेट ग्लँडचा त्रास सुरू झालेला होता आणि त्यामुळे या चर्चेत आपण सहभागी नाही हे दाखवण्यासाठी ही गोष्ट आपण उघड करावी का, अशा

विचारात मिसेस कार्ड होती, तेवढ्यात हर्मन ग्राईम्सनं मोठ्यानं म्हटलं, "मला ही संधी आठवड्यातून दोनदा मिळाली तरी पुरे."

हा अंध म्हातारा पांघरुणात चाचपडत असल्याचं दृश्य सगळ्यांच्याच नजरेसमोर तरळून गेलं आणि सगळेच मोठ्यानं हसले. त्यामुळे वातावरणातला तणाव मात्र बराच निवळला.

"आता या गोष्टी काही सगळ्यांना विचारत बसण्यात अर्थ नाही." न्यायमूर्तींनी म्हटलं, "मग आठवड्यातून दोनदा भेटायला सगळ्यांची तयारी आहे का? हे बघा, फक्त दोनच आठवड्यांचा तर प्रश्न आहे."

"दोनदा चालेल, पण जास्तीत जास्त तीनदा." निकोलसनं आपलं घोडं पुढे दामटण्याचा प्रयत्न करत म्हटलं.

"हरकत नाही. याला मान्यता आहे ना सगळ्यांची?" न्यायमूर्तींनी सगळ्यांकडे बघत म्हटलं. लॉरीन ड्यूक एकटीच बसून हसू दाबायचा प्रयत्न करत होती, तर मिसेस कार्ड आणि मिलीला आत्ताच्या आत्ता कुठेतरी गडप व्हावंसं वाटत होतं. त्या दोघी तर न्यायमूर्तींकडे बघायचंसुद्धा टाळत होत्या.

"हो, मान्य." जेरी फर्नांडिसनं मान डोलावली. हँग ओव्हरमुळे त्याचे डोळे लाल झालेले होते. सेक्स न करता तो एक दिवस जरी राहिला तरी त्याचं डोकं दुखत असे. पण या क्षणी त्याला दोन गोष्टींची खात्री होती – हा माणूस दोन आठवडे घरात नसणार या कल्पनेनंच आपली बायको खूष झालेली असेल. आणि शिवाय पूडल आहेच की. करू काहीतरी व्यवस्था.

"पण या नियमाच्या शब्दरचनेवर मात्र माझा आक्षेप आहे." खिडकीपाशी उभ्या असलेल्या फिलिप सॅव्हेलनं प्रथमच तोंड उघडलं – किंबहुना, ज्यूरी म्हणून नेमणूक झाल्यावर उच्चारलेलं हे त्याचं पहिलंच वाक्य होतं. त्याच्या हातात नियमावलीचा कागद होता. " 'भेटीगाठी'साठी लायक असलेल्या व्यक्ती कोण, याची तुम्ही केलेली व्याख्या मला पटलेली नाही."

या वादग्रस्त नियमात शुद्ध, स्वच्छ भाषेत असं म्हटलेलं होतं– "प्रत्येक भेटीच्या वेळी प्रत्येक ज्यूरर आपल्या खोलीत, आपला पती/पत्नी किंवा मित्र/मैत्रीण यांच्याबरोबर दोन तास एकटा/एकटी राहू शकेल."

न्यायमूर्ती हार्किननी हा नियम पुन्हा एकदा वाचून बघितला. ऱ्होर आणि केबलनंही त्यांच्या खांद्यावरून वाकून बघत तो नियम वाचला. आता या विचित्र माणसाला या साध्या, सरळ नियमाच्या भाषेत काय आक्षेपार्ह दिसलं, हेच त्या तिघांनाही समजत नव्हतं. पण न्यायमूर्तींनी त्याचा आक्षेप त्याला विचारलाच नाही. तेवढा वेळही नव्हता.

"मि. सॅव्हेल आणि इतर ज्यूरी सदस्यहो, मी तुम्हाला खात्री देतो की, या 'भेटीगाठी' च्या वेळी तुमच्यावर कसलीही बंधनं आणण्याचा प्रयत्न होणार नाही. स्पष्टच सांगायचं

तर तुम्ही काय करता, कुणाबरोबर करता, याच्याशी मला काहीही कर्तव्य नाही.''

यानं फिलिप सॅव्हेलचं समाधान झालं आणि मिसेस कार्डला आणखी लाजल्यासारखं झालं.

''आणखी काही?''

''नाही, युअर ऑनर आणि थँक्स.'' हर्मननं मोठ्यानं म्हटलं. आपण फोरमन आहोत हे त्याला पुन्हा एकदा जाणवून द्यायचं होतं.

''थँक्स.'' निकोलसनं म्हटलं.

ज्यूरीतले लोक जागेवर येऊन बसल्याबरोबर स्कॉटी मॅनग्रमनं आपली डॉक्टर किलवॅनची साक्ष संपल्याचं जाहीर केलं. डरवुड केबलनं किलवॅनची उलटतपासणी इतकी मृदू आवाजात सुरू केली की, जणू हा किलवॅनला घाबरलाय की काय, अशीच शंका यावी. काही अत्यंत निरर्थक अशा आकडेवारीवर दोघांचं एकमत झालं. डॉक्टर किलवॅननं सांगितलं की, एवढ्या सगळ्या आकडेवारीमधून आपला असा निष्कर्ष निघालाय की, धूम्रपान करणाऱ्या सर्व लोकांपैकी साधारण दहा टक्के लोकांना प्रत्यक्षात फुप्फुसाचा कॅन्सर होत असावा.

केबलनं त्याला एक प्रश्न विचारला. हा प्रश्न तो कायम विचारत आलेला होता. ''मग, डॉक्टर किलवॅन, सिगारेट ओढल्यामुळे फुप्फुसाचा कॅन्सर होतो असं जर म्हटलं जातं, तर मग फक्त दहाच टक्के लोकांना तो कसा होतो?''

''सिगारेटमुळे फुप्फुसाच्या कॅन्सरचा धोका प्रचंड प्रमाणात वाढतो.''

''पण तो प्रत्येक वेळी होईलच असं नाही. बरोबर ना?''

''हो. सिगारेट ओढणाऱ्या प्रत्येक माणसालाच फुप्फुसाचा कॅन्सर होईल असं नाही.''

''थँक्यू.''

''पण जे लोक सिगारेट ओढतात, त्यांच्या दृष्टीनं फुप्फुसाच्या कॅन्सरचा धोका मोठ्या प्रमाणात वाढतो.''

केबललाही आता उत्साह आला. त्यानं किलवॅनला विचारलं की, वीस वर्षांपूर्वी शिकागो युनिव्हर्सिटीमध्ये एक संशोधन झालं होतं, त्यानुसार असं दिसलं होतं की, खेडेगावात राहून धूम्रपान करणाऱ्या व्यक्तींपेक्षा शहरांमध्ये राहून धूम्रपान करणाऱ्या व्यक्तींमध्ये फुप्फुसाच्या कॅन्सरचं प्रमाण जास्त आहे, या संशोधनाची तुम्हाला माहिती आहे का? किलवॅननं उत्तर दिलं की, आपला जरी त्या संशोधनाशी काही संबंध नसला तरी त्याची आपल्याला चांगलीच माहिती आहे.

''मग याचं काही स्पष्टीकरण देता येईल का तुम्हाला?''

''नाही.''

“निदान काही तर्क करू शकाल?”

“हो. हे संशोधन जाहीर झालं तेव्हा त्यावर बरेच वाद निर्माण झाले. कारण त्यामध्ये असं दिसत होतं की, केवळ तंबाखूचा धूर सोडून इतरही काही घटकांमुळे फुफ्फुसांचा कॅन्सर होत असावा.”

“म्हणजे हवेच्या प्रदूषणासारखे घटक का?”

“हो.”

“तुम्हाला काय वाटतं?”

“हे शक्य आहे.”

“म्हणजे हवेच्या प्रदूषणामुळे फुफ्फुसाचा कॅन्सर होतो ते तुम्ही मान्य करताय.”

“होतो नाही, होऊ शकतो. पण मी माझ्या संशोधनावर ठाम आहे. खेडेगावात राहून जे लोक धूम्रपान करतात, त्यांना खेडेगावात राहून धूम्रपान न करणाऱ्यांपेक्षा कॅन्सर होण्याचं प्रमाण जास्त आहे आणि शहरात राहून धूम्रपान करणाऱ्या लोकांना शहरात राहून धूम्रपान न करणाऱ्यांपेक्षा कॅन्सर होण्याचं प्रमाण जास्त आहे.”

केबलनं आणखी एक जाडजूड रिपोर्ट उचलून बराच वेळ तो चाळण्याचं नाटक केलं. त्यानं डॉक्टर किलवॅनला विचारलं, “१९८९ साली स्टॉकहोम युनिव्हर्सिटीत झालेल्या संशोधनात असं दिसलं होतं की अनुवंशिकता, धूम्रपान आणि फुफ्फुसाचा कॅन्सर यांच्यामध्ये अन्योन्यसंबंध आहेत. हा रिपोर्ट तुम्हाला माहितय का?”

“तो रिपोर्ट मी वाचलाय.”

“त्यावर तुमचं काही मत?”

“नाही. कारण आनुवंशिकतेबद्दल मला फारशी माहिती नाही.”

“म्हणजे तुमचं म्हणणं असं की, धूम्रपान आणि फुफ्फुसाचा कॅन्सर या गोष्टींशी अनुवंशिकतेचा काही संबंध आहे की नाही, हे तुम्ही नक्की सांगू शकत नाही.”

“बरोबर.”

“पण या संशोधनाला तुम्ही काही आव्हानही देत नाही, हो ना?”

“नाही. या रिपोर्टच्या बाबतीत माझी अनुकूल किंवा प्रतिकूल अशी कोणतीच मतं नाहीत.”

“हे संशोधन ज्यांनी केलं, त्या तज्ज्ञांना तुम्ही ओळखता का?”

“नाही.”

“म्हणजे हे तज्ज्ञ हे संशोधन करण्याच्या योग्यतेचे होते की नाही, हेही तुम्ही सांगू शकत नाही.”

“नाही. पण तुम्ही नक्कीच त्यांच्याशी बोलला असाल.”

आपल्या टेबलाशी जाऊन केबलनं तो रिपोर्ट ठेवून दुसरा उचलला.

दोन आठवडे पायनेक्सच्या शेअरच्या किमतीवर सगळ्यांचं बारीक लक्ष होतं, पण तो फारसा जागेवरून हलला नव्हता. आता मात्र त्याची किंमत अचानक बदलायला सुरुवात झाली. कोर्टरूममध्ये ज्यूरींनी अचानकपणे घेतलेल्या एकनिष्ठतेच्या शपथेच्या प्रसंगामुळे सगळेच इतके चक्रावले होते की त्यातून काय अर्थ काढायचा, हेच कुणाला समजलं नव्हतं. तेवढा एक प्रसंग सोडला, तर खटल्यात कोणत्याही नाट्यपूर्ण घटना अजून घडलेल्या नव्हत्या. सोमवारी दुपारी मात्र परिस्थिती बदलली होती. हजर असलेल्या एवढ्या वकिलांपैकी कोणातरी एकानं हजर असलेल्या एवढ्या अर्थतज्ज्ञांपैकी कोणातरी एकाच्या कानात कुजबुज केली होती की, स्टेला ह्युलिक ही बऱ्यापैकी बचाव पक्षाच्या बाजूला कल असलेली ज्यूरर होती. कानगोष्टींच्या खेळासारखी ही वार्ता हळूहळू पसरत चालली आणि प्रत्येक वेळी बचाव पक्षासाठी असलेल्या स्टेलाच्या महत्त्वामध्ये झपाट्यानं वाढ होत गेली. न्यूयॉर्कला जेव्हा ही बातमी फोनवरून गेली, तेव्हा स्टेलाच्या रूपानं सिगारेट कंपन्यांनी आपला सर्वांत महत्त्वाचा ज्यूरर गमावलेला होता.

अफवांच्या या कारखान्यात आणखी एका सुरस आणि चमत्कारिक कथेची भर पडली – ज्यूरर निकोलस ईस्टरच्या अपार्टमेंटमध्ये अज्ञात व्यक्ती शिरल्याची ही कथा होती. या माणसाला सिगारेट कंपन्यांनी पैसे दिलेले असणार असं समजायला काहीच हरकत नव्हती आणि त्यांच्यावर आधीच संशय असल्यामुळे एकंदरीतच बचाव पक्षाची अवस्था बिघडलेली दिसत होती – त्यांनी एक सहानुभूती असणारा ज्यूरर गमावलाय. त्यांना फसवणुकीबद्दल रंगेहाथ पकडलंय. म्हणजे आता आभाळ कोसळतंय.

मंगळवारी सकाळी पायनेक्सचा भाव सुरुवातीलाच ७९.५ होता, तो दिवसातल्या वाढत्या प्रमाणात होत चाललेल्या व्यवहारांबरोबर भराभर उतरून ७८ झाला. अफवा ऐकू येतच होत्या. दोन-अडीच तासांत पायनेक्सचा भाव ७६.२५ वर येऊन पोचला. तेवढ्यात बिलॉक्सीमधून आणखी एक बातमी येऊन थडकली. कोर्टात प्रत्यक्ष हजर असलेल्या एका तज्ज्ञानं फोनवर कळवलं की, ज्यूरींनी आज कोर्टरूममध्ये येऊन बसायलाच नकार दिलाय, किंबहुना ते संपावरच गेलेत, कारण फिर्यादी पक्षाच्या तज्ज्ञ साक्षीदारांनी सादर केलेल्या क्लिष्ट, कंटाळवाण्या साक्षीपुराव्यांमुळे ते सगळेजण जाम वैतागलेत.

पुढच्या काही क्षणांमध्ये ही बातमी कर्णोपकर्णी झाली. वॉल स्ट्रीटवर तर अशी समजूत निर्माण झाली की, ज्यूरींनी फिर्यादी पक्षाविरुद्ध बंडाचा झेंडा उभारलाय. भराभर पायनेक्सचा भाव पुन्हा वाढत निघाला – ७७, ७८, ७९ आणि लंचच्या वेळेपर्यंत तो ८० वर जाऊन पोचला.

१५

ज्यू रीवर आता ज्या सहा स्त्रिया शिल्लक राहिलेल्या होत्या, त्यांपैकी रिकी कोलमन हे फिचच्या दृष्टीनं सर्वांत योग्य सावज होतं. या ना त्या मार्गानं तिला बचाव पक्षाकडे त्याला ओढून घ्यायचं होतं. दोन मुलांची आई असलेली ही जेमतेम तीस वर्षांची सुंदर, तरुण पोरगी बिलॉक्सीतल्या एका हॉस्पिटलमध्ये रेकॉर्ड्स ॲडमिनिस्ट्रेटर म्हणून काम करत होती. तिला वर्षाला एकवीस हजार डॉलर्स पगार होता. तिचा नवरा एक प्रायव्हेट पायलट म्हणून काम करत होता, त्याला वर्षाला छत्तीस हजार डॉलर्स मिळत होते. शहराच्या एका चांगल्या वस्तीच्या उपनगरात त्यांचा छोटासा बंगला होता. बंगल्यावर नव्वद हजार डॉलर्सचं कर्ज होतं. बंगल्यापुढे सुंदरसं लॉनही होतं. दोघांकडे दोन वेगवेगळ्या जपानी गाड्या होत्या, त्यांचे पैसे मात्र त्यांनी पूर्णपणे फेडलेले होते. थोडी फार काटकसर करून दोघं बऱ्यापैकी बचत करत होते आणि त्यांची गुंतवणूक अगदी पारंपरिक स्वरूपाची, कमीत कमी धोके असलेली होती. गेल्या एका वर्षातच त्यांनी वेगवेगळ्या म्युचुअल फंडांमध्ये आठ हजार डॉलर्स गुंतवले होते. उपनगरातल्या एका चर्चच्या कार्यातही दोघं सक्रिय सहभाग घेत होते – ती रविवारच्या शाळेत शिकवत असे, तर तो चर्चच्या कॉयरमध्ये प्रार्थना गात असे.

वरवर पाहता तरी या कोलमन दांपत्याला कसलंही व्यसन असल्याचं दिसत नव्हतं. दोघंही कधी धूम्रपान करत नव्हती, ते दारू पीत असल्याचंही कुठे दिसलेलं नव्हतं. तो रोज नेमानं जॉगिंग करायचा आणि टेनिस खेळायचा. ती रोज एक तास एका हेल्थ क्लबमध्ये जायची. इतकी स्वच्छ वर्तणूक असल्यामुळे आणि शिवाय तिच्या हॉस्पिटलमधल्या नोकरीमुळेही एक ज्यूरर म्हणून फिचला तिच्याबद्दल काळजी

वाटत होती.

रिकी कोलमनच्या स्त्री-रोगतज्ज्ञ डॉक्टरकडून त्यानं तिचं रेकॉर्ड मिळवलं होतं, त्यातही काहीच विशेष असं निष्पन्न झालं नव्हतं– दोन बाळंतपणं, दोन्ही अतिशय व्यवस्थित पार पडलेली, नंतरही तिला कसलाच त्रास झाला नव्हता. दर वर्षी दोघंही नेमानं वैद्यकीय तपासणी करून घ्यायचे. दोन वर्षांपूर्वी केलेल्या मॅमोग्राफीतूनही काहीही आढळलं नव्हतं. तिची उंची पाच फूट पाच इंच होती, वजन ११६ पौंड होतं.

बारा ज्यूररर्सपैकी सात जणांचे मेडिकल रेकॉर्ड फिचकडे होते. निकोलस ईस्टरचं रेकॉर्ड मिळण्याचा प्रश्नच नव्हता. हर्मन ग्राईम्स अंध होता आणि त्यामुळे त्याच्याकडे वैद्यकीय बाबतीत तरी काहीच लपवण्यासारखं नव्हतं. सॅव्हेलची नेमणूक नुकतीच झालेली होती, त्याचं रेकॉर्ड मिळवण्याचे प्रयत्न सुरू होते. लॉनी शेव्हर गेल्या किमान वीस वर्षांत डॉक्टरकडेच गेलेला नव्हता. सिल्व्हिया टेलर-टॅटमचा डॉक्टर काही महिन्यांपूर्वीच अपघातात मरण पावलेला होता आणि त्याच्या जागी आलेला डॉक्टर अगदीच नवखा आणि अननुभवी असल्यामुळे त्याला या खेळाची काहीच माहिती नव्हती.

हा खेळ अत्यंत अटीतटीनं, जबरदस्त धोके पत्करून खेळला जात होता, त्याची व्याप्ती प्रचंड होती, त्याचं मैदान विस्तीर्ण होतं आणि खेळाडूही असंख्य होते. बरेचसे नियम मात्र फिचनंच लिहिलेले होते. दरवर्षी 'द फंड'मधून वॉशिंग्टनमधल्या 'ज्युडिशिअल रिफॉर्म अलायन्स' नावाच्या संघटनेला दहा लाख डॉलर्स दिले जात होते. वॉशिंग्टनमध्ये आक्रमक पद्धतीनं लॉबिंग करणाऱ्या या संघटनेला प्रामुख्यानं इन्शुअरन्स कंपन्या, मेडिकल असोसिएशन्स आणि वेगवेगळ्या उत्पादकांच्या संघटनांकडून पैसा पुरवला जात असे. त्यात अर्थातच सिगारेट कंपन्याही होत्या. 'बिग फोर' सिगारेट कंपन्या अधिकृतपणे दरवर्षी प्रत्येकी एक लाख डॉलर्स देत होत्या, तर फिच आणि त्याचा 'फंड' अनधिकृतपणे दहा लाख डॉलर्स हळूच सरकवत होते. या 'जे आर ए' संघटनेचं काम एकच होतं – नुकसानभरपाईपोटी ज्या रकमा कोर्टांकडून मान्य करण्यात येत होत्या, त्यांचं नियंत्रण करण्यासाठी योग्य ते कायदे करावेत यासाठी प्रशासनावर दबाव आणण्याचं. थोडक्यात, नुकसानभरपाई या गोष्टीची कटकट कायमची मिटवून टाकण्याचे प्रयत्न करण्याचं.

ट्रेलको कंपनीच्या सीईओ ल्यूथर व्हॅन्डेमीर हा या 'जे आर ए' च्या बोर्डावर एक वजनदार सदस्य होता आणि फिचच्या गुप्त मार्गदर्शनाखाली तो बाकी सगळ्या सदस्यांवर भरपूर दबाव आणून आपल्याला हवे तसे ठराव पास करून घ्यायचा. प्रत्यक्षात फिचचं अस्तित्व कुठेच जाणवत नसे, पण आपल्याला हवं ते तो व्हॅन्डेमीरमार्फत बरोबर मिळवत असे. व्हॅन्डेमीरला हाताशी धरून तो इन्शुअरन्स कंपन्यांवर प्रचंड दबाव टाकत असे, इन्शुअरन्स कंपन्या त्यामुळे स्थानिक डॉक्टरांवर

दबाव टाकत असत आणि डॉक्टर मंडळी त्यांच्या निवडक पेशंट्सच्या बाबतीतली अत्यंत नाजूक, गोपनीय माहिती गुप्तपणे पुरवत असत. त्यामुळे फिचला जेव्हा बिलॉक्सीमधल्या डॉक्टर डोनं ग्लॅडिस कार्डचं वैद्यकीय रेकॉर्ड 'चुकून' बाल्टिमोरमधल्या एका फालतू पोस्ट ऑफिसमध्ये पाठवायला हवं होतं, तेव्हा त्यानं व्हॅन्डेमीरला 'सेंट लुई म्युच्युअल' इन्शुअरन्स कंपनीच्या माणसांवर दबाव टाकायला सांगितलं. 'सेंट लुई म्युच्युअल' कंपनीकडे डॉक्टर डो चा, व्यावसायिक चुकांबद्दल भरपाई करण्याचा, म्हणजे 'मालप्रॅक्टिस'चा इन्शुअरन्स होता. 'सेंट लुई म्युच्युअल'नं डॉक्टर डो ला सांगितलं की, आम्ही सांगतो तसं केलं नाहीस, तर तुझी लाएबिलिटी पॉलिसी काढून घेतली जाऊ शकते. त्यामुळे डॉक्टरसाहेबांनी मोठ्या आनंदानं ग्लॅडिस कार्डचं रेकॉर्ड बाल्टिमोरला 'चुकून' पाठवून दिलं.

तसा फिचच्या संग्रही अशा वैद्यकीय रेकॉर्ड्सचा मोठा सुंदर साठा होता, पण प्रत्यक्ष निकालावर परिणाम करण्याइतका दम काही त्यात नव्हता – अजून तरी. मंगळवारी लंचच्या सुट्टीत त्याचं नशीब एकदम पालटलं.

लग्न होण्यापूर्वी रिकी कोलमन जेव्हा रिकी वेल्ड होती, तेव्हा ती माँटगोमेरी, अलाबामामधल्या एका छोट्या बायबल कॉलेजात शिकत होती. तिथे ती विद्यार्थिवर्गात चांगलीच लोकप्रिय होती. या कॉलेजातल्या काही जास्त सुस्वरूप पोरी ऑबर्नमधल्या मुलांशी डेटिंग करायच्या. रिकीच्या भूतकाळाबद्दलचं शोधकार्य जेव्हा सुरू होतं, तेव्हा हे काम करणाऱ्या फिचच्या हस्तकानं सहजच एक अंदाज बांधला की, रिकीसुद्धा त्या काळात बहुधा बरंच डेटिंग करत असू शकेल. फिचनं 'जे आर ए' मार्फत दबावतंत्राचा वापर करून आपल्या माणसाच्या या अंदाजानुसार संशोधन सुरू केलं आणि पंधरा दिवस योग्य दिशेनं शोध घेत गेल्यावर त्याला पोरींची लफडी निस्तरणाऱ्या एका दवाखान्याचा पत्ता लागला.

माँटगोमेरी शहराच्या मध्यवर्ती वस्तीतलं हे एक छोटंसं खासगी हॉस्पिटल होतं आणि त्या काळी शहरात गर्भपात करणारी जी फक्त तीन हॉस्पिटल्स होती, त्यांपैकी हे एक होतं. कॉलेजच्या ज्युनिअरच्या वर्षात शिकत असताना, आपल्या विसाव्या वाढदिवसानंतर एका आठवड्यानं कुमारी रिकी वेल्डनं या हॉस्पिटलमध्ये गर्भपात करवून घेतला होता.

आणि फिचला हे सांगणारं रेकॉर्ड फॅक्सवरून येत असल्याचा फोन आला. त्यात रिकीचा जो कोणी मित्र असेल त्याचं नाव नव्हतं, पण त्याची गरजही नव्हती. रिकीची आणि तिच्या नवऱ्याची भेट तिचं कॉलेजशिक्षण संपल्यावर एका वर्षानं झाली होती. रिकीनं गर्भपात करून घेतला, त्या वेळी तिचा नवरा टेक्सासमधल्या कॉलेजात सिनिअरच्या वर्षात शिकत होता. त्यामुळे त्यांची भेट झालेली असणं जवळजवळ अशक्य होतं.

रिकीनं ही गोष्ट गुप्त ठेवलेली असेल, आपल्या नवऱ्याला तिनं हे गुपित कधीही सांगितलं नसेल यावर फिच वाटेल तेवढी पैज लावायला तयार होता.

ज्यूरर लोकांसाठी राखून ठेवलेलं मोटेल म्हणजे पास ख्रिश्चन गावातली 'सिएस्टा इन' होती. बिलॉक्सीच्या पश्चिमेला किनारी भागातच साधारण अर्ध्या तासावर हे गाव होतं. एका खास ठरवलेल्या बसनं सगळे चौदा ज्यूरर्स तिकडे गेले. लू डेल आणि विलिस हे दोघं बसमध्ये पुढे, ड्रायव्हरच्या जवळच्या सीटवर होते. मागे प्रत्येकजण वेगवेगळ्या सीटवर बसलेला होता. अजून कोणी आपलं मुक्कामाचं ठिकाण पाहिलेलं नव्हतं, तरीही त्यांना एवढ्यातच आपण तुरुंगात असल्यासारखं वाटत होतं. सगळेजण थकलेले होते, निराश होते. कोणीही एकमेकांशी बोलण्याच्या मन:स्थितीत नव्हतं. खटल्याचे पहिले पंधरा दिवस पाच वाजता कामकाज संपलं की, सगळ्यांना सुटल्यासारखं वाटायचं आणि सगळेजण घाईघाईनं बाहेर पडून आपापल्या मुलाबाळांकडे जायचे, आपापल्या उद्योगाला लागायचे. आता मात्र तसं नव्हतं. कामकाज संपलं की प्रत्येकाला आपापल्या कोठडीत जावं लागणार होतं, त्यांच्यावर नजर असणार होती. बाहेरच्या कोणाशीही संपर्क असणार नव्हता.

एकटा निकोलस मात्र खुषीत होता, पण तोही वरवर इतरांसारखंच निराश, दु:खी असल्याचं दाखवत होता.

हॅरिसन काऊंटीनं आपल्या ज्यूरर मंडळींसाठी या मोटेलच्या एका विंगमधला संपूर्ण पहिला मजला राखून ठेवलेला होता. एकोणीस खोल्यांची गरज होती, पण वीस खोल्या राखून ठेवलेल्या होत्या. लू डेल आणि विलिससाठी दोन वेगवेगळ्या खोल्या होत्या. या खोल्या मुख्य बिल्डिंगकडे जाणाऱ्या दाराच्या जवळ होत्या. चक् नावाच्या एका प्रचंड देहाच्या साहाय्यकाची खोली कॉरिडॉरच्या पलीकडच्या टोकाशी होती. तिकडून पाठीमागच्या पार्किंग लॉटमध्ये जाणारा दरवाजा होता.

कोणती खोली कोणाला द्यायची हे स्वत: न्यायमूर्तींनी ठरवलं होतं. प्रत्येकाचं सामान न उघडता ज्याच्या त्याच्या खोलीत आधीच पोचवलेलं होतं. लू डेलनं लहान मुलांना चॉकलेट देत असल्याच्या आविर्भावात प्रत्येकाला आपापल्या खोलीच्या चाव्या दिल्या. तिचा तोरा तर तासागणिक वाढत होता. सगळ्यांनी आपापल्या खोलीतले बेडस् कसे आहेत ते पाहिलं – का कोण जाणे, प्रत्येक रूममध्ये डबल बेडच होता. टी.व्ही. सुरू केले – पण त्याचा काहीच उपयोग नव्हता. या बंदिवासात असताना कसलेही प्रोग्रॅम, बातम्या बघायला साफ मनाई होती. फक्त या मोटेलमधून दाखवले जाणारे सिनेमाच सगळ्यांना बघता येणार होते. बाथरूम्स पाहिल्या, नळ चालू आहेत ना हे बघून झालं. इथे पंधरा दिवस म्हणजे एका वर्षासारखे वाटणार होते.

एवढं होऊनही या बसचा सुद्धा फिचच्या माणसांनी पाठलाग केलाच. बसच्या

पुढे आणि मागे पोलिसांच्या दोन मोटरसायकल्स होत्या. त्यामुळे त्यांचा पाठलाग करणं अगदीच सोपं होतं. ऱ्होरचीही दोन माणसं पाठलागावर होती. मोटेलचा ठावठिकाणा फार काळ गुप्त राहील अशी कुणाचीच अपेक्षा नव्हती.

निकोलसच्या रूमच्या एका बाजूला सॅव्हेलची, तर दुसऱ्या बाजूला कर्नल हरेराची रूम होती. पुरुषांच्या सगळ्या खोल्या एका रांगेत होत्या, तर बायकांच्या खोल्या समोरासमोर होत्या – जणू काही अनधिकृतपणे एकत्र येण्यावर बंदी असल्यासारख्या. दार उघडून आत गेल्यावर पहिल्या पाच मिनिटांतच मंडळींना रूमच्या भिंती जणू खायला उठल्या. दहा मिनिटांनंतर विलिसनं जेव्हा प्रत्येकाचं दार ठोठावून सगळं काही व्यवस्थित आहे ना याची विचारपूस सुरू केली, तेव्हा निकोलसनं दार न उघडताच "हो, हो, काही चिंताच नको." असं ओरडून उत्तर दिलं.

प्रत्येक रूममधला टेलिफोन आणि मिनी-बार काढून घेण्यात आलेला होता. कॉरिडॉरच्या टोकाला असलेल्या एका खोलीतून बेड वगैरे काढून घेऊन तिथे दोन गोलाकार टेबलं, आरामशीर खुर्च्या, टेलिफोन, एक मोठा टीव्ही आणि अल्कोहोलविरहित सर्व प्रकारच्या पेयांनी परिपूर्ण अशा एका बारची व्यवस्था केलेली होती. कोणीतरी चेष्टेनं या खोलीला 'पार्टी रूम' असं नाव दिलं आणि पुढे तेच नाव रूढ झालं. प्रत्येक कॉल करायला त्यांच्या एका व्यवस्थापकाच्या मान्यतेची गरज होती आणि बाहेरून येणारे कॉल घ्यायला साफ बंदी होती. अचानकपणे काही फोन बाहेरून येणार असला किंवा करावा लागणार असला, तर ती व्यवस्था मोटेलच्या रिसेप्शनमार्फत केलेली होती. पार्टी रूमच्या बरोबर समोरच्या खोलीत तात्पुरती डायनिंग टेबलची व्यवस्था होती.

कोणाही ज्यूररला न्यायमूर्तींच्या पूर्वपरवानगीशिवाय, किंवा लू डेलच्या परवानगीशिवाय विंगमधून बाहेर पडायला बंदी होती. अगदीच संचारबंदी होती असं नव्हे, पण कुठे जाण्यासारखंही काही नव्हतं आणि पार्टी रूम रात्री दहाला बंद होणार होती.

डिनरची वेळ होती संध्याकाळी सहा ते सात आणि ब्रेकफास्ट मिळणार होता सकाळी सहा ते साडेआठ या वेळात. सगळ्यांनी एकदमच यायला पाहिजे असं काही बंधन नव्हतं. कोणीही हवं तेव्हा यायला हरकत नव्हती, आपापली डिश भरून घेऊन रूममध्ये जाऊन खायलाही हरकत नव्हती. खाद्यपदार्थांबद्दल काही तक्रारी असतील तर त्या ताबडतोब सांगायलाही हरकत नव्हती.

आजचा– मंगळवारी डिनरचा मेनू फ्राईड चिकन किंवा ब्रॉईल्ड स्नॅपर आणि बरोबर भरपूर सॅलड असा होता. प्रत्येकाला एकदम जबरदस्त भूक लागली होती. सगळ्यांनाच या गोष्टीचं आश्चर्य वाटलं. खुर्चीवर दिवसभर बसण्यापलीकडे कसलेही शारीरिक श्रम केले नसूनही ते जेव्हा डिनरला आले, तेव्हा प्रत्येकाच्या पोटात भुकेचा

आगडोंब उसळलेला होता. निकोलसनं सगळ्यात आधी डिश भरून घेतली आणि तो टेबलाच्या टोकापाशी जाऊन बसला. सगळ्यांशी त्यानं गप्पा मारायला, हास्यविनोद करायला सुरुवात केली. त्याला हा अज्ञातवास म्हणजे जणू एक नेहमीच्या कंटाळवाण्या तोचतोचपणातला बदलच वाटत होता आणि त्याच्या वागणुकीचा, उत्साहाचा बाकीच्यांवरही थोडा फार परिणाम झाला.

एकट्या हर्मन ग्राईम्सनं मात्र आपल्या रूममध्येच डिनर घेतलं. त्याच्या पत्नीनं दोन डिश भरून घेतल्या आणि ती घाईघाईनं रूमकडे निघून गेली. कारण न्यायमूर्तींनीच तिच्यावर इतर ज्यूरर मंडळींमध्ये मिसळण्याबद्दल कडक बंधनं घातली होती. लू डेल, विलिस आणि चक् यांच्यावरती अशीच बंधनं होती. त्यामुळे निकोलस काही तरी सांगत असताना लू डेल जेव्हा डिनर घेऊन जायला खोलीत आली, तेव्हा टेबलावरचं बोलणं एकदम थांबलं. तिनं भराभर डिश भरून घेऊन तिथून काढता पाय घेतला.

आता या ज्यूरर मंडळींचा एक स्वतंत्र गट निर्माण झालेला होता. त्यांच्या इच्छेविरुद्ध त्यांना इथे यावं लागलं होतं, बाहेरच्या जगाशी असलेल्या त्यांचा सगळा संपर्क तोडलेला होता. ईस्टरनं मात्र त्या सगळ्यांना आनंदात ठेवण्याचा निर्धारच केलेला होता. आता ते एक कुटुंब म्हणून जरी नाही, तरी एक समूह म्हणून एकत्र राहणार होते. त्यांच्यातले आपसातले मतभेद, हेवेदावे काबूत ठेवायचं निकोलसनं मनोमन ठरवलं.

पार्टीरूममध्ये त्यांनी दोन सिनेमा बघितले. रात्री दहापर्यंत सगळेजण आपापल्या रूममध्ये जाऊन शांत झोपले होते.

''मला आता 'वैयक्तिक गाठीभेटी'च्या दृष्टीनं काहीतरी करायला हवं.'' ब्रेकफास्ट खाता खाता जेरी फर्नांडिसनं मिसेस ग्लॅडिस कार्डकडे मुद्दाम बघत म्हटलं. ग्लॅडिस कार्डचा चेहरा लाजेनं लाल झाला.

''असं?'' तिनं उगाचच म्हटलं आणि वर नजर केली. जणू आपल्याला तिच्याशीच 'वैयक्तिक गाठीभेटी' घ्यायच्या असल्यासारखा जेरी तिच्याकडे बघत हसला. ब्रेकफास्ट म्हणजे जवळजवळ एक मेजवानीच होती. साध्या कॉर्न फ्लेक्सपासून फ्राईड हॅमपर्यंत नाना पदार्थ टेबलावर हजर होते.

ब्रेकफास्ट चालू असतानाच निकोलस आत आला आणि सगळ्यांना उद्देशून 'हॅलो' म्हणत तो जेरीसमोर येऊन बसला. त्याच्या चेहऱ्यावर मात्र अस्वस्थता दिसत होती. ''आपल्याला टेलिफोनची सोय का नसावी? काय हरकत आहे?'' त्यानं मोठ्यानं म्हटल्याबरोबर टेबलावरचं वातावरण एकदम गंभीर झालं. जेरीनं त्याच्याकडे एक कटाक्ष टाकल्याबरोबर तो मनात काय ते उमगला.

"आणि एखादी थंडगार बीअर मिळायला काय हरकत आहे?" जेरीनंही म्हटलं, "घरी मी रोज संध्याकाळी एक-दोन बीअर घेतो. आपण इथे काय प्यावं हे ठरवायचा अधिकार कोणाचा आहे?"

"न्यायमूर्ती हार्किनचा." मिली डुप्रीनं म्हटलं. ती अल्कोहोल घ्यायचं कटाक्षानं टाळत असे.

"हॅ!"

"आणि टीव्ही?" निकोलसनं म्हटलं, "आपल्याला टीव्ही का बघू देत नाहीत? खटला सुरू झाल्यानंतरही मी टीव्ही नियमितपणे बघतोय, पण त्याचा खटल्यावर परिणाम झाल्याचं मला तरी जाणवलेलं नाही." तो जाडजूड शरीराच्या लॉरीन ड्यूककडे वळला. तिच्या डिशमध्ये स्क्रॅंबल्ड एग भरलेलं होतं. "एखाद्या न्यूज ब्रेकमध्ये खटल्याची बातमी ऐकलीयस का तू?"

"छे."

त्यानं पलीकडे कॉर्नफ्लेक्सचा छोटासा बाऊल घेऊन बसलेल्या रिकी कोलमनकडे पाहिलं. "आणि जिमचं काय? आठ तास कोर्टरूममध्ये एका जागी बसल्यावर काही व्यायाम हवा की नको? त्यांनी एखादं जिमची सोय असलेलं मोटेल का नाही बघितलं?" रिकीनंही जोरजोरात मान डोलावली.

"पण आपल्याला टेलिफोन देण्याइतकासुद्धा त्यांनी आपल्यावर विश्वास का ठेवू नये, काही कळत नाही." अंडी खाता खाता लॉरीननं कसंबसं म्हटलं. "कदाचित माझ्या मुलांना मला फोन करावासा वाटेल. आपल्याला काही सारखे धमक्यांचेच फोन येतील, अशी काही परिस्थिती नाही."

"मला फक्त एखादी थंड बीअर मिळाली तरी पुरेल." जेरीनं पुन्हा म्हटलं. "किंवा आणखी एखादी. आणि थोड्या जास्त 'गाठीभेटी.' आणि त्यानं मुद्दाम ग्लॅडिस कार्डकडे बघितलं.

हळूहळू तक्रारींचे सूर वाढत चालले आणि दहाच मिनिटांत वातावरण पुन्हा एकदा तापलं. जो-तो बंडाच्या मन:स्थितीत होता. छोट्या छोट्या तक्रारीसुद्धा एकदम गंभीर वाटू लागल्या. जन्मभर जंगलांमध्ये कॅंपवर राहिलेल्या कर्नल हरेरालासुद्धा मोटेलमधल्या थंड पेयांबद्दल भयंकर आक्षेप होते. मिली डुप्रीला तिथे अचानक वर्तमानपत्र नसल्याचं जाणवू लागलं. लॉनी शेव्हरला भयंकर कामं होती, त्यामुळे त्याचा मुळात या अशा अज्ञातवासालाच आक्षेप होता. "माझं काय ते मी बघेन. माझ्यावर दुसरं कुणी हुकमत गाजवू शकत नाही." किमान फोनचा तरी वाटेल तेव्हा वापर करता आलाच पाहिजे, ही त्याची मागणी होती. फिलिप सॅव्हेल रोज पहाटे उठून जंगलात एकटाच जाऊन योग करत असे आणि इथे तर मोटेलपासून अर्ध्या मैलाच्या परिसरात एकही झाड नव्हतं. आणि चर्चची काय व्यवस्था? मिसेस कार्ड

एक अत्यंत भाविक बॅप्टिस्ट होती. ती दर बुधवारी रात्री, मंगळवारी, शुक्रवारी चर्चला न चुकता जायची; आणि रविवार तर काय, विचारायलाच नको.

''मला वाटतं या गोष्टी आपण लगेचच ठरवून घेतलेल्या बऱ्या.'' निकोलसनं गंभीरपणे म्हटलं, ''आपण पुढचे दोन-तीन आठवडे इथे असणार आहोत. मी तर म्हणतो की आपण ताबडतोब हे सगळं न्यायमूर्तींना सांगू या.''

न्यायमूर्तींच्या छोट्याशा चेंबरमध्ये नऊ वकील दाटीवाटीनं बसलेले असत आणि ज्यूरर लोकांशी संबंधित नसलेल्या गोष्टींवर त्यांची तिथे खडाजंगी होत असे. यासाठी ते सगळ्या वकिलांना सकाळी आठ वाजता, खटला सुरू होण्यापूर्वी एक तास बोलावत असत आणि संध्याकाळीही कामकाज संपल्यावर ते त्यांना एक-दीड तास थांबायला लावत असत. बुधवारी सकाळीही ऱ्होर आणि केबल यांची अशीच जुंपलेली असताना चेंबरच्या दारावर कुणीतरी जोरात ठोठावलं आणि पाठोपाठ धाडकन दार उघडून ग्लोरिया लेन आत आली.

''ज्यूरींच्या काही अडचणी आहेत.'' तिनं गंभीरपणे म्हटलं.

हार्किन ताडकन उठून उभे राहिले. ''काय?''

''त्यांना तुमच्याशी बोलायचंय, युअर ऑनर. मला एवढंच समजलंय.''

न्यायमूर्तींनी घड्याळात बघितलं, ''त्यांना इकडे नाही का आणता येणार?''

''नाही. आम्ही बरेच प्रयत्न करून बघितले, पण ते तुमच्याशी बोलल्याशिवाय इकडे यायला तयार नाहीत.''

निराशेनं त्यांचे खांदे पडले. काय बोलावं हेच त्यांना सुचेना. ''हे म्हणजे आता जास्तच व्हायला लागलंय.'' ऱ्होरनं उगाचच म्हटलं. टेबलावरच्या कागदपत्रांच्या गठ्ठ्यांकडे विचारमग्न अवस्थेत बघत ते काही क्षण तसेच उभे राहिले. सगळ्यांचे डोळे त्यांच्याकडेच लागलेले होते. पण थोड्याच वेळात त्यांनी स्वत:ला सावरलं. आपले हात एकमेकांवर चोळत त्यांनी एक कसनुसं हास्य केलं. ''चला, आपणच तिकडे जाऊन बघू या.''

सकाळी आठ वाजून दोन मिनिटांनी कॉन्रॅडनं तिचा पहिला फोन घेतला. आपल्याला फिचशी बोलायचं नाहीय, तिनं म्हटलं, फक्त एक निरोप पोचवायचा की, ज्यूरर लोक पुन्हा चिडले आहेत आणि न्यायमूर्तींनी स्वत: मोटेलमध्ये जाऊन त्यांना चुचकारून शांत करेपर्यंत ते कोर्टात येणार नाहीत. कॉन्रॅडनं धावतच फिचकडे जाऊन हा निरोप त्याला कळवला.

आठ वाजून नऊ मिनिटांनी तिचा पुन्हा फोन आला. कॉन्रॅडला तिनं सांगितलं की, निकोलस ईस्टर खाकी रंगाच्या टीशर्टवर काळा डेनिम शर्ट, तांबडे सॉक्स आणि नेहमीची स्टार्च केलेली खाकी पँट घालणार आहे.

आठ वाजून बारा मिनिटांनी तिनं पुन्हा एकदा फोन केला. या वेळी मात्र तिला फिचशी बोलायचं होतं. फिच त्या वेळी विचारमग्न अवस्थेत आपली दाढी कुरवाळत ऑफिसमध्ये येरझाऱ्या घालत होता. त्यानं चटकन रिसीव्हर उचलला. ''हॅलो.''

''गुड मॉर्निंग, फिच.''

''गुड मॉर्निंग, मार्ली.''

''तू कधी न्यू ऑर्लिन्समधल्या सेंट रेगिस हॉटेलमध्ये गेलायस का?''

''नाही.''

''ते कॅनॉल स्ट्रीटवर आहे. वर गच्चीमध्ये एक ओपन एअर बार आहे. त्याचं नाव 'टेरेस ग्रिल.' तिथे एक टेबल बुक कर. आज संध्याकाळी सातला तिथे ये. मी थोडीशी नंतर येईन. येतंय ना लक्षात?''

''हो.''

''आणि एकटाच ये, फिच. तू हॉटेलमध्ये येशील तेव्हा माझी तुझ्यावर नजर असेल. एक जरी माणूस तुझ्याबरोबर दिसला, तरी आपली मीटिंग होणार नाही. ओ.के.?''

''ओ. के.''

''आणि माझा तू पाठलाग करत असल्याचं मला लक्षात आलं, तर मी परत कधीच तुला दिसणार नाही.''

''मी तुला तसा शब्द देतो, मग तर झालं?''

''तू शब्द दिलास की, मला आणखीच अस्वस्थ होतं, फिच. असं का रे होतं?'' तिनं फोन ठेवून दिला.

केबल, ऱ्होर आणि न्यायमूर्ती मोटेलमध्ये आले, तेव्हा रिसेप्शनपाशीच त्यांना लू डेल भेटली. ती तर पार भांबावून गेली होती, घाबरलेली होती. आतापर्यंत असं कधीच झालं नव्हतं, आतापर्यंतचे सगळे ज्यूरी कसे आपल्या मुठीत होते, असं बडबडत ती त्या तिघांना पार्टी रूमकडे घेऊन गेली. चौदापैकी तेरा ज्यूरर्स पार्टी रूममध्ये होते. एकट्या हर्मन ग्राईम्सनं मात्र त्या सगळ्यांना, त्यांच्या विरोध करण्याच्या पद्धतीला विरोध केला होता. त्यावरून जेरी फर्नांडिसचा त्याच्याशी खटका उडाला होता आणि त्यात त्याचा अपमान झाला होता. त्यामुळे तो आपल्या रूममध्ये परत गेला होता. जेरीनं त्याला चिडून सांगितलं होतं की, एक तर तुझी बायको तुझ्याबरोबर आहे आणि दुसरं म्हणजे वर्तमानपत्रं, टीव्ही वगैरेचा तुला काही उपयोगही नाही, तू फारशी दारू पीत नाहीस आणि जिममध्येही कधी जात नाहीस. पण नंतर मात्र मिली डुप्रीनं त्याचं मन वळवलं होतं आणि त्यानं हर्मनची माफीही मागितली होती.

न्यायमूर्ती हार्किन इथे येताना जर काही ग्रह करून घेऊन आले असलेच, तर त्याचा फारसा टिकाव लागला नाही. नेहमीच्या 'हाय' आणि 'हॅलो' च्या औपचारिकता पार पडल्या आणि त्यांनी सुरुवातच चुकीची केली. "या एकंदर प्रकारानं मी जरा अस्वस्थ झालोय."

"या क्षणी आम्ही कुणाकडून दोषारोप ऐकून घेण्याच्या मन:स्थितीत नाही आहोत, सर." निकोलसनं ताडकन प्रत्युत्तर दिलं.

ऱ्होर आणि केबल, दोघांनाही काहीही न बोलण्याची ताकीद होती. त्यामुळे दोघंही दारापाशीच घुटमळत थांबून आत काय चाललंय ते मोठ्या कुतूहलानं बघत होते. त्यांना भलतीच मजा वाटत होती. असा अभूतपूर्व प्रसंग त्या दोघांच्याही व्यावसायिक जीवनात पूर्वी कधी घडला नव्हता आणि पुढेही कधी घडण्याची शक्यता नव्हती.

ज्यूरर लोकांच्या सगळ्या तक्रारींची यादी निकोलसनं लिहून काढलेली होती. कोट काढून ठेवून न्यायमूर्ती एका खुर्चीवर बसले आणि ताबडतोब त्यांच्यावर चौफेर सरबत्ती सुरू झाली. तेरा जणांशी त्यांना एकट्यानं वादविवाद घालणं शक्यच नव्हतं.

बीअरच्या बाबतीत कोणतीच अडचण नव्हती. वर्तमानपत्रांच्या काही निवडक बातम्या रिसेप्शन काऊंटरवर सेन्सॉर करता येण्यासारख्या होत्या. फोनचा अनिर्बंध वापर करण्याची मागणी योग्यच होती. टेलिव्हिजनबद्दलची अडचण नव्हती, पण फक्त ज्यूरर लोकांनी स्थानिक बातम्या न बघण्याची हमी द्यायला हवी, एवढंच त्यांनी म्हटलं. जिमच्या बाबतीत थोडा प्रश्न येऊ शकतो, पण त्याचाही विचार आपण जरूर करू, त्यांनी म्हटलं. चर्चमध्ये ज्यांना जायचं असेल, त्यांनाही नेण्या-आणण्याची व्यवस्था करायचं त्यांनी कबूल केलं.

खरं तर सगळेच नियम शिथिल करता येण्याजोगे होते.

"सर, आम्हाला मुळात इथे कशाला आणलंय, काही सांगू शकाल?" जेरी फर्नांडिसनं स्पष्टच विचारलं.

न्यायमूर्ती हार्किननी याचं उत्तर देण्याचा कसोशीनं प्रयत्न केला, पण खरं तर सगळ्याच गोष्टी ज्यूरर मंडळींना सांगणं त्यांनाही शक्य नव्हतं. वारंवार घसा साफ करत, मोठ्या अनिच्छेनं त्यांनी ज्यूरर लोकांना इथे आणण्याचं समर्थन सुरू केलं. ज्यूरर लोकांशी संपर्क साधण्याचे प्रसंग घडल्याचं त्यांनी कुणाचंही स्पष्ट नाव न घेता सांगितलं, या ज्यूरीच्या बाबतीत आजवर काय घडलंय ते त्यांनी सांगितलं. सिगारेट कंपन्यांविरुद्धच्या अशाच प्रकारच्या पूर्वीच्या खटल्यांच्या वेळी घडलेल्या काही प्रसंगांचाही त्यांनी आडून उल्लेख केला.

बचाव पक्ष आणि फिर्यादी पक्ष, दोघांकडूनही अशा अनैतिक मार्गांचा वापर पूर्वी झालेला होता. फिचच्या कारवायांमुळे तर अशा प्रकारांचे अनेक पुरावे जागोजागी

आढळले होते. पूर्वीच्या खटल्यांच्या वेळी फिर्यादी पक्षाच्या वकिलांच्या हस्तकांनीही अशा कारवाया केल्या होत्या. हे सगळं न्यायमूर्तींना या तेरा मंडळींना स्पष्ट सांगणं शक्य नव्हतं, कारण त्यामुळे निकालाच्या वेळी पक्षपात होण्याचा स्पष्ट धोका त्यांना दिसत होता. तरीसुद्धा त्यांनी जपून, तोलून-मापून शब्द वापरत आपल्या या निर्णयाचं समर्थन करण्याचा बऱ्यापैकी प्रयत्न केला.

त्यांची चर्चा तासभर झाली. यापुढे असे व्यत्यय न आणण्याची न्यायमूर्तींनी हमी मागितली, पण निकोलसनं मात्र अशी हमी द्यायला साफ नकार दिला.

ज्यूरर लोकांनी पुन्हा एकदा खटल्यात व्यत्यय आणल्याच्या बातमीमुळे पायनेक्सच्या शेअरचा भाव शेअर बाजार सुरू होतानाच दोन डॉलर्सनी घसरला. याचं कारण असं होतं की, कोर्टात हजर असलेल्या एका अर्थतज्ज्ञानं बऱ्याचशा संदिग्ध भाषेत बातमी कळवली होती की, बचाव पक्षानं आदल्या दिवशी केलेल्या काही कारवायांच्या विरोधात ज्यूरर लोकांनी ही 'नकारात्मक' प्रतिक्रिया व्यक्त केली होती. बिलॉक्सीत हजर असलेल्या दुसऱ्या एका अर्थतज्ज्ञानं आणखी एक अफवा पसरवून हा गोंधळ थोडासा निस्तरला. त्यानं कळवलं की, ज्यूरींनी कामकाजात व्यत्यय का आणला, याचं नेमकं कारण कोणालाच समजलेलं नाही. यानंतर पायनेक्सचा आणखी अर्ध्या डॉलर्सनं घसरलेला भाव पुन्हा वर जायला सुरुवात झाली आणि वॉल स्ट्रीटचं सकाळचं सत्र संपेपर्यंत तो पुन्हा आपल्या आधीच्या किमतीला येऊन पोचला.

सिगारेटमध्ये जे 'टार' असतं, त्यामुळे कॅन्सर उद्‌भवतो, असं निदान प्रयोगशाळेत उंदरांवर केलेल्या प्रयोगावरून तरी दिसून येतं. पालो अल्टोमधून आलेल्या डॉक्टर जेम्स एकरनं गेली पंधरा वर्षं उंदरांवर प्रयोग करून संशोधन केलं होतं. त्याचा स्वत:चा अभ्यास तर होताच, पण त्यानं जगभरात झालेल्या या विषयावरच्या संशोधनांचाही सखोल अभ्यास केलेला होता. त्याच्या मते जगातल्या किमान सहा महत्त्वपूर्ण संशोधनांवरून असं निश्चितपणे सिद्ध झालेलं होतं की, धूम्रपान आणि फुप्फुसांच्या कॅन्सरचा थेट संबंध आहे. तंबाखूच्या धुराची काजळी – म्हणजेच 'टार' – घेऊन आपण आणि आपल्या सहकाऱ्यांनी अगणित पांढऱ्या उंदरांच्या अंगावर थेट कशी चोळून प्रयोग केले, हे जेम्स एकरनं अतिशय खुलासेवार पद्धतीनं सांगितलं. पांढऱ्या उंदरांच्या त्वचेवर ही काजळी चोळल्यावर काय परिणाम झाले, हे त्यानं दाखवलेल्या रंगीत फोटोंवरून सहज स्पष्ट झालं. त्यातल्या काही नशीबवान उंदरांवर काजळीचं एखादंच बोट उमटलं, पण काही उंदरांना मात्र काजळीनं चांगलंच माखलेलं होतं. जेवढं 'टार' लावण्याचं प्रमाण अधिक, तेवढं त्वचेच्या कॅन्सरचं प्रमाण आणि वेगही अधिक, ही गोष्ट सूर्यप्रकाशाइतकी स्वच्छ दिसली.

तरीसुद्धा उंदरांच्या अंगावर गाठी उठणं आणि माणसाला फुफ्फुसांचा कॅन्सर होणं, यांत फारच मोठा फरक आहे आणि ऱ्होरच्या प्रश्नांच्या मदतीनं जेम्स एकरनं हाही संबंध जोडून दाखवला. प्रयोगशाळेतल्या अभ्यासात जे काही दिसून येतं, तेच जिवंत माणसाच्या बाबतीत घडतं, हे दाखवणाऱ्या वैद्यकीय नोंदी प्रचंड प्रमाणात उपलब्ध आहेत. याला असणाऱ्या अपवादांचं प्रमाण जवळजवळ नगण्य आहे. उंदीर आणि माणूस हे दोघंही फारच वेगवेगळ्या परिस्थितीत जगत असतात हे खरं असलं, तरी प्राण्यांवर झालेल्या चाचण्या आणि माणसावर झालेले प्रत्यक्ष परिणाम या दोन्ही गोष्टी एकमेकींशी प्रचंड साधर्म्य दाखवतात.

जेम्स एकरच्या साक्षीच्या वेळी दोन्ही बाजूंचे जवळजवळ सगळेच ज्यूरी तज्ज्ञ कोर्टरूममध्ये हजर होते. उंदीर-घुशीसारखे प्राणी किळसवाणे असतात हे खरं, पण त्याच कुटुंबातले ससे, पांढरे उंदीर पाळणारी किती तरी माणसं आहेत. आणि हे ससे किंवा पांढरे उंदीर दिसतातही किती गोड! एकानं नंतर हेच प्रयोग सशांवरही केले होते आणि त्यांचे निष्कर्षही अगदी तेच होते. त्यानं दाखवलेलं सगळ्यात शेवटचं संशोधन तर भयंकरच होतं. बीगल जातीच्या तीस कुत्र्यांच्या श्वासनलिकेत ट्यूब घालून त्यानं त्यांना सिगारेटचा धूर माणसासारखा आत घ्यायला शिकवलं होतं. या तीस कुत्र्यांना त्यानं रोज नऊ सिगारेट्स ओढायला लावल्या होत्या – हे म्हणजे दीडशे पौंड वजनाचा माणूस रोज चाळीस सिगारेट्स ओढत असल्यासारखं होतं. या कुत्र्यांनी सलग आठशे पंचाहत्तर दिवस रोज नऊ, या प्रमाणात सिगारेट्स ओढल्यावर त्यांच्या ज्या चाचण्या घेतल्या गेल्या, त्यात असं दिसून आलं होतं की या सगळ्या कुत्र्यांच्या फुफ्फुसात कॅन्सरच्या वाढणाऱ्या गाठी निर्माण झाल्या आहेत. सिगारेटच्या धुराला माणसाचं शरीर ज्याप्रकारे प्रतिसाद देतं, अगदी तसाच प्रतिसाद कुत्री देतात.

पण एकरला या बाबतीत ज्यूरींसमोर आणखी खोलात शिरून सांगण्याची संधी मात्र मिळाली नाही. कारण पांढऱ्या उंदरांबाबत तो बोलत असताना मिली डुप्रीच्या चेहऱ्यावर ज्या काही प्रतिक्रिया उमटत होत्या, त्या बघून एखादा नवशिका ज्यूरी तज्ज्ञसुद्धा सहज सांगू शकला असता की, तिला त्या उंदरांबद्दल प्रचंड कणव वाटत होती आणि एवढ्या गोड प्राण्यांना जेम्स एकरनं ठार मारलं म्हणून त्याच्याबद्दल तेवढाच तिरस्कारही वाटत होता. सिल्व्हिया टेलर-टॅटम आणि एंजल वीझ या दोघींच्या चेहऱ्यांवरही तीव्र नापसंती उमटलेली होती. मिसेस गार्डस गार्ड आणि फिलिप सॅव्हेलनंही नापसंती दाखवली, पण ती त्यांच्या चेहऱ्यापेक्षा त्यांच्या देहबोलीतून जास्त जाणवली. बाकीची पुरुष मंडळी मात्र निर्विकार होती.

त्या दिवशी लंचच्या सुट्टीत ऱ्होर आणि कंपनीनं निर्णय घेऊन टाकला की, जेम्स एकरची साक्ष इथेच थांबवायची.

१६

तेरा दिवसांपूर्वी कोर्टातल्या साहाय्यक जंपरनं मार्लीकडून चिठ्ठी घेऊन ती फिचकडे पोचवली होती. आज लंचच्या सुट्टीत त्याला फिचच्या एका हस्तकानं – पँगनं – गाठलं आणि त्याला सांगितलं की, आपल्याला डायरिया किंवा असलंच काही तरी आजार एकदम झाल्याचं सांग आणि साध्या वेषात आपल्याबरोबर न्यू ऑर्लिन्सला चल. याबद्दल त्यानं जंपरला रोख पाच हजार डॉलर्स देऊ केले. त्यानं रात्रभर भरपूर खायचं, दारू प्यायची, हवं तर एखाद्या कॉलगर्लकडेही जायला हरकत नाही. त्याबद्दल त्यानं पँगचं एक अगदी छोटंसं काम करायचं. जंपर एका पायावर तयार झाला. त्यालाही पैसे हवेच होते.

भाड्याची एक व्हॅन घेऊन ते दोघं दुपारी साडेबाराला बिलॉक्सीतून बाहेर पडले. दोन तासांनी ते न्यू ऑर्लिन्सला येऊन पोचले, तेवढ्या वेळात पँगनं जंपरचं मन वळवलेलं होतं, काही काळ जंपरनं आपल्या कोर्टातला युनिफॉर्म हँगरला लटकवून ठेवायचा आणि आर्लिंग्टन वेस्ट असोसिएट्ससाठी काम करायचं. पँगनं त्याला सहा महिन्यांच्या कामासाठी पंचवीस हजार डॉलर्स द्यायचं कबूल केलं – जंपरला कोर्टात वर्षाला जो पगार मिळत होता, त्यापेक्षाही ही रक्कम नऊ हजारांनी जास्त होती.

'सेंट रेगीस' हॉटेलमध्ये येऊन ते दोघं फिचनं राखून ठेवलेल्या रूमच्या अलीकडच्या आणि पलीकडच्या रूममध्ये उतरले. फिचला फक्त चारच रूम्स मिळाल्या होत्या. हॉलीची रूम त्यांच्यापासून थोडी पुढे होती. दुबाझ, ज्यो बॉय आणि दान्ते हे तिघं थोड्याच अंतरावरच्या 'रॉयल सोनेस्टा' हॉटेलमध्ये दाखल झालेले होते. सुरुवातीला जंपरला लाऊंजमधल्या एका बार स्टूलवर बसायला सांगण्यात आलं. इथून हॉटेलच्या मुख्य प्रवेशद्वारावर सहज नजर ठेवता येत होती.

वाट बघण्याचा कंटाळवाणा कार्यक्रम सुरू झाला. दुपार होऊन संध्याकाळ होत आली, अंधार पडू लागला, पण ती मात्र कुठेच दिसत नव्हती. अर्थात, यात आश्चर्य वाटण्यासारखंही काहीच नव्हतं. जंपरची जागा चार वेळा बदलण्यात आली. लगेचच तो या कामाला जाम कंटाळला.

सातला काही मिनिटं बाकी असताना फिच आपल्या रूममधून बाहेर पडून लिफ्टनं वर गच्चीवर गेला. त्यानं कोपऱ्यातलं एक टेबल राखून ठेवलेलं होतं. हॉली आणि दुबाझ उत्तम ड्रेस घालून तिथून दहा फुटांवरच्या एका टेबलाशी बसलेले होते. त्यांचं आजूबाजूला लक्षच नसल्यासारखं दिसत होतं. ते आपसातच मश्गुल होते. दान्तेनं अशाच आणखी एका पोरीला बरोबर आणलेलं होतं, ते दोघं जवळच्याच आणखी एका टेबलाशी होते. फोटो काढण्याचं काम ज्यो बॉयकडे होतं.

साडेसातला ती अगदी अचानक अवतीर्ण झाली. हॉटेलच्या मुख्य प्रवेशद्वाराशी ती आपल्याला दिसल्याचं जंपर किंवा पँग, कोणीच कळवलं नाही. ती सरळ गच्चीचा फ्रेंच दरवाजा उघडून आत आली आणि क्षणात फिचच्या टेबलाशी येऊन पोचली. तिनं बहुधा आपल्यासारखीच आधीपासूनच रूम घेतली असावी आणि मग जिने चढत ती वर आली असावी असा विचार फिचच्या डोक्यात आला, पण तो बराच नंतर. स्लॅक्स आणि कोट अशा पेहरावात ती आलेली होती. दिसायला तर ती नि:संशय सुंदर होती. आखूड कापलेले काळेभोर केस, आत्मविश्वासदर्शक देखणा चेहरा, तपकिरी रंगाचे डोळे. ती साधारण अठ्ठावीस ते बत्तीस दरम्यानच्या वयाची असावी. ती इतकी चटकन त्याच्यासमोरच्या खुर्चीवर बसली की 'बस ना' वगैरे म्हणायची संधीच त्याला मिळाली नाही. ती थेट त्याच्यासमोर बाकीच्या टेबलांना पाठमोरी बसली.

"अ प्लेझर टू मीट यू." त्यानं बाकीच्या टेबलांवरचं कोणी ऐकतंय का याचा अंदाज घेत म्हटलं.

"यस, अ रिअल प्लेझर." दोन्ही हातांच्या कोपरांवर रेलून बसत तिनं म्हटलं.

एका वेटरनं चटकन तिच्यापाशी येऊन तिला काही ड्रिंक हवंय का, असं विचारलं. तिनं फक्त मानेनंच 'नाही' म्हटलं. तिनं बोटांनी स्पर्श केलेली कोणतीही वस्तू – ग्लास, प्लेट, काटेचमचे, ॲश ट्रे किंवा काहीही – हळूच घेऊन जाण्यासाठी त्यानं वेटरला आधीच पैसे चारलेले होते. पण आता त्याचा काही उपयोग नव्हता.

"काही खाणार?" समोरच्या मिनरल वॉटरचा एक घुटका घेत फिचनं विचारलं.

"नाही. मला घाई आहे."

"का बरं?"

"कारण मी इथे जेवढी जास्त वेळ थांबेन, तेवढे जास्त फोटो तुझी माणसं घेतील."

"पण मी एकटाच आलोय."

"हो, प्रश्नच नाही. ते तांबडे सॉक्स कसे वाटले तुला?" तेवढ्यात पलीकडच्या कोपऱ्यातल्या जॅझ बँडनं काहीतरी गाणं वाजवायला सुरुवात केली. तिनं मात्र तिकडे साफ दुर्लक्ष केलं. तिची नजर त्याच्या डोळ्यांवर खिळलेली होती.

फिचनं फक्त मान झटकली. आपल्या खटल्यातल्या एका ज्यूररच्या मैत्रिणीशी आपण बोलतोय, यावर त्याचा अजूनही विश्वास बसत नव्हता. ज्यूरर लोकांशी त्यानं आजवर वेगवेगळ्या पद्धतींनी, हस्ते परहस्ते संपर्क साधलेला होता, पण ही तर चक्क त्याच्या ज्यूररची प्रेमिका होती.

आणि मुख्य म्हणजे, तीच त्याच्याकडे स्वत:हून आलेली होती.

"मूळचा कुठला आहे तो?" त्यानं विचारलं.

"त्यानं काय फरक पडतो?"

"तो तुझा नवरा आहे का?"

"नाही."

"मग बॉयफ्रेंड?"

"फार प्रश्न विचारतोस तू."

"ही प्रश्नचिन्हं तूच निर्माण करतेयस आणि मी ते तुला विचारावेत, हीच तुझी अपेक्षा असते.'

"आमची फक्त ओळख आहे."

"निकोलस ईस्टर हे नाव त्यानं कधी घेतलं?"

"काय फरक पडतो? ते त्याचं कायद्यानं घेतलेलं नाव आहे, तो मिसिसिपी राज्याचा कायदेशीर रहिवासी आहे, तिथला अधिकृत मतदार आहे. त्याला वाटलं तर तो दर महिन्याला वेगळं नाव घेऊ शकतो."

अजूनही तिनं आपले हात हनुवटीखालीच ठेवलेले होते. हातांचे ठसे कशावर तरी सोडण्याची चूक ही पोरगी करणं शक्य नाही, हे त्यानं ताडलं. "आणि तुझं काय?"

"माझं काय?" तिनं उलट विचारलं.

"तू काही मिसिसिपी राज्यात मतदार म्हणून नाव नोंदलेलं नाहीस."

"हे तुला कसं कळलं?"

"आम्ही ते तपासून बघितलंय – अर्थात, तुझं नाव खरंच 'मार्ली' असं असलं आणि त्याचं स्पेलिंगही बरोबर असलं तरच."

"फारच गोष्टी गृहीत धरतोयस तू."

"ते तर माझं काम आहे. तू निदान या किनारी भागातली तरी आहेस का?"

"नाही."

ज्यो बॉयनं दोन प्लॅस्टिकच्या बॉक्सकडच्या झाडांच्या कुंड्यांमधून चटकन

खाली वाकून तिच्या चेहऱ्याच्या बाजूचे सहा फोटो घेतले. यापेक्षा जास्त चांगला फोटो घेणं या क्षणी तरी त्याला शक्य नव्हतं. त्यापेक्षा ती तिथून निघेल तेव्हा आपल्याला जास्त चांगली संधी मिळेल, असा विचार करून त्यानं खालच्या कॅनॉलजवळच्या झाडीतच लपून राहायचं ठरवलं.

फिचनं आपल्या ग्लासातले बर्फाचे तुकडे जरा ढवळले. ''अस्सं. मग आपल्या आत्ताच्या भेटीचं कारण?''

''पहिल्या भेटीशिवाय पुढची भेट कशी होईल?''

''हो, पण या भेटींमधून आपल्याला कुठली दिशा मिळणार आहे? कुठे जाणार आहोत आपण?''

''निकालाच्या दिशेनं.''

''याची तू काही ना काही फी घेणार माझ्याकडून.''

''फी? केवढासा शब्द आहे हा. तू आपलं बोलणं टेप करतोयस का?'' खरं तर तिनं हे उगाचच विचारलेलं होतं. तो सगळं बोलणं टेप करत असणार याची तिला पक्की खात्री होती.

''छे, छे! काहीतरीच काय?''

आपल्या बोलण्याची टेप रात्रभर जरी तो ऐकत बसला असता, तरी तिला त्याच्याशी काही कर्तव्य नव्हतं. दुसऱ्या कोणाला ते बोलणं ऐकवून त्याचा काहीच फायदा होण्यासारखा नव्हता. त्याच्याकडे त्याचं स्वत:चंच सामान इतकं होतं, की, ती टेप घेऊन तो पोलिसांकडे किंवा न्यायमूर्तींकडे जाणं शक्यच नव्हतं आणि हे त्याच्या काम करण्याच्या पद्धतीत बसणारं नाही, हेही तिला ठाऊक होतं. टेपच्या आधारे आपल्याला ब्लॅकमेल करण्याचा विचारही त्याच्या मनाला कधी शिवणार नाही, हेही तिला पक्कं माहीत होतं.

तो कोणत्या ना कोणत्या पद्धतीनं आपले फोटो घेत असणार हेही तिनं गृहीत धरलं होतं. घेऊ देत हवे तेवढे फोटो. तो आणि त्याचे साथीदार हॉटेलभर आपल्यावर नजर ठेवतील, आपण कुणाशी बोलतो ते ऐकायचा प्रयत्न करतील. करू देत. आपणही जरा लपाछपी खेळू. तेवढीच गंमत.

''या क्षणी तरी आपण पैशाबद्दल बोलायला नको, फिच. काय?''

''तुला हवं त्या विषयावर आपण बोलू. ही भेट तू ठरवलीयस.''

''त्याच्या अपार्टमेंटमध्ये तुझ्या माणसाला चोरून कशाला पाठवलंस तू?''

''तेच तर आमचं काम आहे.''

''हर्मन ग्राईम्स कसा वाटतो तुला?'' तिनं विचारलं.

''ते मला कशाला विचारतेस? ज्यूरी रूममध्ये काय घडतं, हे तुला चांगलं माहितय.''

''तू किती हुशार आहेस ते अजमावतेय मी. तू जो ज्यूरी तज्ज्ञांचा आणि वकिलांचा एवढा मोठा फौजफाटा कामाला लावलायस, त्यांच्याकडून तुला तुझ्या पैशाचा मोबदला मिळतोय का, हे बघायचंय मला.''

''मी अजूनपर्यंत एकही खटला हरलेलो नाही. याचा अर्थच असा की, मला माझ्या पैशाचा पुरेपूर मोबदला मिळतोय.''

''मग सांग ना, हर्मनबद्दल तुझं काय मत आहे?''

क्षणभर विचार करत फिचनं खूण करून मिनरल वॉटरचा आणखी एक ग्लास मागवला. ''या ज्यूरीच्या निकालावर त्याच्या मतांचा फार परिणाम होण्यासारखा आहे, कारण त्याची मतं फार पक्की असतात. सध्या तरी त्याचं मत पक्कं झालेलं नाहीय. कोर्टरूममधल्या कामाचा शब्दन्‌शब्द तो कान देऊन ऐकतो, त्यामुळे तुझ्या दोस्ताचा अपवाद वगळता इतर सगळ्या ज्यूरर लोकांपेक्षा त्याला जास्त माहिती आहे. बरोबर आहे का माझा अंदाज?''

''बराच जवळ आहेस तू.''

''वा! ऐकून बरं वाटलं. तुझ्या मित्राशी किती वेळ बोलतेस तू?''

''अधूनमधून. आजच्या ज्यूरर लोकांच्या आंदोलनाला एकट्या हर्मननं विरोध केला होता, माहितय तुला?''

''नाही, पण त्यांनी मुळात हे का केलं?''

''त्यांच्या काही अटी होत्या. माणसाच्या नेहमीच्याच इच्छा, दुसरं काय? फोन, टीव्ही, सेक्स, चर्च, बीअर, वगैरे.''

''त्यांचा नेता कोण होता?''

''पहिल्या दिवसापासून ज्यानं त्यांचं नेतृत्व केलंय, तोच.''

''अस्सं.''

''म्हणून तर मी इथे आलेय, फिच. सगळ्या गोष्टी जर माझ्या मित्राच्या हातात नसत्या तर मी तुला काही ऑफरच करू शकले नसते.''

''आणि काय ऑफर करतेयस तू?''

''मी आत्ताच म्हटलं ना, पैशाबद्दल आपण या क्षणी काहीच बोलायला नको.''

तेवढ्यात वेटरनं फिचपुढे मिनरल वॉटरचा नवा ग्लास ठेवला आणि मार्लीलाही काही हवं का, ते विचारलं. ''हो, एक डाएट कोला, प्लॅस्टिक ग्लासमध्ये.'' तिनं म्हटलं.

''पण आमच्याकडे प्लॅस्टिकचे ग्लास नसतात, मॅम.''

वेटरने गोंधळून दोघांकडे आळीपाळीनं बघत म्हटलं.

''मग जाऊ दे. मला काहीच नको.'' मार्लीनं फिचकडे बघून काहीसं चेष्टेनं हसत म्हटलं.

फिचनं आपलं घोडं पुढे दामटायचं ठरवलं. ''पण सध्या ज्यूरीचा एकंदरीत मूड कसा आहे?''

''कंटाळलेत सगळे. हरेरा तर म्हणतो, सगळे खटला चालवणारे वकील म्हणजे समाजाला लागलेली कीड आहे आणि फालतू कारणावरून भरलेल्या खटल्यांवर बंदी घातली पाहिजे.''

''असं? म्हणजे हा तर माझा हीरो झाला. पण ही मतं तो बाकीच्या ज्यूरर लोकांच्या गळी उतरवू शकेल का?''

''शक्यच नाही. ज्यूरींपैकी कोणाशीही त्याचं पटत नाही. प्रत्येकजण त्याच्यावर भडकून असतो.''

''मग बायकांपैकी सगळ्यात मनमिळाऊ कोण आहे?''

''मिली डुप्री ही जणू सगळ्यांची आई आहे, पण तिचा फारसा प्रभाव पडणार नाही. रिकी अत्यंत गोड आहे, सगळ्यांना ती आवडते, पण तब्येतीबद्दल, आरोग्याबद्दल ती एकदम दक्ष असते. तुम्हाला ती त्रासदायक ठरणार.''

''त्यात धक्कादायक असं काहीच नाही.''

''मग तुला धक्का देऊ का, फिच?''

''सांग ना.''

''खटला सुरू झाल्यापासून एका ज्यूररनं खरोखरच नव्यानं सिगारेट ओढायला सुरुवात केलीय. तो कोण, सांग बरं?''

क्षणभर फिचचा आपल्या कानांवर विश्वासच बसेना. त्यानं बारीक डोळे करून तिच्याकडे पाहिलं, ''काय? सिगारेट ओढायला सुरुवात केलीय?''

''हो.''

''नाही सांगता येत.''

''ईस्टरनं. बसला ना धक्का?''

''तुझ्या दोस्तानं?''

''हो. फिच, आता मला जायलं हवं. उद्या तुला फोन करेन.'' ती चटकन उठली आणि आली होती तशीच कुणाला काही कळायच्या आत नाहीशी झाली.

तिच्या जाण्याच्या वेगाचाच फिचला इतका धक्का बसलेला होता की, सावरून त्यानं काही करायच्या आधी दान्तेनंच हालचाल केली. त्यानं लॉबीत थांबलेल्या पँगला सेल फोनवरून ही खबर दिली. पँगला ती लिफ्टमधून बाहेर येऊन हॉटेलबाहेर पडताना दिसली. जंपरनं चालत तिचा दोन चौक पाठलाग केला, पण जवळच्याच एक गर्दी असलेल्या गल्लीत तिनं त्यालाही हुलकावणी दिली.

नंतर एक तासभर त्यांनी तिचा रस्त्यांवर, पार्किंग लॉटमध्ये, गॅरेजमध्ये, हॉटेलांमध्ये शोध घेण्याचा प्रयत्न केला, पण ती त्यांना दिसली नाही. दुबाझचा फोन

आला तेव्हा फिच 'सेंट रेगीस' मधल्या आपल्या रूममध्ये होता. दुबाझला त्यानं विमानतळावर थांबायला सांगितलं होतं. त्यानं फिचला कळवलं, तासाभरानं निघून रात्री दहा वाजून पन्नास मिनिटांनी मोबाईलला उतरणाऱ्या एका विमानाची ती वाट बघत थांबलीय. तिचा पाठलाग करू नकोस, फिचनं दुबाझला फर्मावलं आणि बिलॉक्सीतल्या आपल्या आणखी दोघा हस्तकांना फोन केला. ते दोघं धावतपळत गाडीत बसले आणि झपाट्यानं मोबाईलच्या विमानतळावर आले.

मार्ली बिलॉक्सी शहरातल्या बॅक बे भागातल्या एका अपार्टमेंटमध्ये राहत होती. घरापासून वीस मिनिटांच्या अंतरावर आल्यानंतर तिनं सेलफोन वरून पोलिसांना ९११ नंबरवर फोन करून कळवलं की, दोन गुंड एका फोर्ड टॉरसमधून, मोबाईल विमानतळापासूनच आपला पाठलाग करतायत आणि आपल्या जिवाला धोका आहे. पोलिसांचा माणूस तिला सूचना देत गेला, त्यानुसार ती आपल्या गाडीतून वेगवेगळ्या रस्त्यांवरून फिरत राहिली आणि अचानक एका रात्रभर उघडा असणाऱ्या पेट्रोल पंपावर तिनं गाडी उभी केली. ती गाडीत पेट्रोल भरून घेत असताना त्या फोर्ड टॉरस गाडीच्या मागे एक पोलीस कार येऊन उभी राहिली. फोर्ड टॉरस त्या वेळी एका कोपऱ्यावरच्या बंद झालेल्या दुकानामागे दडण्याच्या प्रयत्नात होती. पोलिसांनी गाडीतल्या दोघांना उतरायला लावलं आणि ते सरळ त्या दोघांना घेऊन मार्लीपाशीच आले.

प्रचंड घाबरल्याची मार्लीनं उत्कृष्ट बतावणी केली. ती रडत गेली आणि पोलिसांचा पारा चढत गेला. थोड्याच वेळात फिचच्या त्या दोघा हस्तकांची तुरुंगात रवानगी झाली.

रात्री दहा वाजता आडदांड देहाच्या चक्नं एक खुर्ची आणून मोटेलच्या कॉरिडॉरच्या टोकाशी ठेवली. आता रात्रभर त्याला इथे पहारा द्यायचा होता. आज बुधवार होता. ज्यूरींना मोटेलमध्ये हलवल्यानंतरची ही दुसरी रात्री होती. आधी ठरवल्यानुसार निकोलसनं रात्री सव्वाअकरा वाजता चक्च्या रूममध्ये फोन केला. फोन घ्यायला चक् उठल्याबरोबर जेरी आणि निकोलस आपापल्या रूममधून निसटले आणि सहज चालत लू डेलच्या रूमशेजारच्या दारातून बाहेर पडले. लू डेल शांत झोपी गेलेली होती. दिवसभर कोर्टरूममध्ये उभ्या उभ्या झोप काढलेला विलिसही त्याच्या रूममध्ये खर्जात घोरत होता.

मोटेलच्या दर्शनी लॉबीतून न जाता जेरी आणि निकोलस अंधाराचा फायदा घेऊन बाहेर पडले. त्यांनी आधीच ठरवून ठेवलेली टॅक्सी बरोबर ठरलेल्या जागी उभी होती. पंधरा मिनिटांनी ते बिलॉक्सीच्या किनाऱ्याजवळच्या 'द नगेट कॅसिनो' मध्ये शिरले. तिथल्या स्पोर्ट्स बारमध्ये त्यांच्या प्रत्येकी तीन बीअर पिऊन होईपर्यंत जेरीनं

एका हॉकी मॅचवर शंभर डॉलर्स हरून झाले होते. तिथेच बसलेल्या दोघी विवाहित पोरींशी त्यांनी चेष्टामस्करी सुरू केली. त्या दोघींचे नवरेही तिथेच कुठेतरी जुगार खेळत होते. त्यांच्या चेष्टामस्करीनं जरासं गंभीर रूप धारण करायला सुरुवात केली. एक वाजता निकोलस बारमधून बाहेर पडला आणि पाच डॉलर्सचा ब्लॅकजॅक खेळायला येऊन बसला. आता मात्र तो डिकॅफ केलेली कॉफी पीत होता. ब्लॅकजॅक खेळत तो गर्दी कमी होण्याची वाट बघत बसला.

तेवढ्यात मार्ली त्याच्याशेजारच्या खुर्चीवर हळूच येऊन बसली. पण ती काहीच बोलली नाही. निकोलसनं चिप्सचा एक छोटासा गठ्ठा तिच्यासमोर ठेवला. आता त्यांच्याशिवाय फक्त एक कॉलेजातला पोरगाच खेळत होता आणि तोही चांगलाच मद्यधुंद होता. 'वर चल' पत्ते वाटले जात असताना मार्ली हळूच कुजबुजली.

दोघं एकमेकांना वर भेटले. पलीकडे पार्किंग लॉट दिसत होता. दूरवर समुद्राची काळी जाड रेघ दिसत होती. लाटांचा मंद आवाज येत होता. नोव्हेंबर महिन्यातली थंड, हलकी हवा होती. आसपास कोणीही दिसत नव्हतं. बीचवर जाऊन दोघांनी एकमेकांना गाढ आलिंगन देऊन चुंबनं घेतली. मग तिनं त्याला आपल्या न्यू ऑर्लिन्स प्रवासात काय घडलं ते संपूर्णपणे, खुलासेवार सांगितलं. पोलीस कोठडीत असलेल्या फिचच्या दोघा गुंडांच्या प्रसंगांचं वर्णन तिनं केलं, तेव्हा ते पोट धरधरून हसले. सकाळी आपण फिचला फोन करून त्या दोघांना सोडवू, असं तिनं सांगितलं.

आणखी थोडाच वेळ त्यांनी कामाच्या गप्पा मारल्या, कारण तिकडे जेरीनं नको एवढी बीअर पिऊन सगळेच पैसे जुगारात घालवण्याच्या आत किंवा दुसऱ्याच कुणाच्या बायकोबरोबर पकडला जाण्याच्या आत निकोलसला त्याला घेऊन मोटेल गाठायचं होतं.

त्या दोघांकडेही छोटेसे सेलफोन होते. पण फार काळ सेलफोनवरून बोलणंही बरं नव्हतं. पण त्यातल्या त्यात खबरदारी म्हणून त्यांनी आपसात नवे पासवर्ड आणि सांकेतिक शब्द ठरवून घेतले.

तिचं एक शेवटचं चुंबन घेऊन निकोलस जेरीला घेण्यासाठी निघून गेला.

वेगवेगळ्या संशोधकांनी आकडेवारीच्या आणि आलेखांच्या साहाय्यानं केलेली लेक्चरबाजी ऐकून ज्यूरीतली मंडळी बहुधा कंटाळली असावीत, असा वेन्डेल ऱ्होरचा अंदाज होता. त्याचे ज्यूरी तज्ज्ञ लोक त्याला सांगत होते की, ज्यूरींना फुप्फुसांच्या कॅन्सरच्या आणि धूम्रपानाच्या माहितीचा डोस जरा जास्त होतोय आणि सिगारेटचं व्यसन लागतं, त्या प्रकृतीला घातक असतात याची तर त्यांना बहुधा खटला सुरू व्हायच्या आधीच खात्री झालेली होती. त्याची स्वत:चीही खात्री पटलेली होती की, ब्रिस्टल सिगारेट्स आणि जेकब वुडचा जीव घेतलेला फुप्फुसांचा

कॅन्सर, यांमध्ये स्पष्ट कार्यकारणसंबंध आहे, हे आपण बरंचसं परिणामकारकपणे सिद्ध केलंय आणि आता खरं तर केस जराशी थंड करण्याची वेळ झालीय. गुरुवारी सकाळी त्यानं कोर्टरूममध्ये सांगितलं की, फिर्यादीचा पुढचा साक्षीदार म्हणून आपल्याला लॉरेन्स क्रिग्लरला बोलवायचंय. क्रिग्लरला पाचारण करून तो साक्षीदाराच्या पिंजऱ्यात येईपर्यंत जी काही दोन-चार मिनिटं गेली असतील, तेवढ्या वेळात बचाव पक्षाच्या टेबलावर चांगलाच तणाव निर्माण झालेला फिर्यादी पक्षाच्या वकिलांना जाणवला. फिर्यादी पक्षाच्या वकिलांच्या गटातून जॉन रायले मिल्टन हा आणखी एक वकील उठला आणि ज्यूरींकडे बघून मधाळ हसत पुढे आला.

जवळजवळ सत्तरीला आलेला असूनही लॉरेन्स क्रिग्लरच्या एकंदर दिसण्यातून, हालचालीतून त्याचं वय मुळीच जाणवत नव्हतं. धडधाकट दिसणारा, उत्तम तब्येत राखलेला हा रापलेल्या चेहऱ्याचा माणूस त्याच्या वयाला न शोभणाऱ्या चपळाईनं चालत साक्षीदाराच्या पिंजऱ्यात आला. जेकब वुडची व्हिडिओ वगळता ज्याच्या नावामागे 'डॉक्टर' ही उपाधी नाही, असा हा पहिलाच साक्षीदार होता. पायनेक्स सोडल्यावर तो आता फ्लोरिडामध्ये निवृत्तीचं जीवन जगत होता. जॉन रायले मिल्टननं त्याला सुरुवातीचे औपचारिक प्रश्न भराभर विचारून घेतले, कारण खरी मजा तर पुढेच होती.

नॉर्थ कॅरोलिना स्टेट युनिव्हर्सिटीची इंजिनिअरिंगची पदवी मिळवलेल्या क्रिग्लरनं पायनेक्समध्ये तीस वर्षं नोकरी केली होती. तेरा वर्षांपूर्वी त्यानं पायनेक्सवर खटला भरून नोकरी सोडली होती. पायनेक्सनंही त्याच्यावर उलट खटला भरला होता. पण त्यांनी कोर्टाबाहेरच समेट केला होता आणि एकमेकांवरचे खटले काढून घेतले होते. समेटाच्या अटी मात्र गुप्तच राहिल्या होत्या.

त्याला नोकरीवर घेतल्यानंतर कंपनीनं – त्या वेळी कंपनीचं नाव युनियन टोबॅको, किंवा नुसतंच 'यू-टॅब' असं होतं – त्याला क्यूबामध्ये, तिथल्या तंबाखूच्या उत्पादनाचा अभ्यास करण्यासाठी पाठवलं होतं. त्यानंतर नोकरी सोडेपर्यंत तरी त्याचं हेच कार्यक्षेत्र राहिलं होतं. तंबाखूचं रोप, त्याचं पान यांचा त्यानं अभ्यास केला होता, तंबाखूचं जास्त चांगलं उत्पादन करण्याच्या शेकडो मार्गांचा त्यानं अभ्यास केला होता. स्वत:ला जरी तो या बाबतीतला तज्ज्ञ समजत असला, तरी या क्षणी मात्र तो तज्ज्ञ म्हणून साक्ष देत नव्हता किंवा आपली मतंही मांडत नव्हता. तो फक्त सत्य परिस्थितीचं वर्णन करणार होता.

१९६९ साली त्यानं कंपनीसाठी तीन वर्षं घालवून एक संशोधन पूर्ण केलं होतं. 'रॅले-४' नावाच्या एका तंबाखूच्या नवीनच प्रकाराची प्रायोगिक तत्त्वावर लागवड करण्याच्या योग्यायोग्यतेचा हा अभ्यास होता. या जातीत नेहमीच्या तंबाखूच्या मानानं एक तृतीयांशच निकोटिनचा अंश होता. 'रॅले-४' या तंबाखूच्या

जातीची लागवड 'यू-टॅब' कंपनी त्या वेळी करत असलेल्या इतर तंबाखूच्या जातींच्या इतकीच किफायतशीरपणे करता येऊ शकेल, असं त्यानं भरपूर पुरावे देऊन सिद्ध केलं होतं.

हे अत्यंत महत्त्वाचं आणि वेगळंच संशोधन होतं. आपण स्वत: ते केल्याचा त्याला रास्त अभिमान होता. पण सुरुवातीला कंपनीतल्या वरिष्ठांनी जेव्हा त्याच्या संशोधनाकडे साफ दुर्लक्ष केलं होतं, तेव्हा तो प्रचंड निराश झाला होता. वरिष्ठ नोकरशहांशी विरोध करत त्यानं नेटानं आपलं संशोधन आणखी 'वर' घेऊन जाण्याचे भरपूर प्रयत्न केले होते पण त्यातही त्याच्या पदरी निराशाच पडली होती. अतिशय कमी निकोटिन असलेल्या या तंबाखूच्या नवीन जातीकडे कोणी लक्षच द्यायला तयार नाही, असं दिसत होतं.

पुढे मात्र त्याला आपला केवढा गैरसमज झालाय, हे लक्षात आलं होतं. निकोटिनच्या प्रमाणाबद्दल आपले बॉस लोक भलतेच जागरूक आहेत, हे त्याला कळलं होतं. १९७१ च्या उन्हाळ्याच्या दिवसांमध्ये त्याच्या हातात एक मेमो लागला होता. त्याच्या बॉस लोकांनी कंपनीच्या वरिष्ठ व्यवस्थापनाला पाठवलेल्या त्या मेमोमध्ये स्पष्ट लिहिलेलं होतं की, क्रिग्लरनं शोधलेल्या 'रॅले-४' या नवीन जातीचं संशोधन गुप्तपणे दडपून टाकण्यासाठी शक्य ते सर्व उपाय केले जावेत. म्हणजे त्याच्याच माणसांनी त्याच्या पाठीत सुरी भोसकण्याचा हा प्रकार होता. क्रिग्लर गप्पच राहिला होता. आपल्या हाती हा मेमो लागल्याचं कोणालाही कळू न देता त्यानं आपल्याविरुद्ध रचलेल्या या कारस्थानामागच्या कारणांचा शोध घ्यायला सुरुवात केली होती.

या वेळी जॉन रायले मिल्टननं दोन नवे पुरावे कोर्टापुढे सादर केले – एक होती क्रिग्लरनं १९६९ मध्ये पूर्ण केलेल्या संशोधनाच्या कागदपत्रांची जाडजूड फाईल आणि दुसरा होता तो १९७१ सालचा मेमो.

क्रिग्लरला त्याच्या प्रश्नाचं उत्तर मिळालं होतं. हेच कारण असणार याचा त्याला आधीपासूनच असलेला संशय खरा ठरला होता. 'रॅले-४' ह्या तंबाखूच्या, फारच कमी निकोटिनचं प्रमाण असलेल्या जातीचं उत्पादन करणं 'यू-टॅब' कंपनीला परवडणारच नव्हतं, कारण निकोटिन हेच तर कंपनीच्या नफ्याचं सगळ्यात मोठं कारण होतं. १९३० च्या दशकापासूनच सिगारेट उद्योगाला समजलेलं होतं की, निकोटिनचं माणसाला व्यसन लागतं.

"सगळ्या उद्योगालाच ही माहिती होती हे तुम्हाला काय माहीत?" मिल्टननं मुद्दामच विचारलं. अत्यंत कंटाळलेले आणि निर्विकार दिसण्याचा आटोकाट प्रयत्न करत असलेले बचाव पक्षाचे वकील सोडले, तर कोर्टरूममधला प्रत्येकजण कमालीच्या एकाग्रपणे साक्षीतला प्रत्येक शब्द ऐकत होता.

''सिगारेट उत्पादक उद्योगात ही गोष्ट सगळ्यांनाच माहितेय.'' क्रिग्लरनं उत्तर दिलं. ''एकोणीसशे तीसच्या दशकाच्या शेवटच्या दिवसांमध्ये एक गुप्त संशोधन झालं होतं. त्याचा पैसा एका सिगारेट कंपनीनंच पुरवला होता. या संशोधनात अगदी स्पष्ट सिद्ध झालेलं होतं की, सिगारेटमधल्या निकोटिनचं व्यसन लागतं.''

''तुम्ही पाहिलाय हा रिपोर्ट?''

''नाही. तो उत्कृष्टपणे दडपून टाकला गेलाय.'' क्षणभर थांबून क्रिग्लरनं बचाव पक्षाच्या टेबलाकडे एक कटाक्ष टाकला. आता मुख्य तोफ डागायचा क्षण आलेला होता. ''पण मग माझ्या दृष्टीला एक –''

''ऑब्जेक्शन!'' ताडकन उठत केबलनं गर्जना केली. ''हा साक्षीदार लेखी स्वरूपात त्यानं जे काही वाचलं असेल अगर नसेल, ते इथे सांगू शकत नाही. याला अनेक कारणं आहेत आणि या मुद्द्यावर आम्ही जी कागदपत्रं फाईल केली आहेत, त्यात ती कारणं सविस्तर सांगितलेली आहेत.''

ही जी ब्रीफ होती, ती ऐंशी पानांची होती आणि त्यावर गेला महिनाभर चर्चा होत आलेली होती आणि न्यायमूर्तींनी त्यावर लेखी निर्णयही दिलेला होता.

''तुमच्या ऑब्जेक्शनची नोंद घेतलीय, मि. केबल. मि. क्रिग्लर, तुमचं बोलणं पुढे सुरू करा.''

''एकोणीसशे त्र्याहत्तरच्या हिवाळ्यात माझ्या दृष्टीला एक एकपानी मेमो पडला. त्यात एकोणीसशे तीसच्या दशकात निकोटिनवर जे संशोधन झालं होतं, त्याचा सारांश दिलेला होता. त्या मेमोच्या अनेकदा कॉपी काढलेल्या होत्या. तो खूप जुना होता आणि त्यात काही किरकोळ बदल केले होते.''

''कसले बदल?''

''त्यातली तारीख आणि ज्या माणसानं तो पाठवला होता त्याचं नाव, या दोन गोष्टी काढून टाकलेल्या होत्या.''

''तो कुणाला पाठवलेला होता?''

''सँडर एस. फ्रॅले नावाच्या व्यक्तीला तो पाठवलेला होता. हा फ्रॅले त्या वेळी ॲलेघनी ग्रोअर्स नावाच्या कंपनीचा प्रेसिडेंट होता आणि ॲलेघनी ग्रोअर्स कंपनीचं नाव आता कॉनपॅक असं आहे.''

''ही पण एक तंबाखू उत्पादन करणारी कंपनी आहे ना?''

''हो. ही कंपनी स्वत:ला कंझ्युमर प्रॉडक्ट कंपनी म्हणवते खरी, पण तिचा बहुतांश व्यवसाय हा सिगारेट बनवण्याचाच आहे.''

''हा फ्रॅले तिचा प्रेसिडेंट कधी होता?''

''एकोणीसशे एकतीसपासून एकोणीसशे बेचाळीसपर्यंत.''

''म्हणजे हा मेमो एकोणीसशे बेचाळीसच्या आधी पाठवलेला होता, असं

समजायला हरकत नाही, हो ना?''

''हो. कारण एकोणीसशे बेचाळीस सालीच फ्रॅलेचा मृत्यू झाला.''

''हा मेमो तुम्ही कुठे बघितलात?''

''पायनेक्सच्या रिचमंडमधल्या केंद्रात. पायनेक्सचं नाव जेव्हा युनियन टोबॅको होतं, तेव्हा त्यांचं हेड ऑफिस रिचमंडमध्ये होतं. एकोणीसशे एकोणऐंशी साली कंपनीनं ते नाव बदलून आताचं नाव घेतलं आणि कारभार न्यू जर्सीमध्ये हलवला. पण रिचमंडमधल्या बिल्डिंग्ज कंपनी अजूनही वापरते आणि मी नोकरी सोडली त्या वेळी मी तिथेच काम करत होतो. कंपनीची जुनी रेकॉर्ड्स अजून तिथेच आहेत आणि माझ्या ओळखीच्या एका व्यक्तीनं मला हा मेमो दाखवला.''

''कोण होती ती व्यक्ती?''

''तो माझा चांगला मित्र होता. आता तो जिवंत नाहीय. त्याचं नाव कधीही उघड न करण्याचं मी त्याला आश्वासन दिलं होतं.''

''तुम्ही तो मेमोचा कागद प्रत्यक्ष हातात घेतला होता?''

''हो. तसं कशाला, मी त्याची एक कॉपीच करून घेतली होती.''

''मग आता कुठाय ती?''

''ती माझ्या हातात फार दिवस राहणं शक्यच नव्हतं. माझ्या टेबलाच्या ड्रॉवरमध्ये मी ती कुलपात ठेवलेली होती. ज्या दिवशी मी ती कुलपात ठेवली, त्याच्या दुसऱ्या दिवशी मला कामासाठी बाहेरगावी बोलावून घेण्यात आलं आणि माझ्या गैरहजेरीत कोणीतरी माझ्या टेबलातून बऱ्याच काही गोष्टी काढून घेतल्या. त्यात ती मेमोची कॉपीही होती.''

''त्या मेमोत काय लिहिलं होतं, आठवतंय तुम्हाला?''

''हो, चांगलंच आठवतंय. एक गोष्ट लक्षात घ्या की, माझा संशय खरा आहे की खोटा, हे पडताळून पाहण्यासाठी मी कित्येक दिवस माहिती जमवत होतो. त्यामुळे तो मेमो मी विसरणं शक्यच नाही.''

''काय म्हटलं होतं त्यात?''

''तीन किंवा चारच पॅरिग्राफ होते त्यात, सगळं काही अगदी थोडक्यात आणि नेमक्या शब्दात लिहिलेलं होतं. तो मेमो लिहिणाऱ्यानं म्हटलं होतं की, ॲलेघनी ग्रोअर्स कंपनीच्या संशोधन विभागाच्या प्रमुखानं आपल्याला गुप्तपणे जो निकोटिनबद्दलचा रिपोर्ट दाखवला तो आपण नुकताच वाचला. या संशोधन विभागाच्या प्रमुखाचं नाव त्या मेमोत कुठेही नव्हतं. मेमोच्या लेखकानं आपलं मत स्पष्टपणे लिहिलं होतं की, या संशोधनावरून नि:संशयपणे सिद्ध होत होतं की, निकोटिनचं व्यसन लागतं. माझ्या आठवणीप्रमाणे पहिल्या दोन पॅरिग्राफचा हा सारांश होता.''

''आणि पुढच्या पॅरिग्राफमध्ये काय म्हटलं होतं?''

"मेमो लिहिणाऱ्यानं फ्रॅलेला सुचवलेलं होतं की, कंपनीनं सिगारेटमध्ये निकोटिनचं प्रमाण वाढवण्याच्या बाबतीत गंभीरपणे पुनर्विचार करायला हवा. जास्त निकोटिन याचा अर्थ जास्त लोक सिगारेट ओढणार, म्हणजेच पर्यायानं विक्री आणि नफा, दोन्ही गोष्टी वाढणार."

अत्यंत नाट्यपूर्ण पद्धतीनं क्रिग्लर बोलत होता आणि प्रत्येकजण कान देऊन त्याचं बोलणं ऐकत होता. कित्येक दिवसांनी प्रथमच ज्यूरीसुद्धा त्याची प्रत्येक हालचाल उत्सुकपणे बघत होते. 'नफा' हा शब्द तर घाणेरड्या वासाच्या धुरासारखा संपूर्ण कोर्टरूममध्ये कोंदून राहिला.

जॉन रायले मिल्टनही नाटकीपणानं काही क्षण थांबला आणि मग त्यानं पुढे बोलायला सुरुवात केली. "आता मला जरा नीट समजून घेऊ दे. हा जो मेमो होता, तो दुसऱ्या एका कंपनीतल्या कुणीतरी त्या कंपनीत लिहिला आणि त्या कंपनीच्या प्रेसिडेंटला पाठवला. बरोबर?"

"हो, बरोबर."

"ही कंपनी तेव्हाही पायनेक्सची प्रतिस्पर्धी होती आणि आजही आहे. बरोबर?"

"हो."

"मग हा मेमो एकोणीसशे त्र्याहत्तर साली पायनेक्समध्ये कसा आला?"

"ते मला कधीच कळलं नाही. पण या संशोधनाची पायनेक्सला निश्चितपणे माहिती होती. किंबहुना, एकोणीसशे सत्तरच्या दशकाची सुरुवात झाली, तोपर्यंत ही माहिती सिगारेट उद्योगात सगळीकडेच पोचलेली होती."

"हे तुम्हाला कसं माहीत?"

"एक लक्षात घ्या की, मी सिगारेट उद्योगात तीस वर्षं नोकरी केलीय आणि हा संपूर्ण काळ मी उत्पादन क्षेत्रातच होतो. इतर कंपन्यांमध्ये काम करणाऱ्या माझ्यासारख्या लोकांशीही माझं बोलणं होत असे. कधी कधी या सिगारेट कंपन्या कमालीची एकी दाखवतात, असं म्हणायलाही हरकत नाही."

"तुम्ही तुमच्या मित्राकडून या मेमोची आणखी एखादी कॉपी मिळवायचा प्रयत्न केलात?"

"मी बराच प्रयत्न केला, पण ते काही शक्य झालं नाही."

त्या दिवशीच्या सकाळच्या सत्रातली नेहमीची पंधरा मिनिटांची कॉफीची सुट्टी सोडली, तर क्रिग्लरची साक्ष न थांबता चालू राहिली. तीन तासांचा हा वेळ फारच भराभर गेला. खटल्यातला हा अत्यंत महत्त्वाचा क्षण होता. पूर्वीच्या एका कर्मचाऱ्यानं कंपनीतली घाणेरडी गुपितं उघड करण्याचं हे नाटक अत्यंत सफाईनं पार पडलं. इतकं की, ज्यूरींना नेहमीप्रमाणे लंचची आठवण, त्या वेळची अस्वस्थता, काहीही

जाणवलं नाही. वकील मंडळी कधी नव्हे इतक्या बारकाईनं त्यांचं निरीक्षण करत होती. न्यायमूर्ती तर क्रिग्लरचा प्रत्येक शब्द लिहून घेत असल्यासारखे वाटत होते.

वार्ताहर मंडळी कान देऊन सगळं ऐकत होती, ज्यूरी तज्ज्ञही कधी नव्हे इतके लक्ष देऊन ऐकत होते आणि ज्यूरींचं बारकाईनं निरीक्षण करत होते. वॉल स्ट्रीटमधून आलेल्या तज्ज्ञ मंडळींना तर कधी एकदा साक्ष संपते आणि कधी आपण फोन करतो असं झालं होतं. रोजच्या त्याच त्या कारभाराला कंटाळलेल्या कोर्टात नेहमी येणाऱ्या स्थानिक वकिलांना ही साक्ष कायमची लक्षात राहणार होती. अगदी पहिल्या रांगेत बसलेल्या लू डेलनंसुद्धा तिचं विणकाम थांबवलेलं होतं.

फिच आपल्या ऑफिसात बसून कोर्टरूममधलं हे उलगडत चाललेलं नाट्य पडद्यावर बघत होता आणि ऐकत होता. खरं तर क्रिग्लरची साक्ष पुढच्या आठवड्यात सुरुवातीला होणार असं ठरलेलं होतं. नंतर एकदा तो साक्षीलाच येणार नाही, अशीही शक्यता निर्माण झालेली होती. तो मेमो प्रत्यक्ष वाचलेल्या मोजक्या लोकांपैकी फिचही एक होता आणि क्रिग्लरनं तो मेमो समोर नसतानाही त्यात लिहिलेल्या सगळ्याच गोष्टी केवळ स्मृतीच्या बळावर सांगितल्या आहेत, हे त्याच्या लक्षात आलं. क्रिग्लर खरं तेच सांगतोय हे सगळ्यांनाच पटलेलं होतं.

नऊ वर्षांपूर्वी या चार कंपन्यांनी जेव्हा फिचला हे काम दिलं होतं, तेव्हा त्याला सांगितलेल्या पहिल्या काही कामगिऱ्यांपैकी एक कामगिरी होती की, त्यानं या मेमोची प्रत्येक कॉपी शोधून काढून नष्ट करायची. त्याचं हे काम अजूनही सुरू होतं.

केबलसकट फिचनं आतापर्यंत नेमलेल्या एकाही वकिलानं हा मेमो पाहिलेला नव्हता.

या मेमोच्या अस्तित्वावरून आणि ते मान्य करण्यावरून कोर्टरूममध्ये एक जोरदार चकमक झडलेली होती. अशा हरवलेल्या कागदपत्रांचं तोंडी वर्णन ग्राह्य धरायला खरं तर पुराव्यासंबंधीचे नियम मज्जाव करतात. याची कारणंही उघड आहेत. प्रत्यक्ष कागद हाच सर्वोत्तम पुरावा मानला जातो. पण कायद्यातल्या प्रत्येक क्षेत्रात अपवाद असतात, अपवादांनासुद्धा अपवाद असतात. त्यामुळे ऱ्होर आणि कंपनीनं हर प्रकारे प्रयत्न करून न्यायमूर्तींना पटवून दिलं होतं की, हा मेमो प्रत्यक्षात जरी हरवलेला असला, तरी क्रिग्लरनं त्याचं केलेलं वर्णन आणि मजकुराचा आशय हा ज्यूरींपुढे सादर व्हावा.

आता उलटतपासणीत दुपारी केबल क्रिग्लरला उलटासुलटा करणार होता खरा, पण व्हायचं ते नुकसान आधीच होऊन गेलं होतं. फिचनं लंच घेण्याचा विचार सोडून दिला आणि स्वतःला ऑफिसात कोंडून घेतलं.

लंचच्या वेळी ज्यूरी रूममधलं वातावरण पार बदलून गेलेलं होतं. सकाळी

चाललेल्या फुटबॉलच्या आणि रेसिपीजच्या गप्पांच्या जागी आता संपूर्ण शांतता होती. गेले दोन आठवडे भरपूर पैसे मोजून, इतक्या लांबचा प्रवास करून इथे शास्त्रीय स्वरूपाच्या कंटाळवाण्या साक्षी द्यायला आणलेल्या महान तज्ज्ञ मंडळींच्या साक्षी ऐकून ही सगळी मंडळी अक्षरश: झोपी जायच्या अवस्थेत आली होती. आज मात्र क्रिग्लरच्या सनसनाटी साक्षीनं त्यांना खडबडून, गदागदा हलवून जागं केलं होतं.

खाण्यात फारसं कुणाचं लक्षच नव्हतं. जो-तो शून्यात नजर लावून विचारात गढून गेला होता. बहुतेकांना आपल्या कुणातरी दोस्ताला किंवा मैत्रिणीला घेऊन शेजारच्या खोलीत जावं आणि आपण जे काही ऐकलं त्यावर गप्पा माराव्यात, अशी अनावर इच्छा होत होती. तू ऐकलंस नीट? तो काय म्हणत होता, तुला समजलं? ही माणसं, लोकांना सिगारेटचं व्यसन लागावं म्हणून मुद्दाम निकोटिनची पातळी जास्त ठेवतायत!

आणि त्यांनी ते केलंही. सिगारेट ओढणारी मंडळी भराभरा आपलं खाणं उरकून त्यांच्या खास स्मोकिंग रूममध्ये गेली. आता खरं तर स्टेला निघून गेल्यामुळे ते तिघंच उरले होते, पण त्यात निकोलसनं मुद्दाम सिगारेट ओढायला सुरुवात केल्यामुळे ते पुन्हा चौघं झाले होते. तो, जेरी, पूडल आणि एंजल वीझ, चौघंही फोल्डिंगच्या खुर्च्यांवर बसून उघड्या खिडकीतून सिगारेटचे झुरके बाहेर सोडत बसले. निकोटिन जास्त असल्याचं समजल्यावरून निकोलसनं उगाचच 'सिगारेट जरा जड लागतेय' असं विनोदानं म्हटलं, पण कुणीच हसलं नाही.

ग्लॅडिस कार्ड आणि मिली डुप्री या दोघींना नेमकं एकाच वेळी लेडीज रेस्ट रूममध्ये जायची इच्छा झाली. बेसिनपाशी हात धूत, उगाच रेंगाळत त्या आरशासमोर उभ्या राहून गप्पा मारत राहिल्या. मध्येच लॉरीन ड्यूकही आत आली आणि तिनंही सिगारेट कंपन्यांबद्दलचा आपला संताप उघड करायला सुरुवात केली.

लंचचं टेबल स्वच्छ झाल्यावर हर्मनपासून दोन खुर्च्या सोडून बसलेल्या लॉनी शेव्हरनं आपला लॅपटॉप उघडला. हर्मननं अगोदरच त्याचा ब्रेल लॅपटॉप उघडून काम सुरू केलेलं होतं. कर्नलनं हर्मनला म्हटलं, "ही साक्ष टाईप करायला तुला कसल्याच मदतीची गरज नसेल ना?" "हं. खरंच कमाल आहे." केसबद्दल यापेक्षा जास्त मतप्रदर्शन करण्याची हर्मनकडून अपेक्षाच नव्हती.

लॉनी शेव्हरवर मात्र साक्षीचा काहीच परिणाम झालेला नव्हता, की त्याला धक्काही बसलेला नव्हता.

फिलिप सॅव्हेलनं लंचच्या सुट्टीतला थोडा वेळ कोर्टाच्या मागच्या बाजूच्या एका विशाल ओक वृक्षाखाली जाऊन योगाचा व्यायाम आणि प्राणायाम करण्याची खास परवानगी न्यायमूर्तींकडून मिळवली होती. त्यामुळे तो एका साहाय्यकाबरोबर तिकडे

गेला. त्यानं शर्ट, सॉक्स, शूज काढून ठेवले आणि हिरवळीवर तो पद्मासनात बसला. इथपर्यंत सगळं ठीक होतं. पण त्यानं जेव्हा मोठ्यानं मंत्र म्हणायला सुरुवात केली, तेव्हा मात्र त्याच्या साहाय्यकानं तिथून हळूच काढता पाय घेतला आणि तो जवळच्या एका सिमेंटच्या बाकावर कोणी आपल्याला ओळखू नये म्हणून मान खाली घालून बसला.

केबलनं क्रिग्लरकडे बघत जणू ते एकमेकांचे जुने दोस्त असल्यासारखं 'हॅलो' म्हटलं. क्रिग्लरनंही तोंड भरून हसत, मोठ्या आत्मविश्वासानं 'गुड आफ्टरनून, मि. केबल' असा प्रतिसाद दिला. सात महिन्यांपूर्वी ऱ्होरच्या ऑफिसात केबल आणि कंपनीनं क्रिग्लरची तीन दिवस व्हिडिओ कॅमेऱ्यासमोर साक्ष घेतली होती. त्या व्हिडिओचा जवळजवळ दोन डझन वकिलांनी, बऱ्याच काही ज्यूरी तज्ज्ञांनी आणि दोन मानसतज्ज्ञांनीही कसून अभ्यास केला होता. क्रिग्लर खरं तेच सांगतोय यावर सगळ्यांचंच एकमत झालं होतं. पण आता मात्र हे सत्य जास्तीत जास्त जमेल तेवढं पुसट करायची गरज होती – ही उलटतपासणी आहे, लक्षात ठेवा, त्यामुळे सत्य-बित्य गेलं खड्ड्यात! या साक्षीदाराला बदनाम करायचं, खोटं ठरवायचं!

कित्येक तास विचार करून सगळ्यांनी मिळून एक धोरण ठरवलं होतं. त्यानुसार केबलनं सुरुवात केली.

"तुमच्या पूर्वीच्या मालकांवर तुम्ही चिडला आहात का?"

"हो."

"त्या कंपनीचा तुम्ही तिरस्कार करता?"

"कंपनी ही फक्त एक संकल्पना असते. तिचा कसला तिरस्कार करणार?"

"तुम्ही युद्धाचा तिरस्कार करता?"

"मी कधी युद्धात भागच घेतलेला नाही."

"मुलांवरच्या अत्याचारांचा तुम्ही तिरस्कार करता?"

"ती अत्यंत घृणास्पद गोष्ट आहे, पण सुदैवानं माझा कधी तिच्याशी प्रत्यक्ष संबंध आलेला नाही."

"मारहाणीचा, मारामारीचा, हिंसेचा तिरस्कार करता?"

"ही पण फार वाईट गोष्ट आहे, पण याही गोष्टीशी माझा कधीच संबंध आलेला नाही."

"म्हणजे तुम्ही कसलाही तिरस्कार करत नाही, असंच ना?"

"करतो ना. ब्रोकोलीचा."

सगळ्या कोर्टरूममधून हास्याची एक लहर दौडली. आपलं काम चांगलंच अवघड आहे हे केबलच्याही लक्षात आलं.

''म्हणजे पायनेक्सचा तुम्ही तिरस्कार करत नाही?''

''नाही.''

''त्या कंपनीत काम करणाऱ्या एखाद्या व्यक्तीचा तुम्ही तिरस्कार करता?''

''नाही. काही जण मला आवडत नाहीत, एवढंच.''

''मग तुम्ही त्या कंपनीत काम करत असताना तिथे काम करत असलेल्या एखाद्या व्यक्तीचा तिरस्कार करता?''

''नाही. तिथे माझे काही शत्रू होते, प्रतिस्पर्धी होते, पण त्या कुणाचा तिरस्कार कधी केल्याचं मला आठवत नाही.''

''मग तुम्ही ज्या लोकांविरुद्ध खटला भरला होतात, त्यांचा तिरस्कार करता?''

''नाही. तेही माझे शत्रू होते, पण ते त्यांचं फक्त कर्तव्य करत होते.''

''म्हणजे तुम्ही तुमच्या शत्रूंवर प्रेम करता का?''

''खरं तर नाही. मी तसा प्रयत्न करायला हवा हे जरी खरं असलं, तरी ते फार अवघड आहे. आणि मी माझ्या शत्रूंवर प्रेम करतो असं मी कुठे म्हटल्याचं मला तरी आठवत नाही.''

क्रिग्लरच्या साक्षीमागे सूडबुद्धी किंवा आकस असावा असं एक चित्र निर्माण करून परिस्थिती बदलता येईल अशी केबलला थोडीफार आशा होती. पण 'तिरस्कार' हा शब्द एकसारखा वापरला तर ज्यूरींचा ग्रह उलटाच होण्याचीही शक्यता होती.

''आज तुम्ही जी साक्ष देताय तिच्यामागचा उद्देश काय?''

''याचं उत्तर जरा गुंतागुंतीचं आहे.''

''पैशासाठी साक्ष देताय?''

''नाही, नाही.''

''इथे येऊन साक्ष देण्यासाठी तुम्हाला मि. ऱ्होर किंवा फिर्यादीच्या इतर कुणाकडून पैसे मिळणार आहेत का?''

''नाही. त्यांनी फक्त मला माझा प्रवासखर्च द्यायचं कबूल केलंय.''

क्रिग्लरनं आपली इथे येण्यामागची कारणं सांगावीत म्हणून त्याला उद्युक्त करायचं, हे तर केबलला मुळीच नको होतं. मिल्टननं विचारलेल्या प्रश्नांची उत्तरं देताना क्रिग्लरनं त्या कारणांचा ओझरता उल्लेख केला होता आणि व्हिडिओ कॅमेऱ्यापुढच्या साक्षीच्या वेळी तर त्यानं केवळ तेवढ्या गोष्टींवर पाच तास घालवले होते. त्यामुळे त्याला आता बाकीच्या गोष्टींमध्ये गुंतवून ठेवणं गरजेचं होतं.

''तुम्ही कधी सिगारेट ओढलीय का, मि. क्रिग्लर?'' केबलनं विचारलं.

''हो. दुर्दैवाची गोष्ट आहे, पण मी वीस वर्षं सिगारेट ओढत होतो.''

''म्हणजे तुम्हाला त्याचा पश्चात्ताप होत होता?''

''हो, प्रश्नच नाही.''

''केव्हा सुरुवात केलीत?''

''एकोणीसशे बावन्न साली मी कंपनीत नोकरीला लागल्यावर. त्या वेळी कंपनी सगळ्या कर्मचाऱ्यांना सिगारेट ओढायला उत्तेजन देत होती. अजूनही देते.''

''वीस वर्षं सिगारेट ओढून तुम्ही तुमच्या तब्येतीचं नुकसान करून घेतलंत, असं वाटतं तुम्हाला?''

''हो, हो. नशीब एवढंच की, मी जेकब वुडसारखा मेलो नाही.''

''तुम्ही सिगारेट कधी सोडलीत?''

''एकोणीसशे त्र्याहत्तरमध्ये. मला जेव्हा निकोटिनबद्दलची ती माहिती मिळाली त्यानंतर लगेच.''

''तुम्हाला असं वाटतं का, की, तुम्ही वीस वर्षं सिगारेट ओढलीत, त्यामुळे तुमची आताची जी तब्येत आहे, ती खराबच झाली आहे?''

''हो, प्रश्नच नाही.''

''तुम्ही सिगारेट ओढायचा जो निर्णय घेतलात त्याला तुमची कंपनी या ना त्या प्रकारे जबाबदार होती, असं वाटतं तुम्हाला?''

''हो. मी आत्ताच सांगितलं तसं, कंपनी कर्मचाऱ्यांना सिगारेट ओढायला उत्तेजन देत होती. आम्हाला कंपनीच्या स्टोअरमध्ये अर्ध्या किमतीला सिगारेट मिळत होत्या. प्रत्येक मीटिंगच्या सुरुवातीला सिगारेटचा बाऊल सगळ्यांकडे फिरवला जायचा. तो कंपनीच्या संस्कृतीचा जणू एक अपरिहार्य भागच बनून गेला होता.''

''मग तुमच्या ऑफिसामध्ये हवा खेळती राहण्याची काही सोय होती?''

''नाही.''

''इतरांनी ओढलेल्या सिगारेटचा धूर कितपत असायचा?''

''भयंकरच होता. तुमच्या डोक्यावर कायमच एक निळ्या धुराचा थर तरंगत असे.''

''म्हणजे, या क्षणी तुमची तब्येत जेवढी चांगली असायला हवी होती तेवढी ती नाही, याबद्दल तुम्ही कंपनीला दोष देता?''

''यात कंपनीचा भाग फारच मोठा होता. नशिबानं मला ती सवय मोडता आली. पण ते भयंकर अवघड गेलं मला.''

''या कारणासाठी तुम्ही कंपनीवर मनात आकस धरलाय?''

''याबद्दल मी असं म्हणेन की, कॉलेजमधून बाहेर पडल्यावर जर दुसऱ्या एखाद्या उद्योगात नोकरी पत्करली असती, तर जास्त बरं झालं असतं.''

''उद्योगात? म्हणजे सगळ्या सिगारेट उद्योगाबद्दलच तुमच्या मनात आकस आहे?''

''सिगारेट उद्योगाबद्दल माझ्या मनात फारशी आपुलकी नाही.''

"मग या कारणासाठी तुम्ही इथे साक्ष द्यायला आला आहात का?"

"मुळीच नाही."

केबलनं हातातले कागद जरा चाळले आणि प्रश्नांची दिशा बदलली. "तुम्हाला एक बहीण होती ना, मि. क्रिग्लर?"

"हो."

"तिचं काय झालं?"

"एकोणीसशे सत्तरमध्ये ती वारली."

"कशामुळे?"

"फुफ्फुसाच्या कॅन्सरमुळे. जवळजवळ तेवीस वर्षं ती रोज दोन पाकिटं सिगारेट ओढत होती. तुम्हाला जर हेच माझ्याकडून वदवून घ्यायचं असलं, मि. केबल, तर स्पष्टच सांगतो की, सिगारेट ओढल्यामुळेच तिला मरण आलं."

"तुमची एकमेकांवर खूप माया होती?" मुळात या दुर्दैवी घटनेची आठवण काढून आपण दाखवलेला दुष्टपणा जरा कमी व्हावा म्हणून केबलनं मुद्दामच अतिशय मृदू आवाजात विचारलं.

"अतिशय माया होती आमची एकमेकांवर. ती माझी एकुलती एक धाकटी बहीण होती."

"तिचा मृत्यू तुम्ही फार मनाला लावून घेतलात ना?"

"हो. अजूनही मला तिची कायम आठवण येते."

"हा विषय काढल्याबद्दल मला माफ करा, मि. क्रिग्लर, पण याचा या प्रकरणाशी संबंध आहे."

"तुमचा कनवाळूपणा चांगलाच समजतोय मला, मि. केबल, पण त्याचा संबंध आहे वगैरे जे तुम्ही सांगताय, ते मात्र साफ चूक आहे."

"तुम्ही सिगारेट ओढत होतात, त्याबद्दल तिला काय वाटत होतं?"

"तिला ते मुळीच पसंत नव्हतं. ती स्वत: मृत्यूशय्येवर असताना तिनं मला परोपरीनं आर्जवं केली की, तू सिगारेट सोड. हेच तुम्हाला माझ्याकडून हवं होतं ना, मि. केबल?"

"हो, पण जर ते खरं असेल तरच."

"ते अगदी खरं आहे, मि. केबल. तिच्या मृत्यूच्या आदल्या दिवशी मी तिला सिगारेट सोडायचं वचन दिलं आणि मी सिगारेट सोडलीही. पण ते करायलासुद्धा मला चांगली तीन वर्षं लागली. मि. केबल, मलाही माझ्या बहिणीसारखं सिगारेटचं व्यसन लागलं होतं, कारण जी कंपनी सिगारेट बनवत होती, तिनं तिचा जीव घेतला आणि माझाही घेतला असता. आणि त्या कंपनीनं मुद्दाम, हेतुपुरस्सरपणे सिगारेटमध्ये निकोटिनचं प्रमाण जास्त ठेवलं होतं."

"मि. क्रिग्लर–"

"मला बोलू द्या, मि. केबल. निकोटिन हे स्वत: काही कॅन्सर निर्माण करत नाही हे तुम्हाला माहितय. ते एक विष आहे – असं विष, की जे तुम्हाला सिगारेटची सवय लावतं, म्हणजे तंबाखूतली इतर, कॅन्सर निर्माण करणारी द्रव्यं आपोआपच तुमचा प्राण घेतात. म्हणूनच तर सिगारेट इतकी घातक आहे."

केबल त्याचं बोलणं होईपर्यंत फक्त गप्प उभा राहिला. "झालं तुमचं बोलून?"

"हो, मला पुढचा प्रश्न तुम्ही विचारू शकता. पण मला उत्तर देताना थांबवू नका."

"जरूर. आणि मी माफी मागतो तुमची. आता मला सांगा, सिगारेट मुळातच घातक असते, अशी तुमची खात्री कधी झाली?"

"तसं नेमकं सांगता यायचं नाही. पण ही गोष्ट बरीच वर्षं माहिती आहे. पण हे समजायला फारशी अक्कल लागते असं नव्हे – पूर्वीही लागत नव्हती आणि आताही लागत नाही. पण तुमच्या प्रश्नाचं उत्तर असं, की एकोणीसशे सत्तरच्या दशकाच्या पहिल्या काही वर्षांमध्ये, मी माझं संशोधन संपवल्यावर, माझ्या बहिणीचा मृत्यू झाल्यावर आणि हा मेमो वाचण्याआधी कधी तरी माझी खात्री झाली असावी."

"एकोणीसशे त्र्याहत्तरमध्ये?"

"साधारण त्या सुमाराला."

"पायनेक्समधली तुमची नोकरी कोणत्या वर्षी संपली?"

"एकोणीसशे ब्याऐंशीमध्ये."

"म्हणजे तुम्ही एका अशा कंपनीमध्ये तरीही काम करत राहिलात की, जी मूलत:च घातक असणाऱ्या वस्तूंचं उत्पादन करत होती?"

"हो."

"एकोणीसशे ब्याऐंशीमध्ये तुमचा पगार किती होता?"

"वर्षाला नव्वद हजार डॉलर्स."

केबल चालत आपल्या टेबलाशी गेला. त्याच्या एका सहकाऱ्यानं आणखी एक पॅड त्याच्या हातात दिलं. हातातल्या चष्म्याची काडी हळूच चावत त्यानं ते थोडंसं वाचल्यासारखं केलं आणि तो आपल्या जागी गेला. क्रिग्लरला त्यानं विचारलं, की, एकोणीसशे ब्याऐंशीमध्ये त्यानं कंपनीविरुद्ध कशासाठी दावा दाखल केला. क्रिग्लरला हा प्रश्न मुळीच आवडला नाही. त्यानं मदतीच्या अपेक्षेनं ऱ्होर आणि मिल्टनकडे बघितलं. अत्यंत गुंतागुंतीच्या आणि वैयक्तिक स्वरूपाच्या त्या खटल्याच्या पार्श्वभूमीचा केबलनं आढावा घ्यायला सुरुवात केली, तसा साक्षीचा वेग भलताच मंदावला. ऱ्होरनं आक्षेप घेतला, पाठोपाठ मिल्टननंही आक्षेप घेतला आणि केबलनं मात्र हे लोक का आक्षेप घेताहेत हे समजतच नसल्याच्या आविर्भावात बोलणं सुरू ठेवलं.

सगळे वकील न्यायमूर्तींसमोर साईडबारपाशी येऊन घोळक्यानं हलक्या आवाजात वादविवाद घालू लागले आणि इकडे क्रिग्लरला मात्र साक्षीदाराच्या पिंजऱ्याचाच कंटाळा येऊ लागला.

पायनेक्समधल्या क्रिग्लरच्या शेवटच्या दहा वर्षांमधल्या कामगिरीवर केबलनं नेटानं आघात करायला सुरुवात केली आणि त्याच्या विरोधात इतरही साक्षीदार उभे करता येऊ शकतात असं आडून आडून, पण चांगलं ठळकपणे सुचवलं.

त्याची ही खेळी जवळजवळ यशस्वी ठरली. क्रिग्लरच्या साक्षीतले मुद्दे बचाव पक्षाला खोडून काढणं शक्य होतं नव्हतं, त्यामुळे केबलनं जणू धुराचा पडदा निर्माण करून ज्यूरींना संभ्रमात पाडायची खेळी खेळणंच पसंत केलं. साक्षीदार जर आपल्या म्हणण्यावर ठाम असला तर त्याच्यावर अत्यंत फालतू गोष्टींची सरबत्ती करून त्याला जेरीस आणावं आणि तो कमकुवत असल्याचा भास निर्माण करावा हे खरं.

कायद्याच्या शिक्षणाचा दोन वर्षांचा अनुभव असलेल्या निकोलसनं मात्र कॉफीच्या सुट्टीत ही खेळी कशी खेळली जातेय, हे ज्यूरींना समजावून सांगितलं. खटल्याबद्दल कसलीही चर्चा नकोय असं म्हणत त्याला गप्प बसवू बघणाऱ्या हर्मनच्या विरोधाला न जुमानता त्यानं केबलच्या या साक्षीदाराबद्दल ज्यूरींना गोंधळात पाडण्याच्या खेळीविरुद्धचा आपला संताप जाहीरपणे व्यक्त केला. "आपण बिनडोक आहोत असं समजतोय बेटा." त्यानं कडवटपणे म्हटलं.

१७

बिलॉक्सीतून न्यूयॉर्कला वॉल स्ट्रीटला जे एकामागून एक फोन जात होते, त्यामुळे गुरुवारी शेअर बाजाराचे व्यवहार बंद व्हायच्या वेळेपर्यंत पायनेक्सचा भाव साडेपंचाहत्तर डॉलरपर्यंत, म्हणजे जवळजवळ चार डॉलर्सनी उतरलेला होता. बिलॉक्सीच्या कोर्टात घडत असलेल्या नाट्यपूर्ण घटनांमुळे पायनेक्सच्या शेअर्सची प्रचंड प्रमाणात खरेदी-विक्री त्या दिवशी झाली.

सिगारेट कंपन्यांविरुद्धच्या आधीच्या खटल्यांमध्ये कंपनीतल्या माजी कर्मचाऱ्यांनी तंबाखूच्या पिकावर घातक रोगप्रतिकारक औषधं फवारली गेल्याच्या साक्षी दिल्या होत्या आणि तज्ज्ञांनी या रसायनांमुळेच कॅन्सर होत असल्याचा निर्वाळा दिला होता. ज्यूरींवर याचा काहीच परिणाम झाला नव्हता. एका खटल्यात एका कंपनीच्या माजी कर्मचाऱ्यानं सांगितलं होतं की, आपल्या माजी कंपनीनं छान छान दिसणारी किशोरवयीन पोरं मजेत सिगारेट ओढत असल्याचं जाहिरातीत दाखवून जगातल्या किशोरवयीन मुलांना 'टार्गेट' केलं होतं आणि सिगारेट ओठात अडकवलेले काऊबॉईज आणि अवजड ट्रक चालवणारे ड्रायव्हर मोठ्या जोमानं काम करताना जाहिरातीत दाखवून आणखी थोड्या मोठ्या वयाच्या तरुण पोरांना 'टार्गेट' केलं होतं.

पण या एकाही खटल्यात ज्यूरींनी कधी फिर्यादीला नुकसानभरपाई देण्याचा निर्णय दिलेला नव्हता.

क्रिग्लरनं मात्र आपल्या साक्षीनं कंपनीचं जेवढं नुकसान केलं, तसं नुकसान आतापर्यंत कुठल्याही कंपनीच्या माजी कर्मचाऱ्यानं केलं नव्हतं.

१९३० च्या दशकातला तो कुप्रसिद्ध मेमो वाचलेले मूठभरच लोक होते, पण तो प्रत्यक्षात कधीच पुरावा म्हणून समोर आलेला नव्हता. क्रिग्लरनं त्या मेमोचं जे

वर्णन केलं होतं, ते ज्यूरींच्या दृष्टीनं तरी जवळजवळ तंतोतंत होतं. पण मुळात त्याला त्या मेमोत जे काही लिहिलं असेल ते सांगण्याची परवानगी न्यायमूर्ती हार्किननी दिली होती, या गोष्टीलाच पुढे जेव्हा अपील केलं जाईल तेव्हा जोरदार आक्षेप घेतला जाणार, हे उघड होतं – मग हा खटला कुणीही जिंको!

ऱ्होरच्या सुरक्षा कर्मचाऱ्यांनी क्रिग्लरला त्याची साक्ष संपल्याबरोबर शहराबाहेर विमानतळापर्यंत नेऊन सोडलं आणि साक्ष संपल्यानंतर केवळ एका तासात तो फ्लोरिडाच्या विमानात परतीच्या मार्गावर होता. पायनेक्स सोडल्यापासून त्याला अनेकदा जबर इच्छा झालेली होती की एखाद्या सिगारेट कंपनीविरुद्धच्या खटल्यात फिर्यादीच्या वकिलाला जाऊन मिळावं, पण त्याला तेवढा धीर कधीच झाला नव्हता.

पायनेक्सनं केवळ त्याचं तोंड बंद करण्यासाठी त्याला तीन लाख डॉलर्स देऊन कोर्टाबाहेर त्याच्याशी समेट केला होता. कंपनीविरुद्ध वुडसारख्या कुठल्याही खटल्यात त्यानं साक्ष द्यायची नाही असं पायनेक्सनं त्याला वारंवार बजावून सांगितलं होतं, पण तसं वचन द्यायला त्यानं साफ नकार दिला होता आणि एकदा त्यानं नकार दिलाय म्हटल्यावर कंपनीनं त्याचा काटा काढायचा असं ठरवलं होतं.

अधूनमधून त्याला ठार मारण्याच्या धमक्या मिळत होत्या. या धमक्या नेमकं कोण देत होतं हे कधीच समजलं नव्हतं. धमकी देणाऱ्याचा आवाज दर वेळी अनोळखी आणि वेगवेगळा असायचा आणि कायम या धमक्या अत्यंत अनपेक्षित वेळी येत असत. पण क्रिग्लरनं कधीच या धमक्यांना भीक घातली नव्हती, त्यानं कधी लपण्याचाही प्रयत्न केला नव्हता. त्यानं एक पुस्तक लिहिलं होतं आणि त्यात ही सगळी गुपितं आपण लिहिली आहेत आणि आपलं काही अचानक बरंवाईट झालं तर ते पुस्तक प्रसिद्ध करण्याची व्यवस्था केलीय अशी बातमी पसरवून दिली होती. हे पुस्तक मेलबर्न बीच शहरातल्या एका वकिलाकडे होतं. हा वकील त्याचा मित्रच होता आणि त्यानंच त्याची ऱ्होरशी गाठ घालून दिली होती. खटल्यादरम्यानच मि. क्रिग्लरचं काही बरंवाईट झालं तर खबरदारी म्हणून त्या वकिलानं एफबीआयशीही हे मोघम बोलून ठेवलं होतं.

मिली डुप्रीचा पती हॉपीची बिलॉक्सीत एक जेमतेम, रडत-खडत चालणारी रिअल इस्टेट एजन्सी होती. स्वत: काही खटपट करून धंदा आणावा अशी त्याची मनोवृत्तीच नव्हती, त्यामुळे त्याच्याकडे इस्टेटींची यादी जेमतेमच होती आणि गिऱ्हाइकांची नावंही फारशी नव्हती. पण जो काही धंदा आपोआप होईल तो मात्र तो अतिशय निष्ठेनं करायचा. ऑफिसमधल्या दर्शनी भागातल्या एका भिंतीवर छोटेखानी तांबड्या विटांच्या घरांची, समोर लहानशी लॉन्स असलेली थोडीफार रंगीत चित्रं होती आणि काही जुन्या ड्युप्लेक्स अपार्टमेंटचेही फोटो होते.

किनारी भागात कॅसिनोंची जी लाट आली होती, त्यामुळे आक्रमकपणे धंदा करणाऱ्या रिअल इस्टेट डीलर मंडळींची एक नवीनच जमात या भागात आलेली होती. बेधडकपणे बाहेरून मोठमोठी कर्जं उभारून हे लोक जमिनी खरेदी करून त्या डेव्हलप करत होते. त्यामुळे हॉपीसारख्या छोट्या माशांना उपलब्ध असलेलं धंद्याचं क्षेत्र आणखीच आक्रसलं होतं.

तरीपण कसा काय कोण जाणे, हॉपीला धंद्याचा खर्च भागवून बायकापोरांना पोसण्याइतपत पैसा मात्र मिळत होता. त्याच्या पाच पोरांपैकी तिघंजण ज्युनियर कॉलेजला होते आणि दोघं हायस्कूलमध्ये. त्याच्यासाठी कायम अर्धा डझन अर्धवेळ काम करणारे इतर छोटे डीलर होते. हेही सगळे त्याच्यासारखेच धंद्यात फारसे यशस्वी नसलेले, कर्ज घ्यायला आणि आक्रमक पद्धतीनं धंदा करायला तयार नसलेले लोक होते. हॉपीला पत्ते खेळायला मात्र फार आवडायचं. तो आणि त्याची ही मंडळी अनेकदा ऑफिसात बसून पत्ते खेळण्यात आणि एखाद्या 'मोठ्या व्यवहारा'ची स्वप्नं रंगवत बडबड करण्यात कित्येक तास घालवायची. अधूनमधून याला माफक प्रमाणात मद्याचीही साथ असे.

या गुरुवारीसुद्धा एकंदर हेच वातावरण होतं. संध्याकाळचे सहा वाजायला आले होते आणि मंडळी नेहमीप्रमाणे पत्ते, गप्पा आणि स्वप्नं आवरती घ्यायच्या बेतात होती. रोजच्याप्रमाणे आजही सगळा दिवस काहीही काम झालेलं नव्हतं. तेवढ्यात उत्तम सूट घातलेला, हातात सुंदर लेदर ॲटॅची घेतलेला एक तरुण व्यावसायिक आत आला आणि त्यानं 'मि. डुप्री कोण?' अशी विचारणा केली. हॉपी त्या वेळी मागच्या खोलीत तोंड धूत होता. मिली तिकडे अज्ञात ठिकाणी बंद असल्यामुळे त्याला घरी जायची घाई होती. तो तत्परतेनं दर्शनी खोलीत आला. दोघांनी एकमेकांची ओळख करून घेतल्यावर त्या तरुणानं त्याला त्याचं व्हिजिटिंग कार्ड दिलं. त्याचं नाव टॉड रिंगवाल्ड होतं आणि तो लास व्हेगासमधल्या केएलएक्स प्रॉपर्टी ग्रुपमधून आलेला दिसत होता. हॉपीनं लगेच उरल्यासुरल्या लोकांना घालवून दिलं आणि ऑफिसला आतून कडी घातली. इतकं सुंदर व्हिजिटिंग कार्ड असलेला, इतका सुंदर सूट घातलेला हा माणूस इतक्या लांबून इथे आलाय, ते काही गप्पा मारायला नक्कीच नसणार, त्यानं मनात म्हटलं.

"थोडी कॉफी घेणार? आता दोन मिनिटात करतो." त्यानं विचारलं.

"नाही, नको. थँक्स. मी नको त्या वेळी आलोय का?" रिंगवाल्डनं विचारलं.

"छे, छे. मुळीच नाही. आमचं काम कायम चालूच असतं. हा धंदाच तसा आहे."

"खरंय." रिंगवाल्डनं हलकंसं स्मित केलं. एकेकाळी तो स्वत:सुद्धा स्वतंत्रपणे या धंद्यात होता. "आधी थोडीशी आमच्या कंपनीची माहिती सांगतो. केएलएक्स ही

एक प्रायव्हेट कंपनी आहे आणि बारा राज्यांमध्ये आमच्या इस्टेटी आहेत. आमचा एकही कॅसिनो नाही. आमचा तसा प्लॅनही नाही. पण कॅसिनोशी संबंधित असंच एक नवीन क्षेत्र आम्ही निवडलंय. आमची कंपनी कुठे कॅसिनो होतायत त्यावर नजर ठेवते.'' हे अगदी आपल्या माहितीचंच असल्यासारखी हॉपीनं जोरजोरात मान डोलावली.

''कॅसिनो जेव्हा सुरू होतात, तेव्हा त्या भागातलं रिअल इस्टेट मार्केट पार बदलून जातं.'' रिंगवाल्डनं पुढे बोलायला सुरुवात केली. ''अर्थात, हे तुम्हालाही चांगलंच माहीत असेल.'' आपण जणू यातून नुकताच प्रचंड पैसा कमावला असल्याच्या आविर्भावात हॉपीनं पुन्हा जोरजोरात मान डोलावली. ''या बाबतीत आमची कंपनी प्रचंड गुप्तता पाळते. आम्ही कॅसिनोंच्या फक्त एक पाऊल मागे असतो. कॅसिनो सुरू झाले की, लगेच आम्ही आसपासच्या भागात शॉपिंग आर्केड्स आणि महागडी कॉन्डोज आणि अपार्टमेंट कॉम्प्लेक्स निर्माण करतो. कॅसिनो उत्तम पगार देतात, अनेक लोकांना नोकऱ्या देतात, आसपासच्या भागात भरपूर पैसा खेळायला लागतो आणि त्यातला थोडासा भाग आम्ही मिळवतो. आमची कंपनी एखाद्या गिधाडासारखी आहे.'' रिंगवाल्डनं बेरकी हास्य केलं. ''कॅसिनो कधी येतात याची आम्ही वाट बघत बसतो आणि मग आमच्या सावजांवर झडप घालतो.''

''ब्रिलियंट!'' हॉपीनं उत्साहानं म्हटलं.

''पण या किनारी भागात जेव्हा कॅसिनोंची लाट आली त्या वेळी मात्र आमच्या केएलएक्सला इकडे लक्ष द्यायला उशीरच झाला. आणि तुम्हाला म्हणून सांगतो, यावरून तिकडे व्हेगासमध्ये काही मंडळींना घरी जावं लागलं.'' रिंगवाल्डनं म्हटलं, ''पण तरीसुद्धा अजूनही या भागात खूप संधी आहेत, बरं का.''

''हो, भरपूर आहेत.'' हॉपीनं जोरजोरात मान डोलावली.

ब्रीफकेसमधून रिंगवाल्डनं एक घडी घातलेला नकाशा काढला आणि तो आपल्या मांडीवर उलगडून ठेवला. ''मी कंपनीचा व्हाईस प्रेसिडेंट ऑफ डेव्हलपमेंट आहे आणि छोट्या एजंट लोकांबरोबरच व्यवहार करणं मला पसंत असतं. तुमच्या व्यवसायातल्या ज्या मोठ्या फर्म्स असतात, त्यांच्याकडे गिऱ्हाईकांची फारच गर्दी असते.''

''अगदी बरोबर!'' त्या नकाशाकडे बघत हॉपीनं म्हटलं. ''शिवाय माझ्यासारख्या छोट्या एजंटांकडून तुम्हाला कितीतरी चांगली सर्व्हिस मिळते, ते वेगळंच.''

''खरंय. आणि मी जेव्हा इकडच्या एखाद्या चांगल्या एजंटचं नाव विचारलं, तेव्हा मला आमच्या लोकांनी फक्त तुमचंच नाव सुचवलं.''

हॉपीला चेहऱ्यावर फुटणारं खुशीचं हसू दडवणं जरा कठीणच गेलं. तेवढ्यात फोन वाजला. त्याचा मोठा मुलगा फोनवर होता. त्यानं आज जेवायला काय आहे,

तुम्ही घरी कधी येणार असं विचारलं. या व्यत्ययामुळे हॉपी जरा चिडलेला होता, पण त्यानं हसऱ्या आवाजात सांगितलं की, आपण फार कामात आहोत आणि तुम्ही फ्रीझरमध्ये जे काही असेल, ते घेऊन तुमचं जेवण उरकून घ्या.

रिंगवाल्डनं तो नकाशा हॉपीच्या टेबलावर उलगडून ठेवला आणि हॅन्कॉक काऊंटीमधल्या एका भल्या मोठ्या भूखंडावर नकाशात तांबड्या शाईनं खुणा केल्या होत्या, तिकडे बोट दाखवलं. दोघंही उभे राहून नकाशात बघत होते.

नकाशातल्या किनारी भागाजवळच्या एका छोट्याशा उपसागरी भागाजवळच्या प्रदेशावर बोटानं वाजवत रिंगवाल्डनं म्हटलं, ''इथे 'एमजीएम ग्रॅंड' येणार आहे. हे अजून बाहेर कुणालाही माहीत नाही आणि तुम्हीही कुणाला सांगू नका.''

त्याचं वाक्य पुरं व्हायच्या आधीच हॉपीची मान जोरजोरात हलायला सुरुवातही झाली होती. 'छे, छे. मुळीच नाही.'

''ते लोक या किनारी भागातला सगळ्यात मोठा कॅसिनो बांधणार आहेत. बहुतेक पुढच्या वर्षीच्या मध्याला. अजून तीन महिन्यांनी ते तसं जाहीर करतील. या भागातली साधारण शंभर एकर जमीन ते घेणार आहेत.''

''वा! अगदी मोक्याच्या जागेवरची सुंदर जमीन आहे.'' हॉपीनं जरी प्रत्यक्षात ती जमीन बघितलेली नसली तरी तो गेली चाळीस वर्षं या भागात राहत होता.

''आम्हाला ही जमीन हवीय.'' रिंगवाल्डनं पुन्हा एकदा त्या लाल शाईनं खुणा केलेल्या जमिनीकडे बोट दाखवलं. हा प्लॉट एमजीएमच्या प्लॉटच्या उत्तरेला आणि पश्चिमेला लागून होता. ''हा प्लॉट साधारण पाचशे एकरांचा असेल आणि त्याचा उपयोग आम्ही यासाठी करणार आहोत.'' त्यानं ब्रीफकेसमधून आणखी एक घडी केलेला मोठा कागद बाहेर काढून टेबलावर पसरला. त्या कागदावर अगदी वर 'स्टिलवॉटर बे' असं मोठ्या सोनेरी अक्षरात लिहिलेलं होतं आणि खाली एका आर्टिस्टनं काढलेलं 'प्लॅन्ड युनिट डेव्हलपमेंट' चं मोठं सुंदर चित्र होतं. कॉन्डोज, ऑफिस बिल्डिंग्ज, मोठे बंगले, छोटे बंगले, खेळांची मैदानं, चर्च, मधोमध एक चौक, शॉपिंग मॉल, समुद्रकिनाऱ्यावर एक छोटीशी गोदी, बागा, जॉगिंगचे मार्ग, एक नियोजित हायस्कूलची इमारत असं सगळंच त्यात उत्कृष्टपणे दाखवलेलं होतं. खास हॅन्कॉक काऊंटीसाठी निर्माण होणारी ती जणू एक स्वप्ननगरीच होती. आणि ही सगळी योजना लास व्हेगासमधल्या लोकांनी बनवलेली होती.

''वा! झकास!'' हॉपीच्या डोक्यातला कॅलक्युलेटर एव्हाना ओव्हरटाईम करायला लागलेला होता.

''चार टप्प्यांमध्ये पाच वर्षांत हे काम पूर्ण होईल. या सगळ्याचा एकूण खर्च असेल तीन कोटी डॉलर्स. या भागातली मला वाटतं ही आतापर्यंतची मोठी स्कीम असेल.''

"हो, प्रश्नच नाही. याच्या जवळपासही कोणी येणं शक्य नाही."

रिंगवाल्डनं पान उलटलं. पुढच्या पानावर गोदीच्या भागाचं चित्र होतं. त्याच्या पुढच्या पानावर निवासी भागाचं क्लोज-अप चित्र होतं. "ही तर अगदी कच्ची, सुरुवातीची ड्रॉइंग्ज आहेत. तुम्ही जर आमच्या हेड ऑफिसला आलात तर आणखीही ड्रॉइंग्ज दाखवेन मी."

"म्हणजे व्हेगासला."

"हो. तुम्ही आमचं प्रतिनिधित्व करायला जर मान्यता दिलीत, तर मग तुम्हाला लास व्हेगासला काही दिवस येऊन राहावं लागेल – म्हणजे आमच्या लोकांच्या ओळखी होतील, सगळा प्रॉजेक्ट एकदा डिझाईनच्या दृष्टिकोनातून तुम्हाला नजरेखालून घालता येईल."

हॉपीच्या साऱ्या अंगालाच कंप सुटलेला होता. त्यानं एक दीर्घ श्वास घेतला. जरा शांत हो, त्यानं स्वत:ला बजावलं, "अच्छा. म्हणजे काय प्रकारचं काम मी करावं अशी तुमची अपेक्षा आहे?"

"प्रथम आम्हाला जमीनखरेदीचा व्यवहार बघण्यासाठी एक ब्रोकर लागेल. ती जमीन एकदा खरेदी झाली की, मग इथल्या स्थानिक सरकारी लोकांकडून स्कीमला मान्यता मिळवावी लागेल. या गोष्टीत किती कटकटी असतात आणि त्यात किती वेळ फुकट जातो, तुम्हाला माहीतच असेल. प्लॅनिंग कमिशन, झोनिंग बोर्ड, असल्या लोकांकडून कामं करून घेण्यात आमचा फारच वेळ जातो. गरज पडली तर आम्हाला कोर्टाचीही पायरी चढावी लागते. पण हा धंद्याचाच एक भाग आहे. या ठिकाणी आम्हाला तुमचा सहभाग लागेल. आणि नंतर, एकदा स्कीमला मान्यता मिळाली की मग तुम्हाला 'स्टिलवॉटर बे' चं मार्केटिंग करावं लागेल."

हॉपी मागे रेलून बसत विचार करू लागला. "या जमिनीची किंमत किती असेल?"

"महाग आहे. या भागाच्या मानानं तर ही जमीन चांगलीच महाग आहे. एकराला दहा हजार डॉलर्स. खरं तर तिची किंमत याच्या निम्मीसुद्धा नाही."

दहा हजार, दर एकराला. म्हणजे पाचशे एकरांचे पन्नास लाख झाले. याच्या सहा टक्के आपलं कमिशन, म्हणजे तीन लाख झाले की. अर्थात, यात इतर कोणी एजंट नसले तर. रिंगवाल्ड त्याच्याकडे निर्विकारपणे बघत होता.

"दहा हजार म्हणजे अव्वाच्या सव्वा भाव झाला." हॉपीनं मोठ्या आत्मविश्वासानं म्हटलं.

"हो, पण मुळात ही जमीन विकायला काढलेलीच नाहीय, त्या जमीनमालकांना खरं तर ती विकायची नाहीय, त्यामुळे ही एमजीएमची बातमी बाहेर फुटायच्या आधी आपल्याला घाई करून ती पटकवायला हवी. म्हणून तर आम्हाला एखाद्या स्थानिक

एजंटची गरज आहे. व्हेगासमधली एक मोठी कंपनी ही जमीन खरेदी करतेय ही बातमी जर बाहेर फुटली, तर लगेच तिचा भाव वीस हजारावर जाईल. हे सगळीकडे असंच होतं.''

जमीन विकाऊ नाही हे समजल्यावर आनंदानं हॉपीच्या हृदयाची धडकन एकदम वाढली. आपण एकटेच! दुसरा कोणीही एजंट नाही! सगळं सहा टक्के कमिशन आपलं एकट्याचं! वा! ज्या मोठ्या व्यवहाराची गेली एवढी वर्षं स्वप्नं बघत धंदा केला, तो एकदाचा चालून आला म्हणायचा.

आणि शिवाय 'स्टिलवॉटर बे' चं मार्केटिंग करून मिळेल ते कमिशन वेगळंच. एवढ्या त्या ऑफिस बिल्डिंग्ज, कॉन्डोज, अपार्टमेंट सगळीकडे 'डुप्री रिअल्टी' च्या पाट्या झळकणार. तीन कोटी डॉलर्सची प्रॉपर्टी विकायची म्हणजे काय खायच्या गप्पा आहेत का? पाच वर्षांत आपण मिलिओनेर तर नक्कीच होऊ!

तेवढ्यात रिंगवाल्डनं आणखी एक गाजर दाखवलं. ''तुमचं कमिशन आठ टक्के असेल असं समजतोय मी. आम्ही नेहमी आठच टक्के देतो.''

''हो, अगदी बरोबर.'' जिभेला कोरड पडली होती तरी त्याच्या तोंडून शब्द भराभर बाहेर पडत होते. झाले. तीन लाखाचे चार लाख झाले. असेच, काहीच न करता. ''कोण विकणार आहे ही जमीन?'' आठ टक्के कमिशन ठरलंय म्हटल्यावर त्यावर आणखी काही होऊ नये म्हणून हॉपीनं चटकन विषय बदलला.

रिंगवाल्डनं एक लक्षात येईल असा सुस्कारा सोडला आणि खांदे पाडले, पण क्षणभरच. ''तो भाग मात्र जरा गुंतागुंतीचा आहे.'' लगेच हॉपीच्या काळजाचा ठोका चुकला.

''ही जमीन हॅन्कॉक काऊंटीच्या सहाव्या विभागात आहे.'' रिंगवाल्डनं सावकाश म्हटलं. ''आणि हा विभाग ज्या काऊंटी सुपरवायझरच्या हद्दीत येतो, त्याचं नाव आहे –''

''जिमी हल मोक.'' हॉपीनं निराशेनं कसंबसं म्हटलं.

''तुम्ही ओळखता त्याला?''

''त्याला सगळेजण ओळखतात. गेली तीस वर्षं तो हे काम बघतोय. आमच्या या किनारी भागातला सगळ्यात हरामी माणूस.''

''तुम्ही त्याला प्रत्यक्ष ओळखता?''

''नाही. फक्त त्याची कीर्ती ऐकून आहे.''

''कीर्ती हा फारच चांगला शब्द झाला.''

''फारच सभ्य शब्द वापरताय तुम्ही त्याच्याबद्दल. स्थानिक पातळीवर बोलायचं तर सगळ्याच नाड्या त्याच्या हातात आहेत.''

मग आता कसं करायचं, या मोकला कसं सांभाळावं, काही कळत नाही, अशा

नजरेनं रिंगवाल्डनं हॉपीकडे बघितलं. हॉपी आपले निराश झालेले डोळे चोळत, एवढा हाती आलेला पैसा कसा हस्तगत करता येईल असा विचार करत होता. जवळजवळ मिनिटभर दोघांनीही नजरेला नजर भिडवली नाही. मग रिंगवाल्डनं बोलायला सुरुवात केली. ''या मि. मोककडून आणि इथल्या स्थानिक लोकांकडून काही ना काही आश्वासनं मिळाल्याशिवाय ही जमीन खरेदी करणं शहाणपणाचं ठरणार नाही. त्यानंतरही वेगवेगळ्या कायद्यांचे आणि नियंत्रणांचे किती अडथळे पार करावे लागतील हे काही मी तुम्हाला सांगायला नको.''

''प्लॅनिंग, झोनिंग, आर्किटेक्चरल रिव्ह्यू, सॉईल इरोजन, मोठी लांबलचक यादी आहे.'' आपण जणू रोजच या लढाया लढत असल्याच्या आविर्भावात हॉपीनं म्हटलं.

''आणि या सगळ्याची सूत्रं मि. मोकच्या हातात आहेत, असं समजलंय आम्हाला.''

''हो आणि ती त्यानं अगदी पोलादी पकडीत ठेवलेली आहेत.''

पुन्हा शांतता.

''मग माझ्या मते आपण या माणसाची एकदा भेट घ्यावी.''

''नको.''

''का?''

''या भेटीगाठींमधून काहीही हाती लागत नाही.''

''म्हणजे? मला नाही समजलं.''

''फक्त पैसा. रोख पैसा. एवढं एकच साधं आणि सरळ उत्तर आहे याचं. जिमीला टेबलाखालून भरपूर नोटांची बंडलं द्यायची. तेवढी एकच भाषा त्याला समजते आणि आवडते.''

रिंगवाल्डनं एक स्मित केलं. दुर्दैवाची गोष्ट आहे खरी, पण हे अगदीच अनपेक्षित होतं असंही नव्हे. 'आम्हीही हेच ऐकलं होतं' त्यानं अर्धवट स्वत:शी, अर्धवट उघड म्हटलं. ''खरं सांगायचं तर हे नेहमीचंच आहे – विशेषत: ज्या भागात कॅसिनो असतील त्या भागात तर हे असंच असतं. कारण या भागात बाहेरून येणाऱ्या पैशाचा सुळसुळाट असतो आणि लोकांचीही हाव वाढलेली असते.''

''जिमीचं नका सांगू. तो तर जन्मत:च हावरट होता. कॅसिनो या भागात आत्ता आले. हा तर गेली तीस वर्षं लूटमार करतोय.''

''तो कधी पकडला जात नाही?''

''नाही. एका स्थानिक अधिकाऱ्याच्या मानानं जिमी चांगलाच पोचलेला आहे. सगळे व्यवहार रोखीत असतात. तो कधीही कसलाही पुरावा मागे ठेवत नाही. दुसरं असं की, याला अगदी आईन्स्टाईनचीच बुद्धी लागते असं नाही.'' हॉपीनं रुमालानं

चेहरा हलकेच टिपला. पुढे वाकून त्यानं ड्रॉवरमधून दोन काचेचे मोठे ग्लास आणि व्होडकाची बाटली काढली आणि दोन्ही ग्लासांमध्ये दोन भले थोरले पेग भरून एक ग्लास रिंगवाल्डकडे सरकवला. ''चिअर्स.'' रिंगवाल्डनं ग्लासला हात लावायच्या आतच त्यानं आपला ग्लास ओठालाही लावला.

''मग आता कसं करू या आपण?'' रिंगवाल्डनं विचारलं.

''अशा परिस्थितीत तुम्ही लोक नेहमी काय करता?''

''सर्वसामान्यपणे आम्ही स्थानिक अधिकाऱ्यांबरोबर काम करायचा काही ना काही मार्ग या ना त्या पद्धतीनं काढतो. कारण एवढ्याशा गोष्टीवरून धंदा गुंडाळून घरी जाण्यातही अर्थ नसतो. कारण पैसाच इतका गुंतलेला असतो की, तसं करणं शक्यच नसतं.''

''हे कसं जमतं तुम्हाला?''

''आमचेही काही मार्ग असतात. आम्ही अशा अधिकाऱ्यांच्या निवडणुकांसाठी पैसा पुरवलाय, अशा लोकांना भरपूर पैसा खर्च करून लांबलांबच्या सफरींवर पाठवलंय, परदेशात पाठवलंय, कन्सल्टिंग फीच्या नावाखाली त्यांच्या बायकामुलांना पैसे दिलेत.''

''कधी रोख स्वरूपात लाच दिलीय का तुम्ही?''

''त्याबद्दल खरं तर मी उघड बोलणं बरं नव्हे.''

''जिमीला खिशात टाकायचा फक्त तोच मार्ग आहे. फार सरळ माणूस आहे तो. त्याला फक्त रोखीचेच व्यवहार चालतात.'' हॉपीनं व्होडकाचा एक मोठा घोट घेतला.

''किती?''

''कोण जाणे. पण पुरेसा असला पाहिजे. तुम्ही त्याला कमी पैसे दिलेत की तो पैसे घेईल, पण पुढे तुमचा प्रॉजेक्ट खलास करेल आणि काम झालं नाही तर पैसे परत, ही त्याची काम करण्याची पद्धतच नव्हे.''

''तुम्ही त्याला बरंच जवळून ओळखतायसं दिसतंय.''

''किनारी भागात माझ्यासारखे जे लोक रिअल इस्टेटचे व्यवहार करतात, त्या सगळ्यांनाच त्याचे खेळाचे नियम तोंडपाठ आहेत. आमच्या या भागात जिमी हल मोक ही एक दंतकथाच बनून गेलीय.''

रिंगवाल्डनं अविश्वासानं मान हलवली.

''वेलकम टु मिसिसिपी.'' हॉपीनं आणखी एक घोट घेत म्हटलं. रिंगवाल्डनं मात्र ग्लासला अजूनही हात लावलेला नव्हता.

गेली पंचवीस वर्षं हॉपीनं अतिशय स्वच्छ आणि सचोटीनं जमेल तेवढाच धंदा केलेला होता आणि आताही आपले हात घाण करायची त्याची इच्छा नव्हती. अशा

मार्गानं मिळणारा जो पैसा असतो त्यापेक्षा त्यातले धोके कितीतरी वाईट असतात असं त्याचं मत होतं. तो विचार करत होता, आपल्याला मुलंबाळं आहेत, बायको आहे, आज समाजात आपल्याला थोडी फार प्रतिष्ठा आहे. शिवाय चर्च आहे, रोटरी क्लब आहे. आणि हा जो माझ्यासमोर एवढा सुंदर महागडा सूट घालून बसलेला माणूस आहे, तो तर मला पूर्णपणे अपरिचित आहे. मी त्याला धड ओळखतही नाही. आणि एक फालतू करार जर आमच्या दोघांमध्ये झाला तर हा मला एवढे पैसे द्यायला तयार आहे त्याचा अर्थ काय? ते काही नाही. हा माणूस इथून बाहेर पडला रे पडला की; ताबडतोब त्या केएलएक्स ग्रुपला फोन करून याची खात्री करून घेतली पाहिजे.

''यात वेगळं असं काही नाही.'' रिंगवाल्डनं म्हटलं, ''हा अनुभव आम्हाला नेहमीच येतो.''

''मग अशा वेळी काय करता तुम्ही?''

''मला वाटतं, आपण आधी या मि. मोकला भेटून तो कितपत तयार होईल ते अजमावून बघावं.''

''तो तयार होईलच.''

''मग आपण त्याच्याबरोबरच्या व्यवहाराच्या अटी ठरवू. तुम्ही आत्ता म्हटलात तसे त्याला किती पैसे द्यायचे, ते ठरवू.'' रिंगवाल्डनं ड्रिंकचा एक छोटासा घुटका घेतला. ''यात सहभागी व्हायची तुमची तयारी आहे?''

''कोण जाणे. कशा स्वरूपात?''

''हॅन्कॉक काऊंटीमध्ये आम्ही कोणालाच ओळखत नाही. कारण आम्ही फारसे लोकांच्या नजरेस न पडण्याची खबरदारी घेऊनच काम करतो. व्हेगासमधून इतक्या लांब येऊन आम्ही चौकशा करायला लागलो, तर हा सगळा प्रॉजेक्टच धुळीला मिळेल.''

''म्हणजे जिमी मोकशी मी बोलावं, असं म्हणायचंय का तुम्हाला?''

''तुमची इच्छा असेल तरच आणि तुम्हाला आमच्याबरोबर काम करायचं असेल तरच. नाहीतर आम्हाला दुसऱ्या कोणाला तरी गाठावं लागेल, दुसरं काय?''

''माझे व्यवहार अतिशय स्वच्छ असतात, अशी माझी ख्याती आहे इथे.'' हॉपीनं इतक्या ठामपणे म्हटलं की, क्षणभर त्याला स्वत:लाच आश्चर्य वाटलं, पण नंतर लगेचच आता आपले चार लाख दुसरा कोणी तरी घेऊन जाणार, या विचारानं त्यानं आवंढा गिळला.

''हे बघा, आमच्यासाठी तुम्ही तुमचे हात खराब करावेत अशी आमची अपेक्षा नाही.'' रिंगवाल्डनं म्हटलं. नेमकं कसं सांगावं हे त्याला समजत नव्हतं. ''अं.... आपण असं म्हणू या की, मि. मोकला जे काही हवंय, ते त्याच्यापाशी नेऊन

पोचवण्याचे आमच्याकडे दुसरे काही मार्ग आहेत. त्या पैशाला तुमचा स्पर्श होणार नाही. तसं कशाला, ते पैसे त्याला मिळाल्याचं तुम्हाला कळणारही नाही.''

खांद्यावरचं मोठं ओझं उतरल्यासारखा हॉपी एकदम सावरून बसला. म्हणजे यातून काही मधला मार्गही निघू शकेलसं दिसतंय. हा रिंगवाल्ड आणि त्याची कंपनी असले व्यवहार कायम करत असणार आणि तेसुद्धा मोकपेक्षाही पोहोचलेल्या प्रतिष्ठित चोरांबरोबर. त्याला एकदम हुरूप आला. ''मग हरकत नाही. बरं, पुढे?''

''तुम्ही गेली एवढी वर्षं इकडच्या भागात आहात, त्यामुळे तुमचे कान कायम जमिनीला लागलेले असणार. आम्ही तर किती झालं तरी बाहेरून आलेले लोक आहोत. त्यामुळे आम्ही तुमच्यावरच विश्वास ठेवणार. मी तुम्हाला एक मार्ग सुचवतो, ते जमेल का नाही, तुम्ही सांगा. तुम्ही मि. मोकशी जाऊन बोलायचं, अगदी मोघम भाषेत इकडे कशा प्रकारे काम होणार आहे हे त्याला सांगायचं. आमचं नाव कुठेही न घेता तुम्ही, तुमच्या एका क्लाएंटचा इकडे जमीन घ्यायचा विचार आहे आणि त्याला मि. मोकबरोबर काही काम करायचंय, एवढंच सांगायचं. तो तुम्हाला त्याची रक्कम सांगेल, ती जर आपण ठरवलेल्या बजेटमध्ये बसत असली तर तुम्ही लगेच मान्य करून टाकायची. पैसे पोहोचवण्याचं काम आम्ही करू. त्याला पैसे मिळालेले तुम्हाला कळणारही नाहीत. म्हणजे तुम्हीही काही वावगं केलेलं नाही, तो खूष आणि आम्हीही खूष. म्हणजे पर्यायानं तुम्हीही खूष.''

हॉपीला हे एकदम पसंत पडलं. वा! म्हणजे आपले हात स्वच्छच राहतील. हा रिंगवाल्ड, त्याची कंपनी आणि तो मोक यांना उरकू दे त्यांचं घाणेरडं काम. आपण फक्त दुसरीकडे मान वळवायची. तरीसुद्धा खबरदारी म्हणून हॉपीनं विचार करायला थोडा वेळ मागून घेतला.

मग त्यांनी आणखी थोड्या गप्पा मारल्या, ते प्लॅन्स पुन्हा एकदा नजरेखालून घातले आणि आठ वाजता रिंगवाल्डनं त्याचा निरोप घेतला. शुक्रवारी सकाळी हॉपीला फोन करून त्यानं हॉपीला विचारायचं, असं ठरलं.

घरी जायच्या आधी हॉपीनं रिंगवाल्डच्या कार्डावरच्या नंबरवर फोन केला. लास व्हेगासमधल्या एका सेक्रेटरी पोरीचा चटपटीत आवाज आला. ''गुड आफ्टरनून, केएलएक्स प्रॉपर्टी ग्रुप.'' हॉपीनं हसऱ्या आवाजात आपल्याला मि. टॉड रिंगवाल्डशी बोलायचंय असं सांगितलं. कॉल योग्य डिपार्टमेंटला गेला. मंद आवाजात रॉक संगीत ऐकू येत होतं. मग मि. रिंगवाल्डच्या ऑफिसमधून मेडेलिन नावाची एक पोरगी फोनवर आली. मि. रिंगवाल्ड बाहेरगावी गेलेत आणि सोमवारी सकाळी ऑफिसला येतील. कोण बोलतंय? हॉपीनं चटकन फोन ठेवून दिला.

चला, बरं झालं. केएलएक्स कंपनी खरंच अस्तित्वात आहे म्हणायची.

बाहेरून येणारे फोन कॉल रिसेप्शन डेस्कवरच घेतले जात होते. ते निरोप तिथे लिहून घेऊन ते कागद लू डेलकडे जात होते आणि मग लू डेल ईस्टरच्या वेळी चॉकलेटची अंडी मुलांना वाटणाऱ्या ईस्टर बनीच्या आविर्भावात त्यांचं वाटप करत होती. जॉर्ज टीकरच्या फोनचा कागद गुरुवारी संध्याकाळी सात चाळीसला आला आणि तो लगेच लॉनी शेव्हरकडे गेलासुद्धा. लॉनी शेव्हर सिनेमा बघायचं सोडून कॉम्प्युटरवर काम करत बसलेला होता. त्यानं लगेच टीकरला फोन केला. पुढची दहा मिनिटं तो फक्त खटल्याबद्दल टीकरनं विचारलेल्या प्रश्नांना उत्तरं देत होता. "बचाव पक्षाच्या दृष्टीनं आजचा दिवस अत्यंत वाईट होता," लॉनीनं कबुली दिली. "लॉरेन्स क्रिग्लरच्या साक्षीचा सगळ्या ज्यूरींवर – मी स्वत: सोडून, हं – चांगलाच परिणाम झालाय. माझ्यावर कसलाच परिणाम झालेला नाही." "न्यूयॉर्कमधले लोक चांगलेच चिंतेत आहेत," टीकरनं पुन:पुन्हा सांगितलं. "पण तू ज्यूरीवर आहेस. आणि कोणत्याही परिस्थितीत तुझ्यावर विश्वास ठेवायला हरकत नाही, त्यामुळे नाही म्हटलं तरी त्यांना बराच धीर आलाय. तरीपण एकंदरीत परिस्थिती फारशी आशादायक दिसत नाहीय. का तसं काही नाही?"

"ते एवढ्यातच सांगणं कठीण आहे," लॉनीनं म्हटलं.

"आपल्या नोकरीच्या करारातल्या काही गोष्टींची, त्रुटींची पूर्तता करायला हवी," टीकरनं म्हटलं. लॉनीच्या दृष्टीनं फक्त एकच त्रुटी शिल्लक होती – पगार किती? "मला आत्ता वर्षाला चाळीस हजार मिळतायत." टीकरनं सांगितलं, सुपरहाऊसमध्ये तुझा पगार वर्षाला पन्नास हजार होईल, शिवाय काही स्टॉक ऑप्शन्स मिळतील आणि तुझ्या परफॉर्मन्सच्या अनुसार एक बोनसही मिळेल – तो साधारण वीस हजार असू शकेल.

खटला संपला की लगेच तू शार्लोटमध्ये मॅनेजमेंट ट्रेनिंग कोर्स सुरू कर, टीकरनं म्हटलं खटल्याचा विषय निघाल्याबरोबर गाडी पुन्हा ज्यूरींच्या एकंदर मूडवर आली. पुन्हा प्रश्नोत्तरं सुरू झाली.

तासाभरानंतर लॉनी खिडकीशी उभा राहून स्वत:ला पुन:पुन्हा बजावून सांगत होता की, आता लवकरच आपल्याला वर्षाला सत्तर हजार डॉलर्स मिळायला लागतील. तीन वर्षांपूर्वी आपली मिळकत किती होती? फक्त पंचवीस हजार, वर्षाला.

आपला बाप तासाला तीन डॉलर्सवर वर्षानुवर्षं दुधाचा ट्रक चालवत होता. त्या मानानं आपण जी प्रगती केलीय, ती अगदीच काही वाईट नाही. काय?

१८

शुक्रवारी सकाळी 'द वॉल स्ट्रीट जर्नल'नं पहिल्याच पानावर आदल्या दिवशीच्या लॉरेन्स क्रिग्लरच्या साक्षीची बातमी छापली. ॲग्नर लेसननं ही बातमी खास तयार केली होती. आतापर्यंत खटल्याच्या कामाचा त्यानं प्रत्येक शब्द ऐकलेला होता. त्यामुळे ज्यूरींनी साक्षीत काय काय ऐकलेलं आहे याचं त्यानं जवळजवळ तंतोतंत वर्णन बातमीत केलेलं होतं. त्यानंतर त्यानं क्रिग्लरच्या साक्षीचा ज्यूरींवर काय परिणाम झाला असेल, याचा अंदाज लिहिलेला होता. बातमीच्या उरलेल्या अर्ध्या भागात कॉनपॅकच्या - म्हणजेच पूर्वाश्रमीच्या ॲलेघनी ग्रोअर्समधल्या - माजी कर्मचाऱ्यांनी जी काही मल्लिनाथी क्रिग्लरच्या साक्षीबद्दल केली होती, तिचा साद्यंत उल्लेख होता. या मंडळींनी तर क्रिग्लरची जणू चामडीच सोलून काढायचा प्रयत्न केला होता. यात अर्थातच आश्चर्य वाटण्यासारखं काहीच नव्हतं. क्रिग्लरचं प्रत्येक वाक्य या लोकांनी खोडून काढलेलं होतं. १९३० च्या दशकात कंपनीनं निकोटिनबद्दल कसलंही संशोधन करवून घेतलेलं नव्हतं - निदान, आता जिवंत असलेल्यांपैकी कोणीही असं काही संशोधन झाल्याचं ऐकलेलं नव्हतं. हो, आता किती वर्षं झाली त्याला. आणि तो कुप्रसिद्ध मेमोही कोणी कधी पाहिलेला नाही. हा कदाचित क्रिग्लरच्या कल्पनाशक्तीचाच आविष्कार असेल. निकोटिनचं व्यसन लागतं ही गोष्ट सिगारेट उद्योगात सगळ्यांना माहितय असं मुळीच नाही. कॉनपॅकनं - किंवा दुसऱ्याही कुठल्या सिगारेट कंपनीनं - कधीही निकोटिनचं प्रमाण सिगारेटमध्ये हेतुपुरस्सर जास्त ठेवलेलं नाही. कंपनीनंही निकोटिनची सवय लागते ही गोष्ट मान्य तर केली नाहीच, तिचा उलट स्पष्ट शब्दात इन्कारच केला.

पायनेक्सनंही 'गुप्त सूत्रां'च्या बुरख्याआडून क्रिग्लरवर भरपूर तोफा डागल्या.

क्रिग्लर हा माणूस मुळात मोठ्या कंपनीत नोकरी करण्याच्या लायकीचाच नव्हता. एक साधा इंजिनियर असूनही तो आपण कोणी तरी बडे संशोधक असल्याचा बडेजाव मिरवत होता. 'रॅले-४' वर त्यानं जे काही काम केलं ते अत्यंत सदोष होतं. त्या जातीचं उत्पादन करणं सगळ्याच बाबतीत अव्यवहार्य होतं. त्यातच क्रिग्लरच्या बहिणीच्या दुर्दैवी मृत्यूचा त्याच्या कामावर आणि वर्तनावर फार अनिष्ट परिणाम झाला होता. जरा काही मनाविरुद्ध झालं की तो लगेच खटला भरायचीच भाषा करत असे. तेरा वर्षांपूर्वी कंपनीनं त्याच्याबरोबरचा वाद कोर्टाबाहेर समेट करून मिटवला होता, तेव्हाही कंपनीचंच पारडं जड होतं, असंही आडून, पण चांगलं ठामपणे सुचवलेलं होतं.

पायनेक्सच्या शेअरचा भावही या सगळ्या भानगडींमुळे आधी बराच उतरलेला होता, पण नंतर उशिरा झालेल्या विक्रीच्या सपाट्यामुळे पुन्हा वाढून साडेपंचाहत्तरवर स्थिरावला होता. तरीसुद्धा तो आधीपेक्षा तीन पॉइंट्सनी कमीच होता.

ज्यूरी यायच्या वेळेआधी एक तास न्यायमूर्ती हार्किननी ही सगळी बातमी वाचली. लगेच त्यांनी 'सिएस्टा इन'मध्ये लू डेलला फोन केला आणि कळवलं, ही बातमी कोणाही ज्यूररच्या नजरेला पडणार नाही याची पक्की व्यवस्था करून ठेव. तिनंही त्यांना उलट आश्वासन दिलं की, मी सगळ्या बातम्या सेन्सॉर करेन आणि ज्यूरींना फक्त स्थानिक बातम्याच वाचायला मिळतील एवढं बघेन. खटल्याच्या बातम्या कापताना तिला विलक्षण आनंद व्हायचा. कधी कधी तर ती उगाचच खटल्याशी संबंध नसलेलीही एखादी बातमी कापून टाकायची- केवळ त्यांचं कुतूहल चाळवावं म्हणून.

हॉपी डुप्रीला फारशी झोप लागली नाही. जेवणाच्या डिशेस धुऊन घरातली इतर साफसफाई केल्यावर तो मिलीशी फोनवर जवळजवळ एक तास बोलला. मिली चांगली खूष दिसत होती.

मध्यरात्री तो बेडवरून उठला आणि पोर्चमध्ये येऊन केएलएक्स आणि जिमी हल मोकचा, अगदी हातातोंडाशी आलेल्या घबाडाचा विचार करत बसला. ऑफिसातून बाहेर पडतानाच त्यानं ठरवलेलं होतं की, हा पैसा सगळा मुलांसाठी वापरायचा. आता ज्युनिअर कॉलेज, शिकता शिकता कुठे छोटीशी नोकरी करणं, हे प्रकार बंद. आता त्यांना सर्वोत्कृष्ट शिक्षण द्यायचं. एक मोठं घर घ्यायचं – फक्त पोरांची आपल्या आताच्या घरात अडचण होतेय म्हणून. आपण आणि मिली काय, कुठेही राहू. आपल्या अशा गरजाच किती आहेत?

कसलीही देणी ठेवायची नाहीत. टॅक्स जाऊन उरेल तो सगळा पैसा म्युच्युअल फंडांमध्ये आणि स्थावर मालमत्तेत गुंतवायचा. छोट्या छोट्या कमर्शिअल प्रॉपर्टीज

घेऊन त्या भरपूर लीजनं द्यायच्या.

जिमी हल मोकशी काय बोलायचं, याची तर त्याला भयंकर चिंता लागून राहिलेली होती. तो स्वत: कधी भ्रष्टाचार, लाचखोरी वगैरेच्या जवळपासही गेलेला नव्हता. त्याचा एक चुलत भाऊ सेकंड हँड गाड्यांची खरेदी-विक्री करत असे आणि त्याच त्याच गाड्यांवर दोन दोनदा, तीन तीनदा कर्ज घेतल्याच्या आरोपावरून तो तीन वर्षं तुरुंगात गेला होता. बिचाऱ्याची बायको घटस्फोट घेऊन निघून गेली होती. सगळं कुटुंब उद्ध्वस्त झालं होतं.

विचार करता करता पहाटेपूर्वी कधी तरी त्याला वाटायला लागलं की, जिमी हल मोक एवढा भ्रष्टाचारी आहे, गेली इतकी वर्षं तो पैसा खातोय हे आपल्या दृष्टीनं उलट बरंच आहे. त्या माणसानं पैसे खाणं आणि ते पचवणं ही गोष्ट करण्यात इतकी सफाई आणलीय की, त्याच्या तुटपुंज्या पगारावर हा एवढी मोठी इस्टेट उभारणं शक्य नाही हे समजत असूनही कोणालाही काही वावगं वाटत नाही.

पकडलं न जाता पैसे घेऊन काम कसं करायचं हे जिमीला नक्कीच माहीत असलं पाहिजे. आणि मी तर त्या पैशाच्या जवळही जाण्याचा प्रश्न उद्भवत नाही, किंबहुना ते पैसे त्याला मिळालेत की नाही, हे सुद्धा मला कधी नेमकं कळणार नाही.

सकाळी पॉप-टार्टचा ब्रेकफास्ट घेता घेता त्यानं मनाशी ठरवून टाकलं की, यात धोका असा जवळजवळ नाहीच. आपण जिमी मोकला एकटं गाठून त्याच्याशी बोलू. त्याला हव्या त्या दिशेला जरी आपलं बोलणं गेलं तरी चालेल, कारण ते थोड्याच वेळात पैशावर येणार हे उघड आहे. आणि मग आपण जे काही बोलणं होईल, ते रिंगवाल्डला तसंच्या तसं सांगून टाकू. मायक्रोवेव्हमध्ये त्यानं मुलांसाठी खाण्याचे पदार्थ गरम करून ठेवले, त्यांच्या लंचचे पैसे टेबलावर ठेवून दिले आणि सकाळी आठ वाजता तो ऑफिसला जायला बाहेर पडला.

क्रिग्लरनं करून ठेवलेल्या वाताहातीनंतर बचाव पक्षानं दुसऱ्या दिवशी कोर्टात शांत, अविचलपणाचा देखावा करण्याचं धोरण अवलंबलं. क्रिग्लरनं केलेल्या घणाघातांनंतरही आपलं विशेष काहीच नुकसान झालेलं नाही, असं दाखवणं अत्यंत गरजेचं होतं. बचाव पक्षाच्या सगळ्या जथ्थ्यानंच त्या दिवशी जरा फिकट रंगाचे, फिकट ग्रे, निळ्या रंगांचे, क्वचित खाकी रंगाचेसुद्धा सूट घातले. रोजचे काळे, गडद निळे, ब्राऊन रंग आज कुठेही दिसत नव्हते. सगळ्यांच्या चेहऱ्यावरचं नेहमीचं आढ्य गांभीर्यसुद्धा कुठे जाणवत नव्हतं. दार उघडून पहिला ज्यूरी कोर्टात येताक्षणीच सगळ्यांनी तिकडे बघत अत्यंत गोड हास्य केलं.

न्यायमूर्ती हार्किननीसुद्धा ज्यूरींकडे बघत 'हॅलो' म्हटलं, पण त्यांना फारसा प्रतिसाद मिळाला नाही. आज शुक्रवार, म्हणजेच आज संध्याकाळनंतर वीकएंडची

सुट्टी आणि ती 'सिएस्टा इन' मध्ये, सगळ्या मुलाबाळांपासून, मित्रमैत्रिणींपासून लांब घालवायची या कल्पनेनं सगळेच गळाठलेले होते. ब्रेकफास्ट घेता घेता असं ठरलं होतं की, निकोलसनं न्यायमूर्तींकडे एक चिठ्ठी पाठवावी आणि कोर्ट शनिवारीही चालू ठेवता येतंय का पाहावं. एकट्यानं तिकडे बसून वेळ फुकट घालवण्यापेक्षा शनिवारी काम केलं तर निदान ही कटकट तेवढाच एक दिवस आधी तरी संपेल.

केबल आणि कंपनीच्या चेहऱ्यांवर झळकणारं ते निर्बुद्ध हास्य सगळ्यांनाच जाणवलं. त्यांच्या ड्रेसमधला बदलही सगळ्यांच्या लक्षात आल्यावाचून राहिला नाही. ते फिकट रंगाचे कपडे, ते आनंदी, शांत चेहरे, एकमेकांची कुजबूज. ''एवढा कसला आनंद झालाय त्यांना?'' न्यायमूर्ती त्यांचे नेहमीचे प्रश्न विचारत असताना लॉरीन ड्यूक हळूच कुजबुजली.

''काही नाही, सगळी परिस्थिती नियंत्रणाखाली आहे असं दाखवायचंय त्यांना.'' निकोलसनं कुजबुजत उत्तर दिलं. ''आपण फक्त नजरेत चीड दाखवत त्यांच्याकडे बघत राहायचं.''

वेन्डेल ऱ्होरनं उभं राहून पुढच्या साक्षीदाराचं नाव मोठ्या तोऱ्यात उच्चारलं. ''डॉक्टर रॉजर बंच.'' आता ज्यूरींच्या काय प्रतिक्रिया होणार म्हणून त्यानं ज्यूरींकडे नजर टाकली.

ज्यूरींपैकी एकाही चेहऱ्यावर कसलीही प्रतिक्रिया दिसली नाही. आज शुक्रवार होता.

साधारण दहा वर्षांपूर्वी जेव्हा डॉक्टर बंच अमेरिकेच्या सर्जन जनरलच्या पदावर होता, तेव्हा तो संपूर्ण सिगारेट उद्योगावर सतत जाहीर टीका करत असे. सहा वर्षं तो त्या पदावर होता, त्या काळात त्यानं सिगारेट उद्योगाबद्दल कित्येक संशोधनं करवून घेतली होती. धूम्रपानाच्या विरोधात हजारो भाषणं ठोकली होती, तीन पुस्तकं स्वत: लिहिली होती, शिवाय सिगारेट उद्योगावर आणखी कडक बंधनं आणावीत म्हणून वेगवेगळ्या सरकारी यंत्रणांवर दबाव आणला होता. त्यानं सिगारेट उद्योगावर आडून किंवा पुढून कित्येक हल्ले तर चढवले होते, पण त्या मानानं त्याला विजय मात्र फारच कमी मिळाले होते. ते पद सोडल्यावरही त्यानं त्याचं हे 'धर्मयुद्ध' चालूच ठेवलेलं होतं आणि त्याला–आणि स्वत:लाही जास्तीत जास्त प्रसिद्धी कशी मिळेल हे पाहिलं होतं.

त्याची मतं अत्यंत ठाम होती आणि काही झालं तरी ती त्याला ज्यूरींपर्यंत पोहोचवायची होती. पुरावा तर अगदी निर्णायकपणे सांगतो की, सिगारेटमुळे फुफ्फुसाचा कॅन्सर होतो. वैद्यकीय क्षेत्रात काम करणाऱ्या जगातल्या ज्या ज्या संस्थेनं या विषयावर संशोधन केलंय, त्या संस्थेचा हाच निष्कर्ष आहे. याच्या विरोधात मतं असलेले लोक म्हणजे फक्त सिगारेट उत्पादक आणि त्यांचे बगलबच्चे असलेले

दबावगटांसारखे इतर लोक.

आणि सिगारेटचं व्यसन लागतं, ही गोष्ट सूर्यप्रकाशाइतकी स्वच्छ आहे. आणि ते मोडणं किती अवघड आहे, ते व्यसन किती भयंकर चिवट आहे, ही गोष्ट सिगारेट सोडायचा प्रयत्न केलेल्या कुणालाही विचारा, तो सांगेल. पण सिगारेट उद्योगाचं तर म्हणणं असं आहे की, सिगारेट ओढणं किंवा न ओढणं हा ज्याच्या त्याच्या पसंतीचा प्रश्न आहे. ''हॅ! ही तर सिगारेट कंपन्यांची धूळफेक आहे.'' त्यानं तिरस्कारानं म्हटलं. उलट मी सर्जन जनरलच्या पदावर असतानाच्या सहा वर्षांच्या काळात तीन वेगवेगळे अभ्यास प्रसिद्ध केले होते आणि त्या सगळ्यांचा एकच निष्कर्ष होता की, सिगारेटचं व्यसन लागतं.

जनतेची, ग्राहकांची दिशाभूल करण्याच्या कामी सिगारेट कंपन्या अक्षरश: कोट्यवधी डॉलर्स खर्च करत असतात. ते मुद्दाम अशा प्रकारची संशोधनं प्रसिद्ध करतात की त्यात सिद्ध करून दाखवलेलं असतं की, सिगारेटमुळे तर काही धोकाच नसतो. दरवर्षी सिगारेट उद्योग केवळ जाहिरातींवर दोनशे कोटी डॉलर्स खर्च करतो आणि वर शहाजोगपणे सांगतो की, सिगारेटबद्दलची सगळी साधक- बाधक माहिती असल्यावरच लोक आपण सिगारेट ओढायची की नाही, हे ठरवतात. हे सगळं धादांत असत्य आहे. लोकांना, त्यातही अतिशय संस्कारक्षम वय असलेल्या किशोरवयीन मुलामुलींना कायम गोंधळात टाकणारे संकेत मिळत असतात. जाहिरातींमुळे त्यांचा ग्रह असा होतो की, सिगारेट ओढणं ही एक मजा असते, सिगारेटमुळे आपण एकदम रुबाबदार दिसतो, सुसंस्कृत आणि पुढारलेले दिसतो.

ते जे म्हणतात तेच खरं आहे असं सिद्ध करणारे खोटेच अभ्यास करवून घेण्यासाठी ते पाण्यासारखा पैसा खर्च करतात. खोटं बोलणं आणि आपल्या पापांवर पांघरूण घालणं या बाबतीत तर हा उद्योग कुप्रसिद्धच आहे. या कंपन्या कायम त्यांच्या उत्पादनांच्या पाठीमागे उभ्या राहायला साफ नकार देतात. त्या वेड्यासारख्या जाहिराती करतात, लोकांना सिगारेट ओढायला प्रवृत्त करतात, पण त्यांचाच एखादा ग्राहक जेव्हा फुफ्फुसांच्या कॅन्सरनं मरतो, तेव्हा मात्र या कंपन्या हात वर करून मोकळ्या होतात – सिगारेटमधल्या धोक्यांची माहिती असूनही तो सिगारेट ओढत होता ही त्याची चूक म्हणे!

मी स्वत: एक संशोधन केलं होतं, त्यात मी निर्विवादपणे सिद्ध केलं होतं की, सिगारेटमध्ये विषारी जंतुनाशक रसायनांचे अंश असतात, ॲसबेस्टॉसचे तंतू असतात, अगदी जमिनीवरचा कचरासुद्धा असतो. जाहिरातीवर एवढा प्रचंड खर्च करणाऱ्या या सिगारेट कंपन्या सिगारेटच्या तंबाखूमधले हे प्राणघातक पदार्थ काढून टाकून ती स्वच्छ करण्याचे सुद्धा कष्ट घेत नाहीत किंवा खर्चही करत नाहीत.

मी आणखी एक संशोधन करण्याचे निर्देश दिले होते, त्यात या कंपन्या तरुण

पिढीला कसं लक्ष्य बनवतात, गोरगरिबांना कसं लक्ष्य बनवतात, स्त्रियांसाठी आणि पुरुषांसाठी, किंवा समाजातल्या निरनिराळ्या वर्गांसाठी कसे खास ब्रँड निर्माण करतात, हे सिद्ध करून दाखवलं होतं.

डॉक्टर बंच हा एके काळी अमेरिकेचा सर्जन जनरल होता, त्यामुळे त्याला अनेक विषयांवर आपली मतं मांडण्याची मोकळीक देण्यात आली. कधी कधी तर तासन् तास तो सिगारेट उद्योगाबद्दल त्याला वाटणारी भयंकर घृणा लपवू शकत नव्हता. अशा वेळी मात्र त्याच्या एकूण विश्वासार्हतेबद्दलच प्रश्नचिन्ह निर्माण होत होतं. पण ज्यूरी मात्र कानात प्राण आणून त्याचं बोलणं ऐकत होते. त्याची साक्ष चालू असताना ज्यूरी बॉक्समधून एकही जांभई कधी ऐकू आली नाही.

टॉड रिंगवाल्डचं स्पष्ट मत होतं की, जिमी हल मोकबरोबरची मीटिंग हॉपीच्या ऑफिसातच व्हायला हवी, म्हणजे जिमीला थोडा बेसावध पकडता येईल. हॉपीला त्याचं म्हणणं पटलं. पण अशी मीटिंग कशी घ्यायची, काय औपचारिक सोपस्कार पाळायचे, कसं बोलायचं, याबद्दल मात्र तो पूर्णपणे अनभिज्ञ होता. नशिबानं त्याला मोक घरीच भेटला. मोक तेव्हा बागेत काही तरी खुडबुड करत होता आणि त्या दिवशी जरा उशिरानं, काही कामासाठी बिलॉक्सीला येणारच होता. मी तुम्हाला ओळखतो, तुमच्याबद्दल मी कधी तरी ऐकलंय, मोकनं म्हटलं. हॉपीनं त्याला सांगितलं की, हॅन्कॉक काऊंटीमध्ये बरीच मोठी डेव्हलपमेंट करण्याचा आपल्या एका क्लाएंटचा इरादा आहे आणि त्या बाबतीत एका महत्त्वाच्या बाबतीत तुमची भेट हवीय. लंचच्या वेळी हॉपीच्या ऑफिसात येऊन सँडविचचं 'क्विक लंच' घ्यायचं मोकनं मान्य केलं. ऑफिस नेमकं कुठे आहे, हेही त्याला माहीत होतं.

दुपारची वेळ होत आली तरी हॉपीच्या ऑफिसात पार्ट टाईम मार्केटिंग करणारी मंडळी रेंगाळतच होती. एक पोरगी तिच्या दोस्ताशी फोनवर बोलत होती. एकजण छोट्या जाहिराती बघत होती. तिसरा उगाचच बसून होता. मोठ्या मिनतवारीनं हॉपीनं त्यांना बाहेर पिटाळलं – धंदा आणायचा तर थोडं हिंडा ना. मोक येण्याच्या वेळी त्याला ऑफिसात कोणीही नको होतं.

जीनची पँट आणि काऊबॉय बूट घातलेला जिमी हल मोक ऑफिसात आला, तेव्हा आत फक्त हॉपी होता. हॉपीनं त्याच्याशी काहीशा अस्वस्थपणे शेकहँड करून कसंबसं बोलून त्याचं स्वागत केलं आणि तो त्याला घेऊन मागच्या भागातल्या आपल्या ऑफिसात गेला. तिथे त्यानं टेबलावर दोन सँडविच आणि थंड, बर्फ घातलेल्या चहाचे दोन ग्लास आधीच ठेवलेले होते. सँडविच खाता खाता दोघांनी राजकारण, कॅसिनो, मासेमारी वगैरे विषयांवर गप्पा मारल्या. खरं तर हॉपीची भूक आधीच मेलेली होती. धास्तीमुळे त्याच्या पोटात गडबड माजलेली होती आणि

थरथरणारे हात थांबायचं नाव घेत नव्हते. खाणंपिणं संपल्यावर त्यानं टेबल स्वच्छ करून स्टिलवॉटर बे चं एका आर्टिस्टनं काढलेलं चित्र उलगडून ठेवलं. रिंगवाल्डनं त्याला ते चित्र आधी आणून दिलेलं होतं आणि त्यावर हा प्रॉजेक्ट कोण करणार याचा नाव-गाव-पत्ता सांगणारी एकही गोष्ट नव्हती. हॉपीनं या प्रॉजेक्टची थोडक्यात माहिती सांगायला सुरुवात केली आणि हळूहळू त्याचा आत्मविश्वास वाढत गेला. त्याचं सांगून संपलं तेव्हा त्याचं त्यालाच समाधान वाटलं की, आपण काही अगदीच वाईट प्रेझेंटेशन केलेलं नाही.

जिमीनं चित्राकडे बघत हनुवटीवरून हात फिरवला. ''तीन कोटी डॉलर्स म्हणताय?''

''हो, कमीत कमी तीन कोटी.'' हॉपीच्या पोटातली गडबड वाढत होती.

''कोण करतंय तरी कोण हे?''

या प्रश्नाचं उत्तर हॉपीनं शंभर वेळा मनातल्या मनात घोकलेलं होतं आणि ते त्यानं चांगलं ठामपणे सांगितलं. मी ते नाव सांगू शकणार नाही – आत्ता या क्षणी तर नाहीच नाही. जिमीलाही ही गुप्तता वगैरे आवडली. त्यानं हॉपीला काही प्रश्न विचारले, ते सगळे पैशाशी संबंधित होते. हॉपीनं बहुतेक सगळ्यांची बऱ्यापैकी उत्तरं दिली.

''यात झोनिंगच्या बाबतीत अडचण आहे जराशी.'' कपाळाला आठ्या घालत जिमीनं म्हटलं.

''हो, असणारच.''

''आणि प्लॅनिंग कमिशन याला कडाडून विरोध करणार हेही नक्की.''

''तेही आम्हाला अपेक्षित आहे.''

''अर्थात, अंतिम निर्णय सुपरवायझर लोकांचाच असेल. झोनिंग आणि प्लॅनिंगचे लोक फक्त शिफारसी करू शकतात, ते काही कशाची सक्ती करू शकत नाहीत. थोडक्यात सांगायचं तर आम्ही सहा जण आम्हाला हवं तेच करतो.'' जिमी खिंकाळला. हॅपीनंही मोठ्यानं हसून त्याला साथ दिली. काऊंटीमध्ये या सहा सुपरवायझर लोकांचाच शब्द शेवटचा असतो, हे हॉपीला पक्कं ठाऊक होतं.

''सरकारी यंत्रणा कशी काम करते हे माझ्या क्लाएंटला चांगलं ठाऊक आहे. आणि माझ्या क्लाएंटला तुमचं सहकार्य हवंय.''

टेबलावर टेकवलेली कोपरं खाली घेऊन जिमी खुर्चीत मागे रेलून बसला. त्याचे डोळे बारीक झाले आणि कपाळावर आठ्या पडल्या. हनुवटी कुरवाळत त्यानं आपले काळेभोर डोळे हॉपीवर रोखले. बिचाऱ्या हॉपीला छातीत दोन गोळ्या खोलवर घुसल्यासारखं वाटलं. आपल्या हातांची थरथर जिमीला जाणवू नये म्हणून त्यानं दहाही बोटं टेबलावर घट्ट दाबून ठेवली.

हल्ला करण्याआधी जिमीनं अशी आपल्यासारखी किती सावजं नजरेनं चाचपून बघितली असतील?

"माझ्या भागातल्या सगळ्या गोष्टींच्या नाड्या माझ्या हातात असतात, हे काही मी तुम्हाला सांगायला नको." जिमीनं म्हटलं. बोलताना त्याचे ओठ जेमतेम हलत होते.

"मला त्याची पूर्ण कल्पना आहे." शक्य तेवढ्या थंडपणे हॉपी उत्तरला.

"मी जर मनात आणलं तर हा प्रॉजेक्ट ताबडतोब मान्य होऊ शकतो. मला जर तो पसंत पडला नाही, तर तो या क्षणीच मेल्यात जमा आहे."

हॉपीनं नुसतीच मान डोलावली.

"या प्रॉजेक्टची इथे आणखी कुणाला माहिती आहे? या क्षणी याची गुप्तता कितपत पाळली जातेय?"

"मी सोडून याची कोणालाही साधी कुणकुणही नाही." हॉपीनं म्हटलं.

"तुमचा क्लाएंट जुगाराशी कुठे संबंधित आहे का?"

"नाही, पण त्यांचं ऑफिस मात्र लास व्हेगासमध्ये आहे. स्थानिक पातळीवर आपल्याला हव्या त्या गोष्टी कशा करवून घ्यायच्या हे त्यांना माहितेय आणि त्यांना काम लवकर व्हायला हवंय."

'लास व्हेगास' हा शब्द इथे खरा महत्त्वाचा होता आणि जिमीनंही तो बरोबर टिपून ठेवला. त्यानं हॉपीच्या ऑफिसमधून एक नजर फिरवली. अत्यंत कमी फर्निचर आणि इतर गोष्टी असलेल्या त्या ऑफिसात त्याला एक प्रकारचा निरागसपणा जाणवला. इथे फारसं काही घडत नसावं, फारसं काही घडण्याची अपेक्षाही नसावी. बिलॉक्सीतल्या आपल्या दोघा मित्रांकडे त्यानं फोनवरून हॉपीची चौकशी केली होती. दोघांनीही निर्वाळा दिला होता की, मि. हॉपी डुप्री हा अत्यंत सरळ स्वभावाचा, भाबडा आणि निरुपद्रवी माणूस आहे आणि तो ख्रिसमसच्या वेळी रोटरी क्लबसाठी फ्रुटकेक्स विकतो. त्याला बायको आणि पाच मुलं आहेत, तो नेहमी कुणाच्या अध्यातमध्यात पडायचं टाळतो – किंबहुना एकूण व्यवहार टाळण्याकडेच त्याचा जास्त कल असतो. जिमीच्या मनात शंका आली की, असं जर आहे, तर 'डुप्री रिअल्टी' सारख्या अगदी घरगुती, बाळबोध वळणाच्या एजन्सीकडे या 'स्टिलवॉटर'च्या मागे जे कोणी असतील, त्यांनी का संधान बांधलं असावं?

पण त्यानं हा प्रश्न उघडपणे विचारायचा नाही, असं ठरवलं. "माझा मुलगा या असल्या प्रॉजेक्टचा एक उत्तम कन्सल्टंट आहे."

"असं? मलाही हे माहीत नव्हतं. माझा क्लाएंट तुमच्या मुलाबरोबर लगेच काम करायला तयार होईल."

"तो बे सेंट लुईमध्ये असतो."

"मग त्याला फोन करू का मी?"

"नको. ते मी बघतो."

रँडी मोकचे खरं तर दोन वाळूचे आणि खडीचे ट्रक होते आणि एक फिशिंग बोट तो भाड्यानं देत असे. या फिशिंग बोटीची देखभाल करण्यातच त्याचा सगळा दिवस जात असे. त्याला शाळेतूनही काढून टाकलेलं होतं आणि त्यानंतर दोन महिन्यांनी त्याला अमली पदार्थ बाळगण्याच्या आरोपाखाली पहिल्यांदा शिक्षा झाली होती.

हॉपीनं मात्र त्याचा पाठपुरावा पुढे चालूच ठेवला. रिंगवाल्डनं त्याला दोन-दोनदा सांगितलं होतं की शक्यतो मोकबरोबरच्या पहिल्याच भेटीत सगळं ठरवूनच टाकायचं. कारण सुरुवातीलाच जर त्याला आपल्या बाजूला खेचून घेतलं नाही, तर तो हॅन्कॉक काऊंटीला परत गेल्यावर या प्रॉजेक्टबद्दल बाहेर कुठेतरी बोलण्याची शक्यता नाकारता येत नव्हती. "माझ्या क्लाएंटचं म्हणणं असं की, जमीन खरेदी करण्याआधीच आधी होणारे जे काही खर्च असतील ते ठरवून टाकावेत. तुमचा मुलगा याची कन्सल्टिंग फी किती घेईल?"

"एक लाख डॉलर्स."

हॉपीनं चेहरा इतका निर्विकार ठेवला की, क्षणभर त्याचं त्यालाच आश्चर्य वाटून गेलं. रिंगवाल्डनं साधारण एक ते दोन लाखाचा अंदाज सांगितला होता आणि केएलएक्स एवढा खर्च करायला एका पायावर तयार होती. न्यू जर्सीच्या मानानं खरं तर हा सौदा स्वस्तातच आहे, त्यानं म्हटलं होतं. "ओके. आणि कसे –"

"रोख."

"माझ्या क्लाएंटची यावर चर्चा करायला तयारी आहे."

"कसली चर्चा? सरळ रोखीत पैसे द्यायची तयारी असेल तरच हे होईल. नाहीतर काहीच होणार नाही."

"म्हणजे?"

"ताबडतोब एक लाख रोख दिले तर हा प्रॉजेक्ट सरळ, विनासायास पुढे जाईल. हा माझा शब्द आहे. एक सेंट जरी कमी मिळाला, तरी मी नुसत्या एका फोनवर हा प्रॉजेक्ट जागच्या जागी खलास करेन."

गंमत अशी की, त्याच्या आवाजात किंवा चेहऱ्यावर, तो कसली धमकी देत असल्याचा मागमूसही नव्हता. नंतर हॉपीनं रिंगवाल्डला सांगितलं की, जिमी हल मोक जणू एखादी भाजी विकत असल्याच्या आविर्भावात बोलत होता.

"मला एक फोन करायला हवा." हॉपीनं म्हटलं. "तुम्ही बसा आरामात. आलोच मी." तो उठून पुढच्या खोलीत आला. नशिबानं अजूनही खोलीत कोणीही नव्हतं. त्यानं रिंगवाल्डला त्याच्या हॉटेलात फोन केला. रिंगवाल्ड फोनपाशीच बसून

होता. हॉपीनं जिमीबरोबर काय ठरलं ते थोडक्यात सांगितलं. अगदी थोडा वेळ त्यांचं बोलणं झालं आणि हॉपी परत आला. ''माझा क्लाएंट पैसे द्यायला तयार आहे.'' त्यानं सावकाश सांगितलं आणि मनातल्या मनात सुटकेचा एक नि:श्वास सोडला. चला, म्हणजे एवढा मोठा, लाखो डॉलर्स कमिशन मिळवून देणारा हा व्यवहार एकदाचा मार्गी लागला म्हणायचा. एका बाजूला केएलएक्स, दुसऱ्या बाजूला मोक आणि मध्ये आपण. शिवाय आपले हातही स्वच्छ राहणार.

जिमी मोकचा चेहरा एकदम फुलला. त्याच्या चेहऱ्यावर त्याचं नेहमीचं बनेल हसू उमटलं. ''कधी?''

''मी तुम्हाला सोमवारी फोन करून कळवतो.''

१९

त्या शुक्रवारी दुपारी फिचनं खटल्याच्या कामकाजाकडे दुर्लक्षच केलं. एका ज्यूररबद्दल त्याला बराच विचार करून काही तरी निर्णय घ्यायचा होता. पँग आणि कार्ल न्यूसमन या दोघांबरोबर तो केबलच्या ऑफिसातल्या एका कॉन्फरन्स रूममध्ये जाऊन बसला आणि ते तिघं शांतपणे दार आतून बंद करून विचार करू लागले.

मुळात ही कल्पना फिचच्याच सुपीक डोक्यातून निघालेली होती. हे म्हणजे ढगात गोळी मारण्यापैकी होतं. पण हेच तर त्याचं काम होतं. दुसऱ्या कुणाच्या डोक्यातही कधी येणार नाही अशा ठिकाणी जाऊन शोधाशोध करण्यासाठीच तर त्याला एवढा पैसा मिळत होता. आणि अमर्याद पैसा हाताशी असल्यामुळे तो नुसता विचार न करता अशक्य कोटीतल्या गोष्टी प्रत्यक्षात आणूही शकत होता.

चार दिवसांपूर्वी त्यानं न्यूसमनला, साधारण एक वर्षापूर्वी झालेल्या सिमिनोच्या खटल्याच्या वेळी काम केलेल्या सगळ्या ज्यूरींच्या तपासाचं अख्खं रेकॉर्ड बिलॉक्सीला ताबडतोब पाठवून द्यायला सांगितलं होतं. हा खटला पेन्सिल्व्हानिया राज्यात ॲलनटाऊनमध्ये झाला होता. त्या खटल्याच्या वेळी ज्यूरींसमोर चार आठवडे साक्षीपुरावे सादर झाले होते आणि त्यांनी बचाव पक्षाच्या बाजूनं निकाल दिला होता. फिचच्या टोपीत आणखी एक पीस खोवलं गेलं होतं. त्या खटल्यासाठी सुरुवातीला तीनशे लोकांना ज्यूरीच्या कामासाठी पाचारण केलं गेलं होतं. त्यात एक डेव्हिड लँकास्टर नावाचा तरुणही होता.

लँकास्टरच्या माहितीच्या फाईलमध्ये फारसे काहीच कागदपत्र नव्हते. तो एका व्हिडिओ स्टोअरमध्ये कामाला होता. आपण विद्यार्थी असल्याचं त्यानं सांगितलं

होतं. एका जेमतेम चालणाऱ्या कोरियन फूड स्टॉलच्या वरच्या मजल्यावरच्या एका अपार्टमेंटमध्ये तो राहत होता आणि जायला-यायला सायकल वापरत होता. त्याच्याकडे दुसरं काही वाहन असल्याचा कुठे पुरावा नव्हता, काऊंटीकडेही त्याच्या नावावर असलेल्या एखाद्या कारचा किंवा ट्रकचा कर भरल्याची कुठे नोंद नव्हती. त्याचं जे ज्यूरीच्या माहितीचं कार्ड होतं, त्यावर तो फिलाडेल्फियामध्ये ८ मे १९६७ या दिवशी जन्मल्याचं लिहिलेलं होतं, पण याची कुठेही खातरजमा केलेली नव्हती. कारण तो खोटं बोलत असल्याचा कोणालाही संशय येण्याचं काही कारण नव्हतं. पण ती तारीख खोटी असल्याचं न्यूसमनच्या लोकांनी नुकतंच सिद्ध केलं होतं. त्या कार्डावर असंही लिहिलेलं होतं की, त्याला कुठल्याही गुन्ह्यात शिक्षा झालेली नाही, गेल्या एका वर्षात त्यानं या काऊंटीमध्ये ज्यूरी म्हणून काम केलेलं नाही आणि तो मतदान करण्यासाठी पात्र आहे. खटला सुरू होण्याआधी पाच महिने त्यानं मतदार म्हणून नाव नोंदवलेलं होतं.

एका ज्यूरी तज्ज्ञानं हातानं लिहिलेला एक कागद सोडला तर त्या फाईलमध्ये वेगळं असं काहीच नव्हतं. या कागदात लिहिलेलं होतं की, खटल्याच्या पहिल्या दिवशी जेव्हा लँकास्टर ज्यूरीच्या कामासाठी कोर्टात आला, तेव्हा कोर्टाच्या क्लार्ककडे त्याला समन्स पाठवल्याचीच नोंद नव्हती. पण लँकास्टरनं त्याला जो समन्सचा कागद दाखवला होता, तो सकृतदर्शनी तरी खरा वाटत होता. त्यामुळे त्याला प्रवेश मिळाला होता. न्यूसमनच्या एका ज्यूरी तज्ज्ञाच्या अनुभवी नजरेनं बरोबर हेरलं होतं की, लँकास्टर ज्यूरी म्हणून काम करायला जरा जास्तच उत्सुक दिसत होता.

लँकास्टरचा जो एकमेव फोटो मिळाला होता, तो लँकास्टर त्याच्या सायकलवरून कामाला चाललेला असताना, बऱ्याच लांबून घेतलेला होता. त्याच्या डोक्यावर बेसबॉल कॅप, काळा गॉगल होता, त्याचे केस लांब वाढवलेले होते आणि त्यानं चांगली भरघोस दाढीही राखलेली होती. न्यूसमनच्यासाठी काम करणाऱ्या एका पोरीनं त्याच्या दुकानात जाऊन उगाचच व्हिडिओ भाड्यानं घेतला होता. त्या वेळी ती त्याच्याशी बोललीही होती आणि त्या वेळी त्यानं फेडेड जीनची पँट, जीनचंच जॅकेट, वूलनचे सॉक्स आणि फ्लॅनेलचा शर्ट घातलेला होता. त्यानं केस मागे घेऊन घट्ट बांधलेले होते आणि केसांची पोनीटेल कॉलरमध्ये खोचलेली होती. तो अतिशय नम्रपणे तिच्याशी बोलला होता, पण तो फारसा बोलका वाटला नव्हता.

प्रत्यक्ष ज्यूरींमध्ये मात्र त्याची निवड झाली नव्हती. त्यामुळे त्याची फाईल लगेच बंद करून टाकली गेली होती.

आता मात्र ती पुन्हा उघडण्यात आली. गेल्या चोवीस तासात केलेल्या तपासावरून असं समजलं होतं की, ॲलनटाऊनमधला खटला संपल्यावर एक महिन्यानंतर लँकास्टर कसल्याही खाणाखुणा मागे न ठेवता अचानक नाहीसा झाला

होता. त्याच्या जागेच्या कोरियन मालकाला त्याच्याबद्दल काहीही माहिती नव्हती. व्हिडिओ स्टोअरमधल्या त्याच्या बॉसनं सांगितलं होतं की, एक दिवस अचानक तो कामावर येईनासा झाला आणि नंतर कधीही त्याच्याबद्दल काही समजलं नाही. हे दोघं सोडले तर लँकास्टर नावाची कुणी व्यक्ती कधी अस्तित्वात होती, हे सुद्धा ॲलनटाऊनमधल्या एकालाही माहीत नव्हतं. फिचची माणसं अजून तपास करत होती, पण त्यातून काही सापडेल अशी कुणाचीच अपेक्षा नव्हती. मतदार यादीत त्याचं नाव अजूनही होतं, पण काऊंटीच्या निवडणूक अधिकाऱ्यानं सांगितलं की, या याद्या अजून पाच वर्षं पुन्हा दुरुस्त होणार नाहीत.

बुधवारी रात्री फिचची जवळजवळ खात्री पटली होती की डेव्हिड लँकास्टर म्हणजेच निकोलस ईस्टर.

गुरुवारी सकाळीच न्यूसमनला त्याच्या शिकागोमधल्या ऑफिसातून पाठवलेल्या दोन मोठ्या लाकडी पेट्या मिळाल्या होत्या. त्या पेट्यांमध्ये दोन वर्षांपूर्वी ऑक्लाहोमा राज्यातल्या ब्रोकन ॲरो शहरात झालेल्या ग्लेव्हिनच्या खटल्याच्या वेळच्या ज्यूरींच्या माहितीचे कागदपत्र होते. ग्लेव्हिन विरुद्ध ट्रेलको हा खटला दोन वर्षांपूर्वी बराच गाजला होता, पण प्रत्यक्षात वकिलांचे युक्तिवाद संपायच्या आतच फिचनं आपल्या खास पद्धतीनं हा निकाल ट्रेलकोच्या बाजूनं होईल एवढं निश्चित केलं होतं. ज्यूरींवरच्या संशोधनाच्या माहितीचे कागदपत्र गुरुवारी रात्रभर जागून न्यूसमननं वाचून काढले होते.

ब्रोकन ॲरोमध्ये पेरी हर्श नावाचा एक पंचवीस वर्षांचा तरुण होता. तो सेंट लुईमध्ये जन्मलेला होता. त्यानं सांगितलेली जन्मतारीख खोटी असल्याचं नंतर निष्पन्न झालं होतं. आपण विजेचे दिवे करणाऱ्या एका कारखान्यात काम करतो आणि सुट्टीच्या दिवशी पिझ्झाची डिलिव्हरी करण्याचं काम करतो, असं त्यानं सांगितलं होतं. तो अविवाहित होता, कॅथॉलिक होता. कॉलेजशिक्षण त्यानं अर्धवट सोडलेलं होतं. पूर्वी त्यानं कधीही ज्यूरी म्हणून काम केलेलं नव्हतं. या साऱ्या गोष्टी त्यानं स्वतःच, त्या वेळी त्याला दिलेल्या प्रश्नावलीच्या वेळी लिहिल्या होत्या. खटला सुरू होण्याआधी चार महिने त्यानं मतदार म्हणून नाव नोंदवलं होतं आणि तो आपल्या एका काकूबरोबर एका ट्रेलर पार्कमध्ये राहत होता. खटल्याच्या वेळी ज्या दोनशे लोकांना संभाव्य ज्यूरी म्हणून बोलवलं होतं, त्यांत पेरी हर्शही होता.

हर्शचे दोन फोटो फाईलमध्ये होते. एका फोटोत तो आपल्या जुनाट 'पिंटो' गाडीत ठेवण्यासाठी पिझ्झाचं एक मोठं पार्सल घेऊन जाताना दिसत होता. त्याच्या अंगावर 'रायझोज'चा भडक निळा-लाल शर्ट होता आणि तशीच कॅप त्याच्या डोक्यावर होती. त्याच्या डोळ्यांवर गोल फ्रेमचा चष्मा होता आणि त्यानं दाढी ठेवलेली होती. त्याचा दुसरा फोटो तो राहत असलेल्या ट्रेलरजवळ घेतलेला होता,

पण त्यात त्याचा चेहरा जवळजवळ झाकलेला होता.

ग्लेव्हिनच्या खटल्याच्या ज्यूरींमध्ये हर्शनं जवळजवळ शिरकाव केला होता, पण काही कारणांनी फिर्यादी पक्षानं त्याला नापसंत केलं होतं. खटल्यानंतर कधी तरी त्यानं शहर सोडलेलं दिसत होतं. आपण ज्या कारखान्यात काम करत असल्याचं त्यानं सांगितलं होतं, तिथे टेरी हर्ट्झ नावाचा एक कामगार होता, पण पेरी हर्श नावाचा कुणीच माणूस नव्हता.

फिचनं ब्रोकन ॲरोमधल्या एका स्थानिक डिटेक्टिव्हला आणखी तपास करायला सांगितलं होतं. हर्शची तथाकथित, निनावी काकू कधीच सापडली नव्हती. त्या ट्रेलर पार्कमध्येही तशी काही नोंद नव्हती. 'रायझोज' मधल्या कुणालाही पेरी हर्श नावाची कुणी व्यक्ती आठवत नव्हती.

फिच, पँग आणि न्यूसमन शुक्रवारी दुपारी अंधारात बसलेले होते. भिंतीवर हर्श, लँकास्टर आणि ईस्टर या तिघांचेही फोटो शक्य तितके मोठे करून प्रोजेक्टरमधून दाखवलेले होते. ईस्टरला अर्थातच दाढी नव्हती. त्याचा फोटो तो काम करत असताना घेतलेला होता, त्यामुळे त्याच्या डोळ्यांवर गॉगल नव्हता, की डोक्यावर कॅप नव्हती.

तीनही फोटो एकाच व्यक्तीचे असल्याचं स्पष्ट दिसत होतं.

शुक्रवारी दुपारी लंचनंतर न्यूसमनचा हस्ताक्षरतज्ज्ञ आला. वॉशिंग्टनला पायनेक्स कंपनीचं खास जेट पाठवून त्याला बोलावून घेण्यात आलेलं होतं. आपले निष्कर्ष काढायला त्याला जेमतेम अर्धा तास लागला. या तिघांच्याही हस्ताक्षरांचे नमुने उपलब्ध होते. वुड आणि सिमिनोच्या खटल्यांच्या वेळची ज्यूरींच्या माहितीची कार्डं होती, तर ग्लेव्हिनच्या खटल्याच्या वेळची ती छोटीशी प्रश्नावली होती. पेरी हर्श आणि डेव्हिड लँकास्टर हे दोघं म्हणजे एकच व्यक्ती आहेत, हे त्या तज्ज्ञानं लगेचच सांगितलं. ईस्टरचं हस्ताक्षर लँकास्टरपेक्षा बरंच वेगळं होतं, पण त्यानंही चूक केली होती. ईस्टरनं जे कोरून, छापील अक्षरांसारखं हस्ताक्षर वापरलेलं होतं, ते आपण म्हणजे हर्श किंवा लँकास्टर नव्हे, हे दाखवण्यासाठी त्यानं मुद्दाम घोटून, सवय करून घेतलेलं होतं, हे उघड दिसत होतं. आपल्या भूतकाळाशी आपला संबंध अक्षरावरूनही जोडला जाता कामा नये म्हणून त्यानं ही नवीन पद्धत भरपूर कष्ट करून अंगात मुरवून घेतलेली दिसत होती. पण कार्डाच्या शेवटी सही करताना मात्र त्यानं चूक केलेली होती. त्याच्या सहीतला 'टी' जो होता, त्यावर आडवी दांडी मारताना ती बरीच खाली आणि डावीकडून उजवीकडे उतरत जाणारी मारलेली होती. हर्शनं आपलं शिक्षण फारसं झालेलं नाही हे दाखवणारं गिचमिड, असमान उंची असलेलं अक्षर वापरलेलं होतं. पण त्यानं 'सेंट लुई' मधला जो 'टी' काढलेला होता, तो ईस्टरच्या 'टी'शी बराचसा मिळताजुळता होता. अर्थात नवख्या माणसाला

मात्र हे दोन्ही 'टी' पूर्णपणे वेगळे दिसले असते.

"हर्श आणि लँकास्टर हे दोघंही एकच व्यक्ती आहेत." त्या हस्ताक्षरतज्ज्ञानं ठामपणे म्हटलं. "हर्श आणि ईस्टर हे दोघंही एकच आहेत. त्यामुळे लँकास्टर आणि ईस्टर हेही एकच असले पाहिजेत."

"ते तिघंही एकच आहेत." फिचनं सावकाश म्हटलं. त्याचा अंदाज शंभर टक्के खरा ठरला होता.

"अगदी बरोबर. आणि हा माणूस अत्यंत हुशार आहे."

तो हस्ताक्षरतज्ज्ञ निघून गेला. फिचही आपल्या ऑफिसात परत आला. तिथं त्याला पँग आणि कॉन्रॅडही भेटले. रात्री उशिरापर्यंत ते ऑफिसात होते. फिचची माणसं ॲलनटाऊन आणि ब्रोकन ॲरोमध्ये पैसे चारून, चौकशा करून हर्श आणि लँकास्टरचा कसून तपास करत होती.

"कोर्टातल्या खटल्यांवर नजर ठेवणारा माणूस कधी बघितलाय का तुम्ही अजून?" कॉन्रॅडनं विचारलं.

"नाही ना." फिच गुरगुरला. "तेच तर कोडं आहे."

'वैयक्तिक गाठीभेटीं'चे नियम अगदी साधे होते. दर शुक्रवारी रात्री सात ते नऊ या वेळात प्रत्येक ज्यूररला आपला पती किंवा पत्नी, मित्र किंवा मैत्रीण, किंवा आणखी कोणाबरोबर आपल्या खोलीत 'वैयक्तिक गाठीभेटी' घ्यायची परवानगी होती. बाहेरून येणारी ही गेस्ट मंडळी या वेळात कधीही जाऊ-येऊ शकत होती. पण येताना त्यांना कायम आधी लू डेलकडे नाव नोंदवणं आवश्यक होतं. आणि त्या वेळी प्रत्येक व्यक्तीला ती अशा पद्धतीनं नजरेनं चाचपून बघत होती की, ही माणसं आत खोलीत जाऊन जे काही करत असतील, ते वैध की अवैध हे ठरवण्याचा अधिकार जणू हिलाच दिलेला होता.

बरोबर सातच्या ठोक्याला, सगळ्यात आधी आला तो डेरिक मेपल्स – एंजल वीझचा देखणा, तरुण बॉयफ्रेंड. लू डेलनं त्याचं नाव लिहून घेतलं, कॉरिडॉरमधून बोटानं निर्देश करत 'रूम नंबर ५५' म्हटलं आणि तो जो तिकडे चालता झाला, तो थेट रात्री नऊलाच बाहेर आला.

आज निकोलसकडे कोणीच येणार नव्हतं. जेरी फर्नांडिसची परिस्थितीही तशीच होती. त्याची बायको वेगळ्या बेडरूममध्ये झोपायला लागून महिना लोटलेला होता, त्यामुळे ती इथे येऊन वेळ फुकट घालवणं शक्य नव्हतं. शिवाय जेरीचंही फारसं काही अडत होतं अशातला मुळीच भाग नव्हता. तो आणि पूडल रोजच रात्री 'वैयक्तिक गाठीभेटी'चा अधिकार बजावत होते. कर्नल हरेराची बायको बाहेरगावी गेलेली होती, तर लॉनी शेव्हरच्या बायकोला अपत्याची काळजी घ्यायला कोणी

बेबी-सीटर मिळत नव्हती. त्यामुळे हे चौघंजण (आपलेच) दात-ओठ चावत जॉन वेनचा सिनेमा बघत बसले – अरे, त्या आंधळ्या हर्मनलासुद्धा स्त्रीसुख मिळतंय आणि आपल्याला मात्र असं एकटंच बसावं लागतंय, ही काय पद्धत झाली?

फिलिप सॅव्हेलला भेटायला एक व्यक्ती आली होती, पण ती स्त्री आहे की पुरुष, तिचं वय काय, काळी की गोरी याबद्दल कसलीही माहिती सांगायला लू डेलनं साफ नकार दिला. प्रत्यक्षात ती एक अत्यंत सुंदर तरुणी होती. ती बहुधा भारतीय किंवा पाकिस्तानी असावी – निदान ती तशी दिसत होती.

मिसेस ग्लॅडिस कार्ड आपल्या खोलीत मिस्टर नेल्सन कार्डबरोबर टीव्ही बघत बसली होती. घटस्फोट घेतलेल्या लॉरीन ड्यूकला भेटायला तिच्या दोघी किशोरवयीन मुली आल्या होत्या. रिकीनं कोलमननं तिच्या नवऱ्याबरोबर आपला हक्क बजावला आणि मग उरलेले पावणेदोन तास आपल्या पोरांबद्दल गप्पा मारल्या.

आणि हॉपीनं आपल्या बायकोसाठी – मिली डुप्रीसाठी – फुलांचा एक बुके आणि एक चॉकलेटची बॉक्स आणली होती. कधी नव्हे एवढ्या प्रचंड उल्हासानं हॉपी खोलीत वावरत असताना एकीकडे मिलीनं बरीचशी चॉकलेट्स फस्त केली. पोरं मजेत होती. सगळे जण आपापल्या मैत्रिणींना भेटायला गेलेले होते आणि धंदाही जोरात चाललेला होता. हॉपी भयंकर उत्साहानं सांगत होता – आपला धंदा पूर्वी कधीच एवढा जोरात चाललेला नव्हता. मी नुकताच एक व्यवहार केलाय, त्यात आपल्याला प्रचंड पैसे मिळणार आहेत. पण ते सगळं अतिशय गुप्त आहे. ते मी तुला एवढ्यात सांगू शकणार नाही. कदाचित सोमवारी, किंवा कदाचित त्यानंतर कधीतरी सांगेन. तासभर थांबून तो ताबडतोब ऑफिसमध्ये परत गेला. अजून बरंच काम बाकी होतं.

मि. नेल्सन कार्ड नऊ वाजता निघून गेल्यावर ग्लॅडिसनं पार्टी रूममध्ये पाय टाकला आणि तिला आपली चूक उमगली. हे चौघंजण बीअर पीत, पॉप कॉर्नचे बकाणे भरत आता बॉक्सिंग बघत होते. एक सॉफ्ट ड्रिंक घेऊन ती टेबलाशी येऊन बसली. जेरीनं तिच्याकडे संशयानं बघितलं. ''काय ग्लॅडिस, आम्हाला सांग ना तुम्ही काय केलंत ते.''

काय बोलावं हेच तिला सुचेना. तिचे गाल लाल गुलाबी झाले.

''सांग ना, ग्लॅडिस, असं काय करतेस? अग, आम्हाला काहीच करायला मिळालं नाही.''

कोक हातात घेऊन ग्लॅडिस तटकन उठून उभी राहिली. ''बरं झालं. तुम्हाला काहीच मिळालं नाही म्हणतोस ना, त्यामागे तसंच खास कारण असलं पाहिजे.'' चिडून ती ताडताड बाहेर निघून गेली. जेरी कसंबसं हसला. बाकीची मंडळी इतकी कंटाळलेली आणि निराश झालेली होती की, त्यांनी तिकडे बघितलंसुद्धा नाही.

मार्लीकडे जी गाडी होती, ती 'लेक्सस' होती आणि ती बिलॉक्सीतल्या एका डीलरकडून दरमहा सहाशे डॉलर्स भाड्यानं तीन वर्षांसाठी घेतलेली होती. गाडी 'रोशेल ग्रुप' नावाच्या एका अगदी नवीन कंपनीच्या नावावर भाड्यानं घेतलेली होती. या 'रोशेल ग्रुप'ची कसलीही माहिती फिचला मिळालेली नव्हती. त्या गाडीच्या मागच्या मडगार्डच्या आतल्या बाजूला त्यांनी एक पौंडभर वजनाचा ट्रान्समीटर लोहचुंबकाच्या मदतीनं लावलेला होता. त्यामुळे कॉन्रॅड आता टेबलावर बसून मार्लीच्या हालचालींवर लक्ष ठेवू शकत होता. हे काम ज्यो बॉयनं उरकलं होतं.

ती ज्या भल्या प्रशस्त कॉन्डोमध्ये राहत होती, तो सुद्धा याच कंपनीनं भाड्यानं घेतलेला होता. भाडं होतं दरमहा दोन हजार डॉलर्स. एवढे मोठे खर्च ही पोरगी कसे भागवत असेल म्हणून फिच आणि कंपनीनं ती कुठे नोकरी-धंदा करतेय याचा शोध घेण्याचा प्रयत्न केला होता, पण तिथेही त्यांच्या हाती काहीच लागलं नव्हतं.

शुक्रवारी रात्री बऱ्याच उशिरानं तिचा फोन आला. अवाढव्य देहाचा फिच त्या वेळी सगळे कपडे काढून आपल्या डबल एक्स-लार्ज साईजच्या बॉक्सर शॉर्टवर, एखाद्या किनाऱ्यावर येऊन पडलेल्या देवमाशासारखा आपल्या बेडवर पसरलेला होता. सध्या त्याचा मुक्काम हायवे-९० वरच्या, बिलॉक्सीतल्या कलोनियल हॉटेलमधल्या सगळयात वरच्या मजल्यावर प्रेसिडेन्शिअल सूटमध्ये होता. समुद्र तिथून जेमतेम शंभर यार्डांवर होता. त्यानं जर खिडकीतून बाहेर बघण्याचे कष्ट घेतले असते, तर बाहेर त्याला किनाऱ्याचा आणि समुद्राचा मनोरम देखावा दिसू शकला असता. त्याच्या अगदी जवळच्या वर्तुळातली हाताच्या बोटावर मोजता येण्याइतकी माणसं सोडली, तर त्याचा मुक्काम कुठे आहे हे कोणालाही माहीत नव्हतं.

तिचा कॉल आला, तो रिसेप्शन डेस्कवर आला – मि. फिचसाठी एक अर्जंट निरोप आहे. रिसेप्शनवर रात्री काम करणाऱ्या कर्मचाऱ्याला मोठाच प्रश्न पडला. मि. फिचची ओळख आणि मुक्काम, दोन्ही गोष्टी गुप्त राखण्यासाठी हॉटेलला भरपूर पैसा मिळत होता. त्यामुळे मि. फिच हॉटेलात आहेत, हेच मुळात त्या कर्मचाऱ्यानं कबूल केलं नाही. मार्लीला मात्र सगळंच माहीत होतं.

दहा मिनिटांनी तिचा परत फोन आला. या वेळी मात्र फोन थेट फिचकडे देण्यात आला. त्यानंच तसं रिसेप्शनला सांगून ठेवलं होतं. फिच आपली भली ढगळ बॉक्सर शॉर्ट पार छातीपर्यंत ओढून डोकं खाजवत उभा होता. एकीकडे तो विचार करत होता, आपण इथे आहोत हे हिला कसं समजलं? ''गुड इव्हिनिंग.'' त्यानं म्हटलं.

''हाय, फिच. इतक्या उशिरा फोन केल्याबद्दल सॉरी हं.'' तिला कशाचंही वाईट वाटत असल्याचं तिचा आवाज सांगत नव्हता. अधूनमधून ती 'हाय'चा उच्चार जरा लांबवायची. आपण मूळच्या अमेरिकेच्या दक्षिणेकडच्या भागातल्या आहोत असं भासवायचा तिचा हा प्रयत्न होता. न्यूयॉर्कमधल्या तज्ज्ञांनी तिच्या आतापर्यंतच्या

आठही फोनच्या आणि न्यू ऑर्लिन्समधल्या त्यांच्या बोलण्याच्या रेकॉर्डिंगचा अभ्यास करून निर्वाळा दिलेला होता की, पूर्व कान्सास किंवा पश्चिम मिसुरीच्या भागातली असावी – पण बहुधा ती कान्सास शहरापासून शंभर मैल परिघातल्या प्रदेशातच वाढलेली असावी.

''नो प्रॉब्लेम.'' बेडशेजारच्या टेबलावरचा टेपरेकॉर्डर चालू आहे ना, हे बघत फिचनं म्हटलं. ''तुझा दोस्त काय म्हणतो?''

''विरहात जळतोय बिचारा. आज 'गाठीभेटी'ची रात्र होती, माहितेय तुला?''

''हो, ऐकलं होतं तसं. मग? झाल्या का सगळ्यांच्या गाठीभेटी?''

''खऱ्या अर्थानं नाही झाल्या. कित्ती वाईट परिस्थिती आहे बघ. पुरुष मंडळींनी जॉन वेनचा सिनेमा बघितला, तर बायकांनी विणकाम वगैरे केलं.''

''म्हणजे? मूळ उद्देश कोणाचाच सफल नाही झाला?''

''अगदीच थोड्या लोकांचा झाला. एंजल वीझचा झाला, तिचं प्रेमप्रकरण सध्या चांगलंच रंगतंय. रिकी कोलमनचा झाला. मिली डुप्रीचा नवरा आला, पण थोडाच वेळ थांबला. मिस्टर आणि मिसेस कार्ड निदान एका खोलीत तरी नक्कीच होते. हर्मनचं मला काही सांगता येणार नाही. सॅव्हेलकडेही कोणी तरी आलं होतं.''

''सॅव्हेलकडे? काय सांगतेस? कोण तो दुर्दैवी जीव? बाईच होती की पुरुष?''

''कोण जाणे. त्या व्यक्तीला कोणीच बघितलं नाही.''

फिच बेडच्या कडेवर बसता झाला. ''तू का नाही भेटलीस तुझ्या दोस्ताला?''

''आमचे 'तसे' संबंध आहेत हे कोणी सांगितलं तुला?''

''मग कसे आहेत?''

''आमचे संबंध फक्त मैत्रीचे आहेत. चक्क दोन ज्यूररच एकत्र झोपतायत. कोण, सांग बरं?''

''आता हे मला काय माहीत?''

''तरी पण? अंदाज कर ना.''

समोरच्या आरशात स्वत:कडे बघत फिच किंचित हसला. वा! काय नशीब आहे आपलं. ''जेरी फर्नांडिस आणि दुसरं कोणी तरी.''

''बरोबर अंदाज केलास. जेरीला लवकरच घटस्फोट मिळणार आहे आणि सिल्व्हियाही एकटीच असते. त्यांच्या खोल्याही समोरासमोर आहेत. आणि खरं सांगायचं तर 'सिएस्टा इन' मध्ये दुसरंही करण्यासारखं फारसं काही नाही.''

''प्रेमसुद्धा कसं गमतीशीर असतं, नाही?''

''तुला सांगायलाच पाहिजे, फिच. क्रिग्लरच्या साक्षीचा फिर्यादी पक्षाला फार मोठा फायदा झालाय.''

''म्हणजे त्यांना त्याचं म्हणणं पटलं म्हणतेस?''

''हो, अगदी प्रत्येक शब्द. त्यानं ज्यूरींना फिर्यादीच्या बाजूला खेचलं म्हणालास तरी चालेल, फिच.''

''एखादी चांगली बातमी नाही का सांगता येणार तुला?''

''सांगते. ऱ्होर चांगलाच चिंतेत पडलाय.''

फिचचे कान एकदम टवकारले. ''आता त्याला काय झालं काळजी करायला?'' स्वत:च्या चेहऱ्यावर उमटलेलं प्रश्नचिन्ह त्याला आरशात दिसत होतं. ही पोरगी ऱ्होरशीही संधान बांधून असणार, असा जर आपला अंदाजच होता, तर आत्ता हे प्रत्यक्ष तिच्या तोंडून ऐकताना आपल्याला धक्का बसायचं कारण काय? तरीसुद्धा त्याला आत कुठेतरी आपला विश्वासघात झाल्याची भावना क्षणभर जाणवून गेली.

''त्याला तू कारण आहेस. तू वाटेल त्या लटपटी करून ज्यूरींना फोडायच्या मागे आहेस आणि एखाद्या खुन्यासारखा मोकाट फिरतोयस, हे त्याला माहितेय. अरे, तू त्याच्या जागी स्वत:ची कल्पना कर. असा कोणी तरी एक पाताळयंत्री माणूस फिर्यादी पक्षासाठी काम करत मोकळा फिरतोय हे जर तुला समजलं, तर तुझी काय अवस्था होईल?''

''मी? माझी भीतीनं गाळण उडेल.''

''ऱ्होरची तशी काही गाळण उडालेली नाहीय, तो फक्त चिंतेत पडलाय.''

''तू त्याच्याशी किती वेळा बोलतेस?''

''बरेचदा बोलते. तुझ्यापेक्षा तो बोलायला नि वागायला कितीतरी चांगला आहे, फिच. खूप छान बोलतो तो, शिवाय तो माझे कॉलही कधी टॅप करत नाही, की कधी गुंडांकरवी माझा पाठलाग करत नाही.''

''अरे वा! एखाद्या पोरीवर कशी छाप पाडावी हे कळतंय म्हणायचं त्याला.''

''हो. पण नेमक्या महत्त्वाच्या बाबतीत मात्र तो कमजोर आहे.''

''काय म्हणतेस?''

''भलते अर्थ काढू नकोस, फिच. मी पैशाच्या बाबतीत बोलत होते.''

''मग माझ्याकडच्या पैशांपैकी किती हवाय तुला?''

''ते नंतर बोलू, फिच. मला पळायला हवं. बाहेर एक गाडी संशयास्पदपणे थांबलीय. बहुतेक तुझेच कोणी तरी जोकर असणार.'' तिनं पटकन फोन ठेवला.

अंघोळ करून फिचनं झोपायला प्रयत्न केला. पण झोप नेहमीप्रमाणेच त्याला टाळत होती. शेवटी पहाटे दोन वाजता उठून तो स्वत:च गाडीनं 'ल्यूसी लक' मध्ये गेला आणि प्रत्येक हँडला पाचशे डॉलर्स दरानं ब्लॅकजॅक खेळत बसला. 'स्प्राईट'च्या बाटल्या रिचवून तो पहाटे तिथून बाहेर पडला, तेव्हा त्याच्या खिशात नुकत्याच जिंकलेल्या वीस हजार डॉलर्सच्या नोटा होत्या.

२०

नोव्हेंबरमधला पहिला शनिवार उजाडला, तो थंडगार वातावरण घेऊनच. तापमान एकदम जेमतेम साठ फॅरनहीटपर्यंत उतरलेलं होतं. किनारी भागातल्या नेहमीच्या उष्ण आणि दमट वातावरणाच्या मानानं ही जवळजवळ थंडीच होती. उत्तरेकडून येणाऱ्या थंड वाऱ्यांच्या झुळुकांच्या तालावर डोलत झाडांनी आपले पानांचे पोशाख उतरवायला सुरुवात केली. रस्त्यांवर पानांचा सडा पडू लागला. पानझडीचा काळ या भागात उशिरा सुरू होत असे आणि जानेवारीच्या पहिल्या आठवड्यापर्यंत तिथेच मुक्काम ठोकत असे. या भागात हिवाळा हा एवढाच असे.

पहाटे उठून जॉगिंग करणारे काही उत्साही लोक रस्त्यांवर दिसत होते, पण त्या विटांच्या लहानशा, आटोपशीर घरासमोर जेव्हा ती काळी क्रायस्लर गाडी येऊन थांबली आणि एकसारखे काळे सूट घातलेले दोन तरुण त्यातून खाली उतरले, तेव्हा ही गोष्ट कोणीच बघितली नाही. ते दोघं त्या घराच्या पुढच्या दाराशी गेले आणि बेल दाबून ते दार उघडायची वाट बघत उभे राहिले. शेजारीपाजारी अजून जाग नव्हती. पण आणखी तासाभरानं मात्र पानं साफ करणाऱ्या सफाई कामगारांची आणि रस्त्यावर खेळणाऱ्या पोरांची गर्दी वाढणार होती.

हॉपीनं 'मिस्टर कॉफी' मध्ये नुकतंच कॉफी करण्यासाठी पाणी घातलेलं होतं. तेवढ्यात त्याला दारावरची बेल ऐकू आली. त्यानं आपला बाथरोब कमरेशी घट्ट बांधला, विस्कटलेले केस हातानं सारखे केले. या असल्या नको त्या वेळी, एवढ्या उजाडताच कोण आलं असेल? कोणी तरी बॉय स्काऊटची पोरं घेऊन आली असतील, काही तरी विकायला. तो लगबगीनं दाराकडे निघाला. वरच्या मजल्यावर अस्ताव्यस्त झोपलेली सहा पोरं होती. पाच त्याची आणि एक त्यांच्यापैकीच कुणाचा

तरी दोस्त. शुक्रवारी रात्री डुप्रीच्या घरात हे असंच वातावरण असे.

हॉपीनं दार उघडलं. बाहेर गंभीर चेहऱ्याची दोन तरुण माणसं उभी होती. आणि त्यांनी ताबडतोब सूटच्या खिशातून काळ्या लेदरवर लावलेले सोनेरी रंगाचे दोन बॅजेस काढून त्याच्या नाकासमोर धरले. त्यांनी भराभर जे काही शब्द उच्चारले, त्यातून हॉपीला फक्त दोनदा 'एफबीआय' एवढंच ऐकू आलं. त्याला घेरीच आली.

''तुमचं नाव मि. डुप्री?'' एफबीआय एजंट निकमननं विचारलं.

''हो, पण–'' हॉपीनं गडबडून कसंबसं म्हटलं.

''तुम्हाला काही प्रश्न विचारायचेत.'' एक पाऊल पुढे होत त्या दुसऱ्यानं – एजंट नेपिअरनं म्हटलं.

''कशाबद्दल?'' हॉपीच्या तोंडाला कोरड पडलेली होती. त्यानं त्या दोघांच्या मधून रस्त्यापलीकडे बघायचा प्रयत्न केला – ती बया, मिल्ड्रेड यॅन्सी बघत असणार सगळं नाटक!

निकमन आणि नेपिअरनं एकमेकांकडे सहेतुकपणे कटाक्ष टाकला. मग नेपिअरनं म्हटलं, ''इथेच विचारू, की आणखी कुठे?''

''स्टिलवॉटर बे, जिमी हल मोक वगैरेबद्दलचे प्रश्न विचारायचेत तुम्हाला.'' निकमननं थोडं स्पष्ट करून सांगितलं. हॉपीनं आधारासाठी दार घट्ट पकडलं.

''अरे बाप रे.'' त्याचं डोकंच बधिर झालेलं होतं.

''आम्ही आत येऊ का?'' नेपिअरनं विचारलं.

मान खाली घालून हॉपीनं रडू फुटल्यासारखे डोळे चोळले, ''नको, नको. प्लीज, इथे नको.'' आणि पोरांचं काय? ती उठतील ना! नेहमी ती सगळीजणं नऊ-दहा वाजेपर्यंत झोपतात, कधी कधी बारापर्यंतही झोपतात, पण आपले आवाज ऐकून ती आत्तासुद्धा उठून खाली येतील. ''माझ्या ऑफिसात जाऊ आपण.'' त्यानं कसंबसं म्हटलं.

''ओके. आम्ही थांबतो.'' नेपिअरनं म्हटलं.

''लवकर आवरा.'' निकमननं म्हटलं.

''थँक्स.'' दार बंद करून घेऊन हॉपी हॉलमधल्या सोफ्यावर हताशपणे जाऊन कोसळला. त्यानं वर बघितलं. छत गरागरा फिरत होतं. वरून कसलीच चाहुल नव्हती. पोरं गाढ झोपेत होती. हॉपीचं हृदय इतक्या जोरात धडधडत होतं की, जवळजवळ एक मिनिटभर त्याची खात्री पटलेली होती की, आपण आता इथेच मरून पडणार. किती बरं होईल! आपण असेच डोळे मिटून गतप्राण होऊन पडू, मग तासा-दोन तासांनी पोरांपैकी कोणी तरी उठून खाली येईल आणि आपल्याला बघितल्यावर ९११ नंबरला फोन करेल. आपलं वयही त्रेपन्न आहे आणि आपल्या घराण्यातच हृदय कमजोर असण्याचा आजार आहे. मिलीला इन्शुअरन्सचे एक

लाख डॉलर्सही मिळतील.

मिनिटभरानंतर आपण मरण्याची काही चिन्हं दिसत नाहीत हे जेव्हा त्याला उमगलं, तेव्हा तो सावकाश उठून उभा राहिला. अजून त्याचं डोकं गरगरतच होतं. कसंबसं, भिंतीला धरून चालत किचनमध्ये जाऊन त्यानं कॉफी एका कपात ओतली. ओव्हनवरच्या घड्याळात सात वाजून पाच मिनिटं झालेली होती. चार नोव्हेंबर. आपल्या आयुष्यातला सगळ्यात काळा दिवस. एवढे कसे बिनडोक आपण?

आपण रिंगवाल्डला फोन करावा, आपल्या वकिलाला – मिलार्ड पट्‌ला – फोन करावा असं त्याला वाटून गेलं. पण त्यानं ते विचार सोडून दिले. अचानक त्यानं घाईघाईनं आवरायला सुरुवात केली. काहीही करून पोरं उठायच्या आत त्याला आता घराबाहेर पडायचं होतं. शेजारच्या कुणी बघायच्या आत त्याला त्या दोघा एजंटांना तिथून बाहेर काढायचं होतं. शिवाय मिलार्ड तरी काय करतो? तो तर फक्त रिअल इस्टेटच्या संदर्भातल्या केसेस बघतो. गुन्हेगारीच्या कायद्यातलं त्याला कुठे काय कळतं?

गुन्हेगारी! बाप रे! खरंच की! अंघोळीचा बेत ताबडतोब रद्द करून त्यानं कपडे बदलले. दात घासताना त्यानं आरशात स्वत:कडे बघितलं. विश्वासघातामुळे आलेली मूर्तिमंत हताशा त्याला स्वत:च्या चेहऱ्यावर स्पष्ट दिसत होती. खोटं बोलणं, फसवणं आपल्याला कधीच जमलं नाही. अरे, मी फक्त एक साधा हॉपी डुप्री आहे, मला पोरंबाळं आहेत, बायको आहे, माझ्याबद्दल लोक चांगलं बोलतात. मी तर कधी टॅक्स रिटर्न्सही खोटी भरलेली नाहीत.

मग असं जर आहे, हॉपी, बाळा, तर बाहेर ते दोन एफबीआयचे एजंट कशाला तुझी वाट बघतायत? अजून तू तुरुंगात गेलेला नाहीस, अर्थात तेही होणारच आहे म्हणा, पण तू त्यांना एका अशा ठिकाणी घेऊन जाणार आहेस की, तिथे तुला ते कच्चा खाणार आहेत आणि नंतर तुझी, तू केलेल्या कृत्याची लक्तरं बाहेर टांगणार आहेत! केस विंचरतानाही त्याच्या डोक्यात मिलीचे, त्याच्या होणार असलेल्या जाहीर दुष्कीर्तीचे, पोरांचे, बाकी लोक काय म्हणतील याचे विचार घोंघावत होते.

बाहेर आल्यावर नेपिअरनं त्याला बजावून सांगितलं की, मी तुमच्याबरोबर तुमच्या गाडीतूनच येणार आणि निकमन आमची गाडी घेऊन पाठीमागून येईल. नंतरच्या प्रवासात कोणी एक शब्दही बोललं नाही.

'डुप्री रिअल्टी' हा काही अशा स्वरूपाचा धंदा नव्हता, की, सकाळी उजाडताच दारात लोकांची रीघ लागावी. आठवड्याच्या कोणत्याही दिवशी यात बदल घडणं शक्य नव्हतं, तसं ते शनिवारीही शक्य नव्हतं. त्यामुळे नऊपर्यंत, कदाचित दहापर्यंतही ऑफिसात कोणीही येणार नाही, हे हॉपीला ठाऊक होतं. त्यानं दारं

उघडली, दिवे लावले आणि मग त्या दोघांना 'कॉफी घेणार का' असं, केवळ शिष्टाचार म्हणून विचारलं. दोघांनीही नको म्हटलं. ते जणू आता त्याची कत्तल करायला अधीर झालेले होते. तो टेबलाशी त्याच्या जागेवर बसला. समोरच्या बाजूला ते दोघं एकमेकांना चिकटून जन्माला आलेल्या जुळ्या भावंडांसारखे बसलेले होते. हॉपीला त्यांच्या नजरेला नजर भिडवणं अशक्य होतं.

निकमननं सुरुवात केली. "स्टिलवॉटर बे हे नाव ओळखता तुम्ही?"

"हो."

"तुम्ही टॉड रिंगवाल्ड नावाच्या माणसाला भेटला आहात?"

"हो."

"त्याच्याबरोबर कोणत्याही स्वरूपाच्या करारावर तुम्ही सही केलीय?"

"नाही."

निकमन आणि नेपिअरनं एकमेकांकडे 'हा खोटं बोलतोय' असा एक कटाक्ष टाकला. सगळं माहीत असल्यासारखं नेपिअरनं म्हटलं, "हे बघा, मि. डुप्री. तुम्ही जर खरं सांगितलंत तर तुम्हाला बराच कमी त्रास होईल."

"मी खरं तेच बोलतोय. देवाशपथ."

निकमननं खिशातून एक पॅड काढून त्यावर खरडायला सुरुवात केली. "तुम्ही टॉड रिंगवाल्डला पहिल्यांदा कधी भेटलात?"

"गुरुवारी."

"जिमी हल मोक या नावाच्या माणसाला ओळखता तुम्ही?"

"हो."

"त्याला कधी भेटलात पहिल्यांदा?"

"काल."

"कुठे?"

"इथेच."

"कशासाठी भेटलात?"

"स्टिलवॉटर बे च्या डेव्हलपमेंटच्या बाबतीत चर्चा करण्यासाठी. केएलएक्स प्रॉपर्टीज नावाच्या कंपनीतर्फे मी काम बघायचंय. केएलएक्सलाच स्टिलवॉटर बे डेव्हलप करायचीय आणि ही जमीन हॅन्कॉक काऊंटीत मि. मोकच्या अखत्यारीतल्या भागात येते."

त्या दोघांनी हॉपीकडे इतका वेळ टक लावून बघितलं की, हॉपी अस्वस्थ झाला. त्यानं नुकतंच बोललेलं वाक्य मनात परत आठवून बघितलं. मी काही नको ते बोललो का? आपल्याला तुरुंगात आणखी जोरात ढकलेल असं काही? का हे बोलणं इथेच थांबवावं आणि वकिलाला बोलवावं?

नेपिअर हलकेच खाकरला. ''आम्ही गेले सहा महिने मि. मोकच्या मागावर आहोत आणि पंधरा दिवसांपूर्वी त्यानं आमच्याशी एक 'प्ली बार्गेन' करायचं मान्य केलंय. त्यात असं ठरलंय की, त्यानं केलेल्या मदतीच्या बदल्यात त्याला होणारी शिक्षा सौम्य केली जाईल.''

ही कायद्याची भाषा हॉपीला फारशी समजली नाही – त्यानं ते वाक्य ऐकलं खरं, पण त्याचा अर्थ समजण्याइतकं सध्या तरी त्याचं डोकं नीट काम करत नव्हतं.

''तुम्ही मि. मोकला काही पैसे देऊ केलेत?'' नेपिअरनं विचारलं.

''नाही.'' हॉपीनं म्हटलं, कारण हो म्हणणं तर अशक्यच होतं. हे त्यानं चटकन म्हटलं, पण त्यामागे अजिबात जोर नव्हता. ''नाही.'' त्यानं पुन्हा म्हटलं. त्यानं जिमीला खरोखरच पैसे देऊ केलेले नव्हते – निदान त्यानं जे काही केलं होतं, त्याचा त्यानं स्वत: तसा अर्थ लावला होता.

निकमननं सावकाश आपल्या कोटाच्या आतल्या खिशात हात घातला आणि थोडंसं चाचपलं. आत जी काही वस्तू होती, त्यावर बोटं बरोबर बसल्यावर त्यानं ती वस्तू बाहेर काढली. अगदी पातळ, नाजूक अशी ती वस्तू त्यानं टेबलावर हळुवारपणे काढून ठेवली. ''नक्की?'' त्यानं काहीशा कुत्सितपणे विचारलं.

''हो, प्रश्नच नाही.'' हॉपीनं म्हटलं, पण लगेच त्याचं लक्ष त्या वस्तूकडे गेलं आणि तो एकदम खचलाच.

निकमननं त्या नाजूक टेपरेकॉर्डरवरचं एक बटन दाबलं. श्वास रोखून, हाताच्या मुठी घट्ट वळून हॉपीनं डोळे मिटले. लगेच त्याला स्वत:चा अतिशय नर्व्हसपणे राजकारण आणि कॅसिनो आणि मासेमारी वगैरेबद्दल बडबडणारा आवाज ऐकू येऊ लागला. मधूनच मोकही एखादं वाक्य बोलत होता. ''म्हणजे त्याच्या खिशात टेपरेकॉर्डर होता!'' तो भयंकर निराश, खचलेल्या आवाजात बोलला.

''हो.'' त्यांच्यापैकी कोणीतरी एक जण हळूच म्हणाला.

''अरे बाप रे!''

सगळं संभाषण याच ठिकाणी, याच टेबलावर घडलेलं होतं आणि रेकॉर्डही झालेलं होतं, त्याला पुरते चोवीस तासही अजून झाले नव्हते. सँडविच खात आणि आईस्ड टी पीत दोघांनी बोलणं केलं होतं. आता निकमन बसला होता त्याच खुर्चीवर बसून जिमी मोकनं एक लाख डॉलर्स खिशात पडण्याची व्यवस्था केलेली होती आणि ती सुद्धा स्वत:च्या खिशात एफबीआय आपलं बोलणं टेप करतंय हे माहीत असताना!

अत्यंत कूर्मगतीनं टेप पुढे सरकत होता. शेवटी व्हायचं ते बोलणं होऊन गेलं आणि हॉपी आणि मोकनं एकमेकांचा घाईघाईनं निरोपही घेतला. ''आणखी एकदा ऐकायचंय?'' एक बटन दाबत निकमननं विचारलं.

"नको, नको." कपाळावरून थरथरता हात फिरवत हॉपीनं म्हटलं. "मी वकिलाशी बोलायला हवंय का?" वर न बघताच त्यानं विचारलं.

"कल्पना अगदीच काही वाईट नाही." निकमनच्या आवाजात सहानुभूती होती.

हॉपीनं मान वर केली. तेव्हा त्याचे डोळे ओले होते. त्याचे ओठ थरथरत होते. तरी पण उरलंसुरलं अवसान गोळा करून त्यानं त्यांच्या नजरेला नजर भिडवली. "आता पुढे?"

नेपिअर आणि निकमन दोघंही एकदम स्वस्थ झाले. नेपिअर उठून भिंतीजवळच्या एका पुस्तकांच्या कपाटाशी गेला. "नेमकं सांगणं कठीण आहे." याचं उत्तर ठरवण्याचं काम जणू दुसऱ्या कुणाचं असल्यासारखं निकमननं म्हटलं. "गेल्या एका वर्षात आम्ही अशा बारा सुपरवायझर लोकांच्या कारवाया उजेडात आणल्या आहेत. आता न्यायाधीश लोकांनाही या प्रकाराची शिसारी यायला लागलीय, त्यामुळे ते फर्मावत असलेल्या शिक्षांची मुदत लांबत चाललीय."

"पण मी कुठाय सुपरवायझर?"

"अगदी बरोबर. माझ्या मते तुम्हाला तीन ते पाच वर्षं शिक्षा होईल. फेडरल कोर्टात."

"सरकारी अधिकाऱ्याला लाच देण्याचा कट केल्याच्या आरोपाबद्दल." जागेवर येऊन बसत नेपिअरनं म्हटलं. दोघंही आपापल्या खुर्चीवर अगदी पुढे येऊन बसलेले होते – जणू काही आता याला धरून मारायला सुरुवात करायची असल्यासारखे.

ज्या माईकच्या साहाय्यानं हॉपी आणि मोकचं बोलणं टेप केलेलं होतं, तो माईक म्हणजे एका फालतू निळ्या बॉलपेनचं टोपण होतं आणि ते बॉलपेन हॉपीसमोरच्या एका कळकट बाऊलमध्ये बाकीच्या डझनभर, तितक्याच टाकाऊ पेना-पेन्सिलींबरोबर ठेवलेलं होतं. रिंगवाल्डनं शुक्रवारी सकाळी ते हॉपीचं लक्ष नाहीसं बघून तिथे खोचून ठेवलं होतं. यांपैकी कुठलीही पेनं किंवा पेन्सिली कित्येक महिन्यांमध्ये तिथून हललेली दिसत नव्हती आणि पुढेही कित्येक दिवस हलतील असं दिसलं नव्हतं. हॉपीच्या किंवा इतर कुणाच्या हाती जर ते विशिष्ट बॉलपेन लागलं असतं, तर त्यातली रिफिल संपल्याचं त्याच्या लक्षात लगेच आलं असतं आणि त्यानं बहुधा कचऱ्याच्या टोपलीत लगेच फेकूनही दिलं असतं. एखाद्या अनुभवी टेक्निशियनलाच फक्त ते खोलून त्यातला माईक काढता आला असता.

हॉपीच्या टेबलावरून त्यांचं बोलणं एका छोट्याशा पण शक्तिशाली ट्रान्समिटरनं पकडलं होतं. हा ट्रान्समिटर हॉपीच्या ऑफिसच्या पलीकडच्या खोलीत लायझॉलच्या आणि रूम फ्रेशनरच्या बाटल्यांमागे लपवलेला होता. ट्रान्समिटरमधून हॉपीचं बोलणं रस्त्यापलीकडे थांबलेल्या एका व्हॅनमध्ये गेलं होतं आणि तिथे ते टेप करून फिचच्या ऑफिसला पोहोचवलं गेलं होतं.

जिमी मोकच्या खिशात टेपरेकॉर्डर नव्हता, तो एफबीआयसाठी कामही करत नव्हता. तो नेहमीप्रमाणेच त्याचा उद्योग करत होता. लाच गोळा करण्याचा. त्याला या भानगडीची कसलीही माहिती नव्हती.

रिंगवाल्ड, नेपिअर आणि निकमन हे तिघंही माजी पोलीस होते आणि आता बेथेस्डामधल्या एका आंतरराष्ट्रीय सिक्युरिटी कंपनीत काम करत होते. फिच बऱ्याचदा या कंपनीला कामं देत असे. हॉपीच्या या 'स्टिंग ऑपरेशन'साठी फिचच्या फंडाला ऐंशी हजार डॉलर्स खर्च आला होता.

म्हणजे किस झाडकी पत्ती!

हॉपीनं परत एकदा वकिलाला भेटण्याचा विषय काढला. नेपिअरनं त्याबद्दल प्रत्यक्ष काहीच न बोलता, एफबीआय या भागातल्या प्रचंड भ्रष्टाचाराची पाळंमुळं खणून काढायचे कसे प्रयत्न करतेय, याचीच लांबण लावली. या भागातल्या प्रत्येक वाईट गोष्टीचं खापर त्यानं कॅसिनो आणि एकूणच सट्टा-जुगाराच्या क्षेत्रावर फोडलं.

हॉपीनं वकिलाकडे जाऊन चालणारच नव्हतं. वकिलानं मग खोलात जाऊन चौकशा सुरू केल्या असत्या, नावं, पत्ते, फोन नंबर, कागदपत्रं वगैरे मागितले असते. भोळ्या बिचाऱ्या हॉपीच्या डोळ्यांत धूळ फेकण्याइतकीच नेपिअर आणि निकमनची तयारी होती. एखाद्या बऱ्यापैकी वकिलानंसुद्धा सहज त्यांचं वस्त्रहरण केलं असतं.

नेपिअर बिनदिक्कत थापा मारत होता. जिमी मोकचा आणि इथल्या स्थानिक लाचलुचपतीचा नेहमीप्रमाणे तपास करत असतानाच आणखी भलत्याच, खोल कुठे तरी लपलेल्या 'संघटित गुन्हेगारी' प्रकारच्या भ्रष्टाचाराचा पत्ता त्यांना लागला होता. 'संघटित गुन्हेगारी' हा शब्द त्याच्या बोलण्यात वारंवार येत होता. हॉपीचं मधूनच त्याच्या बोलण्याकडे लक्ष जात होतं, पण तेही त्याला जमत नव्हतं. त्याच्या डोक्यात एकसारखे मिलीचे, त्याच्या पोरांचे, आपण तीन किंवा पाच, जी काय वर्षं असतील तेवढी शिक्षा भोगत असताना ती कशी काय जगतील, याचेच विचार येत होते.

''थोडक्यात सांगायचं, तर, आमचा उद्देश काही तुम्हाला पकडण्याचा नव्हता.'' नेपिअरनं सरतेशेवटी म्हटलं.

''आणि खरं म्हणजे या केएलएक्स प्रॉपर्टीजचं नावही आम्ही कधी ऐकलं नव्हतं.'' निकमननंही मान डोलावली. ''या प्रकरणाचा शोध आम्हाला योगायोगानं लागला.''

''मग असंच योगायोगानं तुम्हाला यातून बाहेर नाही का पडता येणार?'' हॉपीनं विनोदाचा एक प्रयत्न केला आणि तो कसाबसा हसला.

''अं, आहे. शक्य आहे.'' नेपिअरनं सहेतुकपणे म्हणून निकमनकडे कटाक्ष टाकला.

''काय शक्य आहे?'' हॉपीनं काहीशा अपेक्षेनं त्याच्याकडे बघितलं.

ते दोघंही बरोबरच अशा पद्धतीनं खुर्चीवर मागे रेलून बसून त्याच्याकडे रोखून बघू लागले, की, एक तर त्यांनी या नाटकाची हजारदा प्रॅक्टिस केलेली असावी, किंवा अशा गोष्टी ते प्रत्यक्षातही कायम करत असावेत. हॉपीचा चेहरा कोमेजला.

''तुम्ही काही कोणाला फसवणारे नाही, मि. डुप्री. आम्हाला ते माहितय.'' निकमननं मृदूपणे म्हटलं.

''तुमच्या हातून फक्त चूक घडली.'' नेपिअरनंही मान डोलावत म्हटलं.

''अगदी खरंय.'' हॉपीनं कसंबसं म्हटलं.

''काही अत्यंत सभ्य आणि सराईत गुन्हेगार माणसं तुमचा वापर करून घेतायत. ही माणसं मोठमोठ्या आकर्षक योजना घेऊन इथे आली, तुम्हाला त्यांनी भरपूर पैशाचं आमिष दाखवलं आणि तुम्ही फशी पडलात. अमली पदार्थांच्या प्रकरणांमध्ये हा अनुभव आम्हाला नेहमीच येतो.''

अमली पदार्थ! मेलो! हॉपीला भयानक धक्का बसला, पण तो काहीच बोलला नाही. ते दोघं अजूनही त्याच्याकडे रोखून बघत होते. काही क्षण तसेच गेले.

''आम्ही तुम्हाला चोवीस तास देतो. चालेल?'' नेपिअरनं विचारलं.

''तुम्ही काय सांगाल त्याला नकार देणं मला शक्य तरी आहे का?''

''आणखी चोवीस तास आपण हे गुप्तच ठेवू या. तुम्ही कोणाला एक शब्द बोलायचा नाही, आम्हीही कोणाला काही सांगणार नाही. तुम्ही तुमच्या वकिलाला भेटू नका आणि आम्हीही तुमच्या मागे लागणार नाही. आणखी चोवीस तास, मि. डुप्री.''

''म्हणजे? मला नाही समजलं.''

''आत्ताच आम्ही तुम्हाला सगळं सांगू शकणार नाही. तुमच्या केसचा विचार करायला आम्हाला थोडा वेळ लागेल.''

पुढे सरकून निकमननं पुन्हा टेबलावर आपली कोपरं टेकवली. ''कदाचित तुम्ही सहीसलामत बाहेर पडू शकाल, मि. डुप्री.''

हळूहळू का होईना, हॉपीला धीर यायला लागला. ''कसं?''

''एका मोठ्या जाळ्यात उगाचच सापडलेल्या एखाद्या छोट्या माशासारखी तुमची स्थिती आहे. नेपिअरनं थोडसं स्पष्टीकरण केलं. ''तुम्हाला कदाचित सोडूनही देता येईल.''

हॉपीच्या आशा पुन्हा एकदा पल्लवित झाल्या होत्या. ''चोवीस तासांनी काय करायचं?''

"परत इथेच भेटायचं. सकाळी नऊ वाजता."

"जरूर भेटू. हे ठरलं."

"रिंगवाल्डला, किंवा आणखी कोणालाही, अगदी तुमच्या बायकोला जरी याबद्दल एक शब्द बोललात, तरी तुमची खैर नाही."

"मी तसा शब्द देतो तुम्हाला, मग तर झालं?"

बरोबर दहा वाजता एका स्पेशल बसनं सगळे चौदा ज्यूरर्स, मिसेस ग्राईम्स, लू डेल, तिचा पती बेंटन, विलिस, त्याची बायको रुबी, साध्या वेशातले पाच अर्धवेळ कर्मचारी, हॅरिसन काऊंटीचा शेरीफ अर्ल हटो, त्याची बायको क्लॉडेल आणि ग्लोरिया लेनच्या दोघी असिस्टंट क्लार्क पोरी, एवढ्या सगळ्यांना घेऊन 'सिएस्टा इन' सोडली. या सगळ्यांना जायला न्यायमूर्ती हार्किननी खास मान्यता दिलेली होती. दोन तासांनी बस कॅनॉल स्ट्रीटवरून न्यू ऑर्लिन्सला आली आणि 'मॅगझिन'च्या कोपऱ्यावर सगळे बसमधून खाली उतरले. फ्रेंच क्वार्टरमधल्या एका जुन्या ऑयस्टर बारच्या मागच्या एका खास राखून ठेवलेल्या दालनात त्यांची लंचची व्यवस्था केलेली होती. हा खर्च अर्थातच हॅरिसन काऊंटीचे करदाते करणार होते.

नंतर सगळ्यांना फ्रेंच क्वार्टर भागात भटकायला मोकळीक होती. सगळ्यांनी मग तिथल्या बाजारात शॉपिंग केलं, जॅक्सन चौकात इतर टूरिस्टांबरोबर भटकंती केली. काही जणांनी 'रिव्हर वॉक' वर जागोजागी ठेवलेल्या बाकांवर विश्रांती घेतली, तर काही मंडळींनी वेगवेगळ्या बारमध्ये बसून बीअरच्या साथीनं फुटबॉलच्या मॅचेस बघितल्या. चार वाजता सगळेजण एका बोटीत बसून नदीतल्या सफरीवर गेले. सहा वाजता कॅनॉलवरच्या एका पिझ्झा हॉटेलात त्यांनी डिनर घेतलं.

रात्री दहा वाजता सगळी मंडळी थकून-भागून आपापल्या खोलीत निजायला परत गेली. ज्यूरर मंडळींना असं सारखं कशात तरी गुंतवून ठेवावं लागतं, म्हणजे मग ते खूष असतात.

२१

हॉपीचं प्रकरण बिनबोभाट आणि विनासायास प्रगती करत होतं. त्यामुळे शनिवारी रात्री उशिरानं, फिचनं ज्यूरींवरच्या पुढच्या हल्ल्याचा निर्णय घेतला. हॉपीचं 'स्टिंग' ऑपरेशन व्यवस्थित योजनाबद्ध रीतीनं करायला वेळ मिळालेला होता, तसा वेळ या हल्ल्यासाठी मिळाला नाही, पण हा हल्लाही अतिशय सफाईनं होणार होता.

रविवारी सकाळी उजाडताच पँग आणि दुबाझ हे दोघंजण एका प्लंबिंग कंपनीचं नाव लिहिलेले ब्राऊन शर्ट घालून ईस्टरच्या अपार्टमेंटशी पोहोचले आणि त्यांनी अतिशय सहजपणे दाराचं कुलूप उघडलं. कसलाही अलार्मचा आवाज झाला नाही. दुबाझ सरळ रेफ्रिजरेटरच्या वरच्या व्हेंटपाशी गेला, त्यानं वरची जाळी काढली आणि आत ठेवलेला कॅमेरा हस्तगत केला. याच कॅमेऱ्यानं अगोदर डॉईलनं जो चोरून प्रवेश केला होता, त्याचं चित्रण केलं होतं. बरोबर आणलेल्या एका मोठ्या, रिकाम्या टूलबॉक्समध्ये त्यानं तो कॅमेरा ठेवून दिला.

दरम्यान पँगनं आपला मोर्चा कॉम्प्युटरकडे वळवला होता. डॉईलनं आधीच्या भेटीत या कॉम्प्युटरचे जे फोटो घेतले होते, ते त्यानं बारकाईनं बघितलेले होते आणि तशाच मेकच्या एका कॉम्प्युटरवर प्रॅक्टिसही केलेली होती. स्क्रू फिरवून त्यानं कॉम्प्युटरचं पाठीमागचं कव्हर उघडलं आणि आतली हार्ड डिस्क काढून घेतली. मॉनिटरजवळ ठेवलेले साडेतीन इंची डिस्कचे दोन गठ्ठेही त्याला मिळाले. दोन्ही गठ्ठे मिळून तशा एकंदर सोळा-सतरा डिस्क होत्या.

पँगचा हा उद्योग चालू असताना दुबाझ वेगवेगळी ड्रॉवर्स, आतलं ते स्वस्तातलं फर्निचर वगैरे उलटंपालटं करून त्यात आणखी डिस्क कुठे दिसतात का, ते बघत

होता. पण मुळात ती अपार्टमेंटच इतकी छोटी होती आणि काही लपवून ठेवण्यायोग्य जागाही इतक्या थोड्या होत्या, की त्याचं काम फारच सोपं होतं. त्यानं किचनमधली ड्रॉवर्स, कॅबिनेट, निकोलस कपडे ठेवत असलेली खोकी, सगळीकडे कसून शोध घेतला, पण त्याला काहीच सापडलं नाही. कॉम्प्युटरशी संबंधित सगळ्या वस्तू निकोलस एकंदरीत कॉम्प्युटरपाशीच ठेवत होता, असं दिसत होतं.

"चल लवकर." कॉम्प्युटर, मॉनिटर आणि प्रिंटरला जोडलेल्या वेगवेगळ्या कॉर्ड्स भराभर उपटून काढत पँगनं म्हटलं.

त्यांनी तो कॉम्प्युटर, प्रिंटर, मॉनिटर उचलून सोफ्यावर फेकला, त्यावर दुबाझनं कपडे, उशा वगैरे टाकल्या आणि एका प्लॅस्टिकच्या जगमधून त्यावर कोळसे पेटवताना वापरायचं रसायन ओतलं. सगळ्या वस्तू, खुर्ची, खालचा रग वगैरे पुरेशा भिजल्यावर तो दारापाशी गेले आणि दुबाझनं त्या ढिगाऱ्यावर पेटती काडी टाकली. ढिगानं जवळजवळ काहीच आवाज न करता, पण वेगानं पेट घेतला. ज्वाला छताला भिडेपर्यंत ते थांबले आणि मग चटकन बाहेरून दार बंद करून, दारात कुलूप व्यवस्थित लावून त्यांनी तिथून काढता पाय घेतला. अगदी तळमजल्यावर आल्यावर त्यांनीच तिथल्या आगीची सूचना देणाऱ्या अलार्मची कळ खेचली. दुबाझ परत वर पायऱ्या चढून निकोलसच्या अपार्टमेंटशी गेला. एव्हाना दाराखालच्या फटीतून हळूहळू धूर बाहेर पडायला सुरुवात झालेली होती. त्यानं लगेच धावत बाकीच्या अपार्टमेंट्सची दारं ठोठावून 'आग, आग' असं ओरडायला सुरुवात केली. पँगनंही खालच्या मजल्यावर आरडाओरडा सुरू केला. भराभर गोंधळलेले, घाबरून गेलेले लोक घरातल्याच कपड्यांनिशी बाहेर पडू लागले. अपार्टमेंटमधल्या त्या जुन्या पद्धतीच्या धोक्याच्या घंटेचा घणघणाट गोंधळात आणखी भर टाकत होता.

"हे बघा, एकही माणूस मरता कामा नये, हे बघण्याची जबाबदारी तुमची. नाहीतर तुम्हीही माराल." फिचनं त्यांना तंबी दिलेली होती. निकोलसच्या अपार्टमेंटच्या जवळच्या प्रत्येक अपार्टमेंटमधून लोकांना दुबाझनं स्वत: बाहेर काढलं.

पार्किंग लॉटमध्ये जसजशी गर्दी वाढू लागली, तसतसे दुबाझ आणि पँग एकमेकांपासून वेगळे झाले आणि हळूहळू मागे मागे जाऊ लागले. निकोलसच्या आणि त्याच्याशेजारच्या अपार्टमेंटच्या खिडक्यांमधून धुराचे लोट बाहेर पडत होते. दुरून भोंग्यांचे आवाज ऐकू येऊ लागले. बिल्डिंगमधून भराभर लोक बाहेर पडत होते. काहींच्या अंगावर ब्लँकेट्स पांघरलेली होती, काहींच्या कडेवर लहान मुलंही होती. सगळेजण आता आगीच्या बंबांची वाट बघत होते.

थोड्याच मिनिटांत आगीचे बंबही आले. हळूहळू मागे जात पँग आणि दुबाझ नाहीसे झाले.

कोणीही मृत्युमुखी पडलं नाही, कोणी भाजलं नाही, जखमीही झालं नाही. चार

अपार्टमेंट्स पूर्णपणे आगीच्या भक्ष्यस्थानी पडल्या, तर अकरा अपार्टमेंट्सचं मोठं नुकसान झालं. जवळजवळ तीसेक कुटुंबं बेघर झाली.

निकोलसच्या कॉम्प्युटरमध्ये आणि डिस्कमध्ये साठवलेली माहिती काढून घेण्यासाठी फिचनं खास वॉशिंग्टनहून विमानानं जे कॉम्प्युटर तज्ज्ञ मागवून घेतले होते, त्यांना निकोलसच्या कॉम्प्युटरच्या हार्ड डिस्कमध्ये 'शिरकाव'च करता आला नाही. त्यानं निरनिराळे पास वर्ड, कोड वर्ड घालून जो चक्रव्यूह निर्माण करून ठेवला होता, तो भेदणं त्यांना अशक्य झालं. आणि ही सगळी तज्ज्ञ मंडळी अगदी सरळ, साधी, सामान्य माणसं होती. आपल्याला दिलेला कॉम्प्युटर, हार्ड डिस्क किंवा इतर छोट्या डिस्क कुठून आल्या आहेत, याची त्यांना कसलीच कल्पना नव्हती. फिचनं त्यांना सरळ निकोलसच्या कॉम्प्युटरसारखाच एक कॉम्प्युटर दिला होता आणि खोलीचं दार बंद करून घेतलं होतं. आपल्याला काय हवंय, एवढंच फक्त त्यानं सांगितलं होतं. जवळजवळ सगळ्याच छोट्या डिस्क्सचीसुद्धा अशीच बेमालूम नाकेबंदी निकोलसनं केलेली होती. अर्ध्याहून अधिक डिस्क बघून झाल्यावर मात्र एका जुन्या डिस्कमध्ये त्यांना शिरकाव करता आला. बहुधा निकोलसकडून या डिस्कच्या नाकेबंदीच्या बाबतीत काहीतरी राहून गेलं असावं. डिस्कमधल्या फाईल्सच्या यादीत सोळा फाईल्सची नावं होती, पण त्यावरून काहीच अर्थबोध झाला नाही. पण पहिल्या फाईलच्य प्रिंट्सचं काम त्यांनी सुरू केलं आणि फिचला तसं कळवलं. या फाईलमध्ये सिगारेट उद्योगाशी संबंधित अशा ताज्या बातम्यांचा एक सहा पानी गोषवारा घेतलेला होता. तारीख होती ११ ऑक्टोबर १९९४. 'टाईम', 'वॉल स्ट्रीट जर्नल' आणि 'फोर्ब्स' या नियतकालिकांमधल्या बातम्या त्यात होत्या. दुसऱ्या फाईलमध्ये ईस्टरनं बघितलेल्या एका स्तनारोपण कायद्यावरच्या माहितपटाचं बरंच पाल्हाळ लावून केलेलं दोन पानी वर्णन होतं. तिसऱ्या फाईलमध्ये त्यानं स्वत:च नद्यांवर केलेली एक कसलीशी कविता होती, तर चौथ्या फाईलमध्ये कॅन्सरसंबंधीच्या खटल्यांवर आलेल्या ताज्या बातम्या त्यानं संग्रहित केल्या होत्या.

फिच आणि कॉनॅरड प्रत्येक पान अत्यंत बारकाईनं वाचत होते. निकोलसचं लेखन अगदी सरळ आणि सहज समजण्यासारखं होतं, पण सगळं त्यानं भयंकर घाईघाईनं लिहिलेलं त्याच्या हस्ताक्षरावरून सहज दिसत होतं. एखाद्या निवेदकाच्या निष्पक्षपाती पद्धतीनं त्यानं लिहिलेलं होतं. धूम्रपान करणाऱ्या लोकांकडे तो सहानुभूतीनं बघतोय, का त्याला फक्त अशा प्रकारच्या, बहुसंख्य समाजावर परिणाम घडवू शकणाऱ्या खटल्यांमध्येच रस आहे, हे सांगणं अशक्यप्राय होतं.

पुढच्या फाईल्समध्ये आणखी असल्याच भयानक कविता होत्या. अर्धवट सोडून दिलेली एक लघुकथाही होती. पंधराव्या फाईलमध्ये मात्र त्यांना हवं ते

मिळालं. हे त्यानं त्याच्या आईला, मिसेस पॅमेला ब्लॅकार्ड यांना लिहिलेलं एक दोन पानी पत्र होतं. पत्ता, गार्डनर, टेक्सास. तारीख, २० एप्रिल १९९५. सुरुवात अशी होती : ''डिअर मॉम : सध्या माझा मुक्काम मिसिसिपी राज्यातल्या बिलॉक्सी शहरात आहे. आखाताच्या किनारी भागातलं हे छोटंसं शहर आहे.'' आपल्याला या भागातली खारी, दमट हवा इतकी आवडलीय की, आपण आता पुन्हा शेतीच्या प्रदेशात राहू शकू असं वाटत नाही. आपल्या एकसारख्या भटकण्याच्या प्रवृत्तीबद्दल, पत्र इतक्या दिवसांनी पाठवत असल्याबद्दल त्यानं आईची माफी मागण्यात चांगले दोन पॅरिग्राफ खर्ची घातले होते, यापुढे पत्र पाठवण्यात अशी दिरंगाई घडणार नाही, असं वचनही दिलं होतं. ॲलेक्सबद्दलही त्यानं विचारणा केली होती, ॲलेक्सनं शेवटी एवढ्या लांब अलास्काला जाऊन फिशिंग गाईडची नोकरी मिळवलीय यावर आपला विश्वासच बसत नाही, असंही म्हटलं होतं. हा ॲलेक्स म्हणजे बहुधा त्याचा भाऊ असावासं दिसत होतं. वडिलांचा पत्रात कुठेही उल्लेख नव्हता. एखाद्या मैत्रिणीचाही कुठे उल्लेख नव्हता. विशेषत: 'मार्ली' नावाच्या.

आपल्याला एका कॅसिनोत नोकरी मिळालीय, सध्या ठीक आहे, पण जास्त काळ काम करण्यासारखी मात्र ती नाही. अजूनही आपल्या डोक्यात वकील व्हायचे विचार येतात. ती लॉ स्कूल अर्धवट सोडली, ते मात्र चुकलंच जरासं. पण आता आपण परत तिकडे येऊ की नाही, शंकाच आहे.

आपल्याकडे फारसा पैसा नाही, पण कसल्या जबाबदाऱ्याही डोक्यावर नसल्यामुळे आपण मजेत आहोत, असो. आता पत्र पुरे करतो, बरीच घाई आहे. ऑन्ट सॅमीला माझ्या वतीनं 'हॅलो' कर. लवकरच फोन करेन.

खाली त्यानं फक्त 'लव्ह, जेक.' एवढंच म्हटलेलं होतं. संपूर्ण पत्रात आडनावाचा कुठेही उल्लेख नव्हता. पण त्यानं 'मिसेस पॅमेला ब्लँकार्ड' ला पत्र लिहिलंय, म्हणजे कदाचित हेच त्याचं आडनाव....

पत्र वाचून झाल्याबरोबर फिचनं एका खासगी जेट विमानानं दान्ते आणि ज्यो बॉय या दोघांना गार्डनर गावाकडे पाठवून दिलं आणि गावातल्या प्रत्येक प्रायव्हेट डिटेक्टिव्हची मदत घेऊन तपासाला लागायला फर्मावलं.

फिचच्या कॉम्प्युटर तज्ज्ञांना आणखी एका डिस्कमध्ये शिरकाव करणं शक्य झालं. गठ्ठ्यातली ही शेवटून दुसरी डिस्क होती. त्यांनासुद्धा निकोलस ईस्टरच्या – खरं तर या कॉम्प्युटरच्या मालकाच्या, कारण त्यांना मालकाचं नावच माहीत नव्हतं – या 'हॅकिंग'च्या कौशल्याचं मनोमन कौतुक वाटलं.

या डिस्कमध्ये एका डॉक्युमेंटचा काही भाग संग्रहित केलेला होता. हॅरिसन काऊंटीमधल्या मतदार याद्यांपैकी 'ए' पासून 'के'पर्यंतची नावांची यादी त्यात होती. तज्ज्ञांनी या यादीतली सोळा हजारांहून जास्त नावं आणि त्यांचे पत्ते प्रिंट केले.

छपाईचं काम चालू असेपर्यंत फिच कायम अधूनमधून डोकावून जात होता. त्याच्याकडेही हॅरिसन काऊंटीतल्या मतदारांची संपूर्ण यादी होती. आणि ही यादी गुप्त वगैरे मुळीच नव्हती : किंबहुना, पस्तीस डॉलर्स फी भरून कोणीही ग्लोरिया लेनच्या ऑफिसातून ही यादी घेऊन जाऊ शकत होतं. निवडणुकांच्या काळात सगळेच उमेदवार या याद्या नेत असत.

पण ईस्टरच्या यादीच्या बाबतीत दोन गोष्टी वेगळ्या होत्या. एक तर ती यादी त्याच्याकडे एका डिस्कवर होती, छापील स्वरूपात नव्हती. याचा अर्थ असा की, ईस्टरनं काही तरी लटपटी करून ग्लोरियाच्या कॉम्प्युटरमध्ये घुसखोरी करून ही माहिती चोरून रेकॉर्ड केली असणार, हे उघड होतं. दुसरी गोष्ट, ईस्टरसारख्या एका स्वत:ला अर्धवेळ विद्यार्थी म्हणवणाऱ्या 'कॉम्प्युटर बफ' ला या यादीची गरजच काय?

ईस्टरनं जर हॅकिंग करून ग्लोरिया लेनच्या कॉम्प्युटरमध्ये प्रवेश केला असला, तर आपल्या 'वुड'च्या केसमध्ये त्यानं एक संभाव्य ज्यूरर म्हणून आपलं नाव आपणच घुसडलेलं असणं सहज शक्य आहे!

फिच जसजसा विचार करू लागला, तसतशी त्याची खात्रीच होत गेली.

आपल्या ऑफिसात बसून रविवारी सकाळी उजाडताच हॉपी घट्ट काळी कॉफी पीत घड्याळात नऊ वाजायची वाट बघत होता. त्याचे डोळे प्रचंड तणावामुळे, धड झोप न झाल्यामुळे तांबडे लाल होऊन सुजलेले होते. शनिवारी सकाळी दारावरची बेल वाजल्यापासून त्याच्या पोटात अन्नाचा कणही गेलेला नव्हता – म्हणजे, त्याची भूकच मेलेली होती. त्याच्या पोटाची साफ वाट लागलेली होती. त्याचं मन:स्वास्थ्यही पार बिघडून गेलेलं होतं. काल रात्री त्यानं जरा जास्तच व्होडका घेतली होती – ती सुद्धा घरात, चोरून. कारण मिलीला ही गोष्ट अजिबात आवडत नसे आणि जरी ती नसली तरी तो सहसा तिच्या इच्छेविरुद्ध वागत नसे.

त्याची पोरं शनिवारचा दिवसभर झोपलेलीच होती. त्यानं कुणालाही एक शब्द सांगितलेला नव्हता – आणि अशी मानहानी स्वत:च्या तोंडानं कोण कुणाला सांगेल उगाच?

नऊच्या ठोक्याला निकमन आणि नेपिअर एका तिसऱ्या माणसाला घेऊन आत आले. हा तिसरा माणूस वयानं त्यांच्यापेक्षा मोठा होता. त्याच्या अंगावर काळाभोर सूट होता आणि चेहऱ्यावर त्या सुटाला साजेसेच निर्दय भाव होते – जणू हा माणूस बिचाऱ्या हॉपीला खास स्वत:च्या हातानं फटके मारायला आल्यासारखे. निकमननं त्याची ओळख करून दिली. हे मि. जॉर्ज क्रिस्टॉनो. खास वॉशिंग्टनहून आले आहेत. अमेरिकेच्या न्यायखात्यातले उच्चपदस्थ अधिकारी आहेत. वॉशिंग्टन! न्यायखातं!

बिचारा हॉपी आणखीच हबकला.

क्रिस्टॅनोनं कमालीच्या थंडपणे त्याच्याशी शेकहँड केला. फालतू बडबड त्याला आवडत नसावी, बहुधा.

"मी काय म्हणतो, हॉपी, आपण जर आपलं बोलणं दुसरीकडे कुठे केलं तर?" ऑफिसमधून एक तिरस्कारयुक्त नजर फिरवत नेपिअरनं विचारलं.

"इथे बोललो तर ते निदान बाहेर जाणार नाही, इतकंच." हॉपीनं खालच्या आवाजात म्हटलं.

"हो, पण हल्ली काय, कुठेही माईक्स वगैरे लावून ठेवलेले असतात." क्रिस्टॅनोनं म्हटलं.

"आता हे मला सांगा तुम्ही." हॉपीनं म्हटलं, पण त्यानं मारलेल्या कोपरखळीकडे कुणाचंही लक्ष गेलं नाही – निदान त्यांनी तसं दाखवलं नाही. आता यांना कुठल्याही बाबतीत 'नाही' म्हणण्याच्या परिस्थितीत तरी आहे का मी? "ठीक आहे." त्यानं असाहाय्यपणे म्हटलं.

एका अत्यंत सुंदर, काळ्या कुळकुळीत लिंकन टाऊन कारमध्ये बसून ते निघाले. नेपिअर आणि निकमन पुढे बसले, तर हॉपी पाठीमागे क्रिस्टॅनोबरोबर बसला. क्रिस्टॅनोनं लगेच अत्यंत कोरड्या आवाजात आपण न्यायखात्यातल्या कुठल्याशा विभागात असिस्टंट ॲटर्नी जनरलच्या उच्चपदावर आहोत, वगैरे सांगायला सुरुवात केली. गाडी समुद्राजवळ यायला लागली, तसा तो गप्प झाला.

"हॉपी, तू डेमॉक्रॅट की रिपब्लिकन?" मध्येच एकदा क्रिस्टॅनोनं विचारलं. किनाऱ्याशी आल्यावर नेपिअरनं गाडी पश्चिमेकडे, किनाऱ्याला समांतर जाणाऱ्या रस्त्यावर वळवली.

या क्षणी तरी कुणाला विरोध करून भलती भानगड अंगावर घेण्याइतकी ताकदच हॉपीकडे नव्हती. "कोण जाणे. माझी तशी काही पक्की अशी मतं नाहीत. मी नेहमी माणूस बघून मत देतो. पार्टीच्या राजकारणात मी फारसा पडत नाही."

आपल्याला जणू हे मत अपेक्षित नसल्यासारखं क्रिस्टॅनोनं खिडकीतून बाहेर बघितलं. "ओ. मला वाटलं होतं की तू पक्का रिपब्लिकन असशील."

या क्षणी ही माणसं काय सांगतील ते मत मान्य करायची हॉपीची तयारी होती. मि. क्रिस्टॅनोला आवडत असलं तर एखादा जहाल कम्युनिस्टसुद्धा.

"मी रेगनला आणि बुशलाच मतदान केलं होतं." त्यानं मोठ्या ताठ मानेनं सांगितलं. "आणि निक्सनलाही. आणि बॅरी गोल्डवॉटरलासुद्धा."

क्रिस्टॅनोनं हलकेच मान डोलावली. हॉपीनं स्वतःशीच निःश्वास सोडला.

गाडीत पुन्हा शांतता झाली. नेपिअरनं बे सेंट लुईजवळ एका गोदीपाशी गाडी उभी केली. म्हणजे बिलॉक्सीपासून चाळीस मिनिटांच्या अंतरावर. क्रिस्टॅनोपाठोपाठ

एका धक्क्यावरून चालत हॉपी 'आफ्टरनून डिलाईट' नावाच्या एका साठ फुटी चार्टर बोटीवर चढला. बोटीवर बाकी कुणीच दिसत नव्हतं. नेपिअर आणि निकमन गाडीपाशीच थांबले होते.

"बस ना, हॉपी." डेकवरच्या एका बाकाकडे हातानं निर्देश करत क्रिस्टॅनोनं म्हटलं. हॉपी बसला. बोट हलकेच पाण्यावर डोलत होती. पाणी अगदी शांत होतं. क्रिस्टॅनो समोरच्या एका बाकावर पुढे झुकून बसला.

"छान आहे बोट." बाकावर हलकेच हातानं थाप मारत हॉपीनं म्हटलं.

"हो, पण ती काही आपली नव्हे. हे बघ, हॉपी. बरं, तुझ्याकडे खिशात कुठे काही टेपरेकॉर्डर, मायक्रोफोन वगैरे नाही ना?"

हॉपी एकदम ताठ बसला. क्रिस्टॅनोच्या नुसत्या बोलण्यानंच त्याला जबर धक्का बसलेला होता. "हॅ! काहीतरीच काय?"

"सॉरी, पण या अशा गोष्टी घडत असतात. मला वाटतं, मी तुझी झडती घेतलेलीच बरी." क्रिस्टॅनोनं आपली निर्विकार नजर त्याच्या संपूर्ण अंगावरून फिरवली. जवळपास कोणी नसताना हा सर्वस्वी अपरिचित माणूस आपलं सर्वांग बोटांनी चाचपून बघणार, ही कल्पनाच हॉपीला सहन झाली नाही.

"एकदा सांगितलं ना, माझ्याकडे तसलं काही नाही? वाटलं तर तशी शपथ घेऊन सांगतो." हॉपीनं इतक्या खंबीरपणे म्हटलं की, त्याचं त्यालाच क्षणभर आश्चर्य वाटलं. क्रिस्टॅनोचा चेहरा एकदम शांत झाला. "तुला घ्यायचीय का माझी झडती?" त्यानं विचारलं. हॉपीनं इकडे-तिकडे नजर टाकून कोणी बघत नाही ना, याची खात्री करून घेतली. कसं दिसेल, दोन चांगली वय वाढलेली माणसं दिवसाढवळ्या एकमेकांच्या सर्वांगाला स्पर्श करताना?

"तुमच्याकडे आहे का काही टेपरेकॉर्डर वगैरे?"

"नाही."

"नक्की? शपथेवर सांगताय?"

"हो, शपथेवर सांगतो."

"गुड." हॉपीला एकदम सुटल्यासारखं वाटलं. त्याला काहीही करून या माणसावर विश्वास ठेवायचाच होता. नाही तर जो पर्याय होता, तो तर विचार करण्यापलीकडचा होता.

क्रिस्टॅनो स्वत:शीच हलकेच हसला. पण लगेच त्याच्या कपाळावर आठ्या पडल्या. तो आणखी पुढे झुकला. आता फालतू बडबड बंद. "अगदी थोडक्यात सांगतो, हॉपी. आता मी तुला जे सांगणार आहे, ते मान्य केलंस तर तू या भानगडीतून सरळ सुटशील. सहीसलामत, केसही वाकडा न होता. अटक नाही, आरोप नाहीत, खटला नाही की, शिक्षा नाही. पेपरमध्ये फोटोही नाही. खरं तर,

हॉपी, कुणाला हे समजणारही नाही.''

तो क्षणभर थांबला.

''हं.'' हॉपीनं जरा उत्साहानं म्हटलं.

''अशा प्रकारचा सौदा आम्ही पूर्वी कधीच केलेला नाही. न्याय, शिक्षा, वगैरे गोष्टींशी त्याचा काहीही संबंध नाही. हा एक राजकीय स्वरूपाचा सौदा आहे हॉपी, केवळ राजकीय स्वरूपाचा. सरकारदरबारी याची कुठेही नोंद होणार नाही. तू, मी, गाडीपाशी थांबलेले ते दोघं आणि माझ्या खात्यातली जास्तीत जास्त आठ-दहा माणसं सोडून तो कुणालाही कळणार नाही. हा सौदा पक्का ठरला, तर तू तुला सांगितलं तेवढं केलंस की, हे प्रकरण इथल्या इथे संपून जाईल.''

''ओके. आता फक्त मी काय करायचं तेवढं सांगा.''

''एक जबाबदार नागरिक म्हणून तुलासुद्धा वाढती गुन्हेगारी, अमली पदार्थांचा सुळसुळाट, ढासळती कायदा आणि सुव्यवस्था वगैरेंची काळजी वाटत असेल ना, हॉपी?''

''हो, प्रश्नच नाही.''

''भ्रष्टाचार, लाचलुचपतीची घृणा येत असेल?''

काय विचित्र प्रश्न आहे! त्या क्षणी हॉपीला आपण भ्रष्टाचारविरोधी मोर्चातला एखादा फलक हातात धरलेला लहान मुलगा असल्यासारखं वाटत होतं. ''अगदी बरोबर!''

''वॉशिंग्टनमध्येही चांगल्या आणि वाईट अशा दोन्ही प्रवृत्तींचे लोक आहेत, हॉपी. न्यायखात्यातल्या आमच्यासारख्या माणसांनी तर सारं आयुष्य फक्त गुन्हेगारीविरुद्ध लढा देण्यातच खर्ची घातलंय – आणि मी खऱ्या, गंभीर गुन्हेगारीबद्दल बोलतोय, हॉपी. उदाहरणार्थ, अमली पदार्थांची चोरटी आयात करणाऱ्या माफियांकडून पैसा खात असलेले न्यायाधीश, परकीय शत्रूंकडून पैसा खात असलेले कॉंग्रेस सदस्य आणि सिनेटर, किंवा आपल्या लोकशाहीवरच आघात करू शकणारी गुन्हेगारी. येतंय का लक्षात?''

लक्षात येवो अगर न येवो, या क्षणी न्यायखात्यातल्या क्रिस्टॅनो आणि त्याच्या उमद्या, बेडर सहकाऱ्यांबद्दल हॉपीला विलक्षण आपुलकी वाटत होती. ''हो, हो.'' त्यानं अत्यंत तत्परतेनं जोरजोरात मान डोलावली.

''पण हल्ली सगळ्याच गोष्टींना एक प्रकारचं राजकीय परिमाण असतं, हॉपी. कॉंग्रेसशी आणि अगदी राष्ट्राध्यक्षांशी सुद्धा आम्ही एकसारखे भांडत असतो. वॉशिंग्टनमध्ये या क्षणी आम्हाला कशाची गरज आहे, माहितय, हॉपी?''

तुम्हाला ज्या कशाची गरज असेल, ते मिळो म्हणजे झालं!

पण क्रिस्टॅनोनं त्याला उत्तर द्यायची संधीच दिली नाही.

“आम्हाला चांगले, खंबीर, जुन्या मतांचे भरपूर रिपब्लिकन हवेत, हॉपी. असे रिपब्लिकन्स, की, जे आम्हाला आमच्या कामात कसलाही अडथळा न आणता फक्त पैसा पुरवून दूर होतील. हे डेमॉक्रॅट लोक एकसारखे आमच्या कामात लुडबुड करत असतात, बजेट कमी करायच्या धमक्या देत असतात. ज्या गरीब बिचाऱ्या गुन्हेगारांना आम्ही पकडतो, त्यांच्या हक्कांचीच यांना काळजी पडलेली असते. वॉशिंग्टनमध्ये तर अक्षरश: युद्ध पेटलेलं असतं. आम्हाला दररोज फक्त युद्धच करावं लागतं.”

थांबून त्यानं हॉपीनं काही बोलावं अशा अपेक्षेनं त्याच्याकडे बघितलं. पण हॉपी सध्या ही नवीन माहिती पचवण्यात गढलेला होता. त्यानं फक्त गंभीरपणे मान डोलावून नजर आपल्या पायांकडे वळवली.

“आम्हाला मदत करणाऱ्या लोकांच्या पाठीशी आम्हाला कायम उभं राहावं लागतं, हॉपी. आणि या संबंधात तू आम्हाला मदत करू शकशील.”

“ओके.”

“पुन्हा सांगतो, या सौद्याचं स्वरूप जरा विचित्र आहे. तो तू मान्य कर की, लगेच मोकबरोबरच्या तुझ्या बोलण्याची टेप आम्ही नष्ट करून टाकू.”

“तुमचा सौदा कसाही असला तरी मला तो कबूल आहे. फक्त तो काय आहे तेवढं सांगा.”

क्रिस्टॅनोनं एकवार इकडेतिकडे नजर टाकली. बऱ्याच अंतरावर काही मच्छिमार लोक काही तरी मोठमोठ्यानं बडबड करत होते. आणखी पुढे झुकून त्यानं हॉपीच्या गुडघ्याला हलकेच स्पर्श केला. “यात तुझ्या बायकोचा संबंध आहे.” तो अगदी हळूच कुजबुजला आणि पुन्हा सरळ झाला.

“काय? माझ्या बायकोचा?”

“हो. तुझ्या बायकोचा.”

“मिलीचा?”

“हो, तिचाच.”

“पण तिचा–”

“सगळं नीट सांगतो तुला.”

“मिली?” हॉपीला काही समजेनासंच झालेलं होतं. आता माझ्या मिलीचा काय संबंध या भानगडीशी?

“मी त्या खटल्याबद्दल बोलतोय, हॉपी.” क्रिस्टॅनोनं म्हटलं, तसा हॉपीच्या डोक्यात अगदी अंधुक प्रकाश पडायला सुरुवात झाली.

“काँग्रेससाठी उभ्या असलेल्या रिपब्लिकन उमेदवारांना निवडणुकांसाठी सगळ्यात जास्त पैसा कोण पुरवतं माहितेय?”

हॉपी काहीच बोलण्याच्या परिस्थितीत नव्हता. तो पुरता गोंधळून गेलेला होता.

''यात सिगारेट कंपन्यांचा नंबर पहिला लागतो. ते या निवडणुकांमध्ये कोट्यवधी डॉलर्स ओततात, कारण एक तर त्यांना एफडीएची भयंकर धास्ती असते आणि सरकारी नियमांना आणि कायदेकानूंना तर त्या वैतागून गेल्या आहेत. तुझ्यासारखीच त्यांनाही मुक्त बाजारपेठ, मुक्त व्यवसायाच्या संधी हव्या असतात, हॉपी. या कंपन्यांचं म्हणणं असं की, लोक स्वत:च्या इच्छेनं धूम्रपान करत असतात. त्यामुळे त्यांना धंदा बंद करायला लावू बघणाऱ्या सरकारचा आणि वकील लोकांचा त्यांना अगदी उबग आलाय.''

''म्हणजे यातही राजकारण आहे तर.'' हॉपीनं अविश्वासानं म्हटलं.

''फक्त राजकारणच आहे यात, हॉपी. या 'बिग फोर' सिगारेट कंपन्या जर हा खटला हरल्या, तर असल्या खटल्यांचं अक्षरश: धरण फुटेल या देशात. कंपन्यांचं तर अब्जावधी डॉलर्सचं नुकसान होईलच, शिवाय आमचंही प्रचंड नुकसान होईल. आम्हाला मदत कर, हॉपी. करशील?''

हॉपी खाडकन भानावर आला. ''काय म्हणालात?''

''आम्हाला मदत करशील?''

''हो, जरूर करेन, पण काय?''

''तू फक्त मिलीशी बोल. या खटल्याचे केवढे प्रचंड दूरगामी दुष्परिणाम होऊ शकतील, हे तिला समजावून सांग. तिला त्या ज्यूरी रूममध्ये चांगलं खंबीर, आक्रमक व्हावं लागेल. ज्यूरीमधल्या ज्या बाकीच्या ज्यूरर्सची फिर्यादी पक्षाला मोठी नुकसानभरपाई मिळवून द्यायची इच्छा असेल, त्यांच्याविरुद्ध तिला घट्ट पाय रोवून उभं राहावं लागेल. हे जमेल तुला?''

''हो, प्रश्नच नाही. जमेलच.''

''पण तू करशील का हे? त्या टेपचा तुझ्याविरुद्ध आम्हाला खरोखरच वापर करायचा नाहीय, हॉपी. तू आमच्यासाठी हे एवढं कर, की, ती टेप नष्ट झालीच म्हणून समज.''

अरे हो! ती टेप! ''हो, हो. तुम्ही सांगताय तो सौदा मला मान्य आहे. आज रात्रीच मी तिला भेटेन.'

''कसंही करून तिला हे पटवून दे, हॉपी. आम्हा लोकांसाठी, देशासाठी हे अत्यंत महत्त्वाचं आहे आणि तुझ्याही दृष्टीनं तेवढंच महत्त्वाचं आहे. कशाला उगाच आयुष्यातली पाच वर्षं फुकट घालवतोस तुरुंगात?'' शेवटचं वाक्य क्रिस्टॅनोनं खिंकाळल्यासारखं हसून म्हटलं आणि हॉपीच्या गुडघ्यावर थाप मारली. हॉपीही मोठ्यानं हसला.

आणखी अर्धा तास ते दोघं बोलत बसले. वेळ जात होता, तसतशा हॉपीच्या

मनात आणखी शंका उत्पन्न होत होत्या. समजा, मिलीनं सिगारेट कंपन्यांच्या बाजूनं मत दिलं, पण बाकीच्या ज्यूरर्सनी मात्र तिचं म्हणणं मान्य न करता फिर्यादीच्या बाजूनं मोठ्या नुकसानभरपाईचा निकाल दिला, तर? आणि मग माझं काय होणार?

मिलीनं जर सिगारेट कंपन्यांच्या बाजूनं मत दिलं, तर निकाल काहीही असला तरी आपल्या सौद्याची माझी बाजू मी पूर्ण करेन, क्रिस्टॅनोनं त्याला आश्वासन दिलं.

उठून गाडीकडे परत जाताना हॉपी जवळजवळ नाचतच होता. त्याला जणू नवजीवन मिळालेलं होतं.

तीन दिवस साधक-बाधक विचार केल्यावर शनिवारी रात्री उशिरा न्यायमूर्ती हार्किननी आपला निर्णय फिरवला आणि ठरवलं की ज्यूरर मंडळींना रविवारी चर्चला जायची परवानगी द्यायची नाही. कधी नव्हे तो सगळ्या चौदा ज्यूरर्सच्या मनात अचानक देवभक्तीचा महापूर लोटणार, अशी त्यांची पक्की खात्री झाली. आणि हे चौदा जण अख्ख्या काऊंटीभर चर्चच्या निमित्तानं मोकाट सुटण्याची तर त्यांना कल्पनाच करवत नव्हती. सगळ्यांबरोबर माणसं कुठून देणार? शिवाय सुरक्षेचाही प्रश्न आहेच. नकोच ती कटकट! या अडचणीवरचा पर्यायही त्यांनी लगेच शोधून काढला. त्यांनी त्यांच्या चर्चच्या मिनिस्टरला फोन केला. मिनिस्टरनं त्याच्या माहितीतला एक तरुण शिकाऊ पाद्री शोधून काढला आणि आणि खुद्द 'सिएस्टा इन' मध्येच चॅपेल सर्व्हिसची व्यवस्था केली. रविवारी सकाळी अकरा वाजता 'सिएस्टा इन' मधल्या 'पार्टी रूम'मध्ये या सर्व्हिसची व्यवस्था करण्यात आली.

प्रत्येक ज्यूररला उद्देशून न्यायमूर्तींनी एकेक वेगवेगळी चिठ्ठी लिहिली आणि शनिवारी रात्री ज्यूरर मंडळी न्यू ऑर्लिन्सहून परत यायच्या आत या चिठ्ठ्या प्रत्येकाच्या खोलीच्या दारातून आत सरकवून टाकण्यात आल्या.

चॅपेल सर्व्हिसला सहा जण उपस्थित राहिले. एकंदरीत हा कार्यक्रम कंटाळवाणाच झाला. मिसेस ग्लॅडिस कार्ड कधी नव्हे इतकी चिडलेली होती. सोळा वर्षांपूर्वी तिची बहीण बॅटन रुजमध्ये मृत्यू पावल्यामुळे त्या रविवारी तिला चर्चला जाता आलं नव्हतं, पण तेव्हापासून तिनं गेल्या सोळा वर्षांत कॅव्हलरी बॅप्टिस्ट चर्चमधली रविवारची हजेरी कधीही चुकवली नव्हती. सर्वोत्कृष्ट उपस्थितीबद्दल मिळालेले बॅजेस तिनं मोठ्या अभिमानानं घरातल्या ड्रेसिंग टेबलवर ठेवलेले होते. सध्या कॅव्हलरी चर्चमधला सर्वांत जास्त हजेरीचा बावीस वर्षांचा विक्रम इस्थर नोब्लाशच्या नावावर होता, पण आता तिचं वय होतं एकोणऐंशी आणि त्यातच तिला उच्च रक्तदाबाचा त्रास होता. याउलट ग्लॅडिस मात्र फक्त त्रेसष्ट वर्षांची होती, तब्येतीनं चांगली टुणटुणीत होती, त्यामुळे आपण इस्थरचा विक्रम मोडू शकू अशी तिची खात्री होती. अर्थात, हे ती उघडपणे कधीच कुणाशी बोलली नव्हती, पण चर्चला नेहमी

जाणाऱ्या मंडळींना मात्र खात्री होती की, ग्लॅडिस कधीही जी चर्च चुकवत नाही, त्यामागे तिचा हाच उद्देश असला पाहिजे.

पण आता मात्र तिची ही संधी हुकली होती आणि तीसुद्धा न्यायमूर्ती हार्किनमुळे. आधीच हा माणूस तिला पहिल्या दिवसापासून कधी आवडला नव्हता आणि आता तर ती त्याचा तिरस्कारच करू लागली होती. तिला हा शिकाऊ पाद्रीही मुळीच पसंत पडलेला नव्हता.

रिकी कोलमन जॉगिंग सूटमध्ये आली होती, तर मिली डुप्रीनं स्वत:चं बायबलचं पुस्तक आणलं होतं. लॉरीन ड्यूक अशीच नेमानं, अत्यंत भक्तिभावानं चर्चला जाणारी होती, पण सर्व्हिस इतक्या लवकर आटपली की, ती भडकलीच – हे काय, अकराला सर्व्हिस सुरू झाली आणि साडेअकराला संपलीसुद्धा? हे गोरे लोक नेहमी प्रत्येक गोष्टीत अशी घाई करतात! पूर्वी तिनं या प्रकाराबद्दल फक्त ऐकलेलं होतं. पण आज प्रत्यक्ष अनुभव आल्यावर तिला धक्काच बसला. तिचा पॅस्टर दुपारी एकच्या आत कधी उगवतच नसे आणि नंतर मात्र तो दुपारी तीनला लंचची सुट्टी होईपर्यंत कधी जागा सोडत नसे. हवा स्वच्छ असेल तेव्हा सगळे बाहेरच्या आवारातच लंच घ्यायचे आणि पुन्हा चर्चमध्ये जायचे. आज मात्र ती चरफडत एक रोल खात बसून राहिली.

हर्मन ग्राईम्स आणि त्याची बायकोही हजर होते, पण देवावर विश्वास होता म्हणून नव्हे, तर त्यांना आपल्या बंद खोलीत थांबून राहायचा भयंकर वैताग आला होता, म्हणून. हर्मन तर अगदी लहान असल्यापासून कधीही स्वेच्छेनं चर्चमध्ये गेलेला नव्हता.

फिलिप सॅव्हेलला तर 'देवाची पूजा' या कल्पनेचाच भयंकर तिटकारा असल्याचं सगळ्यांना सकाळीच समजलं होतं. मी देव वगैरे काही मानत नाही असं त्यानं कोणाला तरी सांगितलं आणि ताबडतोब ही बातमी षट्‌कर्णी झाली. चॅपेल सर्व्हिसविरुद्ध निषेध दर्शवण्यासाठी तो जवळजवळ पूर्ण नग्नावस्थेत बेडवर खुरमांडी घालून, बहुधा योगाच्या कसल्या तरी आसनात ताठ बसला आणि घसा ताणून त्यानं मंत्र म्हणायला सुरुवात केली. आणि तेसुद्धा खोलीचं दार मुद्दाम सताड उघडं ठेवून.

पार्टीरूममध्ये चॅपेल सर्व्हिस चालू असतानाही त्याचा आवाज ऐकू येत होता. त्या शिकाऊ पोरानं आपली सर्व्हिस गुंडाळण्यामागे हे एक महत्त्वाचं कारण होतं.

सॅव्हेलनं मोठमोठ्यानं मंत्र म्हणायला सुरुवात केल्यावर लगेचच लू डेल त्याच्या खोलीशी जाऊन त्याला आवाज कमी करायला सांगण्यासाठी ताडताड तिकडे गेली, पण त्याची विवस्त्रावस्था बघितल्याबरोबर ती तशीच परत फिरली. मग विलिसनं प्रयत्न करून बघितला, पण सॅव्हेलनं डोळे मिटून मंत्र म्हणणं चालूच ठेवलं. त्यानं विलिसकडे बघितलंसुद्धा नाही. शेवटी निरुपायानं विलिस परत फिरला.

सर्व्हिसला न आलेली ज्यूरर मंडळी निरुपायानं आपापल्या खोलीत दार बंद करून टीव्ही बघत बसली.

दुपारी दोन वाजता एकेका ज्यूररचे नातेवाईक स्वच्छ कपडे आणि इतर खाण्यापिण्याच्या वस्तू वगैरे घेऊन भेटायला यायला सुरुवात झाली. एकट्या निकोलस ईस्टरचं मात्र कोणीही ओळखीचं या भागात राहत नव्हतं. न्यायमूर्ती हार्किननी निकोलसला गाडीतून त्याच्या अपार्टमेंटकडे घेऊन जाण्याचं काम विलिसला सांगितलं.

आग विझून बराच वेळ झालेला होता, आगीचे बंब आणि अँब्युलन्सही केव्हाच परत गेलेले होते. बिल्डिंगसमोरच्या छोट्या हिरवळीवर आणि फुटपाथवर जळालेले भग्नावशेष आणि ओल्या कपड्यांचे ढीग इतस्तत: पडलेले होते. अजूनही धक्क्यातून न सावरलेले रहिवासी स्वच्छता करण्याच्या प्रयत्नात होते.

"यातलं तुमचं घर कोणतं?" गाडी थांबवून समोरच्या बिल्डिंगच्या मध्यभागी दिसणाऱ्या जळालेल्या भगदाडाकडे बघत विलिसनं विचारलं.

"त्या तिथलं." मानेनं कसाबसा निर्देश करत निकोलसनं म्हटलं. गाडीतून उतरताना तो जरासा लटपटलाच. त्याच्या पायांतलं बळच नाहीसं झालेलं होतं. तसाच चालत तो जवळच उभ्या असलेल्या, भकास नजरेनं एका वितळलेल्या टेबल लँपकडे बघत असलेल्या एका व्हिएतनामी जोडप्याकडे गेला.

"आग कधी लागली?" त्यानं विचारलं.

सगळीकडे धुराचा, जळलेल्या लाकडांचा, कपड्यांचा वास भरून राहिलेला होता.

त्या जोडप्यापैकी कुणीच काही बोललं नाही.

"सकाळी आठच्या सुमाराला." एक जडशी पेटी उचलून नेत असलेल्या दुसऱ्याच एका मध्यमवयीन स्त्रीनं उत्तर दिलं. निकोलसनं आजूबाजूच्या लोकांकडे बघितलं आणि त्याला एकदम जाणवलं की, यातल्या एकाही माणसाला आपण नावानं ओळखत नाही. जवळच कंपाऊंडमध्ये एक तरुण स्त्री सेलफोनवर बोलत होती आणि हातातल्या पॅडवर काहीतरी भराभर लिहून घेत होती. दुसऱ्या मजल्यावर जाणाऱ्या मुख्य जिन्याशी एक सुरक्षा रक्षक होता, पण या क्षणी तो एका वृद्ध स्त्रीला एक ओलंकच्च झालेलं कार्पेट जिन्यावरून खाली आणायला मदत करत होता.

"तुम्ही इथे राहता?" सेलफोन बंद करत त्या तरुण स्त्रीनं विचारलं.

"हो. मी ईस्टर. तीनशे बारा नंबरमध्ये राहतो मी."

"अरे बाप रे. मग तुमचं अपार्टमेंट तर पूर्णपणे जळून गेलंय. पहिल्यांदा बहुतेक तुमच्याच अपार्टमेंटमध्ये आग लागली."

"मला जरा वर जाऊन बघू दे."

तो रक्षक त्या दोघांना घेऊन जिन्यानं दुसऱ्या मजल्यावर गेला. इथलं नुकसान

तर कुणी सांगायचीच गरज नव्हती. भगदाडाच्या जवळच लावलेल्या पिवळ्या टेपपाशी ते जाऊन थांबले. त्याच्या बेडरूमच्या वरच्या छताला आगीनं दोन भली मोठी भगदाडं पाडलेली दिसत होती. तितकंच भयंकर नुकसान आगीनं खालच्या दिशेनंही केलेलं होतं आणि त्यामुळे खालची अपार्टमेंटही बरीचशी जळलेली होती. किचनची भिंत सोडली तर त्याच्या स्वत:च्या अपार्टमेंटमध्ये काहीही शिल्लक उरलेलं नव्हतं. किचनचं सिंक अर्धवट लोंबकळत होतं. त्याच्या अपार्टमेंटमधलं काहीही शिल्लक नव्हतं – फर्निचर नाही, कपडे नाहीत, काहीच नाही. बेडरूममध्येही जळून काळ्या पडलेल्या भिंती सोडल्या तर काहीही नव्हतं.

कॉम्प्युटरही नव्हता.

त्याच्या अपार्टमेंटची जमीन, छत आणि जवळजवळ सगळ्या भिंती नाहीशा झालेल्या होत्या.

''कुणी जखमी वगैरे?'' निकोलसनं मृदुपणे विचारलं.

''नाही. कुणालाच काही झालं नाही. आग लागली तेव्हा तुम्ही घरीच होतात?''

''नाही. पण तुम्ही कोण?''

''या बिल्डिंगची व्यवस्था बघणाऱ्या कंपनीत मी काम करते. माझ्याकडे काही फॉर्म्स आहेत, तेवढे प्लीज भरून द्या.''

ते दोघंही खाली आले. निकोलसनं भराभरा फॉर्म्स भरून दिले आणि तो विलिसबरोबर निघून गेला.

२२

'सि एस्टा इन'मध्ये भेटायला येणाऱ्या लोकांपैकी सर्वांत आधी आला, तो हॉपी. लू डेलनं चटकन त्याला मिलीच्या खोलीशी आणून सोडलं. येताना तो नेहमीप्रमाणे चॉकलेटचा एक डबा आणि फुलांचा छोटा बुके घेऊन आला होता. दोन्ही गोष्टी त्यानं तिच्या हातात दिल्या आणि मग दोघांनी एकमेकांच्या गालांवर हळूच ओठ टेकवले. यापेक्षा आणखी शारीरिक सलगी करण्याचा विचारही त्यांच्या मनाला शिवला नाही. एवढ्या औपचारिकता पार पाडल्यावर दोघं मिलीच्या बेडवर गप्पा मारत बसले. बोलता बोलता हॉपीनं खटल्याचा विषय हळूच काढला. बोलणं याच विषयावर कायम ठेवताना मात्र त्याला जरा प्रयासच करावे लागत होते. ''हे लोक जे असे एकसारखे खटले भरत असतात ना, ते मला तरी पटत नाही, बघ. मला तर खरं म्हणजे हा सगळा वेडेपणाच वाटतो. सगळ्यांना जर पक्कं माहीत असतं की सिगारेट घातक असते, तिचं व्यसन लागतं, तर मग सिगारेट ओढायचीच कशाला? तुला आपला तो बॉईड डोगन आठवतो ना? पंचवीस वर्षं लेकाचा 'सालेम' ओढत होता आणि एक दिवस अशी चुटकीसरशी सोडली त्यानं.'' त्यानं हाताची चुटकीही वाजवून दाखवली.

''हो, डॉक्टरला त्याच्या जिभेवरचा फोड दिसल्याबरोबर पाचव्या मिनिटाला सिगारेट सोडली त्यानं.'' मिलीनं त्याला आठवण करून दिली आणि खोचकपणे आपणही एक चुटकी वाजवली.

''हो, पण असंख्य लोक सिगारेट सोडतातही. हा खरं तर मनाच्या निश्चयाचा प्रश्न आहे. आधी सिगारेट ओढत राहायच्या आणि नंतर मरायला टेकलं की मग लाखो डॉलर्सची नुकसानभरपाई मागायची, हे काही बरोबर नाही.''

"काय भाषा वापरतोयस, हॉपी!"

"सॉरी."

हॉपीनं मग तिला इतर ज्यूरर लोकांचं या केसबद्दल आतापर्यंत काय मत झालंय, ते विचारलं. क्रिस्टॅनोनं त्याला सांगितलं होतं की, सत्य काय आहे ते सांगून मिलीला भेदरवून आपल्याकडे खेचण्यापेक्षा तिचं केसबद्दलचं मत बदलून आपल्याकडे वळवता आलं तर ते केव्हाही चांगलं. लंच घेताना त्यांनी याबद्दल भरपूर चर्चा केली होती. आपल्याच बायकोला असं फसवत असताना हॉपीच्या मनाला फार यातना होत होत्या, पण जेव्हा जेव्हा त्याला अपराध्यासारखं वाटायचं, तेव्हा तेव्हा त्याला पाच वर्षांच्या शिक्षेचीही आठवण व्हायची.

रविवारी रात्री टीव्हीवर चालू असलेल्या मॅचच्या हाफ टाईममध्ये निकोलस आपल्या खोलीतून बाहेर पडला. कॉरिडॉरमध्ये कोणीच नव्हतं. पार्टी रूममधून बोलण्याचे आवाज येत होते, पण ते बव्हंशी पुरुषांचेच होते. याही वेळी पुरुष एकत्र जमून बीअर पीत टीव्हीवरची फुटबॉलची मॅच बघत होते, पण बायका मात्र त्यांच्या वेळेचा उत्तम सदुपयोग करत होत्या.

आवाज न करता तो कॉरिडॉरच्या पलीकडच्या बाजूच्या काचेच्या दारातून बाहेर पडला आणि मांजराच्या पावलांनी जिना चढून दुसऱ्या मजल्यावर गेला. मार्ली एका खोलीत त्याची वाट बघत थांबलेली होती. ही खोली तिनं रोख पैसे भरून 'एल्सा ब्रूम' या आणखी एका खोट्या नावावर बुक केलेली होती.

एक शब्दही न बोलता ते दोघं थेट बेडकडेच गेले. एकमेकांच्या सहवासाविना सलग आठ रात्री राहणं म्हणजे एक विक्रमच होता त्यांच्या दृष्टीनं. आणि एवढा प्रदीर्घ विरह हा प्रकृतीला अत्यंत घातक असतो, यावरही त्यांचं अगदी एकमत होतं.

मार्ली आणि निकोलस जेव्हा पहिल्यांदा एकमेकांना भेटले होते, तेव्हा त्या दोघांचीही नावं वेगळी होती. त्यांचं भेटीचं ठिकाण म्हणजे कान्सास राज्यातल्या लॉरेन्स शहरातला एक बार होता. मार्ली तेव्हा तिथे वेट्रेस म्हणून कामाला होती, तर निकोलस त्याच्या लॉ स्कूलमधल्या दोस्तांबरोबर उडाणटप्पूपणा करत रात्री उशिरापर्यंत तिथे बसलेला असायचा. लॉरेन्सला येऊन राहीपर्यंत मार्लीनं आधीच दोन पदव्या मिळवलेल्या होत्या आणि नोकरी-व्यवसायात करिअर वगैरे करण्याची फारशी इच्छा नसल्यामुळे ती लॉ स्कूलमध्ये ॲडमिशन घ्यायचा विचार करत होती. दिशाहीन अवस्थेत असलेली सगळी अमेरिकन तरुण पोस्ट ग्रॅज्युएट मंडळी शेवटी कायद्याच्याच आश्रयाला येतात, त्यातलीच तीही एक होती. तिला कसलीच घाई नव्हती. निकोलसची भेट होण्याआधी काही वर्षं तिची आई वारली होती, पण जाताना मार्लीच्या नावावर जवळजवळ दोन लाख डॉलर्स ठेवून गेली होती. या बारमध्ये ती

नोकरी करत होती कारण इथलं वातावरण तिला आवडायचं. शिवाय काहीच काम नसतं तर ती कंटाळली असती. ती एक जुनी जॅग्वार गाडी चालवायची, पैसा नीट जपून वापरायची आणि फक्त कायद्याच्या विद्यार्थ्यांशीच डेटिंग करायची.

प्रत्यक्ष भेटून काही बोलण्याआधीच ते दोघं एकमेकांना आवडले होते. तो नेहमी उशिरा यायचा, आपल्या त्याच त्या दोस्तांच्या छोट्याशा कंपूबरोबर कोपऱ्यातल्या एका बूथमध्ये बसायचा आणि मग त्यांची कायद्यातल्या कसल्याशा संकल्पनांवरून कंटाळवाणी चर्चा चालायची. मार्ली त्यांना पिचरमधून ड्राफ्ट बीअर आणून द्यायची आणि अधूनमधून, जमेल तसतसा चेष्टामस्करीत भागही घ्यायची. पहिल्या वर्षी तो कायद्याच्या एकदम प्रेमात पडलेला असल्यामुळे पोरींकडे त्याचं विशेष लक्ष नसे. तिनं जरा आडून आडून त्याची चौकशी केली होती, तेव्हा तिला कळलं होतं की, हा चांगला हुशार विद्यार्थी आहे, वर्गातल्या पहिल्या तीनात त्याचा नंबर असतो, पण तो अत्यंत कुशाग्र वगैरे आहे असंही नव्हे. पहिल्या वर्षात तो पास झाला होता आणि दुसऱ्या वर्षासाठी परत आला होता. दरम्यानच्या काळात तिनं आपलं वजन दहा पौंडांनी उतरवलं होतं, केसही छानपैकी कापून घेतले होते. खरं तर दोन्ही गोष्टींची गरज नव्हती.

कॉलेजशिक्षण संपल्यावर निकोलसनं तीस वेगवेगळ्या लॉ स्कूल्समध्ये अर्ज केले होते, त्यांतल्या अकरा ठिकाणी त्याला होकार आला होता. चक्क नाणेफेक करून त्यानं लॉरेन्सची लॉ स्कूल निवडली होती आणि इथे येऊन दाखल झाला होता. एका आजन्म अविवाहित म्हातारीच्या पडक्या घराच्या मागच्या दोन खोल्या त्याला भाड्यानं मिळाल्या होत्या. निदान पहिल्या दोन सेमिस्टरमध्ये तरी त्यानं बाकी कुठे लक्ष न देता भरपूर अभ्यास केला होता.

पहिल्या वर्षानंतरच्या सुट्टीत त्यानं कान्सास शहरातल्या एका मोठ्या वकिली करणाऱ्या फर्ममध्ये क्लार्क म्हणून नोकरी पत्करली होती. प्रत्यक्षात मात्र त्याचं काम या मजल्यावरून त्या मजल्यावर टपालवाटप करण्याचं होतं. या फर्ममध्ये तीनशे वकील एकाच बिल्डिंगमध्ये कामाला होते आणि कधी कधी परिस्थिती अशी असे की, सगळेच्या सगळे वकील फक्त एकाच केसवर काम करायचे. जॉप्लिन शहरात स्मिथ ग्रीअर कंपनीचा बचाव एका सिगारेट/कॅन्सरसंबंधातल्या नुकसानभरपाईच्या केसमध्ये करण्याचं हे काम होतं. हा खटला पाच आठवडे चालला होता. खटल्याचा निकाल बचाव पक्षाच्या बाजूनं लागला होता. हा विजय साजरा करण्यासाठी त्याच्या फर्मनं एक जंगी पार्टी दिली होती. एक हजार लोक पार्टीला आले होते आणि पार्टीचा खर्च? ऐंशी हजार! बस? फक्त ऐंशी हजार? पण निकोलसला मात्र हे अजिबात पटलं नव्हतं.

तेव्हापासून त्याला त्या फर्मचा तिरस्कार वाटायला लागला होता आणि लॉ च्या

दुसऱ्या वर्षाच्या मध्याच्या सुमाराला एकंदर कायदा या विषयाचाच उबग आला होता. पाच वर्षं त्याच त्याच ब्रीफ्सचा पुन:पुन्हा घासून अभ्यास करायचा आणि तोही कशाला, तर मोठमोठ्या क्लाएंट कंपन्यांना सोडवून त्यांना पुन:पुन्हा पिळून काढायला? मुळीच नको!

फुटबॉलच्या एका मॅचनंतर झालेल्या लॉ स्कूलच्या एका पार्टीच्या वेळी त्यांची पहिली डेट होती. कानठळ्या बसवणारं संगीत होतं, साथीला पाण्यासारखी बीअर वाहत होती आणि चरसाची देवघेव चॉकलेटच्या सहजतेनं होत होती. दोघंही पार्टी संपायच्या कितीतरी आधीच तिथून बाहेर पडले होते. त्याला एवढा गोंगाट पसंत नव्हता, तर तिला चरसाचा वास आवडत नव्हता. दोघंही तिच्या प्रशस्त, उत्तम फर्निचरनं सजवलेल्या अपार्टमेंटकडे गेले होते. वाटेत त्यांनी आवडत्या सिनेमाच्या व्हिडिओ कॅसेट्स भाड्यानं घेतल्या होत्या. त्या रात्री तो तिथेच सोफ्यावर झोपला होता.

महिन्याभरानंतर त्यानं आपला मुक्कामच तिच्या घरी हलवला होता आणि लॉ स्कूल सोडून देण्याचा विचार बोलून दाखवला होता. उलट ती तर ॲडमिशन घ्यायच्या विचारात होती. त्यांचं प्रेमप्रकरण जसजसं रंगात येऊ लागलं होतं, तसतसा शिक्षणातला रस कमी कमी होत गेला होता. इतका की, नंतर झालेल्या परीक्षेचे पेपर त्यानं जेमतेम पुरे केले होते. ते दोघं एव्हाना एकमेकांच्या प्रेमात इतके मश्गुल होऊन गेले होते की, बाकी कशाचीच फिकीर त्यांना वाटेनाशी झालेली होती. शिवाय तिच्याकडे थोडा फार पैसा होता, त्यामुळे लगेच हातपाय हलवण्याचीही गरज उरलेली नव्हती. त्या वर्षीचा ख्रिसमस त्यांनी जमैकाला जाऊन साजरा केला होता.

अखेर त्यानं लॉ स्कूल सोडली होती. तीही लॉरेन्सला येऊन एव्हाना तीन वर्षं झाली होती, त्यामुळे तिला आता दुसरीकडे जावंसं वाटत होतं. आणि तो तर तिच्याबरोबर वाटेल तिथे जायला एका पायावर तयार होता.

रविवारी दुपारपर्यंतसुद्धा मार्लीला निकोलसच्या घरात लागलेल्या आगीबद्दल फारसं काहीच समजलेलं नव्हतं. त्यांना दोघांनाही फिचचाच संशय येत होता, पण त्यामागे नेमकं काय कारण असावं तेच कळत नव्हतं. निकोलसकडे किमती म्हणता येईल अशी वस्तू म्हणजे फक्त त्याचा कॉम्प्युटर होता आणि आपल्या कॉम्प्युटरमध्ये कोणीही घुसखोरी करू शकणार नाही, याबद्दल त्याला पक्की खात्री होती. शिवाय खऱ्या महत्त्वाच्या सगळ्या डिस्क मार्लीच्या कॉन्डो अपार्टमेंटमध्ये व्यवस्थित तिजोरीत ठेवलेल्या होत्या. आपली फालतू अपार्टमेंट जाळून फिचला काय मिळण्यासारखं होतं? आपल्याला घाबरवायला तर त्यानं तसं केलं नसेल? पण तसं वाटत नाही.

आगीचा तपास नेहमीच्या पद्धतीनं चाललेला होता. पण आग कुणी तरी मुद्दाम लावली असेल अशा संशय घेण्यासारखं काहीच अजून तरी हाती लागलेलं नव्हतं.

याआधी 'सिएस्टा इन'पेक्षा चांगल्या आणि वाईट अशा दोन्ही प्रकारच्या ठिकाणी त्यांनी रात्री घालवलेल्या होत्या. गेल्या चार वर्षांमध्ये ते चार वेगवेगळ्या शहरांमध्ये राहिले होते, सहा देशांमध्ये प्रवास करून आले होते, उत्तर अमेरिका बहुतांशी पालथी घातली होती, हॅवरसॅक पाठीवर घेऊन अलास्का आणि मेक्सिकोमध्ये हायकिंग आणि ट्रेकिंग केलं होतं कोलोरॅडो नदीतून दोनदा, तर अॅमेझॉनमधून एकदा राफ्टनं प्रवास केला होता. त्याच्या जोडीलाच त्यांनी सिगारेटवरून चालत असलेल्या खटल्यांचा मागोवा घेत राहण्याचा उद्योगही केला होता आणि त्या निमित्तानं त्यांना ब्रोकन अॅरो, अॅलनटाऊन आणि आता बिलॉक्सीसारख्या शहरांमध्ये मुक्कामही ठोकावे लागले होते. एव्हाना त्यांना निकोटिन, तंबाखूतली कॅन्सरजनक द्रव्यं, निकोटिनची पातळी, सिगारेट ओढल्यामुळे होणाऱ्या फुप्फुसांच्या कॅन्सरची संख्याशास्त्रीय शक्यता, ज्यूरींची निवड, खटल्यांमध्ये खेळले जाणारे वकिली डावपेच आणि अर्थातच रॅन्किन फिच या गोष्टींची इतकी माहिती झालेली होती की, या सगळ्या विषयांवरच्या एखाद्या निवडक तज्ज्ञांच्या गटालासुद्धा तेवढी नसेल.

बेडवर तासभर मजा केल्यानंतर निकोलसनं बेडशेजारचा दिवा लावला आणि कपडे घालायला सुरुवात केली. मार्लीनंही कपडे घातले आणि हळूच खिडकीचा पडदा बाजूला घेऊन खाली कोणी दिसतंय का, ते बघितलं.

त्यांच्या बरोबर खालच्या खोलीत हॅपी लॉरेन्स क्रिग्लरच्या त्या भयंकर साक्षीतले मुद्दे खोडून काढून मिलीला पटवण्याचा प्रयत्न करत होता. क्रिग्लरची साक्ष तिला चांगलीच पटलेली दिसत होती. तीसुद्धा क्रिग्लरच्या मुद्द्यांचं जोरदार समर्थन करत होती. तिला एक गोष्ट मात्र समजत नव्हती की, हॅपीला आपल्याशी एवढा वितंडवाद घालण्याचं कारण काय? आणि एकूणच खटल्यात अचानक हा एवढा रस का घेतोय?

मार्लीनं येताना उगाचच फिचला डिवचण्यासाठी एक डाव खेळला होता. आपली कार मुद्दामच तिनं वेन्डॉल ऱ्होरच्या ऑफिसपासून जवळच पार्क करून ठेवली होती. आपल्या प्रत्येक हालचालीवर फिचची माणसं नजर ठेवून असतील, हे गृहीत धरूनच ती आणि निकोलस आपले डावपेच लढवत होते. त्यामुळे आता आपण ऱ्होरच्या ऑफिसमध्ये बसून काय काय बोलत असू या नुसत्या कल्पनेनंच फिचचा कसा चडफडाट होत असेल, या कल्पनेनंच तिला हसू येत होतं. आपली गाडी तिथे ठेवून 'सिएस्टा इन' पर्यंत ती दुसऱ्याच एका भाड्यानं घेतलेल्या गाडीनं आली होती.

एकाएकी निकोलसला त्या खोलीतून ताबडतोब बाहेर पडावंसं वाटलं. कारण

खालच्या मजल्यावर तो ज्या खोलीत बंदिस्त होता, त्या खोलीसारखीच ही खोली होती. म्हणून मग ते तिच्या गाडीतून दूर भटकायला गेले. ती गाडी चालवत होती, तर तो शेजारी बसून बीअर पीत होता. किनाऱ्यालगतच्या रस्त्यावर बराच वेळ भटकंती केल्यावर ते दोघं थोडा वेळ तिथल्या एका पीअरवर जाऊन खाली हळूच फुटणाऱ्या समुद्राच्या लाटांकडे बघत एकमेकांच्या हातात हात घालून उभे राहिले.

रात्री साडेदहा वाजता मार्ली ऱ्होरच्या ऑफिसपासून थोड्या अंतरावर लावलेल्या आपल्या गाडीशी येऊन उतरली. निकोलस त्या भाड्याच्या गाडीत बसून राहिला. पन्नास पावलं चालून मार्ली घाईघाईनं आपल्या गाडीत बसून निघून गेली. तिच्या गाडीवर नजर ठेवून असलेल्या ज्यो बॉयनं तिची गाडी निघाल्याचं बघितल्याबरोबर तोही तिच्या पाठलागावर निघून गेला. लगेच निकोलस त्या दुसऱ्या गाडीतून 'सिएस्टा इन' मध्ये परत आला.

ऱ्होर त्या वेळी आपल्या ऑफिसात बसून आपल्या सात सहकारी वकिलांशी जोरजोरात चर्चा करत होता. रोज भेटायचं, असं त्यांचं ठरलेलं होतं. आजचा विषय होता, आपले अजून किती साक्षीदार राहिलेत आणि आता पुढे काय करायचं. नेहमीप्रमाणेच आजही आठ जणांची आठ वेगळी मतं होती. दोन वेगळे मतप्रवाह होते, पण पुढे काय केलं म्हणजे जास्त फायद्याचं होईल, यावर मात्र जो-तो आपल्या मतावर ठाम होता.

ज्यूरींच्या निवडीत गेलेले तीन दिवस धरले तर खटला सुरू होऊन आता तीन आठवडे पूर्ण झालेले होते. आणि अजून फिर्यादी पक्षाकडे जे साक्षीदार होते, त्यांच्या साक्षी घ्यायच्या तर त्यात अजून दोन आठवडे सहज लागण्यासारखे होते. शिवाय केबलकडेही अजून बरेच साक्षीदार होते. अर्थात, या प्रकारच्या खटल्यांमध्ये आजवरचा अनुभव असाच होता की, फिर्यादी पक्षापेक्षा आपली बाजू मांडायला बचाव पक्षाला निम्म्यापेक्षाही कमी वेळ लागत होता. नाही म्हणायला हीच एक जमेची बाजू होती. याचा अर्थ खटला एकंदर दीड महिना चालणारसं दिसत होतं. याचाच आणखी एक अर्थ असा होता की, ज्यूरींना एकूण चार आठवडे अज्ञातवासात ठेवावं लागणार होतं आणि ही मात्र सगळ्यांच्या दृष्टीनं चिंतेची बाब होती. कधी ना कधी ज्यूरीतले लोक भडकणार हे उघड होतं आणि कोर्टाचा जास्तीत जास्त वेळ फिर्यादी पक्ष खात असल्यामुळे यात जास्त नुकसान फिर्यादी पक्षाचंच होणार हे उघड होतं. पण याला दुसरी बाजू अशी होती, बचाव पक्षाचं कामच शेवटी सुरू होणार असल्यामुळे कंटाळलेल्या आणि वैतागलेल्या सगळ्या ज्यूरर्सचा राग केबलवर आणि पायनेक्स कंपनीवर निघण्याचीही शक्यता होती. हा वाद पुढे चांगला तासभर रंगला.

'वुड विरुद्ध पायनेक्स' केसचं अगदी आगळं वैशिष्ट्य म्हणजे, सिगारेट कंपनीच्या खटल्यात प्रथमच ज्यूरींना अज्ञातवासात न्यावं लागलेलं होतं – किंबहुना,

मिसिसिपी राज्याच्या इतिहासातही ही पहिलीच केस अशी होती. ऱ्होरचं मत पडलं की ज्यूरींसमोर आता पुरेसे साक्षीपुरावे आपल्या बाजूनं सादर झाले आहेत. त्यामुळे आपण आणखी फक्त दोन साक्षीदार सादर करायचे, मंगळवारी दुपारपर्यंत आपली बाजू मांडून पूर्ण करायची आणि केबलला मैदान साफ करून द्यायचं. स्कॉटी मॅनग्रम आणि आन्द्रे ड्यूरॉंड या दोघांचंही असंच मत होतं. जोनाथन कोटलॅकच्या मते दोनाऐवजी तीन साक्षीदार सादर करायला हवे होते.

जॉन रायले मिल्टन आणि रेनर लव्हलेडी या दोघांचं मत मात्र पूर्णपणे विरुद्ध होतं. त्यांचं म्हणणं असं की, आपण जर एवढा प्रचंड पैसा खर्च करून ही तज्ज्ञांची फौज जमवलीय, तर घाई कशाला? अजूनही काही अत्यंत नाणावलेले तज्ज्ञ आपल्याकडे आहेत, ते खूप महत्त्वाचे पुरावे आणि साक्षी देतील. ज्यूरी काय कुठे पळून जातायत का? आता ज्यूरी कंटाळतील हे खरं, पण असे काय, सगळेच ज्यूरी कंटाळतात. त्यापेक्षा आपण आधी ठरवलंय तसंच करणं किती तरी जास्त श्रेयस्कर. केवळ ज्यूरी कंटाळतील म्हणून आपला हल्ला असा मध्येच कशाला सोडून द्यायचा?

कार्नी मॉरिसन मात्र पुन:पुन्हा ज्यूरी तज्ज्ञांकडून दर आठवड्याला येत असलेल्या रिपोर्टस्‌कडेच बोट दाखवत होता. अजून ज्यूरींना आपली बाजू पूर्णपणे पटलेली नाहीय! मिसिसिपी राज्याच्या कायद्यानुसार ज्यूरींना निर्णय देण्यासाठी बारापैकी किमान नऊ ज्यूरींचा पाठिंबा आवश्यक असतो आणि माझी खात्री आहे की, अजून नऊ ज्यूरर्स आपल्या बाजूला आलेले नाहीत. डॉक्टर अमुक अमुकची साक्ष चालू असताना जेरी फर्नांडिस कसे डोळे चोळत होता, किंवा लॉरीन ड्यूक कशी चुळबुळ करत होती, किंवा हर्मन ग्राईम्स कशा माना वेळावत होता, या गोष्टींकडे विशेषत: ऱ्होरचं फारच कमी लक्ष असायचं. पण खरं तर ऱ्होर एकंदरीत या ज्यूरी तज्ज्ञांना आणि त्यातही त्यांना काहीही न करता द्याव्या लागत असलेल्या फुकटच्या, लठ्ठ रकमांना वैतागलेला होता. संभाव्य ज्यूरींबद्दल काही अभ्यास करण्यासाठी त्यांनी पैसे घेतले ते योग्यच होतं. पण केवळ आपलं अस्तित्व दाखवण्यासाठी ही माणसं कायम कोर्टात हजर असतात आणि रोज कसले तरी फालतू रिपोर्ट देतात, त्याबद्दलही त्यांना पैसे द्यायचे? कशासाठी? अरे, कोणत्याही ज्यूरी तज्ज्ञापेक्षा ज्यूरींची मन:स्थिती काय असते ते मला जास्त कळतंय!

आर्नोल्ड लेव्हिननं या चर्चेत फारसा भागच घेतला नाही, कारण त्याचं मत सगळ्यांनाच माहीत होतं. मागे एकदा त्यानं जनरल मोटर्सला कोर्टात खेचलं होतं, तेव्हाचा तो खटला अकरा महिने चालला होता. त्यामुळे दीड महिना म्हणजे त्याच्या दृष्टीनं नुसता वॉर्म अप होता.

पण दोन्ही बाजूंना जरी एकसारखीच मतं असली, तरी इथे नाणेफेक करून

निर्णय घ्यायची मात्र पद्धत नव्हती. ज्यूरींच्या निवडीच्याही आधी त्यांचं असं ठरलेलं होतं की, हा खटला ऱ्होरचा आहे, त्याच्या शहरातल्या त्याच्या कोर्टात तो चालणार आहे आणि तोही त्याच्या ओळखीच्या न्यायाधीशासमोर आणि ज्यूरींसमोर. फिर्यादी पक्षाच्या सल्लागार वकिलांच्या या गटात लोकशाही जरूर होती, पण ती एका मर्यादेपर्यंत. अंतिम नकाराधिकार ऱ्होरचाच होता.

अखेर त्यानं रविवारी रात्री उशिरा आपला निर्णय घेतला. बाकीची माणसं आपल्या दुखावलेल्या अहंकाराला कुरवाळत तिथून बाहेर पडली, पण कुणाच्याही अहंकाराचा एखादा हातपाय मात्र मोडलेला नव्हता. शिवाय पैशाखेरीज जी आणखी एक गोष्ट पणाला लागलेली होती, ती इतकी महत्त्वाची होती की, उगाचच्या उगाच चहाड्या-चुगल्या किंवा तमाशा करणं परवडण्यापैकी नव्हतं.

२३

सोमवारी सकाळी दिवसाची सुरुवात झाली ती न्यायमूर्ती हार्किन आणि निकोलसच्या एका खास भेटीनं. निकोलसच्या अपार्टमेंटला लागलेल्या आगीची आणि त्याचं एकंदर काय नुकसान झालंय त्याची चौकशी करणं, हा या भेटीचा उद्देश होता. त्यांच्या चेंबरमध्ये ते दोघंच भेटले. निकोलसनं त्यांना सांगितलं, ''मला काहीच झालेलं नाही. शिवाय मोटेलमध्ये माझे कपडे आहेत, ते धुऊन मी वापरत राहिलो, तर सहज पुरण्यासारखे आहेत. शिवाय मी एक साधा विद्यार्थी आहे. त्यामुळे माझा कॉम्प्युटर आणि कॅमेरा या दोन किमती गोष्टी सोडल्या, तर फारसं नुकसान होण्यासारखं काहीच नव्हतं. पण कशाचाच इन्शुअरन्स मात्र नव्हता.''

मुख्य विषयावर बोलून झालेलं होतं. पण ते दोघंच चेंबरमध्ये असल्यामुळे न्यायमूर्तींनी चटकन विचारलं, ''ओके, बरं, आपली बाकीची मंडळी काय म्हणतात?'' एखाद्या ज्यूररबरोबर असं अनधिकृत बोलणं अयोग्य होतं असं नव्हे, पण ते खटल्याच्या पद्धतीला धरून मात्र नक्कीच नव्हतं. खरी पद्धत अशी होती की, हे बोलणं दोन्ही बाजूंच्या वकिलांच्या उपस्थितीत व्हायला हवं आणि त्याची अधिकृत नोंदही व्हायला हवी. पण हार्किनना फक्त थोडीशी चौकशी करायची होती. आणि हा पोरगा बाहेर कुठे काही बोलणार नाही अशी त्यांची खात्री होती.

''काही नाही. सगळं काही व्यवस्थित चाललंय.'' निकोलस उत्तरला.

''काही विशेष घडामोडी?''

''नाही. माझ्या तरी लक्षात काही आलेलं नाही.''

''खटल्याबद्दल काही चर्चा?''

''छे, छे. उलट आम्ही तर एकत्र असताना तो विषयच टाळतो.''

''व्हेरी गुड. कोणाचे काही वादविवाद, भांडणं वगैरे?''

''नाही. अजून तरी नाही.''

''खायला-प्यायला व्यवस्थित मिळतंय?''

''हो.''

''आणि तुमच्या वैयक्तिक गाठीभेटींबद्दल काही तक्रार?''

''नाही. निदान माझ्यापर्यंत तरी काही आलेलं नाही.''

ज्यूरींमध्येच काही लफडी चालली असली, तर ते त्यांना हवं होतं. याचा कायद्याशी काहीच संबंध नव्हता. फक्त त्यांना असल्या भानगडीत जरा जास्त उत्सुकता होती एवढंच. ''ओके. काही प्रॉब्लेम झाला तर मला कळव. हो आणि हे फक्त आपल्या दोघातच राहू दे, बरं का.''

''हो, हो.'' एकमेकांशी शेकहँड करून ते उठले.

कोर्टरूममध्ये न्यायमूर्तींनी ज्यूरर्सचं पुन्हा एकदा तोंड भरून स्वागत केलं. सगळेजण ताजेतवाने दिसत होते. त्यांनाही एकदाचं हे प्रकरण संपवून टाकायची घाई झालेली होती.

ऱ्होरनं उठून लिऑन रॉबिलिओचं नाव पुढचा साक्षीदार म्हणून पुकारलं आणि खटल्याचं काम पुन्हा रीतसर सुरू झालं. लिऑनला बाजूच्या दारातून आत आणण्यात आलं. वृद्ध, पांढुरका दिसणारा लिऑन जपून, पाय घासत चालत साक्षीदाराच्या पिंजऱ्यात येऊन उभा राहिला. त्यानं काळा सूट आणि पांढरा शर्ट घातलेला होता, पण त्याच्या गळ्यात टाय मात्र नव्हता. त्याच्या गळ्यावर एक भोक पाडलेलं होतं. त्यावर पांढरं ड्रेसिंग होतं आणि त्यावरून त्यानं एक मऊ, सुती पांढरा मोठा रुमाल बांधलेला होता. पेन्सिलसारखा दिसणारा एक छोटासा माईक तोंडाशी धरून त्यानं शपथ घेतली. त्याला घशाचा कॅन्सर झाल्यामुळे त्याचं स्वरयंत्र काढून टाकलेलं होतं आणि त्यामुळे त्याचा आवाज कमालीचा सरळ, सपाट, एकसुरी होता.

पण त्याचं बोलणं मात्र स्वच्छ आणि स्पष्ट होतं. त्यानं माईक आणखी तोंडाजवळ नेऊन बोलायला सुरुवात केली. कोर्टरूममध्ये होणाऱ्या आपल्या आवाजाच्या परिणामाकडे त्याचं लक्ष नव्हतं. मी असाच बोलतो आणि असाच बोलणार. कुणाला काय वाटतं याच्याशी मला काहीही कर्तव्य नाही. ज्यानं त्यानं आपापल्या कुवतीप्रमाणे माझं बोलणं समजून घ्यावं.

ऱ्होरनं फार वेळ न घालवता मुख्य विषयालाच हात घातला. लिऑन रॉबिलिओचं वय आज चौसष्ट होतं. त्याला आठ वर्षांपूर्वी घशाचा कॅन्सर झाला होता, त्यामुळे त्याला स्वरयंत्र गमवावं लागलं होतं, पण त्याचा जीव मात्र वाचला होता. त्यानंतर त्यानं श्वासनलिकेऐवजी अन्ननलिकेचा उपयोग करून बोलण्याचं प्रशिक्षण घेतलं होतं. जवळजवळ चाळीस वर्षं त्यानं प्रचंड धूम्रपान केलेलं होतं आणि त्यात

त्याला जवळजवळ मृत्यूच आलेला होता. आता त्याला कॅन्सरनंतरचे परिणाम तर भोगावे लागत होतेच, पण त्यात आता हृदयविकाराची आणि एम्फिसेमाचीही भर पडलेली होती. हे सगळं केवळ सिगारेटमुळे झालं, हे त्यानं त्याच्या त्या जवळजवळ यांत्रिक आवाजात स्पष्ट सांगितलं.

माईकमुळे जरा मोठ्या झालेल्या त्याच्या यंत्रमानवी आवाजाची सगळ्यांना चटकन सवय झाली आणि वीस वर्षं आपण सिगारेट उद्योगासाठी सरकारदरबारी प्रचार करण्याचं काम करून पैसा मिळवत होतो, असं सांगितल्यावर तर सगळ्यांनीच कान टवकारून त्याचं बोलणं ऐकायला सुरुवात केली. कॅन्सर झाल्यावर त्यानं ते काम सोडलं, पण कॅन्सर होऊनही आपली सिगारेटची सवय सुटत नाहीच, हे त्याच्या लक्षात आलं. तो शारीरिकदृष्ट्या आणि मानसिकदृष्ट्याही पूर्णपणे सिगारेटच्या आहारी गेलेला होता – हे अर्थात निकोटिनमुळेच झालं होतं. आपलं स्वरयंत्र गमावल्यावर आणि केमोथेरपीनं सारं शरीर खलास केल्यावरही दोन वर्षं तो सिगारेट ओढतच होता. शेवटी एक भयंकर हार्ट ॲटॅक आल्यानंतर त्याचं व्यसन सुटलं होतं.

तब्येत कायमची बिघडलेली असूनही तो अजूनही वॉशिंग्टनमध्येच पूर्णवेळ काम करत होता, तेच काम करत होता, पण विरुद्ध बाजूसाठी. अत्यंत कडवा धूम्रपानविरोधी कार्यकर्ता म्हणून त्याला आता ओळखत असत.

''बरंच पूर्वी मी टोबॅको फोकस कौन्सिलमध्ये काम करत होतो. ही कौन्सिल म्हणजे दुसरं-तिसरं काहीही नव्हतं, तर सिगारेट उद्योगासाठी लॉबिंग करणारी ती एक संस्था होती.'' त्यानं तुच्छतेनं म्हटलं. ''आम्हाला सगळा पैसा सिगारेट कंपन्याच पुरवत होत्या. सिगारेट कंपन्यांना त्यांच्याशी संबंधित कायद्यांची आणि कंपन्यांवर नियंत्रण ठेवण्यासाठी होत असलेल्या प्रयत्नांची माहिती पुरवायची आणि सल्ला द्यायचा, हे आमचं काम होतं. वजनदार राजकारणी पुढाऱ्यांना दारूच्या पार्ट्या द्यायच्या, पैसा चारायचा, यासाठी आम्हाला अमाप पैसा उपलब्ध होता. हा खेळ अत्यंत हिरीरीनं आम्ही खेळत होतो आणि सिगारेट कंपन्यांना राजकीय क्षेत्रात चाललेल्या वेगवेगळ्या डावपेचांची, अंतर्विरोधांची माहिती पुरवत होतो.''

कौन्सिलमध्ये कामाला असताना रॅाबिलिओला सिगारेट आणि सिगारेट उद्योगावरची असंख्य संशोधनं वाचायला मिळत होती. वस्तुत:, अशी सगळी संशोधनं, अभ्यास, प्रयोग वगैरेची माहिती संग्रहित करणं हा कौन्सिलच्या कामाचा एक भागच होता. हो, क्रिग्लरनं वर्णन केलेला तो कुप्रसिद्ध मेमो मी वाचला होता. अनेकदा वाचला होता, पण त्याची एखादी कॉपी मात्र मी कधी जपून ठेवली नाही. लोकांना सिगारेटचं व्यसन लागावं म्हणून सिगारेटमधलं निकोटिनचं प्रमाण भरपूर राखलं जातं, ही माहिती कौन्सिलमधल्या सगळ्यांनाच होती.

'व्यसन' हा शब्द रॉबिलिओने अनेकदा वापरला. कंपन्यांनी दिलेल्या पैशानं प्राण्यांवर केलेल्या प्रयोगांवरून काढलेले निष्कर्ष मी अनेकदा बघितले आहेत. निकोटिनमुळे सगळ्या प्रकारच्या प्राण्यांना सिगारेटची किती चटकन सवय लागते, हे मी कित्येकदा वाचलंय. अल्पवयीन मुलांना एकदा सिगारेटचं व्यसन लागलं की ते सुटण्याचं प्रमाण अत्यल्प असतं, ही गोष्ट निर्विवादपणे सिद्ध करणारे अनेक संशोधनांचे अहवाल मी वाचलेत आणि ते गाडून टाकायला मदतही केलीय. अशी पोरं या कंपन्यांची कायमची गिऱ्हाईकं बनतात.

ऱ्होरनं मग जाडजूड रिपोर्ट्सनी भरलेली पेटीच आणली आणि ते रिपोर्ट ओळखायला रॉबिलिओला सांगितलं. सगळ्या रिपोर्ट्सची पुरावे म्हणून नोंदणी करण्यात आली – जणू काही ज्यूरर्सना निर्णय घेण्याआधी ते वाचायला पुरेसा वेळ मिळणारच होता.

''लॉबिंगचं काम करत असताना मी केलेल्या अनेक गोष्टींचा मला आता पश्चात्ताप होतो. पण मला सगळ्यात जास्त, रोजच्या रोज जर कशाचा पश्चात्ताप होत असेल, तर मी अत्यंत कौशल्यानं तयार केलेल्या, सिगारेट उद्योगावर होत असलेल्या आरोपांचं खंडन करणाऱ्या पत्रकांचा. सिगारेट कंपन्या अल्पवयीन मुलांना आणि तरुणांना लक्ष्य बनवत नाहीत, हे त्या पत्रकांमध्ये मी पटवून देत असे.'' त्यानं म्हटलं. ''पण खरी परिस्थिती अशी असते की, निकोटिनची सवय लागते. म्हणजेच पर्यायानं नफा वाढतो, कारण लोक त्यामुळे सिगारेट वारंवार, वाढत्या प्रमाणात ओढायला सुरुवात करतात. सिगारेट कंपन्यांना आपलं अस्तित्व टिकवायचं, तर त्यासाठी प्रत्येक नव्या पिढीला ही सवय लागावीच लागते. लहान मुलांना, तरुणांना सिगारेटच्या जाहिरातीतून मिळणारे जे संकेत असतात, ते फार खोलवर परिणाम करणारे असतात. सिगारेट उद्योग अब्जावधी डॉलर्स खर्च करून असं चित्र डोळ्यांसमोर उभं करतो की, सिगारेट ओढणं अत्यंत सुसंस्कृतपणाचं लक्षण आहे. सिगारेटमुळे थकलेल्या मनाला आराम मिळतो, पुन्हा मेंदू ताजातवाना होतो, सिगारेट ओढणारा माणूस म्हणजे मर्दानी सौंदर्याचा जणू पुतळाच, वगैरे वगैरे. मुलांना लहान वयात सिगारेटची सवय लागते, पुढे त्याचं रूपांतर व्यसनात कधी झालं ते त्यांना कळतही नाही. हे व्यसन सुटणं भयंकर कठीण असतं, त्यामुळे बहुतेक वेळा ही मुलं मोठी झाल्यावरही वर्षानुवर्षं सिगारेट ओढत राहतात. त्यामुळे लहान मुलांना हे व्यसन लागलंच पाहिजे.'' आपल्या त्या विचित्र आवाजाला हावभावांची जोड देत त्यानं आपल्या मनातला भयंकर विषाद आणि विखार सगळ्यांपर्यंत व्यवस्थित पोहोचवला. ज्यूरींकडे बघताना त्याचा चेहरा आर्जवी असे, तर बचाव पक्षाच्या वकिलांच्या टेबलाकडे मात्र तो जळजळीत कटाक्ष टाकत होता.

''लहान, किशोरवयातल्या मुलांच्या मानसिकतेचा अभ्यास करण्यात आम्ही

कोट्यवधी डॉलर्स खर्च केले. सिगारेटचे सगळ्यात जास्त जाहिरात केलेले पहिले तीन ब्रँड मुलांना माहीत असणार, हे आम्हाला पक्कं ठाऊक होतं. अठरा वर्षांखालची जी मुलं सिगारेट ओढतात, त्यातली नव्वद टक्के मुलं यांपैकीच एक ब्रँड पसंत करतात, हेही आम्हाला समजलं. मग पुढे कंपन्यांनी काय केलं? त्यांनी फक्त जाहिराती वाढवल्या. बाकीचं सगळं आपोआप घडतं.''

''अल्पवयीन मुलांना सिगारेट विकून सिगारेट कंपन्या किती पैसा मिळवत होत्या, हे तुम्हाला माहीत होतं?'' ऱ्होरनं मुद्दाम विचारलं. उत्तर त्याला आधीच माहीत होतं.

''होतं ना. साधारण वर्षाला वीस कोटी डॉलर्स. हे फक्त अठरा किंवा त्यापेक्षा कमी वयाच्या मुलांना सिगारेट विकून मिळवलेलं उत्पन्न होतं. सगळ्या प्रकारची माहिती आमच्याकडे होती आणि त्यावर आम्ही कायमच अभ्यास करत होतो.'' थांबून त्यानं बचाव पक्षाच्या टेबलाकडे तुच्छतेनं हात केला – जणू त्यांना महारोगच झाला असल्यासारखा. ''ही माहिती त्यांच्याकडे अजूनही येत असते. दररोज तीन हजार अल्पवयीन मुलं नव्यानं सिगारेट ओढायला लागतात, हेही त्यांना माहितेय. एवढंच काय, ही मुलं कुठला ब्रँड निवडतात, याचीसुद्धा अचूक आकडेवारी असते त्यांच्याकडे. सिगारेट ओढणाऱ्या सज्ञान व्यक्तींपैकी जवळजवळ सगळ्यांनीच लहानपणापासून सिगारेट ओढायला सुरुवात केली होती, हेसुद्धा त्यांना माहितेय. त्यासाठीच तर ते प्रत्येक नव्या पिढीला सिगारेटचं व्यसन लावतात. त्यांना हेही पक्कं माहितेय की, या तीन हजार मुलांपैकी एक तृतीयांश मुलं केव्हा ना केव्हा सिगारेटमुळे होणाऱ्या कॅन्सरला किंवा आणखी एखाद्या रोगाला बळी पडणार आहेत.''

आपल्या बोलण्यानं रॉबिलिओनं ज्यूरींचं सारं लक्ष आपल्यावर खेचून घेतलेलं होतं. ऱ्होरनं हातातल्या पॅडची पानं उगाचच चाळण्यात आणखी काही सेकंद घालवले. हे नाट्य त्याला थोडं लांबवायचं होतं. पानं चाळत असतानाच तो पाय थोडे मोकळे करत असल्यासारख्या छोट्या येरझाऱ्या घालत होता. त्यानं वर बघितलं आणि हनुवटीवर किंचित खाजवलं. ''तुमच्या कौन्सिलमध्ये तुम्ही 'निकोटिनची सवय लागते' या आरोपाला कसं प्रत्युत्तर देत होतात?''

''सिगारेट कंपन्यांनी याचं एक चपखल असं उत्तर तयार केलंय. ते करायलाही मी मदत केली. ते साधारण असं आहे : सिगारेट ओढणारे लोक स्वतःहून सिगारेट ओढत असतात. म्हणजेच सिगारेट ओढणं हा ज्याच्या-त्याच्या आवडीचा, इच्छेचा भाग आहे. सिगारेटची खरं म्हणजे सवय लागत नाही, पण जरी लागत असली, तरी कोणावरही सिगारेट ओढण्याची कोणी जबरदस्ती करत नसतो. हा सगळा स्वेच्छेचा मामला आहे.

"त्या काळात मी हे अगदी पटवून देत होतो आणि आता कंपन्या हे पटवून देतात. पण खरी वाईट गोष्ट अशी की, हा युक्तिवाद मुळातच खोटा आहे."

"का बरं?"

"कारण इथे मूळ मुद्दा आहे तो सवयीचा, व्यसनाचा. व्यसन लागलेल्या व्यक्तीला स्वत:ची इच्छा उरतेच कुठे? आणि मुलं तर मुळातच निरागस असतात. त्यांच्यात फारशी इच्छाशक्ती वगैरे तयार झालेली नसते. त्यामुळे मोठ्या माणसांपेक्षा त्यांना फारच लवकर निकोटिनची सवय लागते आणि तिचंच पुढे लवकरच व्यसनात रूपांतर होतं."

सावज मेलेलं असलं तरी त्याला आणखी दोन-चार गोळ्या घालण्याच्या खास वकिली प्रवृत्तीवर ऱ्होरनं या वेळी मात्र ताबा मिळवला. रॉबिलिओ अतिशय मोजकं, नेमकं बोलत होता आणि दीड तास स्पष्ट बोलत राहिल्यामुळे आता तो थकलेला होता. त्यामुळे ऱ्होरनं त्याची उलटतपासणी घ्यायला केबलला सांगितलं. तेवढ्यात न्यायमूर्ती हार्किननी पंधरा मिनिटांची कॉफीची सुट्टी जाहीर केली, कारण त्यांना स्वत:लाच कॉफी हवी होती.

सोमवारी सकाळी हॉपी डुप्री प्रथमच कोर्टरूममध्ये आला. रॉबिलिओची साक्ष साधारण मध्यावर आलेली असताना तो हळूच आत येऊन बसला. मध्येच एकदा मिलीची त्याच्याशी नजरानजर झाली. तिलाही बरं वाटलं. पण तिला त्यानं अचानक या खटल्यात रस का घ्यायला सुरुवात केलीय, हे मात्र समजत नव्हतं. काल रात्री तो चार तास फक्त त्याच एका विषयावर बोलला होता.

कॉफीची सुट्टी झाल्यावर केबलनं रॉबिलिओचा समाचार घ्यायला सुरुवात केली. त्याची बोलण्याची पद्धती अत्यंत अणकुचीदार होती – जणू एखाद्या गद्दाराचे वाभाडे काढत असल्यासारखी. आणि रॉबिलिओला या साक्षीबद्दल पैसे मिळताहेत हे समजल्याबरोबर त्यानं आपला पहिला पॉइंट सर केला. रॉबिलिओ स्वत:च फिर्यादी पक्षाच्या वकिलांकडे आला होता आणि आणखी अशाच दोन खटल्यांमध्येही साक्षी देण्याबद्दल त्याला पैसे मिळणार होते.

"हो, मि. केबल, इथे येण्याबद्दल मला पैसे मिळालेत. तुमच्यासारखेच." रॉबिलिओनं ताठ मानेनं, खास एखाद्या तज्ज्ञासारखंच उत्तर दिलं. तरी पण त्याच्या व्यक्तिमत्त्वावर पडलेला पैशाचा डाग जरासा उठूनच दिसत होता.

आपण पंचविसाव्या वर्षी, लग्न झाल्यावर, दोन मुलांचे बाप झाल्यावरच सिगारेट ओढायला सुरुवात केली, इतर किशोरवयीन पोरांसारखं फसवलं जाऊन नव्हे, हे केबलनं त्याच्याकडून वदवून घेतलं. रॉबिलिओ संतापी स्वभावाचा आहे, ही गोष्ट पाच महिन्यांपूर्वी घेतलेल्या त्याच्या दोन दिवस चाललेल्या प्रदीर्घ साक्षीच्या वेळी सगळ्याच वकिलांनी हेरलेली होती आणि आताही त्याला रॉबिलिओला

भडकवायचं होतं. त्यामुळे तो अत्यंत नेमके, जलदगतीनं एकापाठोपाठ असे प्रश्न विचारत होता की, त्यामुळे तो चिडलाच पाहिजे.

"किती मुलं आहेत तुम्हाला?" केबलनं विचारलं.

"तीन."

"त्यांच्यापैकी कोणी नियमित सिगारेट ओढलीय?"

"हो."

"किती जणांनी?"

"सगळ्यांनी."

"त्यांनी सुरुवात केली तेव्हा त्यांची वयं किती होती?"

"प्रत्येकाचं वय वेगवेगळं होतं."

"तरीपण सर्वसाधारणपणे?"

"सतरा-अठरा."

"त्यांना सिगारेट ओढायला लावल्याबद्दल तुम्ही कोणत्या जाहिरातींना दोषी धरताय?"

"तसं नेमकं आठवत नाही."

"तुमच्या स्वतःच्याच मुलांना सिगारेट ओढायला प्रवृत्त करणाऱ्या जाहिराती कोणत्या होत्या, हे तुम्ही ज्यूरींना सांगू शकत नाही?"

"तशा कितीतरी जाहिराती होत्या तेव्हा. आताही असतात. त्यातल्या अमुक दोन किंवा तीन किंवा पाच जाहिरातींमुळे माझी मुलं सिगारेट ओढायला लागली, हे सांगणं अशक्यच आहे."

"म्हणजे जाहिरातींना भुलून जाऊन तुमच्या मुलांनी सिगारेट ओढायला सुरुवात केली, असंच ना?"

"हो. त्या जाहिरातीच तशा परिणामकारक होत्या. आजही असतात."

"म्हणजे हा दुसऱ्या कुणाच्या तरी चुकीचा परिणाम होता, असं म्हणताय?"

"मी कधीच त्यांना सिगारेट ओढायला सांगितलं नाही."

"नक्की? म्हणजे तुम्हाला ज्यूरींना असं सांगायचंय का की, तुमच्या मुलांनी, एका अशा माणसाच्या मुलांनी, ज्याचं कामच सगळ्या जगाला सिगारेट ओढायला प्रवृत्त करायचं होतं– केवळ काही जाहिरातींना भुलून सिगारेट ओढायला सुरुवात केली?"

"त्या जाहिरातींनीच त्यांना उत्तेजन दिलं. त्या तेवढ्यासाठीच, तशाच बनवलेल्या होत्या."

"तुम्ही घरात, तुमच्या मुलांसमोर सिगारेट ओढत होतात?"

"हो."

"तुमच्या घरी येणाऱ्या एखाद्या पाहुण्याला कधी तुम्ही घरात सिगारेट ओढू नको, असं सांगितलंत?"

"नाही. त्या काळात तरी नाही."

"याचा अर्थ, तुमच्या घरातलं वातावरण सिगारेट ओढायला पोषक होतं, असं म्हटलं तर तुमची हरकत नाही ना?"

"हो. त्या काळी."

"आणि तरीही तुमची मुलं मात्र फसव्या जाहिरातींमुळे सिगारेटकडे आकर्षित झाली, असं सांगताय तुम्ही ज्यूरींना?"

रॉबिलिओनं मान खाली केली, एक दीर्घ श्वास घेतला, मनाशी दहा अंक मोजून उसळू पाहणाऱ्या संतापावर ताबा मिळवला आणि परत केबलकडे बघितलं. "काही काही गोष्टी मी केल्या, त्याबद्दल आता मला भयंकर पश्चात्ताप होतो, मि. केबल. काही गोष्टी मी करायला नको होत्या. मी पहिली सिगारेट हातात धरली, तेच चुकलं."

"तुमच्या मुलांनी सोडली सिगारेट?"

"दोघांनी सोडली. प्रचंड त्रास झाला त्यांना, पण शेवटी जमलं. तिसरा मात्र गेली दहा वर्षं सिगारेट सोडायचा प्रयत्न करतोय."

केबलला आपली चूक उमगली. हा प्रश्नच विचारायला नको होता मी. जाऊ दे. पुढे चला. त्यानं प्रश्नांचा रोख बदलला. "मि. रॉबिलिओ, लहान मुलांनी सिगारेट ओढायचं थांबवावं यासाठी सिगारेट कंपन्या काय प्रयत्न करत असतात हे माहितेय तुम्हाला?"

रॉबिलिओ चटकन हसला, पण माईकमधून मोठा होऊन आलेला त्याचा आवाज मात्र एखादी गुळणी केल्यासारखा आला. "ते नुसतं वरवर दाखवण्यापुरतं आहे. सिगारेट कंपन्या या बाबतीत मन लावून कसलेही प्रयत्न करत नाहीत."

"त्यांनी गेल्या वर्षी 'स्मोक फ्री किड्स' या योजनेवर चार कोटी डॉलर्स खर्च केले होते, हे माहितेय तुम्हाला?"

"सांगितलं ना, हा फक्त वरवरचा देखावा असतो. असं काही केलं नाही, तर त्यांची प्रतिमा समाजात उजळणार कशी?"

"तुम्हाला याची कल्पना आहे का की, ज्या भागात मुलं जास्त संख्येनं जमा होतात, त्या भागात सिगारेटची व्हेंडिंग मशीन्स बसवू नयेत असा कायदा पास होण्यासाठी सिगारेट कंपन्या प्रयत्न करतायत?"

"हो. ऐकलंय मी. किती काळजी आहे त्यांना लहान मुलांची नाही?"

"गेल्या वर्षी सिगारेट उद्योगानं कॅलिफोर्निया राज्याला संपूर्ण राज्यात एक मोहीम राबवायला एक कोटी डॉलर्स दिले होते. लहान मुलांना – किंडर गार्टनमधल्या

लहान मुलांना – सिगारेट ओढण्याचे तोटे, धोके समजावून सांगायची ही योजना होती. जाणतं वय होण्याआधी त्यांनी सिगारेट ओढायला सुरुवात करू नये, असा तो प्रयत्न होता. याबद्दल माहिती आहे तुम्हाला?''

''नाही. आणि जाणतं वय झाल्यावर काय? तुम्ही अठरा वर्षांचे झाल्यावर सिगारेट ओढलीत तरी चालेल असंही त्यांनी सांगितलं असेल.''

केबलकडे प्रश्नांची एक यादी होती. त्यामुळे तो रॉबिलिओच्या उत्तरांकडे दुर्लक्ष करून एकेक प्रश्न विचारत होता. ''तुम्हाला हे माहितेय का की, टेक्सास राज्यात जिथे जिथे किशोरवयीन मुलं जातात – उदाहरणार्थ फास्ट फूड जॉइंट, वगैरे – तिथे सगळीकडे सिगारेटच्या विक्रीवर बंदी आणावी, अशा विधेयकाला सिगारेट उद्योगाचा पाठिंबा आहे?''

''हो आणि या कंपन्या हे का करतायत, तेही सांगतो. तुमच्यासारख्या लोकांकरवी त्यांना हे ज्यूरींपर्यंत पोहोचवता यावं, म्हणून हे सगळे प्रयत्न चाललेत. हेच एकमेव कारण आहे – कोर्टात सांगायला अशा गोष्टी फार चांगल्या असतात.''

''जी स्टोअर्स अल्पवयीन मुलांना सिगारेट किंवा इतर तंबाखूची उत्पादनं विकत असतील त्यांना या वस्तू मुलांना विकायची बंदी करावी आणि या नियमाचं उल्लंघन करणाऱ्या स्टोअर मालकांवर फौजदारी खटले भरावेत, अशा विधेयकालाही सिगारेट उद्योगानं अधिकृतपणे पाठिंबा जाहीर केलाय, ही गोष्ट तुम्हाला माहितेय?''

''हो, त्याबद्दलही ऐकलंय मी. सगळं विंडो ड्रेसिंग आहे. हे असलं काही तरी करून आपण समाजाची किती काळजी करतो हे त्यांना दाखवायचं असतं. हे या कंपन्या करतीलच, कारण त्यांना सत्य परिस्थिती पक्की ठाऊक असते. आणि सत्य परिस्थिती अशी आहे की, वर्षाला दोनशे कोटी डॉलर्स खर्च करून जाहिरातबाजी केली की, पुढची पिढी अलगद सिगारेटच्या व्यसनात अडकलेली असते. आणि हे जर तुम्हालाही समजत नसलं, तर तुम्ही मूर्ख आहात असं म्हणेन मी.''

न्यायमूर्ती हार्किन लगेच पुढे झुकले. ''मि. रॉबिलिओ, हे शेवटचं वाक्य विनाकारण बोललात तुम्ही. पुन्हा असं करू नका. आणि हे वाक्य रेकॉर्डवरून काढलं गेलं पाहिजे.''

''सॉरी, युअर ऑनर. आणि मि. केबल, तुमचीही माफी मागतो मी. तुम्ही फक्त तुमचं काम करता आहात. खरं तर मला चीड येते ती तुमच्या क्लाएंटची.''

केबल जरा गडबडलाच. त्यानं उगाचच पडेल आवाजात ''का बरं?'' असं विचारलं आणि जीभ चावली.

''कारण तुमचे क्लाएंट्स आहेत ना, ते भयंकर फसवे आहेत, निर्लज्जही आहेत. ही माणसं अत्यंत हुशार आहेत, उच्चशिक्षित आहेत आणि तितकीच निर्दयही आहेत. तुमच्या डोळ्याला डोळा भिडवून ते बेधडक सांगतात की, सिगारेटचं

व्यसन लागत नाही – आणि ते सुद्धा, हे साफ खोटं आहे हे माहीत असताना.''

''मला आणखी प्रश्न विचारायचे नाहीत.'' त्याचं बोलणं पुरं होण्याआधीच केबल एवढं वाक्य बोलून मागे वळलेला होता.

अठरा हजार वस्तीचं गार्डनर हे छोटंसं शहर ल्युबॉकपासून तासाभराच्या अंतरावर होतं. पामेला ब्लँकार्ड गावाच्या जुन्या भागात मेन स्ट्रीटपासून दोन चौक आत असलेल्या एका जवळजवळ शंभर वर्षांच्या जुन्या, पण उत्तम रीतीनं नूतनीकरण केलेल्या घरात राहत होती. घरापुढच्या लॉनवर कडेच्या उंच, लाल सोनेरी मॅपल वृक्षांनी आपली छाया धरलेली होती. रस्त्यावर पोरं सायकल आणि स्केटबोर्ड खेळत होती.

सोमवारी सकाळी दहापर्यंत फिचला जी माहिती मिळाली, ती अशी : तिचं लग्न शहरातल्या एका बँकेच्या प्रेसिडेंटशी झालेलं होतं. या प्रेसिडेंटची पहिली बायको दहा वर्षांपूर्वी वारली होती. ऐंशीच्या दशकाच्या सुरुवातीला झालेल्या क्रूड तेलाच्या प्रचंड भाववाढीच्या काळात ही बँक जवळजवळ डबघाईला आली होती. अजूनही शहरातल्या कित्येक लोकांचा विश्वास बँकेवर परत बसलेला नव्हता. पामेलाचा पती मूळचा गार्डनरमधलाच होता, पण ती मात्र नव्हती. ती बहुधा ल्युबॉक किंवा अमारिलोमधून इथे आलेली असावी. आठ वर्षांपूर्वी दोघांनी मेक्सिकोत लग्न केलेलं होतं. इथल्या साप्ताहिकात त्यांच्या लग्नाची बातमी नव्हती, फोटोही आला नव्हता. फक्त 'ओबिच्युअरीज'च्या शेजारी एक छोटंसं निवेदन छापून आलेलं होतं– एन. फॉरेस्ट ब्लँकार्ड ज्युनिअर यांचा विवाह पामेला कर यांच्याशी झाला आहे. आणि कोझुमेलला हनिमूनसाठी काही दिवस जाऊन आल्यावर दोघंही गार्डनरमध्येच परत येऊन राहतील. याचा अर्थ हा ब्लँकार्ड म्हणजे निकोलस ईस्टर, किंवा जेफ, किंवा तो जो कोणी असेल, त्याचा बाप नव्हता, हे उघड होतं.

गावातला सगळ्यात चांगली माहिती पुरवू शकेल असा माणूस म्हणजे रेफ नावाचा एक प्रायव्हेट डिटेक्टिव्ह होता. या माणसानं बावीस वर्षं पोलिसाची नोकरी केली होती आणि आपण गावातल्या प्रत्येकाला ओळखतो असं त्याचं म्हणणं होतं. नोटांचं एक बंडल सरकवल्याबरोबर रेफनं रात्रभर काम केलं. रात्रभर तो झोपला नाही, पण मेन स्ट्रीटवरच्या आपल्या ऑफिसात बसून त्यानं इतकी व्हिस्की झोकली की, पहाटेपर्यंत त्याच्या सगळ्या अंगाला वास यायला लागलेला होता. दान्ते आणि ज्यो बॉयही त्याच्या ऑफिसात होते आणि एकसारखे त्यानं दिलेली व्हिस्की नाकारत होते.

गार्डनर शहरातल्या प्रत्येक पोलिसाशी रेफ बोलला आणि अखेर त्याला एक पोलीस असा गवसला की, तो ब्लँकार्डच्या घरासमोर राहणाऱ्या दुसऱ्या एका

ओळखीच्या बाईकडे चौकशी करायला तयार झाला. झालं. निदान एक मार्ग तरी सापडला. पामेलाला तिच्या पूर्वीच्या पतीपासून झालेले दोन मुलगे होते. तिचाही घटस्फोट झाला होता. ती कधी आपल्या दोघा मुलांबद्दल फारसं बोलत नसे, पण तिचा एक मुलगा अलास्कामध्ये होता आणि दुसरा वकील होता किंवा वकिलीचा अभ्यास करत होता. किंवा असंच काहीतरी.

दोन्ही मुलं गार्डनरमध्ये वाढलेली नव्हती, त्यामुळे त्यांच्या पुढच्या माहितीचा मार्ग तिथेच बंद झाला. त्यांना कोणीच ओळखत नव्हतं. किंबहुना त्या दोघांना कोणी प्रत्यक्ष बघितलेलंच दिसत नव्हतं. रेफनं मग आपल्या वकिलाला फोन केला. हा माणूसही त्याच्यासारखाच फालतू होता. तो फक्त घटस्फोटाच्याच केसेस घ्यायचा आणि त्यासाठी तपासाच्या कामी रेफची मदत घ्यायचा. या वकिलाची ब्लँकार्डच्या बँकेतल्या एका सेक्रेटरीशी ओळख होती. ती पोरगी ब्लँकार्डच्या पर्सनल सेक्रेटरीशी बोलली, तेव्हा असं समजलं की, पामेला ल्युबॉक किंवा अमारिलोमधून आलेली नव्हती, ती मूळची ऑस्टिनमधली होती. ऑस्टिनमध्ये ती एका बँकर लोकांच्या संघटनेच्या ऑफिसात काम करत होती आणि तिथे तिची ब्लँकार्डशी ओळख झाली होती. पामेलाच्या पूर्वीच्या विवाहाबद्दलही माहिती होती आणि तिच्या मते ते लग्नसंबंध कित्येक वर्षांपूर्वीच संपुष्टात आलेले होते. तिनंही पामेलाच्या मुलांना कधी बघितलं नव्हतं. ब्लँकार्ड स्वत:ही कधी त्यांच्याबद्दल काही बोललेला नव्हता. तो आणि पामेला कुणाशी न मिसळता राहत होते. त्यांच्याकडे कुणाची फारशी ये-जा सुद्धा नव्हती.

दान्ते आणि ज्यो बॉयकडून फिचला दर तासाला रिपोर्ट मिळत होते. सोमवारी सकाळी जरा उशिरा त्यानं ऑस्टिनमधल्या आपल्या एका परिचिताला फोन केला आणि त्याला ताबडतोब तपास करायला सांगितलं. काही मिनिटांतच दहा-बारा माणसं डिरेक्टरीतले नंबर शोधून जिकडे-तिकडे फोन करायला लागली. त्यानंतर सावजाच्या खाणाखुणा मिळणं फारच सोपं होतं.

पामेला कर ही ऑस्टिनमध्ये टेक्सास बँकर्स असोसिएशनमध्ये एक्झिक्युटिव्ह सेक्रेटरी म्हणून पूर्वी काम करत असे, असं निष्पन्न झालं. त्या अनुषंगानं एकेक फोन करता करता त्या तपास करणाऱ्या माणसाला पामेलाच्या एका सहकारी मैत्रिणीचा पत्ता लागला. लगेच त्यानं तिला फोन केला आणि पामेला एक संभाव्य ज्यूरर म्हणून एका केसमध्ये असल्यामुळे आपण तिची कायदेशीरपणे माहिती मिळवतो आहोत, असं सांगितलं. त्यामुळे त्या मैत्रिणीला थोड्या फार प्रश्नांची उत्तरं देणं भागच पडलं. खरं तर ती अनेक वर्षांत पामेलाशी कधी फोनवरूनही बोलली नव्हती.

पामेलाला ॲलेक्स आणि जेफ असे दोन मुलगे होते. ॲलेक्स जेफपेक्षा दोन वर्षांनी मोठा होता आणि ऑस्टिनमध्येच त्यानं हायस्कूलचं शिक्षण घेतलं होतं. नंतर

तो ऑरेगॉन राज्यात गेला होता. जेफनंही ऑस्टिनमध्येच हायस्कूल शिक्षण चांगले मार्क मिळवून पूर्ण केलं होतं आणि नंतर तो कॉलेजसाठी राईस शहरात गेला होता. त्यांचा बाप मुलं लहान असतानाच त्या तिघांना सोडून निघून गेला होता. पुढे पामेलानं एकटीनंच त्यांना वाढवलं होतं.

एका खासगी जेटनं विमानतळावर उतरल्याबरोबर दान्ते एका प्रायव्हेट डिटेक्टिव्हला घेऊन जेफच्या हायस्कूलमध्ये गेला. तिथे त्यांनी शाळेची जुनी प्रगतिपुस्तकं वगैरे बघायची परवानगी काही लोणकढ्या थापा मारून मिळवली. थोड्याच वेळात त्यांना जेफचा शाळेतला १९८५ सालचा, युनिफॉर्ममधला एक रंगीत फोटो मिळाला – निळा कोट, निळा रुंद टाय, कापलेले केस आणि कॅमेऱ्याकडे थेट बघणारा किशोरवयीन चेहरा. हाच चेहरा त्यानं बिलॉक्सीतही बघितलेला होता. "हाच तो." त्यानं ताबडतोब म्हटलं आणि हळूच ते फोटोचं पान फाडून खिशात घातलं. तिथूनच त्यानं पुस्तकांच्या गठ्ठ्यांच्या आडोशानं फिचला सेलफोनवरून फोन केला.

राईस शहरातल्या कॉलेजलाही लगेच फोन करण्यात आले. तिथला एक प्रायव्हेट डिटेक्टिव्हही कॉलेजमध्ये गेला आणि थोड्याच चौकशीनंतर त्याला जेफ कर या विद्यार्थ्याला ओळखणारा एक प्रोफेसरही मिळाला. जेफ कर १९८९ साली मानसशास्त्रात डिग्री घेऊन कान्सासला लॉ स्कूलला ॲडमिशन घेण्यासाठी गेला होता.

भरपूर मोबदला देण्याचं आमिष दाखवून फिचनं कान्सासमधल्या एका सिक्युरिटी फर्मला हातातलं सगळं काम टाकून देऊन कान्सास राज्यातल्या लॉरेन्स शहरात जाऊन जेफचा तपास करायला राजी केलं.

नेहमी गडबड करणारा निकोलस, आज मात्र लंच करत असताना अगदीच गंभीर झालेला होता. ओ'रायलीजमधून मागवलेला एक जाडजूड स्टफ केलेला बटाटा खात असताना तो एक शब्दही कोणाशी बोलत नव्हता. बाकीच्यांच्या नजरा टाळत तो मुकाट्यानं खात होता.

पण तो एकटाच गंभीर होता, असं मात्र नव्हे. रॉबिलिओचं ते यांत्रिक आवाजातलं बोलणं अजूनही मंडळींच्या कानात घुमत होतं. पूर्वी आपणच लपवायला मदत केलेली सगळी घाण त्यानं उघड केली होती. तीन हजार मुलं रोज सिगारेटला फशी पडतात. त्यातली एक हजार मुलं याच व्यसनापायी जीव गमावतात. पुढच्या पिढीला हे व्यसन लागायला नको का?

लॉरीन ड्यूकला समोरचं चिकन चिवडत बसायचा एकाएकी उबग आला. तिनं समोर बसलेल्या जेरी फर्नांडिसकडे बघितलं. "तुला एक विचारू?" आपापल्या

विचारात गढून गेलेल्या सगळ्याच मंडळींनी तिच्याकडे बघितलं.

"जरूर." त्यानं म्हटलं.

"तू कितव्या वर्षी सिगारेट ओढायला सुरुवात केलीस?"

"चौदाव्या?"

"का?"

" 'द मार्लबरो मॅन.' माझ्याबरोबरचा प्रत्येक मित्र मार्लबरो सिगारेटच ओढत होता. आम्ही सगळीच पोरं ग्रामीण भागातल्या वातावरणात वाढलेलो होतो. त्यामुळे 'मार्लबरो मॅन' आम्हाला एकदम आमच्यातला वाटायचा."

प्रत्येक ज्यूररच्या नजरेसमोर ती जाहिरात आली. तो राकट चेहरा, ती हनुवटी, ती हॅट, तो घोडा, त्याच्यावरचं ते भरपूर वापरलेलं कातडी जीन, मागची शिखरं आणि तोंडातली ती पेटलेली मार्लबरो. चौदा वर्षांच्या मुलाला स्वप्नवत वाटेल असंच होतं सगळं.

"तुला व्यसन लागलंय का सिगारेटचं?" रिकी कोलमननं आपली नेहमीची लेट्यूस आणि उकडलेल्या टर्कीची अत्यंत पौष्टिक, जराही चरबी नसलेली प्लेट बोटानं उगीचच इकडे-तिकडे करत विचारलं. 'व्यसन' हा शब्द तिच्या तोंडातून अशा पद्धतीनं निघाला, की ते जणू हेरॉईनबद्दल बोलत होते.

जेरी क्षणभर विचारात पडला आणि लगेच त्याला जाणवलं की, सगळे त्याच्याकडेच उत्तराच्या अपेक्षेनं बघतायत. व्यसन म्हणजे नेमकी किती जबरदस्त इच्छा असते, हे त्यांना जाणून घ्यायचं होतं.

"कोण जाणे." त्यानं म्हटलं. "पण मला वाटतं मी सिगारेट सोडू शकेन. पाच-सहा वेळा मी तसा प्रयत्नही केलाय. पण सोडता आली तर फारच उत्तम. फारच घाणेरडी सवय आहे ती."

"तुला सिगारेट ओढताना मजा नाही येत?" रिकीनं विचारलं.

"तसं नाही. कधी कधी तर अतिशय आराम मिळतो सिगारेट ओढून. पण मी रोज दोन पाकिटं ओढतोय. म्हणजे जरा जास्तच होतंय."

"आणि एंजल, तू?" लॉरीननं शेजारी बसलेल्या, फारसं कधी न बोलणाऱ्या एंजल वीझला विचारलं, "तू कितव्या वर्षी सुरुवात केलीस सिगारेट ओढायला?"

"तेराव्या." एंजलनं विलक्षण शरमेनं म्हटलं.

"मी सोळाव्या वर्षी सिगारेट ओढायला लागले." सिल्व्हिया टेलर-टॅटमनं कोणी विचारायच्या आधीच सांगून टाकलं.

"मी चौदाव्या वर्षी सुरुवात केली होती." टेबलाच्या शेवटी बसलेला हर्मन बोलला. "पण चाळिसाव्या वर्षी मी सिगारेट सोडली."

"अजून कोणी?" रिकीनं विचारलं.

"मी सतराव्या वर्षी सुरुवात केली, आर्मीत गेल्यावर." कर्नलनं म्हटलं. "पण मी सिगारेट सोडूनही आता तीस वर्षं झालीयत." आपल्या मनोनिग्रहाचा त्याला नेहमीप्रमाणेच भयंकर अभिमान वाटत होता.

बराच वेळ शांतता होती.

"आणखी कोण ओढतं सिगारेट?" मग रिकीनं उगाचच पुन्हा विचारलं.

"मी. मी सतरा वर्षांचा असताना सिगारेट ओढायला सुरुवात केली आणि दोन वर्षांनी सोडून दिली." निकोलसनं म्हटलं. ही शुद्ध थाप होती.

"बरं, अठरा वर्षं पूर्ण झाल्यावर सिगारेट ओढायला लागला, असा कोणी आहे का आपल्यात?" लॉरीननं विचारलं.

सगळेच गप्प राहिले.

निकमन आणि हॉपी एक सँडविच खायच्या निमित्तानं भेटले. एका एफबीआयच्या एजंटबरोबर आपल्याला कुणी बघेल म्हणून हॉपी काळजीत होता, पण निकमनला जीनची पँट आणि सुती पांढऱ्या शर्टमध्ये बघून त्याला जरा हायसं वाटलं. खरं तर हॉपीला ओळखणारी माणसं गावातल्याच एखाद्या एफबीआयच्या एजंटला लगेच ओळखतील असं काही नव्हतं, तरीपण त्याला वाटायची ती धास्ती वाटत होतीच. शिवाय निकमन आणि नेपिअरनं त्याला सांगितलं होतं की, आम्ही अॅटलांटामधल्या एफबीआयच्या एका खास युनिटमध्ये असतो.

कोर्टरूममध्ये आपण काय ऐकलं, ते हॉपीनं त्याला सांगितलं. विचित्र आवाज असलेल्या रॉबिलिओनं सगळ्या ज्यूरींना कसं खिशात टाकलं, तेही त्यानं सांगितलं. पण निकमननं त्याला पुन्हा सांगितलं की, प्रत्यक्ष त्या खटल्यात आपल्याला मुळीच फारसा रस नाही, आपण फक्त हुकमाचे ताबेदार आहोत. त्यानं हॉपीला एक पांढरा कागद दिला. त्यावर अगदी वरच्या आणि खालच्या कडेला बारीक अक्षरात काही आकडे आणि शब्द लिहिलेले होते. हा कागद नुकताच मि. क्रिस्टॅनोकडून आलाय आणि त्यांनी तुला तो वाचायला सांगितलाय, असं त्यानं म्हटलं.

ही खरं म्हणजे कागदपत्रं बनवणाऱ्या फिचच्या दोघा तज्ज्ञ माणसांची निर्मिती होती. दोघंही सीआयएमधून निवृत्त झालेले होते आणि वॉशिंग्टनमध्ये काहीबाही लुडबुड करत होते.

लिऑन रॉबिलिओबद्दलच्या एका रिपोर्टची ती एक फॅक्स केलेली कॉपी होती. खाली कोणाचं नाव नव्हतं, तारीख नव्हती, फक्त 'कॉन्फिडेन्शियल मेमो' असं भयंकर हेडिंग होतं आणि खाली चार छोटे छोटे परिच्छेद होते. फ्रेंच फ्राईज खाता खाता हॉपीनं तो कागद भराभर वाचला. या साक्षीबद्दल रॉबिलिओला पाच लाख डॉलर्स मिळणार होते. पैशाची अफरातफर केल्याबद्दल रॉबिलिओला 'टोबॅको फोकस

कौन्सिल' मधून हाकलून देण्यात आलेलं होतं. त्याच्यावर केसही झालेली होती, पण नंतर त्याच्यावरचे आरोप मागे घेण्यात आले होते. रॉबिलिओला मानसिक प्रॉब्लेम्स होते. त्यानं कौन्सिलमधल्या दोन सेक्रेटरी पोरींची सेक्शुअल हॅरॅसमेंट केली होती. रॉबिलिओला झालेला घशाचा कॅन्सर बहुधा त्याच्या दारूच्या व्यसनामुळे झालेला होता, तंबाखूमुळे नव्हे. रॉबिलिओ खोटं बोलण्यात पटाईत होता आणि तो कौन्सिलचा इतका द्वेष करत होता की, आता कौन्सिलचा बदला, हे त्याचं एकमेव ध्येय होतं.

''माय गॉड.'' फ्रेंच फ्राईजचा तोबरा भरत हॉपीनं म्हटलं.

''मि. क्रिस्टॅनोचा निरोप आहे की, हा कागद तू तुझ्या बायकोच्या हातात पोचव.'' निकमननं म्हटलं. ''आणि फक्त ज्यांच्यावर तिचा पूर्ण विश्वास असेल, अशाच ज्यूरींना तिनं तो दाखववावा.''

''ओके.'' हॉपीनं चटकन घडी करून तो कागद खिशात टाकला आणि अपराधीपणानं चटकन आजूबाजूला बघितलं.

लॉ स्कूलच्या रजिस्ट्रारनं त्यांना जी काही थोडी फार प्रगतीपुस्तकं आणि इतर नोंदी दाखवल्या, त्यावरून दिसत होतं की, १९८९ साली जेफ करनं पहिल्या वर्षासाठी ॲडमिशन घेतली होती. १९९१ साली दुसऱ्या वर्षाच्या मुलांमध्ये त्याचा एक गंभीर चेहऱ्याचा फोटो होता, पण नंतर मात्र त्याचा काहीच ठावठिकाणा नव्हता. त्याला कायद्याची डिग्री मिळालेली नव्हती.

दुसऱ्या वर्षी त्यानं लॉ स्कूलच्या रग्बीच्या टीममध्ये भाग घेतला होता. त्या टीमच्या फोटोतही तो दोघा दोस्तांच्या – मायकेल डेल आणि टॉम रॅटलिफच्या — हातात हात गुंफलेल्या अवस्थेत होता. या दोघांनाही पुढच्या वर्षी पदवी मिळालेली होती. डेल हा देस मॉईन्समध्ये 'लीगल सर्व्हिसेस' मध्ये काम करत होता, तर रॅटलिफ विचिटामधल्या एका फर्ममध्ये होता. त्यांना भेटायलाही दोन माणसं लगेच रवाना झाली.

दान्ते लॉरेन्सला पोहोचल्याबरोबर तो त्या लॉ स्कूलमध्ये गेला आणि त्यानं जेफचा फोटो ओळखला. त्यानंतर त्यानं १९८५ ते १९९४ सालातल्या विद्यार्थिनींचे फोटो बघितले, पण त्याला मार्लीसारख्या दिसणाऱ्या एकीचाही फोटो दिसला नाही. अर्थात, हे ढगात गोळी मारण्यापैकीच होतं. कारण अनेक पोरं-पोरी फोटो काढू द्यायचं टाळतही असतात. पण ढगात गोळ्या मारणं हेच दान्तेचं काम होतं.

सोमवारी जरा उशिरानं स्मॉल नावाच्या त्या डिटेक्टिव्हला वाईज अँड वॅटकिन्स या फर्ममधल्या बिनखिडक्यांच्या आपल्या ऑफिसात कामात गढून गेलेला टॉम रॅटलिफ भेटला. तासाभरानं एका बारमध्ये त्यांची भेट ठरली.

फिचशी बोलून स्मॉलनं शक्य तेवढी – किंवा खरं तर फिचनं सांगितली तेवढी – या प्रश्नाची पार्श्वभूमी समजावून घेतली. तो पूर्वी पोलीस होता. त्याच्या नावापुढे जरी 'सिक्युरिटी स्पेशालिस्ट' असं लिहिलेलं असलं, तरी प्रत्यक्षात मात्र त्याचा अर्थ 'पडेल ते काम' असाच होता. डोक्यानं तो फारसा हुशार वगैरे नव्हता आणि ही गोष्ट फिचनं ताबडतोब हेरली होती.

रॅटलिफला बारमध्ये यायला जरा उशीरच झाला. लगेच त्या दोघांनी ड्रिंक्स मागवली. आपण बरंच काही जाणतो असं भासवण्याचा स्मॉलनं जास्तीत जास्त प्रयत्न केला, पण खास वकिली बुद्धीच्या रॅटलिफला संशय यायचा तो आलाच. सुरुवातीला तो फारसं काहीच बोलला नाही. एका सर्वस्वी अनोळखी माणसानं आपल्या मित्राबद्दल विचारलेल्या प्रश्नांना उत्तरं देताना हे अपेक्षितही होतं.

"गेल्या चार वर्षांत मी त्याला भेटलेलो नाही." रॅटलिफनं म्हटलं.

"त्याच्याशी कधी फोनवरून बोलणं वगैरे?"

"छे, छे. दुसऱ्या वर्षानंतर त्यानं लॉ स्कूल सोडूनच दिली."

"चांगली मैत्री होती का तुमची?"

"पहिल्या वर्षी मी त्याला चांगला ओळखत होतो, पण आमची मैत्री वगैरे अशी नव्हती. नंतर मात्र आमच्या फारशा भेटी झाल्या नाहीत. का? काय झालं? तो संकटात वगैरे सापडलाय का?"

"छे, छे. मुळीच नाही."

"मग तुम्ही त्याच्याबद्दल एवढी चौकशी का करताय, हे मला वाटतं, तुम्ही सांगावं."

फिचनं जे काही सांगायला सांगितलं होतं, ते स्मॉलनं जराशी लांबण लावून बऱ्याचशा प्रमाणात सांगितलं. ते सत्याच्या बरंचसं जवळही होतं. "जेफ कर हा एका मोठ्या खटल्यात संभाव्य ज्यूरी म्हणून आहे आणि दोघांपैकी एका पक्षाच्या वकिलांनी मला त्याची चौकशी करायला सांगितलंय."

"हा खटला कुठे उभा राहतोय?"

"ते मी तुम्हाला सांगू शकणार नाही. पण एवढंच सांगतो की, यात काहीही बेकायदेशीर असं नाही. तुम्ही एक वकील आहात, तुम्हालाही या प्रकाराची कल्पना असेल."

रॅटलिफला चांगलीच कल्पना होती. आणि आपल्या छोट्याशा करियरमध्ये एवढ्यातच त्याला ज्यूरींचं संशोधन या कटकटीचा भयंकर वैताग आलेला होता. "मग मी याची शहानिशा कशी करू?" एखाद्या वकिलाला साजेसा प्रश्न त्यानं विचारला.

"या खटल्याची कोणतीही माहिती उघड करायचा मला अधिकार नाही. त्यापेक्षा

आपण असं करू या, मी विचारलेल्या एखाद्या प्रश्नामुळे जेफ अडचणीत येईल असं तुम्हाला वाटलं, तर तुम्ही उत्तरच देऊ नका. हे तरी कबूल?''

''ठीक. आपण सुरू करू. पण मला जर काही गडबड वाटली तर मी ताबडतोब चालता होईन इथून.''

''एकदम कबूल. आता सांगा, त्यानं लॉ स्कूल का सोडली?''

बीअरचा एक घुटका घेत रॅटलिफनं जरा आठवण्याचा प्रयत्न केला. ''चांगला विद्यार्थी होता तो. हुशार होता. पण पहिल्या वर्षानंतर त्याला वकिलीच्या व्यवसायाचीच शिसारी आली. त्या सुट्टीत त्यानं एका मोठ्या फर्ममध्ये नोकरी केली. कान्सास शहरातली चांगली नावाजलेली फर्म होती ती. आणि तिथे त्याला जे काही अनुभव आले असतील, त्यामुळे त्याचं मनच उडालं. शिवाय तो एका पोरीच्या प्रेमातही पडला.''

नेमकी हीच माहिती फिचला हवी होती. ''काय नाव होतं त्या पोरीचं?'' स्मॉलनं विचारलं.

''क्लेअर.''

''पूर्ण नाव?''

आणखी एक घुटका. ''आत्ता लगेच नाही आठवत.''

''तुम्ही ओळखत होतात तिला?''

''ती कोण आहे, हे मला माहीत होतं. लॉरेन्समधल्या एका बारमध्ये ती वेट्रेस होती आणि तो कॉलेजच्या पोरांचा अड्डा होता. आमच्या लॉ स्कूलमधली बरीच मुलं तिथे असायची. जेफची तिथेच तिच्याशी गाठ पडली, बहुतेक.''

''तिचं वर्णन करू शकाल तुम्ही?''

''का? तुम्ही जेफबद्दल विचारताय ना?''

स्मॉलनं इलाज नसल्यासारखे खांदे उडवले. ''लॉ स्कूलमध्ये तो असताना झालेल्या त्याच्या मैत्रिणीचं वर्णन त्यांनी मला विचारायला सांगितलंय. बस्स, एवढंच मला माहितय.''

काही क्षण दोघंही एकमेकांकडे विचारी नजरेनं बघत होते. मग रॅटलिफनं मनात म्हटलं, मरू दे ना, मला आयुष्यात कधी तो जेफ, ती क्लेअर आणि हा माणूस, यांच्यापैकी परत कोण भेटणार आहे? एव्हाना जेफचा आणि तिचा चेहरासुद्धा विस्मृतीत जायला लागलेला होता.

''साधारण साडेपाच फूट उंची होती तिची. सडपातळ होती. काळे केस आणि तपकिरी रंगाचे डोळे. दिसायला एकदम आकर्षक होती.''

''ती पण शिकत होती का?''

''ते नक्की सांगता येणार नाही. कदाचित असेलही. किंवा कदाचित ती बाहेर

कुठे शिकत असेल. ग्रॅज्युएशनसाठी.''

''कान्सास युनिव्हर्सिटीत?''

''कोण जाणे.''

''त्या बारचं नाव काय होतं?''

''मलिगन्स.''

स्मॉलला तो बार चांगलाच माहीत होता. कधी कधी तोसुद्धा तिथे जाऊन आपल्या चिंता ग्लासात बुडवायचा, तिथे येणाऱ्या कॉलेजातल्या पोरी बघायचा. ''मी कधी कधी जातो तिथे.''

''हं. मलाही तिथल्या आमच्या अड्ड्याच्या आठवणी येतात.'' रॅटलिफनं काहीसं भावुक होत म्हटलं,

''बरं, लॉ स्कूल सोडल्यावर त्यानं काय केलं?''

''नेमकं नाही सांगता येत. क्लेअरबरोबरच त्यानं गाव सोडलं, असं मी ऐकलं, पण नंतर मला त्याच्याबद्दल कधीच काही समजलं नाही.''

''ओके. थँक्स. आणखी काही माहिती हवी असली तर तुमच्या ऑफिसात फोन केला, तर चालेल का?''

''मला ऑफिसात प्रचंड काम असतं. पण बघा प्रयत्न करून.'' रॅटलिफनं म्हटलं.

स्मॉलच्या बॉसचा लॉरेन्समध्ये एक मित्र होता आणि या मित्राची 'मलिगन्स' च्या मालकाशी ओळख होती. गाव लहान असल्याचा हा एक फायदा. आणि जो माणूस आपल्या रोख विक्रीपैकी जेमतेम निम्मी विक्री हिशोबात टॅक्सवाल्यांना दाखवायचा, त्याच्याकडून एका वेट्रेसचं नाव काढणं फार सोपं होतं. तिचं नाव होतं क्लेअर क्लेमंट.

फिचला जेव्हा हे समजलं, तेव्हा तो जाम खूष झाला. मार्लीचं आता एक खरंखुरं नाव मिळालेलं होतं. तिनं नाव बदललं, याचाच अर्थ असा होता की, तिच्या भूतकाळात लपवण्याजोग्या घटना घडलेल्या होत्या.

''नो दाईन एनिमी.'' त्यानं स्वत:शीच मोठ्यानं म्हटलं.

हाच तर त्याच्या युद्धपद्धतीचा पहिला नियम होता.

२४

बऱ्याच दिवसात खटल्याचा आकडेवारीशी संबंध आलेला नव्हता. सोमवारी दुपारी सगळ्यांची तीही हौस पुरती फिटली. ही हौस फेडणारी व्यक्ती होती डॉ. कॅलिसन. हा एक अर्थतज्ज्ञ होता. जेकब वुडच्या एकंदर आयुष्याचा अभ्यास करायचा आणि त्याचं डॉलर्समध्ये एकंदर 'मूल्य' किती झालं असतं हे ठरवायचं, हे त्याचं काम होतं. ऑरेगॉन राज्यातल्या कुठल्याशा एका स्कूलमधून तो निवृत्त झाला होता. गणित तसं फारसं गुंतागुंतीचं नव्हतं आणि डॉ. कॅलिसनला पूर्वीचा कोर्टरूमचा अनुभव असावा असंही दिसत होतं. त्यामुळे आकडेमोड सोपी कशी ठेवावी आणि सहज समजेल अशा शब्दात ती साक्षीत कशी सांगावी, हे त्याला माहीत होतं. स्वच्छ अक्षरात त्यानं सगळी आकडेमोड पांढऱ्या फळ्यावर लिहायला सुरुवात केली.

जेकब वुड जेव्हा एकावन्नाव्या वर्षी मरण पावला, तेव्हा त्याचा पगार वर्षाला ४०,००० डॉलर्स होता. शिवाय त्याच्या मालकानं एक रिटायरमेंट प्लॅन केलेला होता, शिवाय इतरही काही फायदे आणि सवलती होत्या. त्यानं पासष्टाव्या वर्षापर्यंत काम केलं असतं, तर त्याला भविष्यकाळात एकंदर ७,२०,००० डॉलर्स मिळाले असते, असं कॅलिसननं गणित केलं. कायद्यानं यात महागाईमुळे काढणारं उत्पन्न धरायला मुभा होती. त्यामुळे हा आकडा ११,८०,००० डॉलर्सवर गेला. पण त्याच वेळी, याचं मूल्य या क्षणी किती झालं असतं, हेही कायद्यानं ठरवणं आवश्यक होतं. इथे मात्र पाणी थोडंसं गढूळ झालं. पुढे मिळणाऱ्या कोणत्याही गोष्टीचं सध्याचं मूल्य म्हणजे काय, हे कॅलिसननं ज्यूरींना अगदी सोप्या, नेमक्या शब्दांत समजावून सांगितलं. पंधरा वर्षांमध्ये ११,८०,००० डॉलर्स मिळाले असते खरे, पण खटल्यासाठी

हे पैसे त्याला आत्ताच मिळाले असते असं धरलं, तर आताच्या मानानं किती रक्कम झाली असती, हे ठरवण्यासाठी या रकमेचं मूल्य त्या प्रमाणात कमी करायला हवं होतं. हा आकडा त्यानं ८,३५,००० डॉलर्स असा काढला.

त्यानं ज्यूरींना हेही पटवून दिलं की, एक अर्थतज्ज्ञ या नात्यानं आपण फक्त जेकब वुडनं गमावलेल्या उत्पन्नाचा विचार करू शकतो. याव्यतिरिक्त आर्थिक क्षेत्राबाहेरच्या ज्या गोष्टी माणसाच्या जीवनात अंतर्भूत असतात, त्यांचं मूल्य आपण ठरवू शकणार नाही. जेकब वुडनं मरण्याआधी ज्या यातना भोगल्या असतील, किंवा तो जाण्यानं त्याच्या कुटुंबाचं जे इतर नुकसान झालं असेल, त्यांच्या मूल्याशी आपल्याला काहीही कर्तव्य नाही.

फेलिक्स मेसन या बचाव पक्षाच्या एका तरुण वकिलानं संपूर्ण खटल्यात प्रथमच तोंड उघडलं. तो केबलचा एक पार्टनर होता, आर्थिक अंदाज बांधण्याच्या कामातला तज्ज्ञ होता आणि त्याच्या दुर्दैवानं खटल्यात तो फक्त एवढ्या एकाच वेळी लोकांसमोर येणार होता. त्यानं डॉक्टर कॅलिसनची उलटतपासणी आरंभली.

''डॉक्टर, वर्षातून साधारण किती वेळा तुम्ही कोर्टात साक्षी देता?''

''हल्ली माझं तेवढंच काम आहे. मी शिकवत होतो, पण आता निवृत्त झालोय त्या कामातून.'' डॉक्टर कॅलिसननं उत्तर दिलं. हा प्रश्न त्याला प्रत्येक साक्षीच्या वेळी विचारला जायचा.

''इथे साक्ष देण्याबद्दल तुम्हाला पैसे मिळणार आहेत का?'' मेसननं विचारलं. हा प्रश्न आणि त्याचं उत्तर, दोन्ही गोष्टी एव्हाना घासून गुळगुळीत झालेल्या होत्या.

''हो. जसे तुम्हाला मिळतात, तसेच.''

''किती?''

''सल्ला आणि साक्ष, दोन्हीचे मिळून पाच हजार.'' फारच स्वस्तातला मामला होता. खटल्यातला एकही तज्ज्ञ एवढ्या कमी पैशात आलेला नव्हता.

कॅलिसननं त्याच्या हिशोबात जो महागाईचा दर धरला होता, त्याला मॅसनचा आक्षेप होता. अर्धा तास दोघांनी ग्राहक किंमत निर्देशांकावरून घासाघीस केली. मेसननं त्याला आपलं म्हणणं मान्य करायला लावलं असलंच, तर ते कोणाच्या लक्षातही आलं नाही. जेकब वुडच्या गमावलेल्या उत्पन्नाचा अधिक योग्य आकडा त्याच्या मते ६,८०,००० डॉलर्स येत होता आणि हे त्याला कॅलिसनच्या गळी उतरवायचं होतं.

पण यानं काहीच फरक पडत नव्हता. ऱ्होर आणि त्याच्या वकील मंडळींच्या खिशातून काहीच जाणार नव्हतं, उलट नुकसानभरपाईचा आकडा जेवढा जास्त, तेवढी त्यांची फी वाढणार होती. पण पुढे ज्या गोष्टी या रकमेत वाढणार होत्या, त्या मानानं सात लाख की अकरा लाख यानं काहीच फरक पडत नव्हता. ऱ्होर त्यात

जेकब वुडला झालेल्या यातना, वेदना, यांचे पैसे; त्याला उरलेल्या जीवनाचा आनंद घेता न आल्याबद्दलचे पैसे; कुटुंबीयांचं जे प्रेम मिळालं असतं ते न मिळाल्याबद्दलचे पैसे अशा अप्रत्यक्ष गोष्टींचे पैसे लावणार होता. शिवाय त्यात वुडच्या शुश्रूषेबद्दल झालेला खर्च, त्याच्या अंत्ययात्रेचा खर्च असे प्रत्यक्ष खर्चही येणार होते. एवढं करून झाल्यावर ऱ्होर मुख्य मुद्द्याकडे वळणार होता. पायनेक्स कंपनीकडे केवढा प्रचंड पैसा आहे हे तो ज्यूरींना दाखवून देणार होता आणि त्यातला एक चांगला गलेलठ्ठ हिस्सा आपल्या अशिलाला दंडात्मक नुकसानभरपाईसाठी मिळावा अशी मागणी करणार होता.

दिवसाचं अजून एक तास काम बाकी असताना ऱ्होर उठला आणि त्यानं मोठ्या तोऱ्यात म्हटलं, ''फिर्यादी पक्षाकडून शेवटचा साक्षीदार म्हणून मिसेस सेलेस्ट वुड यांना पाचारण करण्यात यावं.''

फिर्यादी पक्षाची बाजू जवळजवळ मांडून पूर्ण झालीय, याची ज्यूरींना काहीच कल्पना नव्हती. त्यामुळे ज्यूरी बॉक्समध्ये एकदम उत्साहाचं वातावरण निर्माण झालं. कोणीतरी आपल्या डोक्यावरचं भलं मोठं ओझं उतरवल्यासारखं एकदम सगळ्यांना वाटलं. अनेक ज्यूरर मंडळींच्या चेहऱ्यावर हसू फुटलं. बऱ्याचशा लोकांच्या कपाळावरच्या आठ्या नाहीशा झाल्या.

आज त्यांना अज्ञातवासात जाऊन एक आठवडा होऊन गेलेला होता. निकोलसनं त्यांना आपला अंदाज सांगितला होता की, एकदा फिर्यादीची बाजू मांडून झाल्यावर बचाव पक्षाला जास्तीत जास्त तीन दिवस लागतील. हे जर खरं असलं, तर आपण वीकएंडला चक्क घरी असू! वा!

गेले तीन आठवडे वकिलांच्या गराड्यात बसलेल्या मिसेस सेलेस्ट वुडनं जवळजवळ एक शब्दही उच्चारलेला नव्हता. सगळ्या वकिलांकडे, सगळ्या ज्यूरींकडे साफ दुर्लक्ष करून ती अत्यंत निर्विकार चेहऱ्यानं फक्त साक्षीदारांकडे बघत बसायची. पायांतल्या शूजसकट आपला संपूर्ण पोशाख काळाच असेल याची तिनं काळजी घेतलेली होती.

पहिल्याच आठवड्यात जेरीनं तिचं 'विडो वुड' असं अत्यंत समर्पक नाव ठेवलं होतं.

तिचं वय आता एकावन्न होतं – म्हणजे मृत्यूसमयी तिच्या पतीचं जेवढं वय होतं, तेवढंच. अत्यंत कृश शरीरयष्टीची ही स्त्री अबोल होती. तिनं आपले पांढरे झालेले केस बारीक कापलेले होते. एका ग्रंथालयात काम करून तिनं आपल्या तिघा मुलांचं पालनपोषण केलं होतं. या साऱ्या कुटुंबाचे फोटो ज्यूरींना पाहण्यासाठी देण्यात आले.

सेलेस्टनं एक वर्षापूर्वी आपली साक्ष नोंदवलेली होती आणि त्यानंतर ऱ्होरनं

आणलेल्या खास तज्ज्ञ मंडळींनी तिची पूर्वतयारी करून घेतली होती. त्यामुळे ती आता फारशी घाबरलेली नव्हती आणि कोणत्याही भावना चेहऱ्यावर दिसू न देण्याचा आटोकाट प्रयत्न करत होती. कारण तिच्या पतीच्या निधनानंतर एव्हाना नाही म्हटलं तरी चार वर्षं झाली होती.

सगळी पूर्वतयारी आधीच झालेली असल्यामुळे ऱ्होरनं विचारलेल्या प्रश्नांना ती न अडखळता उत्तरं देत गेली. नवऱ्याबरोबरचं सुखी वैवाहिक जीवन, लग्नानंतरचा सुरुवातीचा काळ, मग मुलांचा जन्म, नंतर नातवंडांचाही जन्म, सुखी सेवानिवृत्त जीवनाची त्यांनी पाहिलेली स्वप्नं, अशी सगळी कहाणी तिनं सांगितली. वाटेत थोडे खाचखळगेही लागले, पण फारसं काही झालं नाही. शेवटी त्याचं आजारपण सुरू झालं, तिथपर्यंत साक्ष येऊन थडकली. सिगारेट सोडायची जेकबला मनापासून इच्छा होती, अनेकदा त्यानं तसे प्रयत्नही केले, पण ते व्यसन इतकं टोकाला गेलं होतं की, ते त्याला सोडायला जमलंच नाही.

हे सांगताना तिच्या स्वरातली जेकबविषयीची सहानुभूती सगळ्यांना जाणवत होती. त्यामुळे बाकीच्यांनाही तिच्याबद्दल नाही म्हटलं तरी सहानुभूती वाटू लागली. तिचा आवाज हे सांगताना जराही थरथरत नव्हता. डोळ्यांतून खोटे अश्रू काढलेले ज्यूरींना फारसं पटणार नाही, हा ऱ्होरचा अंदाज अगदी अचूक होता. आणि तीही सहज रडणाऱ्यांपैकी नव्हती.

ऱ्होरनं तिची उलटतपासणी घ्यायला सांगितल्यावर केबल उठला. पण काय विचारणार हिला? शेवटी त्यानं काहीशा दुःखी, गंभीर आणि सहानुभूतीच्या भावना चेहऱ्यावर आणल्या. "युअर ऑनर, या साक्षीदाराला आम्हाला कोणतेही प्रश्न विचारायचे नाहीत." त्यानं हळूच म्हटलं.

फिचला मात्र तिला बरेच प्रश्न विचारायचे होते; पण ते भर कोर्टात विचारणं शक्य नव्हतं. जेकब वुडच्या मृत्यूनंतर दुखवट्याचा पुरेसा काळ गेल्यानंतर, खरं तर त्याच्या मृत्यूनंतर एक वर्ष होऊन गेल्यावर सेलेस्टची एका घटस्फोट झालेल्या माणसाबरोबर ओळख वाढली होती. तिच्यापेक्षा तर तो सात वर्षांनी लहान होता. फिचनं खणून काढलेल्या माहितीप्रमाणे खरी गोष्ट अशी होती की, खटला झाल्यानंतर त्या दोघांनी गुपचुप लग्न करायचं ठरवलेलं होतं. खटला होईपर्यंत काही झालं तरी पुनर्विवाह करू नकोस असं तिला खुद्द ऱ्होरनंच बजावून सांगितलं आहे, हेही फिचला माहीत होतं.

ज्यूरींना हे कोर्टरूममध्ये कधीच समजणार नव्हतं, पण मागच्या दारानं ही माहिती त्यांच्यापर्यंत कशी पोहोचवायची, याबद्दल फिच विचार करत होता.

सेलेस्टला आधार देत ऱ्होरनं तिला जागेवर आणून बसवलं. "आमची बाजू मांडून झालीय, युअर ऑनर." त्यानं कोर्टाला सांगितलं. लगेच दोन्ही पक्षांच्या

वकिलांनी आपापल्या टेबलाशी घोळका करून पुढे काय करायचं, याची कुजबुजत्या आवाजात चर्चा सुरू केली.

समोरच्या टेबलावरचे कागदपत्र काही क्षण चाळून न्यायमूर्तींनी ज्यूरींच्या कंटाळलेल्या चेहऱ्यांकडे नजर टाकली. ''ज्यूरीतल्या सभ्य स्त्री-पुरुष हो, दोन गोष्टी तुम्हाला सांगायच्या आहेत. एक चांगली आहे आणि दुसरी जरा वाईट आहे. चांगली गोष्ट तुम्हाला समजलीच आहे की, फिर्यादी पक्षाची बाजू मांडून संपलीय, म्हणजे खटल्याचं निम्म्याहून जास्त कामकाज संपलंय. बचाव पक्षाचे साक्षीदार फिर्यादी पक्षाच्या मानानं साधारणपणे कमी असतात. आता वाईट गोष्ट. खटल्याच्या या वेळी आम्हाला आता बऱ्याच काही प्रस्तावांवर चर्चा करावी लागणार आहे. हे आमचं काम उद्या जवळजवळ संपूर्ण दिवसभर चालेल. सॉरी, पण याला काही पर्यायच नाही.''

निकोलसनं हात वर केला. न्यायमूर्तींनी चपापून काही क्षण त्याच्याकडे बघितलं. ''यस, मि. ईस्टर?''

''म्हणजे उद्याचा सबंध दिवस आम्हाला मोटेलमध्येच काही न करता बसून काढावा लागणार का?''

''हो. सॉरी. काही इलाज नाही.''

''पण का? मला नाही समजलं.''

वकीलमंडळी आपली चर्चा थांबवून एव्हाना निकोलसकडे बघत होती. एखाद्या ज्यूररनं भर कोर्टात आपलं तोंड उघडावं, ही घटना फार क्वचित घडणारी होती.

''कारण आम्हाला ज्या काही गोष्टी करायच्या आहेत, त्यासाठी ज्यूरींची कोर्टातली उपस्थिती अनावश्यक आहे.''

''हो, सर, ते समजलं मला. पण आम्ही तिकडेच बसून कशासाठी राहायचं?''

''मग काय करायचं म्हणताय?''

''अनेक गोष्टी करण्यासारख्या आहेत. उदाहरणार्थ, आम्ही एखादी मोठीशी बोट घेऊन समुद्रात चक्कर मारून येऊ शकतो. वाटलं तर मासेही पकडू शकतो.''

''पण मि. ईस्टर, यासाठी या काऊंटीच्या करदात्यांच्या खिशातून पैसा खर्च करावा, असं मला वाटत नाही.''

''पण मला वाटतं, आम्हीही करदात्यांपैकीच आहोत, सर.''

''नाही, ते शक्य नाही. सॉरी.''

''करदात्यांचं जाऊ दे सर, हा खर्च सोसायला ही वकीलमंडळीसुद्धा एका पायावर तयार होतील. आपण फक्त प्रत्येक पक्षाला एकेक हजार डॉलर्स देण्याची विनंती करा. एवढा पैसा चिकार झाला. एवढ्या पैशात आम्हाला सहज एक बोट भाड्यानं घेऊन उद्याचा दिवस मजेत काढता येईल.''

ऱ्होर आणि केबल एकदमच बोलायला उठले, पण बाजी ऱ्होरनंच मारली.

''निम्मा खर्च आम्ही अगदी आनंदानं करू, सर.''

''छान कल्पना आहे, युअर ऑनर.'' केबलनंही पाठोपाठ, मोठ्यानं म्हटलं.

दोन्ही हात वर करून न्यायमूर्तींनी दोघांनाही थांबवलं. ''एक मिनिट. मला जरा विचार करू दे.'' कपाळावरून हात फिरवत त्यांनी पूर्वी असं कधी घडलं होतं का, ते आठवण्याचा प्रयत्न केला. ती शक्यता अर्थातच नव्हती. पण या गोष्टीला मनाई करणाराही एखादा नियम नव्हता. यात दोन्ही पक्षांच्या हितसंबंधांनाही कुठे बाधा येण्याचा प्रश्न नव्हता.

लॉरीन ड्यूकनं निकोलसच्या हाताला स्पर्श करून त्याच्या कानात काही तरी सांगितलं.

मग न्यायमूर्तींनी बोलायला सुरुवात केली. ''असं पूर्वी कधीही घडल्याचं माझ्या ऐकण्यात किंवा वाचण्यात आलेलं नाही. न्यायमूर्तींना काही गोष्टी ठरवण्याचं स्वातंत्र्य दिलेलं असतं, त्याचा उपयोग करू आपण. मि. ऱ्होर, तुमचं काय म्हणणं आहे?''

''यात मला तरी काही वावगं किंवा आक्षेप घेण्यासारखं दिसत नाही, युअर ऑनर. दोन्ही पक्षांनी निम्मा खर्च करायचा आहे, म्हणजे त्यातही कुठे पक्षपाताला जागा नाही. माझी काहीच हरकत नाही.''

''मि. केबल?''

''या गोष्टीला मनाई करणारा कुठलाही नियम किंवा कायदा माझ्या डोळ्यात येत नाही, युअर ऑनर. मि. ऱ्होरशी मी सहमत आहे. प्रत्येक बाजू निम्मा खर्च करणार आहे. मग काय हरकत आहे?''

तेवढ्यात निकोलसनं पुन्हा हात वर केला. ''एक्सक्यूज मी, युअर ऑनर. मला आत्ताच असं समजलंय की, काही ज्यूरर मंडळींना बोटीवरून सफर करण्याऐवजी न्यू ऑर्लिन्समध्ये खरेदी करण्याची इच्छा आहे.''

याही वेळी ऱ्होरनंच चपळाई दाखवली. ''हरकत नाही, युअर ऑनर. आम्ही बसचाही निम्मा खर्च करायला तयार आहोत. त्याचबरोबर लंचचाही.''

''हो, युअर ऑनर.'' केबलनंही मान डोलावली. ''आणि डिनरचाही निम्मा खर्च.''

ग्लोरिया लेन चटकन एक कागद-पेन घेऊन ज्यूरी बॉक्सकडे गेली. निकोलस, जेरी फर्नांडिस, लॉनी शेव्हर, रिकी कोलमन, एंजल वीझ आणि कर्नल हरेरा बोटीच्या सफरीला तयार झाले. बाकीच्यांनी न्यू ऑर्लिन्सचा पर्याय निवडला.

ऱ्होर आणि कंपनीनं जेकब वुडच्या व्हिडिओ फिल्मसकट एकंदर तेरा साक्षी सादर केल्या होत्या. केसची त्यांची बाजू तर त्यांनी चांगली भक्कम उभी केलेली

होती. आता सारं काही ज्यूरींच्या हातात होतं – म्हणजे, सिगारेट प्रकृतीला हानीकारक असते की नाही, हे ठरवणं नव्हे, तर सिगारेट उत्पादकांना आता शासन करायची वेळ आलीय की नाही हे ठरवणं.

ज्यूरींना जर अज्ञातवासात ठेवण्याची वेळ आली नसती, तर ऱ्होर अजून किमान तीन तज्ज्ञांच्या साक्षी सादर करणार होता – जाहिरातकलेमागच्या मानसशास्त्रातला एक तज्ज्ञ, 'व्यसन' या विषयातला एक तज्ज्ञ आणि तंबाखूच्या पानांवर फवारण्यात येणाऱ्या जंतुनाशकांमधला एक तज्ज्ञ.

पण आता ते शक्य नव्हतं. आता थांबायला हवं, हे ऱ्होरच्या लक्षात आलेलं होतं. आणि या ज्यूरीमधली माणसंसुद्धा काय नमुनेदार होती – एक अंध. लंचच्या वेळात योगाची प्रॅक्टिस करणारा एक विक्षिप्त. शिवाय एव्हाना दोन वेळा या मंडळींनी संप केलेले. प्रत्येक वेळी मागण्यांची एक नवीन यादी. लंचसाठी यांना म्हणे बोन चायना आणि चांदीचे चमचे-पेले हवेत. काम झाल्यावर बीअर हवी, तीसुद्धा करदात्यांच्या पैशाची. चर्चला जायला हवं. टीव्ही, फोन हवे. शिवाय 'वैयक्तिक भेटीगाठी.' त्या बिचाऱ्या न्यायमूर्तींची झोप उडाली नसली तरच नवल.

तिकडे फिचचंही हेच मत होतं – अशा माणसाचं मत की, ज्यानं आजवर जेवढ्या ज्यूरींना भोकं पाडलेली होती, तेवढी अख्ख्या अमेरिकेच्या खटल्यांच्या इतिहासात पाडली गेली नसतील. पण त्याचं काम मात्र बिनबोभाट सुरू होतं. त्यानं नेहमीचे सापळे रचले होते, ज्यूरींना बदनाम करणारी माहिती मिळवलेली होती. अजूनपर्यंत एकच आग लागलेली होती. अजून कोणाची हाडंबिडं मोडलेली नव्हती. पण त्या मार्लीनं मात्र सगळं चित्रच बदललंय, त्यानं मनात म्हटलं. तिच्यामार्फत आपण नक्कीच आपल्याला हवा तसा निकाल विकत घेऊ शकू – आणि असा दणदणीत निकाल की, त्यानं ऱ्होरची छी थू होईल आणि ही जी बाकीची गिधाडं वर आकाशात प्रेतांच्या अपेक्षेनं घिरट्या घालतायत ना, ती सगळी पळून जातील.

सिगारेट उद्योगाविरुद्धच्या या आतापर्यंतच्या सगळ्यात मोठ्या, कोट्यवधी डॉलर्सची बाजी लागलेल्या खटल्यात ती गोड पोरगी आपल्याला अगदी हवा तसाच निकाल मिळवून देणार यात वाद नाही. फिचचा या गोष्टीवर इतका पक्का विश्वास बसलेला होता की, आता तो फक्त तिचाच विचार करत होता. किंबहुना, त्याच्या स्वप्नातही फक्त तीच येत होती.

मार्ली जर नसती, तर फिचला झोपच लागली नसती. खरं तर या खटल्यात फिर्यादीच्या बाजूनं निकाल लागायला अगदी योग्य परिस्थिती होती – योग्य कोर्टरूम होती, योग्य न्यायमूर्ती होता, योग्य मूडही होता. गेल्या नऊ वर्षांत बचाव पक्षाची बाजू हाताळताना फिचसमोर पूर्वी कधीही नव्हते इतके उत्कृष्ट आणि नाणावलेले तज्ज्ञ ऱ्होरनं जमवले होते. नऊ वर्षं, आठ खटले, आठही बचाव पक्षानंच जिंकलेले.

ऱ्होरला तो जरी कितीही पाण्यात पाहत असला, तरी सिगारेट उद्योगाला बरोबर हव्या त्याच जागी पकडण्याच्या कामी तोच सर्वोत्कृष्ट वकील आहे, हे तोसुद्धा स्वत:शी का होईना, पण कबूल करत होता.

बिलॉक्सीत – खुद्द ऱ्होरच्याच गावात – ऱ्होर जर खटला हरला, तर सिगारेट कंपन्यांविरुद्ध भविष्यकाळात खटले भरायला फार मोठा अटकाव होईल, त्यानं स्वत:शी म्हटलं. कदाचित संपूर्ण सिगारेट उद्योगच वाचेल त्यामुळे.

ज्यूरींच्या मतांचा अंदाज घेताना फिच नेहमी रिकी कोलमनपासूनच सुरुवात करत असे. कारण तिच्या गर्भपाताची माहिती त्यानं खणून काढलेली होती. ती आपल्या खिशातच आहे, फक्त तिला अजून हे समजायचंय. मग लॉनी शेव्हर. मग कर्नल हरेरा. मिली डुप्रीला खेचून आणणंही सोपं आहे. सिल्व्हिया टेलर-टॅटमला दयाबुद्धी हा शब्दच माहीत नाही, शिवाय ती स्वत:च सिगारेट ओढते, असं त्याची तज्ज्ञ मंडळी एकसारखी त्याला सांगत होती. म्हणजे तीही आपलीच. पण तिची जेरी फर्नांडिसबरोबरची 'घनिष्ट' मैत्री आहे, हे मात्र त्याच्या ज्यूरी तज्ज्ञांना माहीत नव्हतं. जेरी आणि ईस्टर हे एकमेकांचे दोस्त आहेत. म्हणजे हे तिघंही एकाच बाजूनं मत देणार असा त्याचा अंदाज होता. लॉरीन ड्यूक ईस्टरशेजारी बसते आणि ते दोघं कायम एकमेकांशी कानगोष्टी करत असतात, हे सगळ्यांनीच बघितलेलं होतं. म्हणजे तीही बहुतेक ईस्टरचं अनुकरण करेल. आणि लॉरीननं जर तसं केलं तर एंजल वीझही तेच करेल. कारण तीही निग्रो आहे. पण वागणुकीवरून किंवा चेहऱ्यावरून एंजल वीझचा काही थांग लागत नाही, हेही खरं.

ज्यूरींमध्ये जी चर्चा होईल, त्यात निकोलस ईस्टरचा प्रभाव सगळ्यात जास्त असेल यात कुणाचंच दुमत नव्हतं. कारण ईस्टरनं खरोखरच वर्ष-दीड वर्ष कायद्याचं शिक्षण घेतलंय हे फिचला समजलेलं होतं, त्यामुळे ईस्टरनं ही गोष्ट बाकी सगळ्यांना सांगितली असणार याची फिचला खात्री होती.

हर्मन ग्राईम्स कसं मत देईल हे सांगणं मात्र अशक्यप्राय होतं. पण फिच त्याचा फारसा विचार करत नव्हता. फिलिप सॅव्हेलचंही तसंच होतं. मिसेस ग्लॅडिस कार्डबद्दल मात्र त्याला बरीच खात्री होती – ती वयस्कर होती, जुन्या मतांची होती आणि ऱ्होरनं दोन-अडीच कोटी नुकसानभरपाई मागितल्यावर तिच्या कपाळाला आठ्या पडण्याचीच जास्त शक्यता होती.

म्हणजे फिचच्या खिशात चार मतं नक्की होती. त्यात ग्लॅडिस कार्डलाही कदाचित पाचवी म्हणून धरता येईल. ग्राईम्सच्या बाबतीत टॉस उडवलेलाच बरा. सॅव्हेल आपल्या बाजूनं नसावा, कारण निसर्गात रममाण होणारा माणूस तंबाखूच्या धुराला नाक मुरडणारच. उरला तो ईस्टर आणि त्याची पाच जणांची टोळी. कोणत्याही बाजूनं निकाल लागायला किमान नऊ मतं हवीत. त्यापेक्षा एक जरी मत

कमी पडलं तरी ज्यूरी त्रिशंकू होणार, म्हणजेच न्यायमूर्तींना हा खटला 'मिसट्रायल' म्हणून जाहीर करावा लागणार. पण 'मिसट्रायल' झालेले खटले पुन्हा चालवावे लागतात. हे मात्र मुळीच नको – निदान या खटल्यात तर नकोच नको.

खटल्यावर बारीक लक्ष ठेवून असलेल्या इतर कायदेतज्ज्ञांचं, अभ्यासकांचं कधीच एकमत होत नसे, पण एका बाबतीत मात्र सगळ्यांचं मत सारखंच होतं की, बाराही ज्यूरर्सनी जर पायनेक्सच्या बाजूनं निकाल दिला, तर पुढची दहा वर्षं तरी सिगारेट उद्योगाविरुद्धचं हे आक्रमण थंड पडेल.

आणि असाच निकाल मिळवून द्यायचा फिचचा निर्धार होता– कोणत्याही किमतीत.

त्या रात्री ऱ्होरच्या ऑफिसात मात्र तणाव बराच कमी जाणवत होता. आता आणखी साक्षीदार उभे करायचे नव्हते, त्यामुळे तात्पुरता का होईना, सगळ्यांचा तणाव खूपच निवळलेला होता. उंची स्कॉचचे पेले भरले जात होते. ऱ्होर मात्र नेहमीप्रमाणे मिनरल वॉटरचे घुटके घेत चीज आणि क्रॅकर्स चिवडत होता.

आता चेंडू आपण केबलच्या कोर्टात ढकललाय. आता त्यांना करू दे त्यांच्या साक्षींची तयारी आणि कागदपत्रांची हलवाहलव. आपल्याला आता फक्त उलटतपासणी घ्यायचीय आणि तशाही आपण प्रत्येक साक्षीदाराच्या साक्षीच्या व्हिडिओ टेप दहा-दहा वेळा पाहिल्या आहेत.

ज्यूरींच्या संशोधनाबाबतची मुख्य जबाबदारी जोनाथन कोटलॅककडे होती. तोही मिनरल वॉटर पीत ऱ्होरबरोबर ग्राईम्सच्या मताबद्दल चर्चा करत होता. तो आपल्या बाजूला येणार असं दोघांनाही वाटत होतं. आणि मिली डुप्री आणि तो विक्षिप्त सॅव्हेलही. हरेराबद्दल मात्र त्यांना चिंता होती. लॉनी, एंजल आणि लॉरीन हे तिघंही निग्रो नक्की आपल्या खिशात आहेत अशी त्यांची खात्री होती. कारण हा लढाच मुळात एक सामान्य माणूस आणि एक प्रचंड श्रीमंत, शक्तिशाली कंपनी असा होता. त्यामुळे या तिघाही निग्रोंचा पाठिंबा गृहीत धरायला काहीच अडचण नव्हती.

या सगळ्यात ईस्टरची भूमिका सगळ्यात महत्त्वाची आहे, हे सगळ्यांनाच माहीत होतं. कारण तो तर सगळ्यांचा म्होरक्या होता. रिकी त्याच्याच मागे जाणार हे नक्की होतं. जेरी तर त्याचा दोस्तच होता. सिल्व्हिया टेलर-टॅटम बहुमत झुकेल तिकडे जाणार, अशी त्यांची अटकळ होती. मिसेस ग्लॅडिस कार्डच्या बाबतीतही तेच मत होतं.

ज्यूरींचा निकाल आपल्या बाजूनं लागायला फक्त नऊ जणांचा पाठिंबा लागतो आणि तो आपल्याला मिळणारच याबद्दल ऱ्होर निश्चिंत होता.

२५

इकडे लॉरेन्समध्ये तपासाचं काम करत असलेला स्मॉल क्लेअर क्लेमंटला ओळखणाऱ्या माणसांकडून माहिती काढायचा इमानेइतबारे प्रयत्न करत होता, पण त्याला काहीच हाती लागत नव्हतं. सोमवारी रात्री तो दारू पीत 'मलिगन्स'मध्ये वेळ काढत बसला. खरं तर त्याला दारू प्यायची सक्त मनाई केलेली होती. तरीही मधूनच एखादा पेग मागवत तो कधी वेट्रेसकडे, तर कधी तिथे येणाऱ्या लॉ स्कूलच्या विद्यार्थ्यांकडे चौकशी करत वेळ काढत राहिला. याचा परिणाम फक्त एवढाच झाला की, त्याचा संशय येऊन त्या पोरांनी त्याच्याशी बोलणंच बंद केलं.

अखेर मंगळवारी सकाळी सकाळी त्याला क्लेअर क्लेमंटला ओळखणाऱ्या एका पोरीचं नाव समजलं. तिचं नाव होतं रिबेका आणि काही वर्षांपूर्वी कान्सास विद्यापीठात शिकत असताना तिनं क्लेअरबरोबर 'मलिगन्स'मध्ये वेट्रेसचं काम केलं होतं. ती आता शहरातल्या एका बँकेत मॅनेजर असल्याचं स्मॉलला समजलं. बँकेत जाऊन त्यानं तिला शोधून काढलं आणि कशीबशी स्वत:ची ओळख करून दिली. पहिल्या मिनिटांतच तिला त्याचं बोलणं-वागणं शंकास्पद असल्याचं जाणवलं.

"काही वर्षांपूर्वी तुम्ही क्लेअर क्लेमंट नावाच्या एका पोरीबरोबर काम केलं होतं. बरोबर?" हातातल्या एका पॅडवर लिहिलेलं वाचत त्यानं थेट सवाल केला. तो तिच्या टेबलासमोर उभं राहूनच विचारत होता आणि तीही पलीकडच्या बाजूला उभीच होती. खरं तर तिनं त्याला आत यायलाही सांगितलेलं नव्हतं. शिवाय तिला भरपूर कामही होतं.

"असेल. कोणाला हवीय ही माहिती?" रिबेकानं हाताची घडी घालून, मान तिरकी करत त्याच्याकडे संशयानं बघत विचारलं. स्मॉलच्या गबाळ्या अवतारापुढे

तिचं चटपटीत बोलणं आणि ड्रेस, चांगलंच उठून दिसत होतं.

"ती आता कुठे असते, सांगता येईल तुम्हाला?"

"नाही. पण तुम्ही हे का विचारताय?"

आधीचीच सांगितलेली गोष्ट स्मॉलनं परत सांगितली. कारण त्याच्यापाशी तेवढंच उत्तर होतं. "असं आहे की, ती एका मोठ्या खटल्यातली संभाव्य ज्यूरी आहे आणि तिची सगळी माहिती गोळा करण्याचं काम माझ्या फर्मकडे आलंय."

"हा खटला कुठे उभा राहतोय?"

"ते मला सांगायची परवानगी नाही. पण तुम्ही दोघी 'मलिगन्स'मध्ये एकत्र काम करत होतात, हे खरंय ना?"

"हो. पण त्याला आता किती तरी वर्षं झाली."

"ती मूळची कुठली?"

"हे कशाला हवंय तुम्हाला?"

"अं..... खरं सांगायचं तर मला जे प्रश्न विचारायला सांगितले आहेत, त्यांत हा एक प्रश्न आहे. आम्ही फक्त तिची माहिती गोळा करतोय. ती मूळची कुठली हे माहितय का तुम्हाला?"

"नाही."

स्मॉलला ही माहिती मिळणं आवश्यकच होतं, कारण क्लेअर क्लेमंटची माहिती त्याखेरीज लॉरेन्सच्या पलीकडे जाऊच शकत नव्हती. "नक्की?"

तिनं मान सरळ करून आवाजाला धार आणली. आता बस झाला या माकडाचा खेळ. "हे बघा, ती मूळची कुठली हे मला माहिती नाही. आमची पहिल्यांदा भेट झाली तेव्हा ती 'मलिगन्स'मध्ये काम करत होती आणि शेवटची भेट झाली तेव्हाही ती 'मलिगन्स'मध्येच काम करत होती."

"तुम्ही एवढ्यात कधी तिच्याशी बोलला आहात?"

"नाही. गेल्या चार वर्षांत नाही."

"जेफ करला ओळखत होतात का तुम्ही?"

"नाही."

"इथे लॉरेन्समध्ये तिचे आणखी कोणी मित्र-मैत्रिणी होत्या?"

"मला नाही माहीत. हे बघा, इथे मला खूप काम आहे आणि तुम्ही उगाचच आपला दोघांचाही वेळ फुकट घालवताय. क्लेअरला मी तितकी चांगली ओळखत नव्हते. ती एक चांगली पोरगी होती, पण आमची काही फारशी मैत्री होती असं नव्हे." तिनं दाराकडे हात केला. "आता, प्लीज. मला फार काम आहे इथे." मोठ्या अनिच्छेनं स्मॉल निघून गेला.

रिबेकानं दार बंद करून घेतलं आणि सेंट लुई शहरातल्या एका अपार्टमेंटमध्ये

फोन केला. पलीकडच्या बाजूला असलेल्या आन्सरिंग मशीनमधून क्लेअर क्लेमंटचा रेकॉर्ड केलेला आवाज येऊ लागला. महिन्यातून एकदा तरी त्या दोघी फोनवरून एकमेकींशी बोलायच्या. त्यांची प्रत्यक्ष गाठ पडून मात्र एक वर्ष होऊन गेलं होतं. कारण क्लेअर आणि जेफ एक विचित्र प्रकारचं आयुष्य जगत होते. ते कधीही फार काळ एकाच शहरात थांबत नव्हते, की आपला थांगपत्ता दुसऱ्या कुणाला लागू देत नव्हते. फक्त सेंट लुईमधलं ते अपार्टमेंट मात्र त्यांनी कायम ठेवलेलं होतं. आपली चौकशी करायला अपरिचित माणसं येऊ शकतील, असं क्लेअरनं रिबेकाला आधीच सांगून ठेवलं होतं. आपण जेफबरोबर एका गुप्त सरकारी कामगिरीवर आहोत, असंही क्लेअरनं आडून आडून सांगितलेलं होतं.

पलीकडून रेकॉर्डिंग सुरू झाल्याचा आवाज आल्यावर रिबेकानं अगदी थोडक्यात स्मॉलबरोबरच्या भेटीची माहिती सांगितली आणि फोन ठेवून दिला.

रोज सकाळी न चुकता मार्ली आपली व्हॉईस मेल तपासून बघत असे. रिबेकानं सांगितलेली माहिती ऐकल्याबरोबर ती मुळापासून हादरली. कपाळावर फुटलेला घाम थरथरत्या हातानं पुसत तिनं डोकं शांत ठेवायचा प्रयत्न सुरू केला.

तिनं रिबेकाला फोन केला. घशाला कोरड पडलेली असूनही आवाज नेहमीसारखा ठेवण्याचा आटोकाट प्रयत्न ती करत होती. हो, त्या स्मॉलनं 'क्लेअर क्लेमंट' हे नाव घेऊनच चौकशी केली. शिवाय जेफचाही उल्लेख केला त्यानं. रिबेकानं स्मॉलबरोबरच्या जवळजवळ संपूर्ण संभाषणातला प्रत्येक शब्द जसाचा तसा तिला सांगितला.

फारसे उलट प्रश्न विचारायचे नाहीत, हे भान रिबेकाला उत्तम होतं. "तू ठीक आहेस ना?" एवढंच तिनं विचारलं.

"हो, हो. आम्ही दोघंही मजेत आहोत. सध्या जरा भटकंती चालू आहे." मार्लीनं अगदी आश्वासक आवाजात म्हटलं.

सध्या तुम्ही कुठे आहात, हा प्रश्न विचारायचा अनावर झालेला मोह रिबेकानं टाळला. क्लेअरला एवढं खोदून विचारायची सोय नव्हती.

आणखी थोडा वेळ गप्पा मारून त्यांनी एकमेकींचा निरोप घेतला.

आपला पत्ता काढत मंडळी लॉरेन्सपर्यंत जाऊन पोहोचतील असं तिला आणि निकोलसलाही कधी वाटलं नव्हतं. आता ते पोहोचलेत म्हटल्यावर मात्र तिच्या मनात शंकांचं मोहोळ उठलं. कोणी पत्ता काढला आपला? फिच की ऱ्होर? पण हा फिचच असणार याची तिला जवळजवळ खात्री होती. कारण त्याच्या पाताळयंत्रीपणाबद्दल तिला खात्री होती. आपली काय चूक झाली? मुळात हा तपास बिलॉक्सीतून बाहेर गेलाच कसा? आणि सगळ्यात महत्त्वाचं म्हणजे, त्यांना किती

माहिती मिळालीय आणि ते पुढे कुठपर्यंत जातील?

आता तिला निकोलसशी ताबडतोब बोलणं भाग होतं, पण तो तर कुठे तरी मासे पकडायला गेला होता.

फिच मात्र मासे वगैरे पकडत नव्हता. खरं तर गेल्या तीन महिन्यांत त्यानं विश्रांतीच घेतलेली नव्हती. फोन वाजला, तेव्हा तो आपल्या जागी बसून कामच करत होता. ''हॅलो, मार्ली.'' फोन उचलून त्यानं म्हटलं.

''काय, फिच, आणखी एक जण तुझ्या हातून निसटला की.''

''म्हणजे?''

''ज्यूररबद्दल बोलतेय मी. त्या लॉरीन ड्यूकला रॉबिलिओची साक्ष इतकी पटली की, आता ती फिर्यादीला नुकसानभरपाई मिळालीच पाहिजे, असं म्हणतेय.''

''पण तिनं आमची बाजू कुठे ऐकलीय अजून?''

''खरंय. आता, सिगारेट ओढणारे चार जण ज्यूरीत आहेत – वीझ, फर्नांडिस, टेलर-टॅटम आणि ईस्टर. त्यातल्या किती जणांनी अठरा वर्षं वयाचे झाल्यानंतर सिगारेट ओढायला सुरुवात केली असेल, सांग बघू?''

''कोण जाणे.''

''कोणीही नाही. सगळ्यांनी लहान वयातच सिगारेट ओढायला सुरुवात केली. हर्मन ग्राईम्स आणि हरेरा पूर्वी सिगारेट ओढत होते. त्यांनी कितव्या वर्षी सुरुवात केली असेल सिगारेट ओढायला?''

''कोण जाणे.''

''हर्मननं चौदाव्या वर्षी आणि हरेरानं सतराव्या. म्हणजे फिच, निम्म्या ज्यूरर लोकांनी जाणत्या वयाचे व्हायच्या आधीच पहिली सिगारेट ओढली होती.''

''मग आता मी काय करू म्हणतेस?''

''काही नाही, थापा मारण्यापलीकडे तुम्ही काहीच करू शकत नाही. हे बघ, फिच. आपण फक्त दोघांनीच यावर भेटून बोलायला हवंय. तुझ्या माणसांची त्या वेळी आपल्यावर नजर असता कामा नये.''

''अगदी जरूर.''

''खोटं. पण जाऊ दे. आपण असं करू या की, आपण कुठे तरी भेटून बोलू या आणि त्या वेळी जर माझ्या माणसांना आपल्या जवळपास जरी तुझी कोणी माणसं दिसली, तरी ती आपली शेवटची भेट ठरेल.''

''तुझी माणसं?''

''माणसं काय तुला एकट्यालाच घेता येतात का, फिच?''

''ओके. ठरलं.''

"तुला बिलॉक्सी पीअरजवळचं छोटंसं रेस्टॉरंट माहितय ना, 'कॅसेलाज' नावाचं? ते, बाहेर टेबलं मांडलेली असतात ते?"

"नाही, पण मी शोधून काढतो."

"मग या क्षणी मी तिथेच आहे. त्यामुळे तू जेव्हा पीअरवरून चालत येशील, तेव्हा माझी नजर तुझ्यावर असेल. मला तुझ्या आसपास एक जरी माणूस संशयास्पदपणे दिसला, तरी मी तिथून नाहीशी होईन."

"केव्हा येऊ?"

"लगेच ये. मी वाट बघतेय तुझी."

जोझेनं ती प्रशस्त गाडी पीअरपाशी जेमतेम थांबवली आणि फिच खाली उतरताक्षणीच गाडी पुढे निघून गेली. संपूर्णपणे एकटा, कसल्याही प्रकारचा माईक किंवा टेपरेकॉर्डर न लपवता आलेला फिच मुद्दामच सावकाश चालत त्या लाकडी पीअरवरून पुढे निघाला. त्याच्या वजनानं प्रत्येक पावलाला पीअरच्या फळ्या किंचित वाकून करकरत होत्या. रंगीबेरंगी छत्रीखालच्या एका लाकडी टेबलाशी मार्ली एकटीच बसलेली होती. तिची पाठ समुद्राकडे होती आणि तोंड पीअरकडे होतं.

"हॅलो, मार्ली." तिच्या पुढ्यात येऊन उभं राहत फिचनं म्हटलं आणि तो तिच्या समोरच्या खुर्चीवर बसला. तिनं जीनची पँट, डेनिमचा शर्ट, डोक्यावर फिशिंग कॅप आणि डोळ्यांवर काळा गॉगल घातलेला होता. "ये, फिच. बस." तिनं नुसतंच म्हटलं.

"तू नेहमी अशीच जराशी चिडलेली असतेस का?"

फिचनं मुद्दामच हसतमुख, मनमिळाऊ बनण्याचा हा चालवलेला प्रयत्न तिच्या नजरेतून सुटला नाही.

"तुझ्या अंगावर एखादा माईक वगैरे नाही ना, फिच?"

"छे, छे! काहीतरीच काय?"

सावकाश तिनं आपली जाडजूड पर्स उघडून एखाद्या छोट्या डिक्टाफोनसारखं दिसणारं एक उपकरण बाहेर काढलं. त्याचा रोख फिचच्या गलेलठ्ठ पोटाकडे करून तिनं एक बटन दाबलं. "सॉरी, फिच, पण ही खात्री मला करून घेणं भागच आहे."

"आत्ताच सांगितलं ना, माझ्याकडे काहीही नाही." फिचनं म्हटलं, पण मनातल्या मनात मात्र त्यानं एक सुटकेचा मोठा नि:श्वास सोडला. कॉन्रॅडनं त्याला एखादा माईक खिशात लपवायची सूचना केली होती आणि बोलणं रेकॉर्ड करायला जवळपास एखाद्या व्हॅनची व्यवस्था करू का, असंही विचारलं होतं. पण आधीच कमी वेळ असल्यामुळे फिचनं 'नको' म्हटलं होतं.

त्या उपकरणाच्या मॉनिटरवर काहीच आलं नाही, त्यामुळे मार्लीनं तो परत

पर्समध्ये ठेवून दिला. फिचनं एक स्मित केलं, पण क्षणभरच.

"आज सकाळी मला लॉरेन्समधून फोन आला." तिनं म्हटलं आणि फिचनं एक आवंढा गिळला. "तुझी काही बिनडोक माणसं उगाचच आणि उघड उघड चौकशा करत हिंडतायतसं दिसतंय."

"तू कशाबद्दल बोलतेयस तेच समजत नाहीय मला." फिचनं थोडंसं चाचरत म्हटलं. त्याच्या आवाजात फारसा जोर नव्हता.

म्हणजे यामागे फिचच असला पाहिजे! खरी परिस्थिती त्याच्या डोळ्यांनीच सांगितली. क्षणभरच त्याच्या पापण्या फडफडल्या आणि त्यानं दुसरीकडे बघितलं, एकदा तिच्याकडे बघितलं आणि परत खाली नजर वळवून परत तिच्याकडे बघितलं. त्याच क्षणात त्याचा श्वासही अडकल्यासारखा झाला आणि खांदाही किंचित हलला. हे सगळं तिनं बघितलं. कसा पकडला!

"ओके. यापुढे माझ्या जुन्या मित्र-मैत्रिणींना किंवा मला ओळखणाऱ्या कुणाचाही एक जरी फोन आला, तरी मी तुला परत दिसणारही नाही."

एव्हाना तो पुरेसा सावरला होता. "लॉरेन्सचं काय म्हणत होतीस?"

"जाऊ दे, फिच. कबूल कर आणि मोकळा हो. आणि तुझ्या कुत्र्यांना परत बोलाव."

त्यानं एक मोठा नि:श्वास सोडला. अजूनही त्याला काय बोलावं ते सुचत नव्हतं. "फाईन. तू म्हणशील तसं. फक्त तू कशाबद्दल बोलतेयस ते मला अजूनही कळलेलं नाही."

"तुला समजलंय. तुला चांगलं समजलंय. पण यापुढे एक जरी फोन मला आला तरी चालणार नाही. समजलं ना?"

"ओके. तू म्हणशील तसं."

फिचला जरी तिच्या गॉगलमुळे तिचे डोळे दिसत नसले, तरी त्याला तिची नजर चांगलीच जाणवत होती. जवळजवळ एक मिनिट ती एक शब्दही न बोलता त्याच्याकडे रोखून बघत होती. एक वेटर शेजारच्या टेबलाशी येऊन काहीतरी खुडबुड करत होता, पण तो त्यांच्या टेबलाशी मात्र आला नाही.

शेवटी न राहवून फिच टेबलाशी पुढे झुकला. "आता हे एकमेकांशी खेळणं कधी थांबवायचं आपण?"

"आत्ता. लगेच."

"झकास. आता सांग, तुला नेमकं काय हवंय?"

"पैसे."

"मला वाटलंच होतं. किती हवेत?"

"ते मी नंतर सांगेन. पण म्हणजे तू बोलणी करायला तयार आहेस."

''बोलणी करायला मी नेहमीच तयार असतो. पण मला त्या बदल्यात काय मिळणार हे तर समजायला हवं ना?''

''सरळ उत्तर आहे, फिच. ते तुला काय हवंय यावर अवलंबून आहे. तुझ्या दृष्टीनं विचार केला, तर ही ज्यूरी चार गोष्टींपैकी एक करेल. ती संपूर्ण निकाल फिर्यादीच्या बाजूनं देईल. त्यांची मतं दोन्ही बाजूंना निम्मी पडतील आणि आणखी वर्षभरात तुला परत सगळं हेच करायला इथे पुन्हा यावं लागेल. ऱ्होर कुठे जातोय? तो इथलाच आहे. तिसरा पर्याय म्हणजे हा निकाल नऊ विरुद्ध तीन असा तुमच्या बाजूनं लागेल आणि तुमचा प्रचंड मोठा विजय होईल. किंवा कदाचित बाराही मतं तुमच्याच बाजूनं पडतील आणि तसं झालं तर पुढची दहा वर्षं सिगारेट उद्योगावर खटले भरायची कोणाची हिंमत होणार नाही.''

''हे सगळं मलाही माहितेय, मार्ली.''

''असलंच पाहिजे. पहिला पर्याय सोडला तर आपल्याला तीन पर्याय उरतात.''

''त्यातलं तू मला काय देऊ शकशील?''

''मला जे हवं ते. त्यात संपूर्ण निकाल फिर्यादीच्या बाजूनं लागण्याचा पर्यायही आला.''

''म्हणजे विरुद्ध पार्टीसुद्धा पैसे द्यायला तयार आहे तर.''

''आमची बोलणी चाललीयत, एवढंच मी तुला सांगू शकते.''

''हा काय लिलाव मांडलायस का तू? जास्त बोली लावणाऱ्याच्या बाजूनं निकाल लावतेयस का तू?''

''मला जे हवं ते मी करू शकते.''

''तू त्या ऱ्होरपासून जेवढी दूर राहशील तेवढा मी निर्धास्त असेन.''

''तुला काय वाटतं त्याचा मला विचार करण्याची गरज नाही, फिच.''

आणखी एक वेटर आला. त्याचं मात्र या दोघांकडे लक्ष गेलं. ''काही हवं का?'' असं त्यानं जरा अनिच्छेनंच विचारलं. फिचनं आईस्ड टीची ऑर्डर दिली, तर मार्लीनं एक डाएट कोक मागवला.

''आता आपल्यातला व्यवहार कसा होणार ते जरा समजावून सांग.'' वेटर गेल्यावर फिचनं म्हटलं.

''तुझ्यासमोर मेनूकार्ड आहे असं समज. तुला ज्यूरींनी कसा निर्णय द्यायला हवाय यावर एकदा आपलं एकमत झालं की तू ऑर्डर दे. त्यानंतर आपण त्याची किंमत ठरवू. तू तुझे पैसे तयार करायच्या मागे लाग. आपण अगदी शेवटच्या क्षणापर्यंत थांबायचं – वकिलांनी त्यांची बाजू मांडून झाल्यावर ज्यूरी जेव्हा निर्णय घ्यायला रूममध्ये जातील, त्या क्षणापर्यंत. त्या वेळी मी तुला पैसे कसे आणि कुठे पाठवायचे ते सांगेन. पैसे लगेच एखाद्या – उदाहरणार्थ, स्विस बँकेत जमा होतील.

हे मला समजलं की, लगेच ज्यूरी तुला हवा तो निर्णय घेऊन बाहेर येतील.''

तासन्‌तास विचार करून फिचनं साधारण असंच काहीसं चित्र डोळ्यांसमोर आणलं होतं. पण नेमकं हेच सगळं मार्लीच्या नाजूक ओठांमधून इतक्या नेमक्या शब्दात बाहेर पडताना ऐकल्यावर त्याचं डोकंच गरगरू लागलं. माय गॉड! हा आपण जिंकलेला आत्तापर्यंतचा सगळ्यात सोपा निकाल असेल!

''मला नाही वाटत हे शक्य होईल.'' यातला जणू प्रदीर्घ अनुभव असल्यासारखं फिचनं मोठ्या आढ्यतेनं म्हटलं.

''असं? न्होरचं मत नेमकं याच्या उलट आहे.''

बाप रे! या पोरीला तलवार कुठे खुपसायची आणि खुपसल्यावर ती कशी फिरवायची, हेही माहितेय!

''पण तसं होईलच अशी खात्री कुठाय?'' त्यानं जरा वरमून म्हटलं.

गॉगल नीट करून पुढे झुकत तिनं कोपर टेबलावर टेकवले. ''मी काय करू शकते यावर शंका घेतोयस तू, फिच?''

''तो प्रश्न नाहीय इथे, मार्ली. तू मला एक प्रचंड रक्कम कुठल्याशा एका अकाऊंटमध्ये पाठवायला सांगतेयस आणि ती सुद्धा या आशेवर की, तुझ्या दोस्ताच्या हातात बाकीच्या सगळ्या ज्यूरर मंडळींची मतं आहेत. ज्यूरी काय ठरवतील हे कधीच सांगता येत नाही.''

ती मागेल ते पैसे द्यायचे, हे फिचनं आठवड्यापूर्वीच ठरवलेलं होतं. एकदा 'फंडा'मधून पैसे निघाले की ते परत मिळण्याची बिलकूल खात्री नसते हे त्याला माहीत होतं. पण हरकत नाही, त्यानं मनात म्हटलं. मार्लीवर विश्वास ठेवायला काहीच हरकत नाही. ती आणि तो तिचा मित्र – ईस्टर किंवा आणखी काय जे त्याचं नाव असेल ते – दोघं मिळून आपल्याला हवा तसा निर्णय नक्कीच मिळवून देतील. सिगारेट कंपन्यांविरुद्धच्या खटल्यांचा अत्यंत चिकाटीनं पाठलाग करत इतक्या वर्षांनी आज ते इथे पोहोचलेत; ते काही उगाच नव्हे. त्यांना अपेक्षित पैसे मिळाल्यावर ते निश्चितपणे त्यांचं काम चोख बजावतील. हाच तर त्यांच्यासमोरचा एकमेव उद्देश आहे.

त्याच्या मनात त्या दोघांना विचारायचे अनेक प्रश्न उसळत होते. ही नामी कल्पना कुणाची? कायद्याचा खास अभ्यास करायचा, देशभरात चाललेल्या खटल्यांवर नजर ठेवायची, त्यांची माहिती गोळा करत राहायची, मग एका प्रचंड मोठ्या रकमेच्या खटल्यातल्या ज्यूरीत एकानं शिरकाव करवून घ्यायचा आणि हव्या त्या पक्षाकडून भरपूर रकमेचा मोबदला उकळून त्यांना हवा तसा निकाल लावून द्यायचा! वा! त्या दोघांना कित्येक दिवस अगदी खोदून खोदून प्रश्न विचारावेत असं त्याला मनापासून वाटत होतं, पण यातल्या एकाही प्रश्नाचं उत्तर आपल्याला मिळणं शक्य नाही, हेही त्याला कळत होतं.

पण ती तिच्या मनात असेल तर आपल्याला हवा तसा निकाल मिळवून देईल, याचीही त्याला पक्की खात्री होती. आता इतके कठोर परिश्रम केल्यावर ती अपयश पदरात घेणं शक्यच नव्हतं.

''मीही यात अगदीच काही लेचापेचा आहे असं समजू नकोस.'' तरीही त्यानं म्हटलं.

''असं मी समजणं शक्यच नाही, फिच. तू कमीत कमी चार ज्यूरर्सना खिशात टाकण्यासाठी सापळे रचले आहेत, हेही मला माहितेय. त्यांची नावं सांगू का तुला?''

तेवढ्यात त्यांची ऑर्डर घेऊन वेटर आला. फिचनं आईस्ड टी चा एक मोठा थोरला घोट घेतला. नको रे बाबा! तू मुळीच कुणाची नावं सांगू नकोस. ज्याच्याकडे पक्की खबर आहे त्याच्याशी असले खेळ खेळायची त्याची मुळीच इच्छा नव्हती. मार्लीशी बोलणं म्हणजे त्याच्या दृष्टीनं ज्यूरीच्या प्रमुखाशी बोलण्यासारखंच होतं. पण ती खरं बोलतेय का फसवतेय? अजूनही त्याची पूर्ण खात्री पटलेली नव्हती.

''तुझ्या मनात अजूनही सगळ्या गोष्टी माझ्या हातात आहेत की नाही, याबद्दल शंका दिसतेय.'' तिनं म्हटलं.

''माझा तो स्वभावच आहे. मला प्रत्येकच गोष्टीबद्दल शंका असते.''

''समजा, मी एखाद्या ज्यूररला ज्यूरीतून हाकललं, तर विश्वास बसेल तुझा?''

''तू त्या स्टेला ह्यूलिकला हाकललं आहेसच की.'' त्यानं म्हटलं. प्रथमच तिच्या चेहऱ्यावर पुसटसं स्मित झळकलं.

''ही गोष्ट मी पुन्हा एकदा करून दाखवते. उदाहरणार्थ, लॉनी शेव्हरला घरचा रस्ता दाखवू का मी?''

फिचचा घोट घशातच अडकला. पालथ्या हातानं त्यानं तोंड पुसलं. लॉनीला तर उलट आनंदच होईल. सगळ्या ज्यूरींमध्ये तो सगळ्यात जास्त वैतागलाय या खटल्याला.

''मग? देऊ का हाकलून त्याला?''

''नको. तसा तो निरुपद्रवी आहे. शिवाय आता आपण दोघं एकत्र काम करणार आहोत, त्यामुळे माझ्या मते त्याला राहू दे.''

''त्याची आणि निकोलसची चांगली मैत्री जमलीय, माहितेय तुला?''

''म्हणजे हा निकोलस सगळ्यांशीच चांगले संबंध राखून आहे का?''

''हो. पण वेगवेगळ्या पातळ्यांवर. त्याला फक्त थोडा वेळ दे मग बघ तो काय करतो ते.''

''एवढा विश्वास आहे त्याच्यावर?''

''तुझ्या वकिलांच्या क्षमतेवर माझा फारसा विश्वास नाही. पण निकोलसवर

माझा पूर्ण विश्वास आहे. आणि शेवटी तेच महत्त्वाचं ठरणार आहे.''

तेवढ्यात दोन वेटरनी येऊन शेजारच्या टेबलावर मांडामांड सुरू केली. साडेअकरापासून लंचची वेळ सुरू होत होती, त्यामुळे हॉटेलला आता जाग येऊ लागलेली होती. ते वेटर निघून जाईपर्यंत दोघं गप्पच होते.

''पण तुझ्या अटी काय आहेत ते समजल्याशिवाय मी काहीच ठरवू शकणार नाही.'' फिचनं मग म्हटलं.

''आणि जोपर्यंत तू माझ्या भूतकाळाबद्दल चौकशा करतोयस तोपर्यंत मीही काही ठरवू शकणार नाही.'' क्षणाचाही विलंब न लावता तिनं उलट वार केला.

''म्हणजे तुझ्याकडे काही लपवण्यासारखं आहे का?''

''तसं नाही. पण मलाही मित्र-मैत्रिणी आहेत, ओळखीचे लोक आहेत. त्यांच्याकडून फोन आलेले मला आवडत नाहीत. हे जर थांबवलंस, आत्ता थांबवलंस, तरच आपली पुढची भेट होईल. नाहीतर मी तुला पुढे कधीही दिसणार नाही.''

''असं नको म्हणूस.''

''खरंच सांगतेय, फिच. तुझ्या कुत्र्यांना आवर.''

''ते कुत्रे असतील, पण माझे नाहीत. शपथेवर सांगतो.''

''त्यांना तू आवर, नाहीतर मी सरळ ऱ्होरकडे जाईन. त्यालाही असंच ठरवायची इच्छा असेल. आणि त्याच्या बाजूनं निकाल लागला, तर तू रस्त्यावर येशील आणि शिवाय तुझ्या क्लाएंटचं कोट्यवधी डॉलर्सचं नुकसान होईल, ते वेगळंच. दोन्ही गोष्टी तुला परवडण्यासारख्या नाहीत, फिच.''

ती किती खरं बोलतेय, हे त्याला मनोमन माहीत होतं. तिनं केवढीही रक्कम मागितली, तरी फिर्यादीच्या बाजूनं निकाल लागला तर आपल्या क्लाएंटचं जे एकूण नुकसान होईल, त्याच्यापुढे ती रक्कम काहीच नसेल, हेही त्याला ठाऊक होतं.

''मग आपल्याला लवकर हालचाल करायला हवी.'' त्यानं म्हटलं. ''हा खटला आणखी फार दिवस चालणार नाही.''

''किती दिवस चालेल?''

''बचाव पक्षाची बाजू मांडायला अजून फार तर तीन-चार दिवस लागतील–''

''फिच, मला आता भूक लागलीय. तू आता गेलास तरी चालेल. मी तुला एक-दोन दिवसांत फोन करते.''

''कमाल झाली! मलाही भूक लागलीय.''

''नको. मी एकटीच खाईन काही तरी. शिवाय आता तू मला इथे नकोयस.''

काहीशा अपमानित चेहऱ्यानं फिच उठला. ''ओके, मार्ली, तू म्हणशील तसं. गुड डे.''

पीअरवरून तो सावकाश चालत जात असताना तिची नजर त्याच्याकडे होती.

बीचजवळच्या पार्किंग लॉटशी जाऊन त्यानं सेलफोन कानाशी लावला.

बऱ्याचदा फोन करूनही हॉपी काही फोनवर येत नाही, हे बघितल्यावर मंगळवारी दुपारी जिमी हल मोक स्वत:च 'डुप्री रिअल्टी'मध्ये जाऊन धडकला. मि. डुप्री पाठीमागच्या भागात कुठे तरी असतील असं तिथल्या पेंगुळलेल्या सेक्रेटरीनं त्याला सांगितलं आणि ती उठून आत गेली. पंधरा मिनिटांनी बाहेर येऊन तिनं मोठ्या दिलगिरीनं उत्तर दिलं की, मि. डुप्री ऑफिसात नाहीत आणि ते एका महत्त्वाच्या मीटिंगला जातोय असं सांगून गेलेत.

"मग त्याची ती गाडी तिथे दिसतेय ती?" जिमीनं चिडून बाहेर बोट दाखवलं. आणि खरोखरच हॉपीची जुनाट स्टेशन वॅगन थोड्याच अंतरावर उभी होती.

"ते क्लाएंटबरोबर त्याच्याच गाडीतून गेलेत." सेक्रेटरीनं उघड उघड थाप मारली.

"कुठे गेलाय तो?" जिमीनं जणू आपण त्याच्यापाठोपाठ जाणार असल्याच्या आविर्भावात विचारलं.

"पास ख्रिश्चन गावाजवळ कुठे तरी गेलेत ते. मला एवढंच माहितय."

"पण मी एवढे फोन केले, तर तो एकदा तरी मला उलट फोन का करत नाहीय?"

"ते मला नाही माहीत. मि. डुप्रींची सध्या फार धावपळ चाललीय. फार कामात आहेत ते."

दोन्ही हात खिशात घालून जिमीनं त्या सेक्रेटरीकडे रोखून बघितलं. "त्याला म्हणावं, मी आलो होतो आणि मी जाम चिडलोय. त्यानं मला फोन केला नाही, तर परिणाम बरे होणार नाहीत. समजलं?"

"हो-हो, सर."

ऑफिसातून बाहेर पडून तो आपल्या फोर्ड पिकअपमध्ये बसून निघून गेला. आणखी दोन मिनिटं थांबून त्या पोरीनं आत धाव घेतली आणि साफसफाईचं सामान ठेवलेल्या कपाटात लपून बसलेल्या मि. हॉपी डुप्रींना तिनं बाहेर काढलं.

ज्यूरींना घेऊन चाललेली ती साठ फुटी बोट घेऊन कॅप्टन थिओ समुद्रात पन्नास मैल आत गेला. आकाश संपूर्णपणे स्वच्छ होतं आणि फारसा वाराही नव्हता. ज्यूरीतले सहा सन्माननीय सदस्य समुद्रात रेडफिश, स्नॅपर, मॅकारेल वगैरे मासे पकडण्याचा प्रयत्न करत होते. एंजल वीझला पोहताही येत नव्हतं, की पूर्वी कधी तिनं बोटीनं प्रवासही केलेला नव्हता. त्यामुळे किनारा सोडल्यापासून पहिल्या दोनशे यार्डांतच तिला बोट लागली. पण एका अनुभवी खलाशाच्या आणि ड्रॅमामाईनच्या

एका बाटलीच्या मदतीनं ती बरीचशी सावरली. इतकी की, एखादा नाव घेण्यासारखा बरा मासा मारणारी तीच पहिली ठरली. शॉर्टस आणि रीबॉकचे शूज घातलेली रिकी कोलमन आपले सुंदर, काहीसे रापलेले पाय दाखवत मोठ्या दिमाखानं बोटभर फिरत होती, तर कर्नल 'नेपोलियन' हरेरा आणि कॅप्टन थिओ या दोघांची लगेचच गट्टी जमली.

दोघा खलाश्यांनी फ्राईड ऑयस्टर सँडविच, क्रॅब क्लॉज वगैरे पदार्थांचं मोठं चवदार लंच बनवलं. लंचबरोबरच बीअरचा पहिला राऊंडही झाला. एकट्या रिकीनं मात्र बीअरच्या ऐवजी पाणी पिणंच पसंत केलं.

सूर्याचं ऊन तापत होतं, फिशिंगमध्येही कधी धमाल तर कधी कंटाळा असे चढउतार होत होते. पण बीअरचा प्रवाह मात्र अखंड सुरू होता. बोट चांगली मोठी असल्यामुळे बऱ्यापैकी एकांतही मिळत होता. लॉनी शेव्हरच्या हातात कायम एक थंडगार बीअरचा कॅन राहील, इकडे निकोलस आणि जेरी कायम लक्ष पुरवत होते. प्रथमच त्याला जरा बोलतं करायचा त्या दोघांनीही निश्चयच केलेला होता.

लॉनीचा एक काका पूर्वी एका मासेमारी बोटीवर काम करत असे, पण ती बोट सगळ्या खलाशांसकट एका वादळात बुडाली होती. लहानपणी त्यानंही काकाबरोबर या भागात बरीच मासेमारी केली होती, त्यामुळे त्याची मासेमारीची हौस केव्हाच फिटलेली होती – किंबहुना, त्याला मासेमारीचा मनापासून तिटकारा वाटत होता. तरी पण न्यू ऑर्लिन्सला बसनं जाऊन फालतू शॉपिंग करण्यापेक्षा बोट बरी, असा विचार करून तो इकडे आला होता.

त्याला बोलतं करण्यात चार बीअर खर्ची पडल्या. वरच्या डेकवर असलेल्या एका उघड्या केबिनमध्ये ते तिघं होते. खालच्या मुख्य डेकवर रिकी आणि एंजल, बोटीवरच्या खलाशांनी पकडलेले मासे स्वच्छ धूत असताना बघत होत्या.

''आता हा बचाव पक्ष किती तज्ज्ञांच्या साक्षी काढणार आहे, कोण जाणे.'' शेवटी कंटाळून निकोलसनं संभाषणाची गाडी मासेमारीवरून खटल्याच्या मार्गावर आणली. जेरी एका प्लॅस्टिकच्या कॉटवर डोळे मिटून पडलेला होता. त्याच्या हातात थंडगार बीअरचा कॅन होता.

''मला विचारशील, तर त्यांनी कोणालाही बोलवलं नाही, तरच उलट बरं.'' समुद्राकडे बघत लॉनीनं म्हटलं.

''का रे, एवढा कंटाळलास?''

''हा सगळा प्रकारच हास्यास्पद वाटतो मला. एक माणूस थोडीथोडकी नाही, पस्तीस वर्षं भसाभसा सिगारेट ओढतो आणि आपण सिगारेट ओढून मेल्याबद्दल बायकापोरांसाठी लक्षावधी डॉलर्सची नुकसानभरपाई मागतो. हॅ!''

''बघ, मी म्हटलं नव्हतं तुला?'' डोळेही न उघडता जेरीनं म्हटलं.

"काय?" लॉनीनं विचारलं.

"तू बचाव पक्षाच्या बाजूनं मत व्यक्त करशील अशी मी आणि जेरीनं कल्पना केलेली होती." निकोलसनं सांगितलं. "अर्थात तेही अवघडच होतं म्हणा, कारण तू कधी काही बोलतच नाहीस."

"असं? आणि तुझं काय?" लॉनीनं विचारलं.

"मी? मी अजूनही माझं मत बनवलेलं नाही, की कुणाला झुकतं माप दिलेलं नाही. जेरीचा कल बचाव पक्षाकडे आहे. काय, जेरी?"

"मी या केसबद्दल अजून कुणाशीही बोललेलो नाही. मला अजून कोणी चोरून भेटलेलंही नाही, की मी कुणाकडून लाचही खाल्लेली नाही. मी एक असा ज्यूरर आहे की, ज्याचा न्यायमूर्ती हार्किनना अभिमान वाटायला हवा." जेरीनं म्हटलं.

"मी सांगतो तुला, त्याचा कल बचाव पक्षाकडेच आहे." निकोलसनं लॉनीकडे बघत म्हटलं. "कारण त्याला निकोटिनचं व्यसन जडलंय, त्याला ते सोडता येत नाहीय, पण आपण सिगारेट कधीही सोडू शकतो अशी त्याची कल्पना आहे. पण तेवढा निग्रहच त्याच्याकडे नाही. पण खरं तर त्याला कर्नल हरेरासारखा खराखुरा पुरुष बनायचंय."

"हे तर सगळ्यांनाच वाटतं." लॉनीनं म्हटलं.

"जेरीला असं वाटतं की आपल्याला खरंच वाटेल तेव्हा कधीही आपण सिगारेट सोडू शकतो, तर इतरही प्रत्येकाला ते जमलंच पाहिजे. खरं तर त्याला स्वत:लाच ते जमत नाहीय. आणि त्यामुळे त्याच्या मते जेकब वुडलाही कॅन्सर होण्याआधीच ते जमायला पाहिजे होतं."

"हे तुझं म्हणणं बरंचसं बरोबर आहे. पण माझ्याकडे तेवढा निग्रहच नाही, हे तुझं म्हणणं मात्र बरोबर नाही." जेरीनं म्हटलं.

"का बरं? मला तर हे म्हणणं एकदम पटलं." लॉनीनं म्हटलं. "आणि निकोलस, तुझं अजून काहीच मत तू बनवलेलं नाही म्हणतोस, ते कसं काय?"

"अं, नेमकं सांगणं कठीण आहे. कदाचित मी अजून दोन्ही बाजूंचं म्हणणं ऐकलेलं नाही, म्हणून असेल. हो, हेच बरोबर आहे. कायदाही असंच सांगतो की, सगळे साक्षीपुरावे ऐकल्याखेरीज आपण आपलं मत बनवता कामा नये. सॉरी."

"जा, तुला माफ केलंय मी." जेरीनं म्हटलं. "आता बीअर आणण्याची पाळी तुझी." कॅन रिकामा करून निकोलस खालच्या डेकवरच्या रेफ्रिजरेटरकडे जायला उठला.

"काळजी करू नकोस." जेरीनं हळूच म्हटलं. "ऐन क्षणी तो आपल्यालाच पाठिंबा देईल."

२६

संध्याकाळी पाच वाजता बोट परत किनाऱ्यावर आली आणि हे सगळे अनुभवी मासेमार लोक डुलत डुलत पीअरवर उतरले. तिथे त्यांनी कॅप्टन थिओ आणि त्याच्या सगळ्या जोडीदारांबरोबर फोटोही काढले. पुढ्यात त्यांनी मारलेले मासे होते – त्यांपैकी सगळ्यात मोठा म्हणजे एक नव्वद पौंडी शार्क होता, तो रिकी कोलमनच्या गळाला लागला होता आणि तिनं एका खलाशाच्या मदतीनं त्याला वर खेचून घेतलं होतं. कोर्टाचे दोन कर्मचारी त्यांना मोटेलमध्ये परत घेऊन जायला आले होते. माशांचा ढीग मात्र त्यांना तिथेच सोडावा लागला.

शॉपिंग करायला गेलेल्या मंडळींची बस त्यानंतर तासाभरानं आली. किनाऱ्यावर नजर ठेवून असलेल्या फिचच्या माणसांनी दोन्ही गट आल्याचं पाहिलं आणि फिचला तसं रीतसर कळवलं. आता यामागे उद्देश काय होता, कोणालाच माहीत नव्हतं. फक्त फिचला कळवायचं एवढंच त्यांना सांगितलेलं होतं. त्यामुळे दिवसभर या लोकांना काहीच काम पडलेलं नव्हतं.

फिच आपल्या ऑफिसात बसून स्वॅन्सनशी चर्चा करत होता. त्याच्या सांगण्यावरून स्वॅन्सननं दुपारभर फोन करून मार्लीचा भूतकाळ खणून काढायच्या कामगिरीवर पाठवलेल्या 'कुत्र्यां'ना परत बोलावून घेतलं होतं. त्याऐवजी फिच आता या कामगिरीवर अनुभवी माणसं पाठवणार होता. हॉपीविरुद्धचं 'स्टिंग' ऑपरेशन ज्यांनी हाताळलं होतं, तीच ही बेथेस्डामधली फर्म होती. आणि ही सगळी माणसं पूर्वी सीआयए किंवा एफबीआयमध्ये काम केलेली होती.

आता ही कामगिरी यशस्वी होणार यात शंका नव्हती. एका पोरीच्या भूतकाळाचं उत्खनन करायचं म्हणजे त्यांच्या डाव्या हाताचा मळ होता. स्वॅन्सन स्वत: आणखी

तासाभरानं निघून कान्सास सिटीमध्ये जाणार होता आणि तिथे राहून सगळं सूत्रसंचालन करणार होता.

ही माणसं सापडणार नाहीत याचीही खात्री होती. फिचचीच मन:स्थिती जराशी द्विधा झालेली होती त्याला मार्लीही हवी होती; आणि तिची माहितीही हवी होती. तिचा भूतकाळ शोधून काढण्याचं काम चालू ठेवावं, असं त्यानं ठरवण्यामागे दोन कारणं होती. एक म्हणजे त्यानं शोध घेणं थांबवावं असा तिनं धोशाच लावलेला होता, म्हणजे त्यात काही तरी नक्कीच गोम होती. आणि दुसरं म्हणजे, तिनं वाटेल ते करून आपल्या भूतकाळापर्यंत पोहोचलेल्या पाऊलखुणा नष्ट करायचा प्रयत्न केलेला होता.

लॉरेन्समध्ये तीन वर्षं राहिल्यावर, चार वर्षांपूर्वी मार्लीनं ते शहर सोडलं होतं. ती लॉरेन्समध्ये आली तेव्हाही ती क्लेअर क्लेमंट नव्हती आणि निघाल्यावर तर नव्हतीच नव्हती. यादरम्यान तिनं जेफ करला सामील करून घेतलं होतं, तोही आता निकोलस ईस्टर म्हणून वावरत होता; आणि हा असला माणूस आता ज्यूरीत आहे, फिचनं स्वत:शीच म्हटलं. तिथे तो आणखी काय गोंधळ घालतोय, कोण जाणे.

डेरिक मेपल्स या एक रुबाबदार, चोवीस वर्षांच्या तरुणाच्या प्रेमात एंजल वीझ पडलेली होती. आणि ती त्याच्याशी लग्नही करणार होती. डेरिक मेपल्सची नोकरीही सुटलेली होती आणि बायकोशी त्यानं जवळजवळ घटस्फोटही घेतलेला होता. त्यामुळे आता तो दोन्ही दृष्टींनी मोकळा होता. एका कंपनीत तो कार फोन विकण्याचं काम करत होता, पण ती कंपनी दुसऱ्या एका कंपनीनं विकत घेतल्यामुळे त्याची नोकरी सुटली होती. लहानपणापासून प्रेम केलेल्या पोरीशी त्यानं लग्न केलं होतं, पण तेही अयशस्वी झालं होतं. त्यामुळे तो आता तिच्यापासून स्वत:ची सुटका करून घेऊ बघत होता. त्यांना दोन लहान मुलंही होती. आणि त्याची बायको मुलांच्या संगोपनासाठी त्याच्याकडून महिन्याला सहाशे डॉलर्स पोटगी मागत होती. प्रत्येक वेळी डेरिक आणि त्याचा वकील, दोघंही त्याच्या बेकारीचं कारण तिच्या तोंडावर मारत होते. त्यामुळे समझोत्याची बोलणीही फिस्कटली होती. आता त्याला फक्त घटस्फोट मिळण्याची वाट बघायची होती.

एंजल वीझला दिवस गेलेले होते. पण ही गोष्ट तिनं अजून फक्त डेरिक मेपल्सखेरीज बाकी कुणाला सांगितलेली नव्हती.

डेरिकचा भाऊ मार्व्हिस हा पूर्वी डेप्युटी शेरीफ होता. आता तो चर्चचा मिनिस्टर होता आणि थोडीफार समाजसेवाही करत होता. एक दिवस एक माणूस त्याच्याकडे आला. आपलं नाव क्लीव्ह असं असल्याचं त्यानं सांगितलं आणि डेरिकला भेटायची इच्छा व्यक्त केली. मार्व्हिसनं दोघांची ओळख करून दिली.

क्लीव्ह हा एक 'रनर' होता. खरं म्हणजे त्याच्या कामाच्या स्वरूपाचं नेमक्या शब्दात वर्णन करणं जरा कठीणच होतं. तो वेन्डेल ऱ्होरसाठी केसेस घेऊन येत असे. चांगल्या घसघशीत रकमेच्या डेथ क्लेम्सच्या किंवा इन्ज्युअरी क्लेम्सच्या केसेस शोधून काढून त्या ऱ्होरपर्यंत पोहोचतील अशी व्यवस्था करायची, हे त्याचं काम होतं. अशा केसेस मिळवणं ही खरं तर एक कलाच होती. आणि क्लीव्ह हा एक निष्णात 'रनर' होता हे उघड होतं. कारण त्याखेरीज ऱ्होरनं त्याला घेतलंच नसतं. पण त्यामुळेच इतर चांगल्या रनर लोकांसारखा क्लीव्हही नेहमी जरा अंधारातच काम करायचा, कारण किती झालं तरी असे क्लाएंट मिळवणं तांत्रिकदृष्ट्या अनैतिकच आहे. अर्थात, एखाद्या बऱ्यापैकी मोटार अपघाताच्या ठिकाणी अपघातग्रस्तांना मदत करण्यासाठी येणाऱ्या सरकारी किंवा सामान्य लोकांपेक्षा 'रनर' मंडळींची संख्याच जास्त असते, हेही तितकंच खरं. क्लीव्हच्या व्हिजिटिंग कार्डावर मात्र तो 'इन्व्हेस्टिगेटर' असल्याचं म्हटलेलं होतं.

'रनिंग' खेरीज क्लीव्ह ऱ्होरची इतर कामंही करत असे – कागदपत्रांची ने-आण करणं, समन्स बजावणं, साक्षीदारांची आणि संभाव्य ज्यूरींची माहिती गोळा करणं, इतर वकिलांवर हेरगिरी करणं वगैरे. या कामांसाठी त्याला ठरावीक पगार मिळत असे आणि केसेस आणल्याबद्दल ऱ्होर त्याला लठ्ठ बोनस रोख स्वरूपात देत असे.

एका टॅव्हर्नमध्ये बीअर घेत क्लीव्हचं आणि डेरिकचं बोलणं सुरू झालं आणि पहिल्या काही मिनिटांतच डेरिकला आर्थिक विवंचना असल्याचं क्लीव्हनं ताडलं. मोठ्या खुबीनं त्यानं बोलणं एंजल वीझकडे वळवलं आणि तिची चौकशी करायला आपल्यावर कोणी कुरघोडी केलीय का, ते त्याच्याकडून काढून घेतलं. पण डेरिकनं लगेचच सांगितलं की, खटल्याबद्दल बोलायला आपल्याकडे कुणीच आलेलं नाही. अर्थात, तो भावाकडे राहत होता आणि बायकोच्या वकिलाला आपण दिसू नये म्हणून फारसा कुठे जात नव्हता, हेही खरं होतं.

''बरं झालं.'' क्लीव्हनं म्हटलं. ''त्याचं काय आहे की, काही वकिलांकरता मी कन्सल्टंट म्हणून काम करतोय आणि हा खटला केवढा मोठा आहे, महत्त्वाचा आहे, हे तर तुम्हाला माहीतच आहे.''

आणखी बीअर मागवून क्लीव्हनं खटला कसा महत्त्वाचा आहे, याबद्दल बराच पाल्हाळ लावायला सुरुवात केली.

डेरिक तसा चलाख होता. एक वर्ष तो ज्युनिअर कॉलेजमध्ये शिकलेला होता आणि काहीही करून पैसा मिळवायचा अशी त्याची प्रवृत्ती होती. त्यानं लगेच काय ते ओळखलं. ''तुम्ही सरळ मुद्द्यावर का येत नाही?''

क्लीव्हला हेच हवं होतं. ''माझ्या क्लाएंटला या खटल्यात एक विवक्षितच निकाल हवाय. त्यासाठी त्याला काहीतरी वजन निर्माण करायचंय आणि त्याबद्दल

पैसे खर्च करायचीही तयारी आहे. रोख पैसे. आणि हे सगळं अत्यंत गुप्तपणे तो करायला तयार आहे.''

''हं.'' बीअरचा घुटका घेत डेरिकनं सूचकपणे म्हटलं. त्याच्या ओठांवर अस्फुट स्मित फुटत होतं.

''पाच हजार. रोख.'' इकडे-तिकडे बघत क्लीव्हनं दबक्या आवाजात म्हटलं. ''अर्धे आत्ता, अर्धे खटल्यानंतर.''

डेरिकनं आणखी एक घोट घेतला. त्याचे डोळे चमकले. ''आणि त्याबदल्यात मी काय करायचं?''

''तुम्ही एंजलला भेटायचं आणि ही केस फिर्यादीच्या दृष्टीनं किती महत्त्वाची आहे, हे सांगून तिला पटवायचं. फक्त तिला पैशाबद्दल किंवा माझ्याबद्दलही काहीही सांगू नका. निदान आत्ता तरी नाहीच. पुढचं पुढे बघू.''

''का?''

''कारण हे संपूर्णपणे बेकायदेशीर आहे, समजलं का? त्या न्यायमूर्तींना जर समजलं की मी तुमच्याशी बोलून एंजल वीझशी बोलण्याबद्दल तुम्हाला पैसे देऊ बघत होतो, तर आपली दोघांचीही रवानगी थेट तुरुंगात होईल. कळलं?''

''हो.''

''हे अत्यंत घातक आहे, हे नीट लक्षात घ्या आणि या भानगडीत पडायचं नसलं तर आत्ताच स्पष्ट सांगा काय ते.''

''दहा हजार.''

''काय?''

''दहा. पाच आत्ता, पाच खटल्यानंतर.''

क्लीव्हच्या चेहऱ्यावर स्पष्ट नापसंती उमटली. ''हॅत तुझी! मागून मागायचे तर दहा मागतोयस? केवढ्या प्रचंड रकमेचा जुगार आहे हा, माहितेय का? ओ.के. दिले.''

''कधी मिळतील?''

''उद्या.'' सँडविच मागवून दोघं नंतर आणखी थोडा वेळा खटला, त्याचा निकाल, एंजल वीझला कसं सांगितलं म्हणजे तिला पटेल, वगैरे गोष्टींवर बोलत बसले.

डी. मार्टिन जँकलला त्याच्या आवडत्या व्होडकापासून दूर ठेवण्याची कामगिरी डरवुड केबलवर येऊन पडली. बुधवारी जँकलची साक्ष होती. त्यामुळे मंगळवारी रात्री त्यानं दारू प्यायची की नाही, यावरून फिचशी त्याचं जोरदार भांडण झालं होतं. पूर्वी स्वत:च दारूच्या आहारी गेलेला फिच आता जँकलला तोंडावर दारुड्या म्हणत होता

आणि आपल्याला – पायनेक्ससारख्या एका 'फॉर्च्युन ५००' मधल्या कंपनीच्या सीईओला – आपण कधी दारू प्यायची आणि कधी नाही हे सांगण्याचा प्रयत्न करत असल्याबद्दल जँकल फिचला वेडीवाकडी शिवीगाळ करत होता.

त्यामुळे फिचनं यात केबलला ओढलं. केबलनं जँकलला, आजची सबंध रात्र उद्याच्या साक्षीची तयारी करायला आपल्या ऑफिसातच थांबायला बजावून सांगितलं. जँकलची एक लुटुपुटूची साक्ष घेतली गेली, मग एक लांबलचक उलटतपासणीही झाली. जँकलनं त्यात बऱ्यापैकी उत्तरं दिली. या सगळ्याची घेतलेली व्हिडिओ फिल्मही केबलनं त्याला ज्यूरी तज्ज्ञांबरोबर बसून बघायला लावली.

सगळं झाल्यावर जँकल आपल्या हॉटेलातल्या रूमवर आला. तेव्हा त्याच्या लक्षात आलं की, रूममधल्या मिनी-बारमधल्या मद्याच्या सगळ्या बाटल्या हलवून फिचनं तिथे सॉफ्ट ड्रिंक्स ठेवलीयत.

वैतागून जँकलनं आपली बॅग उघडली. ऐन वेळी असावी म्हणून तो कायम एक व्होडकाची बाटली बॅगमध्ये ठेवत असे. पण आज फिचनं तीही बाटली गुल केलेली होती.

पहाटे एकच्या सुमाराला निकोलसनं हळूच आपल्या खोलीचं दार उघडून कॉरिडॉरमध्ये बघितलं. कोणीच नव्हतं. तिथला गार्डही त्याच्या खोलीत झोपायला गेलेला दिसत होता.

दुसऱ्या मजल्यावरच्या खोलीत मार्ली त्याची वाट बघत होती. त्यांनी एकमेकांना आलिंगन दिलं, थोडी फार चुंबनंही घेतली–पण बाकी काही करण्यासारखी परिस्थिती नव्हती. निकोलसला फोन करून तिनं रिबेकाचा फोन आला होता, एवढंच सांगितलं होतं. आता तिनं त्याला सगळं काही सविस्तर सांगितलं. निकोलसनं ते सगळं शांतपणे ऐकून घेतलं.

तारुण्यसुलभ नैसर्गिक कामेच्छा सोडली, तर त्या दोघांमध्ये सहसा इतर कुठली भावना दिसत नसे. कधीमधी निकोलसला संताप यायचा, तोही फार काळ टिकत नसे. पण मार्ली मात्र अत्यंत शांत होती. ती थंड होती असं नव्हे, पण ती संयमी मात्र निश्चितपणे होती. त्यानं तिला फक्त एकदाच रडताना पाहिलं होतं आणि ते सुद्धा एक सिनेमा बघत असताना. त्याला स्वत:ला तो सिनेमा मुळीच आवडला नव्हता. त्यांच्यात कधीही कडाक्याचं म्हणावं असं भांडण झालेलं नव्हतं. कधी भांडण झालंच तर ते पटकन संपून जायचं, कारण मार्लीनं त्याला कायम जिभेवर ताबा ठेवायला सांगितलेलं होतं. निष्कारण भावनांचं प्रदर्शन करायला तिला मुळीच आवडत नसे. रुसणं, अढी धरणं, यांसारखे स्त्रीसुलभ कोपाचे प्रकारही तिच्याकडे नव्हते आणि त्यानं कधी तसा प्रयत्न केला तर तेही तिला सहन होत नसे.

रिबेकाबरोबरचं संपूर्ण संभाषण तिनं त्याला सांगितलं आणि फिचबरोबर झालेलं बोलणंही तिने जास्तीत जास्त आठवेल तितकं, जसंच्या तसं सांगितलं.

अंशत: का होईना, आपल्या भूतकाळाचा पडदा किलकिला झालाय, हा धक्का त्यांना दोघांनाही चांगलाच बसलेला होता. याच्या मागे फिचच असणार ही त्यांना दोघांनाही पक्की खात्री होती, पण त्याला नेमकं काय आणि किती समजलंय हेही त्यांना समजत नव्हतं. क्लेअर क्लेमेंटचा शोध लागायचा तर त्याआधी जेफ करचा शोध लागला पाहिजे, हे त्यांना पहिल्यापासूनच माहीत होतं. जेफच्या भूतकाळात लपवण्यासारखं काहीच नव्हतं. पण क्लेअरचा भूतकाळ मात्र जपलाच पाहिजे, नाहीतर आत्ताच पळून गेलेलं बरं, यावर दोघांचंही एकमत झालं.

पण आता सध्या वाट पाहण्यापलीकडे दुसरं काही त्यांना करण्यासारखंही नव्हतं.

एंजल वीझच्या रूमच्या खिडकीला असलेलं घडीचं दार उघडून डेरिक हळूच आत आला. रविवारपासून तो तिला भेटलेला नव्हता, त्यामुळे अठ्ठेचाळीस तासांचा प्रदीर्घ विरह त्याला असह्य झालेला होता. तो दारू पिऊन आला असल्याचं तिच्या लक्षात लगेचच आलं. ताबडतोब बेडमध्ये शिरून त्यांनी ही अनधिकृत 'वैयक्तिक भेट' साजरी केली.

डेरिक लगेचच कुशीवर वळून गाढ झोपी गेला.

पहाटे त्यांना जाग आली. आता याला लपवायचं कुठे, या विचारानं तिची भलतीच तारांबळ उडली. डेरिक मात्र एकदम निर्धास्त होता. त्यानं तिला सांगून टाकलं की, सगळे ज्यूरी कोर्टाकडे जायला निघेपर्यंत मी सरळ इथेच थांबतो आणि मग हळूच निघून जातो. पण यानं तिची अस्वस्थता जराही कमी झाली नाही. बराच वेळ तिनं शॉवरमध्येच काढला.

चलाख डोक्याच्या डेरिकनं क्लीव्हची योजना ऐकून घेऊन त्यात प्रचंड सुधारणा केली होती. क्लीव्हचा निरोप घेऊन बाहेर पडल्यावर त्यानं सरळ बीअरच्या सहा कॅन्सचा एक पॅक विकत घेतला होता आणि सावकाश गाडी चालवत, बीअर पीत तो पुष्कळ वेळ विचार करत हिंडत होता. आणखी थोडी बीअर पोटात गेल्यावर क्लीव्हच्या तोंडून निसटून गेलं होतं की, या खटल्यात फिर्यादीचे वकील कोट्यवधी डॉलर्सची नुकसानभरपाई मागत होते. फिर्यादीच्या बाजूनं निकाल लागायचा तर त्याला बारापैकी नऊ ज्यूरर लोकांचा पाठिंबा आवश्यक होता. याचा अर्थ एंजल वीझच्या मताची किंमत दहा हजार डॉलर्सपेक्षा कित्येक पट जास्त होते, हे डेरिकच्या लगेच लक्षात आलं होतं.

टॅव्हर्नमध्ये क्लीव्हबरोबर बोलताना डेरिकला दहा हजार डॉलर्स म्हणजे भरपूर

मोठी रक्कम वाटली होती, पण ज्या अर्थी हे लोक एवढे पैसे द्यायला इतक्या लवकर तयार झाले, त्या अर्थी त्यांना आणखी ताणलं तर ते आणखी देतील, हेही त्यानं हेरलं होतं. गाडी चालवताना मैलांच्या आकड्याबरोबर एंजलच्या मताची किंमतही झपाट्यानं वाढत गेली होती. एव्हाना ती पन्नास हजारांवर पोचलेली होती आणि अजून थांबायचं नाव घेत नव्हती.

त्याच्या डोक्यात टक्केवारीचे विचार घोळत होते. समजा, निकालात एक कोटी डॉलर्सची नुकसानभरपाई द्यायची असं ठरलं, तर? मग त्याचा एक टक्का – फक्त एक, फालतू एक टक्का – म्हणजे एक लाख डॉलर्स झाले की! आणि समजा नुकसानभरपाईची रक्कम दोन कोटी झाली तर? दोन लाख डॉलर्स. मग समजा, आपण क्लीव्हला असं सांगितलं की त्यानं आपल्याला काही पैसे लगेच रोख आणि शिवाय नुकसानभरपाईच्या एक टक्का – का दीड टक्का मागावा? – रक्कम द्यावी, तर? त्यानं मग आम्हाला – म्हणजे मला आणि एंजलला – चर्चेच्या वेळी जास्तीत जास्त नुकसानभरपाई मागण्यासाठी प्रोत्साहन नाही का मिळणार? हो! असंच करावं. अशी संधी काय नेहमी येते का, पैसे कमवायची?

तेवढ्यात बाथरूमचं दार उघडून एंजल अंगावर बाथरोब घालून बाहेर आली आणि तिनं एक सिगारेट शिलगावली.

२७

देशात आणि जगात असलेल्या आपल्या इज्जतीचं रक्षण करण्याच्या पायनेक्सच्या मोहिमेची सुरुवातच वाईट झाली. अर्थात, यात कंपनीचा काहीच दोष नव्हता. त्याच दिवशी – म्हणजे बुधवारी – सकाळी प्रसिद्ध होणाऱ्या 'मोगल' नावाच्या एका अत्यंत लोकप्रिय अर्थविषयक साप्ताहिकात वॉल्टर बार्कर या सुप्रसिद्ध अर्थतज्ज्ञानं एका लेखात मत व्यक्त केलं की, बिलॉक्सीत चाललेल्या खटल्यात पायनेक्स दोषी आहे असं सिद्ध होऊन फिर्यादीला प्रचंड नुकसानभरपाई मिळावी असा निकाल होईल, यावर आपण वाटेल तेवढी पैज हरायला तयार आहोत. वॉल्टर बार्करच्या मताला भलतंच वजन होतं. शिक्षणानं तो वकील होता आणि एखाद्या खटल्याचे आर्थिक जगतावर काय परिणाम होतील, या बाबतचे अंदाज व्यक्त करण्याच्या बाबतीत तो अत्यंत नाणावलेला होता. निरनिराळ्या खटल्यांवर, अपिलांवर, तडजोडींवर बारीक लक्ष ठेवायचं आणि त्यांच्या संभाव्य परिणामांबद्दल आधीच अंदाज व्यक्त करायचे, ही त्याची खासियत होती. त्याचे अंदाज बहुतेक वेळा अचूक ठरायचे आणि केवळ या गोष्टीवर त्यानं भरपूर पैसा कमावलेला होता. त्याचं संशोधनही अफाट होतं, प्रचंड वाचनही होतं. त्यामुळे हा माणूस पायनेक्सच्या विरुद्ध पैज मारतोय, या गोष्टीचा वॉल स्ट्रीटवर तात्काळ परिणाम झाला. पायनेक्सच्या शेअरचा भाव उघडला तोच शहात्तरवर. तो आणखी खाली घसरत जाऊन सकाळचं अर्धं सत्र संपायच्या वेळी साडेएकाहत्तरवर पोचला.

बुधवारी कोर्टरूममध्येही गर्दी वाढलेली होती. वॉल स्ट्रीटची अर्थतज्ज्ञ मंडळी पुन्हा मोठ्या संख्येनं आलेली होती. प्रत्येकाच्या हातात 'मोगल' चा अंक होता. अचानक प्रत्येकजण बार्करशी सहमती दर्शवत होता. खरं तर तासाभरापूर्वी सगळ्यांचं

मत असं झालेलं होतं की, फिर्यादीच्या साक्षीदारांनी उठवलेल्या वादळाला पायनेक्सनं चांगलं तोंड दिलंय आणि आता तिची स्थिती पुन्हा बळकट व्हायला हरकत नाही. आता मात्र सगळ्यांच्या चेहऱ्यावर चिंता दिसत होती आणि जो-तो आपलं बदललेलं मत आपापल्या ऑफिसला कळवत होता. खरं म्हणजे मागच्याच आठवड्यात बार्कर स्वत: इथे कोर्टरूममध्ये हजर होता, मागच्या रांगेत एकटाच बसलेला होता. मग त्याला अशी कोणती गोष्ट दिसली की जी आपल्याला समजलीच नाही?

बरोबर नऊच्या ठोक्याला सगळ्या ज्यूरर मंडळींनी रांगेनं ज्यूरी बॉक्समध्ये प्रवेश केला. या मेंढरांची आपण जणू मालकीण असल्याच्या तोऱ्यात लू डेलनं दरवाजा उघडून धरलेला होता. सगळे जण आपल्याला महिन्याभरानंतर भेटत असल्याच्या आविर्भावात न्यायमूर्तींनी त्यांचं भरघोस स्वागत केलं, मासेमारीवरून एक फालतू विनोद करायचा तितकाच फालतू प्रयत्न केला आणि मग, ''तुम्हाला कोणी अनधिकृतपणे भेटायचा प्रयत्न केलाय का?'' वगैरे आपले नेहमीचे प्रश्न भराभर विचारून टाकले.

पहिला साक्षीदार म्हणून जँकलचं नाव पुकारून बचाव पक्षानं आपली बाजू मांडायला प्रारंभ केला. आदल्या रात्री दारू मिळालीच नसल्यामुळे जँकल चांगला ताजातवाना आणि तरतरीत दिसत होता. ज्यूरींकडे बघून त्यानं एक छानसं स्मितही केलं. केबलनं त्याला सुरुवातीचे प्रश्न सहज विचारले आणि त्यानंही हसत-खेळत उत्तरं दिली.

दुसऱ्या रांगेत वॉल स्ट्रीटच्या फर्ममधून आलेला निग्रो वकील डी.वाय. टॉन्टन बसलेला होता. लॉनीला तो पूर्वी शार्लोटमध्ये भेटलेला होता. जँकलची साक्ष ऐकता ऐकता तो नजरेनंच लॉनीचं लक्ष वेधून घेण्याचा प्रयत्न करत होता. आणि थोड्याच वेळात लॉनीनं त्याच्याकडे बघितलं आणि ओळखीचं छोटंसं स्मित केलं. लॉनीला त्याच्या उपस्थितीनं दिलेला संकेतही पोचला – हा एवढा मोठ्या पदावरचा माणूस आज इथे एवढा मोठा प्रवास करून मुद्दाम हजर राहिला आहे, कारण आजच्या दिवसाला तसंच महत्त्व आहे. आता बचाव पक्षाची बाजू मांडायला सुरुवात झालीय, त्यामुळे आता इथे बोलला जाणारा प्रत्येक शब्द आपल्याला कान देऊन ऐकायला हवा आणि त्यावर दृढ विश्वासही ठेवायला हवा. लॉनीची अर्थातच याला हरकत नव्हती.

'निवडीचा प्रश्न' या मुद्द्यापासून जँकलनं त्याची प्रतिचढाई सुरू केली. सिगारेटचं व्यसन लागतं असं बऱ्याच लोकांचं मत असल्याचं त्यानं मान्य केलं. अर्थात, यामागे मुख्य विचार असा होता की, काल रात्री केबलनं त्याला समजावून सांगितलं होतं की, हे इतकं उघड सत्य आहे की, हेच मान्य न करणं म्हणजे मूर्खपणाच होईल. पण कदाचित त्यांची सवय लागावी अशा त्या नसतीलही. खरं तर हे कोणीच सांगू

शकत नाही आणि यावरच संशोधन करणाऱ्या लोकांमध्येसुद्धा याबाबत गोंधळच आहे. एक संशोधन सिगारेटची सवय लागत असल्याचं सांगतं, तर दुसरं तसं सांगत नाही आणि दोहोंपैकी कुठलीच बाजू निर्विवादपणे सिद्ध करणारा पुरावा माझ्यातरी पाहण्यात अजून आलेला नाही. व्यक्तिशः मला विचाराल तर सिगारेटचं व्यसन लागतं या गोष्टीवर माझा विश्वास नाही. मी थोडीथोडकी नव्हे, वीस वर्षं सिगारेट ओढतोय, पण केवळ मला सिगारेट ओढायला आवडतं म्हणून. आणि तरीसुद्धा मी स्वतःच सिगारेट ओढायला सुरुवात केलीय आणि त्यासाठी कमी टार असलेला ब्रँड मी निवडलाय. मुळीच नाही, मला सिगारेटची सवय, व्यसन वगैरे काहीच जडलेलं नाही. मला हवी त्या क्षणी मी सिगारेट ओढूही शकतो आणि सोडूही शकतो. मी सिगारेट ओढतो, कारण मला सिगारेट ओढायला आवडतं. आठवड्यात चार वेळा मी टेनिस खेळतो आणि दर वर्षी स्वतःची संपूर्ण वैद्यकीय तपासणी करून घेतो. आणि तपासणीत अजूनही चिंता करावी असं काहीही सापडलेलं नाही.

टॉन्टनच्या पाठीमागच्या रांगेत आज प्रथमच डेरिक मेपल्सही आलेला होता. ज्यूरींना घेऊन जाणारी बस मोटेलमधून गेल्यानंतर थोड्याच वेळात तोही निसटला होता. आजचा दिवस काहीतरी कामधंदा शोधण्यात घालवायचा असं त्यानं ठरवलं होतं. एंजल वीझनं त्याला बघितलं, पण आपली नजर मात्र तिनं जँकलकडेच ठेवलेली होती. अचानक डेरिकला खटल्यात एवढा रस का निर्माण झालाय तेच तिला समजत नव्हतं. कारण ज्यूरींना अज्ञातवासात नेल्यापासून आजपर्यंत त्यानं फक्त कटकट केली होती.

आपली कंपनी तयार करत असलेल्या सिगारेटच्या वेगवेगळ्या ब्रँडसूचं जँकलनं सविस्तर वर्णन करून सांगितलं. साक्षीदाराच्या पिंजऱ्यातून खाली उतरून तो मधल्या मोकळ्या जागेत एका स्टँडवर लावलेल्या एका रंगीबेरंगी तक्त्यापाशी आला. त्यावर कंपनीच्या आठही सिगारेट ब्रँडची नावं, त्यातलं टारचं प्रमाण, निकोटिनचं प्रमाण आणि इतर माहिती लिहिलेली होती. काही ब्रँडला फिल्टर का असतो, काहींना फिल्टर का नसतो, हे त्यानं समजावून सांगितलं. काही ब्रँडमध्ये इतरांपेक्षा टार आणि निकोटिन का ठेवलेलं असतं, हेही सांगितलं. एका वाक्यात सांगायचं, तर हा सगळा ज्याच्या त्याच्या निवडीचा आणि आवडीचा प्रश्न आहे; आणि हो, माझी कंपनी जी उत्पादनं तयार करते त्याचा मला अभिमान आहे.

हा एक महत्त्वाचा मुद्दा जँकलनं चांगल्या रीतीनं ज्यूरींसमोर मांडला. ब्रँड्सची इतकी वैविध्यं असलेली उत्पादनं लोकांसमोर ठेवून पायनेक्स लोकांना आपल्याला योग्य वाटेल त्या प्रमाणात टार आणि निकोटिन असलेला ब्रँड निवडण्याची संधी देते. आवड. निवड. पसंती. टार आणि निकोटिनचं आपल्याला हवं तसं प्रमाण निवडा. दिवसभरात किती सिगारेट्स ओढायच्या ते ठरवा. सिगारेट ओढायची की

नाही तेही ठरवा. सिगारेटचा धूर छातीत घ्यायचा की नाही ते ठरवा, किती धूर घ्यायचा तेही ठरवा आणि किती धूर किती आत घ्यायचा तेही ठरवा.

'ब्रिस्टल' सिगारेटच्या एका चमकदार तांबड्या पाकिटाच्या चित्राकडे जँकलनं कोर्टाचं लक्ष वेधलं. आठ ब्रँडपैकी सगळ्यात जास्त टार आणि निकोटिन असलेली ही दुसऱ्या नंबरची सिगारेट होती. या सिगारेटचा 'अतिरिक्त' वापर मात्र शरीराला घातक ठरू शकतो, हे त्यानं मान्य केलं.

नीट, मोजूनमापून ओढली तर सिगारेटही अपायकारक नसते. कुठल्याही गोष्टीचा अतिरेक जसा वाईट असतो, तसाच सिगोरटचाही असतो. उदाहरणार्थ, अल्कोहोल, लोणी, तेल, साखर, पिस्तुलं– ही अगदी थोडी मासलेवाईक उत्पादनं विचारात घेतली, तरी त्यांचाही अतिरेकी वापर वाईटच असतो.

डेरिकपासून थोड्या अंतरावर एका बाकावर हॉपी बसलेला होता. तोही खटल्यात काय चाललंय ते बघायला अगदी थोड्या वेळासाठीच आलेला होता. शिवाय त्याला मिलीला बघायचं होतं. तिनं त्याला पाहिलं, ती हसलीसुद्धा, पण एंजलसारखाच तिलाही प्रश्न पडलेला होता – या माणसाला या खटल्यात अचानक एवढा रस का वाटावा? आजही रात्री ज्यूरींना 'वैयक्तिक भेटीगाठी'ची मुभा होती आणि हॉपी मिलीला भेटायला अगदी आतुर झालेला होता. पण त्याच्याशी सेक्सचा काहीही संबंध नव्हता.

न्यायमूर्तींनी लंचची सुट्टी जाहीर केली त्या वेळी जँकल जाहिरातबाजीवर बोलत होता. हो, माझी कंपनीही जाहिरातींवर प्रचंड खर्च करते, पण बीअर कंपन्या, कार कंपन्या किंवा कोकाकोला यांच्यापेक्षा आमचा जाहिरातींवरचा खर्च कमीच असतो. उत्पादन कुठलंही असो, आजच्या स्पर्धेच्या युगात जाहिरात केली नाही, तर कंपन्या जगूच शकणार नाहीत. बघतात ना, लहान मुलंही आमच्या जाहिराती बघतात. पण मुलांनी बघता कामा नयेत अशा जाहिरातींचे बोर्ड कसे तयार करता येतील? मुलांचे आईबाप जी मासिकं किंवा वर्तमानपत्रं घेतात, ती मुलांनी बघायला विरोध करणं कसं शक्य आहे? हो, सिगारेट ओढणारी जी अल्पवयीन, किशोरवयीन मुलं आहेत, त्यातली पंच्याऐंशी टक्के मुलं ही ज्या तीन सिगारेटच्या ब्रँडस्‌ची जास्तीत जास्त जाहिरात केली जाते, तेच तीन ब्रँड ओढतात, ही आकडेवारी मी बघितलीय आणि त्यात अमान्य करण्यासारखं काहीच नाही. पण हीच गोष्ट सज्ञान लोकही करतात! इथेही हाच प्रश्न निर्माण होतो. लहान मुलांवर कोणतेही परिणाम न करता फक्त सज्ञान लोकांनाच आकर्षून घेईल अशी जाहिरात करणं केवळ अशक्य आहे.

जवळजवळ सगळ्यात मागच्या रांगेत बसून फिच जँकलची साक्ष बघत होता. त्याच्या उजवीकडे ट्रेलको या जगातल्या सगळ्यात मोठ्या सिगारेट कंपनीचा सीईओ

ल्यूथर व्हॅन्डेमीर बसलेला होता. त्या नात्यानं 'बिग फोर'चा प्रमुखही तोच होता. या चारही कंपन्यांच्या सीईओ मंडळींपैकी फक्त एकट्या व्हॅन्डेमीरचा सहवास फिच सहन करू शकत होता. गंमत अशी, फिचचा सहवास सहन करू शकणाराही एकटा व्हॅन्डेमीरच होता.

मेरी मॅहोनीजमध्ये एका कोपऱ्यातल्या टेबलावर बसून त्यांनी लंच मागवली. जँकलच्या आतापर्यंतच्या साक्षीबद्दल ते समाधानी होते, पण त्यातला खरा अवघड भाग अजून यायचाय याचीही त्यांना कल्पना होती. पण बार्करनं 'मोगल' मध्ये केलेल्या भाष्यामुळे मात्र त्यांची भूकच मेलेली होती.

"ज्यूरींमध्ये तुझं कितपत वजन आहे?" व्हॅन्डेमीरनं समोरचे पदार्थ नुसतेच इकडे-तिकडे करत विचारलं.

फिच या प्रश्नाचं खरं उत्तर देणंच शक्य नव्हतं आणि तशी अपेक्षाही नव्हती. आपली स्वत:ची माणसं सोडून त्यानं आपल्या कारवाया इतरांपासून दूरच ठेवलेल्या होत्या.

"आहे आपलं जरासं."

"मग ते जरासं वजन बहुतेक पुरेसं होणार नाही."

"मग तुझं काय म्हणणं आहे?"

काहीही उत्तर न देता व्हॅन्डेमीरनं जवळून जात असलेल्या एका वेट्रेसचे सुंदर पाय निरखणंच पसंत केलं.

"आम्हाला जे शक्य आहे ते आम्ही सगळं काही करतोय." फिचनं म्हटलं खरं, पण व्हॅन्डेमीर मनातून जरा घाबरलेला होता आणि ते समजण्यासारखं होतं. 'बिग फोर' मधले सगळेच जण केवढ्या प्रचंड तणावाखाली असतील याची फिचला कल्पना होती. फिर्यादीला प्रचंड नुकसानभरपाई देण्याचा निर्णय झाला, तर पायनेक्स किंवा ट्रेलकोसारख्या शक्तिशाली कंपन्या लगेच अगदी डबघाईलाच येतील अशातला भाग नव्हता, पण या निर्णयाचे परिणाम अत्यंत वाईट आणि त्यापेक्षाही जास्त दूरगामी होतील, हेही उघड होतं. या निर्णयाच्या संभाव्य परिणामांचा जो अभ्यास करण्यात आला होता, त्यात स्पष्ट दिसलेलं होतं की, या चारही कंपन्यांच्या शेअर किमतींमध्ये ताबडतोब वीस टक्के घट होईल आणि ही तर नुसती सुरुवात असेल. सगळ्यात वाईट परिस्थिती काय असेल याचाही या वेळी अभ्यास झाला होता. त्यात अंदाज व्यक्त केलेला होता की, चारही कंपन्यांवर फुप्फुसांच्या कॅन्सरबद्दल पुढच्या पाच वर्षांत दहा लाख खटले भरले जातील आणि या प्रत्येक खटल्याच्या नुसत्या वकिलांच्या फीचाच सरासरी खर्च प्रत्येकी दहा लाख डॉलर्स असेल. अभ्यासक मंडळींना या दहा लाख खटल्यांमधल्या संभाव्य नुकसानभरपाईच्या रकमेचा अंदाज जाहीर करायची हिंमतच झालेली नव्हती. याच्या पुढची पायरी अशी होती, की

सिगारेट ओढून तब्येतीचं नुकसान झालंय अशी खात्री असणाऱ्या लोकांचा एक संपूर्ण वर्गच सगळ्या सिगारेट कंपन्यांवर एकत्रितपणे, एकजुटीनं खटले भरेल आणि हे झालं तर कंपन्या नादार बनण्याची शक्यता बरीच मोठी होती. अशीही दाट शक्यता व्यक्त केलेली होती की, असं जर झालं तर काँग्रेसला सिगारेटचं उत्पादनच बेकायदेशीर ठरवण्यासाठी कायदे पास करायला लावण्याचे कसून प्रयत्न केले जातील.

"तुझ्याकडे पुरेसा पैसा आहे ना?" व्हॅन्डेमीरनं विचारलं.

"हो, बहुतेक." उत्तर देताना फिचच्या डोक्यात शंभराव्यांदा एकच विचार डोकावून गेला की, मार्ली किती पैसा मागेल?

"हे बघ, आपला 'फंड' एकदम मजबूत स्थितीत असणं आता अत्यावश्यक आहे."

"आहे ना. 'फंडा'ची परिस्थिती एकदम उत्तम आहे."

"त्यापेक्षा तू असं का नाही करत? चक्क तुला आवडतील ते नऊ ज्यूरर्स निवड आणि त्यांना प्रत्येकी दहा दहा लाख देऊन टाक." चिकनचा एक घास तोंडात घोळवत व्हॅन्डेमीर हळूच हसून म्हणाला.

"अरे, तोसुद्धा विचार केलाय मी. पण त्यात फार मोठे धोके आहेत. मंडळी तुरुंगातच जातील."

"अरे, मी गंमत करत होतो."

"पण आपल्याकडे दुसरे मार्ग आहेत ना."

व्हॅन्डेमीर एकदम गंभीर झाला. "आपण जिंकलंच पाहिजे, रॅन्किन. समजलं? आपण जिंकलंच पाहिजे. तू वाटेल तेवढा पैसा खर्च कर."

आठवड्याभरापूर्वी न्यायमूर्ती हार्किननी निकोलसच्या एका लेखी विनंतीनुसार लंचच्या नियमात थोडासा बदल केला होता. दोन्ही पर्यायी ज्यूरर्सना त्यांनी इतर बारा ज्यूरर्सच्या बरोबर लंच घेण्याची परवानगी दिली होती. निकोलसचं म्हणणं असं होतं की, आता जर सगळेच्या सगळे चौदा ज्यूरर्स एकत्र राहतात, एकत्र टीव्ही बघतात, रात्री एकत्र जेवतात, तर केवळ लंचसाठी दोन पर्यायी ज्यूरर्सना वेगळं काढणं हास्यास्पद आहे. हे दोघंही पर्यायी ज्यूरर्स पुरुषच होते – एक होता हेन्री वू आणि दुसरा होता शाईन राईस.

हेन्री वू हा एक दक्षिण व्हिएतनामी लढाऊ विमानाचा पायलट होता. सायगाव पडलं त्याच्या दुसऱ्या दिवशी त्याला त्याचं विमान चीनच्या समुद्रात उतरवावं लागलं होतं. अमेरिकेच्या एक सुरक्षा नौकेनं त्याला वर काढलं होतं आणि त्याला उपचारांसाठी सॅन फ्रान्सिस्कोला पाठवण्यात आलं होतं. त्याच्या बायको-मुलांना

चोरून थायलंडला आणून तिथून अमेरिकेला आणण्यात आणखी एक वर्ष गेलं होतं. हे कुटुंब दोन वर्षं सॅन फ्रान्सिस्कोलाच राहिलं होतं. मग पुढे १९७८ मध्ये हे कुटुंब बिलॉक्सीला येऊन स्थायिक झालं होतं. त्यानं एक छोटी मासेमारी बोट विकत घेतली होती आणि तिथल्या इतर दक्षिण व्हिएतनामी मच्छिमारांच्या समाजात तो सामील झाला होता. हे लोक इथल्या स्थानिक मच्छिमारांचा धंदा बळकावत असल्याची तेव्हा बरीच ओरडही झाली होती. मध्यंतरीच्या काळात त्याची मुलंही मोठी झाली होती आणि व्यवसायही बराच वाढला होता. गेल्या वर्षी त्याच्या सगळ्यात धाकट्या मुलीला हार्वर्ड विद्यापीठाची संपूर्ण स्कॉलरशिप मिळाली होती आणि त्यानंही चौथी बोट विकत घेतलेली होती.

ज्यूरीसाठी त्याला पाचारण करण्यात आलं होतं, तेव्हा त्यानं ताबडतोब होकार दिला होता. तोही इतरांसारखाच, अगदी कर्नलइतकासुद्धा देशभक्त होता.

निकोलसनं ताबडतोब त्याच्याशी दोस्ती केली होती. निकालाच्या चर्चेच्या वेळी हेन्री वू सुद्धा ज्यूरी रूममध्ये हजर असला पाहिजे असा त्याचा निर्धार होता.

ज्यूरीतली मंडळी त्यांच्या अज्ञातवासाला चांगलीच वैतागली आहेत हे डरवुड केबलनं हेरलेलं होतं, त्यामुळे त्याला खटला शक्य तितक्या लवकर संपवायचा होता. आपल्या साक्षीदारांची संख्याही त्यानं पाचावर आणलेली होती आणि जास्तीत जास्त चार दिवसांत त्यांच्या साक्षी उरकून घ्यायचा बेत केला होता.

लंचनंतरचा लगेचचा एक तास साक्षीसाठी सगळ्यात वाईट समजला जातो. सगळेच जण जरा ढेपाळलेले असतात. आणि नेमकी हीच वेळ जँकलच्या वाट्याला आलेली होती. लंचनंतर परत येऊन तो आपल्या पिंजऱ्यात येऊन बसला. साक्ष पुढे सुरू झाली.

''अल्पवयीन मुलांना धूम्रपानापासून दूर ठेवण्यासाठी तुमची कंपनी काय प्रयत्न करतेय?'' केबलनं विचारलं आणि पुढचा एक तास जँकल बडबडत राहिला. अमूक संस्थेला आम्ही दहा लाख डॉलर्स दिलेत. तमुक जाहिरात मोहिमेवर आम्ही दहा लाख खर्च केलेत. मागच्या एका वर्षातच या कामासाठी आम्ही एक कोटी दहा लाख डॉलर्स खर्च केलाय.

कधी कधी तर त्याच्या बोलण्यावरून अशीही शंका येत होती की, या माणसाला स्वत:लाच बहुधा तंबाखूचा तिटकारा असावा.

तीन वाजता एक बरीच मोठी कॉफीची सुट्टी झाल्यावर वेन्डॉल ऱ्होरला उलटतपासणीची संधी मिळाली. पहिलाच प्रश्न ऱ्होरनं भयंकर विचारला आणि तिथून गोष्टी बिघडतच गेल्या.

''मि. जँकल, मला असं सांगा की, लोकांनी सिगारेट्स ओढाव्यात म्हणून

त्यांना उत्तेजन द्यायला तुमची कंपनी कोट्यवधी डॉलर्स खर्च करते, पण लोक जेव्हा तुमच्या सिगारेटी ओढल्यावर आजारी पडतात तेव्हा त्यांना एका डॉलरचीही मदत उपचारासाठी करत नाही, हे खरं आहे की नाही?''

''हा तुम्ही प्रश्न विचारलाय का?''

''हो, हा प्रश्नच विचारलाय मी. आता उत्तर द्या.''

''नाही. हे खरं नाही.''

''गुड. तुमच्या सिगारेट ओढणाऱ्या एखाद्या माणसाच्या औषधोपचाराच्या बिलापैकी एक डॉलरही तुमच्या कंपनीनं भरलाय, असं सगळ्यात शेवटी कधी घडलंय?''

खांदे उडवत जँकल तोंडातल्या तोंडातच काहीतरी बडबडला.

''सॉरी, मि. जँकल. मला उत्तर ऐकू आलं नाही. मी प्रश्न असा विचारला होता–''

''मी ऐकलाय तुमचा प्रश्न.''

''मग उत्तर द्या ना, काय ते! आम्हाला फक्त एकच असा प्रसंग सांगा की, त्या वेळी पायनेक्सनं तुमच्या सिगारेट ओढणाऱ्या एखाद्या व्यक्तीचं औषधाचं बिल दिलंय, किंवा निदान तशी तयारी तरी दाखवलीय.''

''मला नाही आठवत.''

''म्हणजे तुमची कंपनी तुमच्या उत्पादनांच्या मागे खंबीरपणे उभं राहायला नकार देते, असंच ना?''

''हे खोटं आहे.''

''हो ना? उत्तम. मग असं एखादं उदाहरण द्या की, तुमची कंपनी तुमच्या सिगारेट उत्पादनांशी घट्ट चिकटून आहे.''

''आहे ना. आमच्या उत्पादनांचा दर्जा उत्कृष्ट असतो. आमच्या सिगारेटी निर्दोष असतात.''

''म्हणजे? तुमच्या सिगारेटी ओढून माणसांना कोणतेही रोगच होत नाहीत? ती मरतच नाहीत?'' मोठ्या आश्चर्यानं हात हवेत उडवत ऱ्होरनं विचारलं.

''नाही.''

''काय सांगता! आता मला जरा नीट सांगा. तुमच्या सिगारेटमुळे माणसांना कोणतेही रोग होत नाहीत, ती मरत नाहीत असं सांगताय का तुम्ही?''

''रोग होतात, पण फक्त अतिरेक केला तरच.''

''अतिरेक!'' अत्यंत नाट्यपूर्ण रीतीनं हा शब्द उच्चारून ऱ्होर मोठ्यानं हसला. ''तुमच्या सिगारेटी एखाद्या लायटरनं किंवा जळत्या काडीनं पेटवाव्या लागतात?''

''हो. उघड आहे.''

''आणि ही तंबाखू आणि कागद पेटल्यावर जो धूर निर्माण होतो तो धूर,

सिगारेटचं जे टोक पेटवलेलं असतं त्याच्या विरुद्ध बाजूच्या टोकातून तोंडानं खेचून घ्यावा लागतो?''

''हो.''

''आणि हा धूर तोंडात येणं अपेक्षित असतं?''

''हो.''

''आणि मग तो घशावाटे श्वासनलिकेतही ओढून घेणं अपेक्षित असतं?''

''हे मात्र सिगारेट ओढणाऱ्या व्यक्तीच्या इच्छेवर असतं.''

''तुम्ही सिगारेटचा धूर छातीत ओढून घेता का, मि. जँकल?''

''हो.''

''सिगारेट ओढणाऱ्या व्यक्तींपैकी अठ्ठ्याण्णव टक्के लोक धूर छातीत भरून घेतात हे आकडेवारीवरून सिद्ध झालंय, याची कल्पना आहे का तुम्हाला?''

''हो.''

''म्हणजे तुम्ही उत्पादन करत असलेल्या सिगारेटींचा धूर छातीत भरून घेतला जाणार आहे याची तुम्हाला कल्पना असते, असं म्हटलं तर ते बरोबर आहे ना?''

''हो, मला वाटतं.''

''तुमच्या सिगारेटी ओढून जेव्हा लोक तो धूर छातीत भरून घेतात, तेव्हाच ते सिगारेट ओढण्याचा अतिरेक करत असतात – किंवा आपण त्याला दुरूपयोग म्हणू हवं तर – असं वाटतं तुम्हाला?''

''नाही.''

''मग आम्हाला जरा नीट सांगा की, सिगारेटचा दुरूपयोग कधी आणि कसा होतो?''

''फार जास्त सिगारेटी ओढल्यावर.''

''फार जास्त म्हणजे नेमकं किती?''

''मला वाटतं, ते प्रत्येक व्यक्तीवर अवलंबून आहे.''

''मी कुठे सिगारेट ओढणाऱ्या एखाद्या सामान्य व्यक्तीला विचारतोय? मी तुम्हाला विचारतोय, मि. जँकल. पायनेक्स या जगातल्या एका सगळ्यात मोठ्या सिगारेट उत्पादक कंपनीच्या सीईओला विचारतोय मी. मी तुमचं मत विचारतोय की, फार जास्त म्हणजे किती?''

''माझ्या मते रोज दोन पाकिटांपेक्षा जास्त असेल तर ते फार जास्त म्हणायला हरकत नाही.''

''म्हणजे रोज चाळीस सिगारेटींपेक्षा जास्त?''

''हो.''

''अस्सं; आणि हे मत कोणत्या संशोधनावरून बनवलंय तुम्ही?''

"नाही, नाही. हे फक्त माझं मत आहे."

"म्हणजे चाळीसपेक्षा कमी सिगारेटी ओढल्या तर ते घातक नाही आणि चाळीसपेक्षा जास्त ओढल्या तर तो अतिरेक किंवा दुरूपयोग, असं म्हणायचंय तुम्हाला?"

"पुन्हा सांगतो, हे फक्त माझं मत आहे." पण एव्हाना तो अस्वस्थ होऊन जागेवर चुळबुळ करायला लागलेला होता. त्यानं हळूच एकदा केबलकडे दृष्टिक्षेप टाकला. जाम चिडलेल्या केबलनं नजर सरळ दुसरीकडे वळवली. ही जी 'दुरूपयोग' या गोष्टीची भानगड होती, ती नवीनच होती. हे जँकलनंच ठरवलेलं होतं आणि तो पुन्हा पुन्हा तोच शब्द वापरत होता.

ऱ्होरनं पुढे न बोलता हातातल्या पॅडवर लिहिलेलं वाचलं. हे सगळं तो मुद्दामच सावकाश करत होता, कारण त्याला जास्तीत जास्त परिणाम साधायचा होता. "हं. मग, रोज चाळीसपेक्षा जास्त सिगारेट ओढल्या तर ते प्रकृतीला हानीकारक असतं, असा सावधगिरीचा इशारा लोकांना देण्यासाठी एका प्रचंड मोठ्या सिगारेट कंपनीचा सीईओ या नात्यानं तुम्ही काय पावलं उचललीत, हे सांगाल जरा?" त्यानं हळूच विचारलं.

काहीतरी फाडकन उत्तर द्यावं म्हणून जँकलनं तोंड उघडलं, पण लगेच विचार बदलला. पण त्याऐवजी काय बोलायचं हे त्याला त्याच क्षणी सुचलं नाही आणि क्षण-दोन क्षण त्याचं तोंड उघडंच राहिलं. एवढ्या वेळात व्हायचं ते नुकसान होऊन गेलं होतं, कोर्टरूमला नको तो संकेत पोचला होता. "मला वाटतं, तुमचा काहीतरी गैरसमज होतोय." त्यानं कसंबसं स्वत:ला सावरत म्हटलं.

ऱ्होर त्याला पुढे काहीतरी स्पष्ट करून सांगण्याची संधी देणं शक्यच नव्हतं. "अगदी बरोबर आहे तुमचं म्हणणं. तुमच्या एकाही उत्पादनावर दिवसात चाळीसपेक्षा जास्त सिगारेट ओढल्यानं धूम्रपानाचा अतिरेक होतो आणि ते प्रकृतीला घातक ठरू शकतं, असा इशारा, सूचना छापल्याचं मला तरी आठवत नाही. असं का बरं?"

"कारण ते आम्हाला बंधनकारक नाही."

"कोण घालतं अशी बंधनं?"

"म्हणजे काय? सरकार."

"म्हणजे तुमची उत्पादनं अतिरिक्त प्रमाणात वापरल्यानं, त्यांचा दुरुपयोग केल्यानं प्रकृतीला अपाय होतो असं लोकांना सांगणं सरकारनं तुम्हाला बंधनकारक केलं नाही, तर तुम्ही तसं आपण होऊन करणार नाही, असंच ना?"

"आम्ही कायद्याप्रमाणे वागतो."

"मागच्या वर्षी सिगारेटच्या जाहिराती करण्यावर तुम्ही चाळीस कोटी डॉलर्स खर्च करावेत असं कायद्यानं तुम्हाला बंधन होतं का?"

“नाही.”

“तरीही तुम्ही एवढा पैसा खर्च केलात, हो ना?”

“तसंच काहीसं.”

“आणि सिगारेट ओढणाऱ्या लोकांना रोज चाळीसपेक्षा जास्त सिगारेट्स ओढणं अपायकारक असतं असा इशारा द्यायचं जर तुम्ही ठरवलं असतं, तर तुम्ही ते सहज करू शकला असतात, हो की नाही?”

“हो, बहुतेक.”

हे तेवढ्यावरच सोडून देत ऱ्होरनं लोणी आणि साखर या दोन उत्पादनांचा विषय काढला. या दोन उत्पादनांचाही अतिरेकी उपयोग केला तर तो प्रकृतीला घातक ठरू शकतो असं जँकलनं आधी कोर्टरूममध्ये सांगितलं होतं. अतिशय गमतीदार, तिरक्या भाषेत ऱ्होरनं ही दोन उत्पादनं आणि सिगारेट यांच्यातले फरक दाखवून दिले. जँकलला आता आपलं तोंड कुठे लपवू असं झालं होतं.

आपलं सर्वोत्कृष्ट अस्त्र ऱ्होरनं शेवटी वापरण्यासाठी राखून ठेवलं होतं. कोर्टरूमला दहा मिनिटांची एक सुट्टी जाहीर करण्यात आली आणि तेवढ्या वेळात पुन्हा कोर्टरूममध्ये व्हिडिओ मॉनिटर आणून बसवण्यात आले. ज्यूरी परत आल्यावर कोर्टरूममधले दिवे जरा कमी करण्यात आले आणि काही क्षणांतच व्हिडिओवर जँकलचा चेहरा आला. उजवा हात वर करून तो ‘ईश्वरसाक्ष खरं सांगेन आणि फक्त खरंच सांगेन.’ अशी शपथ घेताना दिसत होता. काँग्रेसच्या एका उपसमितीकडे त्याची साक्ष झाली होती, तेव्हाचं हे शुटिंग होतं, त्याच्याशेजारी व्हॅन्डेमीर आणि ‘बिग फोर’ कंपन्यांमधल्या इतर दोन कंपन्यांचे सीईओ होते. देशातल्या काही मोठ्या राजकीय नेत्यांसमोर हे सगळे साक्ष नोंदवण्यासाठी आलेले होते – आलेले होते म्हणण्यापेक्षा त्यांना पाचारणच करण्यात आलेलं होतं. ‘संघटित गुन्हेगारी नावाची अशी कोणतीही गोष्ट अस्तित्वात नाही.’ असं सांगायला आलेले चार माफिया डॉन जसे दिसतील, तसेच ते दिसत होते आणि त्यांच्यावर अत्यंत धारदार प्रश्नांची नुसती सरबत्ती करण्यात येत होती.

या संपूर्ण साक्षीची व्हिडिओ अर्थातच दाखवण्यात काही अर्थ नव्हता, त्यामुळे ती फिल्म बऱ्याच प्रमाणात काटण्यात आलेली होती. शेवटी प्रत्येकाला तोंडावर एकच प्रश्न विचारण्यात आला– “निकोटिनची सवय लागते की नाही?” प्रत्येकानं जोरजोरात मान हलवत ‘नाही’ असं ठणकावून सांगितलं. त्यात जँकलचा नंबर शेवटचा होता. आताही कोर्टात जँकलनं चिडून जोरजोरात ‘असं मुळीच नाही’ वगैरे सांगायचा प्रयत्न केला, पण तोपर्यंत व्हायचं ते नुकसान होऊन गेलेलं होतं. त्या वेळच्या साक्षीत तो साफ खोटं बोलतोय अशी त्या उपसमितीतल्या सगळ्या सभासदांची खात्री झाली. आता या साक्षीत सगळ्या ज्यूरींचीही तशीच खात्री झाली.

२८

केबलच्या ऑफिसमध्ये त्याच्याबरोबर झालेल्या एक भयंकर तणावपूर्ण, वादळी मीटिंगमध्ये फिचनं, या केसचा बचाव ज्या पद्धतीनं हाताळला जातोय त्या पद्धतीवरची आपली मतं जोरजोरात मांडली. जँकल आणि त्याची साक्ष, त्यानं बिनडोकपणे उगाचच मांडलेला सिगारेटच्या अतिरेकी उपयोगाचा मुद्दा, वगैरेपासून त्यानं सुरुवात केली. हा बेअकलीपणा आपल्याला खलास करू शकतो. कोणाकडूनही, विशेषत: एका वकील नसलेल्या माणसाकडून असलं बोलणं ऐकून घेण्याच्या मन:स्थितीत मुळीच नसलेल्या केबलनं त्याला पुन्हापुन्हा समजावून सांगण्याचा प्रयत्न केला की, आपण जँकलला असं काही न करण्याबद्दल परोपरीनं सांगूनही त्यांन आपलं म्हणणं ऐकलंच नाही. पण पूर्वी जँकलही एक वकील होता आणि आपण महाबुद्धिमान आहोत असा स्वत:बद्दल त्यानं समज करून घेतलेला होता आणि सिगारेट उद्योगाला वाचवण्याची ही नामी संधी आपल्याला मिळालीय असा ग्रह करून घेऊन त्यानं निष्कारण स्वत:च्या पायावर धोंडा मारून घेतला होता. या क्षणी जँकल कंपनीच्या विमानानं परतीच्या प्रवासात होता.

शिवाय फिचनं आणखी एक मत व्यक्त केलं की, ज्यूरींना बहुतेक तुझा कंटाळा आलेला असेल. मग तू बाकीच्या साक्षीदारांना प्रश्न विचारायचं काम आणखी कुणाला का देत नाहीस? ही एवढी वकिलांची फौज आहे तुझ्याकडे, सांग की दुसऱ्या कुणाला तरी. का तुझा अहं आड येतोय? दोघंही जण उभे राहून जोरजोरात एकमेकांवर ओरडत होते.

त्यातच 'मोगल' मधल्या त्या लेखानंही तणावाचा आणखी एक जाडजूड थर सगळ्यांवर आणून घातलेला होता.

हे बघ, फिच, केबलनं सांगितलं, इथे मुख्य वकील मी आहे आणि मी गेली तीस वर्षं वकिलीची अत्यंत यशस्वी प्रॅक्टिस करतोय. खटला कुठल्या दिशेनं चाललाय, ज्यूरींचा मूड काय आहे, हे मला बरंच जास्त कळतं.

फिचनंही केबलला आठवण करून दिली की सिगारेट उद्योगाविरुद्धचा हा माझा सलग नववा खटला आहे, त्याखेरीज मी आणखी दोन 'मिस ट्रायल्स' घडवून आणले आहेत आणि आताच्या खटल्यापेक्षा कितीतरी सरस वकिली कौशल्य मी आधीच्या खटल्यांमध्ये अनुभवलंय.

थोड्या वेळानं दोघांचाही पारा खाली येऊन त्यांनी शिवीगाळ आणि आरडाओरडा कमी केला. नंतरच्या विचारविनिमयात मात्र त्याचं एकमत झालं की, बचाव पक्षाची बाजू अजिबात लांबवून चालणार नाही. बाकीच्या सगळ्या साक्षी – त्यात ऱ्होर ज्या उलटतपासण्या घेईल त्याही धरल्या – आपण तीन दिवसांत संपवू, केबलनं म्हटलं. तीन दिवसांपेक्षा एक तासही जास्त चालणार नाही, फिचनं त्याला बजावलं.

धाडकन दरवाजा लावून फिच बाहेर पडला. पाठोपाठ कॉरिडॉरमध्ये थांबलेला जोझेही निघाला. वेगवेगळ्या ऑफिसांमधून ताडताड चालत ही दोन्ही जाडजूड माणसं निघाल्यावर अजूनही चांगल्याच गजबजलेल्या त्या ऑफिसांमधली माणसं अक्षरशः कामात तोंड लपवून घेत होती.

फिचच्या 'सबर्बन' गाडीत बसल्यावर जोझेनं त्याला आलेल्या फॅक्सच्या कागदांचा एक गठ्ठा दिला. फिचच्या ऑफिसकडे गाडी भरवेगानं चाललेली असताना फिचनं तो गठ्ठा वाचून काढला. पहिल्या फॅक्समध्ये काल सकाळी पीअरजवळ भेटल्यापासून मार्लीनं केलेल्या हालचालींची नोंद होती. त्यात विशेष असं काही दिसलं नाही.

पुढच्या फॅक्समध्ये कान्सास शहरातल्या घडामोडींची माहिती होती. टोपेका गावात क्लेअर क्लेमंट नावाची एक स्त्री सापडली होती, पण ती एका नर्सिंग होममध्ये राहत होती. देस मोईन्समध्ये याच नावाच्या एका स्त्रीनं स्वतःच फोन उचलला होता, पण ती विवाहित होती आणि बरीच मोठी होती. अजून तपास चालू असल्याचं स्वॅन्सननं कळवलं होतं. जेफ करच्या लॉ स्कूलमधल्या एका दोस्ताचा पत्ताही कान्सास शहरात मिळालेला होता. त्याला भेटण्याचे प्रयत्न चालू होते.

एका दुकानाजवळून गाडी जात असताना दुकानाबाहेर लावलेल्या थंडगार बीअरच्या एका निऑन साईनकडे फिचचं लक्ष गेलं. थंडगार बीअरचा वास, ती कडसर चव, सगळ्याची आठवण फिचच्या सर्वांगातून जागी झाली. अचानक त्याला एक बीअर पिण्याची एक जबरदस्त तलफ आली. एकच. फक्त एकच बीअर. थंडगार, फेसाळत्या बीअरचा फक्त एकच मग. किती वर्षं झाली, आपण शेवटची बीअर घेतली त्याला?

जोझेला गाडी थांबवायला सांगायची भयंकर ऊर्मी त्याला झाली. घट्ट डोळे बंद

करून त्यानं आपले विचार दुसरीकडे नेण्याचा प्रचंड प्रयत्न सुरू केला. जोझेला गाडी थांबवायला सांगून बीअरची फक्त एकच थंडगार बाटली आणायला सांगायची. बस्स. आणखी नाही. नाही का? सलग नऊ वर्षं एक थेंबही अल्कोहोल न घेता काढली आपण, आता आपण एक साधी बीअर पचवू शकणार नाही?

नाही ना! कारण आपण अक्षरश: हजारो बीअर रिचवल्या आहेत. आत्ता इथे जोझेला गाडी थांबवायला आपण सांगितलं, तर पुढच्या दुकानापाशीही परत सांगणार! आणि मग आपली गाडी ऑफिसला पोचेपर्यंत गाडीत बघावं तिकडे फक्त बीअरच्या रिकाम्या बाटल्याच असतील आणि आपण त्या वाटेत येणाऱ्या-जाणाऱ्या गाड्यांवरही फेकून मारत असू!

कारण दारू चढल्यावर शांत बसणाऱ्यांपैकी फिच नव्हता. तो बेभान होत असे.

तरी पण निदान हे भयंकर उद्विग्न झालेलं मन शांत करण्यासाठी, हा आजचा अत्यंत खराब गेलेला दिवस विसरण्यासाठी तरी एखादी बीअर, एखादी थंडगार, फेसाळती बीअर...

''बॉस, काही होतंय का?'' जोझेनं विचारलं आणि फिच खाडकन भानावर आला. अर्धवट काहीतरी पुटपुटून त्यानं बीअरचे विचार डोक्यातून काढून टाकले. हो, पण ती मार्ली कुठाय? आणि आज तिनं फोन का नाही केला? खटला आता संपत आलाय. तिच्याबरोबर बोलणी करून काही ठरवायला आणि त्याप्रमाणे जे काही करायचं त्याला वेळ नाही का लागणार?

'मोगल' मधल्या त्या लेखाची आठवण आली, तेव्हाही त्याला मार्लीची आठवण होत होती. कोर्टात साक्ष देणारा जँकल आठवला, तरीही त्याला मार्लीच आठवत होती. डोळे बंद करून घेतल्यावर त्याच्यासमोर ज्यूरींचे चेहरे आले, पण मार्लीची आठवण काही डोक्यातून जायला तयार नव्हती.

आपण आता या खटल्यातले एक मोठे खेळाडू आहोत असा समज करून घेतलेल्या डेरिकनं बुधवारी रात्री एका वेगळ्या जागी भेट ठरवली. बिलॉक्सीतल्या निग्रो लोकांच्या भागातला हा एक बार होता आणि खरं तर क्लीव्ह पूर्वी एकदा या बारला आलेला होता. आपल्या भागात मीटिंग ठेवली तर आपण क्लीव्हवर वर्चस्व गाजवू शकू, असा डेरेकनं विचार केला होता. क्लीव्हनं मात्र निक्षून सांगितलं की त्याआधी आपण तिथल्या पार्किंग लॉटमध्येच भेटू.

पार्किंग लॉट जवळजवळ भरलेला होता. क्लीव्हला यायला जरा उशीर झालेला होता. तेवढ्यात तो आला आणि त्याला गाडी लावताना बघून डेरेक तिकडे गेला.

''ही जागा आपल्या भेटीला योग्य आहे, असं मला नाही वाटत.'' गाडीच्या खिडकीच्या अर्धवट उघडलेल्या काचेतून त्या बारच्या एकंदर स्वरूपाकडे बघत

क्लीव्हनं म्हटलं.

"का? चांगला आहे की." डेरेकही मनातून थोडा धास्तावलेला होता, पण वरून तो तसं दाखवत नव्हता. "चांगली सुरक्षित जागा आहे ही."

"सुरक्षित? गेल्या महिन्याभरात इथे भोसकाभोसकीचे तीन प्रकार घडलेत. इथे मी एकटाच गोऱ्या कातडीचा माणूस दिसतोय आणि खिशात पाच हजार डॉलर्स असताना मी आत जावं आणि तो नोटांचा गठ्ठा तुला द्यावा अशी अपेक्षा आहे का तुझी? दोघांपैकी एकजण तरी जिवंत बाहेर पडेल का इथून? अं?"

डेरिकला त्याचं म्हणणं पटलेलं होतं, पण इतक्या लगेच ते मान्य करायला मात्र तो तयार नव्हता. तो खिडकीशी आणखी वाकला आणि त्यानं हळूच इकडे-तिकडे बघितलं. तोही आणखी घाबरलेला होता.

"माझं म्हणणं, आपण आधी आत तर जाऊ–"

"दे सोडून! तुला पैसे हवे असले तर हायवे नव्वद वरच्या वॅफल हाऊसमध्ये भेट मला." सरळ खिडकीची काच वर चढवून क्लीव्हनं गाडी सुरू केली आणि तो निघाला.

डेरिकचा निरुपाय होता. तोही लगेच आपल्या गाडीकडे धावला.

काऊंटरपाशी कॉफी आणि सँडविच घेऊन त्यांनी बोलायला सुरुवात केली. त्यांना अगदी हळू आवाजात बोलावं लागत होतं, कारण त्यांच्यापासून जेमतेम दहा फुटांवर अंडी आणि सॉसेज ग्रिलवर करणाऱ्या कुकचे दोन्ही कान त्यांच्याचकडे लागलेले होते.

डेरिक बराच अस्वस्थ होता, त्याचे हातही किंचित कापत होते. उलट रोख पैसे घेऊन हिंडणं आणि लाच देणं हा क्लीव्हसारख्या रनरच्या आयुष्याचा एक अविभाज्य भाग होता.

"मी असा विचार करतोय की दहा हजार कदाचित पुरेसे होणार नाहीत." दुपारभर घोकलेलं वाक्य डेरिकनं एकदाचं उच्चारलं.

"पण आपलं तसंच ठरलं होतं." निर्विकारपणे सँडविचचा तुकडा तोंडात घोळवत क्लीव्हनं म्हटलं.

"पण मला असं वाटतंय की तू मला फसवतोयस."

"बोलणी तू नेहमी अशीच करतोस का?"

"तसं नाही रे, तू मला पुरेसे पैसे देत नाहीयेस. मी याबद्दल परत एकदा विचार करतोय. आज सकाळी मी कोर्टरूममध्ये जाऊन तो खटला कसा चाललाय ते थोडा वेळ बघितलं आणि नंतर मी मनाशी विचार करून बघितला."

"असं?"

''हो; आणि तुम्ही लोक सरळ व्यवहार करत नाही आहात, असं माझ्या लक्षात आलं.''

''पण आपण काल रात्री दहा हजारांवर जेव्हा सौदा पक्का केला, तेव्हा तर तू काहीच बोलला नाहीस.''

''हो, पण आता परिस्थिती बदललीय. काल तुम्ही लोकांनी माझ्या ध्यानीमनी नसताना हा विषय काढलात.''

पेपर नॅपकिननं तोंड टिपत क्लीव्ह तो कुक दुसऱ्या माणसाला काहीतरी देण्यासाठी जरा दूर जायची वाट बघत थांबला. ''मग तुला हवंय तरी काय?''

''तुम्ही देताय त्यापेक्षा पुष्कळ जास्त पैसे.''

''हे बघ, आडून आडून बोलत बसायला आपल्याकडे वेळ नाही. तुला काय हवंय ते स्पष्ट सांग.''

एक मोठा आवंढा गिळून डेरिकनं हळूच इकडे-तिकडे बघितलं. ''पन्नास हजार डॉलर्स आणि शिवाय नुकसानभरपाईची टक्केवारी.''

''किती टक्के?''

''मला वाटतं, दहा टक्के मिळाले तरी चालेल.''

''ओ हो!'' क्लीव्हनं हातातला पेपर नॅपकिन प्लेटमध्ये टाकून दिला. ''तुला वेड लागलंय.'' एवढं बोलून तो उभा राहिला. ''आपले दहा हजार ठरले होते. तेवढेच मिळतील. यापेक्षा जास्त रक्कम दिली तर आपण दोघंही तुरुंगात जाऊ.'' पाच डॉलर्सची एक नोट काऊंटरवर ठेवून तो चालता झाला.

इकडे डेरिकची मात्र तारांबळ उडाली. आपले सगळे खिसे त्यानं तपासले, त्यात सगळीकडे फक्त नाणी होती. काहीतरी गडबड असल्याचा संशय येऊन तो कुकही जवळ आला. ''मला वाटलं तोच पैसे देणार आहे.'' शर्टाच्या खिशात परत बघत डेरिकनं म्हटलं.

''तुमच्याकडे किती आहेत?'' काऊंटरवरची पाच डॉलर्सची नोट उचलत कुकनं विचारलं.

''फक्त ऐंशी सेंट.''

''पुरतील तेवढे. द्या.''

डेरिक बाहेर पडून धावत पार्किंग लॉटमध्ये आला. क्लीव्ह गाडी सुरू करून, खिडकीची काच खाली घेऊन थांबलेला होता.

''विरुद्ध पार्टी नक्कीच मला जास्त पैसे देईल.'' डेरिकनं खिडकीशी वाकून म्हटलं.

''मग जा ना त्यांच्याकडे. उद्या सकाळी जा. आणि त्यांना म्हणावं, मला एका ज्यूररच्या मतासाठी पन्नास हजार हवेत.''

''आणि शिवाय दहा टक्के.''

''तुला काहीही माहिती नाहीय, बाळा.'' क्लीव्ह गाडी बंद करून बाहेर आला. त्यानं सावकाश एक सिगारेट पेटवली. ''अरे, बचाव पक्षाच्या बाजूनं निकाल लागला, तर कसलीही पैशाची देवघेव होणार नाही. फिर्यादीला पैसे मिळाले नाहीत, म्हणजेच बचाव पक्षालाही पैसे मिळणार नाहीत. म्हणजेच कोणालाही कसली टक्केवारी वगैरे मिळणार नाही. फिर्यादीच्या वकिलांना सुद्धा शून्याच्या चाळीस टक्के फी मिळेल. काय, येतंय का डोक्यात?''

''हो, हो.'' डेरिकनं सावकाश म्हटलं. खरं तर त्याचा अजूनही गोंधळच उडालेला होता.

''हे बघ, मी तुला देतोय तेच मुळात बेकायदेशीर आहे. उगाच हावरटपणा करू नकोस. नाहीतर फुकट तुरुंगात जाशील.''

''पण एवढ्या मोठ्या महत्त्वाच्या गोष्टीसाठी दहा हजार म्हणजे काहीच नव्हे.''

''नाही, तसा नको विचार करूस. मी सांगतो त्या दृष्टीनं विचार कर. तिला काहीच मिळणार नाहीय, कारण ती फक्त तिचं नागरिकाचं कर्तव्य करतेय आणि त्यासाठी काऊंटीकडून तिला रोजचे पंधरा डॉलर्स मिळतायत. हे जे दहा हजार आहेत, ती सरळ सरळ लाच आहे आणि ती मिळाल्याबरोबर तिनं विसरून जायचीय.''

''पण तू जर तिला काही टक्केवारी दिलीस, तर तिला ज्यूरीरूममध्ये आणखी जास्त जोरात काम करायला उत्तेजन मिळेल.''

एक मोठा झुरका घेऊन क्लीव्हनं सावकाश धूर नाकातोंडातून सोडला. त्यानं स्वत:शीच मान हलवली. ''तुला खरोखरच काही समजत नाहीय. फिर्यादीच्या बाजूनं निकाल लागला तरी प्रत्यक्षात पैसे हातात पडायला कित्येक वर्षं लागतील. डेरिक, तू उगाचच नको तेवढी गुंतागुंत निर्माण करतोयस. तू पैसे घे. एंजलला पटव. आम्हाला मदत कर.''

''पंचवीस हजार.''

एक मोठा झुरका घेऊन क्लीव्हनं सिगारेट खाली टाकली आणि बुटानं विझवली. ''मला माझ्या बॉसशी बोलावं लागेल.''

''पंचवीस हजार, प्रत्येक मतासाठी.''

''काय?''

''हो. प्रत्येक मतासाठी. एंजल तुम्हाला आणखी मतं मिळवून देऊ शकते.''

''कोणाची?''

''ते मी नाही सांगणार.''

''मला माझ्या बॉसशी बोललं पाहिजे.''

५४ नंबरच्या रूममध्ये हेन्री वू हा त्याच्या मुलीकडून आलेली पत्रं वाचत होता, तर त्याची बायको त्यांच्या बोटींच्या इन्शुअरन्स पॉलिसी वाचत होती. निकोलस पार्टी रूममध्ये सिनेमा बघत होता, त्यामुळे ४८ नंबरची रूम रिकामी होती. ४४ नंबरच्या रूममध्ये लॉनी आणि त्याची बायको जवळजवळ एक महिन्यानंतर प्रथमच एकमेकांच्या मिठीत बेडवर होते, पण त्यांना घाई होती, कारण त्यांची मुलं त्यांच्या बायकोच्या बहिणीकडे होती. ५८ नंबरच्या रूममध्ये मिसेस ग्राईम्स टीव्हीवर एक कंटाळवाणा धारावाहिक कार्यक्रम बघत होत्या, तर हर्मन कॉम्प्युटरवर काम करत होता. ५० नंबरची रूम रिकामी होती, कारण कर्नलही पार्टी रूममध्ये होता. त्याची बायको बाहेरगावी गेली होती. आणि ५२ नंबरची रूमही रिकामीच होती, कारण जेरी पार्टी रूममध्ये निकोलस आणि कर्नल हरेराबरोबर बीअर पीत होता. नंतर हळूच पूडलच्या रूममध्ये जायचा त्याचा बेत होता. ५६ नंबरच्या रूममध्ये शायनी रॉईस हा दुसरा पर्यायी ज्यूरर डायनिंग रूममधून आणलेले रोल्स आणि लोणी खात टीव्ही बघत होता आणि देवाचे आभार मानत होता. बावन्न वर्षांचा हा माणूस एक तरुणी आणि तिच्या पोरांबरोबर एका भाड्याच्या ट्रेलरमध्ये राहत होता आणि कित्येक वर्षांत त्यानं काम करून रोज पंधरा डॉलर्स मिळवलेले नव्हते. आणि इथे तर नुसत्या कोर्टरूममधल्या मारामाऱ्या आणि भांडणं ऐकण्याबद्दल त्याला रोजचे पंधरा डॉलर्स तर मिळत होतेच, वर वाटेल तेवढं खायला-प्यायलाही मिळत होतं. रूम नंबर ४६ मध्ये फिलिप सॅव्हेल त्याच्या भारतीय मैत्रिणीबरोबर चरस ओढत होता. त्यांच्या रूमच्या खिडक्याही त्यांनी उघड्या ठेवलेल्या होत्या.

कॉरिडॉरच्या पलीकडच्या बाजूच्या ४९ नंबरच्या रूममध्ये सिल्व्हिया टेलर-टॅटम फोनवर तिच्या मुलाशी बोलत होती. ४५ नंबरच्या रूममध्ये मिसेस ग्लॅडिस कार्ड नवऱ्याबरोबर जिन रमी खेळत होती, तर ५१ नंबरच्या खोलीत रिकी कोलमन नवऱ्याची वाट बघत होती. पण आता तो येण्याची शक्यता कमी होती, कारण त्यांची बेबी-सिटर आलेली नव्हती. ५३ नंबरच्या रूममध्ये लॉरीन ड्यूक एक बिस्किट खात शेजारच्या ५५ नंबरच्या रूममध्ये एंजल वीझ आणि डेरिक करत असलेले पलंगाचे आवाज अगदी कान देऊन ऐकत होती.

आणि ४७ नंबरच्या रूममध्ये हॉपी आणि मिली डुप्री कधी नव्हे इतक्या आवेगानं त्यांची 'वैयक्तिक भेट' साजरी करत होते. चायनीज पदार्थांचं एक भलं मोठं पार्सल घेऊन हॉपी आला होता. त्यानं येताना एक स्वस्तातली शँपेनची बाटलीही आणलेली होती. इतर वेळी मिलीनं या शँपेनवरून कटकट केली असती, पण सध्याचे दिवसच वेगळे होते. मोटेलनं दिलेल्या एका प्लॅस्टिकच्या कपातून शँपेनचे घुटके घेत स्वीट अँड सोअर पोर्क खात असतानाच हॉपीनं तिच्यावर झडप घातली होती.

जरा वेळानं अंधारात एकमेकांशेजारी पडून ते मुलं, शाळा, घर वगैरेबद्दल हळू आवाजात गप्पा मारू लागले. ती तर आधीच या खटल्याला वैतागलेली होती. तिला आता घरी परत जायचं होतं. हॉपीही ती नसताना घर कसं झालंय ते सांगत होता. मुलं चिडचिड करतात. सगळ्या घरभर पसारा झालाय. सगळ्यांनाच तू घरी यायला हवीयस.

कपडे घालून हॉपीनं टीव्ही सुरू केला. मिलीनंही बाथरोब चढवून आणखी थोडी शँपेन कपात ओतली.

"आता मी जे दाखवणार आहे, त्यावर तुझा विश्वासच बसणार नाही." कोटाच्या खिशात हात घालून त्यानं एक कागदाची घडी बाहेर काढली.

"काय आहे? बघू जरा." मिलीनं ती घडी उघडली. लिऑन रॉबिलिओवर जे आरोप केले होते, त्याची माहिती देणाऱ्या, फिचनंच तयार करवून घेतलेल्या त्या बनावट मेमोची ती कॉपी होती. सावकाश वाचून तिनं नवऱ्याकडे संशयानं बघितलं. "हे कुठे मिळालं तुला?"

"हे काल ऑफिसात फॅक्सवरून आलं." हॉपीनं म्हटलं. हे उत्तर त्यानं घोकून तयार केलं होतं, कारण मिलीशी खोटं बोलण्याचा विचारच त्याला सहन झाला नव्हता. आताही त्याला कसंतरीच झालं, पण त्याच वेळी त्याच्या डोळ्यांसमोर नेपिअर आणि निकमन आले.

"कोणी पाठवला हा फॅक्स?" तिनं विचारलं.

"कोण जाणे. बहुधा तो वॉशिंग्टनमधून आला असावा."

"मग तू तो लगेच फेकून का दिला नाहीस?"

"मला वाटलं–"

"हे असलं काहीतरी मला दाखवणं चुकीचं आहे, हॉपी आणि हे तुलाही चांगलं माहितीय." हातातला कागद बेडवर फेकून मिली कमरेवर हात ठेवून हॉपीजवळ आली. "काय चाललंय, हॉपी?"

"कुठे काय? आता हा फॅक्स कुठूनतरी आपल्या ऑफिसच्या फॅक्स मशीनवर आला–"

"वा! काय योगायोग आहे! वॉशिंग्टनमध्ये कुणालातरी योगायोगानं तुझा नंबर माहीत होता, योगायोगानं त्याला माहीत होतं की तुझी बायको ज्यूरीवर आहे, योगायोगानं त्याला कळलं होतं की रॉबिलिओनं या खटल्यात साक्ष दिलीय आणि योगायोगानंच त्यांना असंही वाटलं की हा फॅक्स तुला पाठवला, तर तो तुझ्या बायकोला इथे आणून दाखवण्याइतका आणि माझ्यावर दबाव टाकण्याइतका तू मूर्ख असशील! काय चाललंय, हॉपी, ते मला समजलंच पाहिजे!"

"खरंच काही नाही, मिली. हवं तर शपथ घेतो."

"तुला या खटल्यात अचानक एवढा रस कशामुळे निर्माण झालाय?"

"हो, कारण हा खटलाच तसा आहे."

"मग हे तुला गेल्या तीन आठवड्यांत नाही जाणवलं ते? काय लावलंयस तू, हॉपी?"

"मिली, खरंच काही नाही. तू शांत हो बघू."

"तसं नाही. तुझ्या डोक्यात काहीतरी शिजतंय."

"शांत हो, मिली. हे बघ, तू आत्ता फार अस्वस्थ आहेस. मीही अस्वस्थ आहे. आपल्या सगळ्यांवरच या भानगडीचा परिणाम झालाय. मी उगाच तो फॅक्स आणला इथे. सॉरी."

शॅंपेन संपवून मिली बेडच्या कडेशी टेकून बसली. हॉपीही तिच्याशेजारी बसला. मि. क्रिस्टॅनोनं आपल्याला बजावून सांगितलंय की, हा फॅक्स मिलीला दाखव आणि तिलाही तो ज्यूरीतल्या तिच्या सगळ्या मित्रांना दाखवायला सांग. हे होणं जवळजवळ अशक्य आहे, ही गोष्ट मि. क्रिस्टॅनोला सांगायला भयंकर जड जाणार आहे. पण फॅक्सचं नेमकं काय झालं हे त्या क्रिस्टॅनोला कळायला काय मार्ग आहे?

हॉपी विचारात बुडून गेलेला होता. इतक्यात मिली स्फुंदू लागली. "मला... मला आता फक्त घरी जायचंय." तिचे डोळे लाल झालेले होते, ओठ थरथरत होते. हॉपीनं तिच्या खांद्याभोवती हात टाकून तिला थोपटलं.

"आय ॲम सॉरी." त्यानं म्हटलं. ती आणखीच रडू लागली.

हॉपीलाही मोठ्यानं रडावंसं वाटत होतं. आजच्या आपल्या भेटीतून काहीच निष्पन्न झालं नाही. मि. क्रिस्टॅनो म्हणतो, खटला आता अगदी थोड्या दिवसांत संपेल. त्याच्या आत मिलीला पटवून देणं भाग आहे की, या खटल्याचा निकाल फक्त बचाव पक्षाच्या बाजूनं लागला, तरच त्याला काही अर्थ आहे. आधीच आपल्याला मिलीशी बोलायला वेळ कमी मिळतोय. त्यामुळे आपल्याला तिला खरं काय ते सांगावंच लागेल आणि तेही अगदी लवकरच. आज नाही, पण पुढच्या भेटीच्या वेळी नक्कीच.

२९

कर्नल हरेराच्या दिनक्रमात कधीच बदल होत नसे. जन्मच शिस्तीच्या वातावरणात गेलेला असल्यामुळे तो रोज पहाटे बरोबर साडेपाचला उठून पन्नास जोर आणि पन्नास बैठका मारायचा आणि थंडगार पाण्यानंच आंघोळ करायचा. सहा वाजता तो डायनिंग रूममध्ये यायचा, त्या वेळी टेबलावर जर ताजी वाफाळती कॉफी आणि खूपशी वर्तमानपत्रं नसली तर काही खरं नसे. एवढ्या सकाळी तो फक्त टोस्ट आणि जॅमच खायचा आणि पेंगुळलेले डोळे चोळत कॉफीसाठी ये-जा करणाऱ्यांना जोरदार 'गुड मॉर्निंग' करायचा. बाकीचे लोक नेहमी कॉफी आपापल्या खोलीत घेऊन जाऊन तिथे पेपर वाचणं किंवा टीव्हीवर बातम्या बघणंच पसंत करायचे. बहुतेकांना दिवसाची सुरुवातच कर्नलला उलट 'गुड मॉर्निंग' करून करायला मुळीच आवडत नसे. आणि जसजसा त्यांचा अज्ञातवास लांबत होता, तसतसा कर्नलचा सकाळचा उत्साहही वाढत होता. काही जण तर मुद्दाम आठ वाजेपर्यंत खोलीतच थांबायचे. कारण बरोबर आठला तो डायनिंग रूममधून आपल्या रूममध्ये परत जायचा.

गुरुवारी सकाळी सहा वाजता निकोलसनं कर्नलला गुड मॉर्निंग केलं आणि कॉफी ओतून घेता घेता त्याच्याशी निरुपायानं हवापाण्याबद्दल दोन मिनिटं तो बोलला. डायनिंग रूममधून बाहेर पडून तो हळूच बाहेर अंधाऱ्या रिकाम्या कॉरिडॉरमध्ये आला. एवढ्या सकाळीसुद्धा काही ज्यूरर्सच्या रूममधून टीव्हीचे आवाज येत होते. कोणीतरी फोनवर बोलत होतं. आपल्या रूमचं दार उघडून त्यानं कॉफीचा कप ड्रेसिंग टेबलावर ठेवला, एका ड्रॉवरमधून वर्तमानपत्रांचा एक गठ्ठा काढून हातात घेतला आणि तो पुन्हा बाहेर पडला.

आधीच रिसेप्शन काऊंटरवरून पळवलेली किल्ली त्यानं काढली आणि कर्नलच्या खोलीचं दार उघडून तो आत शिरला. खोलीत कर्नलच्या आफ्टरशेव्हचा दर्प भरून राहिलेला होता. एका भिंतीशी कर्नलचे वेगवेगळे शूज व्यवस्थित एका रांगेत लावलेले होते. कपाटात त्याचे कपडेही व्यवस्थित स्टार्च करून टांगलेले होते. निकोलस रूममधल्या बेडपाशी गुडघ्यावर बसला. बेडवरचं आच्छादन किंचित उचलून त्यानं हातातला वर्तमानपत्रांचा गठ्ठा आत ठेवून परत आच्छादन नीट होतं तसं केलं. त्या गठ्ठ्यात कालच्या 'मोगल'चाही एक अंक होता.

हळूच रूममधून बाहेर पडून त्यानं दार नीट बंद केलं आणि तो आपल्या खोलीत परत आला. तासाभरानं त्यानं मार्लीला फोन केला. तिला येणाऱ्या प्रत्येक फोनकडे फिचचा 'कान' असणार हे गृहीत धरून त्यानं फक्त 'डार्लेन, प्लीज' एवढंच म्हटलं. 'रॉंग नंबर', तिनं पलीकडून उत्तर दिलं. पाच मिनिटं थांबून त्यानं मार्लीच्या दुसऱ्याच एका सेलफोनवर फोन केला. हा सेलफोन ती एका ड्रॉवरमध्ये लपवून ठेवत असे. फिच नक्की तिचे फोन टॅप करत असणार आणि अपार्टमेंटमध्येही त्यानं काहीतरी मायक्रोफोन वगैरे लावलेले असणार, हे त्यांनी कायमच गृहीत धरलेलं होतं.

''पार्सल टाकलंय.'' त्यानं म्हटलं.

अर्ध्या तासानं अपार्टमेंटमधून बाहेर पडून मार्ली एका बिस्किटांच्या दुकानाजवळच्या पे-फोनवर आली आणि तिनं फिचला फोन केला.

''गुड मॉर्निंग, मार्ली.'' फिचनं म्हटलं.

''हाय, फिच. तुझ्याशी फोनवरून बोलायला मलाही आवडलं असतं, पण आपला प्रत्येक कॉल रेकॉर्ड होतो हे मला माहितय.''

''नाही, नाही. हा फोन रेकॉर्ड होत नाहीय. शपथेवर सांगतो.''

''ओ.के. फोर्टीन्थ स्ट्रीट आणि बीच बुलेव्हर्डच्या कोपऱ्यावर एक 'क्रोगर' चा स्टॉल आहे, तुमच्या ऑफिसपासून पाच मिनिटांवर. तिथे दाराशी तीन पे-फोन आहेत, त्यातल्या मधल्या फोनशी जाऊन थांब. मी सात मिनिटांनी तिथे फोन करणार आहे. पळ लवकर, फिच.'' तिनं फोन बंद केला.

एक अर्वाच्य शिवी हासडून फिचनं दाराकडे धाव घेतली. ओरडून त्यानं जोझेला बोलावलं. धावत-पळत ते त्याच्या 'सबर्बन' गाडीत जाऊन बसले.

मार्लीनं सांगितलेल्या त्या पे-फोनशी फिच धावत-पळत पोचला, तेव्हा तो फोन वाजतच होता.

''फिच, ऐक. तो कर्नल हरेरा आहे ना, ज्यूरर नंबर सात, तो निकोलसला जाम वैताग देतो. मला वाटतं, आज त्याचा निरोप समारंभ होणार.''

''काय?''

''हो.''

"असं नको करूस, मार्ली."

"त्या माणसाला सगळेच वैतागलेत."

"पण तो आपला आहे!"

"अरे, जेव्हा खरंच वेळ येईल, तेव्हा सगळे आपलेच असतील. ते जाऊ दे, तू नऊ वाजता हजर रहा म्हणजे झालं."

"नको, मार्ली, ऐक. तो आपल्या दृष्टीनं फार महत्त्वाचा–" फिचचं वाक्य पुरं होण्याआधीच पलीकडून फोन बंद झाला होता. फिचनं चिडून तो रिसीव्हरच जोरजोरात खेचायला सुरुवात केली. पण थोड्या क्षणांनंतर त्यानं तो जागेवर ठेवला आणि कसलाही आरडाओरडा न करता तो गाडीत येऊन बसला. त्यानं जोझेला परत ऑफिसला चलायला सांगितलं.

मरू दे. तिला काय हवं ते करू दे.

न्यायमूर्ती हार्किनचं घर कोर्टापासून पंधरा मिनिटांवर गल्फपोर्टमध्ये होतं आणि त्यांचा घरचा फोन नंबर मुद्दामच डिरेक्टरीत नव्हता. याची कारणंही उघड होती. रात्री-बेरात्री कुणा गुन्हेगारानं घरी फोन केलेलं कुणाला आवडेल?

कोर्टात जायला निघताना ते पत्नीचा निरोप घेत होते, तेवढ्यात किचनमधल्या फोनची बेल वाजू लागली. मिसेस हार्किननी फोन घेतला. "तुझा फोन आहे." त्यांनी फोन न्यायमूर्तींकडे दिला. घड्याळाकडे बघत न्यायमूर्तींनी रिसीव्हर कानाला लावला.

"हॅलो." त्यांनी म्हटलं.

"सर, तुम्हाला घरी फोन करून त्रास दिल्याबद्दल सॉरी." पलीकडून अगदी कुजबुजत कोणीतरी बोलत होतं. "मी निकोलस ईस्टर. आणि मी फोन बंद करावा असं तुम्हाला वाटत असेल तर तसं खुशाल सांगा, मी लगेच फोन ठेवून देईन."

"एवढ्यात नको. काय झालं?"

"आम्ही अजून मोटेलमध्येच आहोत. निघायच्या तयारीत आहोत आणि खरं सांगायचं तर मला ताबडतोब एका गोष्टीबद्दल तुमच्याशी बोललं पाहिजे."

"काय झालं, निकोलस?"

"मी तुम्हाला असा फोन करता कामा नये, पण मला असं वाटतंय की, आपण ज्या एकमेकांना चिठ्ठ्या पाठवतो किंवा तुमच्या चेंबरमध्ये भेटून बोलतो, त्याचा बाकीच्या ज्यूरर लोकांना संशय येऊ शकतो."

"खरंय."

"म्हणूनच मी तुम्हाला फोन करण्याचा विचार केला. म्हणजे आपण बोलल्याचं त्यांना समजणारच नाही."

"हरकत नाही; आणि आपण फोनवरून बोलणं थांबवावं असं मला ज्या वेळी

वाटेल त्या वेळी मी तसं तुला सांगेन.'' तू अज्ञातवासात असताना तुला माझा फोन नंबर कसा काय मिळाला हे त्यांना अगदी विचारावंसं वाटत होतं, पण त्यांनी अजून जरा वाट बघायचं ठरवलं.

''मला कर्नल हरेराबद्दल बोलायचंय, सर. मला अशी शंका आहे की, तो अशी काही वर्तमानपत्रं आणि मासिकं वाचत असावा की, ज्यांचा तुम्ही जी वर्तमानपत्रं आम्ही वाचायला हरकत नाही त्यांची यादी दिली होती, त्यात समावेश नाही.''

''उदाहरणार्थ?''

''उदाहरणार्थ 'मोगल.' आज सकाळी बराच लवकर मी डायनिंग रूममध्ये गेलो होतो, तेव्हा तो तिथे एकटाच होता आणि मी आलेला बघितल्याबरोबर त्यानं त्याच्या हातातला 'मोगल'चा अंक लपवायचा प्रयत्न केला. हे 'मोगल' म्हणजे कसलं तरी नोकरीधंद्याबद्दलचं वर्तमानपत्र आहे, तेच ना?''

''हो.'' न्यायमूर्तींनीही कालच्या अंकातला तो बार्करचा लेख वाचला होता. आता हा ईस्टर जर खरं सांगत असला – आणि तो कशाला खोटं बोलेल म्हणा – तर हरेराला ताबडतोब घरी पाठवावं लागेल. जे वाचायची परवानगी नाही असं कोणतंही साहित्य वाचणं हे त्याला घरी पाठवायचं – किंवा त्यानं अगदी कोर्टाचा अवमान केला आहे असा निर्णय द्यायलासुद्धा – पुरेसं कारण आहे. खरं तर कोणत्याही ज्यूररनं कालचा 'मोगल' वाचला असेल तर हा खटला 'मिस ट्रायल' सुद्धा होऊ शकतो. ''अस्सं. मग त्यात त्यानं जे काही वाचलं असेल त्याबद्दल तो इतर कोणा ज्यूररशी बोलला असेल? तुला काय वाटतं?''

''त्याबद्दल मात्र मला शंका आहे. मी आत्ता म्हटलं ना, तसं तो माझ्यापासूनही तो अंक लपवू बघत होता, म्हणून तर मला शंका आली. तो आणखी कुणाशी बोलला नसावा, बहुतेक. पण मीही जरा कान उघडे ठेवेन यापुढे.''

''चालेल. आज सकाळीच काम सुरू झाल्याबरोबर मी मि. हरेराला बोलावून त्याच्याकडे चौकशी करेन. बहुतेक मला त्याच्या खोलीचीही झडती घ्यावी लागेल.''

''पण सर, मी हे तुम्हाला सांगितलं असं त्याला प्लीज सांगू नका. आधीच मला अपराध्यासारखं वाटतंय.''

''ठीक आहे.''

''आपण दोघं एकमेकांशी बोलतो हे जर इतर ज्यूरर मंडळींना कळलं, तर माझ्यावर कोणी विश्वासच ठेवणार नाही.''

''काळजी करू नकोस, तसं काहीही होणार नाही.''

''मी फार अस्वस्थ झालोय, सर. आम्ही सगळेच जाम कंटाळलोय. आम्हाला आता घरची ओढ लागलीय.''

''आता खटला जवळजवळ संपलाच आहे, निकोलस. आणि मीही वकिलांना

जास्तीत जास्त घाई करायला लावतोय.''

''हो सर, मला माहितय. फक्त मी इथल्या बातम्या पुरवतोय ही गोष्ट गुप्त राहील एवढी काळजी घ्या. हा असला दुटप्पीपणा मी कधीच करत नाही, पूर्वीही कधी केलेला नाही.''

''तू करतोयस ते योग्यच करतोयस, निकोलस. आणि हा धोका पत्करून तू हे करतोयस त्याबद्दल मी उलट तुझे आभारच मानायला हवेत. भेटू आपण कोर्टात.''

बायकोचं ओझरतं चुंबन घेऊन न्यायमूर्ती हार्किन चटकन बाहेर पडले. गाडीत बसल्यावर त्यांनी कार फोनवरून शेरीफला फोन करून मोटेलवर जाऊन थांबायला सांगितलं. लू डेलला फोन करून त्यांनी 'मोगल'ची मोटेलमध्ये विक्री होते का ते विचारून घेतलं. पण तसं काही नव्हतं. आपल्या क्लार्कला फोन करून त्यांनी सांगितलं की ऱ्होर आणि केबल या दोघांना फोन कर आणि कोर्टात यायला सांग. मी येईन तेव्हा ते तिथे आलेले असले पाहिजेत. एका रेडिओ स्टेशनवर संगीत ऐकता ऐकता ते विचार करत होते की, बिलॉक्सीमधल्या वृत्तपत्रांच्या स्टॉलवरही जिथे 'मोगल' सहजासहजी मिळू शकत नाही, तिथे अज्ञातवासात, लोकांपासून दूरच्या ठिकाणी ठेवलेल्या एका ज्यूररला हा अंक कसा मिळू शकतो ?

हार्किन आपल्या चेंबरमध्ये आले, तेव्हा केबल आणि ऱ्होर हे दोघं न्यायमूर्तींच्या क्लार्कबरोबर आधीच तिथे पोचून त्यांची वाट बघत होते. हार्किननी दार बंद करून घेतलं. कोट काढून ठेवून ते आपल्या खुर्चीवर बसले आणि त्यांनी हरेरावर होत असलेले आरोप त्या दोघांना सांगितले. ही माहिती आपल्याला कुठून कळली हे मात्र त्यांनी सांगितलं नाही. केबल चिडला, कारण हरेरा हा बचाव पक्षाच्या बाजूचा ज्यूरर आहे असं सगळ्यांचंच म्हणणं होतं. ऱ्होरही चिडला, कारण आता खटल्यातला आणखी एक ज्यूरर गमावल्यामुळे त्याला 'मिस ट्रायल'ची भीती वाटू लागलेली होती.

दोन्ही बाजूंचे वकील अस्वस्थ आहेत हे बघून न्यायमूर्ती हार्किनना मात्र बरं वाटलं. त्यांनी त्या क्लार्कला ज्यूरी रूममध्ये जाऊन कर्नल हरेराला बोलावून आणायला सांगितलं. कर्नलसाहेब त्या वेळी 'डिकॅफ' केलेल्या कॉफीचा आणखी एक वाफाळता कप रिचवत होते आणि हर्मनशी ब्रेल कॉम्प्युटरबद्दल गप्पा मारत होते. लू डेलनं हाक मारल्यावर कर्नल हरेरानं प्रश्नार्थक मुद्रेनं तिच्याकडे बघितलं आणि तो ज्यूरी रूममधून बाहेर पडला. विलिसच्या पाठोपाठ चालत तो न्यायमूर्तींच्या चेंबरपाशी आला. विलिसनं हळूच दार ठोठावून उघडलं आणि दोघं आत शिरले.

न्यायमूर्ती, ऱ्होर आणि केबलनं त्याचं हसून स्वागत केलं आणि त्या छोट्याशा खोलीतल्या एकमेव रिकाम्या उरलेल्या खुर्चीवर त्याला बसायला सांगितलं. शेजारच्या खुर्चीवर ती क्लार्क पोरगी तिचं स्टेनोग्राफी मशीन घेऊन तयारीत बसलेली होती.

''कर्नल, तुम्हाला मी काही प्रश्न विचारणार आहे आणि त्यांची उत्तरं तुम्ही शपथेवर द्यायची आहेत.'' हार्किननी म्हटल्याबरोबर दोघाही वकिलांनी चटकन आपली पिवळट कागदाची पॅड्स काढून हातात घेतली. हरेराला अचानक आपण एखादा गुन्हेगार आहोत की काय, असं वाटून गेलं.

''मी जे वाचण्याची स्पष्ट परवानगी दिलेली नाही, अशी काही पुस्तकं, मासिकं वगैरे तुम्ही वाचता आहात?'' न्यायमूर्तींनी विचारलं.

दोन्ही वकील त्याच्याकडे बघत होते. न्यायमूर्तींची क्लार्क, कोर्ट रिपोर्टर आणि स्वत: न्यायमूर्तीही त्याच्याकडे उत्तराच्या अपेक्षेनं पाहत होते. दाराशी असलेला विलिसही टक्क जागा होता आणि त्याचंही लक्ष तिकडेच होतं.

''नाही. माझ्या माहितीप्रमाणे तरी नाहीच.'' कर्नलनं खरं काय ते सांगून टाकलं.

''बरं. 'मोगल' या नावाचं एक अर्थविषयक साप्ताहिक तुम्ही वाचता आहात?''

''नाही. आम्ही लोक अज्ञातवासात गेल्यापासून मुळीच नाही.''

''पण 'मोगल' तुम्ही नेहमी वाचता?''

''महिन्यातून एकदा, फार तर दोनदा वाचतो.''

''मोटेलमधल्या तुमच्या खोलीत मी वाचायला स्पष्ट पारवानगी न दिलेली काही वर्तमानपत्रं, मासिकं वगैरे आहेत?''

''माझ्या माहितीप्रमाणे तरी नाही.''

''मग तुमच्या रूमची झडती घ्यायला तुमची तयारी आहे?''

कर्नल हरेराचा चेहरा एकदम तांबडा लाल झाला. ''काय बोलताय तुम्ही?'' त्यानं अविश्वासानं विचारलं.

''मला अशी शंका आहे, की तुम्ही वाचायला परवानगी नसलेली वर्तमानपत्रं वगैरे वाचता आहात आणि ही गोष्ट मोटेलमध्ये घडतेय. तुमच्या रूमची झडती घेतली, तर या प्रश्नाचं आपोआपच उत्तर मिळेल.''

''तुम्ही माझ्या सचोटीवरच शंका घेताय.'' कर्नलनं दुखावलेल्या आवाजात म्हटलं. ही गोष्ट त्याच्यासारख्या माणसाला सहन होण्यापलीकडची होती. इतरांकडे बघितल्याबरोबर त्याला जाणवलं की, हे सगळेच लोक आपल्याकडून नियमांचं उल्लंघन झाल्याचं समजतायत.

''चुकताय तुम्ही, मि. हरेरा. माझं एवढंच म्हणणं आहे की, तुमच्या खोलीची झडती घेतली की, लगेच आपल्याला खटल्याचं कामकाज पुढे सुरू करता येईल.''

आपली रूम तर एक साधी मोटेलमधली रूम आहे. ते काही घर नव्हे, की, वाटेल ती गोष्ट कुठेही लपवता येईल, त्यानं मनात म्हटलं. आपण यात अडकू शकू असं काही आपल्या रूममध्ये नाहीच आहे, हे त्याला पक्कं ठाऊक होतं. ''घ्या झडती.'' त्यानं म्हटलं.

"थँक्यू."

विलिस कर्नल हरेराला घेऊन बाहेर कॅरिडॉरमध्ये गेला आणि लगेच न्यायमूर्ती हार्किननी मोटेलमध्ये आधीच पोचलेल्या शेरीफला फोन केला. मोटेलच्या मॅनेजरनं ५० नंबरच्या रूमचं कुलूप उघडलं. शेरीफ आणि त्याच्या दोघा मदतनिसांनी रूममधली ड्रॉवर, कपाट आणि बाथरूमची झडती घेतली, त्यानंतर त्यांनी बेडवरच्या गोष्टी बाजूला करून तिथली झडती घ्यायला सुरुवात केली. बेडवरच्या गादीखाली त्यांना 'वॉल स्ट्रीट जर्नल,' 'फोर्ब्स'च्या मासिकांचा एक गठ्ठा सापडला आणि 'मोगल'चाही एक अंक सापडला. शेरीफनं लगेच न्यायमूर्तींना फोन करून काय सापडलं ते कळवलं. न्यायमूर्तींनी त्याला ताबडतोब तो संपूर्ण गठ्ठा घेऊन कोर्टात आपल्या चेंबरमध्ये यायला सांगितलं.

सव्वानऊ वाजले, तरी ज्यूरी काही कोर्टरूममध्ये आलेले नव्हते. अगदी मागच्या बाकावर बसून फिचनं आपलं तोंड एका वर्तमानपत्राआड दडवलेलं होतं आणि तो ज्यूरी बॉक्सपाठीमागच्या दाराकडे एकटक नजरेनं बघत होता. ज्यूरी जेव्हा कधी येतील, तेव्हा सातव्या नंबरवर कर्नल हरेराऐवजी हेन्री वू असेल हे त्याला पक्कं माहीत होतं. बचाव पक्षाच्या दृष्टीनं हेन्री वू त्या मानानं बरा होता, कारण तो आशियाई वंशाचा होता आणि आशियाई लोक हे दुसऱ्याचा पैसा अशा नुकसानभरपाईच्या खटल्यांमध्ये उधळायला फारसे राजी नसतात, हा सर्वसाधारण अनुभव होता. पण किती झालं तरी वू म्हणजे हरेरा नव्हता. बचाव पक्षाच्या सगळ्या तज्ज्ञ मंडळींच्या मते हरेरा नक्कीच बचाव पक्षाच्या बाजूला झुकणारा होता आणि तो चर्चेच्या वेळी इतरांनाही आपल्या बाजूला खेचून घेईल अशी बरीच शक्यता होती.

फिच खरं तर जरा हादरलेला होता. ही मार्ली आणि तिचा तो दोस्त ईस्टर जर केवळ त्यांना वाटलं म्हणून कर्नलसारख्या ज्यूररला घरची वाट दाखवू शकतात, तर पुढचा नंबर कोणाचा असेल ? केवळ आपण काय करू शकतो हे आपल्याला दाखवण्यासाठी जर त्यांनी हे केलं असेल, तर आता त्यांच्या ताकदीवर आपल्याला विश्वास ठेवावाच लागेल.

न्यायमूर्तींच्या चेंबरमध्ये ओळीनं लावून ठेवलेल्या त्या वर्तमानपत्रांकडे आणि मासिकांकडे सगळेच जण अविश्वासानं पाहत होते. शेरीफनं आपल्याला कुठे आणि काय सापडलं हे त्यांना सांगितलं, ते वर्णन रेकॉर्ड केलं आणि तो निघून गेला.

"लोकहो, मला आता कर्नल हरेरांना घरी पाठवण्यावाचून दुसरा इलाजच नाही." न्यायमूर्तींनी म्हटलं. दोन्ही वकील काहीच बोलले नाहीत. त्यांनी कर्नलला बोलावून घेतलं आणि मघाच्याच खुर्चीवर बसायला सांगितलं.

"ऑन द रेकॉर्ड." त्यांनी कोर्ट रिपोर्टरला सांगितलं. "मि. हरेरा, 'सिएस्टा

इन'मध्ये तुम्ही किती नंबरच्या खोलीत उतरला आहात?''

''पन्नास.''

''थोड्याच वेळापूर्वी रूम नंबर पन्नासमध्ये बेडच्या खाली ही सगळी मासिकं वगैरे सापडली. सगळे अंक नवेच आहेत आणि बरेचसे अंक तुमचा अज्ञातवास सुरू झाला त्या तारखेनंतरचे आहेत.''

हरेरा अवाक होऊन पाहतच राहिला.

''हे सगळेच अंक ज्यूरर मंडळींना वाचण्याची परवानगी नसलेले आहेत.''

''पण हे माझे नाहीत.'' कर्नलनं सावकाश म्हटलं. त्याचा पारा चढायला लागलेला होता.

''अस्सं.''

''हे कोणी तरी माझ्या रूममध्ये ठेवले असले पाहिजेत.''

''कोणी ठेवले असतील असा तुम्हाला संशय आहे?''

''कोण जाणे. कदाचित ज्यानं तुम्हाला ही माहिती पुरवली, त्याच माणसानं ठेवले असतील.''

''अगदी योग्य मुद्दा आहे,'' न्यायमूर्तींनी मनात म्हटलं. त्याची शहानिशा आत्ता लगेच करणं शक्य नाही. केबल आणि ऱ्होर त्यांच्याकडेच बघत होते – ही माहिती तुम्हाला कोणी दिली?

''तरीसुद्धा हे सगळे अंक तुमच्या रूममध्ये सापडले, ही गोष्ट नजरेआड करता येणार नाही, मि. हरेरा. त्यामुळे तुम्हाला ज्यूरीमधून घरी जायला सांगण्यावाचून मला गत्यंतर नाही.''

कर्नल हरेरा हळूहळू भानावर येत होता. त्याला न्यायमूर्तींना कितीतरी प्रश्न विचारावेसे वाटत होते, त्यांच्याशी भांडायचं होतं. पण अचानक त्याच्या लक्षात आलं की, अरे, आपली तर या कटकटीतून आयतीच सुटका होतेय! महिनाभर इथे अडकून पडलो आपण, नऊ रात्री त्या मोटेलमध्ये एकट्यानं काढल्या आणि आता चक्क आपल्याला घरी जायला मिळणार! वा! लंच टाईमपर्यंत आपण चक्क गोल्फ कोर्सवर पोचलेले असू !

''पण हे काही बरोबर नाही.'' त्यानं कसंबसं म्हटलं. आणखी जोर करणंही बरोबर झालं नसतं.

''आय ॲम सॉरी. आता यात कोर्टाचा अवमान केल्याचा आणखी एक मुद्दा आहे, पण ते मी नंतर बघेन. या क्षणी तरी आम्हाला खटला पुढे सुरू करणं जास्त गरजेचं आहे.''

''तुम्ही म्हणाल ते मान्य आहे, सर.'' कर्नलनं म्हटलं. आज रात्री रॅंझेल्समध्ये डिनर. उत्कृष्ट वाईन घ्यायची. उद्या नातवालाही भेटता येईल.

"मी तुमच्याबरोबर एका माणसाला मोटेलमध्ये पाठवतो, म्हणजे तुमचं सामान तुम्हाला आवरता येईल. मी तुम्हाला स्पष्ट सूचना देतोय, की तुम्ही कोणाशीही, विशेषत: वार्ताहरांशी याची वाच्यता करता कामा नये. पुढच्या सूचनेपर्यंत तुम्हाला या बाबतीत पूर्णपणे मौन पाळावं लागेल. समजलं ना?"

"हो, सर."

कर्नलला घेऊन एक कर्मचारी मागच्या बाजूच्या दरवाजानं बाहेर गेला. तिथे त्याला मोटेलवर परत घेऊन जाण्यासाठी शेरीफ त्याची वाट बघत होता.

"मी हा खटला 'मिसट्रायल' केला जावा असा प्रस्ताव मांडतोय." कोर्ट रिपोर्टरकडे बघत केबलनं म्हटलं. "कारण काल 'मोगल' मध्ये जो लेख आला होता, त्याचा या ज्यूरीवर खटल्याच्या निकालाच्या दृष्टीनं अनिष्ट परिणाम झाला असण्याची शक्यता आहे."

"अमान्य." न्यायमूर्तींनी लगेचच सांगितलं. "अजून काही?"

दोघाही वकिलांनी नकारार्थी माना डोलावल्या.

दहा वाजून गेल्यावर उरलेले अकरा ज्यूरर्स आणि दोन पर्यायी ज्यूरर्स, असे सगळे जण आपापल्या जागी कोर्टरूममध्ये येऊन बसले. कोर्टरूममध्ये संपूर्ण शांतता होती. कर्नल फ्रँक हरेराची जागा रिकामी होती आणि हे लगेचच सगळ्यांच्या लक्षात आलं. हार्किननी गंभीरपणे सगळ्यांचं स्वागत केलं आणि लगेच मुख्य मुद्द्यालाच हात घातला. 'मोगल'चा कालचा अंक हातात धरून उंचावत त्यांनी हा अंक ज्यूरर्सपैकी कुणी वाचलाय का, किंवा त्याबद्दल कुणी काही ऐकलंय का, असं विचारलं. हे अर्थातच कुणी आपण होऊन कबूल करणं शक्य नव्हतं.

त्यांनी म्हटलं, "ज्यूरर नंबर सात, फ्रँक हरेरा यांना ज्यूरीमधून काढून टाकण्यात आलेलं आहे. यामागची कारणं मी माझ्या चेंबरमध्ये स्पष्ट केलेली आहेत आणि त्यांची अधिकृत नोंदही केलेली आहे. फ्रँक हरेरा यांच्या जागी पर्यायी ज्यूरर नंबर एक, मि. हेन्री वू हे काम पाहतील." विलिसनं हेन्रीच्या कानात काहीतरी सांगितलं आणि हेन्री आपल्या खुर्चीवरून उठून सात नंबरच्या खुर्चीवर जाऊन बसला. आता शायनी रॉईस एकटाच पर्यायी ज्यूररच्या खुर्चीवर बसलेला होता.

खटला सुरू करायची आणि लोकांचं ज्यूरींवरून लक्ष काढून घेण्याचीही न्यायमूर्तींना घाई झालेली होती. "मि. केबल, तुमच्या पुढच्या साक्षीदाराला बोलवा." त्यांनी फर्मावले.

या सगळ्या घटना अविश्वासानं बघत असलेल्या फिचच्या हातातला पेपर आपोआपच गळून त्याच्या मांडीवर पडलेला होता. हरेराच्या हकालपट्टीमुळे तो घाबरलेला होता, पण मार्लीनं त्याला आपली ताकद दाखवून दिली होती, त्यामुळे

तो उत्साहितही झालेला होता. अभावितपणेच त्याची नजर ईस्टरवर खिळली. ईस्टरलाही हे जाणवलं असावं, कारण त्यानं फिचच्या नजरेला नजर भिडवली. त्याच्या नजरेत आव्हान होतं – ''मी काय करू शकतो ते बघितलंस ना? आता काय म्हणणं आहे तुझं?'' आणि फिचची नजरही त्याला सांगत होती – ''हो, समजलं. आता काय हवंय तुला?''

खटल्याच्या पूर्वतयारीमध्ये केबलनं एकंदर बावीस संभाव्य साक्षीदारांची यादी काढलेली होती. त्यातल्या प्रत्येक नावाआधी 'डॉक्टर' ही उपाधी होतीच आणि सगळे जण 'तज्ज्ञ' म्हणवून घेण्याइतके नाणावलेले होते. त्यात पूर्वीच्या सिगारेट खटल्यांमधून तावून-सुलाखून बाहेर पडलेले अनुभवी तज्ज्ञ होते, सिगारेट उद्योगानं पुरवलेल्या पैशावर संशोधन करणारे, उद्योगाचे मिंधे असलेले संशोधक होते आणि इतर क्षेत्रांमधलेही तज्ज्ञ होते – सगळ्यांना गोळा करण्यामागचा एकच उद्देश होता, तो म्हणजे ज्यूरींसमोर आधी सादर झालेल्या साक्षीपुराव्यांचं खंडन करायचं.

गेल्या दोन वर्षांमध्ये या सगळ्या बावीस तज्ज्ञ मंडळींच्या उलटतपासण्याही ऱ्होर आणि कंपनीनं घेतलेल्या होत्या. त्यामुळे त्यात आता ऐन वेळी आश्चर्याचे धक्के देईल असं काहीही निष्पन्न होण्यासारखं नव्हतं.

फिर्यादी पक्षानं जे फटकारे मारलेले होते, त्यांतले सगळ्यात मोठे फटकारे लिऑन रॉबिलिओनं मारलेले होते – त्यानं सिगारेट उद्योग अल्पवयीन, अजाण मुलांना लक्ष्य बनवत असल्याचं सांगितलं होतं. त्यामुळे सर्वांत पहिला प्रतिहल्ला रॉबिलिओच्या साक्षीवर चढवावा असं केबलनं ठरवलं. ''बचाव पक्षाच्या वतीनं पहिला साक्षीदार म्हणून डॉक्टर डिनाईस मॅकेड यांना बोलावण्यात येत आहे.'' त्यानं जाहीर केलं.

बाजूच्या एका दारातून डिनाईस मॅकेड आली आणि मोठ्या संख्येनं मध्यमवयीन पुरुषांचा भरणा असलेल्या त्या कोर्टरूमचे डोळे एकदमच विस्फारले गेले. मोठ्या डौलात चालत ती न्यायमूर्तींच्या टेबलासमोर आली आणि तिनं न्यायमूर्तींकडे बघून गोड स्मित केलं. न्यायमूर्तींच्या चेहऱ्यावर आधीच स्मित झळकत होतं. साक्षीदाराच्या पिंजऱ्यात येऊन ती खुर्चीवर बसली आणि तिनं जेव्हा पायावर पाय टाकत माईक थोडा पुढे ओढला, तेव्हाच तिनं मंडळींना जिंकलं होतं. डॉक्टर मॅकेड अत्यंत सुंदर दिसत होती. उंच, सडपातळ बांधा आणि ब्लाँड रंगाच्या केसांची सुरेखशी पोनीटेल. तिनं काहीसा आखूडसर, लाल रंगाचा ड्रेस घातलेला होता. सस्मित मुद्रेनं तिनं शपथ घेतली.

ज्यूरीतल्या सहा पुरुषांच्या नजरा – हर्मनला दिसतच नव्हतं म्हणून – तिच्यावरच खिळलेल्या होत्या. लाल लिपस्टिक. लाल नेलपॉलिश लावलेली लांब, सुंदर नखं. पण एवढी तरुण, सुंदर पोरगी म्हणजे डोक्यानं अगदीच मंद असणार अशी

ज्या कुणाची कल्पना असेल, त्यांची पहिल्या काही मिनिटांतच निराशा झाली. गोड, काहीशा घोगऱ्या आवाजात तिनं आपलं शिक्षण, पार्श्वभूमी, ज्ञानक्षेत्र वगैरेबद्दल माहिती सांगायला सुरुवात केली. व्यवसायानं ती मानसतज्ज्ञ होती. तिचा स्वत:चा टॅकोमा शहरात व्यवसाय होता. तिनं चार पुस्तकं लिहिलेली होती, चाळीस निबंध प्रसिद्ध केलेले होते. केबलनं डॉक्टर मॅकेड या मानसशास्त्रातल्या 'तज्ज्ञ' आहेत असा जेव्हा प्रस्ताव मांडला, तेव्हा ऱ्होरनं ते ताबडतोब मान्य केलं.

ती लगेच मुख्य मुद्द्यावर आली. जाहिरातीबाजी आणि जाहिरात कला हे आपल्या संस्कृतीचं अविभाज्य अंग बनलंय. एका विशिष्ट वयोगटाला किंवा वर्गाला समोर ठेवून तयार केलेल्या जाहिराती आपोआपच बाकीचे लोकही बघत किंवा ऐकत असतात. ही गोष्ट थांबवणं शक्यच नाही. मुलांना सिगारेट उत्पादनांच्या जाहिराती दिसतात, कारण ती वर्तमानपत्रं, मासिकं पाहतात, त्यांना जाहिरात फलक दिसतात, लक्षवेधक निऑन साईन्स दिसतात. पण याचा अर्थ असा होत नाही की, मुलांना या जाहिरातींचं लक्ष्य बनवलेलं असतं. मुलांना टी.व्ही.वरच्या बीअरच्या जाहिरातीही दिसतात, त्यात त्यांनी आदर्शवत मानलेले मोठमोठे खेळाडू असतात. याचा अर्थ असा कुठे होतो की बीअर कंपन्या देशाच्या भावी पिढ्यांना व्यसनं लावू पाहतात? त्या कंपन्या तर फक्त आपल्या बीअरची बाजारात जास्तीत जास्त विक्री करू पाहत असतात. मुलं त्या पाहत असतात आणि हे टाळायचं तर अशा प्रकारच्या उत्पादनांच्या संपूर्ण जाहिरातींवरच बंदी घालणं, हा एकमेव उपाय उरतो. सिगारेट, बीअर, वाईन्स, मद्य – आणि मग चहा, कॉफी, कंडोम्स, लोणी यांचं काय? क्रेडिट कार्ड कंपन्यांच्या जाहिराती काय लोकांना जास्त खर्च करायला आणि कमी बचत करायला उद्युक्त करतात का? एका मुद्द्यावर डॉक्टर मॅकेडनं पुन्हा पुन्हा भर दिला की, ज्या समाजात भाषणस्वातंत्र्य हा अत्यंत मोलाचा मानवी अधिकार मानला जातो, त्या समाजात जाहिरातींवर बंधनं घालताना दहादा विचार करावा लागतो.

सिगारेटच्या जाहिराती तरी कुठे इतर जाहिरातींपेक्षा वेगळ्या असतात? त्यांचाही तोच उद्देश असतो – एखादं उत्पादन विकत घेऊन ते वापरण्याची इच्छा माणसाच्या मनात जागी करणं आणि ती जोपासणं. चांगल्या जाहिराती नेहमी ते विशिष्ट उत्पादन चटकन जाऊन खरेदी करण्याची माणसाच्या मनातली इच्छा आणखी प्रबळ करतात. ज्या जाहिराती चांगल्या नसतात, परिणामकारक नसतात, त्या ही गोष्ट करू शकत नाहीत आणि बहुतेक वेळा त्या काढून घ्याव्या लागतात. तिनं 'मॅक्डोनाल्डस' कंपनीचं उदाहरण दिलं. या कंपनीचा तिनं अभ्यास केलेला होता आणि योगायोगानं तिनं यावर बनवलेला रिपोर्टही त्या वेळी तिच्या पर्समध्ये होता. मूल तीन वर्षांचं होतं, तोपर्यंत 'मॅक्डोनाल्ड्स' कंपनीचं जे काही चालू 'जिंगल' असेल, ते जिंगल ते गाऊ शकतं किंवा गुणगुणू शकतं. हे मूल जेव्हा 'मॅक्डोनाल्ड्स' ला पहिल्यांदा जातं,

तेव्हा तो फार मोठा, महत्त्वाचा प्रसंग मानला जातो. हा काही योगायोग असतो असं मुळीच नव्हे. आपल्याआधी आपल्या इतर स्पर्धकांनी त्या मुलाला कच्छपी लावू नये, म्हणून 'मॅक्डोनाल्ड्स' कंपनी यावर पाण्यासारखा पैसा खर्च करते. मागच्या पिढीपेक्षा आताची मुलं कितीतरी जास्त चरबी आणि कोलेस्टेरॉलयुक्त पदार्थ खातात. ती चीजबर्गर, फ्राईज, पिझ्झा असे पदार्थ खातात, जास्त सोडायुक्त पेयं किंवा साखर घातलेले फळांचे रस पितात. मग काय आपण 'मॅक्डोनाल्ड्स' आणि 'पिझ्झा हट' सारख्या कंपन्यांवर, लहान मुलांना लक्ष्य करण्यासाठी फसव्या जाहिराती केल्याबद्दल खटले भरायचे का ? आपली मुलं जास्त जाड झाली म्हणून त्यांच्यावर खटले भरायचे का? नाही. ग्राहक या नात्यानं आपल्या मुलांना काय द्यायचं या गोष्टीची आपण उघड्या डोळ्यांनी निवड करत असतो. आणि आपण मुलांसाठी चांगल्याच गोष्टींची निवड करतो यावर कुणाचं दुमत असू नये.

हे जसं खरं, तसंच हेही खरं आहे की, सिगारेटच्या बाबतीतही आपण सगळे धोके माहीत असताना सिगारेट ओढण्याचा पर्याय निवडतो. आपल्यावर हजारो प्रकारच्या उत्पादनांच्या जाहिरातींचा सतत मारा होत असतो आणि आपलं मन त्यांना आपापल्या मनोवृत्तीप्रमाणे प्रतिसाद देत असतं.

दर पंधरा-वीस मिनिटांनी ती आपले पाय कधी हलवत होती, तर कधी मांडी बदलत होती आणि दोन्ही टेबलांशी बसलेल्या वकिलांचं आणि ज्यूरींचं लक्ष त्या वेळी तिकडे जात होतं.

डॉक्टर मॅकेडचं सौंदर्य सौम्य होतं, त्यात कुठेही दिखाऊपणा नव्हता, बोलणंही विनयशील पण आत्मविश्वासपूर्ण आणि शांत होतं. आणि ते चटकन पटणारंही होतं.

नंतर एक तासभर ऱ्होरनं तिची उलटतपासणी घेतली, पण जपूनच, मृदूपणे प्रश्न विचारून. त्यानं तिच्यावर कुठल्याही प्रकारच्या प्रश्नांचा कठोर भडिमार करण्याचं हेतुपुरस्सर टाळलं.

३०

निकमन आणि नेपिअर हॉपीला भेटले आणि त्यांनी सांगितलं की, काल रात्री तुमची तुमच्या पत्नीशी जेव्हा भेट झाली, तेव्हा काय घडलं त्याचा सविस्तर रिपोर्ट मि. क्रिस्टॅनोनं मागवलाय आणि तो आम्हाला ताबडतोब पाठवायला सांगितलंय.

''सगळं सांगू?'' हॉपीनं विचारलं.

सिगारेटच्या धुरानं भरलेल्या एका रेस्टॉरंटमधल्या एका डुगडुगत्या टेबलाशी एकमेकांच्या डोक्याला डोकी लावून ते हळू आवाजात बोलत होते. तिघांच्याही समोर उकळत्या कॉफीचे पेपर कप होते.

''त्यातला वैयक्तिक स्वरूपाचा भाग नका सांगू.'' नेपिअरनं म्हटलं. काल 'वैयक्तिक' स्वरूपाचं फारसं काही घडलं असेल की नाही, त्याला जरा शंकाच होती.

'वैयक्तिक स्वरूपाचं? अरे, तुम्हाला सांगितलं तर चाट पडाल तुम्ही!' हॉपीही मनात म्हणत होता. ''अं, मी तो रॉबिलिओबद्दलचा मेमो मिलीला दाखवला.'' त्यानं म्हटलं. पण त्यांच्याशी अजून नेमकं किती खरं बोलावं ते त्याला कळत नव्हतं.

''मग?''

''आणि काय, तिनं तो वाचला.''

''ते समजलं आम्हाला, पण तिची प्रतिक्रिया काय होती?'' नेपिअरनं विचारलं.

आता यांना मी थाप मारू शकतो की, मिलीला तो मेमो वाचल्यावर भयंकर धक्का बसला, त्यातल्या प्रत्येक शब्दावर तिचा विश्वास बसला, बाकीच्यांना तो मेमो कधी एकदा दाखवते असं तिला होऊन गेलं, वगैरे. आणि हे सुद्धा हेच ऐकायला

आलेत, त्यानं मनात म्हटलं. पण शेवटी त्यानं ठरवलं की, खरं तेच सांगितलेलं जास्त बरं. थापा मारल्या तर गोष्टी कदाचित आणखी बिघडतील. ''सॉरी. तिची प्रतिक्रिया काही विशेष चांगली नव्हती.'' आणि त्यानं जे घडलं ते सांगून टाकलं.

त्यांनी मागवलेली सँडविचेस आल्यावर निकमन मि. क्रिस्टॅनोला फोन करण्यासाठी बाहेर गेला. हॉपी आणि नेपिअर एकमेकांची नजर टाळत सँडविच खात बसले. हॉपी एकदम निराश झालेला होता. आपला एक पाय आता तुरुंगाच्या दारात गेल्यातच जमा आहे, त्यानं मनात म्हटलं.

''आता तुमची परत कधी भेट होणार आहे?'' नेपिअरनं विचारलं.

''सांगता येत नाही. न्यायमूर्तींनी अजून काही सांगितलेलं नाही. कदाचित या वीकएंडपर्यंत खटला संपू शकेल.''

तेवढ्यात निकमन परत येऊन जागेवर बसला. ''मि. क्रिस्टॅनो इकडे यायला निघालेत.'' त्याने गंभीरपणे म्हटलं. हॉपीच्या पोटात एकदम खड्डा पडला. ''आज रात्री ते इथे येऊन पोचतील आणि उद्या सकाळी ताबडतोब ते तुम्हाला भेटतील.''

''ओके.''

''जे काही घडलंय त्यावर ते मुळीच समाधानी नाहीत.''

''मीही नाही.''

लंचचा संपूर्ण वेळ ऱ्होरनं आपल्या ऑफिसचं दार बंद करून क्लीव्हशी बोलण्यात घालवला. कारण हे अनैतिक स्वरूपाचं काम होतं आणि ते कुणाला समजून चालण्यापैकी नव्हतं. क्लीव्हसारखी 'रनर'चं काम करणारी माणसं बऱ्याचशा वकिलांच्या पदरी होती आणि त्यांचा उपयोग ते लाच पोचवणं, केसेस मिळवणं आणि इतर अनैतिक स्वरूपाची पण आवश्यक कामं करण्यासाठी करायचे. पण अशी माणसं आपल्याकडे असल्याचं त्यांच्यापैकी कोणीही कधी उघडपणे मात्र कबूल करणं शक्य नव्हतं.

ऱ्होरच्यासमोर बरेच काही पर्याय होते. क्लीव्हकरवी तो डेरिक मेपल्सला 'जा, फूट' म्हणून सांगू शकत होता. किंवा तो डेरिकला आत्ता २५००० डॉलर्स देऊन शेवटी निकालानंतर फिर्यादीच्या बाजूनं मतदान करणाऱ्या प्रत्येक ज्यूररमागे २५००० डॉलर्स देण्याचं आश्वासन देऊ शकत होता – अर्थात, असे किमान नऊ सदस्य असले तरच. यात त्याला जास्तीत जास्त अडीच लाख डॉलर्स खर्च येणार होता आणि हा खर्च करायला तो एका पायावर तयार होता. पण एंजल वीझ दोनपेक्षा जास्त मतं मिळवून देऊ शकेल याबद्दल त्याला मोठा संशय होता – एक तिचं स्वतःचं आणि दुसरं लॉरीन ड्यूकचं. तिच्या अंगात काही नेतृत्वगुण नव्हते. तो डेरिकला बचाव पक्षाच्या वकिलांकडे जायला उद्युक्त करून मग त्याला आणि एंजल

वीझला एकांतात बेडवर पकडायचं, असाही डाव खेळू शकत होता, पण त्यामुळे एंजलला घरी पाठवलं जाण्याची शक्यता बरीच होती आणि ही गोष्ट ऱ्होरला घडायला नको होती.

चौथा पर्याय असा होता की, क्लीव्हच्या खिशात एक छोटा टेपरेकॉर्डर दडवून तो डेरिकचं बोलणं रेकॉर्ड करू शकत होता आणि मग त्यानं वीझवर दबाव आणावा म्हणून त्याला ब्लॅकमेल करू शकत होता. पण यात बरेच धोके होते, कारण हा लाच देण्याचा कटच मुळात ऱ्होरच्या स्वत:च्या ऑफिसात शिजलेला होता.

प्रत्येक पर्यायावर त्यांनी बराच वेळ सगळ्या बाजूंनी विचार केला आणि त्यातून एक वेगळाच, संमिश्र स्वरूपाचा पर्याय निघाला.

''आपण असं करू,'' ऱ्होरनं सांगितलं. ''आत्ता आपण त्याला पंधरा हजार लगेच देऊ आणि दहा हजार निकालानंतर देण्याचं कबूल करू. शिवाय आपण त्याचं बोलणंही रेकॉर्ड करू. त्याला दिलेल्या काही नोटांवर आपण खुणा करून ठेवू, त्याचा उपयोग आपल्याला नंतर करता येईल. तो इतर जेवढ्या ज्यूरर्सची मत आणेल त्याबद्दल आपण त्याला पंचवीस हजार देण्याचं कबूल करू आणि तो उरलेले पैसे मागायला आल्यावर त्याला अंगठा दाखवू. आपल्याकडे त्याचं बोलणं टेप केलेलं असेल. त्यानं आवाज केला, तर त्या वेळी आपण त्याला टेप एफबीआयकडे देण्याची धमकी देऊ.''

''हं. हा पर्याय छान आहे.'' क्लीव्हनं म्हटलं. ''त्याला पैसे मिळतील, आपल्याला आपल्या बाजूनं निर्णय मिळेल आणि नंतर त्याला ढुंगणावर लाथ मिळेल.''

''तू लगेच टेपरेकॉर्डरची व्यवस्था कर, पैसे घे आणि त्याच्याकडे जा. हे आजच व्हायला हवं.''

पण डेरिकच्या डोक्यात वेगळीच योजना होती. 'रिसॉर्ट कॅसिनो' नावाच्या अंधाऱ्या बारमध्ये ते भेटले. बरेच दु:खी आत्मे त्यांचं अपयश स्वस्तातल्या दारूत बुडवून टाकायला तिथे आलेले होते – आणि ते सुद्धा दिवसाढवळ्या, स्वच्छ सूर्यप्रकाशात.

निकालानंतर आपल्याला पैसे मिळणं शक्य नाही याची डेरिकलाही अटकळ होती. त्यामुळे त्यानं आता एंजलच्या मताचे पंचवीस हजार ताबडतोब रोख मागायचे आणि इतर प्रत्येक मतासाठी एक डिपॉझिट मागायचं ठरवलेलं होतं– हेही रोख आणि एक योग्य अशी रक्कम, उदाहरणार्थ प्रत्येक ज्यूररच्या मतासाठी पाच हजार. क्लीव्हनं चटकन हिशोब केला, पण तो चुकला. डेरिकच्या म्हणण्याप्रमाणं बाराही मतं फिर्यादीच्या बाजूला पडणार होती, म्हणजे प्रत्येक ज्यूररसाठी पाच हजार म्हणजे

एंजल वगळता झाले पंचावन्न हजार. त्यात एंजलसाठीचे पंचवीस मिळवले म्हणजे ऐंशी हजार झाले. डेरिकनं क्लीव्हकडे ऐंशी हजार डॉलर्सची रोख मागणी केली.

कोर्टाच्या क्लार्कच्या ऑफिसातल्या एका पोरीला तो ओळखत होता. तिनं त्याला नेमकी किती नुकसानभरपाईची मागणी आहे ते सांगितलं होतं. "तुम्ही लोक त्या कंपन्यांकडून कोट्यवधी डॉलर्स उकळणार आहात." त्यानं म्हटलं. क्लीव्हच्या खिशातल्या छोट्या टेपरेकॉर्डरवर त्याचा प्रत्येक शब्द रेकॉर्ड होत होता. "ऐंशी हजार म्हणजे त्याच्यापुढे काहीच नव्हेत."

"तुला वेड लागलंय." क्लीव्हनं म्हटलं.

"तुम्हा लोकांना काय मी बिनडोक वाटतो का?"

"हे बघ, ऐंशी हजार डॉलर्स एवढी मोठी रक्कम आम्ही तुला रोख देणंच शक्य नाही. मी तुला हे आधीही बोललोय. रोख रक्कम जसजशी वाढेल, तसतसे आपण पकडले जाण्याचा धोकाही वाढत जाईल."

"ओके. मग मी बचाव पक्षाकडे जातो."

"जा. तिकडे जे काय होईल ते मला पेपरमध्ये वाचायला मिळेलच."

आपापली ड्रिंक्स त्यांनी अर्धवटच ठेवली. याही वेळी क्लीव्ह आधी निघून गेला, पण डेरिक गेल्या वेळेसारखा त्याच्यामागे उठून पळत गेला नाही.

केबलचा पुढचा साक्षीदार ही सुद्धा एक सुंदर पोरगी होती. गुरुवारी दुपारी त्यानं डॉक्टर मिरा स्प्रॉलिंग-गुडचं नाव पुकारलं. ही एक सहा फूट उंचीची, सणसणीत बांध्याची निग्रो प्रोफेसर आणि संशोधिका होती. अत्यंत आकर्षक दिसणाऱ्या, डॉक्टर मॅकेडसारखाच उत्कृष्ट ड्रेस घातलेल्या या पोरीनं त्या शुष्क कोर्टरूममध्ये प्रवेश करताक्षणीच एक नवी जान आणली. तिची सुंदर, तुकतुकीत अंगकांती साऱ्या कोर्टरूममध्ये उठून दिसत होती. ज्यूरींकडे बघून ती गोड हसली. विशेषत: लॉनी शेव्हरवर तिची नजर क्षण-दोन क्षण जास्तच रेंगाळली. लॉनीही प्रत्युत्तरादाखल तिच्याकडे बघून हसला.

या खटल्यासाठी तज्ज्ञांची निवड करताना केबलला वाटेल तेवढा पैसा खर्च करायची मुभा होती. त्यामुळे त्यानं या मंडळींच्या ज्ञानाबरोबरच त्यांचं दिसणं, बोलणं, वागणं, गुंतागुंतीची माहिती सामान्य माणसांना सहज समजू शकेल अशा भाषेत सांगण्याची त्यांची क्षमता वगैरे गोष्टींनाही भरपूर महत्त्व दिलं होतं. डॉक्टर स्प्रॉलिंग-गुडची निवड करताना तिच्या मुलाखतीचं त्यानं दोन वेळा व्हिडिओ शुटिंग केलं होतं आणि ऱ्होरच्या ऑफिसमध्ये खटल्याच्या पूर्वतयारीतल्या साक्षीच्या वेळी पुन्हा एकदा व्हिडिओ शूटिंग केलं होतं. इतर साक्षीदारांप्रमाणेच तिचीही एक प्रकारच्या अभिरूप न्यायालयात त्यानं दोन दिवस कसून साक्ष घेतली होती. अतिशय

सहजपणे आपल्या पायावर पाय ठेवून तिनं माईक पुढे ओढला.

ती मार्केटिंग विषयातली प्रोफेसर होती आणि तिनं त्यात दोन वेळा डॉक्टरेट मिळवली होती. शिक्षण पूर्ण केल्यावर तिनं मॅडिसन अ‍ॅव्हेन्यूवरच्या एका प्रख्यात जाहिरात कंपनीमध्ये आठ वर्षं काढली होती आणि मग ती शिक्षणक्षेत्रात शिरली होती. हेच तिचं खरं आवडतं क्षेत्र होतं. जाहिरात क्षेत्रातही ग्राहकोपयोगी वस्तूंची जाहिरातकला हे तिचं आवडतं क्षेत्र होतं. हा विषय ती पदवीच्या पातळीवर शिकवत होती आणि त्यावर सतत संशोधनही करत होती. या खटल्यात साक्ष देण्यामागचा तिचा उद्देशही थोड्याच वेळात स्पष्ट झाला. कोरडा विचार करणारा एखादा माणूस म्हणू शकला असता की, ती इथे आपलं सौंदर्य मिरवण्यासाठी आलीय, लॉनी शेव्हर आणि लॉरीन ड्यूक आणि एंजल वीझसारख्या निग्रो ज्यूरींशी संवाद साधायला, त्यांच्यातलीच एक निग्रो स्त्री किती मोठी झालीय याचा त्यांना अभिमान वाटावा म्हणून आलीय.

खरं तर ती फिचमुळे इथे साक्षीला आलेली होती. सहा वर्षांपूर्वी एका खटल्यात न्यू जर्सीच्या कोर्टात ज्यूरींनी निकालावर अंतिम निर्णय देण्यासाठी चर्चा करण्यात तीन दिवस घेतले होते. शेवटी जरी त्यांनी बचाव पक्षाच्या बाजूनं निर्णय दिला होता, तरी तीन दिवस चाललेल्या त्यांच्या चर्चेचा तणाव सहन करताना फिच आणि साऱ्या बचाव पक्षाच्या तोंडाला अक्षरश: फेस आला होता. त्याच वेळी फिचनं अशी एक योजना तयार केली होती की, एखादी आकर्षक दिसणारी स्त्री संशोधक शोधायची – ती शक्यतो एखाद्या नावाजलेल्या युनिव्हर्सिटीत असली तर फारच बरं – तिला भरपूर ग्रँट द्यायची आणि तिच्याकडून आपल्याला हवं तसं सिगारेटच्या जाहिरातींचे किशोरवयातल्या मुलांवर काय परिणाम होतात यावरचं संशोधन करून घ्यायचं. त्या संशोधनाच्या ज्या काही मर्यादा किंवा नियम असतील, ते अगदी सर्वसाधारण स्वरूपात पैसे देणाऱ्या संस्थेनंच ठरवायचे आणि या संशोधनाचा एखाद्या खटल्यात कसा उपयोग होईल त्याप्रमाणेच ते या स्त्री संशोधकाकडून करवून घ्यायचं.

डॉक्टर स्प्रॉलिंग-गुडनं रॅन्किन फिचचं कधी नावही ऐकलेलं नव्हतं. 'कंझ्युमर प्रॉडक्ट इन्स्टिट्यूट' नावाच्या कुठल्याशा एका संस्थेकडून तिला आठ लाख डॉलर्सची ग्रँट मिळाली होती. फारशी कोणाच्याच ऐकिवात नसलेली ही संशोधन संस्था कॅनडात ओटावामध्ये होती आणि हजारो ग्राहकोपयोगी वस्तूंचा खप कसा होत असतो, त्याच्या आकडेवारीचं संकलन आणि संशोधन करणं हा या संस्थेचा उद्देश होता. या संस्थेबद्दल तिला फारशी काहीच माहिती नव्हती. तशी ती ऱ्होरलाही नव्हती. तो आणि त्याची माणसं गेली दोन वर्षं या संस्थेची माहिती मिळवण्याचा प्रयत्न करीत होती. पण ही संस्था फारच खासगी स्वरूपाची होती, आणि काही प्रमाणात तिला कॅनडातल्या कायद्याचंही संरक्षण होतं आणि एकंदरीत असं दिसत

होतं की, या संस्थेला ग्राहकोपयोगी वस्तूंचं उत्पादन करणाऱ्या मोठमोठ्या कंपन्या पैसा पुरवत होत्या. त्यांपैकी एकही कंपनी सिगारेट उत्पादन करत असल्याचं वरवर तरी दिसलेलं नव्हतं.

डॉक्टर स्प्रॉलिंग-गुडनं जे संशोधन केलं होतं, त्याचे निष्कर्ष एका सुंदर छापलेल्या, आकर्षक बांधणी केलेल्या दोन इंच जाडीच्या रिपोर्टमध्ये तिनं ग्रथित केले होते. हा रिपोर्ट केबलनं पुरावा म्हणून दाखल करून घेण्यासाठी कोर्टापुढे ठेवला. हा होता पुरावा नंबर चौऱ्याऐंशी. आधीच पुराव्याच्या कागदपत्रांची पृष्ठसंख्या वीस हजारावर गेली होती, त्यात ही आणखी एक भर. ही सगळी पानं ज्यूरींनी अंतिम निकाल देण्याआधी नजरेखालून घालावी, अशी अपेक्षा होती!

एवढ्या सुंदर पद्धतीनं सादर केलेल्या तिच्या निष्कर्षांमध्ये धक्कादायक असं काहीच नव्हतं. काही अगदी ठळक आणि सहजगत्या लक्षात येतील असे अपवाद सोडले, तर ग्राहकोपयोगी वस्तूंच्या जाहिराती या सज्ञान तरुण वर्गासाठी केलेल्या असतात. गाड्या, टूथपेस्ट, साबण, खाद्यपदार्थ, बीअर, सॉफ्ट ड्रिंक्स, कपडे, सेंट्स यांसारख्या ज्या सर्वांत जास्त जाहिराती केल्या जाणाऱ्या वस्तू असतात, त्या सज्ञान तरुण वर्गालाच समोर ठेवून उत्पादन केलेल्या असतात. तीच गोष्ट सिगारेटची. सुंदर, सडपातळ, बिनधास्त, स्वतंत्र बाण्याच्या, चलाख लोकांसाठी सिगारेट निर्माण केल्या जातात असं चित्र निर्माण केलं जातं. पण अशा असंख्य इतर वस्तूंबाबतही हेच सांगता येईल.

तिनं मग काही वस्तूंची उदाहरणं दिली. मोटारगाड्यांपासून तिनं सुरुवात केली. पन्नास वर्षांचा एखादा जाडजूड माणूस स्पोर्ट्स कार चालवताना तुम्ही कधी जाहिरातीत बघितल्याचं आठवतंय का? किंवा एखादी लठ्ठ बाई सहा पोरांना एखाद्या मिनिव्हॅनमध्ये कोंबून हिंडायला बाहेर पडलीय, अशी जाहिरात कधी बघितलीय? शक्यच नाही. बीअरचं काय? एका सुंदर हॉलमध्ये बसून दहा माणसं टीव्हीवर 'सुपर बाऊल'ची मॅच बघताना बीअर पीत असलेली दाखवतात. हे सगळे दिसायला कसे सुंदर, स्वच्छ दाढी केलेले, भरपूर केस असलेले, उत्कृष्ट जीन्स घातलेले, अतिशय तगडे आणि सडपातळ असतात. हे काय सत्याला धरून असतं का? पण हीच तर यशस्वी जाहिरातकला.

उदाहरणं देता देता तिचं बोलणं हळूहळू चांगलंच विनोदी होत गेलं. टूथपेस्ट? टीव्हीच्या पडद्यावर जाहिरातीत कधीतरी घाणेरड्या दातांचा माणूस टूथपेस्टनं दात घासताना दिसलाय का तुम्हाला? मुरूम आणि पुटकुळ्यांसाठी चेहऱ्यावर लावायच्या क्रीमची जाहिरात पहा. त्या जाहिरातीतली पोरं-पोरीसुद्धा कशा सुंदर दिसत असतात आणि त्यांच्या चेहऱ्यावरही एखाददुसरीच तारुण्यपीटिका असते.

ती बोलताना मधूनच स्मित करत होती, तर कधी आपल्याच विनोदावर खूष

होऊन सहज हसत होती. ज्यूरींच्याही चेहऱ्यांवर हसू उमटत होतं. तिचं बोलणं नेमका परिणाम साधत होतं. सज्ञान वयाच्या तरुण-तरुणींना समोर ठेवल्यामुळेच जर जाहिराती यशस्वी होत असल्या, तर हीच गोष्ट सिगारेट कंपन्यांना का म्हणून करू देऊ नये?

केबलनं जेव्हा प्रश्नांचा रोख अल्पवयीन मुलांना लक्ष्य करण्याच्या प्रश्नाकडे वळवला, तेव्हा मात्र तिनं हसणं बंद केलं. मी आणि माझ्या संशोधक सहकाऱ्यांनी गेल्या चाळीस वर्षांत झालेल्या हजारो सिगारेटच्या जाहिरातींचा अगदी सखोल अभ्यास केला, पण या जाहिराती किशोरवयीन मुलामुलींना लक्ष्य करून बनवल्या असल्याचा कुठलाही पुरावा आम्हाला सापडला नाही. टीव्हीवर जाहिराती सुरू झाल्यापासून अगदी टीव्हीवर सिगारेटच्या जाहिरातींवर बंदी घातली जाईपर्यंत टीव्हीवर दाखवलेल्या प्रत्येक सिगारेटच्या जाहिरातीचा आम्ही कसून अभ्यास केला. त्यातही आम्हाला असा पुरावा आढळला नाही. उलट एक धक्कादायक बाब आमच्या संशोधनातून पुढे आलीय, ती म्हणजे टीव्हीवर सिगारेटच्या जाहिराती दाखवण्यावर बंदी आल्यापासून धूम्रपानाच्या प्रमाणात वाढच झालीय. सिगारेटच्या जाहिराती किशोरवयीन मुलांना लक्ष्य करूनच बनवलेल्या असतात, या बिनबुडाच्या गैरसमजाची शहानिशा करण्यासाठी दोन वर्षं आम्ही संशोधनात घालवली, पण आम्हाला असले कसलेही पुरावे सापडले नाहीत.

माझं मत असं आहे की, सिगारेटच्या जाहिरातींचा वाईट परिणाम अल्पवयीन मुलांवर होऊ देणं टाळायचं असेल, तर सगळ्याच स्वरूपाच्या सिगारेट जाहिरातींवर संपूर्ण बंदी घातली गेली पाहिजे – साईन बोर्ड, निऑन साईन्स, वर्तमानपत्रं–मासिकात छापलेल्या जाहिराती, सिनेमातल्या जाहिराती. पण त्याचबरोबर माझं असंही मत आहे की, यानं सिगारेटच्या विक्रीवर काहीही परिणाम होणार नाही आणि अल्पवयीन मुलांच्या धूम्रपानाच्या प्रमाणावरही काही परिणाम होणार नाही.

केबलनं तिचे इतके तोंड भरून आभार मानले की, ती जणू स्वेच्छेनंच ही साक्ष द्यायला आली होती. खरं तर तिला आधीच साठ हजार डॉलर्स दिलेले होते आणि त्याखेरीज ती आणखी पंधरा हजारांचं बिल पाठवणार होती. ऱ्होरला खरं तर 'जंटलमन' म्हणणं हा त्या शब्दाचा अपमान होता, पण अमेरिकेच्या दक्षिण भागात इतक्या सुंदर निग्रो मुलीवर निर्दयपणे प्रश्नांचा भडिमार करण्यातले धोके तो जाणून होता. त्यामुळे त्यानं फक्त हळूच चाचपणी करण्याचं तंत्र अवलंबलं. 'कंझ्युमर प्रॉडक्ट इन्स्टिट्यूट'बद्दल त्यानं बरेच प्रश्न विचारले. त्या संस्थेनं संशोधनासाठी दिलेल्या आठ लाख डॉलर्सच्या घसघशीत अर्थसाहाय्याबद्दलही त्यानं प्रश्न विचारले. तिला जे काही माहीत होतं, ते तिनं सगळं सांगितलं. ही फक्त एक शैक्षणिक स्वरूपाची, बाजारपेठेतल्या विक्रीसंबंधीच्या आकडेवारीचा अभ्यास करणारी संस्था

होती. या संशोधनातून मिळालेल्या माहितीचा उपयोग ग्राहकोपयोगी वस्तू उत्पादन करणाऱ्या खासगी कंपन्या विक्रीचं धोरण ठरविण्यासाठी करत होत्या आणि त्याच या संस्थेला पैसा पुरवत होत्या.

''त्यात काही सिगारेट कंपन्या आहेत का?''

''नाही. मला तरी तसं कुठे आढळलेलं नाही.''

''बरं, मग त्यांच्या काही सबसिडिअरी कंपन्या?''

''ते मात्र नक्की सांगता येणार नाही.''

त्यानं मग तिला सिगारेट कंपन्यांशी संबंधित कंपन्यांच्या इतर प्रकारांबद्दल विचारलं – पेरेंट कंपन्या, सिस्टर कंपन्या, होल्डिंग कंपन्या, विभागस्वरूप कंपन्या, काँग्लोमरेट कंपन्या वगैरे. पण तिला यातली काहीच माहिती नव्हती.

तिला ही माहिती नसण्यामागेही फिचचाच हात होता.

गुरुवारी सकाळी क्लेअर क्लेमंटचा भूतकाळ खणून काढण्याच्या कामानं एक नवीनच वळण घेतलं. क्लेअरच्या एका मैत्रिणीच्या एका पूर्वीच्या मित्रानं एक हजार डॉलर्सच्या मोबदल्यात माहिती पुरवली की, आपली पूर्वाश्रमीची मैत्रीण आता ग्रीनविच व्हिलेजमध्ये वेट्रेसचं काम करते, ती पूर्वी लॉरेन्समध्ये क्लेअरबरोबरच 'मलिगन्स'मध्ये वेट्रेसचं काम करत होती आणि त्या दोघींची तेव्हा चांगली घट्ट मैत्री होती. स्वॅन्सन लगेच विमानानं ग्रीनविच व्हिलेजला गेला. तिथे पोचेपर्यंत संध्याकाळ होत आली होती. कॅबनं तो सोहो भागातल्या एका छोट्या हॉटेलात जाऊन उतरला आणि त्यानं फोन करायला सुरुवात केली. एका 'पिझ्झेरिया'मध्ये त्याला क्लेअरची मैत्रीण बीव्हरली मंक वेट्रेस असल्याचा पत्ता लागला. तिनंच घाईघाईनं फोन उचलला.

''बीव्हरली मंक?'' जमेल तेवढा निकोलस ईस्टरसारखा आवाज काढत स्वॅन्सननं विचारलं. निकोलसच्या आवाजाचं रेकॉर्डिंग त्यानं अनेकदा ऐकलेलं होतं.

''हो, मीच बोलतेय. कोण बोलतंय?''

''तुम्ही पूर्वी लॉरेन्समध्ये 'मलिगन्स' बारमध्ये काम करत होतात ना?''

काही क्षण पलीकडून काहीच उत्तर आलं नाही. ''हो, बरोबर. पण तुम्ही कोण?''

''मी जेफ कर, बीव्हरली. बऱ्याच दिवसांनी फोन करतोय तुला.'' क्लेअर आणि जेफनं लॉरेन्स सोडल्यावर त्यांनी बीव्हरलीशी कधी बोलणं केलं नसावं, हा कयास बांधून स्वॅन्सन आणि फिचनं डावपेच आखले होते.

''कोण?'' तिनं पुन्हा विचारलं. स्वॅन्सननं सुटकेचा निःश्वास सोडला.

''जेफ कर. क्लेअरचा दोस्त. मी लॉ स्कूलमध्ये होतो.''

"हो, हो." अजूनही तिला फारसं आठवत असल्याचं तिच्या आवाजावरून दिसत नव्हतं.

"हे बघ, मी इथे आत्ताच आलोय, बीव्हरली. एवढ्यात कधी तू क्लेअरला भेटली होतीस किंवा तिच्याशी बोलली होतीस का, ते विचारायला मी फोन केलाय तुला."

"म्हणजे?" तिनं सावकाश विचारलं. अजूनही ती जेफ कर म्हणजे कसा दिसतो, तो इथे का आला असावा, असा विचार करत असावीसं दिसत होतं.

"हो ना. मधल्या काळात बरंच काही घडून गेलंय. क्लेअर आणि मी एकमेकांपासून केव्हाच वेगळे झालोय. उलट, मी तिला शोधतोय असं म्हटलंस तरी चालेल."

"पण मी तर क्लेअरशी गेल्या चार वर्षांत फोनवरसुद्धा बोललेली नाही."

"ओ, आय सी."

"हे बघ, मी फार गडबडीत आहे. परत कधी तरी बोलू आपण."

"ओके." फोन बंद करून स्वॅन्सननं फिचला फोन केला. त्यांनी एकमेकांशी बोलून ठरवलं की, स्वॅन्सननं रोख पैसे घेऊन सरळ बीव्हरलीला भेटण्यात फारसा धोका संभवत नाही. ती जर क्लेअरशी चार वर्षांत बोललेली नसली, तर तिला चटकन मार्लीला फोन करून हे प्रकरण तिच्या कानावर घालणं शक्य होणार नाही. स्वॅन्सननं तिच्यावर नजर ठेवून उद्या तिला भेटायचं, असं त्यांनी ठरवलं.

फिचनं प्रत्येक ज्यूरी तज्ज्ञाला खटल्याचं रोजचं कामकाज संपल्यावर रोज एका पानाचा एक रिपोर्ट तयार करायला सांगितलेलं होतं. हा अगदी साधा, सरळ, कमीत कमी शब्द वापरून करायचा रिपोर्ट होता आणि त्यात त्या ज्यूरी तज्ज्ञानं आजच्या साक्षीदारांच्या साक्षी कशा झाल्या आणि त्यांचा ज्यूरींवर काय परिणाम झाला याबद्दलचं आपलं मत सांगायचं होतं. उगाचच कुणीही साक्षीदाराची स्तुती करायची नाही किंवा अतिशयोक्तीपूर्ण भाषा वापरायची नाही, अशी फिचनं सगळ्यांना तंबी देऊन ठेवलेली होती. जास्तीत जास्त यथार्थ वर्णन करायला त्यानं सांगितलं होतं आणि कोर्टाचं कामकाज संपल्यावर एका तासात हे रिपोर्ट आपल्या टेबलावर आले पाहिजेत, असा कडक नियमही त्यानं घालून दिला होता.

बुधवारी जँकलच्या साक्षीबद्दलचे सगळे रिपोर्ट 'संमिश्र' ते 'वाईट', 'असमाधानकारक' असे आले होते, पण गुरुवारी डॉक्टर मिरा स्प्रॉलिंग-गुडच्या साक्षीचे सगळेच रिपोर्ट मात्र 'अत्यंत उत्कृष्ट' असेच आले. डॉक्टर डिनाईस मॅकेडच्या साक्षीचे रिपोर्टस्‌ही असेच अत्यंत समाधानकारक आले. या दोघींनी कोर्टरूममधल्या कंटाळवाण्या, 'पुरुषप्रधान' वातावरणात नवी जान तर आणली होतीच, पण शिवाय त्यांच्या साक्षीही कमालीच्या परिणामकारक झाल्या होत्या. ज्यूरींवरही – विशेषतः त्यातल्या

पुरुष मंडळींवर – त्यांच्या साक्षींचा अपेक्षेबाहेर चांगला परिणाम झाला होता.

तरीही फिचचं समाधान झालेलं नव्हतं. कुठल्याच खटल्याच्या या अवस्थेत त्याला एवढं अस्वस्थ आणि उद्विग्न वाटलेलं नव्हतं. हरेराच्या रूपानं त्याच्या हातातला, निश्चितपणे बचाव पक्षाच्या बाजूचा आणि इतरांनाही बचाव पक्षाकडे खेचून आणण्याची क्षमता असलेला ज्यूरी त्यानं गमावलेला होता. न्यूयॉर्कमधल्या अर्थविषयक वृत्तपत्रांनी अचानकपणे बचाव पक्षाची परिस्थिती अतिशय काळजी करण्यासारखी असल्याचं म्हटलं होतं. 'मोगल'मध्ये आलेला बेकरचा लेख हा आणखी एक भयंकर चिंतेचा विषय होता. जँकलची साक्षही अत्यंत निराशाजनक झाली होती. ट्रेलकोच्या सीईओनं फोन करून अत्यंत वाईट शब्दात यावरून जवळजवळ शिव्याच दिल्या होत्या. त्यातच ज्यूरींना अज्ञातवासात ठेवलेलं होतं आणि खटला जेवढा लांबेल, तेवढा ते आपला राग सध्या साक्षीदार उभे करत असलेल्या पक्षावरच काढणार, हे उघड होतं.

ज्यूरींची अज्ञातवासातली दहावी रात्र काहीच न घडता पार पडली. चोरून कुणी आत येऊन आपल्या मैत्रिणीला भेटलं नाही, की गुपचुप बाहेर पडून कॅसिनोत जाऊन आलं नाही. मोठमोठ्या आवाजात कोणी योगाभ्यासही केला नाही. हरेराची अनुपस्थिती कुणालाही जाणवली नाही. भराभर सामान आवरून तो निघून गेला होता आणि जाताना त्यानं दहा वेळा शेरीफला बोलून दाखवलं होतं की, यात आपल्याला कोणीतरी निष्कारण अडकवलंय आणि त्याचा शोध घेतल्याखेरीज आपण स्वस्थ बसणार नाही.

रात्री डिनरनंतर पार्टी रूममध्ये चेकर्सच्या खेळाची जणू एक स्पर्धाच भरली. हर्मनकडे ब्रेल लिपीतला एक चेकर बोर्ड होता आणि आदल्या रात्री त्यानं असंच डिनरनंतर जेरीला सलग अकरा गेम्समध्ये हरवलं होतं. आज डिनरनंतर त्यावरून बोलणं सुरू असताना जेरीनं पुन्हा त्याला आव्हान दिलं. लगेच हर्मनच्या बायकोनं तो बोर्ड आणला आणि त्यांची पुन्हा मॅच सुरू झाली. बाकीच्या मंडळींनीही गर्दी केली. या वेळी मात्र तासाभरातच हर्मननं जेरीकडून तीन गेम्समध्ये सलग हार पत्करली, नंतर त्याला निकोलसनं तीन गेम्समध्ये हरवलं, मग आयुष्यात प्रथमच हा खेळ खेळणाऱ्या हेन्री वूनं तीन गेम्समध्ये हरवलं, विलिसनं सलग तीनदा हरवलं आणि तो पुन्हा जेरीशी एक छोटीशी पैज लावून पुन्हा खेळायला सुरुवात करणार होता, तेवढ्यात लॉरीन ड्यूक तिथे आली. तिला आणखी थोडं आइस्क्रीम हवं होतं. लहानपणी तिनं हा खेळ खेळलेला होता. तिनंही जेव्हा हर्मनला पहिल्याच गेममध्ये हरवलं, तेव्हा मात्र बाकीच्यांना अंध हर्मनबद्दल वाटत असलेली सगळी सहानुभूती नाहीशी झाली. झोपायची वेळ होईपर्यंत मग हाच खेळ रंगला.

फिलिप सॅव्हेलनं मात्र नेहमीप्रमाणे आपल्याच खोलीत राहणं पसंत केलं. मोटेलमध्ये तो जेवणाच्या वेळीही अधूनमधूनच बोलत असे, किंवा ज्यूरी रूममध्ये कॉफी घेताना कधी कधी थोड्याफार गप्पा मारत असे. पण इतर वेळी तो आपल्याच रूममध्ये पुस्तकात डोकं खुपसून बसायचा.

निकोलसनंही त्याला दोन-तीनदा बोलतं करायचा प्रयत्न केला, पण व्यर्थ. उगाचच गप्पा मारण्याचा त्याचा स्वभाव नव्हता. स्वत:बद्दलही तो कधी कुणाला सांगत नसे.

३१

वीस वर्षं मासेमारीत घालवल्यामुळे हेन्री वू सहसा पहाटे साडेचारनंतर झोपून राहत नसे. शुक्रवारी सकाळी उजाडताच त्यानं गरम चहा घेतला आणि तो टेबलाशी बसून वर्तमानपत्रं चाळत बसला. कर्नल आता नसल्यामुळे तो एकटाच होता. थोड्याच वेळात निकोलस तिथे आला. त्याच्या नेहमीच्या सवयीनुसार नेहमीचं औपचारिक बोलणं चटकन उरकून त्यानं वू कडे त्याच्या हार्वर्ड विद्यापीठात शिकत असलेल्या मुलीची चौकशी केली. आपल्या पोरीबद्दल वूला सार्थ अभिमान होता, त्यामुळे त्यानंही तिच्या पत्राबद्दल निकोलसला मोठ्या उत्साहानं सांगायला सुरुवात केली.

बाकीच्या मंडळींची जा-ये चालूच होती. हळूहळू त्याचं बोलणं व्हिएतनाम आणि तिथल्या युद्धाच्या विषयाकडे वळलं. १९७२ साली आपले वडील त्या युद्धात मारले गेल्याचं निकोलसनं त्याला सांगितलं. हे मुळीच खरं नव्हतं, पण त्यामुळे हेन्री वूची सहानुभूती त्याला चटकन मिळवता आली. जरा वेळानं, रूममध्ये तिसरं कुणीच नसल्याचं बघून निकोलसनं हळूच विचारलं, "मग, या खटल्याबद्दल काय मत आहे तुझं?"

भरपूर क्रीम घातलेल्या चहाचा एक मोठा थोरला घोट घेत हेन्रीनं क्षणभर विचार केला, "पण असं बोललं तर चालतं का?"

"काय हरकत आहे? आपण दोघंच तर आहोत इथे. सगळेच जण बोलतात. ज्यूरी म्हणजे तरी काय, सामान्य माणसंच असतात. त्यामुळे थोडंफार बोलणं चालतंच. फक्त हर्मन मात्र काही बोलत नाही."

"हं. बाकीच्यांना काय वाटतं?"

"मला वाटतं, आमच्यापैकी बहुतेक जणांनी अजून कसलंच मत बनवलेलं नाही. पण सगळ्यांचं मत एकसारखं असणं सगळ्यात महत्त्वाचं– शक्यतो सगळ्यांचं एकमत असेल तर फारच बरं, पण तसं नसलंच तर निदान नऊ जणांचं मत कोणत्या तरी एका बाजूचं असायला हवं. ज्यूरींची जर त्रिशंकू अवस्था झाली, तर मात्र वाटोळंच होईल."

चहाचा आणखी एक घोट घेत हेन्रीनं जरा विचार केला. त्याला इंग्लिश उत्तम समजत होतं आणि त्याच्या बोलण्यात जरी व्हिएतनामी उच्चारपद्धत जाणवत असली, तरी तो व्यवस्थित इंग्लिश बोलूही शकत होता. पण सगळ्याच सामान्य नागरिकांप्रमाणे त्याला कायद्याचं ज्ञान मात्र जवळजवळ नसल्यातच जमा होतं. "का बरं?" त्यानं विचारलं. बाकीच्या सगळ्या ज्यूरींसारखाच त्याचाही निकोलसवर पूर्ण विश्वास होता, कारण एक तर निकोलसनं कायद्याचा अभ्यास केलेला होता आणि दुसरं म्हणजे, इतरांच्यापेक्षा त्याला एकंदरीतच उत्तम समज होती.

"सोपं उत्तर आहे. इराकचं किंवा आयवो जिमाचं युद्ध जसं 'मदर ऑफ ऑल बॅटल्स' म्हटलं जातं, तसा हा खटला म्हणजे 'मदर ऑफ ऑल टोबॅको ट्रायल्स' आहे. दोन्ही पक्ष या लढाईत एकमेकांविरुद्ध संपूर्ण तयारीनिशी उतरले आहेत. हे युद्ध निर्णायकच होणार – एक बाजू जिंकणार, दुसरी हरणार. निदान ते निर्णायक होणं अत्यावश्यक आहे. सिगारेटमुळे होणाऱ्या तब्येतीच्या नुकसानीसाठी सिगारेट कंपन्यांना जबाबदार धरलं गेलं पाहिजे की नाही, हा प्रश्न या खटल्यात सुटलाच पाहिजे आणि तो आपणच सोडवला पाहिजे. त्यासाठी आपली निवड झालीय आणि आपण काय आणि कसा निर्णय घेतो यावरच सगळं अवलंबून आहे."

"आय सी." हेन्री वूनं म्हटलं, पण अजूनही त्याच्या डोक्यातला गोंधळ पुरता संपलेला नव्हता.

"आपण जर आपली अवस्था त्रिशंकू करून घेतली – म्हणजे दोन्ही बाजूंना नऊपेक्षा कमी मतं पडली – तर ते अत्यंत अनिष्ट होईल. आणि मग हा खटला 'मिसट्रायल' होईल."

"पण हे एवढं वाईट आहे असं तू म्हणतोयस, ते का?"

"कारण मग आपण फक्त आपली जबाबदारी पुढच्या ज्यूरीवर ढकलून मोकळे झाल्यासारखं होईल. हा संपूर्ण खटला पुन्हा नव्यानं उभारावा लागेल. दोन्ही बाजूंचं लाखो डॉलर्सचं नुकसान होईल. तेच न्यायमूर्ती, तेच वकील, तेच साक्षीदार, फक्त ज्यूरी वेगळे. म्हणजे एका अर्थी आपल्याला सगळ्यांना मिळून एक निर्णय घेण्याएवढी अक्कल आपल्यात नाही, अशी कबुलीच दिल्यासारखं होईल ते."

हेन्री हळूच निकोलसकडे झुकला. "तू काय ठरवलयंस?" पण तेवढ्यात मिली डुप्री आणि मिसेस ग्लॅडिस कार्ड आत आल्या. या दोघांशी येऊन त्या दोन

मिनिटं काही तरी बोलल्या आणि लगेच टीव्हीवरचा 'टुडे शो' बघायला निघून गेल्या.

"तू काय ठरवलंयस?" हेन्रीनं हळूच विचारलं.

"या क्षणी मीही अजून काही ठरवलेलं नाही. ते फारसं महत्त्वाचंही नाही. महत्त्वाची गोष्ट एकच, ती म्हणजे सगळ्यांनी एकोप्यानं मत ठरवणं. सगळ्यांनी म्हणजे सगळ्यांनी."

"खरंय, तू म्हणतोस ते."

खटला सुरू झाल्यापासून फिच दररोज सकाळी खटल्याचं कामकाज सुरू होण्याआधी आपल्या ऑफिसात येऊन काम करत बसलेला असे. त्याच वेळी त्याचा एक कान कायम फोनकडे असे. एव्हाना त्याला ही सवयच लागलेली होती. शुक्रवार सकाळही याला अपवाद नव्हती. आज तर त्याचं सारं लक्षच फोनकडे लागलेलं होतं. आज ती निश्चितपणे फोन करणार हे त्याला पक्कं ठाऊक होतं – मग ते कुठल्याही उद्देशानं का असेना.

आणि तसंच झालं.

बरोबर सकाळी आठ वाजता कॉन्रॅडनं त्याला इंटरकॉमवर फोन केला. "तिचा फोन." एवढंच त्यानं म्हटलं.

क्षणार्धात फिचनं रिसीव्हर उचलला. "हॅलो." त्यानं जास्तीत जास्त गोड आवाजात बोलण्याचा प्रयत्न केला.

"फिच, आता कोण निकोलसला त्रास देतंय, सांग बघू?"

तोंडात येणारी शिवी गिळून टाकत फिचनं घट्ट डोळे मिटले. "आता काय झालं?"

"हो ना. हा माणूस म्हणजे निकोलसला जगणंच मुश्किल करतोय. त्याला कदाचित घरची वाट दाखवावी लागेल."

"कोणाला?" फिचच्या आवाजात याचना होती.

"लॉनी शेव्हरला."

"ओ, नो! डॅम! नको, नको!"

"फिच–"

"नको, मार्ली! डॅम इट!"

ती मुद्दामच दोन क्षण बोलली नाही. "अरे वा, फिच. हा लॉनी शेव्हर तुझ्या खास मर्जीतला दिसतोय."

"हे आता तू थांबव, मार्ली, ओके? यानं आपला कुणाचाच काही फायदा होत नाहीय." आपण किती टेकीला येऊन, अगतिक होऊन बोलतोय हे फिचला

स्वत:लासुद्धा समजत नव्हतं.

"सगळ्या ज्यूरींमध्ये व्यवस्थित मेळ असणं निकोलसच्या दृष्टीनं फार गरजेचं आहे, फिच. आणि हा शेव्हर तर एखाद्या काट्यासारखा सलतोय जिथे तिथे."

"असं नको करूस, मार्ली. प्लीज, हे बघ, आपण बोलू या याबद्दल."

"आत्ताही आपण बोलतोच आहोत, फिच. पण हे फार काळ चालणार नाही."

दोन वेळा खोल श्वास घेऊन फिचनं स्वत:वर जरा ताबा मिळवला. "आता हा खेळ जवळजवळ संपल्यात जमा आहे, मार्ली. तुला जे करायचं होतं ते तू केलयस. आता आणखी काय हवंय तुला?"

"पेन आहे का तुझ्याकडे?"

"हो. बोल."

"फुल्टन स्ट्रीटवर एक पांढरी दुमजली जुनी बिल्डिंग आहे. नंबर एकशे वीस. त्या बिल्डिंगमध्ये छोटी छोटी ऑफिसं केलेली आहेत. त्यात वरच्या मजल्यावर सोळा नंबरचं ऑफिस आहे, त्याचा ताबा माझ्याकडे आहे. तिथे भेटू आपण."

"केव्हा?"

"अजून तासाभरानं. फक्त आपण दोघंच. तू येताना आणि जाताना माझी तुझ्यावर नजर असेल. आणि तुझ्या गुंडांपैकी एकजण जरी मला तुझ्याबरोबर दिसला, तरी मी पुन्हा तुला फोनही करणार नाही आणि भेटणारही नाही."

"ओके. तू म्हणशील तसं."

"आणि मागच्या वेळेसारखीच तुझ्याकडे टेप, माईक आहेत का, त्याचीही मी तपासणी करेनच."

"मी काहीही आणणार नाही."

केबलसह बचाव पक्षाच्या प्रत्येक वकिलाचं मत असं होतं की, र्‍होरनं त्याच्या संशोधक साक्षीदारांच्या साक्षींमध्ये अवाजवी वेळ घालवलाय. या साक्षींना एकंदर पूर्ण नऊ दिवस लागले, पण पहिल्या सात दिवशी निदान ज्यूरी काम-काजानंतर आपापल्या घरी तरी जाऊ शकत होते. आता मात्र सगळ्यांचीच मन:स्थिती वेगळी आहे. त्यामुळे पक्षाच्या वकिलांनी असं ठरवलं की, आपले दोनच सर्वोत्कृष्ट संशोधक साक्षीदाराच्या पिंजऱ्यात उभे करायचे आणि त्यांनाही शक्य तितक्या लवकर तिथून बाहेर काढायचं.

त्यांनी आणखी एक महत्त्वाचा निर्णय घेतला की, निकोटिनचं व्यसन जडतं की नाही, हा मुद्दाच परत उकरून काढायचा नाही. सिगारेटच्या बाबतीतल्या केसमध्ये हा मुद्दा वगळूनच टाकणं – तो सुद्धा बचाव पक्षानं – हा निर्णय जरा नवीनच होता, पण त्यालाही चांगलं संयुक्तिक कारण होतं. केबल आणि त्याच्या सहकाऱ्यांनी

पूर्वीच्या या प्रकारच्या सगळ्या, म्हणजे सोळा खटल्यांचा बारकाईनं अभ्यास केला होता. त्या वेळी ज्यूरी म्हणून काम केलेल्या अनेक लोकांशी त्यांनी चर्चा केली होती आणि या सगळ्याच माजी ज्यूरर लोकांचं म्हणणं असं पडलं होतं की, निकोटिनची सवय लागत नाही हे सिद्ध करण्यासाठी जेव्हा बचाव पक्षाचे तज्ज्ञ लोक कसली तरी धूळफेक करणारी आकडेवारी वगैरे ज्यूरीपुढे मांडतात, तेव्हा बचाव पक्षाची केस उलट आणखी कमकुवतच होते. कारण निकोटिनची सवय लागते हेच खरं आहे. त्यामुळे जी गोष्ट सूर्यप्रकाशाइतकी स्वच्छ आहे, ती तशी नाही हे सिद्ध करण्याचा प्रयत्न करणंसुद्धा हानीकारक आहे.

त्यामुळे उगाचच ज्यूरींच्या डोळ्यांत धूळफेक करूच नका.

अर्थात, हा निर्णय अमलात आणायला फिचची मान्यता घेणं आवश्यक होतं. पण बरेचसे आढेवेढे घेऊन फिचनंही शेवटी ही परवानगी त्यांना देऊन टाकली.

शुक्रवारचा पहिला साक्षीदार म्हणजे लाल रंगाची विरळ दाढी, अस्ताव्यस्त केसांचं डोक्यावर जंगल, डोळ्यांवर जाड जाड काचांचा बायफोकल चष्मा आणि चेहऱ्यावर अत्यंत निर्बुद्ध भाव असलेला एक मध्यमवयीन माणूस होता. आधीच्या दोन सुंदर तरुणींच्या पार्श्वभूमीवर हा माणूस संपूर्णपणे विसंगत दिसत होता. त्याचं नाव होतं डॉक्टर गुंथर. त्यानं आपलं मत असं मांडलं की, सिगारेट ओढल्यामुळे कॅन्सर होतो असं आपल्याला वाटत नाही. सिगारेट ओढणाऱ्या लोकांपैकी फक्त दहाच टक्के लोकांना जर कॅन्सर होतो, तर बाकीच्या नव्वद टक्क्यांचं काय? त्याच्याकडेही अर्थातच आपलं मत सिद्ध करणारं संशोधन, आकडेवारी वगैरे सगळं काही होतं आणि मोठ्या तत्परतेनं वेगवेगळे रंगीत तक्ते स्टँडवर लावून त्यानं आपलं म्हणणं ज्यूरींसमोर मांडायला सुरुवात केली.

गुंथर मुळात तिथे काही सिद्ध करायला आलेलाच नव्हता. फिर्यादी पक्षानं सादर केलेल्या डॉक्टर हायलो किलवॅन आणि डॉक्टर रॉबर्ट ब्रॉन्स्की या दोघांच्या साक्षी खोडून काढायच्या आणि खटल्याचं पाणी ढवळून, गढूळ करून ज्यूरींच्या मनात शंका निर्माण करायच्या, हे त्याचं काम होतं. सिगारेट ओढण्यामुळे फुप्फुसांचा कॅन्सर होत नाही हे मी सिद्ध करून दाखवू शकणार नाही, पण आजवर झालेल्या कुठल्याही संशोधनावरून सिगारेट ओढण्यानं निश्चितपणे फुप्फुसाचा कॅन्सर होतो, हे निर्विवाद सिद्ध झालेलं नाही, हेही तितकंच खरं आहे. "या विषयावर आणखी संशोधन होणं गरजेचं आहे," हे वाक्य तो एकसारखं उच्चारत होता.

कदाचित तिची खरोखरच आपल्यावर नजर असेल, या शंकेमुळे फिच १२० फुल्टन स्ट्रीटच्या अलीकडच्या चौकातच गाडीतून उतरला. पुढचं अंतर त्यानं चालत पार केलं. अर्थात, पानझडीच्या मोसमामुळे वरून पिकलेली झाडांची पानं

टपटप गळत असताना फुटपाथवरून चालत जातानाही खरं तर मजा वाटायला हरकत नव्हती, पण फिचचं असल्या गोष्टींकडे कधीच लक्ष नसे आणि या क्षणी तर त्याच्या डोक्यात फक्त मार्ली होती. ही बिल्डिंग शहराच्या जुन्या भागात होती. अशा अनेक एकसारख्या दिसणाऱ्या, नव्यानंच रंगवलेल्या दुमजली इमारती एका रांगेत उभ्या होत्या आणि बहुतांश इमारतींमध्ये ऑफिसंच असावीतसं दिसत होतं. जोझेला त्यानं गाडीशीच थांबायला सांगितलं.

अंगावर कुठेतरी एखादा माईक वगैरे लपवणं शक्यच नव्हतं. त्याची ती सवय तिनं गेल्या वेळीच मोडलेली होती. फिच संपूर्णपणे एकटा चालत होता. गंमत म्हणजे त्यालाही त्यामुळे बरंच मोकळं वाटत होतं. आता त्याला फक्त आपल्या बुद्धीच्या जोरावरच राहावं लागणार होतं आणि हेही आव्हान त्यानं आनंदानं स्वीकारलेलं होतं.

जिन्याच्या जुनाट, खिळखिळ्या लाकडी पायऱ्या चढून तो वरच्या मजल्यावर तिच्या ऑफिसच्या दाराशी जाऊन पोचला. दारावर कसलीही नावाची पाटी वगैरे काही नव्हती. त्या अरुंद कॉरिडॉरमधली बाकीची दारंही तशीच होती. त्यानं हळूच दार ठोठावलं. ''कोण?'' आतून तिनं विचारलं.

''रॅन्किन फिच.'' त्यानं जेमतेम आत ऐकू जाईल एवढ्याच आवाजात म्हटलं.

आतून बोल्ट सरकवल्याचा आवाज होऊन दार उघडलं. मार्लीनं चेहऱ्यावर कसलंही हसू न आणता, काहीही न बोलता दार उघडलं. तिनं करड्या रंगाचा स्वेटर आणि निळी जीनची पँट घातलेली होती. फिच आत आल्यावर तिनं दार बंद करून पुन्हा बोल्ट लावला आणि ती एका भाड्यानं घेतलेल्या फोल्डिंगच्या टेबलाशी आपल्या खुर्चीपाशी जाऊन उभी राहिली. फिचनं त्या लहानशा ऑफिसमधून एकवार नजर फिरवली. ऑफिसला हे एकच दार होतं, एकही खिडकी नव्हती. भिंतींना दिलेल्या रंगाचे ठिकठिकाणी पोपडे उडालेले होते. छतावर पाण्याच्या वाळलेल्या थेंबांचे डाग होते आणि एक टेबल आणि तीन खुर्च्या, एवढंच सामान आत होतं.

''छान आहे जागा.'' त्यानं तोंडदेखलं म्हटलं.

''जे आहे ते मला पुरेसं आहे. मुख्य म्हणजे इथे फोन नाही, त्यामुळे तू तो टॅप करण्याचा प्रश्न येत नाही. एखादा कॅमेरा लावायला जागा नाही आणि वायर्सही नाहीत. तरीही मी रोज सकाळी इथे येऊन तू काही चावटपणा केलेला नाहीस ना, ते बघून जाणार आहे; आणि ज्या दिवशी मला इथे तसलं काही सापडेल त्या क्षणापासून मी दिसेनाशी होईन.''

''माझ्याबद्दल फारच वाईट ग्रह करून घेतलेला दिसतोयस तू, मार्ली.''

''तू आहेसच तसा.''

फिचनं पुन्हा एकदा छताकडे आणि मग जमिनीकडे पाहिलं. ''तरीपण तुझी जागा आवडली मला.''

"मी ज्या उद्देशानं ती घेतलीय, त्यासाठी ठीक आहे.''

"कसल्या उद्देशानं?''

टेबलावर फक्त तिची पर्स होती. तिनं ती उघडून तेच ते स्कॅनिंगचं उपकरण बाहेर काढलं आणि फिचकडे रोखून ते त्याच्या डोक्यापासून पायापर्यंत फिरवून बघितलं.

"काय हे, मार्ली! मी तुला शब्द दिला होता ना?'' फिचनं काहीसं रुसल्यागत म्हटलं.

"हो. पण एकदा खात्री करून घेतली की बरं असतं.'' तिनं म्हटलं. "बस ना.''

बसण्याआधी फिचनं ती काहीशी कमजोर दिसणारी खुर्ची हातानं जरा चाचपून बघितली. आपलं वजन ती कितपत सहन करू शकेल याबद्दल त्याला जरा शंका होती. तो जरा जपूनच खुर्चीवर टेकला आणि पुढे झुकून त्यानं आपली कोपरं टेबलावर ठेवली. टेबलही डुगडुगतच होतं. त्यामुळे आता दोन्हीकडून तो काहीसा पडण्याच्या बेतातच होता. "ओके. आता पैशाबद्दल बोलायची तयारी आहे तुझी?'' त्यानं विचारलं.

"हो. खरं तर हा मामला एकदम सरळ आहे, फिच. तू माझ्या अकाऊंटमध्ये मी सांगेन तेवढे पैसे वायर ट्रान्स्फर करायचेस आणि मी तुला तुझ्या बाजूनं निर्णय मिळवून द्यायचा.''

"माझ्या मते त्यासाठी आपण प्रत्यक्ष निकाल होईपर्यंत थांबावं.''

"मी एवढी मूर्ख वाटते का तुला, फिच?''

ते टेबल तीन फूट रुंद होतं आणि ते दोघंही आपापल्या बाजूनं त्यावर पुढे झुकून बसलेले होते. त्यामुळे त्यांच्या चेहऱ्यांमध्ये थोडंसंच अंतर होतं. फिच नेहमी आपला प्रचंड देह, कावेबाज डोळे आणि काहीशी भीतीदायक दिसणारी बोकड दाढी वापरून आजूबाजूच्या लोकांवर दबाव टाकायचा. मार्लीवर जर दबाव आलेला असलाच, तर तसं दिसत तरी नव्हतं. क्षणभर फिचलाही तिच्या आत्मविश्वासाचं कौतुक वाटून गेलं. डोळ्यांची पापणीही न हलवता ती थेट त्याच्या डोळ्यांमधून आत बघत होती.

"हो, पण यात कशाचीच खात्री देता येत नाही.'' त्यानं म्हटलं. "ज्यूरी काय करतील त्याचा कधीच नेम नसतो. आम्ही तुला पैसे देऊन बसू आणि–''

"दे सोडून, फिच. पैसे तर तुला निकालाच्या आधीच द्यावे लागतील. ते तुलाही माहितेय.''

"किती?''

"एक कोटी डॉलर्स.''

एखादा गोल्फचा बॉल घशात अडकल्यासारखा फिचला जोरदार ठसका लागला. दोन्ही हात हवेत उडवून, डोळे विस्फारून तो अविश्वासानं तिच्याकडे बघतच

राहिला. ''वेड लागलंय तुला.'' जवळपास कुठे एखादा पाण्याचा ग्लास दिसतो का, म्हणून त्यानं इकडे-तिकडे बघितलं.

त्याची सगळी नाटकं ती शांतपणे, अत्यंत स्थिर नजरेनं बघत होती. ''एक कोटी, फिच. यात कुठे एक डॉलरही कमी होणार नाही. पटतंय का बघ.''

काही क्षणांनी त्याचा खोकला थांबला. त्याचा चेहरा खोकून लाल झालेला होता. स्वत:ला सावरत त्यानं आता काय उत्तर द्यावं, यावर विचार सुरू केला. रक्कम बरीच मोठी, कमीत कमी पन्नास-साठ लाख असेल अशी त्यानं अटकळ बांधलेली होतीच आणि जणू आपल्या क्लाएंटला एवढी रक्कम परवडत नसल्यासारखी आपण जर घासाघीस करायला सुरुवात केली तर ते किती हास्यास्पद दिसेल, हेही त्याला माहीत होतं. 'बिग फोर'च्या चारही कंपन्यांचे गेल्या तिमाहीतले रिपोर्ट्सही तिनं वाचले असतील, त्यानं मनात म्हटलं.

''तुमच्या त्या 'फंड' मध्ये किती पैसे आहेत?'' तिनं विचारलं आणि आपोआपच फिचचे डोळे एकदम बारीक झाले.

''फंड? कसला फंड?'' आपल्या बिग फोर कंपन्यांच्या गुप्त 'फंडा'ची माहिती हिला आहे, हे बघून त्याला धक्काच बसला.

''तुमच्या बिग फोर कंपन्यांनी मिळून बनवलेला 'फंड'. उगाच आपण त्या गावचेच नसल्यासारखं करू नकोस, फिच. त्या तुमच्या तथाकथित गुप्त 'फंड' मधले एक कोटी डॉलर्स माझ्या सिंगापूरमधल्या अकाऊंटमध्ये पाठवून दे.'' तिनं अजूनही डोळ्यांची पापणी हलवलेली दिसत नव्हती.

''पण मला हे असं करता येईल की नाही–''

''तू वाटेल ते करू शकतोस, फिच. आता ही नाटकं बस झाली. आत्ता इथेच आपण हे ठरवू आणि कामाला लागूया.''

''समजा, आत्ता पन्नास लाख दिले आणि निकालानंतर पन्नास लाख दिले, तर नाही का चालणार?''

''एवढी भोळसट वाटले का मी तुला? ते काही नाही. एकदम, एकरकमी एक कोटी डॉलर्स आणि तेही आधी पाठवायचेस तू. मग निकालानंतर उरलेल्या पन्नास लाखांसाठी तुझ्या मागे हिंडत बसायची इच्छा नाही माझी. कारण का कोण जाणे, पण तो केवळ वेळेचा अपव्यय होईल असं वाटतं मला.''

''कधी पाठवायचे हे पैसे?''

''कधीही पाठव. फक्त खटला ज्यूरींच्या हातात जायच्या आत पैसे माझ्या अकाऊंटमध्ये आलेले मला दिसले पाहिजेत. नाही तर आपला करार मोडला असं समज.''

''आणि समजा, करार मोडला असेल तर?''

"दोन गोष्टी होऊ शकतील. एक तर निकोलस ज्यूरींची अवस्था त्रिशंकू करेल, किंवा मग नऊ विरुद्ध तीन अशा मतांनी खटल्याचा निकाल फिर्यादीच्या बाजूनं लागेल."

हळूहळू फिचच्या चेहऱ्यावरच्या उद्दामपणाच्या मुखवट्याला तडे जायला लागले. ती इतक्या सहज आणि आत्मविश्वासानं बोलत होती की, यापेक्षा वेगळं काही होणंही शक्य नव्हतं. निकोलस काय उत्पात करू शकेल याबद्दल त्याच्या मनात जराही शंका नव्हती, कारण तिच्याही बोलण्यातून तशी शंका त्याला जाणवलेली नव्हती. त्यानं सावकाश डोळे चोळले. आता खेळ संपलेला होता. तिच्या बोलण्यावर कसल्याही प्रकारच्या नाटकी प्रतिक्रिया दाखवून भागणार नव्हतं. संपूर्ण परिस्थितीवर तिची जबरदस्त पकड होती.

"ओके. मान्य. हे ठरलं." त्यानं शेवटी म्हटलं, "तू सांगशील त्या सूचनेनुसार आम्ही पैसे पाठवू. फक्त एकच अडचण अशी की, असे पैसे वायर ट्रान्स्फर करायला जरा वेळ लागतो."

"त्याबद्दल मला तुझ्यापेक्षा जास्त माहिती आहे, फिच. हे कसं करायचं, ते मी नंतर नीट सांगेन."

"यस, मॅम."

"मग हे ठरलं ना?"

"हो."

त्यानं शेकहँडसाठी आपला हात लांब केला आणि तिनं हलकेच तो हातात घेतला. यातली विसंगती जाणवून दोघांच्याही चेहऱ्यावर हलकंसं स्मित पसरलं. हा दोघा शर्विलकांमधला करार होता. कुठलंही कोर्ट त्याची अंमलबजावणी झाली पाहिजे असं सांगणं शक्य नव्हतं, कारण कुठल्याही कोर्टापर्यंत हा करार जाऊ शकणार नव्हता.

बीव्हरली मंक ग्रीनविच व्हिलेजमधल्या एका गुदामाच्या पाचव्या मजल्याच्या पोटमाळ्यावर राहत होती. तिच्याबरोबर तिथे तिच्यासारख्याच आणखी चार होतकरू नट्या राहत होत्या. सध्या जरी ती बारमध्ये काम करत असली, तरी टीव्ही मालिकांमध्ये काम करण्याचं तिचं स्वप्न होतं. स्वॅन्सन तिचा चालत पाठलाग करत होता. ती एका कॉफी शॉपमध्ये गेली, कॉफी आणि केक घेऊन एका खिडकीशेजारच्या टेबलाशी जाऊन बसली आणि तिनं हातातल्या वर्तमानपत्राचं 'वॉन्टेड' च्या जाहिरातींचं पान उघडलं. एवढं होईपर्यंत बाहेरच थांबलेला स्वॅन्सन आत शिरला आणि बाकीच्या टेबलांकडे पाठ करून तिच्यासमोर उभा राहिला. "एक्सक्यूज मी, तुम्ही बीव्हरली मंक?"

दचकून तिनं वर बघितलं. ''हो. तुम्ही?''

''मी क्लेअर क्लेमंटचा एक मित्र आहे.'' चटकन समोरच्या खुर्चीवर बसत त्यानं म्हटलं.

''बसा.'' तिनं नंतर म्हटलं, ''काय हवंय तुम्हाला?'' ती जरा अस्वस्थ झालेली होती, पण कॉफी शॉपमध्ये गर्दी असल्यामुळे तिला जरा धीर आला. आणि तोही चांगला सभ्य दिसत होता.

''मला माहिती हवीय.''

''काल तुम्हीच फोन केला होतात ना मला?''

''हो; आणि मी जेफ कर असल्याची थापही मारली होती. सॉरी. मी जेफ कर नाही.''

''मग कोण आहात तुम्ही?''

''माझं नाव जॅक स्वॅन्सन. वॉशिंग्टनमध्ये मी काही वकिलांसाठी काम करतो.''

''काय झालं? ती काही अडचणीत आहे का?''

''अजिबात नाही.''

स्वॅन्सननं मग क्लेअरला एका मोठ्या खटल्यात ज्यूरीचं काम करायचं समन्स आलेलं असल्याचं तिला थोडक्यात समजावून सांगितलं. त्यासाठी ज्यूरर लोकांची माहिती गोळा करण्याचं काम आपण करतोय, ह्यूस्टनमध्ये एक खड्डा भरून काढताना त्या मातीत काही घातक द्रव्यं गेल्याबद्दलचा हा भला मोठा खटला आहे, नुकसानभरपाईची रक्कम प्रचंड आहे, त्यामुळेच तर आपण इतकी खोलात शिरून चौकशी करतोय, वगैरे.

स्वॅन्सन आणि फिचनं दोन गोष्टींवर त्यांचे अंदाज बांधले होते आणि त्यावरच ते ही खेळी खेळत होते. एक म्हणजे, काल तिनं फोनवर जेफ कर हे नाव ओळखायला वेळ लावला होता आणि दुसरं म्हणजे आपण क्लेअरशी गेल्या चार वर्षांत फोनवरूनही बोललो नसल्याचं तिनं सांगितलं होतं. या दोन्ही गोष्टी खऱ्या असतील या अटकळीवर त्यांचा हा खेळ चाललेला होता.

''तुम्ही जर माहिती दिलीत, तर त्याचा मोबदला देऊ आम्ही.''

''किती?''

''क्लेअर क्लेमंटबद्दल तुम्हाला जी काही माहिती आहे ती आम्हाला सांगितलीत तर तुम्हाला एक हजार डॉलर्स मिळतील. रोख.'' लगेच बोलता बोलता स्वॅन्सननं खिशातून एक कागदी लिफाफा काढून टेबलावर ठेवला.

''ती कसल्याही अडचणीत नाही हे नक्की सांगताय ना तुम्ही?'' समोरच्या पाकिटाकडे बघत बीव्हरलीनं विचारलं.

''हो, अगदी नक्की. आणि तुम्ही जर तिला गेल्या चार-पाच वर्षांत भेटला नाही

म्हणताय, तर तुम्ही तरी एवढा विचार कशाला करताय?''

हे तिला लगेचच पटलं. पटकन लिफाफा उचलून तिनं आधी तो पर्समध्ये टाकला. ''पण तिच्याबद्दल सांगण्यासारखं असं फारसं काहीच नाही.''

''तुम्ही दोघी किती दिवस एकत्र काम करत होतात?''

''सहा महिने.''

''तुम्ही तिला किती दिवस ओळखत होतात?''

''सहाच महिने. तिनं 'मलिगन्स' मध्ये काम करायला सुरुवात केली, तेव्हा मी तिथे आधीच नोकरीला लागले होते. आमची चांगली दोस्तीही झाली. मग मी हे शहर सोडून इकडे पूर्वेच्या भागात आले. नंतर न्यू जर्सीत राहत असताना मी एक दोन वेळा तिला फोन केला. पण नंतर मात्र आमचं काहीच बोलणं किंवा भेट झाली नाही.''

''जेफ कर माहितय तुम्हाला?''

''नाही. त्या वेळी त्यांचं डेटिंग चालू झालेलं नव्हतं. पुढे मी तिथून बाहेर पडल्यावर तिनं मला त्याच्याबद्दल सांगितलं.''

''तिला कुणी आणखी मित्र किंवा मैत्रिणी होत्या?''

''होत्या ना. पण त्यांची नावं आता विचारू नका. लॉरेन्स सोडून मला आता पाच किंवा कदाचित सहा वर्षं झालीत. आता नेमकी किती वर्षं झाली तेही आठवत नाहीय मला.''

''तिच्या एकाही मित्राचं किंवा मैत्रिणीचं नाव आठवत नाही तुम्हाला?''

कॉफीचा एक घोट घेऊन तिनं तीन नावं सांगितली. हे सगळे लोक क्लेअरबरोबर त्या वेळी काम करत होते. एकाला आधीच भेटून झालं होतं, पण त्यातून काहीच हाती लागलं नव्हतं. एकाचा पत्ता शोधायचं काम चालू होतं. तिसरा सापडलेलाच नव्हता.

''क्लेअरनं कॉलेजचं शिक्षण कुठे घेतलं?''

''मिडवेस्टमध्ये कुठेतरी.''

''त्या कॉलेजचं नाव नाही सांगता येणार?''

''नाही. क्लेअर कधीच तिच्या पूर्वायुष्याबद्दल बोलत नसे. कधी कधी असं जाणवायचं की, तिच्या आयुष्यात काहीतरी वाईट घडलंय आणि ते ती लपवतेय. पण असं काय घडलं, तिचा एखादा प्रेमभंग झाला, का वैवाहिक जीवनात प्रॉब्लेम आले, का लहानपणी काही वाईट गोष्टी घडल्या, मला कधीच समजलं नाही.''

''तिनं हे कधी दुसऱ्या कोणाला बोलून दाखवलं होतं का?''

''ते मला नाही सांगता येणार.''

''ती मुळात कुठली, सांगता येईल?''

''मी एकसारखी मुक्काम हलवत असते असं ती म्हणायची. पण मी तिला

कुठल्याच बाबतीत फारसे प्रश्न विचारत नसे.''

''ती कान्सास सिटीच्या जवळपासच्या भागातून कुठून तरी आली असेल?''

''मला माहीत नाही.''

''तिचं खरं नाव क्लेअर क्लेमंटच होतं अशी खात्री आहे तुम्हाला?''

बीव्हरलीला धक्काच बसला. ''असं का विचारताय तुम्ही?'' कपाळाला आठ्या घालत तिनं विचारलं.

''ती लॉरेन्सला येण्याआधी तिचं नाव वेगळं असावं, अशी आम्हाला शंका आहे. तिला कधी कुणी दुसऱ्या नावानं हाक मारल्याचं आठवतंय तुम्हाला?''

''माय गॉड. हे नवीनच समजतंय मला. तिचं नाव क्लेअर क्लेमंट असावं अशीच माझी समजूत होती. पण तिनं तरी तिचं मूळ नाव का बदलावं?''

''आम्हालाही ते कोडंच आहे.'' स्वॅन्सननं खिशातून एक छोटं पॅड काढून त्यावरचे मुद्दे वाचून काढले. बीव्हरलीकडूनही नवीन काहीच समजलेलं नव्हतं.

''तुम्ही तिच्या अपार्टमेंटमध्ये कधी गेला होतात?'' त्यानं विचारलं.

''एक-दोनदा गेले होते. आम्ही तिथेच काहीतरी खायला करत असू आणि नंतर सिनेमा बघत असू. बाहेर ती कधी फारशी पार्ट्यांना जात नसे, घरीही कधी पार्ट्या करत नसे. पण तिचे इतर मित्रमैत्रिणी तिच्याकडे जमणार असले की ती मलाही बोलवायची.''

''तिच्या अपार्टमेंटबद्दल काय सांगू शकाल?''

''अतिशय सुंदर, आधुनिक पद्धतीची कॉन्डो अपार्टमेंट होती ती. सुंदरपैकी फर्निचर होतं, उत्कृष्ट सजावटही होती. म्हणजे तिच्याकडे एक तर आधीपासूनच पैसा असावा किंवा आणखी कुठल्यातरी पद्धतीनं तिला तो मिळत असावा, हे नक्की. कारण 'मलिगन्स' मध्ये आम्हाला तासाला तीन डॉलर्स, अधिक टिप्स एवढेच पैसे मिळायचे.''

''म्हणजे तिच्याकडे पैसा होता असं म्हणणं आहे तुमचं?''

''हो, हो. आमच्यापेक्षा तिच्याकडे पुष्कळच जास्त पैसा होता. पण ती कधीच कुठली गोष्ट मोकळेपणी सांगत नसे. मित्रमैत्रिणींमध्ये मात्र ती छान बोलायची. चांगला गमत्या स्वभाव होता तिचा. फक्त कोणी तिला प्रश्न विचारलेले तिला आवडायचे नाहीत.''

स्वॅन्सननं आणखीही प्रश्न तिला विचारले, पण त्यातून काहीच हाती लागलं नाही. शेवटी दोघांनी एकमेकांचे आभार मानून झाल्यावर तो उठत असतानाच तिनं आणखी कुणाकडे चौकशी करून क्लेअरची माहिती मिळवण्याची तयारी दाखवली. म्हणजे तिला आणखी पैसे मिळवायचे आहेत, हे त्याच्या लक्षात आलं. त्यानं होकार दिला, पण दुसऱ्या कुणाला प्रश्न विचारताना आडून आडून माहिती मिळवायला

सांगितली. ती माहिती मिळवण्यासाठीच प्रश्न विचारतेय अशी कुणाला शंका येऊन चालणार नव्हतं.

"हे बघा, मी एक हौशी नटी आहे. हे काम म्हणजे माझ्या दृष्टीनं डाव्या हातचा मळ आहे." तिनं सांगितलं.

स्वॅन्सननं तिला बिलॉक्सीतल्या एका हॉटेलचा फोन नंबर आपल्या एका व्हिजिटिंग कार्डाच्या मागे लिहून ते तिला दिलं.

मि. क्रिस्टॅनो फारच कडक वागताहेत असं हॉपीला वाटत होतं. पण क्रिस्टॅनोनं आपला नाईलाज असल्याचं त्याला सांगितलं, कारण वॉशिंग्टनमधल्या आपल्या बॉस लोकांच्या मते परिस्थिती वेगानं बिघडत चाललेली होती. "आमच्या डिपार्टमेंटमधल्या लोकांचं तर उलट असं मत व्हायला लागलंय की, हे सगळं प्रकरणच सोडून द्यावं आणि तुला सरळ फेडरल कोर्टाच्या ग्रँड ज्यूरीसमोर उभं करावं."

हॉपीचं मात्र धाबंच दणाणलं होतं. अरे, मी जर प्रत्यक्ष माझ्या बायकोचं मन वळवू शकत नाही, तर अख्ख्या ग्रँड ज्यूरीसमोर मी उभा तरी राहू शकेन का?

ते दोघं क्रिस्टॅनोच्या त्या लांबलचक काळ्या क्रायस्लर गाडीत पाठीमागे बसलेले होते आणि गाडी साधारणपणे मोबाईल शहराच्या दिशेनं सावकाश जात होती. निकमन गाडी चालवत होता, तर नेपिअर त्याच्या शेजारच्या सीटवर बसलेला होता. पाठीमागे हॉपीच्या चाललेल्या तासंपट्टीकडे आपलं लक्षच नसल्याचं दोघंही भासवत होते.

"बरं. आता पुन्हा तू कधी भेटणार आहेस तिला?" क्रिस्टॅनोनं विचारलं.

"बहुतेक आज रात्री."

"आता तू तिला खरं काय ते सांगून टाकायची वेळ आलीय, हॉपी. तू जे काय केलंयस ते तिला सरळ सांगून टाक."

हॉपीच्या डोळ्यांमधून अश्रू वाहत होते आणि त्याचे ओठ थरथरत होते. जवळच्या खिडकीच्या काळ्या काचेत त्याला, आपण सगळं सांगताना आपल्यावर रोखलेले बायकोचे डोळे दिसत होते. आपल्या बिनडोकपणाबद्दल तो स्वतःला मनोमन शिव्यांची लाखोली वाहत होता. आत्ता माझ्या हातात पिस्तूल असायला पाहिजे होतं. मी त्या रिंगवाल्डला आणि जिमी हल मोकला गोळ्याच घातल्या असत्या आणि मग माझ्याही डोक्यात गोळी घालून घेतली असती – पण त्याआधी मी या तिघा माकडांना गोळ्या घातल्या असत्या.

"हो, खरंय." त्यानं कसंबसं म्हटलं.

"तुझ्या बायकोनं सगळ्या ज्यूरींना आपलं म्हणणं पटवून दिलं पाहिजे, हॉपी. समजलं का तुला? तू या खटल्यातली न्याय्य बाजू सांगून तिला पटवून देऊ

शकलेला नाहीस. त्यामुळे आता तिला खरं काय ते सांग आणि मला तुरुंगात जाण्यापासून वाचवायचं असेल तर हे तुला करावंच लागेल, असं सांग. आता तुझ्याकडे दुसरा पर्यायच नाही.''

खरं तर या क्षणी हॉपीची परिस्थिती अशी होती की मिलीला खरं सांगण्यापेक्षा त्याला तुरुंगवास परवडला असता. पण हा पर्यायही त्याला नव्हता. आता जर तिला आपण पटवून देऊ शकलो नाही, तरीही आपण तुरुंगात गेल्यावर तरी तिला खरं काय ते कळेलच.

हॉपीला रडूच कोसळलं. ओठ दाबून, डोळे झाकून त्यानं अश्रू रोखायचा प्रयत्न केला, पण तेही त्याला शक्य झालं नाही. पुढे बराच वेळ त्या शांतपणे चाललेल्या गाडीत फक्त एका आतून मोडून पडलेल्या माणसाच्या दबक्या हुंदक्यांचे आवाज येत होते.

निकमन मात्र ओठाबाहेर फुटू पाहणारं हसू दाबण्याचा प्रयत्न करत होता.

३२

मार्लीच्या ऑफिसात पहिली भेट संपल्यानंतर एका तासानं ते पुन्हा तिथेच भेटले. फिच पुन्हा एकदा चालत आला. फक्त या वेळी त्यानं येताना त्याची ब्रीफकेस आणि कॉफीचा एक मोठा थर्मास आणलेला होता. मार्लीनं जेव्हा तिचा स्कॅनर त्याच्या या दोन्ही वस्तूंवरून फिरवून बघितला तेव्हा मात्र त्याला हसूच आलं.

तिचं झाल्यावर त्यानं ब्रीफकेस बंद करून कॉफीचा एक घोट घेतला. ''तुला एक प्रश्न विचारायचाय.'' त्यानं म्हटलं.

''विचार.''

''सहा महिन्यांपूर्वी तू किंवा ईस्टर, दोघंही या काऊंटीमध्ये राहत नव्हतात– कदाचित या राज्यातही राहत नसाल. तुम्ही काय या खटल्यावर नजर ठेवण्यासाठी इथे राहायला आलात का?'' त्याला उत्तर माहीतच होतं. फक्त आता ते दोघं पार्टनर होते, एकत्र काम करणार होते, तेव्हा आता तरी ती काय नि किती कबूल करतेय, हे त्याला बघायचं होतं.

''हो. तसंच म्हटलंस तरी चालेल.'' तिनं म्हटलं. फिचनं आता आपला दोघांचाही तपास लॉरेन्सपर्यंत नेलेला असेल, ही गोष्ट आता तिनं आणि निकोलसनं गृहीत धरलेली होती आणि हे त्यांच्या दृष्टीनं फारसं नुकसानकारक होतं असंही नव्हे. आपण दोघं इतकी सुंदर योजना आखू शकतो आणि ती पूर्णत्वाला नेण्यात आपण बांधील आहोत, ही गोष्ट फिचला आता समजणं उलट त्यांच्या दृष्टीनं आवश्यकच होतं. आणि फिचची झोप उडाली होती ती तिच्या लॉरेन्सला येण्याआधीच्या आयुष्याबद्दलच्या कुतूहलामुळे.

''तुम्ही दोघंही खोटी नावं वापरताय, हो ना?''

"नाही. आम्ही आमची कायदेशीर नावंच वापरतोय. आणि आता आमच्याबद्दल प्रश्न विचारणं पुरे झालं, फिच. आम्हाला फारसं महत्त्व नाही. आधीच आपल्याकडे वेळ फार कमी आहे आणि आपल्याला बरंच काम आहे."

"ओ.के. मग आता मला आधी असं सांग की, फिर्यादी पक्षाबरोबर तुमचं बोलणं किती पुढे गेलंय? ऱ्होरला काय आणि किती माहिती आहे?"

"त्याला काहीही माहीत नाही. आम्ही थोडा फार डान्स केला, पण दुरूनच."

"माझी जर इच्छा नसती तर तुम्ही त्याच्याशी संगनमत केलं असतं?"

"हो. यात आमचा उद्देश आहे तो पैसे मिळवण्याचा. निकोलस ज्यूरीवर आहे, कारण आमची तशीच योजना होती. या एकाच गोष्टीसाठी आम्ही एवढा आटापिटा केलाय आणि आमची योजना नक्की यशस्वी होईल, कारण यातले सगळेच जण डोक्यापासून पायापर्यंत भ्रष्टाचारात बुडालेले आहेत. तू भ्रष्टाचारी आहेस, तुझे क्लाएंट भ्रष्टाचारी आहेत. मी आणि माझा पार्टनर, आम्हीही भ्रष्टाचारी आहोत. पण हुशार आणि चलाख आहोत. आम्ही ही सगळी यंत्रणा पडद्याआडून दूषित करतोय."

"आणि ऱ्होरचं काय? तो हरला की त्याला लगेच संशय येईल. किंबहुना तू आणि माझ्या क्लाएंटनंच काहीतरी संगनमत केलंय, असाच त्याला संशय येईल."

"मुळीच नाही. ऱ्होर मला ओळखत नाही. आमची कधीच प्रत्यक्ष भेट झालेली नाही."

"कम ऑन, मार्ली."

"खरंच सांगते, फिच. आम्ही दोघं भेटलो आहोत असं मी तुला फक्त भासवलं, पण तसं प्रत्यक्षात कधीच झालेलं नाही. पण तू जर तयारी दाखवली नसतीस, तर मात्र तसं झालं असतं."

"पण मी नक्की तयार होईन याची तुला पक्की खात्री होती."

"हो, अगदी पहिल्यापासून. तुमच्या बाजूनं निर्णय व्हावा म्हणून वाटेल ती किंमत मोजायला तू एका पायावर तयार होशील, याबद्दल आमची बालंबाल खात्री होती."

तिला विचारायचे आणखी कितीतरी प्रश्न त्याच्या डोक्यात थैमान घालत होते. मी, फिच नावाची व्यक्ती अस्तित्वात आहे, हेच मुळात तुम्हाला कसं समजलं? माझे फोन नंबर तुम्ही कुठून मिळवलेत? निकोलसला ज्यूरीवर काम करायला बोलावणं येण्याची व्यवस्था तुम्ही कशी केलीत? त्याचा ज्यूरीत समावेश कसा केलात? आणि मुख्य म्हणजे, आमच्या 'फंड' ची माहिती तुम्हाला कशी समजली?

एकदा हे प्रकरण संपलं, तणाव निवळला की मग एक दिवस हे प्रश्न तिला विचारू, असं त्यानं ठरवलं. एकदा निकोलस आणि मार्लीला छानपैकी डिनरला घेऊन जावं आणि त्यांच्याशी गप्पा मारत आपली सगळी उत्तरं मिळवावीत, असं

त्याच्या मनात आलं. त्या दोघांबद्दलची त्याच्या मनातली कौतुकाची भावना क्षणाक्षणाला वाढतच होती.

''पण तू लॉनी शेव्हरला घरी पाठवणार नाहीस असं वचन दे आधी.'' त्यानं म्हटलं.

''तसं वचन देईन मी, फिच, पण तुला त्याचा एवढा पुळका का आहे, हे सांगितलंस तरच.''

''तो आपला आहे.''

''हे तुला कसं माहीत?''

''आमच्याकडेही आमचे मार्ग आहेतच की.''

''हे बघ, फिच, आपल्या दोघांनाही जर एकच निकाल हवाय, तर आपण एकमेकांमध्ये असा आडपडदा ठेवून कसं चालेल?''

''खरं आहे, तू म्हणतेस ते. तुम्ही त्या हरेराला का हाकललंत?''

''सांगितलं ना, तो मूर्ख आहे. त्याला निकोलस आवडत नव्हता आणि निकोलसला तो आवडत नव्हता. शिवाय हेन्री वू आणि निकोलसची दोस्ती आहे. एकूण काय, आपलं काहीच नुकसान झालेलं नाही.''

''आणि स्टेला ह्युलिकला का घरी पाठवलंत?''

''तिची तीच लायकी होती. तिचं कोणाशीच पटत नव्हतं.''

''आता पुढची पाळी कोणाची?''

''कोण जाणे. तूच सांग.''

''लॉनीला पाठवू नका. प्लीज.''

''मग का ते सांग.''

''अं... असं म्हणू आपण की, लॉनीला आपण आधीच विकत घेतलंय. त्याचा जो मालक आहे, तो आपलं ऐकणारा आहे.''

''असे आणखी कोण लोक आहेत या ज्यूरीत?''

''कोणीही नाही.''

''कम ऑन, फिच. तुला खटला जिंकायचाय ना?''

''हो, प्रश्नच नाही.''

''मग सांगून टाक ना. हे बघ, तू जिंकण्याचा सगळ्यात सोपा मार्ग म्हणजे मी, हे लक्षात ठेव.''

''हो आणि सगळ्यात जास्त खर्चिकही.''

''मग तुझं काम मी स्वस्तात करीन अशी कल्पना होती का तुझी? माझ्यापासून कोणतीही माहिती लपवून तुला काय मिळणार?''

''पण तुला माहिती देऊन तरी मी काय मिळवणार?''

"कमाल आहे. हे उत्तर तर अगदी सरळ आहे. तू मला सांग. मी ते निकोलसला सांगणार. त्यामुळे ज्यूरींच्या मतांवरची त्याची पकड आणखी मजबूत होणार. आपला वेळ कुठे जास्त सत्कारणी लागेल तेही त्याला कळेल. बरं, ग्लॅडिस कार्डचं काय?"

"ती आपली बाकीच्यांच्या मागोमाग जाणारी आहे. शिवाय तिच्यावर दबाव टाकण्यासारखी आमच्याकडे काही माहितीही नाही. निकोलसचं काय मत आहे तिच्याबद्दल?"

"तू म्हणतोस तसंच. एंजल वीझ?"

"ती सिगारेट ओढते, पण ती निग्रो आहे. त्यामुळे काहीही समज. ती सुद्धा बाकीच्यांचं अनुकरण करणारीच आहे. निकोलसचं काय म्हणणं आहे?"

"लॉरीन ड्यूक करेल, तसं ती करेल."

"आणि लॉरीन ड्यूक कोणाचं अनुकरण करेल?"

"निकोलसचं."

"आता तो सांगेल ते ऐकतील असे किती जण आहेत?"

"एक म्हणजे जेरी. आता जेरीचं सिल्व्हियाशी लफडं आहे, म्हणजे तीही त्याच्याबरोबर येणार. त्यात लॉरीनही धर, म्हणजे एंजलही आपोआप आलीच."

फिचनं मनाशी हिशोब केला. "म्हणजे पाच झाले. बस, एवढंच?"

"त्यात हेन्री वू मिळव. म्हणजे सहा निश्चित झाले. आता तूच हिशोब कर, फिच. सहा झाले. आता फिलिप सॅव्हेलला आपल्याकडे खेचता येण्यासारखी काय माहिती आहे तुझ्याकडे?"

फिचनं कागदपत्र चाळण्याचं थोडं नाटक केलं. खरं तर इथे आणलेला प्रत्येक कागद त्यानं दहादा तरी वाचलेला होता. "काहीच नाही. तो भलताच विक्षिप्त आहे." जणू ही आपलीच चूक असल्यासारखं त्यानं उत्तर दिलं.

"बरं. हर्मनबद्दल काही चिखलफेक करण्यासारखं आहे?"

"नाही. निकोलसचं काय मत आहे?"

"हर्मनचं सगळे ऐकून घेतील, पण ऐकतीलच असं नाही. त्यानं फारसे मित्र जोडलेत असं नव्हे, पण सगळे त्याला अगदीच टाळतायत असंही नाही. त्याचं मत बहुतेक एकटं पडेल."

"पण त्याचा कल कोणत्या बाजूला आहे?"

"त्याचं मत जाणूनच घेणं अशक्य आहे, कारण या केसबद्दल काहीही चर्चा न करण्याची न्यायमूर्तींची सूचना तो तंतोतंत पाळतोय."

"कमाल झाली."

"वकिलांची समारोपाची भाषणं व्हायच्या वेळेपर्यंत निकोलसकडे नऊ मतं तयार झालेली असतील. कदाचित आणखीही असतील. त्याला फक्त काही मंडळींना

आपल्याकडे वळवता यावं, म्हणून माहिती देणं आवश्यक आहे.

"उदाहरणार्थ?"

"रिकी कोलमन."

कपाकडे न बघताच फिचनं कॉफीचा एक घोट घेतला आणि तो विचारमग्नपणे हनुवटीवरची दाढी कुरवाळू लागला. "अं... कदाचित तिच्याबद्दल आमच्याकडे काहीतरी असू शकेल."

ती बारकाईनं त्याची प्रत्येक हालचाल निरखत होती. "झाली तुझी नाटकं सुरू. फिच, अरे कशाला लपवाछपवी करतोयस? एक तर तुझ्याकडे काहीतरी उपयोगी माहिती आहे, किंवा नाहीय. एक तर तू मला ते सांग, म्हणजे मी निकोलसला सांगेन, म्हणजे तो त्याचा उपयोग करून जमलं तर तिला आपल्याकडे खेचून घेईल. नाही तर मग बस दाढी कुरवाळत, लपवाछपवी करत."

"आपण असं म्हणू या, की, माझ्याकडे जे आहे ते तिचं एक अगदी वैयक्तिक असं गुपित आहे आणि ते ती शक्यतो तिच्या नवऱ्यापासून लपवून ठेवू बघेल."

"हो, पण ते माझ्यापासून कशाला लपवतोयस?" मार्लीनं चिडून विचारलं. "आपण एकत्र काम करायचंय की नाही?"

"हो, पण ते तुला आत्ताच सांगावं की नाही असा मी विचार करतोय."

"ग्रेट, फिच. म्हणजे तिच्या गतायुष्यातली काहीतरी भानगड असणार. बरोबर? एखादं लफडं, अ‍ॅबॉर्शन किंवा तसलं काही?"

"मला जरा विचार करू दे, मार्ली."

"विचारच करत रहा, फिच. नाटकं करत रहा. मीही नाटकं करत राहीन. बरं, मिलीचं काय?"

फिच वरकरणी शांत दिसण्याचा प्रयत्न करत असला, तरी त्याच्या डोक्यात शंकांचं काहूर माजलेलं होतं. तिला किती सांगायचं? त्याचं अंतर्मन त्याला सावधपणे बोलायला सांगत होतं. आपण उद्या भेटणार आहोत, परवाही भेटणार आहोत आणि तेव्हा वाटलं तर आपण तिला रिकी, मिली या दोघींबद्दल, कदाचित लॉनीबद्दलही सांगू शकतो. "मिलीबद्दल विशेष काही सांगण्यासारखं नाही." त्यानं म्हटलं. त्याच वेळी त्याच्या डोक्यात विचार येत होते की, या क्षणी तिघा तथाकथित एफबीआयच्या माणसांच्या तावडीत सापडलेला हॉपी एव्हाना रडायच्या बेतात आला असेल.

"खरं सांगतोयस, फिच?"

आठवड्यापूर्वी हॉपी जेव्हा मोटेलमध्ये मिलीला भेटायला फुलं आणि आइस्क्रीम वगैरे घेऊन आला होता, तेव्हा निकोलसची त्याच्याशी कॉरिडॉरमध्ये गाठ पडली होती. थोडा वेळ ते एकमेकांशी जुजबी बोलले होते. दुसऱ्या दिवशी निकोलसला तो

कोर्टरूममध्ये दिसला होता. तीन आठवडे खटला चालल्यानंतर अचानक या माणसाला खटल्यात का रुची उत्पन्न व्हावी, असंही निकोलसला त्या वेळी वाटून गेलं होतं.

फिचसारखा कावेबाज खेळाडू खटल्यात असल्यामुळे निकोलस आणि मार्लीनं गृहीतच धरून ठेवलं होतं की, ज्यूरींपैकी कोणीही सदस्य बाहेरून येणाऱ्या दबावाची शिकार बनू शकतो. त्यामुळे निकोलसचं सगळ्यांवरच बारकाईनं लक्ष होतं. कधी ज्यूरींना त्यांचे नातेवाईक भेटायला येण्याच्या वेळी, तर कधी ते परत जाण्याच्या वेळी निकोलस मुद्दामच कॉरिडॉरमध्ये हिंडत असे. ज्यूरी रूममधल्या गप्पांवरही त्याचं लक्ष होतं. लंचनंतर सगळे जेव्हा फेरफटका मारायला बाहेर पडायचे, तेव्हाही तो एकसारखा त्यांच्या गप्पांकडे कान देऊन असे. कोर्टरूममध्ये हजर असणाऱ्या प्रत्येकावर त्याचं लक्ष होतं – काही जणांना तर त्यांनी सांकेतिक नावं सुद्धा दिलेली होती.

फिच हॉपीमार्फत मिलीवर दबाव टाकायचा कदाचित प्रयत्न करत असावा, असा त्यांनी फक्त अंदाज केला होता. कारण हॉपी आणि मिली हे जोडपंच त्यांना अतिशय साधंभोळं, सहृदय वाटलं होतं आणि ते फिचच्या कचाट्यात सापडणं सहज शक्य होतं.

''हो, मी खरंच बोलतोय.''

''मिली जरा विचित्र वागतेय.'' मार्लीनं खोटंच सांगितलं.

वा! फिचनं मनात म्हटलं. म्हणजे हॉपीचं 'स्टिंग ऑपरेशन' काम करतंय म्हणायचं!

''आणि त्या रॉईसबद्दल निकोलसचं काय मत आहे?'' त्यानं विचारलं.

''तो अगदीच फालतू आहे. टिपिकल गोऱ्या मनोवृत्तीचा, मूर्ख माणूस आहे तो. त्याला सहज गुंडाळता येईल. पाच हजार डॉलर्स सरकवले की झालं काम. सॅव्हेलला हाकलावं असं निकोलस म्हणतोय, त्याचं हे आणखी एक कारण आहे. तो गेला की, त्याच्या जागी रॉईस येईल आणि मग आपलं काम फारच सोपं होईल.''

पैसे चारण्याच्या आणि ज्यूरींना विकत घेण्याच्या गोष्टी ती इतक्या सहज करत होती, की त्यामुळे फिच एकदम खूष झाला. पूर्वीच्या खटल्यांमध्येही त्याला अशा मार्लीसारख्या, भ्रष्टाचारात काहीही वावगं न वाटणाऱ्या लोकांची फार निकड भासली होती आणि आत्ता नेमकं हेच घडत होतं!

''आणखी कोण पैसे घेऊन मत विकू शकेल?'' त्यानं उत्सुकतेनं विचारलं.

''जेरीनं त्याच्या जुगारीपणामुळे देणी करून ठेवलीयत, त्यामुळे तो भलताच जेरीला आलाय. शिवाय त्याचा घटस्फोटही जाम खर्चिक ठरणारसं दिसतंय. त्याला वीसेक हजारांची गरज आहे. निकोलसनं त्याच्याशी अजून बोलून काही ठरवलेलं

नाही, पण या वीकएंडच्या दरम्यान तेही होईल.''

''बाप रे. म्हणजे हे बरंच खर्चिक ठरणारसं दिसतंय.'' फिचनं शक्य तेवढ्या गंभीरपणे म्हटलं.

मार्ली मोठ्यानं हसली. ती इतका वेळ हसत राहिली की, शेवटी फिचलाही आपल्या बोलण्यातली विसंगती जाणवून हसू फुटलं. अरे! आत्ताच मी मार्लीला एक कोटी द्यायचं कबूल केलंय, शिवाय आणखी वीसेक लाख डॉलर्सचा खर्च डोळ्यासमोर आहे आणि माझ्या क्लाएंटसची एकंदर नेट वर्थ तर अकराशे कोटी डॉलर्स आहे! आणि तरीही मी वीस हजारांसारख्या फालतू रकमेला 'खर्चिक' म्हणतोय!

काही क्षण असेच गेले. शेवटी मार्लीनं घड्याळात बघितलं. ''आता हे जरा लिहून घे, फिच. ईस्टर्न प्रमाणवेळेप्रमाणे आता साडेतीन वाजलेत. आता काही हे पैसे सिंगापूरला जाणार नाहीत. त्यामुळे आता हे पैसे मला नेदर्लंड्स ॲन्टिल्समधल्या हॅन्वा बँकेत गेलेले हवेत. लगेच, आत्ता.''

''हॅन्वा बँक?''

''हो, ही एक कोरियन बँक आहे. ते पैसे माझ्या नव्हे, तुझ्या अकाऊंटमध्ये जमा होतील.''

''पण माझं त्या बँकेत अकाऊंटच नाही.''

''मग ते तू वायरवरून आत्ता उघड.'' पर्समधून तिनं काही घडी घातलेले कागद काढून त्याच्याकडे सरकवले. ''हे फॉर्म आहेत आणि कसं उघडायचं त्याच्या सूचना आहेत.''

''पण आता हे करायला फार उशीर झालाय.'' कागद घेत त्यानं म्हटलं. ''आणि उद्या शनिवार आहे.''

''चूप बस, फिच. त्या सूचना वाच. तू फक्त तिथे सांगितलंय तसं केलंस तर सगळं काही सहज होईल. मोठ्या, पैसेवाल्या गिऱ्हाईकांसाठी हॅन्वा बँकेचे दरवाजे कायम उघडे असतात. या वीकएंडमध्ये ते पैसे मला तुझ्या अकाऊंटमध्ये दिसले पाहिजेत.''

''पण ते तुला कसं कळणार?''

''तू मला वायर पाठवल्याचा कन्फर्मेशन रिपोर्ट दाखवायचास. ज्यूरीचं काम सुरू होईपर्यंत हे पैसे तुझ्या अकाऊंटमध्ये राहतील आणि मग ते हॅन्वा बँकेतून माझ्या अकाऊंटमध्ये जमा होतील. माझ्या अपेक्षेप्रमाणे हे सोमवारी सकाळी होईल.''

''पण ज्यूरींना जर केस त्याच्या आधी मिळाली तर?''

''फिच, मी तुला शब्द देते की, पैसे माझ्या अकाउंटमध्ये जाईपर्यंत ज्यूरींचा कुठलाही निर्णय होणार नाही. आणि समजा, तू जर आम्हाला फसवायचा प्रयत्न केलास, तर मी तुला दुसरा शब्द देते की, खटल्याचा निकाल निश्चितपणे फिर्यादीच्या

बाजूला जाईल. प्रचंड नुकसानभरपाईच्या रकमेचा निर्णय.''

''नको, नको. तो विषयच नको.''

''खरंय. मलाही तो विषय नकोय. ही सगळी योजना बनवून ती प्रत्यक्षात उतरवायला आम्ही प्रचंड परिश्रम घेतलेत. आता त्यात तू खोडा घालू नकोस. फक्त तुला सांगितलंय तेवढंच आणि तसंच कर. चल, काम सुरू कर. आवर लवकर.''

जवळजवळ दीड तास ऱ्होरनं डॉक्टर गुंथरची इतकी आरडाओरड करत उलटतपासणी घेतली की, कोर्टरूममधले सगळेच जण थरकून गेले. एकटा ऱ्होर सोडला, तर सगळेजण त्याच्या प्रश्नांच्या भडिमाराला कंटाळून गेलेले होते. शुक्रवार संध्याकाळचे पाच वाजत आले होते. आणखी एक वीकएंड 'सिएस्टा इन'मध्ये घालवण्याच्या कल्पनेनंसुद्धा ज्यूरर लोकांना मळमळायला लागलेलं होतं.

न्यायमूर्ती हार्किननासुद्धा त्यांची जरा काळजीच वाटत होती. ते कंटाळलेले, त्रासलेले तर दिसतच होते, पण समोर चाललेल्या साक्षींमधली वाक्यं आता त्यांच्या मेंदूपर्यंत पोचत होती की नाही हे सुद्धा सांगणं अवघड होतं.

सगळ्या वकिलांनाही त्यांच्याबद्दल चिंता वाटत होती. ज्यूरीतले लोक समोर चाललेल्या साक्षींना अपेक्षित प्रतिसाद देईनासे झाल्याचं त्यांना जाणवत होतं. ते सारखे चुळबुळ करत होते, तर कधी त्यांना डुलक्या येत होत्या आणि स्वत:लाच चिमटे काढून जरी ते जागं राहण्याचा प्रयत्न करत असले, तरी त्यांच्या नजरा पहिल्यासारख्या चौकस, जागृत राहिलेल्या नव्हत्या.

निकोलसला मात्र आपल्या सहकाऱ्यांची जराही चिंता वाटत नव्हती. उलट ते असे त्रासलेले, बंड करून उठण्याच्या मन:स्थितीत आलेलेच त्याला हवे होते. जमावच जर असा चिडलेला, वैतागलेला नसेल तर नेता तरी काय करणार?

लंचनंतरच्या कॉफीच्या सुट्टीत त्यानं न्यायमूर्तींना उद्देशून एक पत्र लिहून विनंती केलेली होती की, खटल्याचं कामकाज उद्या म्हणजे शनिवारीही चालू ठेवावं. यावर त्याची इतर ज्यूरींशी लंचच्या दरम्यान चर्चा झाली होती आणि त्यानं सगळ्यांना पटवूनही दिलेलं होतं की, तिथे मोटेलमध्ये नुसतंच माश्या मारत बसण्यापेक्षा उद्याही खटल्याचं कामकाज चालू ठेवलं, तर निदान हा लांबलेला कंटाळवाणा खटला लवकर तरी संपेल.

बाकीच्यांनाही हे पटलेलं होतं आणि त्यांनी लगेच त्या पत्रावर सह्या केल्या होत्या. न्यायमूर्तींना हे मान्य करण्यावाचून पर्यायच उरला नव्हता आणि खटले असे शनिवारी चालवण्याचे प्रसंग कमी असले तरी पूर्वीही असं झालेलं होतं.

न्यायमूर्तींनी केबलला उद्या खटल्यात काय असू शकेल असं विचारलं. केबलनं मोठ्या आत्मविश्वासानं सांगितलं की, उद्या बचाव पक्षाची बाजू मांडून पूर्ण होईल.

ऱ्होरनंही उलटतपासणीचं काम फारसं लांबणार नाही, असं सांगितलं. आणि रविवारी तर कोर्ट भरण्याचा प्रश्नच येत नव्हता.

"सोमवारी दुपारपर्यंत खटल्याचं कामकाज बहुधा संपेल." ज्यूरींकडे बघत न्यायमूर्तींनी म्हटलं, "उद्या बचाव पक्षाची बाजू मांडून होईल, मग सोमवारी सकाळी दोन्ही पक्षांच्या वकिलांची समारोपाची भाषणं होतील. त्यामुळे माझ्या अंदाजानं सोमवारी दुपारपर्यंत खटला तुमच्या हातात पडायला हवा."

लगेचच ज्यूरी बॉक्समधल्या सगळ्या चेहऱ्यांवर हसू फुटलं. आता शेवट जवळ आलाय, त्यामुळे हा आपला शेवटचा वीकएंड आपण कसाही सहन करू, असा त्यांना हुरूप आला.

गल्फपोर्टमधल्या एका हॉटेलात डिनर घेतल्यावर आज, उद्या आणि परवाही वैयक्तिक भेटीगाठींसाठी चार-चार तास मुभा ठेवण्यात आल्याचं सांगून न्यायमूर्तींनी ज्यूरींना मोटेलवर जायची परवानगी दिली.

ज्यूरी निघून गेल्यावर पुढचे दोन तास न्यायमूर्तींनी दोन्ही बाजूंच्या वकिलांच्या वेगवेगळ्या प्रस्तावांची सुनावणी आणि त्यावर न्यायदानाचं काम पूर्ण केलं.

३३

या वेळी तो उशिराच आला. बरोबर त्यानं चॉकलेट, फुलांचा बुके, शँपेन, चुंबनं यांपैकी काहीच आणलेलं नव्हतं, पण त्याच्या मनातली प्रचंड अस्वस्थता, खळबळ, उद्विग्नता मात्र त्याच्या चेहऱ्यावर अगदी स्पष्ट दिसत होती. आत आल्याबरोबर त्यानं तिच्या दंडाला धरून तिला बेडवर बसवलं आणि काहीतरी बोलायचा प्रयत्न केला, पण गळा भरून आल्यामुळे त्याला काही बोलताच आलं नाही. दोन्ही हातांनी त्यानं चेहरा झाकून घेतला.

"काय झालं, हॉपी?" तिनं घाबऱ्या घाबऱ्या विचारलं. आता हा आपण काहीतरी भयंकर गाढवपणा केल्याची कबुली देणार हे तिला क्षणात जाणवून गेलं. गेले काही दिवस त्याची मन:स्थिती ठीक नसल्याचं आधीच तिच्या लक्षात आलं होतं. तिनं त्याच्या मांडीवर थोपटलं, तसा हळूहळू तो बडबडायला लागला. किती मूर्ख आणि बेअक्कल आहे मी. मी काय करून बसलोय हे तू ऐकलंस, तर तुझा विश्वासच बसणार नाही. तो आणखीही काहीतरी असंबद्ध बडबडत राहिला. शेवटी न राहवून तिनं त्याला गप्प केलं. "तू नेमकं काय केलंयस ते जरा नीट सांग बघू." तिनं जरा दटावणीच्या सुरात म्हटलं.

अचानक तो भडकला – स्वत:वरच भडकला. दात-ओठ चावून त्यानं बोलायला सुरुवात केली आणि मग त्यानं तिला टॉड रिंगवाल्ड आणि केएलएक्स ग्रुप, स्टिलवॉटर बे, जिमी हल मोकबद्दल सगळं सांगितलं. "मला कट करून फशी पाडलं त्यांनी! मी आपला नेहमीसारखाच कमिशन एजंटचा धंदा करत होतो, कसलंही फुकटचं लफडं गळ्यात न घेता माझं काम चाललेलं होतं आणि मग व्हेगासमधून हा माणूस आला – महागडा सूट घालून आणि आर्किटेक्टनं बनवलेले

सुंदर प्लॅन घेऊन. आणि मी बावळटासारखा त्याच्या गोड बोलण्याला भुललो!'' त्याला पुन्हा रडू फुटलं.

जरा वेळानं सगळी हकिगत सांगत जेव्हा त्यानं एफबीआयची माणसं घरी आल्याचं सांगायला सुरुवात केली तेव्हा मिलीनं मध्येच विचारलं, ''काय? आपल्या घरी?''

''हो ना!''

''ओ गॉड! आणि मग मुलं कुठे होती तेव्हा?''

मग त्यानं आपण त्या दोघा एजंटांना कसं कौशल्यानं तिथून आपल्या ऑफिसात घेऊन गेलो आणि त्यांनी आपल्याला तो टेप कसा ऐकवला, ते सांगितलं.

आता मात्र मिलीलाही रडू कोसळलं. हॉपीला एकदम सुटल्यासारखं वाटलं. कदाचित आता ती आपल्यावर एवढी भडकणार नाही, त्यानं मनात म्हटलं. त्यानं पुढची हकिगत सांगायला सुरुवात केली.

क्रिस्टॅनोशी बोटीवर झालेल्या बोलण्याबद्दल त्यानं सांगितलं. वॉशिंग्टनमध्ये अनेक चांगल्या, कायदा मानणाऱ्या लोकांना या खटल्याबद्दल चिंता लागून राहिलीय... सच्च्या रिपब्लिकन लोकांना वगैरे. आणि ती संघटित गुन्हेगारी. आणि मग त्यासाठी आम्ही शेवटी हे ठरवलं.

पालथ्या हातानं डोळे पुसून मिलीनं एकदम रडणं थांबवलं. ''पण त्या सिगारेट कंपनीच्या बाजूनं मत द्यावं असं मला वाटत नाही.'' तिनं म्हटलं. तिचं डोकं बधिर झालेलं होतं.

हॉपीनंही चटकन डोळे पुसले. ''वा! ग्रेट, मिली. तुझी ती सदसद्विवेकबुद्धी की काय जी आहे तिलाच केवळ जाग आणि त्यासाठी पाच वर्षं तुरुंगात खडी फोडायला पाठव मला.''

''पण हे काही बरोबर नाही.'' समोरच्या आरशातल्या स्वत:च्या प्रतिबिंबाकडे बघत तिनं म्हटलं. ती अजूनही धड विचार करू शकत नव्हती.

''हो, प्रश्नच नाही. हे मुळीच बरोबर नाही. मी तुरुंगात गेल्यावर बँक जेव्हा घरावरचं कर्ज परत मागेल, तेव्हा तेही बरोबर असणार नाही. आणि मुलांचं काय, मिली? त्यांचा विचार कर ना. आपली तीन मुलं ज्युनियर कॉलेजात आहेत आणि दोघं हायस्कूलमध्ये. आपली जी बदनामी होणार आहे, ती तर सहन करता येण्यासारखी नसेलच, पण आपली मुलं पुढचं शिक्षण कसं पुरं करणार?''

हॉपीनं या सगळ्याचीच भरपूर रंगीत तालीम केलेली होती, बराच विचार करायला त्याला वेळ मिळाला होता. पण बिचाऱ्या मिलीला मात्र हा भयंकर धक्का ध्यानीमनी नसताना बसलेला होता. त्यामुळे नेमके काय प्रश्न विचारायचे हे तिला चटकन उलगडत नव्हतं. यापेक्षा वेगळ्या परिस्थितीत हॉपीलाच उलट तिची कणव

आली असती.

"माझा अजूनही विश्वास बसत नाहीय." तिनं म्हटलं.

"आय ॲम सॉरी, मिली. आय रिअली ॲम सॉरी. मी भयंकर घोडचूक करून ठेवलीय आणि त्याबद्दल तुला निष्कारण मनस्ताप भोगायला लागतोय, हे काही बरोबर नाही." खांद्यात वाकून, संपूर्णपणे पराभूत आणि निराश झाल्यासारखा तो बसलेला होता.

"हो, पण त्याचे परिणाम या खटल्यातल्या लोकांनाही निष्कारण भोगावे लागणार आहेत, ते आणखी जास्त वाईट आहे."

'बाकीचे लोक मरू देत तिकडे,' त्यानं मनात म्हटलं आणि जीभ चावली. "खरंय मिली, तू म्हणतेस ते. मी संपूर्णपणे वाटच लावून ठेवलीय आयुष्याची."

तिनं त्याचा हात हातात घेऊन किंचित दाबला. लगेच हॉपीनं सावजावर पुढचा बार टाकायचं ठरवलं. "हे खरं तर तुला मी सांगू नये, पण ती एफबीआयची माणसं जेव्हा घरी आली ना, तेव्हा मला क्षणभर वाटलं होतं की, पिस्तूल घ्यावं आणि हे सगळं प्रकरण तिथल्या तिथे कायमचं मिटवून टाकावं."

"म्हणजे? त्यांना मारणार होतास की काय तू?" तिनं एकदम घाबरून विचारलं.

"त्यांना नाही, मलाच. माझ्याच डोक्यात गोळी घालणार होतो मी."

"हॉपी!"

"खरंच सांगतोय, मिली. गेल्या आठवड्याभरात अनेकदा मला असं वाटतं होतं. बायकापोरांची बदनामी पाहण्यापेक्षा मरण पत्करलं."

"काहीतरीच बोलू नकोस." आणि तिला पुन्हा रडू कोसळलं.

आधी फिचनं विचार केला होता की, वायर पाठवल्याचं नाटक करावं आणि तिला बनावट वायर आणि कन्फर्मेशनचे कागद दाखवावेत. पण बनावट कागदपत्र तयार करणाऱ्या त्याच्या वॉशिंग्टनमधल्या तज्ज्ञांशी दोनदा बोलल्यावरही त्याची खात्री नव्हती की, आपली ही थाप तिला पचेल. एकतर तिला वायरनं पैसे पाठवण्याच्या सोपस्कारांबद्दलचे सगळे बारकावे माहीत असावेत असं दिसत होतं आणि त्या नेदर्लंड्स ॲन्टिल्समधल्या बँकेबद्दल तिला नेमकी काय आणि किती माहिती आहे, याबद्दल त्याला काहीच कल्पना नव्हती. पण आतापर्यंतचा अनुभव लक्षात घेतला तर कदाचित त्या बँकेत कोणीतरी आपल्या वायरची वाट बघत असेल, अशीच शक्यता जास्त होती. त्यामुळे त्यानं तो बेत शेवटी रद्द केला – कशाला नको तो धोका पत्करायचा आणि तोही अशा वेळी?

बरेच फोन केल्यावर त्याला वॉशिंग्टनमधल्या एका सल्लागार माणसाचा पत्ता लागला. हा माणूस पूर्वी अमेरिकेच्या ट्रेझरी डिपार्टमेंटमध्ये होता आणि आता त्याचा

स्वत:चा सल्लागाराचा व्यवसाय होता. पैशाच्या झटपट व्यवहारांच्या बाबतीतला तो तज्ज्ञ समजला जात होता. फिचनं त्याला अगदी आवश्यक तेवढी माहिती दिली, त्याला सल्लागाराचं काम दिल्याचं फॅक्सनं कळवलं आणि मग मार्लीनं दिलेल्या सूचनांची एक कॉपी फॅक्सनं पाठवली. थोड्याच वेळात त्या माणसानं सांगितलं की, मार्लीला सगळी बारीकसारीक माहिती असल्याशिवाय तिनं इतक्या व्यवस्थित सूचना देणं शक्य नाही आणि निदान व्यवहाराच्या पहिल्या टप्प्यात तरी तुमचे पैसे एकदम सुरक्षित राहतील. हे नवं अकाऊंट तुमचंच असेल, त्यात मार्लीला कसलीही ढवळाढवळ करता येणार नाही. मार्लीला कन्फर्मेशन हवंय ते द्या, पण कोणत्याही परिस्थितीत तिला हा अकाऊंटचा नंबर देऊ नका.

मार्लीशी सौदा केला तेव्हा 'फंड' मध्ये पासष्ट लाख डॉलर्स शिल्लक होते. फिचनं लगेच चारही कंपन्यांच्या सीईओंना फोन करून कळवलं की, प्रत्येकी वीस लाख डॉलर्स ताबडतोब पाठवा. आत्ता कसलेही प्रश्न विचारू नका, तुम्हाला हवं ते स्पष्टीकरण मी नंतर देईन.

शुक्रवारी संध्याकाळी सव्वापाचला 'फंडा'च्या न्यूयॉर्कमधल्या गुप्त अकाऊंटमधून एक कोटी डॉलर्स हलले आणि थोड्याच सेकंदांत हॅन्वा बँकेत जाऊन पोचले. हॅन्वा बँकेला या पैशाची प्रतीक्षा होतीच. पैसे आल्याबरोबर फक्त नंबर असलेलं नवीन अकाऊंट उघडलं गेलं आणि पैसे मिळाल्याचं कन्फर्मेशन ताबडतोब न्यूयॉर्कमधल्या बँकेला पाठवण्यात आलं.

साडेसहाला मार्लीचा फोन आला. पैसे पाठवले गेल्याचं तिला समजलेलं होतं. अर्थात यात आश्चर्य वाटण्यासारखं काहीच नव्हतं. तिनं फिचला त्या कन्फर्मेशनच्या कागदावरचे अकाऊंट नंबर खोडून टाकून तो कागद बरोबर सात वाजून पाच मिनिटांनी 'सिएस्टा इन'च्या रिसेप्शन काऊंटरवर फॅक्स करायला सांगितला.

''पण यात जरा धोका आहे, असं नाही वाटत तुला?'' फिचनं विचारलं.

''तू फक्त तुला सांगितलंय तसं कर, फिच. निकोलस तिथे काऊंटरपाशीच उभा असेल. तिथल्या त्या पोरीला आवडतो तो.''

सव्वासातला मार्लीनं पुन्हा फोन करून निकोलसला फॅक्स मिळाल्याचं कळवलं आणि तो ठीक असल्याचंही सांगितलं. उद्या सकाळी बरोबर दहा वाजता तिनं फिचला आपल्या ऑफिसात हजर व्हायला सांगितलं.

प्रत्यक्षात पैशाचा काहीच व्यवहार जरी झालेला नसला तरी आतापर्यंतच्या एकंदरीत घडामोडीत मिळालेल्या यशामुळे फिच खुषीत होता. जोझेला बरोबर घेऊन तो चालत एक छानपैकी चक्कर मारायला बाहेर पडला. फिच चालत निघणं, त्यातही आरामात चक्कर मारायला निघणं ही फारच क्वचित घडणारी गोष्ट होती. हवाही मोठी छान पडलेली होती आणि फुटपाथवरही कोणी दिसत नव्हतं.

याक्षणी एका ज्यूररच्या हातात $ १,००,००,००० अशी रक्कम दोनदा लिहिलेला एक कागद आहे. हा ज्यूरर आणि ही संपूर्ण ज्यूरी माझ्या खिशात आहे. खटला संपल्यातच जमा आहे. आता प्रत्यक्ष निकाल लागेपर्यंत मला झोप नसेल आणि मला प्रचंड टेन्शन असेल हे खरं, तरीपण खऱ्या अर्थानं खटला जवळजवळ संपलेलाच आहे. मी पुन्हा एकदा जिंकलोय. जवळजवळ पराभवाच्या खाईतून मी यश खेचून बाहेर काढलंय. या वेळी खर्च बराच जास्त आला, पण पणाला लागलेल्या गोष्टी त्यापेक्षाही जास्त महत्त्वाच्या आणि मोठ्या होत्या. मला अजूनही जँकल आणि बाकीच्या त्या सीईओ लोकांकडून खर्चाबद्दल प्रचंड कुरकुर ऐकावी लागेल, पण ती करणं तर त्यांचं कामच आहे. ते बोलणं अगदीच तोंडदेखलं असेल.

पण खऱ्या खर्चाच्या बाबींबद्दल कोणीही स्पष्टपणे बोलणार नाही – खटला जर फिर्यादीच्या बाजूनं लागला असता तर काय झालं असतं ते कोणी बोलणार नाही आणि या खटल्यामुळे जे आणखी अगणित खटले भरले गेले असते, ते निस्तरताना जो अमर्याद खर्च करावा लागला असता तो वाचला, याबद्दलही कोणी काही बोलणार नाही.

क्वचित मिळणारे शांततेचे क्षण मी अनुभवतोय हे खरं आणि एवढ्या परिश्रमानंतर हा माफक आनंद मी घ्यायला काहीच हरकत नाही, हेही खरं, पण अजून माझं काम संपलेलं नाही. मार्ली नेमकी कोण, ती कुठली, तिचं खरं नाव काय, एवढं काटेकोर आणि योजनाबद्धपणे रचलेलं हे कारस्थान तिनं का रचलं, हे समजल्याखेरीज माझ्या जिवाला शांतता मिळणार नाही. आणि हे समजेपर्यंत हा निकाल पूर्णपणे सुरक्षित आहे, अशी माझी खात्रीही होणार नाही.

चार चौक चालेपर्यंत फिचचा शांत मूड जाऊन तो पुन्हा मूळपदावर आलेला होता – चिडलेला, अस्वस्थ, संशयी.

मोठा धीर करून डेरिक कॉरिडॉरमध्ये शिरला आणि तो एका केबिनच्या उघड्या दारातून आता डोकावून पाहत होता, तेवढ्यात हातात काही फाईली घेतलेल्या एका पोरीनं त्याला हलकेच हटकलं आणि सस्मित मुद्रेनं विचारलं, "काय हवंय?" खरं म्हणजे शुक्रवारचे संध्याकाळचे आठ वाजत आलेले होते, पण तरीही संपूर्ण ऑफिसात नेहमीसारखंच काम चाललेलं होतं. लोकांची एकसारखी ये-जा चाललेली होती.

त्याला खरं तर एक वकील हवा होता – कोर्टरूममध्ये फिर्यादीची बाजू लढवत असलेला एक वकील, एक असा वकील की, जो त्याला ऑफिसात बसवून घेईल आणि दार बंद करून त्याचं म्हणणं शांतपणे ऐकून घेईल. त्यानं डरवुड केबलचं नाव माहिती करून घेतलं होतं, त्याच्या पार्टनर वकिलांपैकीही काहींची नावं माहीत करून

घेतली होती. त्यांच्या या ऑफिसचा पत्ता त्यानं शोधून काढला होता आणि बाहेर गाडीत बसून आपल्याला नेमकं जे बोलायचंय ते कसं बोलावं हे घोकत, ऑफिसमध्ये घुसण्यासाठी धीर एकवटत त्यानं दोन तास काढले होते.

आत आल्यावर त्याला आणखी एक अडचण आली होती की, आत त्याला एकही निग्रो चेहरा दिसला नव्हता.

पण सगळेच वकील दुष्ट, कावेबाज, फसवे असतात ना? आपल्याला जर ऱ्होरनं रोख पैसे देऊ केले, तर याचा अर्थ असा होईल की, खटल्यातले सगळेच वकील आपल्याला पैसे देऊ करतील. आणि माझ्याकडे विकण्यासारखी, पैसे उकळण्यासारखी माहिती आहे. त्यामुळे ही सुवर्णसंधी गमावून चालणार नाही.

पण ती पोरगी जेव्हा अधूनमधून त्याच्याकडे बघत तिथेच घुटमळत राहिली, तेव्हा मात्र त्याच्या तोंडून शब्दच बाहेर पडले नाहीत. त्यामुळे आता ती आणखी कुणाला तरी मदतीला बोलवणार, असं त्याला जाणवलं. तेवढ्यात त्याला आठवलं की, हे सगळं भयंकर बेकायदेशीर आहे आणि तू हावरेपणा करायला लागलास तर पकडला जाशील, असं क्लीव्हनं आपल्याला बजावून सांगितलं होतं. त्याच्या पोटात भीतीनं खड्डाच पडला.

"अं– मि. गेबल – मि. गेबल आहेत का?" त्यानं चाचरत विचारलं.

"मि. गेबल?" भुवया उंचावत तिनं विचारलं.

"हो, मि. गेबल."

"इथे कोणी मि. गेबल नाहीत. तुम्ही कोण?"

तेवढ्यात चार-पाच तरुण वकील तिच्यामागून आले. त्यांनीही त्याला संशयानं आपादमस्तक न्याहाळायला सुरुवात केली. आणखी काय बोलावं हेच डेरिकला सुचेना. आपण योग्य ठिकाणीच आलोय, पण आपण चुकीचं नाव विचारतोय – खरं म्हणजे आपण हा खेळच चुकीचा खेळतोय हे त्याच्या लक्षात आलं. पण तुरुंगात जायची मात्र त्याची बिलकूल तयारी नव्हती.

"मला वाटतं मी चुकीच्या पत्त्यावर आलोय बहुतेक." त्यानं शेवटी कसंबसं म्हटलं, तसं त्या पोरीनं तिचं नेहमीचं इस्त्री मारलेलं स्मित केलं – ते वाटलंच होतं मला, आता निघा तुम्ही. परत जाताना तो दर्शनी भागातल्या रिसेप्शनपाशी थांबला आणि तिथल्या रॅकमधून त्यानं हाताला लागतील ती चार-पाच व्हिजिटिंग कार्डस् उचलून खिशात घातली. आपण केबलच्या ऑफिसला गेलो होतो हे क्लीव्हला सांगायला एवढा पुरावा पुरेसा होता.

घाईघाईनं बाहेर पडून डेरिक बाहेर आला. तिकडे एंजल वाट बघत असेल माझी, त्यानं मनात म्हटलं.

मध्यरात्र होईपर्यंत मिली बेडवर तळमळत होती. रडत होती, मग मात्र ती उठली, तिनं तिचा आवडता डबल-एक्स साईजचा तांबडा लाल स्वेट सूट घातला आणि ती रूममधून बाहेर कॉरिडॉरमध्ये आली. कॉरिडॉरच्या दुसऱ्या टोकाला पहारा देत बसलेल्या चकूनं तिला हाक मारली. काहीतरी खायला घेऊन येते, असं तिनं त्याला सांगितलं आणि ती पार्टी रूममध्ये शिरली. आत शिरण्याआधीच तिला आतून पुसटशी चाहूल लागलेली होती. आत शिरल्याबरोबर तिला सोफ्यावर एकटाच बसलेला निकोलस दिसला. तो पॉपकॉर्न खात टीव्हीवर ऑस्ट्रेलियातली कुठलीशी रग्बीची मॅच बघत होता. रात्रीनंतर रूमबाहेर येण्यावर न्यायमूर्ती हार्किननी घातलेली बंदी एव्हाना विसरल्यातच जमा होती.

"अरे, तू अजून जागी कशी?" टीव्हीचा आवाज बंद करत त्यानं विचारलं. मिलीनं एक खुर्ची ओढून घेतली आणि ती दाराकडे पाठमोरी बसली. तिचे डोळे सुजून लाल झाले होते, डोक्यावरचे पिकलेले केस विस्कटलेले होते. पण तिकडे तिचं लक्षच नव्हतं. मिलीच्या घरात पाच किशोरवयीन मुलं होती. ती जात होती, येत होती, घरात पसारा करत होती, फ्रीज रिकामा करत होती, वेळी-अवेळी टीव्ही बघत होती. त्यांनाही तिला अशाच अवतारात बघायची सवय होती आणि तिलाही त्याचं काही वाटत नसे. कारण मिली ही किती झालं तरी आई होती– हॉपीसकट सगळ्यांची आई होती.

"झोपच येत नाहीय. आणि तू?" तिनं विचारलं.

"इथे झोप लागणं हा मोठा प्रॉब्लेमच होऊन बसलाय. पॉपकॉर्न हवेत?"

"नको. थँक्स."

"आज हॉपी आला होता?"

"हो."

"चांगला माणूस दिसतोय."

ती काही क्षण काहीच बोलली नाही. "हो."

आता पुढे काय बोलावं असा दोघंही विचार करत होते. त्यात आणखी थोडा वेळ तसाच गेला. "तुला एखादा सिनेमा बघायचाय का?" त्यानं विचारलं.

"नको. तुला एक विचारू?" तिनं एकदम गंभीर होत विचारलं. निकोलसनं ताबडतोब रिमोटचं बटन दाबून टीव्ही बंद करून टाकला. रूममध्ये आता फक्त एक दिवा शिल्लक होता.

"हो, जरूर. तू बरीच त्रासलेली दिसतेयस."

"हो, मी त्रासलेलीच आहे. मला तुला कायद्यासंबंधी काही तरी विचारायचंय."

"विचार ना. मला जमेल तसं मी उत्तर देईन."

"ओ.के." तिनं एक खोल श्वास घेऊन सोडला. "एखाद्या ज्यूररला जर अशी

खात्री पटली की तो खटल्याकडे संपूर्णपणे निष्पक्षपातीपणानं बघून विचार करू शकत नाही, तर त्यानं काय करावं?''

त्यानं समोर भिंतीकडे बघितलं. मग वर बघितलं. मग शेजारच्या ग्लासमधल्या पाण्याचा एक घोट घेतला. ''मला वाटतं, तो ज्या कारणांमुळे या निर्णयापर्यंत येऊन पोचला असेल, त्या कारणांवर हे अवलंबून राहील.'' त्यानं सावकाश म्हटलं.

''मला नाही समजलं, निकोलस.'' हा तरुण, हुशार पोरगा तिला फार आवडायचा. तिच्या सगळ्यात धाकट्या मुलाला वकील व्हायचं होतं. त्यानं असं निकोलससारखं हुशार व्हावं असं तिला नेहमी वाटत असे.

''आपण असं करू, तुझ्या प्रश्नाचं उत्तर तुला सहज समजावं, म्हणून आपण असं समजू या की हा ज्यूरर म्हणजे तूच आहेस. चालेल?''

''हो, चालेल.''

''मग आता मला सांग की, खटला सुरू झाल्यानंतर असं काही घडलंय का, की, त्यामुळे तुझ्या निष्पक्षपातीपणे विचार करण्याच्या क्षमतेवर परिणाम झालाय?''

''हो.'' तिनं सावकाश म्हटलं.

त्यानं यावर क्षणभर विचार केला. ''माझ्या मते ही जी गोष्ट घडली ती तू कोर्टरूममध्ये काहीतरी ऐकल्यामुळे घडली, का कोर्टरूमबाहेर घडलेल्या एखाद्या घटनेमुळे तू या निर्णयापर्यंत पोचलीस, त्यावर तुझ्या प्रश्नाचं उत्तर अवलंबून आहे. एक गोष्ट अशी आहे, की जसजसा खटला पुढे जाईल तसतसं ज्यूरर म्हणून आपलं मत या किंवा त्या बाजूला झुकत जाणं हे अपेक्षितच असतं. हा निर्णयप्रक्रियेतलाच एक भाग असतो आणि त्याची परिणती शेवटी आपण निकालावर मतदान करून निकाल देण्यात होते. त्यात काहीच चूक नाही.''

मिलीनं डावा डोळा हळूहळू बोटानं चोळला आणि सावकाश विचारलं, ''पण हे जर असं नसेल तर? कोर्टरूमच्या बाहेर घडलेल्या एखाद्या घटनेमुळे जर ज्यूरर – म्हणजे मी – निष्पक्षपाती निर्णय द्यायला असमर्थ होत असेन तर?''

त्याला धक्काच बसलेला दिसत होता. ''बाप रे. तसं असेल तर हे प्रकरण खूपच जास्त गंभीर होतंय.''

''गंभीर म्हणजे किती गंभीर?''

प्रसंगाचं गांभीर्य वाढवण्यासाठी निकोलस उठला, त्यानं एक खुर्ची घेतली आणि तो अगदी तिच्याजवळ येऊन बसला. ''काय झालंय, मिली?'' त्यानं हळुवारपणे विचारलं.

''मला मदतीची गरज आहे आणि मदत मागावी अशी कोणी व्यक्तीच मला दिसत नाहीय. मी इथे या भयंकर जागेत माझ्या नवऱ्यापासून, मुलांपासून दूर अडकून पडलेय आणि आता कुठे जावं तेच मला समजत नाहीय. तू करशील मला

मदत, निकोलस?''

''जरूर. माझ्याकडून जी मदत होईल ती सगळी मी तुला करेन.''

पुन्हा एकदा तिच्या डोळ्यांमधून अश्रुधारा सुरू झाल्या. ''तू खूप चांगला, सुस्वभावी माणूस आहेस, निकोलस. तुला कायद्याची माहिती आहे, माझी समस्याही कायद्याशीच संबंधित आहे. कुणाशी मनमोकळेपणी बोलावं असं मला इथे दुसरं दिसतच नाहीय.'' ती आता हमसाहमशी रडत होती. त्यानं टेबलावरचा एक नॅपकीन तिला दिला.

तिनं हुंदके देत हळूहळू त्याला सगळं काही सांगून टाकलं.

पहाटे दोन वाजता लू डेलला काहीही कारण नसताना जाग आली आणि तिनं उठून कॉरिडॉरमध्ये चटकन एक फेरफटका मारायला सुरुवात केली. पार्टी रूममध्ये तिला निकोलस आणि मिली अगदी हळू आवाजात एकमेकांशी बोलण्यात गढून गेलेले दिसले. टीव्ही बंद होता. त्यांच्यामधोमध पॉपकॉर्नचा एक मोठा बाऊल होता. नेहमी लू डेलशी फटकून वागणाऱ्या निकोलसनं या वेळी मात्र अतिशय मऊ आवाजात तिला समजावून सांगितलं, की, आम्हा दोघांनाही झोप येत नसल्यामुळे आम्ही साध्या गप्पा मारतोय. स्वत:शीच मान हलवत लू डेल निघून गेली.

मिलीनं जे सांगितलं होतं, त्यावरून निकोलसला या भानगडीमागे कटाचा वास येत होता, पण त्यानं तिला तसं दाखवलं नाही. तिचं रडणं थांबल्यावर त्यानं हळूहळू सगळी माहिती तिच्याकडून काढून घेतली. काही गोष्टी त्यानं लिहूनही घेतल्या. आपण परत दोघं बोलेपर्यंत तू काहीही करू नकोस, असं त्यानं तिला बजावून सांगितलं आणि मग दोघांनीही 'गुड नाईट' म्हणून एकमेकांचा निरोप घेतला.

आपल्या रूममध्ये जाऊन निकोलसनं मार्लीला फोन केला आणि तिनं पेंगुळलेल्या आवाजात 'हॅलो' म्हटल्यावर त्यानं फोन बंद केला. दोन मिनिटं थांबून त्यानं पुन्हा त्याच नंबरवर फोन केला, सहा वेळा त्याची रिंग वाजू दिली आणि मग पुन्हा फोन बंद केला. आणखी दोन मिनिटांनी त्यानं तिच्या लपवलेल्या सेलफोनवर फोन केला. तो मात्र तिनं उचलला.

त्यानं तिला हॉपीच्या प्रकरणाची सगळी माहिती दिली आणि आणखी न झोपता कामाला लागायला सांगितलं.

नेपिअर, निकमन आणि क्रिस्टॅनो या तीन नावांपासून तपास सुरू करायचं त्यांनी ठरवलं.

३४

श निवार असला तरी कोर्टरूममधली प्रत्येक गोष्ट तशीच होती. तेच कर्मचारी, त्यांचे तेच गाऊन, तेच काम. न्यायमूर्ती हार्किन तेच, तेच वकील, त्यांचे तेच धूसर चेहरे. रक्षकांच्या चेहऱ्यांवर मात्र थोडासा जास्त कंटाळा जाणवत होता. ज्यूरी येऊन बसल्यावर न्यायमूर्तींनी त्यांचे तेच रोजचे प्रश्न विचारले आणि खटल्याचं काम त्याच एकसुरीपणानं सुरू झालं.

गुंथरच्या कालच्या कंटाळवाण्या साक्षीनंतर केबल आणि कंपनीनं ठरवलं की, दिवसाची सुरुवात जरा जोरदार करावी. त्यानं पुढचा साक्षीदार म्हणून डॉक्टर ऑल्नीचं नाव पुकारलं. हाही एक संशोधक होता, फक्त त्यानं त्याचं संशोधन वर्षानुवर्षं पांढऱ्या उंदरांवर केलं होतं. या सुंदर, गोजिरवाण्या दिसणाऱ्या प्राण्यांची एक व्हिडिओ टेपही त्याच्याकडे होती आणि हे सगळे उंदीर चांगले जिवंत होते, इकडे-तिकडे धावपळ करत होते. ते काही मरायला टेकलेले उंदीर नव्हते. हे सगळे उंदीर गटागटांनी काचेच्या पिंजऱ्यांमध्ये ठेवलेले होते आणि ऑल्नीनं गेली अनेक वर्षं वेगवेगळ्या गटांना वेगवेगळ्या प्रमाणात सिगारेटचा धूर त्यांच्या पिंजऱ्यांमध्ये सोडून त्यावर संशोधन केलं होतं. अगदीच गुदमरून टाकणं सोडलं, तर त्यानं सर्व प्रकारचे प्रयत्न करून पाहिले होते आणि तरीही त्यातल्या एकाही उंदराला फुप्फुसाचा कॅन्सर झालेला नव्हता. त्याच्याकडे या संशोधनाची भरपूर आकडेवारी होती आणि भरपूर माहितीही होती. आणि सिगारेटमुळे उंदरांना किंवा माणसांना फुप्फुसाचा कॅन्सर कसा होत नाही, याबद्दल त्याची बरीच काही मतंही होती.

एव्हाना ठरूनच गेलेल्या आपल्या नेहमीच्या जागेवर बसून हॉपी साक्ष ऐकत होता. मी मुद्दाम येऊन जाईन, तुझं मनोधैर्य वाढवण्यासाठी थोडा वेळ थांबेन, झाल्या

प्रकाराबद्दल मला किती वाईट वाटतंय हे तुला समजावं म्हणून एवढं तरी मी नक्कीच करेन, असं त्यानं काल मिलीला सांगितलं होतं. शनिवार हा जरी रिअल इस्टेट एजंटांना कामाचा, घाईगडबडीचा दिवस असला, तरी हॉपीचं ऑफिस एवढ्या लवकर सुरू होतच नसे. स्टिलवॉटर बे च्या प्रकरणानंतर हॉपीचा नेहमीचा उत्साह बराच कमी झालेला होता. चार-पाच वर्षं तुरुंगात काढण्याच्या कल्पनेमुळे त्याला ऑफिसला जाण्यात उत्साह वाटेनासा झालेला होता.

आज टॉन्टनही आलेला होता. केबलच्या मागच्या खुर्चीवर बसून तो मधूनच काही लिहून घेत होता आणि लॉनीकडे मुद्दाम सहेतुकपणे कटाक्ष टाकत होता.

अगदी मागच्या रांगेत डेरिक बसलेला होता. साक्ष ऐकत तो मनातल्या मनात विचार करत होता. मागच्याच रांगेत रिकीचा पती त्यांच्या दोन्ही मुलांबरोबर येऊन बसलेला होता. रिकी ज्यूरींबरोबर येऊन बसल्यावर त्यांनी हात हलवून तिचं लक्ष वेधायचाही प्रयत्न केला. मि. नेल्सन कार्ड आणि मिसेस ग्राईम्स एकमेकाशेजारी बसलेले होते. लॉरीन ड्यूकच्या दोघी मुलीही आलेल्या होत्या.

ही सगळी ज्यूरींची कुटुंबीय मंडळी ज्यूरर लोकांचं मनोधैर्य उंचावण्यासाठी जशी आलेली होती, तशीच ती कुतूहलापोटीही आलेली होती. बहुतांश मंडळींना खटल्याची, वकिलांची, न्यायमूर्तींची एव्हाना बऱ्यापैकी माहिती झालेली होती आणि त्यांची त्याबद्दल मतंही तयार झालेली होती. तरीही ती तिथे मुद्दाम हजर होती.

शनिवारी सकाळी उशिरानं बीव्हरली मंकची धुंदी उतरायला सुरुवात झाली. काल रात्री आपण जिन, मारीजुआना, आणखी काय काय घेतलं होतं, तेसुद्धा धड तिला आठवत नव्हतं, पण त्या सगळ्याची भयंकर धुंदी अजूनही उतरायचं नाव घेत नव्हती. कसेबसे डोळे उघडत तिनं दोन्ही हातांनी चेहरा झाकून घेतला. आता कुठे तिच्या लक्षात आलं की, आपण नुसत्याच लाकडी तक्तपोशीवर पडलेलो होतो. एक घाणेरडं ब्लँकेट अंगाभोवती लपेटून ती कशीबशी उठली. शेजारीच कोणीतरी एक माणूस जोरजोरात घोरत पडलेला होता, त्याचा चेहरा काही केल्या तिला आठवेना. त्याला ओलांडून ती तिच्या ड्रेसिंग टेबलापाशी – हे खरं तर उलटं करून ठेवलेलं एक लाकडी खोकं होतं – आली आणि तिथे ठेवलेला गॉगल उचलून तिनं डोळ्यांवर चढवला. गॉगल घातल्यावर मात्र तिला थोडंफार दिसू लागलं. तिनं घरातल्या वरच्या उघड्या लॉफ्टकडे बघितलं. तिथे कुणीही, कसंही अस्ताव्यस्त पडलेलं होतं – कुणी बेडवर, कुणी चादरींवर, कुणी नुसतंच. जिकडे-तिकडे दारूच्या रिकाम्या बाटल्या पडलेल्या होत्या. कोण आहेत ही माणसं? कशी तरी चालत, मध्ये अस्ताव्यस्त लोळत पडलेल्या माणसांना ओलांडत ती एका छोट्याशा खिडकीशी आली. म्हणजे काल रात्री मी नेमकं केलं तरी काय?

खिडकीच्या काचा बाष्प जमून धुरकटलेल्या होत्या. खाली रस्त्यांवर हलकासा हिमवर्षाव होत होता आणि हे हिम खाली रस्त्यांवर पडल्यावर वितळून जात होतं. आपल्या कृश शरीराभोवती ते ब्लँकेट आणखी घट्ट गुंडाळून घेऊन ती खिडकीशी ठेवलेल्या एका खोक्यावर बसून बाहेरचा हिमवर्षाव बघू लागली. आता आपल्याला मिळालेल्या त्या हजार डॉलर्सपैकी किती बाकी असतील कोण जाणे, तिच्या मनात विचार आला.

खिडकीच्या तावदानाजवळच्या थंडगार हवेचा तिनं एक दीर्घ श्वास घेतला, तसं तिचं डोकं जागेवर यायला सुरुवात झाली. तिचं डोकं ठणकत होतं, पण धुंदी उतरत होती. क्लेअरची भेट होण्याआधी तिची कान्सास युनिव्हर्सिटीत शिकत असलेल्या फीबी नावाच्या पोरीशी दोस्ती झालेली होती. या फीबीला अमली पदार्थांचं व्यसन होतं. त्यातून ती सुटू बघत होती, पण ती परत कधीही त्याच्या आहारी जाऊ शकेल अशा परिस्थितीत होती. त्या दोघींनी क्लेअरबरोबर थोडे दिवस 'मलिगन्स' मध्ये नोकरी केली होती, पण अचानक एक दिवस फीबी निघून गेली होती. फीबी मूळची विचिटा शहरातली होती. क्लेअरच्या भूतकाळाबद्दल आपल्याला थोडी माहिती असल्याचं तिनं बीव्हरलीला सांगितलं होतं. क्लेअरच्या त्या वेळच्या एका मित्राकडून फीबीला ही माहिती समजलेली होती आणि त्या मुलाचं नाव जेफ कर असं नव्हतं. बीव्हरलीचं डोकं या क्षणी जर भयंकर ठणकत नसतं, तर तिला ते नावही आठवलं असतं.

पण त्यालाही आता खरं तर बरीच वर्षं झालेली होती.

तेवढ्यात झोपलेल्या मंडळींपैकी कुणीतरी बरळलं. मग पुन्हा सगळं शांत झालं. बीव्हरलीनं विचिटा शहरात फीबी आणि तिच्या कॅथॉलिक असलेल्या कुटुंबाबरोबर एक वीकएंडही घालवलेला होता. तिचे वडील गावात डॉक्टर होते. त्यामुळे फीबीला शोधणं फारसं अवघड जाऊ नये, तिनं मनात म्हटलं. काही फालतू प्रश्नांच्या उत्तरांसाठी जर हा स्वॅन्सन एक हजार डॉलर्स मोजू शकतो, तर क्लेअरच्या भूतकाळाबद्दलच्या प्रत्यक्ष माहितीसाठी तो आणखी किती तरी जास्त पैसे देईल आपल्याला.

ते काही नाही, फीबीचा पत्ता शोधून काढूच आपण. न्यूयॉर्कमध्ये आपण जे करतोय, तेच खेळ ती लॉस अँजेलिसमध्ये खेळतेय, असं ऐकलं होतं. तिथूनच सुरुवात करू. स्वॅन्सनकडून जास्तीत जास्त पैसे उकळू आणि एखादा मोठा फ्लॅट बघू. या इथल्या घाणेरड्या लोकांपेक्षा जरा जास्त चांगले मित्र-मैत्रिणी मिळवू. जरा चांगलं राहू.

कुठे गेलं ते स्वॅन्सनचं कार्ड?

फिचनं मोठ्या नाइलाजानं सकाळी कोर्टरूममध्ये जाण्याचं रद्द केलं. त्याला एका माणसाला सूचना देणं आवश्यक होतं. या माणसाचं नाव होतं जेम्स लोकल आणि फिच ज्या प्रायव्हेट डिटेक्टिव्ह फर्मला भरपूर पैसे देत होता, त्या फर्मचा हा प्रमुख होता. बेथेस्डामधली त्याची ही फर्म सरकारी नोकरीतून बाहेर पडलेल्या बऱ्याच लोकांना हाताशी धरून काम करत होती. अतिरेक्यांना शोधून काढणं, बेकायदेशीर शस्त्रांची ने-आण करणाऱ्यांवर लक्ष ठेवणं अशा स्वरूपाची कामं करणाऱ्या जेम्स लोकलच्या दृष्टीनं, कुठलंही गुन्हेगारी स्वरूपाचं रेकॉर्ड नसलेल्या एका पोरीची माहिती काढण्याचं काम म्हणजे नसती कटकट होती.

पण फिचकडे प्रचंड पैसा होता, या कामात काही धोकेही नव्हते आणि तरीही हे काम करताना जेम्स लोकल साफ अपयशी ठरलेला होता. त्यासाठीच आज तो बिलॉक्सीमध्ये आला होता.

आपल्या अपयशाबद्दल थोडीसुद्धा दिलगिरी व्यक्त न करता लोकलनं गेल्या चार दिवसांत आपल्या लोकांनी काय प्रयत्न केले, ते सांगायला सुरुवात केली. स्वॅन्सन आणि फिच न बोलता त्याचं म्हणणं ऐकत होते. १९८८ च्या उन्हाळ्यात क्लेअर क्लेमंट लॉरेन्समध्ये आली, त्यापूर्वी ती अस्तित्वातच नव्हती. तिचं पहिलं घर म्हणजे एक दोन बेडरूमची, भाड्यानं घेतलेली कॉन्डो अपार्टमेंट होती. या घराचं भाडं ती दर महिन्याला रोख देत होती. पाणी, वीज, गॅसची बिलं तिच्याच नावावर होती. कान्सास राज्यातल्या एखाद्या कोर्टात जर तिनं आपलं नाव कायदेशीरपणे बदलून घेतलं असलंच, तर त्याची कुठेही नोंद नव्हती. अशा रहस्यमय फाईली चांगल्या बंदोबस्तात ठेवलेल्या असतात, पण तरीही त्याच्या माणसांनी त्या हाताळल्या होत्या. तिनं मतदार म्हणून नाव नोंदवलेलं नव्हतं, गाडी विकत घेतली नव्हती, जमीन किंवा आणखी स्थावर इस्टेट विकत घेतलेली नव्हती, पण तिच्या नावाचा एक सोशल सिक्युरिटी नंबर होता. त्याचा उपयोग तिनं दोन ठिकाणी केला होता – एक मलिगन्समध्ये आणि दुसरा एका कपड्याच्या दुकानात. सोशल सिक्युरिटी कार्ड मिळवणं तसं बरंच सोपं असतं आणि लपून-छपून राहणाऱ्या एखाद्या माणसाला ते बरंच सोयीस्करही असतं. हे कार्ड मिळवण्यासाठी तिनं केलेल्या अर्जाची एक कॉपीही त्यांनी मिळवली होती, पण त्यावरून काही फारशी माहिती त्यांना मिळाली नव्हती. तिनं पासपोर्टसाठीही कधी अर्ज केलेला नव्हता.

लोकलच्या मते तिनं उरलेल्या एकोणपन्नास राज्यांपैकी कुठल्यातरी एका राज्यात कायदेशीरपणे आपलं नाव बदललं असावं आणि मगच ती लॉरेन्सला आली असावी.

लॉरेन्समधल्या तीन वर्षांच्या वास्तव्यात तिनं केलेल्या फोनच्या नोंदी त्यांच्याकडे होत्या. त्यावरून तिनं कुठेही दूर अंतरावर फोन केल्याचं दिसत नव्हतं. तीन वर्षांत

एकही फोन दूर अंतरावर केलेला नाही! त्यानं पुन्हा म्हटलं. त्या काळात ही टेलिफोन कंपनी दूर अंतरावरून आलेल्या फोनचं रेकॉर्डच ठेवत नव्हती, त्यामुळे या प्रिंटआऊटवर फक्त स्थानिक फोनच होते. त्यांचा तपास अजून चालू होता, पण ती फोनचा वापर फार कमी करत होती, हे उघड होतं.

''कसं शक्य आहे?'' फिचनं अविश्वासानं विचारलं, ''शहराबाहेर एकही फोन तीन-तीन वर्षं न करता माणूस जगू तरी कसा शकतो? आईबाप, भाऊ, बहिणी, इतर कोणी नातेवाईक, ओळखीचे लोक, मित्र, मैत्रिणी, कोणालाच फोन केला नाही तिनं?''

''बाहेरगावी फोन करण्याचे इतरही मार्ग आहेतच की.'' लोकलनं म्हटलं, ''किती तरी मार्ग आहेत. तिनं एखाद्या मित्राच्या किंवा मैत्रिणीच्या फोनवरून फोन केले असतील. कदाचित ती आठवड्यातून एकदा एखाद्या मोटेलमध्ये जाऊन राहत असेल आणि तिथून फोन करत असेल आणि मोटेलच्या बिलाबरोबर फोनचं बिल देत असेल. या असल्या गोष्टींचा तपास करणंच शक्य नाही.''

''कमाल आहे.'' फिच पुटपुटला.

''मी तुम्हाला सांगतो, मि. फिच, ही पोरगी अत्यंत हुशार आहे. तिनं कदाचित कधी चूक केलेली असलीच, तर ती आम्हाला अजून तरी सापडलेली नाही.'' लोकलच्या आवाजात कौतुक होतं. ''असा जो माणूस असतो ना, तो पुढे कधी तरी कोणी तरी आपल्या मागावर येणार हे गृहीत धरूनच प्रत्येक पाऊल उचलतो.''

''हं. मार्ली आहेच तशी.'' जणू आपल्या मुलीचंच कौतुक करत असल्यासारखं फिचनं म्हटलं.

लॉरेन्समध्ये तिच्याकडे दोन क्रेडिट कार्डस् होती – एक 'व्हिसा' चं क्रेडिट कार्ड आणि एक 'शेल' चं पेट्रोल क्रेडिट कार्ड. त्या नोंदीवरूनही त्यांच्या हाती काहीही खास लागलेलं नव्हतं. म्हणजे ती जवळजवळ सगळे खर्च रोख पैसे मोजूनच करत होती आणि टेलिफोनचं कार्ड घेण्याची चूक तर ती करणंच शक्य नव्हतं.

जेफ करच्या बाबतीतही जवळजवळ हीच परिस्थिती होती.

१९९१ सालच्या उन्हाळ्यात ते दोघं लॉरेन्समधून बाहेर पडले होते – लॉ स्कूलमधल्या त्याच्या दुसऱ्या वर्षानंतर. आणि ते नेमके कधी बाहेर पडले किंवा ते कुठे जाणार होते, याबद्दलची नेमकी माहिती असलेली एकही व्यक्ती लोकलच्या माणसांना अजून सापडलेली नव्हती. जून महिन्याचं भाडं क्लेअरनं रोख दिलं होतं आणि नंतर ती अंतर्धान पावली होती. मे १९९१ नंतर क्लेअर क्लेमंटचा कुठे सुगाावा लागतो का, हे त्यांनी डझनभर शहरांत शोधायचा प्रयत्न केलेला होता, पण त्यांना अजून कसलीही माहिती हाती लागलेली नव्हती. आणि प्रत्येक शहरात शोध घेणं त्यांच्या आवाक्याबाहेरचं काम होतं.

“मला असं वाटतं की, लॉरेन्समधून बाहेर पडल्याबरोबर तिनं क्लेअर क्लेमंट हे नाव टाकून दिलं आणि दुसरंच काहीतरी नाव घेतलं.” लोकलनं म्हटलं.

या निष्कर्षापर्यंत तर फिच केव्हाच आलेला होता. “हे बघ, आज शनिवार आहे. सोमवारी हा खटला ज्यूरींकडे जाईल. त्यामुळे लॉरेन्सनंतर काय झालं ही गोष्ट आपण सोडून देऊ या आणि ती खरी मूळची कोण, हे शोधण्यावरच सगळा भर देऊ या.”

“आम्ही आत्ता त्याच दिशेनं काम करतोय.”

“मग आणखी कसून तपास करा.”

फिचनं घड्याळात बघितलं आणि आता आपल्याला जावं लागणार असल्याचं लोकलला सांगितलं. कारण आता थोड्याच वेळात तो मार्लीला भेटणार होता. लोकलही उठला आणि एका खासगी विमानानं कान्सास सिटीला धावती भेट द्यायला निघून गेला.

सकाळी सहा वाजल्यापासूनच मार्ली तिच्या छोट्याशा ऑफिसात आलेली होती. पहाटे तीनला निकोलसचा फोन आल्यापासून तिनं धड झोपही घेतलेली नव्हती. निकोलस कोर्टात जायला निघेपर्यंत चार वेळा ते फोनवरून एकमेकांशी बोलले होते.

हॉपीचं ‘स्टिंग ऑपरेशन’ फिचनंच केलं असणार यावर त्यांना जराही शंका नव्हती – हो, नाहीतर मिलीनं जर बचाव पक्षाच्या बाजूनं मत दिलं नाही, तर आपण तुला खलास करू, असं मिस्टर क्रिस्टॅनोनं हॉपीला धमकावण्याची गरजच काय होती? मार्लीनं हे सगळं प्रकरण कागदावर ‘फ्लो चार्ट’ च्या रूपानं मांडून बघितलं होतं आणि तिनं बरेच काही फोनही केलेले होते. आता हळूहळू तिनं मागवलेली माहिती गोळा व्हायला लागलेली होती. जॉर्ज क्रिस्टॅनो नावाच्या ज्या एकमेव माणसाचं नाव वॉशिंग्टनच्या टेलिफोन डिरेक्टरीत होतं, तो अलेक्झांड्रिया भागात राहत होता. त्या नंबरवर तिनं फोन केला होता, तो सुद्धा पहाटे चार वाजता. तिनं म्हटलं होतं की मी डेल्टा एअरलाईन्समधून बोलतेय, आमचं एक विमान टंपाच्या जवळ कोसळलंय आणि त्यात मिसेस क्रिस्टॅनो नावाची एक स्त्री प्रवासी होती, तिच्या पतीचं नाव जॉर्ज क्रिस्टॅनो असं होतं आणि ते न्याय खात्यात काम करतात, ते तुम्हीच का? नाही, थँक गॉड, मी स्वास्थ्य सेवा खात्यात काम करतो, त्यानं म्हटलं होतं. तिनं त्याची अगदी भरभरून माफी मागून फोन बंद केला होता आणि आता हा सीएनएन वर ही बातमी बघायला कशी धावपळ करेल या विचारानं ती हसत सुटली होती.

असेच आणखी बरेच फोन केल्यावर तिच्या लक्षात आलं होतं, की ॲटलांटाच्या एफबीआय ऑफिसमध्ये नेपिअर आणि निकमन नावाचे कोणीही एजंट नाहीत,

बिलॉक्सीत नाहीत, न्यू ऑर्लिन्समध्ये नाहीत, मोबाईलमध्ये नाहीत; किंबहुना या भागातल्या कुठल्याच शहरात नाहीत. आठ वाजता तिनं ॲटलांटामधल्या आपल्या एका माणसाला फोन केला होता आणि तो आता त्या दोघांचा शोध घेत होता. हे दोघं बनावट एजंट असल्याची तिची आणि निकोलसची खात्री होती, तरी पण हे एकदा निश्चित करून घेणं भाग होतं. तिनं वार्ताहरांना, पोलिसांना, एफबीआयच्या हॉट लाईन्सवर, सरकारी माहिती पुरवणाऱ्या इतर सेवांनाही फोन केले होते.

बरोबर दहाच्या ठोक्याला फिच जेव्हा हजर झाला, तेव्हा मार्लीच्या टेबलावर एकही कागद नव्हता. तिनं आपला सेलफोनही लपवून ठेवलेला होता. दोघांनी एकमेकांना जेमतेम 'हॅलो' म्हटलं, कारण ही पोरगी क्लेअर बनण्याआधी कोण असावी या विचारात फिच गर्क होता, तर ती हॉपीच्या प्रकरणाच्या बाबतीत आता पुढे काय करावं या विचारात होती.

"हा खटला तुम्ही लवकर आवरलेला बरा, फिच. ज्यूरीतले लोक आता जाम कंटाळलेत.''

"हो, आज पाच वाजेपर्यंत आमचं संपेलच बहुधा. चालेल ना?''

"ते चालावं एवढी फक्त आशाच आपण करू शकतो. कारण वेळ जातोय, तसतशा निकोलससमोरच्या अडचणीही वाढतायत.''

"मी आधीच केबलला घाई करायला सांगितलंय. माझ्या हातात एवढंच आहे.''

"आता रिकी कोलमन त्रास द्यायला लागलीय. निकोलस तिच्याशी बोललाय, पण तिला पटवणं बरंच जड जाणारसं दिसतंय. बाकीचे बरेच ज्यूरीही तिला मानतात, त्यामुळे निकोलस तर म्हणतोय की, तिच्या रूपानं त्याला एक प्रतिस्पर्धी निर्माण होतोय. खरं तर त्यालाही धक्काच बसलाय याचा.''

"म्हणजे? तिला फिर्यादीला भरपूर नुकसानभरपाई द्यायचीय?''

"असं दिसतंय तरी. अर्थात त्यांनी याबद्दल नेमकं असं काहीच बोलणं केलेलं नाहीय अजून. सिगारेट उद्योगानं हे जे लहान मुलांना व्यसन लावण्याचे उद्योग चालवलेत ना, त्याबद्दल तिच्या मनात चीड आहे आणि याबद्दलच सिगारेट कंपन्यांना कडक शासन झालं पाहिजे असं तिचं म्हणणं आहे. प्रत्यक्ष वुड कुटुंबीयांबद्दल तिच्या मनात फारशी आस्था आहे असं नव्हे. ते जाऊ दे, पण तिच्याबद्दल काहीतरी गुपित तुझ्याकडे आहे, असं तू मागे म्हणाला होतास ना?''

एक शब्दही न बोलता फिचनं आपल्या ब्रीफकेसमधून एक कागद काढून तिला दिला. मार्लीनं तो भराभर वाचायला सुरुवात केली. "ॲबॉर्शन?'' कागद वाचत तिनं विचारलं. तिला कसलाही आश्चर्याचा वगैरे धक्का बसलेला दिसत नव्हता.

"हो.''

"ही तिचीच भानगड आहे हे नक्की ना?''

"हो. तेव्हा ती कॉलेजमध्ये होती.''

"मग यानं आपलं काम व्हायला हरकत नाही.''

"हो, पण हा कागद तिला दाखवण्याइतकं धैर्य आहे का त्याला?''

कागद खाली ठेवून मार्लीनं त्याच्याकडे रोखून बघितलं. "तुला काय वाटतं? एक कोटी डॉलर्ससाठी एवढं धैर्य तू दाखवलं असतंस?''

"हो, प्रश्नच नाही. आणि काय हरकत आहे? तिनं हा कागद वाचला आणि आपल्या बाजूनं मत दिलं की, हे गुपित गुपितच राहील. तिनं विरुद्ध बाजूला मत द्यायचं म्हटलं, तर मात्र तिच्यावर धमक्या देऊन दबाव आणला जाईल. एवढी गोष्ट तिला सहज पटवून देता येईल.''

"तेच म्हणते मी.'' कागदाची घडी घालून तिनं तो हातात घेतला. "त्यामुळे निकोलसच्या धैर्याबद्दल मुळीच शंका घेऊ नकोस. आम्ही हे फार काळजीपूर्वक, विचार करून जमवून आणलंय. खूप दिवस आम्ही याच्या मागे आहोत.''

"किती दिवस?''

"ते महत्त्वाचं नाही. बरं, हर्मन ग्राईम्सबद्दल तुझ्याकडे काहीच नाही?''

"नाही. काहीही नाही. त्याला वळवण्याचं काम निकोलसला चर्चेच्या वेळीच करावं लागेल.''

"वा!''

"असं नको म्हणूस. याच कामासाठी निकोलसला पैसे मिळतायत असं नाही वाटत तुला? एक कोटी डॉलर्स मिळवायचे, तर त्याला स्वतःच्या प्रयत्नानं थोडीफार तरी मतं आपल्या बाजूला खेचायलाच हवीत.''

"आवश्यक तेवढी मतं त्याच्या खिशात आत्तासुद्धा आहेत. पण त्याला हा निर्णय एकमतानं झालेला हवाय आणि त्या दृष्टीनं हर्मन ही एक अडचण होऊ शकते.''

"मग द्या हाकलून साल्याला. नाहीतरी हा खेळ तुम्हाला आवडतोच आहे.''

"आहे. त्याचाही विचार चालू आहे.''

फिचनं भयंकर आश्चर्यानं स्वतःशीच मान हलवली. "हा केवढा मोठा घोडेबाजार उघडलाय आपण, कळतंय तुला?''

"हो. चांगलं कळतंय.''

"झकास. आवडलं आपल्याला.''

"आता ऊठ, फिच. मला बरंच काम आहे अजून.''

"ओ यस.'' तटकन उठून उभं राहून फिचनं ब्रीफकेस बंद केली.

शनिवारी दुपारच्या आसपास मार्लीनं जॅक्सन शहरातल्या एफबीआय ऑफिसमध्ये

फोन केला. आज सुट्टी असूनही केवळ ऑफिसातलं काही अर्धवट काम संपवण्यासाठी तिथे आलेल्या एका एजंटनं फोन घेतला. तिनं एक खोटंच नाव सांगितलं आणि आपण एका रिअल इस्टेट एजंटकडे काम करतो आणि ते करताना दोन माणसं एफबीआय एजंट असल्याचं खोटं सांगत बिलॉक्सीत फिरत असल्याचं आपल्याला आढळून आलंय आणि प्रत्यक्षात ते एजंट नसावेत असा आपल्याला संशय आहे असं त्याला सांगितलं. ही माणसं आपल्या बॉसला सतावतायत, धमकवतायत. त्यांचा बहुधा कॅसिनोशी काहीतरी संबंध असावा असं तिनं सांगितलं आणि त्या माणसाचा विश्वास बसावा म्हणून जिमी हल मोकचंही नाव त्यात गोवून दिलं. त्या एफबीआय एजंटनं तिला बिलॉक्सीत राहणाऱ्या मॅडन नावाच्या एका एफबीआय एजंटचा घरचा फोन नंबर दिला.

मॅडन त्या वेळी तापानं आजारी असल्यामुळे घरीच होता, पण तिनं जेव्हा जिमी हल मोकबद्दल आपल्याकडे काही गुप्त माहिती असल्याचं सांगितलं, तेव्हा त्यानं लगेच कान टवकारले. मॅडननं तिला सांगितलं, नेपिअर किंवा निकमन असे कोणी एजंट असल्याचं नाव आपण ऐकलेलं नाही, क्रिस्टॅनो हे नावही आपल्या ऐकिवात नाही आणि एफबीआयचं संघटित गुन्हेगारीचा सामना करणारं एखादं युनिटही ॲटलांटामध्ये असल्याचं आपल्याला माहीत नाही. ती जसजशी बोलत होती, तसतसा तो आणखी उत्तेजित होत होता. आपल्याला थोडी चौकशी करावी लागेल असं त्यानं सांगितलं, तेव्हा तिनं त्याला आपण तासाभरानं परत फोन करू असं सांगितलं.

सांगितल्याप्रमाणे तिनं एका तासानं पुन्हा फोन केला. या वेळी मात्र त्याच्या आवाजात तिला बराच जास्त उत्साह जाणवला. त्यानं सांगितलं की, निकमन नावाचा एकही माणूस एफबीआयमध्ये नाही. सान फ्रान्सिस्कोमध्ये एक लान्स नेपिअर नावाचा एजंट आहे, पण त्यानं इतक्या लांब यायचं काही कारणच नाही. क्रिस्टॅनो नावाचाही कोणी माणूस न्यायखात्यात अस्तित्वात नाही. जिमी मोकच्या तपासाच्या कामासाठी नेमलेल्या टीमच्या प्रमुखाशी मी बोललोय आणि त्यानंही याला दुजोरा दिलाय. ही तीन माणसं कोण, यांना भेटलंच पाहिजे. मार्लीनं लगेच त्याला त्यांची भेट घडवून आणण्याचं आश्वासन दिलं.

शनिवारी दुपारी बचाव पक्षाचं बाजू मांडण्याचं काम अखेर एकदाचं संपलं. न्यायमूर्तींनी मोठ्या तोऱ्यात सांगितलं, "ज्यूरीतल्या सभ्य स्त्री-पुरुषहो, तुमच्यासमोरचे साक्षीपुरावे आता संपले आहेत. आता या वकील मंडळींबरोबर बसून मी जे काही थोडेफार प्रस्ताव आहेत ते बघतो. पण तुम्ही मात्र जायला मोकळे आहात. आज रात्री तुमच्या करमणुकीची जी व्यवस्था आहे ती अशी की, एक बस इथल्या ज्युनियर

फुटबॉलच्या मॅचच्या ठिकाणी जाईल आणि दुसरी बस एका सिनेमा थिएटरला जाईल. ज्याला जिथे जायचं असेल, त्यानं त्या बसमध्ये जावं. नंतर रात्री बारापर्यंत वैयक्तिक भेटीगाठी घ्यायला मुभा आहे. उद्या सकाळी नऊपासून दुपारी एकपर्यंत तुम्हाला इच्छेनुसार चर्चमध्ये जाण्यासाठी मोटेलबाहेर पडायला मोकळीक आहे. तुम्ही जर या खटल्याबद्दल बाहेर कुणाशीही चर्चा न करण्याची खात्री देत असलात, तर तुमच्याबरोबर कोर्टाचा कोणीही कर्मचारी दिला जाणार नाही. उद्या रात्री सात ते दहा ही वेळ पुन्हा वैयक्तिक भेटीगाठींसाठी असेल. मग सोमवारी सकाळी तुम्ही इथे आल्याबरोबर दोन्ही बाजू त्यांची समारोपाची भाषणं करतील आणि काही झालं तरी लंचच्या आत केस तुमच्या हाती दिली जाईल.''

३५

फुटबॉल हा खेळ काय आहे, हे हेन्री वू ला समजावून सांगणं अपेक्षेबाहेर कटकटीचं ठरलं. पण तो वगळता प्रत्येकच माणूस स्वत:ला फुटबॉलमधला तज्ज्ञ समजत होता. निकोलस हायस्कूलमध्ये युनिव्हर्सिटीच्या पातळीवर फुटबॉल खेळलेला होता – आणि तो सुद्धा टेक्सासमध्ये. टेक्सासमध्ये तर फुटबॉल प्रचंड लोकप्रिय होता. जेरी टीव्हीवर आठवड्याला वीस मॅच बघत होता, किंबहुना त्यावर पैसेसुद्धा लावत होता, त्यामुळे त्याला फुटबॉलची अगदी बारीकसारीक माहिती असणं अपरिहार्यच होतं. हेन्रीच्या मागेच बसलेला लॉनीही कॉलेजमध्ये फुटबॉल खेळलेला होता. तोही हेन्रीला अधूनमधून समजावून सांगत होता. पूडलची दोन्ही मुलं उत्तम फुटबॉलपटू असल्यामुळे तिलाही या खेळाची इत्थंभूत माहिती होती. जेरीला खेटून बसून तीही सांगत होती. शाईन रॉईसनं केवळ टीव्ही बघून फुटबॉलची माहिती मिळवलेली होती.

बाकीच्या प्रेक्षकांपासून काहीसं दूर ही मंडळी घोळका करून बसलेली होती. सगळी ॲल्युमिनियमची बाकं थंडगार पडलेली होती. मैदानावर जी मॅच चाललेली होती, ती एक स्थानिक शाळेची टीम आणि जॅक्सनमधल्या एका शाळेची टीम अशी होती. एकंदर वातावरणही फुटबॉलच्या मॅचला अगदी योग्य असंच होतं – थंड हवा, शहरातल्या संघाला जोरदार पाठिंबा देणारा प्रेक्षकवर्ग, झकासपैकी वाजत असलेला बँड, सुंदर चिअरलीडर पोरी आणि सगळ्यात महत्त्वाचं म्हणजे अगदी जिवावर उदार होऊन अटीतटीनं खेळत असलेले खेळाडू.

हेन्री बिचारा भलतेच प्रश्न विचारत होता – पण त्यांच्या पँट एवढ्या घट्ट

४०४ / द रनअवे ज्यूरी

कशाला? ते दोन्ही संघ मध्येच एकत्र येऊन काय बोलत असतात? आणि त्यांनी एकमेकांचे हात कशाला धरलेत? आणि सगळे एवढ्या उड्या मारमारून एकमेकांच्या अंगावर कशाला पडतायत?

या घोळक्यापासून वेगळे बसून चक् आणि कोर्टाचा आणखी एक कर्मचारी नजर न हलवता मॅच बघण्यात एवढे गर्क झालेले होते की, देशातल्या सगळ्यात महत्त्वाच्या नागरी स्वरूपाच्या खटल्यातल्या सहा ज्यूरर मंडळींवर आपल्याला देखरेख करायला सांगितलंय या गोष्टीचा त्यांना साफ विसर पडलेला होता. अर्थात, त्यांना या खटल्याचं महत्त्व माहीत होतं असं मुळीच नव्हे आणि नोकरीचा एक भाग, एवढीच त्यांच्या लेखी त्याची गणती होती.

एखाद्या ज्यूररला भेटायला आलेल्या व्यक्तीशी दुसऱ्या कुणाही ज्यूररनं संपर्क साधण्यावर किंवा संबंध ठेवण्यावर स्पष्टपणे बंदी होती. ही बंदी ज्यूरींच्या अज्ञातवासाच्या अगदी सुरुवातीपासून लेखी स्वरूपात तर होतीच, शिवाय न्यायमूर्तीसुद्धा कायम तिचा उल्लेख करत होते. पण अगदीच कुणी कॉरिडॉरमध्ये भेटलं तर त्याला निदान 'हॅलो' म्हणणं तर अपरिहार्य होतं आणि निकोलस तर शक्य होईल तेव्हा प्रत्येक वेळी या नियमाचं उल्लंघन करायला टपलेलाच असे.

मिलीला सिनेमातही रस नव्हता आणि फुटबॉलमध्ये तर मुळीच नव्हता. हॉपी काही खाद्यपदार्थ घेऊन आल्यावर त्या दोघांनी फारसं काही न बोलता ते हळूहळू संपवले आणि मग थोडा वेळ टीव्ही बघण्याचा प्रयत्न केला. पण त्यातही मन लागेना, तेव्हा टीव्ही बंद करून त्यांनी बोलायला सुरुवात केली. थोड्याच वेळात बोलणं हॉपीनं घालून ठेवलेल्या गोंधळाकडे वळलं आणि मग पुन्हा एकदा अश्रुपात, विनवण्या, वारंवार माफी मागणं, चुकांची कबुली देणं सुरू झालं. हॉपीनं पुन्हा एक-दोनदा आत्महत्येचा उल्लेख केला, तो मात्र मिलीला फारच नाटकी वाटला. मिलीनंही कबूल केलं की, ही भानगड मी निकोलसच्या कानावर घातलीय. सुरुवातीला हॉपीला धक्का बसला, तो चिडलाही, पण मग आपल्या भानगडीबद्दल निकोलसचं काय मत झालं, हेही जाणून घ्यावंसं त्याला वाटू लागलं –त्यातही निकोलसनं कायद्याचा अभ्यास केलाय असं मिलीनं सांगितल्यावर त्याची उत्सुकता आणखीच वाढली.

निकोलसनं फोन करून थोडी चौकशी आपण करू असं सांगितलेलं होतं, त्यामुळे हॉपी चांगलाच धास्तावला. कारण याची वाच्यता कुठेही करायची नाही असं त्या निकमन आणि नेपिअरनं त्याला वारंवार बजावून सांगितलं होतं. पण मिलीनं त्याला सांगितलं की, निकोलसवर विश्वास ठेवायला काहीच हरकत नाही. शेवटी हॉपीलाही तिचं म्हणणं पटलं.

साडेदहा वाजता खोलीतला फोन वाजला. फुटबॉलच्या मॅचनंतर निकोलस नुकताच येऊन आपल्या रूममध्ये पोचलेला होता. त्याला मिलीला आणि हॉपीला भेटायचं होतं. त्याला हळूच मिलीच्या रूममध्ये घुसताना बघून कॉरिडॉरच्या पलीकडच्या टोकाला बसलेल्या विलिसचं तोंड आश्चर्यानं उघडंच राहिलं – अरे, तिचा नवरा गेला की काय निघून? पण तसे बऱ्याच ज्यूरर्सना भेटायला आलेले लोक अजून बाहेर पडलेले दिसत नाहीत आणि मी तरी कुठे जागा होतो? पण या दोघांचं लफडं? हळूहळू त्याला पुन्हा डुलकी लागली.

हॉपी आणि मिली बेडवर बसलेले होते, तर निकोलस टीव्हीच्या जवळच्या कपाटाशी टेकून उभा राहिला आणि त्यानं त्या दोघांना याची कुठेही वाच्यता न करण्याबद्दल बजावलं – आपण कोर्टाच्या आदेशाचं उल्लंघन करतोय वगैरे. जणू हे मिलीला आणि हॉपीला समजलेलंच नव्हतं.

आणि मग त्यानं हळूहळू सांगायला सुरुवात केली. क्रिस्टॅनो, निकमन आणि नेपिअर ही तिथं एका मोठ्या षड्यंत्रातली छोटी पात्रं आहेत आणि हे षड्यंत्र या खटल्यातल्या सिगारेट कंपन्यांनी मिलीवर दबाव आणण्यासाठी रचलंय. ही तिघंही सरकारची माणसं नाहीत, हे तोतये आहेत. हॉपीला या लोकांनी हातोहात फसवलंय.

हॉपीनं सुरुवातीला तरी हा धक्का फारसा बाहेर दिसू दिला नाही. मात्र त्याला मेल्याहून मेल्यासारखं झालेलं होतं. त्याच्या मनात उलटसुलट विचार गोंधळ घालू लागले. झालं हे चांगलं झालं, की वाईट? आणि त्या टेपचं काय? आता पुढे काय करायचं? काय होईल? निकोलसची चूक झालेली असली तर? तो या मानसिक गोंधळात असतानाच मिलीनं त्याच्या गुडघ्यावर दाबलं आणि रडायला सुरुवात केली.

"तू नक्की सांगतोयस?" त्यानं कसंबसं विचारलं.

"अगदी नक्की. या कोणाचाही एफबीआयशी किंवा न्यायखात्याशी कसलाही संबंध नाही."

"अरे, पण... पण त्यांच्याकडे बॅजेस होते, ओळखपत्रं होती–"

दोन्ही हात वर करून निकोलसनं त्याला थांबवून सहानुभूतीनं मान डोलावली, "हॉपी, अरे, ते सोंग आणणं तर फारच सोपं होतं."

कपाळावर बोटांनी दाबत हॉपीनं जरा स्वत:वर ताबा मिळवण्याचा प्रयत्न केला. निकोलसनं पुढे सांगायला सुरुवात केली. लास व्हेगासमध्ये केएलएक्स प्रॉपर्टी ग्रुप अशा नावाचं काहीही नाही. टॉड रिंगवाल्ड नावाचा कोणी माणूसही आम्हाला सापडला नाही, म्हणजे तोही बनावटच असणार.

"पण हे तुला काय माहीत?"

"बरोबर शंका विचारलीस. माझा एक जिवलग दोस्त आहे आणि तो असली

माहिती खणून काढण्यात एकदम तयार आहे आणि अत्यंत विश्वासू आहे. फोनवरून हे शोधून काढायला त्याला फक्त तीन तास लागले – शनिवार असूनही.''

तीन तास. फक्त. शनिवार होता तरीही. मग हे मला का नाही सुचलं? माझ्याकडे तर अख्खा आठवडा होता. हॉपी आणखीच खांदे पाडून हताशपणे बसला. मिलीनं डोळे पुसले. बराच वेळ तिघंही गप्प होते.

''आणि त्या टेपचं काय?'' हॉपीनं विचारलं.

''तुझी आणि मोकची टेप?''

''हो. तीच.''

''त्याची काळजी करण्याचं कारण नाही.'' जणू हॉपीचं वकीलपत्र घेतल्याच्या आविर्भावात निकोलस बोलला. ''कायद्याच्या दृष्टीनं त्या टेपचा वापर करण्यात बऱ्याच अडचणी आहेत.''

हॉपी ऐकतच राहिला.

निकोलसनं पुढे बोलायला सुरुवात केली. ''तुला सरळ सरळ जाळ्यात पकडण्यासाठी हे कुभांड रचलेलं होतं. ती टेप ज्या माणसांच्या ताब्यात आहे, ती माणसंच मुळी कायदा मोडतायत. ती कोणाही अधिकृत अधिकाऱ्यांनी केलेली नाही. त्यासाठी कसलंही वॉरंट नव्हतं, तुमचं संभाषण टेप करावं अशी कुठल्याही कोर्टाची परवानगी नव्हती. त्यामुळे टेपची भीती डोक्यातून काढून टाक.''

काय पण गोड शब्द आहेत हे! हॉपी एकदम ताठ बसला. ''तू खरं सांगतोयस?''

''हो, हॉपी. ती टेप कुणाला दिसणारही नाही, तिचा वापर करणं तर दूरच राहिलं.''

मिलीनं हॉपीला जराही न लाजता मिठी मारली. हॉपीनंही तिला घट्ट धरलं. आता मिलीच्या डोळ्यांमधून जो अश्रूंचा पूर लोटला, ते आनंदाश्रू होते. हॉपीनं तिला सोडलं आणि तो एकदम उभा राहिला. ''आता पुढे काय करायचं?'' त्यानं आक्रमक स्वरात विचारलं.

''आपल्याला सावध राहायला हवं.'' मिलीनं म्हटलं.

''ते ××××× कुठायत ते दाखव फक्त! हरामी साले!''

''हॉपी!''

''सॉरी, मिली. आता येऊ दे समोर ××××× ना!''

''हॉपी! काय भाषा वापरतोयस!''

रविवारची सुरुवात वाढदिवसाचा केक कापूनच झाली. आपला छत्तिसावा वाढदिवस रविवारी असल्याचं लॉरीन ड्यूक मिसेस कार्डला बोलली होती. मिसेस कार्डनं ही गोष्ट बाहेरच्या मुक्त जगात राहणाऱ्या आपल्या धाकट्या बहिणीला

सांगितली होती. ठरल्याप्रमाणे रविवारी सकाळीच तिच्या बहिणीनं एक सुंदरसा चॉकलेट कॅरॅमल केक आणून दिला. त्यावर छत्तीस मेणबत्त्याही होत्या. सगळी ज्यूरर मंडळी नऊ वाजता पार्टीरूममध्ये जमली आणि वाढदिवस साजरा करून त्यांनी त्या दिवशी ब्रेकफास्टला तो केकच खाल्ला. त्यानंतर बरेचसे लोक घाईघाईनं चार तासांच्या चर्च सर्व्हिससाठी निघून गेले. काही जणांनी कित्येक वर्षांत चर्चचं तोंडही पाहिलेलं नव्हतं, पण आज त्यांनाही ईश्वरभक्तीचा उमाळा आला होता.

पूडलचा एक मुलगा तिला घ्यायला गाडी आणून थांबलेला होता. पूडल आणि जेरी आले, गाडीत बसले, तिच्या मुलानं गाडी सुरू केली आणि कुठल्याशा एका चर्चकडे ते निघाले. थोडं अंतर गेल्यावर बाकी कोणी बघत नसल्याची खात्री करून त्यानं गाडी वळवली आणि सरळ एका कॅसिनोची वाट धरली. निकोलस मार्लीबरोबर बाहेर पडला आणि तेही 'मास' प्रार्थनेला गेले. मिसेस ग्लॅडिस कार्ड मोठ्या दिमाखानं आपल्या नेहमीच्या कॅव्हलरी बॅप्टिस्ट चर्चमध्ये गेली. चांगले कपडे घालून चर्चला जाण्याच्या उद्देशानं मिली घरी गेली, पण इतक्या दिवसांनी मुलांना भेटल्यावर ती त्यांच्यातच गुंतून गेली. बाकी कोणाला हे समजण्याचा प्रश्नच नव्हता, त्यामुळे ती घरीच काम करत बसली. फिलिप सॅव्हेल मात्र मोटेलमध्येच थांबला.

दहा वाजता हॉपी त्याच्या ऑफिसमध्ये गेला. त्याआधी आठ वाजता त्यानं नेपिअरला फोन करून कळवलं होतं की, आपल्याला खटल्याबद्दल काही महत्त्वाचं बोलायचंय, मी माझ्या बायकोला पटवण्याच्या दृष्टीनं बरीच मोठी मजल मारलीय आणि तिनं बाकीच्या ज्यूरर लोकांशी बोलणी सुरू केलीयत, तेव्हा तुम्ही निकमनबरोबर या म्हणजे पुढचं ठरवता येईल.

नेपिअर त्याच्याशी बोलला होता, ते त्यानं आणि निकमननं तात्पुरत्या भाड्यानं घेतलेल्या एका जुनाट दोन खोल्यांच्या अपार्टमेंटमधून. तिथे त्यांनी दोन टेलिफोन घेतलेले होते – एक घरचा म्हणून आणि दुसरा ऑफिसचा म्हणून. इथूनच ते त्यांची तथाकथित भ्रष्टाचारविरोधी मोहीम चालवत होते. हॉपीशी बोलल्यावर नेपिअरनं क्रिस्टॅनोशी बोलणं केलं होतं. क्रिस्टॅनो किनाऱ्याजवळच्या 'हॉलिडे इन' मध्ये उतरलेला होता. क्रिस्टॅनोनं ही बातमी फिचला कळवली होती आणि फिच बेहद्द खूष झाला होता– म्हणजे शेवटी मिली आपल्या जाळ्यात यायला लागलीय म्हणायची! एव्हाना त्याला जरा धास्ती वाटू लागलेली होती, पण ही बातमी ऐकल्याबरोबर त्यानं हॉपीच्या ऑफिसात होणाऱ्या त्यांच्या भेटीला परवानगी देऊन टाकली.

नेहमीचे काळे सूट घालून, डोळ्यांवर काळे गॉगल लावून निकमन आणि नेपिअर अकरा वाजता हॉपीच्या ऑफिसात आले. हॉपी तेव्हा कॉफी बनवत होता आणि जाम खूष होता. त्याच्या टेबलाशी बसून ते दोघं कॉफीची वाट बघू लागले.

कॉफी करता करता हॉपी सांगत होता. मला वाचवायला मिली प्रचंड प्रयत्न करतेय आणि एवढ्यातच तिची खात्री झालीय, की आपण ग्लॅडिस कार्ड आणि रिकी कोलमनला पटवलंय. कारण तिनं रॉबिलिओबद्दलचा तो फॅक्स त्या दोघींना दाखवला तेव्हा रॉबिलिओनं केलेली फसवणूक लक्षात आल्यावर त्या दोघी जाम भडकल्या होत्या.

कॉफीचे मग्ज त्यांना देऊन हॉपी टेबलाशी येऊन बसला. ते दोघंही इमानदारीनं हे सगळं लिहून घेत होते. एव्हाना हॉपीनं मुद्दामच अर्धवट उघडून ठेवलेल्या मुख्य दारातून आणखी एका व्यक्तीनं आत शिरकाव केलेला होता. भिंतीला खेटून चालत तो माणूस चोरपावलांनी 'हॉपी डुप्री' असं लिहिलेल्या लाकडी दरवाजाशी आला. दोन क्षण थांबून त्यानं कानोसा घेतला आणि मग मोठ्यानं दार ठोठावलं.

अनपेक्षितपणे झालेल्या या आवाजानं निकमन एकदम दचकला, तर नेपिअरनं कॉफीचा मग खाली ठेवला. ''कोण आहे?'' त्यांच्याकडे आश्चर्यानं बघत हॉपीनं मोठ्यानं विचारलं. पण तेवढ्यात दार सताड उघडलं आणि स्पेशल एजंट ॲलन मॅडन सरळ आत घुसला. ''एफबीआय!'' त्यानं मोठ्यानं म्हटलं आणि तो सरळ टेबलाशी येऊन उभा राहिला. खुर्ची चटकन मागे ढकलून हॉपी उभा राहिला.

निकमन जर त्या वेळी उभा असता, तर तो झीट येऊन खालीच कोसळला असता. नेपिअरचाही आश्चर्यानं वासलेला 'आ' बंद होण्याचं नाव घेत नव्हता. दोघांच्याही चेहऱ्यांवरचा रंग पार उतरलेला होता.

''मी एफबीआय स्पेशल एजंट ॲलन मॅडन.'' आपलं ओळखपत्र सगळ्यांसमोर धरत मॅडननं म्हटलं. ''तुमचं नाव मि. हॉपी डुप्री?'' त्यानं जरबेनं विचारलं.

''हो, पण एफबीआयची माणसं तर इथे आधीच आलेली आहेत.'' हॉपीनं आधी मॅडनकडे आणि मग त्या दोघांकडे बघत म्हटलं आणि लगेच त्यानं परत मॅडनकडे बघितलं.

''कुठायत?'' नेपिअर आणि निकमनकडे रोखून बघत त्यानं विचारलं.

''हे काय, हेच दोघं एफबीआयचे आहेत.'' हॉपीचं सोंग बेमालूम वठलेलं होतं. तो स्वत:वरच जाम खूष होता. ''हे एजंट राल्फ नेपिअर आणि हे एजंट डीन निकमन. म्हणजे? तुम्ही एकमेकांना ओळखत नाही?''

''मी सांगतो काय झालंय ते.'' एव्हाना सावरलेल्या नेपिअरनं मोठ्या आत्मविश्वासानं, गंभीरपणे मान डोलावत म्हटलं.

''तुम्ही दोघं एफबीआय एजंट आहात?'' मॅडननं म्हटलं, ''बघू, तुमचे बॅजेस दाखवा जरा.''

त्या दोघांनी क्षणभर आढेवेढे घेतले. लगेच हॉपीनं म्हटलं, ''दाखवा ना तुमचे बॅजेस. मला नाही का दाखवलेत, तेच त्यांनाही दाखवा.''

"चला, आवरा लवकर." मॅडनचा संताप वाढत चाललेला होता.

नेपिअर उभा राहू लागला, पण मॅडननं त्याच्या खांद्यावर हातानं दाबून त्याला परत खाली बसवलं. "मी सांगतो काय ते." निकमननं म्हटलं. एव्हाना त्याचा आवाज चिरकण्याच्या बेताला आलेला होता.

"बोला."

"अं– त्याचं काय आहे की, आम्ही दोघं खरे एफबीआय एजंट नाही, पण–"

"काय?" हॉपी एकदम किंचाळला. त्याचे डोळे संतापानं आग ओकत होते. "हरामखोरांनो, गेले दहा दिवस तुम्ही एफबीआय एजंट असल्याचं सांगताय मला!"

"हे खरं आहे?" मॅडननं कडक आवाजात विचारलं.

"नाही, खरं म्हणजे...." निकमननं कसंबसं म्हटलं.

"काय?" हॉपी पुन्हा ओरडला.

"तुम्ही गप्प बसा जरा!" मॅडननं हॉपीला फटकारलं आणि तो निकमनकडे वळला. "हं, बोला."

पण निकमनला काहीच बोलायचं नव्हतं. या क्षणी त्याला धावत दारातून बाहेर पडून हवेत अदृश्य व्हायचं होतं. "खरं म्हणजे आम्ही खासगी हेर आहोत–"

"आम्ही वॉशिंग्टनमधल्या एका फर्ममध्ये काम करतो." आता नेपिअरनंही तोंड उघडलेलं होतं. तो पुढे काहीतरी बोलणार, इतक्यात हॉपीनं खाडकन टेबलाचं एक ड्रॉवर उघडून त्यातून दोन व्हिजिटिंग कार्ड्स काढून टेबलावर टाकली – एक नेपिअरचं होतं आणि दुसरं निकमनचं. दोन्हीवर 'एफबीआय एजंट, साऊथ इस्ट रीजनल युनिट, ॲटलांटा' असं धडधडीत छापलेलं होतं. मॅडननं दोन्ही कार्ड्स नीट वाचली, कार्डांच्या पाठीमागे लिहिलेले इथले स्थानिक नंबरही वाचले.

"अरे काय चाललंय तरी काय?" हॉपीनं ओरडून विचारलं.

"निकमन कोण?" मॅडननं विचारलं. ते दोघं काहीच न बोलता गप्प होते.

"हा निकमन." निकमनकडे बोट दाखवत हॉपी ओरडला.

"नाही, नाही, मी नाही." निकमननं म्हटलं.

"काय?" हॉपी किंचाळला.

मॅडन हॉपीच्या दिशेनं दोन पावलं चालला आणि त्यानं त्याच्या खुर्चीकडे बोट दाखवलं. "तिथे जाऊन बसायचं आणि मी विचारल्याशिवाय एक शब्दही बोलायचा नाही. समजलं?" चवताळून निकमनकडे बघत हॉपी खुर्चीवर जाऊन बसला.

"तुमचं नाव राल्फ नेपिअर?" मॅडननं विचारलं.

"नाही." नेपिअरनं खाली बघत उत्तर दिलं.

"हरामी, खोटारडे साले!" हॉपीनं धुमसत तोंडातल्या तोंडात म्हटलं.

"मग तुम्ही कोण?'' मॅडननं विचारलं. आणि उत्तराच्या अपेक्षेनं तो थांबला, पण उत्तर आलंच नाही.

"ती कार्डं त्यांनीच मला दिलीयत.'' हॉपीला गप्प बसणं शक्यच होत नव्हतं. "हवं तर मी सुप्रीम कोर्टासमोरसुद्धा बायबलवर हात ठेवून हे सांगायला तयार आहे. दोघांनी ते एफबीआय एजंट असल्याचं भासवलंय आणि त्यांना अटक झाली पाहिजे.''

"तुम्ही कोण?'' मॅडननं मग निकमनला विचारलं. तोही काहीच बोलला नाही. मॅडननं आपलं पिस्तूल काढलं, तेव्हा मात्र हॉपी जाम खूष झाला. मॅडननं त्या दोघांना टेबलावर हात टेकून, पाय फाकवून पुढे वाकून उभं राहायला लावलं आणि त्यांची झडती घेतली. पण त्यांच्याकडे सुट्ट्या नाण्यांशिवाय काहीच सापडलं नाही. आणि फक्त गाडीच्या किल्ल्या. पाकिटं नाहीत, बनावट बॅजेस नाहीत, किंबहुना कसल्याच प्रकारचं ओळखपत्र नाही. असली घोडचूक त्यांच्या हातून होणं संभवतच नव्हतं.

मॅडननं त्यांच्या हातांत बेड्या ठोकल्या आणि त्यांना घेऊन तो बाहेर गेला. बाहेर आणखी एक – खराखुरा – एफबीआय एजंट त्याची वाट बघत थांबलेला होता. आपल्या खऱ्याखुऱ्या एफबीआयच्या गाडीत त्यांना बसवून मॅडननं हॉपीचा निरोप घेतला, परत फोन करतो म्हणून सांगितलं आणि गाडीत बसून त्यानं गाडी सुरू केली. तो दुसरा एजंट नेपिअरच्या बनावट एफबीआयच्या गाडीतून पाठोपाठ निघाला.

मॅडननं हायवे-९० वरून गाडी मोबाईलच्या दिशेनं वळवली. त्या दोघांपैकी नेपिअर जास्त चलाख होता. त्यानं एक बऱ्यापैकी खरी वाटेल अशी हकिगत सांगायला सुरुवात केली. निकमन मधूनच एखादं वाक्य बोलत होता. आम्हाला एका धनाढ्य कंपनीनं या भागातल्या कॅसिनोंची आणि इथल्या विकाऊ जमिनींची माहिती शोधून काढायचं काम दिलं होतं. त्या कंपनीला इथे जमीन घेऊन त्यावर कॅसिनो सुरू करायची इच्छा होती. आणि हे करत असतानाच आमची हॉपी डुप्रीशी गाठ पडली. हा माणूस इतका भ्रष्ट आहे हे आम्हाला माहीत नव्हतं. त्यानं या ना त्या कारणानं आमच्याकडून पैसे उकळायचा प्रयत्न केला. शेवटी हे प्रकरण इतकं वाढत गेलं की, आमच्या बॉसनं आम्हाला एफबीआयचे एजंट म्हणून त्याच्याकडे जायला सांगितलं. पण आम्ही कुणाचं काही नुकसान केलेलं नाही. खरंच नाही. देवाशपथ.

मॅडननं एक शब्दही न बोलता सगळं ऐकून घेतलं.

पुढे त्या दोघांनी फिचला जो रिपोर्ट दिला, तो असा : तो मॅडन अगदीच तरुण पोरगा होता. अननुभवी होता. हॉपीची बायको मिली एका मोठ्या खटल्यात ज्यूरीचं काम करतेय याची त्याला बहुधा कल्पनाच नव्हती. दोघाजणांना आपण पकडलंय याच खुषीत तो मश्गुल होता. आमचं पुढे काय करावं तेही त्याला धड समजत नव्हतं.

मॅडन मात्र त्यांचं बोलणं ऐकताना विचार करत होता की, हा अगदीच फालतू गुन्हा आहे. यात आणखी वेळ आणि श्रम वाया घालवण्यात काही अर्थ नाही. आधीच आपल्यापुढे कामाचे डोंगर पडलेत, त्यात ती नसती कटकट नको.

त्यांनी मिसिसिपी राज्याची हद्द ओलांडून अलाबामामध्ये प्रवेश केल्यावर त्यानं त्या दोघांची कडक शब्दात कानउघाडणी केली. सरकारी अधिकाऱ्यांचं सोंग घेऊन वावरल्याबद्दल काय परिणाम होतात, काय शिक्षा होते हे त्यांना सांगितलं. त्यांनीही त्याची चारचारदा माफी मागितली. पुन्हा असं काही न करण्याचं वचन दिलं.

एका पेट्रोल पंपाशी त्यानं गाडी थांबवली., त्या दोघांच्या बेड्या काढून घेतल्या आणि मिसिसिपीत पुन्हा पाय ठेवायचा नाही अशी तंबी दिली. पुन्हा पुन्हा त्याचे आभार मानून ते त्यांच्या गाडीत बसले आणि सुसाट वेगानं निघून गेले.

नेपिअरचा फोन आल्यावर फिच इतका भयंकर भडकला की, त्यानं हवेत फिरवलेल्या मुठीनं टेबलावरचा दिवाच फुटला. रक्ताळलेला हात तसाच धरून त्यानं शिव्या देत नेपिअरचं बोलणं ऐकून घेतलं आणि पँगला त्यांना घेऊन यायला पाठवलं.

हॉपीच्या ऑफिसातून बेड्या घातलेल्या अवस्थेत बाहेर पडल्यापासून तीन तासांनी नेपिअर आणि निकमन फिचच्या ऑफिसातल्या एका खोलीत येऊन बसलेले होते. क्रिस्टॅनोही आधीच तिथे आलेला होता.

"चला. सुरुवातीपासून काय घडलं ते सांगा." फिचनं समोरच्या टेपरेकॉर्डरचं बटन दाबलं. सावकाश, प्रत्येक गोष्ट संगतवार आठवण्याचा प्रयत्न करत त्यांनी बोलायला सुरुवात केली.

नंतर फिचनं त्यांना वॉशिंग्टनला परत पाठवून दिलं.

ऑफिसात एकटा उरल्यावर फिचनं ऑफिसातले दिवे मंद केले आणि तो आता पुढे याचा काय परिणाम होईल याचा अंदाज घेऊ लागला. पण परिणाम जवळजवळ उघडच होता – हॉपी हे सगळं आज रात्री मिलीला सांगणार आणि मिली आपल्या हातातून निसटणार – किंबहुना, आता ती निश्चितपणे विरुद्ध पक्षाला पाठिंबा देणार.

यातून आता फक्त मार्ली काहीतरी मार्ग काढू शकेल. फक्त मार्लीच.

३६

"**क**माल झाली!'' फीबनं आश्चर्यानं फोनवर म्हटलं. ध्यानीमनी नसताना तिला बीव्हरलीचा फोन झाला होता आणि तिच्याशी ती बोलत होती. "मलाही परवा कोणीतरी एक अनोळखी माणूस आपण जेफ कर असल्याचं सांगत भेटला होता. क्लेअरचा पत्ता आपण शोधत हिंडतोय असं तो म्हणाला होता. काहीतरी गडबड आहे, हे माझ्या लगेच लक्षात आलं, पण मी काहीच न दाखवता त्याच्याशी बोलत राहिले. आणि मी तरी क्लेअरशी कुठे बोललेय गेल्या चार वर्षांत?''

आपल्याला आलेल्या या विचित्र, पण एकसारख्या अनुभवांबद्दल त्या दोघी थोडा वेळ बोलल्या. बीव्हरलीनं मात्र तिला स्वॅन्सनबद्दल काहीच सांगितलं नाही. मग दोघी थोडा वेळ लॉरेन्समधल्या कॉलेजच्या आठवणीत रमल्या. आपलं कसं छान चाललंय, कशी प्रगती आपण करतोय याच्या त्यांनी एकमेकींना थापा मारल्या आणि 'लवकरच आपण भेटू, काही झालं तरी भेटायचंच.'' अशी तोंड भरून आश्वासनं देत त्यांनी फोन ठेवून दिले.

आणखी तासाभरानं बीव्हरलीनं पुन्हा फोन केला – जणू मघाशी काहीतरी बोलायचं राहून गेल्यासारखा. "अग, मघाशी तुझ्याशी बोलल्यापासून मला क्लेअरची खूप आठवण येतेय. आमचं थोडंसं भांडणं झालं होतं आणि नंतर तिच्याशी परत बोलायला जायच्या आतच ती निघून गेली होती. ते एकसारखं माझ्या मनाला डाचतंय. त्यामुळे निदान तेवढ्यासाठी तरी तिला भेटावंसं वाटतंय. पण तिचा पत्ता कसा लावायचा तेच समजत नाहीय मला. ती अशी अचानक निघून गेली आणि नंतर तिच्याबद्दल काही समजलंच नाही.''

तेवढ्यात बीव्हरलीला एक कल्पना सुचली आणि तिनं गळ टाकून बघायचं ठरवलं. स्वॅन्सननं क्लेअरचं नाव पूर्वी दुसरं असण्याची शक्यता बोलून दाखवली होती आणि क्लेअरचा भूतकाळ काहीसा रहस्यमय असल्याचं तिलाही आठवत होतं. ''तुला माहितेय का, क्लेअर हे काही तिचं खरं नाव नाही.'' तिनं अगदी सहज स्वरात म्हटलं.

''हो, मला माहितेय.'' फीबनं म्हटलं.

लागला मासा गळाला! ''तिनं तिचं खरं नाव मला सांगितलं होतं, पण आता मात्र मला ते आठवत नाही.''

''तिचं नाव खूप गोड होतं. क्लेअर नावापेक्षाही गोड.''

''काय बरं होतं?''

''गॅब्रिएल.''

''हो, हो, गॅब्रिएल. आता आठवलं. आणि तिचं आडनाव?''

''ब्रँट. गॅब्रिएल ब्रँट. मूळची ती मिसुरी राज्यातल्या कोलंबिया शहरातली होती. तिथेच ती शाळेत जात होती. ती हकिगत तिनं सांगितली की नाही तुला?''

''असेल, पण आता आठवत नाही.''

''तिकडे तिचा एक बॉयफ्रेंड होता, तो जरा विक्षिप्त होता. तिनं त्याची मैत्री तोडायचा प्रयत्न केला, पण नंतर हा पोरगा चिडून तिच्या मागेच लागला. शेवटी तिनं ते गावही सोडलं आणि नावही बदललं.''

''काही आठवत नाही आता. आणि तिच्या आईवडिलांचं नाव काय होतं?''

''ब्रँट. मला वाटतं तिचे वडील तेव्हाच वारलेले होते. तिची आई तिकडच्या युनिव्हर्सिटीत प्रोफेसर होती, बहुतेक.''

''मग ती तरी आहे का अजून?''

''कोण जाणे.''

''मग मी तिच्या आईकडेच चौकशी करून तिला शोधून काढते. थँक्स, फीब.''

स्वॅन्सनशी फोनवर संपर्क साधण्यात बीव्हरलीचा एक तास गेला. क्लेअरची माहिती दिली तर किती पैसे मिळतील, तिनं विचारलं. स्वॅन्सननं फिचला फोन केला. फिच इतका वैतागलेला होता की, त्याला आता एखादी चांगली बातमी हवी होती. त्यानं स्वॅन्सनला जास्तीत जास्त पाच हजार डॉलर्स देण्याची परवानगी दिली. स्वॅन्सननं लगेच बीव्हरलीला फोन करून अडीच हजार देण्याची तयारी दाखवली. पण तिला आणखी पैसे हवे होते. थोडी फार घासाघीस झाल्यावर शेवटी चार हजारांवर सौदा तुटला. हे पैसे अर्थातच तिला रोख आणि तोंड उघडण्यापूर्वी एका रकमेनं हवे होते.

खटल्याचा जवळजवळ शेवटचा दिवस होता, त्यामुळे चारही कंपन्यांचे सीईओ

बिलॉक्सीत हजर होते. त्यामुळे फिचच्या हाताखाली खासगी जेट विमानांचा एक ताफाच होता. त्यानं एका विमानानं स्वॅन्सनला न्यूयॉर्कला पाठवलं.

अंधार पडता पडता स्वॅन्सन न्यूयॉर्कला पोचला आणि वॉशिंग्टन चौकाजवळच्या एका छोट्या हॉटेलमध्ये उतरला. तिथून त्यानं फोन करायला सुरुवात केली. बीव्हरलीच्या बरोबर राहणाऱ्या एका पोरीनं सांगितलं की ती खोलीत नाही, ती बहुधा पार्टीला गेली असावी. मग त्यानं बीव्हरली जिथे काम करत होती तिथे फोन केला, तेव्हा त्याला समजलं की तिला नोकरीवरून काढून टाकलंय. म्हणून त्यानं पुन्हा तिच्याबरोबर राहणाऱ्या त्याच मुलीला फोन केला. पण त्यानं जास्त चौकशी करायला सुरुवात केल्यावर तिनं सरळ फोन ठेवून दिला. त्यानंही चिडून फोन ठेवला आणि जोरजोरात खोलीत येरझाऱ्या घालत विचार करायला सुरुवात केली. आता एवढ्या मोठ्या या ग्रीनविच व्हिलेजमध्ये एका पोरीला कसं शोधून काढायचं? शेवटी तिथून जवळच असलेल्या तिच्या अपार्टमेंटकडे तो न्यूयॉर्कमधल्या थंडगार पावसातून चालत निघाला. पण अपार्टमेंटला कुलूप होतं. तसाच चरफडत तो चालत निघाला आणि आधी ते दोघं ज्या कॉफी शॉपमध्ये भेटले होते तिथे आला. गोठून गेलेले शूज जरा गरम होईपर्यंत तो कदाचित ती इथे येईल, या आशेनं कॉफी पीत तिथेच थांबला.

सोमवारच्या आधी पुन्हा एकदा शेवटचं भेटायची इच्छा मार्लीनं फिचला बोलून दाखवली. तो तिच्या ऑफिसात नेहमीप्रमाणे चालत एकटाच येऊन पोचला.

जातानाच त्यानं ठरवलेलं होतं की, हॉपी आणि मिलीविरुद्ध केलेल्या आपल्या 'स्टिंग ऑपरेशन' चा कसा बोजवारा उडाला हे मार्लीला सांगायचं आणि त्याप्रमाणे त्यानं ते सांगूनही टाकलं. आता मिलीनं बाकीच्या लोकांचे कान भरण्याच्या आत तिला चुचकारून शांत करण्याचं काम निकोलसला करावं लागेल. रविवारी हॉपीनं निकमन आणि नेपिअरला सांगितलं होतं की, रॉबिलिओच्या संबंधातला तो मेमो बघितल्यापासून ती चिडलीय आणि बचाव पक्षाची जोरदार समर्थक बनलीय. सगळ्या ज्यूरर लोकांना तो मेमो दाखवत ती फिरतेय. हे खरं असेल का? आणि हे जर खरं असेल, तर आता हॉपीच्या भानगडीतलं सत्य कळल्यावर ती काय करेल? ती भयंकर भडकेल आणि ताबडतोब एकदम विरुद्ध बाजूला झुकेल आणि बाकी सगळ्यांना बचाव पक्षाच्या या कारस्थानाची माहिती सांगून त्यांनाही विरुद्ध बाजूला ओढून घेईल.

सगळी बोंबाबोंब होईल. पार वाटोळं होईल.

फिच बोलत असताना मार्ली मख्ख चेहऱ्यानं सगळं ऐकून घेत होती. पण त्याला असा घाम फुटलेला बघून तिची बरीच करमणूक मात्र झाली.

"मला वाटतं, तिला आपण हाकलून द्यावं." फिचनं म्हटलं.

"त्या रॉबिलिओबद्दलच्या मेमोची कॉपी आहे का तुझ्याकडे?" तिनं त्याच थंडपणे विचारलं.

ब्रीफकेसमधून एक कॉपी काढून त्यानं टेबलावर ठेवली. "हे तुमचंच काम का?" कागद उचलत तिनं विचारलं.

"हो आणि तो मेमो एकदम बनावट आहे."

कागद वाचून तिनं त्याची घडी घालून टेबलावर ठेवून दिली. "भलताच कट होता हा, फिच."

"हो आणि तो जवळजवळ यशस्वी झालेलाच होता. पण शेवटी आम्ही पकडले गेलो."

"प्रत्येक खटल्यात तुम्ही लोक असलं काहीतरी कारस्थान करता का?"

"प्रयत्न करून बघतो. जमलं तर उत्तमच."

"हं. तुम्ही लोकांनी या हॉपी डुप्रीचीच का निवड केलीत?"

"आम्ही त्याचा थोडा तपास केला. विचार केल्यावर लक्षात आलं की, याला सहज फसवता येईल. लहानशा शहरातला हा लहानसा रिअल इस्टेट एजंट आहे, त्याचा धंदा फारसा चालत नाहीय, त्याचे बाकीचे दोस्त भरपूर पैसा कमावतायत आणि या कॅसिनोंमुळे पैशाची भरपूर उलाढालही चाललीय. त्यामुळे तो सहज गळाला लागेल असं आमच्या लक्षात आलं आणि झालंही तसंच."

"पूर्वी कधी पकडले गेलायत का तुम्ही?"

"आम्हाला असले कट अर्धवट सोडून द्यावे लागलेत याआधी, पण प्रत्यक्ष रंगेहाथ मात्र आम्ही कधीच पकडले गेलेलो नाही."

"म्हणजे आजपर्यंत."

"आजही आम्ही अगदीच पकडले गेलो असं म्हणता येणार नाही. सिगारेट कंपन्यांमार्फत कोणीतरी हा कट रचला असेल असा हॉपीला आणि मिलीला कदाचित संशय येईलही, पण नेमकं कोणी हे त्यांना कळणार नाही. त्या दृष्टीनं बघितलं तर शंकेला अजून जागा आहे."

"हो, पण त्यानं काय फरक पडतो?"

"खरंय. काहीच नाही."

"फार काळजी करू नकोस, फिच. मला वाटतं की, ती किती काम करू शकली असती, याबद्दल हॉपीनं जरा जास्तच रंगवून चित्र उभं केलं असावं. निकोलसची आणि मिलीची चांगली दोस्ती आहे आणि ती अजून तुझ्या क्लाएंटचा उघड प्रचार करायला लागलेली नाही."

"आपल्या क्लाएंटचा."

"हो. आपल्या क्लाएंटचा. निकोलसनं हा मेमो अजून पाहिलेला नाही."

''म्हणजे हॉपी थापा मारत होता असं वाटतंय तुला?''

''त्याचा तरी काय दोष? तो आता तुरुंगात जाणारच, अशी तुझ्या माणसांनी त्याची खात्रीच करून दिलेली होती.''

फिचच्या चेहऱ्यावर हलकंसं स्मित झळकलं. ''पण निकोलसनं काही झालं तरी आजच्या आज मिलीशी बोललंच पाहिजे. दोन-तीन तासांतच हॉपी तिकडे जाईल आणि तिला सगळं सांगेल. त्याच्या आत निकोलस भेटू शकेल का तिला?''

''फिच, उगाच काळजी करू नकोस. मिली निकोलस सांगेल तसंच मतदान करेल.''

फिच खरोखरच खुर्चीवर मागे टेकून बसला. ''एक कुतूहल म्हणून विचारतो, या क्षणी आपल्या खिशात किती मतं आहेत?''

''नऊ.''

''मग उरलेले तिघं कोण आहेत?''

''हर्मन, रिकी आणि लॉनी.''

''त्यानं रिकीशी तिच्या गुपिताबद्दल अजून काही बोलणं केलेलं नाही?''

''नाही. अजून नाही.''

''म्हणजे दहा मतं झाली.'' फिचनं एकदम उत्साहानं म्हटलं. त्याच्या डोळ्यांमध्ये चमक आली. ''आपण कोणाला तरी हाकलून देऊन त्या जागी शायनी रॉईसला आणलं तर अकरा मतं होतील. काय?''

''हे बघ, फिच, तू उगाच नको इतकी काळजी करतोयस. तू तुझे पैसे दिले आहेस, त्यामुळे हा खटला आता अगदी योग्य आणि समर्थ माणसांच्या हातात आहे. आता शांत बस आणि खटल्याच्या निकालाची वाट बघत रहा.''

''म्हणजे एकमतानं आपल्या बाजूनं निर्णय होणार?'' फिचनं उत्सुकतेनं उत्साहानं विचारलं.

''निकोलसनं तसा निश्चयच केलाय.''

आनंदानं जवळजवळ उड्या मारतच फिच पायऱ्या उतरून खाली रस्त्यावर आला आणि शीळ घालत गाडीकडे निघाला. जोझेनं आपल्या बॉसला एवढ्या खुषीत असलेलं आजवर कधीच बघितलेलं नव्हतं.

त्या कॉन्फरन्स रूमच्या एका बाजूला सात वकील बसलेले होते आणि त्यांनी जणू याच प्रसंगी हजर राहण्यासाठी प्रत्येकी दहा लाख रुपये जमवलेले होते. बाकी हे सात जण सोडून फक्त वेन्डेल ऱ्होर हजर होता. कॉन्फरन्स टेबलाच्या पलीकडच्या बाजूला तो सावकाश येरझाऱ्या घालत ज्यूरींसमोर बोलत होता. नेमके शब्द, चपखल शब्द वापरून तो त्याच्या खास कमावलेल्या आवाजात बोलत होता. कधी त्याचे

शब्द कमालीचे दयार्द्र, सहानुभूतीपूर्ण वाटत होते, तर कधी जळजळीत विखार ओकत होते, कधी तो समजावून सांगत होता, कधी भडकत होता, तर कधी विनोदी बोलत होता, तर कधी खोचक टोमणे मारत होता. तो त्यांना कधी फोटो दाखवत होता, तर कधी पांढऱ्या फळ्यावर काळ्या अक्षरात लिहीत होता.

त्याचं बोलणं संपलं, तेव्हा बरोबर एक्कावन्न मिनिटं झालेली होती, कारण न्यायमूर्तींनी दोन्ही बाजूंना समारोपाची भाषणं प्रत्येकी एका तासाच्या आत आवरायची तंबीच देऊन ठेवलेली होती. त्याचं बोलून संपल्यावर सातही श्रोत्यांनी भराभर, पण नेमक्या शब्दांत आपापल्या प्रतिक्रिया दिल्या. सगळ्या प्रतिक्रियांमध्ये स्तुतीपेक्षा आणखी सुधारणा करण्यासाठी दिलेल्या सूचनाच जास्त होत्या. सातही जणांना समारोपाची भाषणं करण्याचा प्रदीर्घ अनुभव होता – त्यातही विशेषत: अशा नुकसानभरपाईच्या खटल्यांमध्ये समारोपाची भाषणं करण्याचा दांडगा अनुभव त्यांना होता. त्यामुळे यापेक्षा कठोर श्रोतृवृंद मिळणं शक्यच नव्हतं. ज्यूरींना जास्तीत जास्त मोठ्या नुकसानभरपाईच्या रकमा द्यायला कसं लावायचं, हे त्यांना पक्कं ठाऊक होतं.

आत येताना आपापले प्रचंड मोठे अहंगंड खोलीच्या दाराबाहेरच ठेवून यायचं त्यांनी ठरवलेलं होतं. ऱ्होरनं त्यांचे कठोर शब्द आपल्या मनाविरुद्ध का होईना, पण ऐकून घेतले आणि पुन्हा बोलायला सुरुवात केली.

विजय आता अगदी दृष्टिपथात आलेला होता, त्यामुळे जराही हलगर्जीपणा ऐकून घेण्याच्या मन:स्थितीतच कोणी नव्हतं.

तिकडे केबलचीही तीच अडथळ्यांची शर्यत चाललेली होती. त्याच्यासमोर कितीतरी जास्त श्रोते बसलेले होते – डझनभर वकील होते, बरेच काही ज्यूरी तज्ज्ञ होते आणि त्याहीपेक्षा जास्त शिकाऊ वकील होते. त्याच्या भाषणाच्या प्रत्येक रंगीत तालमीची व्हिडिओ रेकॉर्डिंग घेतली जात होती, ती तो लगेच बघतही होता. भाषण एका तासात संपवण्याचा त्याचाही निर्धार होता. फार पाल्हाळ न लावता सत्य परिस्थितीशी जास्तीत जास्त चिकटून राहायचं, असं त्यानं धोरण ठरवलेलं होतं. याउलट ऱ्होर मात्र फर्ड्या राजकारण्यासारखा ज्यूरींच्या भावनांना हात घालणार हे उघड होतं. त्याची तीच पद्धत होती.

पुन्हा पुन्हा तो व्हिडिओ बघत होता, पुन्हा बोलत होता. रविवारचा संपूर्ण दिवस आणि रात्री उशिरापर्यंत दोन्ही बाजूंच्या वकिलांचं हेच सत्र चाललेलं होतं.

उड्या मारत मार्लीच्या ऑफिसातून बाहेर पडलेला फिच त्या बीच हाऊसमध्ये परत येईपर्यंत आपल्या मूळपदाला परत आलेला होता – सावध, काहीसा निराशावादाकडेच

झुकणारा. चारही सीईओ झकासपैकी डिनर घेऊन त्याची वाटच बघत बसलेले होते. जँकलवर नेहमीप्रमाणे दारूचा अंमल चढलेला होता. तो फायर प्लेसपाशी एकटाच उभा होता. थोडी कॉफी मागवून फिचनं शेवटच्या क्षणीच्या आपल्या प्रयत्नांची त्यांना माहिती दिली. त्यातून अपरिहार्यपणेच त्यांच्या प्रश्नांचा रोख त्यानं शुक्रवारी मागवलेल्या पैशाकडे वळला.

''शुक्रवारच्या आधी 'फंड' मध्ये पासष्ट लाख डॉलर्स शिल्लक होते आणि एवढ्या रकमेत खटला सहज पूर्ण होण्यासारखा होता. मग हे आमच्याकडून जे प्रत्येक वीस लाख तू जादा मागवलेस, ते कशाचे? आणि आता 'फंड' मध्ये किती बाकी आहे?''

''आपल्याला एक अचानक, प्रचंड मोठा खर्च करावा लागला,'' फिचनं सांगितलं.

''नाटकं पुरे झाली, फिच.'' ल्यूथर व्हॅन्डेमीरनं जरबेनं म्हटलं. ''तुला निकाल आपल्या बाजूनं वळवता आलाय की नाही?''

फिच शक्यतो या चौघांशी खोटं बोलायचं टाळत असे. शेवटी किती झालं तरी तेच त्याचे अन्नदाते होते. तो त्यांना कधीच संपूर्ण सत्य सांगत नसे. त्यांचीही तशी अपेक्षा नव्हती. पण इतका सरळ प्रश्न विचारल्यावर आणि तोही इतक्या महत्त्वाच्या बाबतीत – त्यालाही थोडंफार का होईना, त्यांना सांगणं भाग होतं. ''हो, तसंच काहीसं.''

''म्हणजे आपल्याला हवी तेवढी मतं मिळवलीयस तू?'' आणखी एकानं विचारलं.

उत्तर देण्याआधी फिचनं जँकलसकट सगळ्यांकडे नीट बघितलं. जँकलनंही काम टवकारलेले होते. ''हो, मला वाटतं.''

काहीशा झोकांड्या खात जँकल एकदम रूमच्या मधोमध येऊन उभा राहिला. ''पुन्हा एकदा सांग. काय म्हणालास?''

''तू ऐकलंयस मी काय बोललो ते.'' फिचनं म्हटलं. ''पैसे मोजून मी निकाल आपल्या बाजूला खेचून आणलेला आहे.'' त्याच्या आवाजात किंचितशी गर्वाची छटा होती.

बाकीचे तिघंही उठले आणि फिचच्या समोर येऊन उभे राहिले. ''कसं काय?'' एकानं विचारलं.

''ते नाही सांगणार.'' फिचनं थंडपणे सांगितलं, ''आणि ते फारसं महत्त्वाचंही नाही.''

''मला समजलंच पाहिजे.'' जँकलनं जोरात म्हटलं.

''ते विसर. तुमचं आणि तुमच्या कंपन्यांचं रक्षण करताना वाटेल ती दुष्कृत्यं मला करावी लागतात आणि तो माझ्या कामाचा एक भागच आहे. तुम्हा सगळ्यांना

पुन्हा एकदा निक्षून सांगतो, मला तुम्ही काढून टाकलंत तरी चालेल, पण मी काय करतो ते मी तुम्हाला कधीही सांगणं शक्य नाही.''

सगळेजण त्याच्याकडे एकटक बघत उभे होते. बराच वेळ कोणीच काही बोललं नाही. हातातल्या ड्रिंक्सचे सावकाश घुटके घेत ते या अचाट माणसाकडे बघत होते. आठ वेळा ते अगदी कडेलोटाच्या पाळीवर येऊन ठेपले होते आणि आठ वेळा या माणसानं तऱ्हेतऱ्हेच्या युक्त्या आणि कारस्थानं करून त्यांना मागे खेचलं होतं. आता या नवव्या वेळीही नेमकं हेच घडलं होतं.

या माणसानं याआधी आत्तासारखी स्पष्ट शब्दात संपूर्ण विजयाची कधीच खात्री दिलेली नव्हती, ते विचार करत होते. प्रत्येक वेळी खटला जिंकण्याआधी हा प्रचंड चिंता व्यक्त करायचा, आपण हरणार असंच शेवटपर्यंत आपल्याला भासवायचा. त्यातून त्याला कसला विकृत आनंद मिळायचा, कोण जाणे. आपल्या चौघांना तडफडताना बघून याला कसली मजा वाटायची! काय विचित्र माणूस आहे!

''किती पैसे चारलेस?'' जँकलनं विचारलं.

ही गोष्ट मात्र फिच त्यांच्यापासून लपवून ठेवू शकणार नव्हता, कारण ते समजण्याचा त्यांना हक्कच होता. त्यांनी 'फंड' चा एका अगदी साध्या पद्धतीनं हिशोब ठेवला होता. फिचनं पैसे मागितले की प्रत्येकानं एकसारखी रक्कम 'फंड' मध्ये जमा करायची आणि दर महिन्याला केलेल्या खर्चाची यादी फिचनं प्रत्येकाला पाठवायची, असा हा सरळ खाक्या होता.

''एक कोटी.'' फिचनं सांगून टाकलं.

''काय? तू एका ज्यूररला एक कोटी डॉलर्स दिलेस?'' सगळ्यात आधी जँकल ओरडला. बाकीच्यांनाही प्रचंड धक्का बसलेला होता.

''नाही. तसं नाही. त्यापेक्षा आपण असं म्हणू या, की एक कोटी डॉलर्स खर्च करून मी निकाल चक्क विकत घेतलाय. ओके? एवढंच मी तुम्हाला सांगू शकतो. आता आपल्याकडे पंचेचाळीस लाख शिल्लक आहेत आणि हा खर्च मी कशावर केला, कसा केला, याबद्दल मी एक शब्दही बोलणार नाही.''

एखादं पाच-दहा हजारांचं पुडकं हळूच टेबलाखालून सरकवायला काहीच हरकत नाही, पण एका छोट्या शहरातल्या या हावरटांना एक कोटी डॉलर्स खाऊन ते पचवण्याची अक्कल तरी असू शकेल का, हाच विचार प्रत्येकाच्या मनात राहून राहून येत होता. म्हणजे ही एवढी प्रचंड रक्कम एकाच माणसाला मिळाली नसावी बहुधा.

सगळेजण रॅन्किन फिचकडे बधिर होऊन बघत होते आणि सुसंगत विचार करण्याचा प्रयत्न करत होते. म्हणजे, समजा, यानं जर दहा ज्यूरींवर आपलं गारूड केलं असलं तर? हं, हे निदान पटण्यासारखं तरी आहे – दहा ज्यूरर्सची मतं,

प्रत्येकी दहा लाख डॉलर्स किंमत. हो, पण मग एवढा पैसा पचवणार कसा ही माणसं?

चेहऱ्यावर काही न दाखवता फिच मान वर करून त्यांच्याकडे बघत होता. ''पण एक गोष्टी आधीच सांगून ठेवतो.'' त्यानं चिंतेचं एक पिल्लू तरीही त्यांच्या डोक्यात सोडून दिलं. ''कशाचीही मी शंभर टक्के खात्री देऊ शकणार नाही. ज्यूरी परत कोर्टरूममध्ये येईपर्यंत कधीच काही सांगता येत नाही, तसं ते या बाबतीतही सांगणं शक्य नाही.''

नाही कशी खात्री? एक कोटी डॉलर्स मोजलेत आम्ही. खात्री असलीच पाहिजे. पण उघड कोणीच काही बोललं नाही. शेवटी सगळ्यात आधी तिथून व्हॅन्डेमीर मागे फिरला. ब्रँडीचा एक भला मोठा पेग भरून घेऊन तो पियानोजवळच्या बाकावर येऊन शांतपणे विचार करत बसला. महिना-दोन महिने थांबू आपण, नंतर फिचला न्यूयॉर्कला बोलावून घेऊ आणि त्याला बोलता करू. आपल्याला सांगेल तो.

फिच उठला. ''मी आता निघतो.'' त्यानं म्हटलं, ''बरीच कामं आहेत अजून. आणि उद्या कोर्टरूममध्ये समारोपाची भाषणं होतील, त्या वेळी सगळेजण हजर रहा. पण एकत्र बसू नका, वेगवेगळ्या जागी बसा.''

३७

रविवारी सगळ्या ज्यूरींमध्ये अशी भावना होती की, आजची रात्र ही आपली अज्ञातवासातली शेवटची रात्र असेल. एकमेकांत ते कुजबुजत होते की, उद्या दुपारपर्यंत जर खटला आपल्या हातात आला, तर उद्या रात्रीपर्यंत तरी निदान आपण नक्कीच निकाल देऊ आणि रात्री झोपायला घरी जाऊ. अर्थात याबद्दल उद्या चर्चा करणं शक्य नव्हतं, कारण मग ते खटल्याबद्दल उघड बोलल्यासारखं झालं असतं आणि फोरमन या नात्यानं हर्मननं लगेच चर्चेला मनाई केली असती.

पण एकंदरीत सगळ्यांचा मूड छान होता. काही ज्यूरर्सनी तर आपापल्या रूममध्ये जाऊन सामानाची आवराआवरही केली. खोलीतला पसारा आवरून ठेवला. कारण कोर्टातून परत आल्यावर उद्या इथे सामान आवरण्यात वेळ घालवण्याची कोणाचीही इच्छा नव्हती.

आज रात्री सलग तिसऱ्या दिवशी वैयक्तिक गाठीभेटींना परवानगी होती, पण एव्हाना सगळ्यांना आपापल्या जोडीदाराला भेटण्याचं खरं तर अजीर्ण व्हायला लागलेलं होतं – विशेषत: त्यातल्या विवाहित मंडळींची तर हीच स्थिती होती. सलग तीन रात्री घरीसुद्धा कोणी आपल्या जोडीदाराला भेटत नव्हतं आणि इथं या छोट्याशा रूममध्ये एकांतात एवढा वेळ काढायचं खरं म्हणजे त्यांच्या जिवावर आलं होतं. एवढंच काय, अविवाहित मंडळींनासुद्धा आज एकटंच राहावं असं वाटत होतं. सॅव्हेलची मैत्रीण आलीच नाही. डेरिकनं एंजलला सांगितलं, एक महत्त्वाचं काम आहे, ते झाल्यावर जमलं तर येईन. लॉरीनला कोणी मित्र नव्हता आणि आता इतक्या लगेच आपल्या मुलांना भेटावंसंही तिला वाटत नव्हतं. जेरी आणि पूडलमध्ये प्रथमच कुरबुर झाली.

एकंदरीत रविवारी रात्री मोटेलमध्ये शांतता होती. पार्टी रूममध्ये कोणी बीअर पीत फुटबॉल बघत नव्हतं, कोणी चेकरही खेळत नव्हतं. मार्ली आणि निकोलसनं तिच्या रूममध्ये बसून पिझ्झा खात आपल्या कामाचा आढावा घेतला. पुढे काय करायचं ते ठरवलं. दोघंही भरपूर तणावाखाली होते. हॉपीच्या 'स्टिंग ऑपरेशन'ची लागलेली फिचनं सांगितलेली हकिगत जेव्हा तिनं सांगितली, तेव्हासुद्धा ते दोघं फारसं हसले नाहीत.

मार्ली नऊ वाजता बाहेर पडली आणि गाडीनं आपल्या अपार्टमेंटमध्ये येऊन तिनं सामानाची बांधाबांध केली.

निकोलस लपत खाली उतरून मिलीच्या रूममध्ये आला. हॉपी तिथेच होता आणि एखाद्या नवविवाहित जोडप्यासारखी त्यांची धमाल चाललेली होती. निकोलसचे आभार कसे मानावेत तेच त्यांना समजत नव्हतं. एवढा मोठा कट उघडकीला आणून त्यानं त्यांना वाचवलं होतं. एवढ्या प्रचंड सिगारेट कंपन्या कोणत्या थराला जाऊ शकतात, हे बघितल्यावर त्यांना भयानक धक्का बसलेला होता.

मिलीनं तिला वाटणारी काळजी त्याला बोलून दाखवली. जे काही घडलंय, त्याचा विचार केला, तर मी आता ज्यूरीवर राहून कितपत निष्पक्षपाती राहू शकेन याची मला फार शंका आहे. यातून पुन्हा माझ्या नवऱ्याला काही धोका होणार नाही कशावरून? पण निकोलसनं असं काही होईल याचा आधीच तर्क केलेला होता. त्यानं तिला पटवण्याचा प्रयत्न सुरू केला. आता तर मला तुझी जास्त गरज आहे आणि त्याला तसंच सबळ कारणही आहे. तू जर हे सगळं हार्किनच्या कानावर घातलंस, तर ते बहुतेक हा खटला 'मिसट्रायल' झाल्याचं जाहीर करतील आणि तसं झालं तर त्यासारखं दुर्दैव नसेल. 'मिसट्रायल' झालं, तर त्याचा अर्थ असा की, आणखी एक-दोन वर्षांनी याच खटल्याच्या सुनावणीसाठी नवीन ज्यूरी निवडले जातील. दोन्ही पक्ष आत्ता जे करतायत, तेच पुन्हा करण्यासाठी आणखी प्रचंड वेळ आणि पैसा खर्च करतील. "आता या खटल्याचं भवितव्य आपल्या हातात आहे, मिली. या खटल्याचा निवाडा करायला आपल्याला निवडलंय आणि आता ती आपली जबाबदारी झालीय. आणि पुढचे ज्यूरी तरी काय, आपल्याहून जास्त हुशार आणि सावध असतील अशी कल्पना आहे का तुझी?"

"अगदी बरोबर आहे तुझं म्हणणं." हॉपीनंही मान डोलावत त्याच्याशी सहमती दर्शवली. "आणि उद्या हा खटला संपणार आहे. आता शेवटच्या क्षणी 'मिसट्रायल' झाला तर त्यासारखं दुर्दैव नाही."

शेवटी मिलीलाही ते पटलं. तिनं मनाशी पुन्हा एकदा नव्यानं निग्रह केला. निकोलसवरचा तिचा विश्वास आणखीच दुणावलेला होता.

रविवारी क्लीव्ह आणि डेरिक रात्री 'नगेट कॅसिनो' च्या बारमध्ये भेटले. बीअर पीत ते दोघं टीव्हीवरची फुटबॉलची मॅच बघत बसले. दोघंही फारसं बोलत नव्हते, कारण डेरिकनं आपल्या दोन्हीकडून होत असलेल्या पिळवणुकीमुळे आपण चिडलो आहोत, असं दाखवायचा प्रयत्न केला. क्लीव्हनं खिशातलं खाकी रंगाचं पंधरा हजारांच्या नोटा असलेलं पाकीट टेबलावर ठेवून त्याच्याकडे सरकवलं आणि त्यानं साधे आभारही न मानता ते खिशात ठेवून दिलं. आता त्यांचं असं ठरलेलं होतं की, एंजलनं जर बचाव पक्षाच्या बाजूनं मतदान केलं, तर आणि तरच खटल्याचा निकाल जाहीर झाल्यावर डेरिकला उरलेले दहा हजार मिळतील.

"आता तू कशाला थांबलायस?" पैसे एकदा खिशात पडल्यावर डेरिकनं थोडा वेळ वाट बघून विचारलं.

"हो, काहीच हरकत नाही." क्लीव्हनं म्हटलं, "जा, तुझ्या मैत्रिणीला भेट. तिला नीट सगळं समजावून सांग."

"ते बघतो मी."

आणि क्लीव्ह निघून गेला.

तो गेल्याबरोबर डेरिक उठला आणि टॉयलेटमध्ये जाऊन एका संडासात दार बंद करून बसला. लगेच त्यानं पैसे नीट मोजून बघितले. शंभर-शंभर डॉलर्सच्या नव्या कोऱ्या दीडशे नोटा. त्यानं त्या गठ्ठ्याचे चार सारखे भाग करून एकेक भाग जीनच्या पँटच्या एकेका खिशात ठेवून दिला.

कॅसिनो एव्हाना चांगलाच गजबजलेला होता. डेरिकला एकदम जुगार खेळायची हुक्की आली. तो एका टेबलाशी गेलाही. पण ऐन वेळी त्यानं विचार बदलला आणि एंजलला भेटण्याचं ठरवून तो बाहेर पडला. आणखी एक बीअर प्यावी असा विचार करून तो कॅसिनोतल्या रौलेट पिटजवळच्या छोट्या बारशी थांबला. आजूबाजूला सगळीकडे मंडळी पैसे जिंकत होती, हरत होती. शेवटी डेरिकला राहवेना. खेळू थोडा वेळ, त्यानं मनाशी म्हटलं. शिवाय आज आपलं नशीब एकदम जोरावर आहे.

त्यानं एक हजार डॉलर्सच्या क्रॅपच्या चिप्स घेतल्या. सगळेजण त्याच्याकडे मोठ्या नवलानं बघत होते. तो जाम खूष झाला. तिथला बॉसही त्याच्याकडे बघून तोंड भरून हसला. तेवढ्यात कुठूनशी एक वेट्रेसही तिथे आली. त्यानं आणखी एक बीअर मागवली.

डेरिक मोठ्या रकमा लावत होता. टेबलाशी असलेली गोरी माणसंही त्याच्याकडे असूयेनं बघत होती. पंधरा मिनिटांत त्याच्यासमोरच्या चिप्स संपल्या. एक क्षणही न दवडता त्यानं आणखी एक हजाराच्या चिप्स घेतल्या.

पुढचे एक हजारही तसेच गेले. मग अचानक डेरिकच्या नशिबाचे फासे फिरले आणि तो पाच मिनिटांत अठराशे डॉलर्स जिंकला. त्यानं आणखी चिप्स घेतल्या.

बीअरवर बीअर येत होत्या. ती वेट्रेस त्याच्याशी लघळपणा करत होती. तुम्हाला गोल्डमेंबर व्हायचंय का, तो बॉस पुन्हापुन्हा विचारत होता.

पुढे पुढे त्याला आपण जिंकतोय, का हरतोय तेच समजेनासं झालं. सगळ्या खिशांमधून तो नोटा काढत होता, कधी जिंकलेले पैसे ठेवत होता, कधी आणखी चिप्स घेत होता. एका तासात तो सहा हजार डॉलर्स हरलेला होता आणि त्याला आता थांबायची घाई झालेली होती. पण आपलं नशीब आधी बदललं होतं तसं आता बदलेल, मग बदलेल या आशेवरच तो फासे टाकत राहिला. मोठ्या रकमा लावत राहायचं त्यानं ठरवलं. म्हणजे आपलं नशीब बदललं की, लगेच आपण सगळे हरलेले पैसे परत जिंकून घेऊ. आणखी एक बीअर पिऊन त्यानं स्कॉच मागवली.

एकदा थोड्या वेळात बरेच पैसे हरल्यावर तो उठला आणि टॉयलेटमधल्या त्याच संडासात पुन्हा जाऊन बसला. सगळ्या खिशांमधले पैसे काढून त्यानं मोजले. फक्त सात हजार. त्याला रडूच फुटलं. पण गेलेले पैसे तर परत मिळवायचेच, त्यानं मनात म्हटलं. आपण दुसऱ्या टेबलावर जाऊ. बेटिंग बदलू. खुर्च्या बदलू. आणि काही झालं तरी शेवटचे पाच हजार मात्र लावायचे नाहीत. तसंच्या तसं उठून जायचं.

एका रौलेटच्या टेबलाशी कोणीच खेळत नव्हतं. त्यानं एकदम थांबून लाल रंगावर पाचशे डॉलर्सच्या चिप्स लावल्या. तो जिंकला. उत्साहानं त्यानं त्या चिप्स तशाच ठेवल्या आणि तो पुन्हा पाचशे डॉलर्स जिंकला. तिसऱ्या वेळी त्यानं लाल रंगावरच दोन हजार डॉलर्स लावले आणि तेही तो जिंकला. पाच मिनिटांत त्यानं चार हजार डॉलर्स जिंकले होते. बारपाशी जाऊन त्यानं आणखी एक बीअर घेतली आणि खिशातले पैसे परत एकदा मोजले. अकरा हजारांपेक्षा थोडे जास्तच पैसे आता त्याच्याकडे होते.

एंजलला भेटायची वेळ टळून गेली होती. पण त्याला तिला भेटणं तर आवश्यकच होतं. मोठ्या निग्रहानं जुगाराकडे पुन्हा वळण्याचा मोह दूर सारून तो झपाझप चालत निघाला.

त्यानं गाडी सुरू केली आणि थोड्याच वेळात त्याला मागून येणारे निळे दिवे दिसले. बिलॉक्सी पोलिसांची एक गाडी त्याच्या गाडीमागे अगदी जवळ आलेली होती आणि आपल्या दिव्यांची उघडझाप करत त्याला थांबायचा इशारा करत होती. डेरिककडे तोंडाला येणारा दारूचा वास लपवायला मिंटच्या गोळ्या, च्युईंग गम्स वगैरे काहीच नव्हतं. तो मुकाट्यानं गाडी रस्त्याकडेला घेऊन थांबला आणि बाहेर येऊन तिथेच उभा राहिला. मागच्या गाडीतला पोलीसही उतरून झपाझप चालत आला आणि ताबडतोब त्याला डेरिकच्या तोंडाला येणारा भपकारा जाणवला.

''काय, दारू प्यायलीस वाटतं?'' पोलिसानं विचारलं.

''काही खास नाही, कॅसिनोत फक्त दोन बीअर घेतल्या मी.''

हातातल्या टॉर्चचा प्रखर झोत सोडून त्या पोलिसानं डेरिकचे डोळे बघितले. मग त्याला काही पावलं सरळ रेषेत चालायला लावलं आणि नाकाला बोटांनी स्पर्श करायला लावला. डेरिक दारू प्यायलेला आहे, त्याला दारू चढलीय हे अगदी स्पष्ट होतं. त्या पोलिसानं त्याला बेड्या ठोकल्या आणि सरळ त्याला मद्यपी लोकांच्या खास कोठडीत टाकण्यात आलं. त्याच्या श्वासाचीही चाचणी घेण्यात आली.

त्याच्या खिशात जे पैसे सापडले होते, त्यावरून पोलिसांनी त्याची बरीच चौकशी केली. पण त्याचं उत्तर पटण्यासारखं होतं – कॅसिनोमध्ये मी जुगारात हे पैसे जिंकलेत. त्याला नोकरीधंदा नव्हता, तो त्याच्या भावाबरोबर राहत होता. पण त्याच्याविरुद्ध कुठे एखाद्या गुन्ह्याची नोंद नव्हती. जेलरनं त्याच्या खिशातल्या पैशाची आणि बाकीच्या वस्तूंची यादी केली आणि सगळ्या गोष्टी तिजोरीत ठेवून दिल्या.

मद्यपींच्या कोठडीतल्या सगळ्यात वरच्या बंकवर डेरिक स्वत:च्या नशिबाला दोष देत बसला. खाली जमिनीवर दारूनं पुरती बेहोश झालेली दोन माणसं स्वत:शीच बडबडत पडलेली होती. एंजलला थेट फोन करणंही शक्य नव्हतं, त्यामुळे त्याचा काहीच उपयोग नव्हता. दारू पिऊन गाडी चालवताना पकडलेल्या लोकांसाठी या कोठडीत किमान पाच तास काढण्याची सक्ती होती आणि डेरिकला तर एंजल कोर्टात जायला निघण्यापूर्वी भेटणं अत्यावश्यक होतं.

सोमवारी पहाटे साडेतीनला फोनच्या आवाजानं स्वॅन्सनला जाग आली. दुसऱ्या बाजूचा आवाज अतिशय जड होता, पण तो बीव्हरली मंकचाच आहे, हे त्यानं ओळखलं. ती तोंडातल्या तोंडात, बरळत बोलत होती. ''वेलकम टु द बिग ॲपल,'' तिनं मोठ्यानं म्हटलं आणि ती वेड्यासारखी हसली – कसल्या तरी नशेत असल्यासारखी.

''कुठायस तू?'' स्वॅन्सननं विचारलं, ''मी पैसे घेऊन आलोय.''

''नंतर.'' तिनं म्हटलं. तिच्या पाठीमागे दोन पुरुषी आवाज चिडून बोलत असलेले त्याला ऐकू आले. ''नंतर बघू काय ते.'' तेवढ्यात पाठीमागे कोणीतरी मोठ्या आवाजात गाणं लावलं.

''पण ती माहिती मला लवकरात लवकर हवीय.''

''हो आणि मला पैसे हवेत.''

''तेच तर म्हणतो मी. कुठे आणि कधी भेटू या सांग.''

''ओ हो, ते आत्ता कसं सांगू?'' तिनं म्हटलं आणि कोणाला तरी ओरडून कचकचीत शिवी हासडली.

स्वॅन्सननं रिसीव्हर आणखी घट्ट पकडला. ''हे बघ, बीव्हरली, मी काय म्हणतो

ते ऐक. आपण मागच्या वेळी भेटलो होतो ते छोटंसं कॉफी शॉप आठवतंय तुला?''

''हो, बहुतेक.''

''ते एट्थ स्ट्रीटवरचं, बाल्डुकीजच्या शेजारचं?''

''हो, आठवलं.''

''गुड. मग तिथे मला शक्य तितक्या लवकर भेट.''

''लवकर? म्हणजे किती लवकर?'' तिनं म्हटलं आणि ती खदखदून हसत सुटली.

स्वॅन्सन शांतच होता. ''सातला भेटू या?''

''आत्ता किती वाजलेत?''

''साडेतीन वाजून गेलेत.''

''वॉव!''

''हे बघ, मी आत्ता तिकडे येऊ का? तू कुठायस ते सांग, मी लगेच कॅबनं येतो.''

''नको. मी जरा धमाल करतेय.''

''तुला चांगली चढलेली दिसतेय.''

''मग?''

''मग, तुला जर चार हजार डॉलर्स हवे असले, तर तू मला निदान भेटण्याइतकी तरी शुद्धीत नकोस का?''

''मी येईन तिकडे, काळजी करू नकोस. नाव काय म्हणालास तुझं? हॅ! विसरले बघ.''

''स्वॅन्सन.''

''हां, स्वॅन्सन. मी सातला येईन तिकडे.'' आणि वेड्यासारखं हसत तिनं फोन ठेवून दिला.

स्वॅन्सननं पुन्हा झोप काढण्याचा प्रयत्नही केला नाही.

पहाटे साडेपाचला मार्विस मेपल्स जेलरला येऊन भेटला आणि आपल्या भावाला घेऊन जाऊ का, असं त्यानं विचारलं. डेरिक कोठडीत येऊन तसेही पाच तास उलटलेले होते. जेलरनं डेरिकला बाहेर काढलं आणि तिजोरीतून एक लोखंडी ट्रे काढून टेबलावर ठेवला. डेरिकनं ट्रेमधल्या सगळ्या वस्तू तपासून बघितल्या. – अकरा हजार डॉलर्सच्या नोटा, गाडीच्या चाव्या, एक पॉकेट नाईफ आणि ओठांना लावायचं क्रीम. त्याचा भाऊ डोळे फाडफाडून बघत राहिला.

पार्किंग लॉटमध्ये आल्यावर मार्विसनं त्याला त्या पैशाबद्दल विचारलं. कॅसिनोत क्रॅपमध्ये जिंकले, डेरिकनं सांगितलं. मग त्यानं मेपल्सच्या हातात दोनशे डॉलर्स ठेवले आणि त्याच्याकडे थोड्या वेळासाठी त्याची गाडी मागितली. मेपल्सनं त्याला

आपल्या गाडीच्या चाव्या दिल्या आणि शहरातून त्याची गाडी ताब्यात मिळाली की ती घेऊन येऊ असं कबूल केलं.

झपाट्यानं गाडी चालवत डेरिक 'सिएस्टा इन' पाशी गेला आणि त्यानं मागच्या बाजूला गाडी लावली. पूर्वेकडे फटफटायला लागलेलं होतं. तो वाकून, दबकत चालत एंजलच्या रूमच्या खिडकीशी आला. खिडकी अर्थातच आतून बंद होती. तो खिडकी उघडायची खटपट करू लागला. पण ते काही त्याला जमेना, म्हणून एक छोटा दगड घेऊन तो काचेवर टकटक करू लागला. एव्हाना बऱ्यापैकी उजाडायला लागलेलं होतं. त्यामुळे तो घाई करू लागला.

''फ्रीझ!'' त्याच्या पाठीमागून अगदी जवळच कोणीतरी दरडावलं.

चमकून त्यानं मागे वळून बघितलं. मागे मोठं थोरलं पिस्तूल त्याच्या डोक्याशी नेम धरून चक् उभा होता. ''चल! त्या खिडकीपासून दूर हो. हात वर कर!''

हात वर करून डेरिक झुडपातून मोकळ्या जागेत आला. ''जमिनीवर आडवा हो. हात मागे!'' बिचारा डेरिक त्या थंडगार फरशीवर पालथा पडला. लगेच चक्नं हातातल्या वॉकीटॉकीवरून मदत मागवली.

दुसऱ्यांदा अटक होऊन डेरिक परत तुरुंगाशी आला, तरीही बिचारा मार्विस मेपल्स त्याची गाडी येण्याची वाट बघत तिथेच येरझाऱ्या घालत थांबलेला होता.

एंजलला मात्र कशाचीच कल्पना नव्हती. ती आपल्या रूममध्ये गाढ झोपलेली होती.

३८

नेमक्या ज्या ज्यूररनं सगळ्यात जास्त मन लावून काम केलं होतं, साक्षीपुरावे काळजीपूर्वक ऐकले होते, जेवढं ऐकलं होतं त्यातलं जास्तीत जास्त लक्षात ठेवलं होतं, न्यायमूर्तींनी घालून दिलेले नियम काटेकोरपणे पाळले होते, त्यालाच ऐनक्षणी घरी पाठवावं लागावं ही मोठी दुर्दैवाची गोष्ट होती. त्यामुळे अर्थातच त्याचं खटल्याच्या निकालाच्या दृष्टीनं जे काही महत्त्व होतं, तेही एकदम नाहीसं करण्यात आलं.

घड्याळाच्या काट्यांनाच जणू बांधली गेलेली मिसेस ग्राईम्स रोजच्याप्रमाणे बरोबर सकाळी सव्वासातला डायनिंग रूममध्ये आली आणि एक ट्रे घेऊन तिनं गेले पंधरा दिवस ठरून गेलेले तेच ब्रेकफास्टचे पदार्थ ट्रेमध्ये उचलून ठेवायला सुरुवात केली– ब्रॅनचं सिरिअल, साय काढलेलं दूध आणि एक केळं या गोष्टी हर्मनसाठी, तर दोन टक्के स्निग्धांश असलेलं दूध, बेकनचा एक तुकडा आणि ॲपल ज्यूस स्वत:साठी. रोजच्याप्रमाणे तिला निकोलस तिथे भेटला आणि त्यानं काही मदत हवीय का असं विचारलं. अजूनही ज्यूरीरूममध्ये कायम हर्मनची कॉफी तोच बनवून देत असे. हर्मनच्या कॉफीत एक चमचा क्रीम आणि दोन शुगर क्यूब्स आणि मिसेस ग्राईम्सला काळी कॉफी. सामानाच्या आवराआवरीवरून ते थोडं एकमेकांशी बोलले. आज रात्री घरी डिनर घेण्याच्या कल्पनेनं तीही मोठ्या उत्साहात होती.

सकाळपासून एकंदरीतच डायनिंग रूममध्ये लोकांचा मूड एकदम उत्साही होता. निकोलस आणि हेन्री वू डायनिंग टेबलाशी बसून आत येणाऱ्या लोकांशी मोठ्या उत्साहानं बोलत होते.

मिसेस ग्राईम्सनं काटे-चमचे घ्यायला हात पुढे केल्याची संधी साधून निकोलसनं

हर्मन ग्राईम्सच्या कॉफीत चटकन चार छोट्या गोळ्या टाकून दिल्या. हे औषध काही घातक नव्हतं. 'मेथर्जाइन' नावाचं ते एक औषध होतं. हॉस्पिटलच्या इमर्जन्सी रूममध्ये अत्यवस्थ, जवळजवळ मरणासन्न झालेल्या रोग्यांमध्ये थोड्या वेळापुरती धुगधुगी आणण्यासाठी ते वापरलं जात होतं. साधारण चार तास हर्मनला त्या औषधाचे दुष्परिणाम भोगावे लागणार होते आणि नंतर तो आपोआपच बरा होणार होता.

रोजच्याप्रमाणे आजही ब्रेकफास्टचा ट्रे घेऊन निकोलस तिच्यापाठोपाठ त्यांच्या रूमकडे तिच्याशी गप्पा मारत चालत गेला. तिनं तोंडभरून त्याचे आभार मानले.

अर्ध्या तासानंतर गोंधळाला सुरुवात झाली. मिसेस ग्राईम्स घाईघाईनं एकदम रूमच्या बाहेर कॉरिडॉरमध्ये आली आणि तिनं पलीकडच्या टोकाला कॉफी पीत, पेपर वाचत बसलेल्या चक्ला घाबऱ्या घाबऱ्या मोठ्यानं हाक मारली. निकोलसनं त्याच्या रूममध्ये ती हाक ऐकली आणि तो धावतच बाहेर आला. हर्मनची तब्येत अचानक बिघडलेली दिसत होती!

गडबड ऐकून लू डेल आणि फिलिप्सही आले. एव्हाना बरेचसे लोक हर्मनच्या रूमबाहेर जमलेले होते. रूमचं दार सताड उघडं होतं आणि लोकांची बरीच लगबग चाललेली होती. भयंकर, जीवघेण्या पोटदुखीनं कळवळत असलेला हर्मन त्यांच्या रूममधल्या बाथरूममध्ये पडलेला होता. मिसेस ग्राईम्स आणि चक् त्याच्यापाशी वाकून उभे होते. धावत जाऊन लू डेलनं ९११ नंबरला फोन केला. निकोलसनं अत्यंत गंभीर, चिंताक्रांत आवाजात हर्मनची छाती दुखत असल्याचं रिकी कोलमनला सांगितलं. कदाचित हा हार्ट ॲटॅकही असेल, आधीही एकदा सहा वर्षांपूर्वी त्याला एक हार्ट ॲटॅक येऊन गेलेला होता.

पुढच्या पाच मिनिटांच्या आत सगळीकडे हर्मनला हार्ट ॲटॅक आल्याची बातमी पसरली.

तेवढ्यात ॲम्ब्युलन्स आणि मदत पथक आलं. मदत पथक एक स्ट्रेचर घेऊन आत आलं. चक्नं लगेच गर्दी जरा हटवली. हर्मनला ताबडतोब ऑक्सिजन लावण्यात आला. मागच्या ॲटॅकच्या वेळीही असंच झालं होतं, मिसेस ग्राईम्स ज्याला त्याला सांगत होती.

लगेच हर्मनला चाकांच्या स्ट्रेचरवर ठेवून ते कॉरिडॉरमधून निघाले. तेवढ्या गोंधळात निकोलसनं बरोबर संधी साधून हर्मनचा कॉफीचा कप फोडला.

सायरनचा आवाज करत ॲम्ब्युलन्स हर्मनला घेऊन भर वेगात निघून गेली. बाकीचे ज्यूरर्स आपापल्या रूममध्ये परत गेले. लू डेलनं फोन करून न्यायमूर्ती हार्किनना हर्मन ग्राईम्स अचानक आजारी पडल्याची बातमी कळवली. इथल्या लोकांच्या म्हणण्याप्रमाणे त्यांना हार्ट ॲटॅक आला असावा, हेही तिनं सांगितलं.

"काय चाललंय काय, सर? या खटल्यातले ज्यूरी तर या ना त्या कारणानं खटल्याच्या कामकाजातून एकामागून एक बाहेर चाललेत. गेली अठरा वर्षं मी इथे काम करतेय, पण असं पूर्वी कधी घडलेलं नव्हतं."

न्यायमूर्तींनी फोनच बंद केला.

तिनं कितीही सांगितलेलं असलं, तरी ती कॉफी घ्यायला आणि पैसे न्यायला बरोबर सातला येईल, अशी त्याची अपेक्षाच नव्हती. त्यामुळे त्यानं छानपैकी पेपर वाचत, रमतगमत ब्रेकफास्ट घेतला. साताचे आठ वाजले. मग तो खिडकीजवळच्या एका टेबलाशी जाऊन बसला. निदान इथून रहदारी तरी बघता येईल.

नऊ वाजता स्वॅन्सननं तिच्या अपार्टमेंटला फोन केला आणि तिच्या त्याच मैत्रिणीशी त्याचं पुन्हा भांडण झालं. नाही, ती इथे नाही. रात्रभर ती इथे आलेलीच नाही. काय माहीत? कदाचित जागाही सोडून गेली असेल!

'अरे, ही मुलगी आहे, हिला कोणी आईबाप आहेत की नाही?' तो स्वत:शीच विचार करत बसला. 'तिच्याकडे कुणाचं लक्ष आहे की नाही? ही अशी गरज पडेल तेवढे जगण्यापुरते आणि ड्रग्जचा पुढचा डोस घेता येण्याइतके पैसे या ना त्या मार्गानं मिळवत वाऱ्यावर भटकतेय, याची कल्पना तरी आहे का हिच्या आईबापांना?'

आणखी करण्यासारखं काहीच नव्हतं, त्यामुळे तो तिची वाट बघत, विचार करत वेळ काढत होता. दहा वाजता त्यानं आणखी टोस्ट आणि कॉफी मागवली. तिथला वेटर मात्र आता त्याच्याकडे संशयानं बघत होता.

न्यूयॉर्क स्टॉक एक्सचेंजमध्ये ज्या काही अफवा उठत होत्या, त्या बहुधा बऱ्यापैकी साधार असाव्यात. त्यामुळे पायनेक्सच्या शेअरनं दिवसाची सुरुवातच मोठी दमदार केली. शुक्रवारी तो त्र्याहत्तर डॉलर्सवर बंद झालेला होता, तो सोमवारी सकाळी सुरुवातीलाच शहात्तरवर गेला आणि पुढच्या पंधरा-वीस मिनिटांत अठ्ठ्याहत्तरवर जाऊन पोचला. बिलॉक्सीतून उत्साहवर्धक बातम्या येत होत्या, पण त्या कोण पाठवतंय हे कोणालाच माहीत नव्हतं. पायनेक्सपाठोपाठ इतर सिगारेट कंपन्यांचे शेअर्सही भराभर वाढत चालले.

जवळजवळ साडेनऊ वाजता न्यायमूर्ती हार्किन कोर्टरूममध्ये आले आणि पहिल्याच दृष्टिक्षेपात त्यांच्या लक्षात आलं की, कोर्टरूममध्ये प्रेक्षकांची तुडुंब गर्दी झालीय. यात अर्थात आश्चर्य वाटण्यासारखं काहीच नव्हतं. नुकतेच ते ऱ्होर आणि केबलशी जोरदार वादावादी करून बाहेर आलेले होते. केबलनं जोरात मागणी केली होती की, आणखी एक ज्यूरर बाहेर पडला असल्यामुळे खटला 'मिसट्रायल' म्हणून

जाहीर करण्यात यावा. पण हार्किननी भरपूर अभ्यास केलेला होता. त्यांनी एका जुन्या खटल्याचं उदाहरण देऊन केबलची मागणी फेटाळून लावली होती. त्या खटल्याच्या वेळी फक्त अकरा ज्यूरर्स शिल्लक राहिले होते. खरं म्हणजे नऊ मतांची आवश्यकता होती, पण त्यापेक्षा या खटल्यात कमी मतं पडूनही सुप्रीम कोर्टानं त्या ज्यूरीचा निकाल ग्राह्य धरला होता.

जे लोक या खटल्यावर नजर ठेवून होते, त्यांच्यामध्ये हर्मन ग्राईम्सच्या हार्ट ॲटॅकची बातमी चटकन पसरली. हेही अपेक्षित होतं. बचाव पक्षानं नेमलेल्या ज्यूरी तज्ज्ञांनी लगेच ही गोष्ट बचाव पक्षाच्या दृष्टीनं चांगलीच फायदेशीर असल्याचं म्हटलं, कारण त्यांच्या मते हर्मन हा निश्चितपणे फिर्यादीच्या बाजूनं कल असलेला ज्यूरर होता. याउलट ऱ्होरच्या ज्यूरी तज्ज्ञांनी सांगितलं की, बचाव पक्षाला हा मोठाच धक्का आहे, कारण हर्मनचा कल सुरुवातीपासूनच बचाव पक्षाकडे होता. शाईन रॉईसच्या समावेशाचं स्वागत दोन्ही बाजूंच्या ज्यूरी तज्ज्ञांनी केलं, पण असं का, याचं योग्य समर्थन करताना मात्र सगळ्यांनाच प्रयास पडले.

फिच तर पार सुन्न होऊन बसलेला होता. एखाद्या माणसाला असा कृत्रिम हार्ट ॲटॅक तुम्ही कसा काय आणू शकता? एका अंध माणसावर विषप्रयोग करण्याइतकी मार्ली निर्दय आहे की काय? म्हणजे ती आपल्या बाजूला आहे हे नशीबच म्हणायचं!

तेवढ्यात दार उघडलं. सगळे ज्यूरर्स एका रांगेनं आत आले. यात चुकून हर्मन कुठे दिसत नाही ना, प्रत्येकजण नीट डोळे उघडून बघत होता. पण त्याची खुर्ची रिकामीच राहिली.

सुरुवातीलाच न्यायमूर्तींनी सांगून टाकलं की, हॉस्पिटलमधल्या डॉक्टरशी आपण बोललो आहोत आणि मि. ग्राईम्स औषधोपचारांना उत्तम प्रतिसाद देतायत, त्यामुळे आपल्याला वाटलं होतं तेवढा त्याचा आजार कदाचित गंभीर नसावा. सगळ्या ज्यूरर मंडळींनी, त्यातही विशेषतः निकोलसनं मोठा सुटकेचा निःश्वास सोडला. आता शाईन रॉईस पाच नंबरचा ज्यूरर झाला आणि त्यानं हर्मनची नेहमीची, फिलिप सॅव्हेल आणि एंजल वीझ या दोघांच्या मधली जागा घेतली.

त्याला आपल्या चेहऱ्याचं हास्य लपवू म्हटलं तरी लपवता येत नव्हतं.

सगळं काही स्थिरस्थावर झालं, तेव्हा न्यायमूर्ती हार्किननी ऱ्होरला त्याचं समारोपाचं भाषण करायला पाचारण केलं. आपला आवडता भडक रंगाचा कोट, स्टार्च केलेला पांढरा शुभ्र शर्ट आणि एक सुंदर बो टाय घातलेल्या ऱ्होरनं सुरुवातीलाच खटला फार रेंगाळल्याबद्दल ज्यूरर्सची माफी मागितली आणि आतापर्यंत केलेल्या उत्तम कामगिरीबद्दल त्यांचे आभारही मानून टाकले. एवढ्या सगळ्या औपचारिकता पार पाडल्यावर त्यानं सुरुवात केली. ''आत्तापर्यंत उत्पादित केलेल्या सगळ्या ग्राहकोपयोगी उत्पादनांमधील सगळ्यात घातक वस्तू. सिगारेट. ही जी

वस्तू आहे, ती दर वर्षी एकट्या अमेरिकेत चार लाख माणसांचे जीव घेते. बेकायदेशीरपणे चोरटी आयात केलेल्या अमली पदार्थांना जेवढी माणसं बळी पडतात, त्याच्या दहा पट निरपराध जीव या एका वस्तूमुळे जातात. दुसरी कुठलीही वस्तू याच्या जवळपासही येऊ शकत नाही.''

त्यानंतर त्यानं डॉक्टर फ्रिक, ब्रॉन्स्की आणि किलवॅन या तिघांच्या साक्षींमधले महत्त्वाचे मुद्देच फक्त सांगितले आणि तेही फारसं खोलात न शिरता. त्यानं मग ज्यूरर्स मंडळींना, सिगारेट उद्योगात दीर्घ काळ काम केलेल्या आणि त्यातली सगळी घाणेरडी गुपितं माहिती असलेल्या लॉरेन्स क्रिग्लरची आठवण करून दिली. वीस वर्षं सिगारेटची तरफदारी केलेल्या आणि नंतर संपूर्णपणे भ्रमनिरास होऊन त्यातून बाहेर पडलेल्या, प्रचंड धूम्रपानामुळे आवाज कायमचा गमावून बसलेल्या रॉबिलिओबद्दल बोलण्यात त्यानं दहा मिनिटं खर्च केली.

अल्पवयीन मुलांच्या मुद्द्यावर आल्यानंतर मात्र त्याच्या बोलण्याला खरा जोर चढला. सिगारेट उद्योगाला जर स्वत:चं अस्तित्व टिकवायचं असेल, तर त्यासाठी किशोरवयीन मुलांना सिगारेटचं व्यसन लावलंच पाहिजे, पुढची पिढीही आपली उत्पादनं घेत राहील अशी व्यवस्था केलीच पाहिजे. ज्यूरीतल्या सभ्य स्त्री-पुरुषहो, तुम्हीच मला सांगा, तुमच्यापैकी जे कुणी सिगारेट ओढत असतील, त्यांनी वयाच्या कितव्या वर्षी सिगारेट ओढायला सुरुवात केली? प्रत्येक ज्यूररला हे ऐकून त्या दिवशी ज्यूरी रूममध्ये त्यांच्यात झालेल्या चर्चेची आठवण झाल्यावाचून राहिली नाही– किंबहुना, हा काय त्या दिवशीची चर्चा ऐकत होता की काय, अशी शंकाही अनेकांच्या मनाला चाटून गेली.

दररोज तीन हजार किशोरवयीन, अजाण मुलं सिगारेटच्या आहारी जात असतात आणि त्यांपैकी एक तृतीयांश मुलं पुढे कधी तरी सिगारेटमुळेच मरणार असतात. आता आणखी काय बोलू मी? आता या प्रचंड श्रीमंत सिगारेट उत्पादक कंपन्यांनी त्यांच्या उत्पादनांच्या पाठीमागे खंबीरपणे उभं राहण्याची वेळ आलीय, असं नाही वाटत तुम्हाला? त्यांना गदागदा हलवून, निदान लहान मुलांना तरी यात ओढू नका असं सांगण्याची वेळ आलीय, असं नाही वाटत? त्यांच्या उत्पादनांमुळे होत असलेल्या भयंकर नुकसानीची भरपाई त्यांच्याकडून वसूल करण्याची वेळ आलीय, असं नाही वाटत?

निकोटिनच्या आणि निकोटिनचं व्यसन लागत नसल्याच्या सिगारेट कंपन्यांच्या निर्लज्ज दाव्याच्या मुद्द्यावर तो आल्यावर त्याच्या शब्दांना आणखी धार चढली. मारीजुआना किंवा कोकेनच्या व्यसनाच्या विळख्यातून सुटलेले लोकसुद्धा सांगतात की, मारीजुआना आणि कोकेनची व्यसनं सोडणं हे निकोटिनपेक्षा किती तरी सोपं असतं. जँकलच्या साक्षीबद्दल आणि त्याच्या त्या हास्यास्पद 'दुरूपयोग' या शब्दाबद्दल

बोलताना तर ऱ्होरचे शब्द म्हणजे जळते निखारे वाटत होते.

नंतर तो फक्त दोन क्षण थांबला आणि नंतर जेव्हा त्यानं बोलायला सुरुवात केली, तेव्हा मघाचा ऱ्होर तो हाच का, अशी शंका यावी, इतका त्याचा आवाज आणि भाषा बदललेली होती. त्यानं मिसेस सेलेस्ट वुडबद्दल बोलायला सुरुवात केली. एक आदर्श पत्नी, आदर्श माता. सिगारेट उद्योगामुळे जवळजवळ खलास झालेली एक तुमच्या-आमच्यासारखी सामान्य स्त्री. तिच्या पतीबद्दल, जेकब वुडबद्दलही तो अत्यंत सहानुभूतीनं, मऊ आवाजात बोलला. 'ब्रिस्टल' सिगारेटचं व्यसन – पायनेक्सचा सगळ्यात लोकप्रिय ब्रँड– सोडण्याचा बिचाऱ्यानं वीस वर्षं प्रयत्न केला आणि त्यातच मेला बिचारा. बायकामुलांना, नातवंडांना मागे ठेवून निघून गेला. तेही केवळ एकावन्नाव्या वर्षी. का, तर तो एक संपूर्णपणे कायदेशीर पद्धतीनं बनवलेली वस्तू वापरत होता आणि ती ज्या पद्धतीनं वापरावी असं म्हटलेलं आहे, त्याच पद्धतीनं वापरत होता.

स्टँडवर लावलेल्या पांढऱ्या फळ्याजवळ तो गेला आणि त्यानं फळ्यावर भराभर आकडेमोड केली. समजा, जेकब वुडच्या जीवनाचं पैशात मूल्य दहा लाख डॉलर्स आहे. त्यात त्यानं काही नुकसानभरपाईचे आकडे मिळवले आणि बेरीज वीस लाख झाली. ही प्रत्यक्ष झालेल्या नुकसानीची भरपाई आहे. वुडच्या मृत्यूमुळे त्याच्या बायकामुलांच्या झालेल्या प्रत्यक्ष नुकसानीचा हा आकडा आहे.

पण आपला हा खटला एवढ्यावर थांबत नाही. ऱ्होरनं इथे दंडात्मक नुकसानभरपाई म्हणजे काय, या संकल्पनेचा उपयोग मोठमोठ्या उद्योगांनी ताळतंत्र सोडू न देण्याच्या कामी कसा होतो, यावर एक छोटंसं पण मुद्देसूद भाषणच दिलं. ऐंशी कोटी डॉलर्स ज्या कंपनीकडे रोख स्वरूपात आहेत, त्या कंपनीला कशा प्रकारे शिक्षा करायची?

काही नाही, त्या कंपनीला गदागदा हलवून जागं करायचं.

कायद्यानं ऱ्होरला दंडात्मक नुकसानभरपाईची एखादी विवक्षित रक्कम सुचवायला मुभा होती, पण त्यानं तसं करण्याचं टाळलं. त्यानं फक्त फळ्यावर मोठ्या ठळक अक्षरात '८० कोटी डॉलर्स' एवढं लिहिलं आणि जागेवर परत येऊन उरलेलं भाषण पूर्ण केलं. ज्यूरींचे पुन्हा एकदा आभार मानून तो खाली बसला. अठ्ठेचाळीस मिनिटं.

न्यायमूर्तींनी दहा मिनिटांची सुट्टी जाहीर केली.

सांगितलेल्या वेळेपेक्षा ती चांगली चार तास उशिरा आलेली होती, तरीसुद्धा तिला बघितल्यावर स्वॅन्सनला तिला अत्यानंदानं मिठी मारावीशी वाटत होती. त्यानं अर्थातच तसं केलं नाही, त्याचं एक कारण असं होतं की, तिच्यापासून आपल्याला कसल्या कसल्या रोगांची लागण होईल अशी त्याला धास्ती होती. आणि दुसरं कारण म्हणजे तिच्याबरोबर एक कळकटलेला, संपूर्णपणे काळे कपडे घातलेला,

हनुवटीवर अस्वच्छ दिसणारी दाढी ठेवलेला तरुण आलेला होता. त्याच्या कपाळावर त्यानं आपलं 'जेड' हे नाव ठळक अक्षरात गोंदवून घेतलेलं होतं आणि कानांमध्ये जिथे जागा मिळेल तिथे तऱ्हेतऱ्हेच्या रिंग्ज घातलेल्या होत्या.

एक शब्दही न बोलता जेडनं एक खुर्ची ओढली आणि एखाद्या डॉबरमन कुत्र्यासारखा तो तिच्या राखणीला बसला.

बीव्हरलीनं बहुधा बराच मार खाल्लेला असावा. तिच्या खालच्या ओठावर एक जखम होती आणि त्याला चांगली सूज आलेली होती. गालावरही एक वळ होता, खरचटलेलं होतं, ती खूण तिनं मेकअपच्या आड दडवण्याचा एक निष्फळ प्रयत्न केलेला होता. तिच्या उजव्या डोळ्याचा कोपराही सुजलेला होता. तिच्या संपूर्ण अंगाला हलक्या दर्जाच्या बर्बनचा आणि अफूच्या धुराचा एक संमिश्र दर्प येत होता. आताही ती बऱ्यापैकी झिंगलेली होती.

स्वॅन्सनला त्या जेडची इतकी तिडीक आलेली होती की, तो आणखी थोडा जरी चिडला असता तरी त्यानं जेडला सहज पालथा पाडून त्याच्या कानांमधल्या रिंग्ज उपटून काढल्या असत्या.

"तू पैसे आणलेस?" जेडकडे एक कटाक्ष टाकत तिनं विचारलं. जेड थंडपणे स्वॅन्सनकडे बघत होता. आता हे पैसे कुठे जाणार हे समजायला काही कोणा ज्योतिषाची गरज नव्हती.

"हो, मला आधी क्लेअरची माहिती सांग."

"नाही. आधी मला पैसे दाखव."

स्वॅन्सननं खिशातून एक कागदाचं पाकीट काढलं आणि नोटा जेमतेम दिसतील इतपत उघडून दाखवलं. "चार हजार आहेत. आता बोल पटकन." जेडकडे रोखून बघत त्यानं म्हटलं.

बीव्हरलीनं जेडकडे बघितलं. जेडनं तिच्याकडे बघून किंचित मान डोलावली. "सांगून टाक."

"तिचं खरं नाव आहे गॅब्रिएल ब्रँट. ती मूळची मिसुरी राज्यातल्या कोलंबिया शहरातली होती. तिथेच तिनं कॉलेजचं शिक्षण घेतलं आणि तिथल्याच युनिव्हर्सिटीत तिची आई मध्ययुगीन इतिहासाची प्रोफेसर होती. बस, मला एवढीच माहिती आहे."

"आणि तिचे वडील?"

"ते बहुतेक जिवंत नसावेत."

"ओके. आणखी काही?"

"काही नाही. ते पैसे आण इकडे."

पाकीट टेबलावरून तिच्याकडे सरकवत स्वॅन्सन ताबडतोब उठला. "थँक्स." एवढंच बोलून तो झपाट्यानं बाहेर निघून गेला.

पस्तीस वर्षं जो माणूस स्वत:च्या इच्छेनं सिगारेट ओढून मेला, त्याच्या बायकापोरांना प्रचंड नुकसानभरपाई देण्याच्या हास्यास्पद कल्पनेचे अत्यंत कौशल्यपूर्ण पद्धतीनं वाभाडे काढायला डरवुड केबलला अर्ध्या तासापेक्षा किंचित जास्त वेळ लागला. ''हा खटला म्हणजे उघडच्यानागड्या लोभीपणाचं प्रदर्शन आहे,'' त्यानं म्हटलं. ''आणि मला सगळ्यात वाईट याचं वाटतं की, फिर्यादी पक्षानं जेकब वुड आणि त्याची व्यसनं, या मूळ मुद्द्याला बगल देऊन या खटल्याला लहान मुलांच्या धूम्रपानावरच्या भावनाप्रधान चर्चेचं स्वरूप दिलं. सध्या सिगारेटची जाहिरातबाजी कशी होत आहे, याच्याशी जेकब वुडचा संबंधच काय? मि. वुडनं जाहिरातींमुळे प्रेरित होऊन सिगारेट ओढायला सुरुवात केली, ही गोष्ट सिद्ध करायला काडीचाही पुरावा नाही. मि. वुडनं सिगारेट ओढायला सुरुवात केली, कारण तशी त्याची इच्छा होती.

''या वादामध्ये मुलांना आणण्याचं कारण काय? तर भावना. मुलांना कसला तरी धोका आहे, मुलांना कशानं तरी इजा पोचतेय म्हटलं की, लगेच आपण सगळे भडकतो. आणि फिर्यादी पक्षाच्या लोकांनी हेच केलं. फिर्यादींना एक मोठं घबाड मिळवून दिलं पाहिजे, ही गोष्ट तुम्हा ज्यूरर मंडळींना पटवून देण्याआधी फिर्यादी पक्षाच्या वकिलांनी तुमच्या भावना भडकवल्या.''

अतिशय कौशल्यानं केबलनं ज्यूरींच्या न्यायबुद्धीला आवाहन केलं. सत्य काय आहे ते बघा, भावनेच्या आहारी जाऊन निर्णय देऊ नका.

सगळे ज्यूरी त्याचा प्रत्येक शब्द कान देऊन ऐकत होते. एवढं आवाहन करून केबल जागेवर जाऊन बसला.

त्याचे आभार मानून न्यायमूर्ती ज्यूरींकडे वळले. ''ज्यूरीतल्या सभ्य स्त्री-पुरुषहो, ही केस आता तुमची आहे. माझ्या मते तुम्ही मि. ग्राईम्सच्या जागी नवीन फोरमनची निवड करावी. मि. ग्राईम्सची तब्येत आता पुष्कळच सुधारली आहे. मघाच्या सुट्टीत मी मिसेस ग्राईम्सशी बोललो. ते लवकरच पूर्ण बरे होतील, असं त्यांनी सांगितलं. तुम्हाला जर माझ्याशी चर्चा करावीशी वाटली, तर तुम्ही केव्हाही मॅडम क्लार्कशी संपर्क साधू शकता. तुमच्यासाठी असलेल्या इतर सूचना तुम्हाला ज्यूरी रूममध्ये मिळतील. गुड लक.''

त्यांचं बोलणं संपत आलेलं असताना निकोलसनं हळूच वळून प्रेक्षकांमध्ये बसलेल्या रॅन्किन फिचच्या नजरेशी नजर भिडवली आणि किंचित मान डोलावली. आता सारं काही माझ्या हातात आहे. फिचनंही हळूच मान डोलावली. लगेच निकोलस बाकीच्या ज्यूरर लोकांबरोबर उठून उभा राहिला.

दुपारचे जवळजवळ बारा वाजत आलेले होते. कोर्टाला आता न्यायमूर्तींनी सांगेपर्यंत सुट्टी होती. त्यामुळे ज्यूरींचा निकाल पूर्ण होईपर्यंत लोकांना कोर्टरूमच्या बाहेर जाऊन यायला परवानगी होती. त्यामुळे वॉल स्ट्रीटमधून आलेली सगळी

अर्थतज्ज्ञ मंडळी घाईघाईनं आपापल्या ऑफिसात फोन करायला निघून गेली. चारही कंपन्यांचे सीईओ आपापल्या अधिकारीवर्गाबरोबर बाहेर गेले.

फिचही लगेच बाहेर पडून त्याच्या ऑफिसात गेला. तो आत शिरला, तेव्हा कॉन्रॅड तिथल्या फोन्सपाशीच घुटमळत होता. ''तिचा फोन आहे.'' त्यानं घाईघाईनं म्हटलं. ''कुठल्या तरी पे-फोनवरून बोलतेय.'' फिच आणखी झपाट्यानं चालत आपल्या ऑफिसमध्ये गेला आणि झटकन त्यानं फोन उचलला ''हॅलो.''

''फिच, तुला ट्रान्स्फरच्या नवीन सूचना पाठवतेय मी. हा कॉल होल्डवर ठेव आणि तुझ्या फॅक्सकडे जा.'' फिचनं त्याच्या स्वत:च्या फॅक्स मशीनकडे बघितलं. त्यातून एक कागद डोकं वर काढत होता.

''माझं मशीन इथेच आहे.'' त्यानं म्हटलं, ''पण आता नवीन सूचना कशाला पाठवतेयस?''

''बोलण्यात वेळ घालवू नकोस, फिच. फक्त मी सांगतेय तेवढं कर आणि ताबडतोब कर.''

फिचनं चटकन ते पान मशीनवरून काढून घेतलं आणि हातानं लिहिलेला तो संदेश वाचायला सुरुवात केली. पैसे या क्षणी पनामा सिटीमधल्या बँको ॲटलांटिकोकडे जाण्याच्या मार्गावर होते. तिनं कागदावर ट्रान्स्फरच्या सूचना, अकाउंटचे नंबर वगैरे दिलेले होते.

''तुला वीस मिनिटं वेळ आहे, फिच. ज्यूरींचं आत्ता लंच चाललंय. साडेबारापर्यंत जर माझ्या हातात पैसे ट्रान्स्फर झाल्याचं कन्फर्मेशन आलं नाही, तर आपला करार मोडला असं समज. लगेच तिकडे निकोलस सगळं उलट्या बाजूला फिरवेल. त्याच्याकडे सेलफोन आहे आणि तो माझ्या फोनची वाट बघतोय.''

''मला साडेबाराला परत फोन कर.'' फिचनं फोन ठेवून दिला. त्यानं कॉन्रॅडला आतमध्ये एकही कॉल द्यायला साफ मनाई केली. त्यानंतर त्यानं वॉशिंग्टनमधल्या त्याच्या पैसे ट्रान्स्फर करण्याच्या व्यवहारातल्या तज्ज्ञाला तिचा संदेश ताबडतोब जसाच्या तसा पाठवून दिला आणि त्या तज्ज्ञानं लगेच नेदरलंड्स ॲन्टिल्समधल्या हॅन्वा बँकेला पैसे ट्रान्स्फर करण्याच्या योग्य त्या सूचना पाठवल्या. हॅन्वा बँकेला या सूचनांची सकाळपासून प्रतीक्षा होतीच. तशी कल्पना बँकेला आधीच देऊन ठेवलेली होती. त्यामुळे दहाच मिनिटांत पैसे फिचच्या अकाऊंटमधून निघाले आणि कॅरिबिअन समुद्रापार पनामा सिटीत जाऊन पोचले. हॅन्वा बँकेनं फिचला हा व्यवहार झाल्याचं कन्फर्मेशन फॅक्सनं पाठवलं. फिचकडे मार्लीचा नंबर नव्हता, नाही तर त्यानंही ते कन्फर्मेशन तिला फॅक्सवर पाठवून दिलं असतं.

बारा वाजून वीस मिनिटांनी मार्लीनं पनामामधल्या तिच्या बँकेत फोन केला. त्याही बँकेनं तिला एक कोटी डॉलर्स आल्याचं सांगितलं.

फिचच्या ऑफिसपासून पाच मैलांवर मार्ली एक मोटेलच्या रूममध्ये होती आणि ती तिच्याकडच्या एका पोर्टेबल फॅक्स मशीनच्या साहाय्यानं काम करत होती. ती पाच मिनिटं थांबली आणि नंतर तिनं पनामामधल्या बँकेला ते पैसे केमन बेटांवरच्या एका बँकेला पाठवण्याच्या सूचना दिल्या. सगळे पैसे तिकडे पाठवा आणि नंतर माझं बँकेतलं अकाऊंट बंद करा, असंही तिनं कळवलं.

निकोलसचा फोन तिला बरोबर साडेबारा वाजता आला. तो पुरुषांच्या टॉयलेटमधून फोन करत होता. त्यांचं लंच झालं होतं आणि आता विचारविनिमय आणि चर्चेला सुरुवात करायची वेळ झालेली होती. मार्लीनं त्याला पैसे आले आहेत, ते सुरक्षित आहेत असं सांगून आपण आता निघत असल्याचं कळवलं.

जवळजवळ एक वाजेपर्यंत फिच तिच्या फोनची वाट बघत होता. तेवढ्यात तिचा फोन आलाच. ती दुसऱ्याच एका पे-फोनवरून बोलत होती. ''पैसे मिळाले, फिच.''

''ग्रेट. चल, लंचला भेटतेस?''

''नको. परत केव्हा तरी.''

''ओके. आता हा निकाल कधी कळेल?''

''संध्याकाळच्या सुमाराला. फिच, तू चिंता करत नाहीस ना?''

''मी? कधीच नाही.''

''स्वस्थ बसून रहा. एकमतानं निर्णय होईल, बघ. कसं वाटतंय ऐकताना?''

''गोड गाणं ऐकल्यासारखं वाटतंय. पण त्या बिचाऱ्या हर्मनला कशाला बाहेर काढलंत तुम्ही?''

''काय? कशाबद्दल बोलतोयस तू?''

''तेही खरंच. मग जिंकल्याचं सेलिब्रेशन कधी करू या?''

''मी नंतर फोन करेन तुला.''

भाड्यानं घेतलेल्या एका गाडीत बसून ती निघाली. पण गाडीच्या रिअर व्ह्यू मिररवर तिची अगदी बारीक नजर होती. तिची दुसरी, नेहमीच्या वापरातली भाड्याची गाडी तिच्या अपार्टमेंटमोर तशीच उभी होती. तिच्या गाडीच्या मागच्या सीटवर तिच्या दोन कपड्यांच्या बॅगा आणि ते पोर्टेबल फॅक्स मशीन, एवढ्याच गोष्टी होत्या. अपार्टमेंटमधलं फर्निचर विकून टाकण्याची तिनं आधीच व्यवस्था केलेली होती.

थोडा वेळ आडरस्त्यांवरून वाकडी-तिकडी गाडी फिरवून तिनं आपला कोणी पाठलाग करत नसल्याची खात्री करून घेतली आणि मग ती गल्फपोर्ट विमानतळावर आली. एक लहानसं लिअर जेट विमान तिच्या प्रतीक्षेत आधीच तिथे उभं होतं. दोन्ही बॅगा तिनं गाडीतून बाहेर काढल्या, पोर्टेबल फॅक्स मशीन बाहेर काढलं आणि चाव्या आतच ठेवून गाडीचे दरवाजे बंद केले.

स्वॅन्सननं फिचला एकदा फोन केला, पण फोन लागला नाही. कान्सास सिटीतल्या आपल्या माणसाला त्यानं फोन केला आणि ताबडतोब तिघाजणांना कोलंबियाला पाठवायची व्यवस्था केली. आणखी दोन माणसांनी भराभर फोन करून तपासाला सुरुवात केली. मिसुरी युनिव्हर्सिटी, मध्ययुगीन इतिहास विभाग, अशा सगळीकडे फोन करून त्यांनी कोणी माहिती देऊ शकणारी व्यक्ती मिळते का, ते बघायला प्रारंभ केला. कोलंबियाच्या डिरेक्टरीत ब्रँट नावाच्या सहा व्यक्ती होत्या. सगळ्यांना त्यांनी पुन्हा पुन्हा फोन केले, पण गॅब्रिएल ब्रँट नावाच्या मुलीला आपण ओळखत असल्याचं त्यांच्यापैकी एकानंही म्हटलं नाही.

दुपारी एकनंतर थोड्याच वेळात स्वॅन्सनला एकदाचा फिचचा फोन लागला. त्यानं फिचला आपण मिसुरीला जायला निघत असल्याचं सांगितलं.

३९

लंच झाल्यावर टेबलावरच्या सगळ्या डिशेस उचलून नेऊन ते साफ करण्यात आल्यावर आणि धूम्रपान करणारे सगळे ज्यूरर्स परत ज्यूरी रूममध्ये आल्यावर मात्र प्रत्येकाला जाणीव झाली की, गेला महिनाभर ज्या गोष्टीची ते वाट बघत होते, ती करण्याची वेळ आता आलीय. आपापल्या जागी बसल्यावर आपोआपच त्यांची नजर टेबलाशी टोकाला असलेल्या हर्मनच्या रिकाम्या खुर्चीकडे गेली.

"मला वाटतं, आता आपल्याला नवा फोरमन निवडायला हवा." जेरीनं म्हटलं.

"आणि माझ्या मते निकोलसनंच आपला फोरमन व्हावं." मिलीनं चटकन आपलं मत सांगून टाकलं.

खरं म्हणजे आता नवीन फोरमन कोण होणार, याबद्दल कोणाच्याच मनात काही शंका नव्हती. एकतर फोरमन होण्याची कुणाला इच्छाही नव्हती आणि निकोलसला तर जवळजवळ वकिलांइतकीच खटल्याची इत्थंभूत माहिती होती. त्यामुळे आवाजी मतदान घेऊन त्याची फोरमन म्हणून औपचारिकपणे निवड करण्यात आली. निवड अर्थातच एकमतानं झाली.

निकोलस हर्मनच्या खुर्चीशी जाऊन उभा राहिला आणि त्यानं न्यायमूर्ती हार्किननी दिलेल्या सूचनांचा एक आढावा घेतला. "त्यांनी म्हटलंय की, मतदान सुरू करण्याआधी आपण सगळ्या साक्षींचा आणि पुराव्यांचा आणि कागदपत्रांचा काळजीपूर्वक विचार करावा." त्यानं डावीकडे मान वळवून कोपऱ्यात एका टेबलावर व्यवस्थितपणे ठेवलेल्या, गेल्या महिन्याभरात जमलेल्या हर तऱ्हेच्या रिपोर्ट्सच्या आणि संशोधनांच्या गठ्ठ्यांकडे बघितलं.

"बापरे! एवढे सगळे कागदपत्र वाचत तीन दिवस कोण इथे घालवणार?"

लॉनीनं म्हटलं, ''माझी तर आत्तासुद्धा मतदान करायची तयारी आहे.''

''अशी घाई करून उपयोग नाही.'' निकोलसनं म्हटलं, ''ही केस अत्यंत गुंतागुंतीची आहे, फार महत्त्वाची आहे. त्यामुळे सगळ्या बाजूंनी नीट विचार न करता घाईघाईनं निकाल देणं फार चुकीचं होईल.''

''मी म्हणतो आपण लगेच मतदान करू या.'' लॉनीनं म्हटलं.

''आणि मी म्हणतो, आपण न्यायमूर्तींनी जसं सांगितलंय, तसं करू. हवं तर आपण त्यांना इथे बोलावून त्यांच्याशी चर्चा करू.''

''म्हणजे आपण एवढे सगळे कागदपत्र वाचायचे?'' पूडलनं म्हटलं. ती धड रोजचं वर्तमानपत्रसुद्धा वाचत नसे.

''त्यापेक्षा आपण असं करू या.'' निकोलसनं म्हटलं. ''आपण प्रत्येकजण एकेक रिपोर्ट वाटून घेऊ, तो वरवर वाचून काढू आणि त्यातल्या महत्त्वाच्या गोष्टी लिहून घेऊन बाकी सगळ्यांना सांगू. म्हणजे मग आपण हे सगळे रिपोर्ट वाचले आहेत असं आपण न्यायमूर्तींना बेधडकपणे सांगू तरी शकू.''

''त्यांना हे समजून घेण्याची इच्छा असेल असं वाटतं तुला?'' रिकी कोलमननं विचारलं.

''माझ्या मते तरी या प्रश्नाचं उत्तर 'हो' असंच आहे. आपण आपला निकाल हा आपण ऐकलेल्या साक्षी आणि सादर झालेले पुरावे यांच्या आधारेच दिला पाहिजे. निदान आपण त्यांच्या सूचना पाळण्याचा प्रयत्न तरी करायलाच हवा.''

''बरोबर.'' मिलीनं म्हटलं, ''हे बघा, आपल्याला सगळ्यांनाच घरी जायचंय, पण आपल्यासमोर आलेल्या सगळ्या साक्षीपुराव्यांचा नीट विचार केला पाहिजे, हेही आपलं कर्तव्यच आहे.''

एवढं बोलल्यावर उरलासुरला विरोधही मावळला. मिलीनं हेन्री वूच्या मदतीनं ते सगळे रिपोर्ट टेबलच्या मध्यभागी आणून ठेवले. एक एक करत सगळ्यांनी एकेक रिपोर्ट उचलून घेतला.

''फार खोलात शिरायचं कारण नाही, फक्त वरवर चाळून काढा.'' निकोलसनं एखाद्या शाळामास्तरच्या थाटात सूचना दिली. त्यानं त्यातला सगळ्यात जाडजूड रिपोर्ट स्वत:साठी निवडला. सिगारेटच्या धुराचे श्वसनसंस्थेवर जे परिणाम होतात, त्यांच्यावर डॉक्टर मिल्टन फ्रिकनं केलेल्या संशोधनाचा तो रिपोर्ट होता. आपण जणू काही तरी नवीनच वाचत असल्यासारखा निकोलसनं तो रिपोर्ट वाचायला सुरुवात केली.

कुणी सांगावं, कदाचित ज्यूरी चटकन निकाल जाहीर करतील, या आशेनं कोर्टरूममध्ये अजूनही काही उत्साही मंडळी रेंगाळत होती. त्यांचा अनुभवही असाच होता. हे अनेकदा होत होतं. ज्यूरींना ज्यूरी रूममध्ये पाठवा, त्यांना लंच खायला

घाला, लगेच मतदान करायला सांगा, की झाला निकाल जाहीर. अनेकदा ज्यूरींनी पहिली साक्ष ऐकण्याआधीच आपली मतं पक्की केली असल्याचीही उदाहरणं होती.

पण इथे तसं होणार नव्हतं.

ताशी पाचशे मैल वेगानं, एकेचाळीस हजार फूट उंचीवरून त्या लिअरजेट विमानानं बिलॉक्सी ते जॉर्ज टाऊन, ग्रँड केमन हे अंतर दीड तासात पार केलं. एक नवा कॅनेडियन पासपोर्ट दाखवून मार्ली कस्टम्समधून बाहेर पडली. पासपोर्ट लेन मॅकरोलंड नावाच्या एका तरुण स्त्रीच्या नावानं होता. टोरंटोहून ही तरुण पोरगी आठवडाभर मौजमजा करायला आलेली होती. केमनच्या कायद्यानुसार तिच्याकडे परतीच्या प्रवासाचंही तिकीट होतं. सहा दिवसांनी जाणाऱ्या डेल्टाच्या विमानात तिचं बुकिंग होतं. ती मायामीला जाणार होती. केमनवासी लोक पर्यटकांचं अगदी मनापासून स्वागत करत होते, पण नव्यानं तिथे राहायला येऊन कोणी तिथलं नागरिकत्व पत्करलेलं मात्र त्यांना बहुधा तितकंसं पसंत नव्हतं.

पासपोर्टबरोबरच तिनं बाकीच्या कागदपत्रांचाही एक सेट मॉंट्रिअलमधल्या बनावट कागदपत्र तयार करणाऱ्या एका प्रसिद्ध माणसाकडून तयार करवून घेतला होता. पासपोर्ट, ड्रायव्हिंग लायसन्स, जन्माचा दाखला आणि मतदार नोंदणी झाल्याचं कार्ड. एकंदर खर्च तीन हजार डॉलर्स.

कॅब करून ती जॉर्ज टाऊनमध्ये गेली. लगेचच तिनं तिची बँकही शोधून काढली – रॉयल स्विस ट्रस्ट. किनाऱ्यापासून थोडंसं आत असलेल्या एक भव्य, जुन्या इमारतीत ही बँक होती. ग्रँड केमनला ती पूर्वी कधीच आलेली नव्हती, पण ग्रँड केमनच्या नकाशाचा दोन महिने बारकाईनं अभ्यास केल्यावर तिला प्रत्यक्ष आल्यावर फारसं नावीन्यही जाणवत नव्हतं. तिच्या इथल्या सगळ्या आर्थिक व्यवहारांची फॅक्सवरून उत्तम व्यवस्था लागलेली होती.

इथली हवा छानपैकी उष्ण, जड आणि दमट होती, पण तिचं तिकडे लक्षच नव्हतं. ती इथे आलेली होती ती किनाऱ्यावर उन्हात पडून राहण्यासाठी नव्हे. जॉर्ज टाऊनमध्ये आणि न्यूयॉर्कमध्ये दुपारचे तीन वाजलेले होते, तर मिसिसिपीत दुपारचे दोन वाजलेले होते.

रिसेप्शनिस्टनं तिचं स्वागत करून तिला एका छोट्या ऑफिसमध्ये नेलं आणि तिला एक फॉर्म भरायला दिला. हा फॉर्म फॅक्सवरून पाठवणं शक्य नव्हतं. थोड्याच वेळात तिथे एक तरुण आला. आपलं नाव त्यानं 'मार्कस' असं सांगितलं. फोनवरून ते अनेकदा बोललेले होते, पण प्रत्यक्षात प्रथमच भेटत होते. खास युरोपियन दिसणारा हा तरुण दिसायला छान, सडसडीत होता आणि त्यानं घातलेला काळपट करडा सूटही मोठा सुरेख होता. त्याचं इंग्लिश उत्तम होतं आणि बोलण्यात

किंचितसा जर्मन हेल जाणवत होता.

तुमचे पैसे आलेत, त्यानं सांगितलं. मार्लीनंही शक्य तेवढा चेहरा निर्विकार ठेवण्याचा प्रयत्न करत ही सुवार्ता ऐकून घेतली. पण ते तिला जरा जडच गेलं. सगळे कागदपत्र व्यवस्थित असल्याचंही त्यानं सांगितलं. त्याच्याबरोबर ती वरच्या मजल्यावर त्याच्या ऑफिसमध्ये गेली. ग्रँड केमनमधल्या इतर बँकांप्रमाणेच मार्कसचा नेमका हुद्दा जरा अस्पष्टच होता, पण तो कुठल्याशा विभागाचा व्हाईस प्रेसिडेंट होता आणि त्याच्याकडे पोर्टफोलिओ मॅनेजमेंटचं काम होतं.

एका सेक्रेटरीनं कॉफी आणून ठेवली. मार्कसनं दोन सँडविचेस मागवली.

''पायनेक्सचा भाव आत्ता एकोणऐंशी आहे, दिवसभर तो असाच चांगल्या स्थितीत होता.'' कॉम्प्युटरची बटनं भराभर दाबत मार्कसनं सांगितलं. ''ट्रेलकोसुद्धा सव्वातीन डॉलर्सनं वाढून छप्पन्नवर गेलाय. स्मिथ ग्रीअरचा भाव दोन डॉलर्सनं वाढून तो चौसष्ट झालाय आणि कॉनपॅक तेहतीसच्या आसपास कायम आहे.''

काय करायचं हे मार्लीनं आणि निकोलसनं ठरवून लिहून काढलं होतं, पण मार्लीच्या डोक्यात ते पक्कं बसलेलं होतं. तिनं पायनेक्सचे पन्नास हजार शेअर्स एकोणऐंशी भावानं 'शॉर्ट सेल' केले. या अटकळीवर की, पुढे त्याचा भाव उतरल्यावर ते परत घेता येतील. शॉर्ट सेलिंग म्हणजे शेअर हातात नसताना विकणं. हा प्रकार चांगले अनुभवी सट्टेबाजच साधारणपणे करतात, कारण तो सट्टा बऱ्यापैकी धोक्याचा असू शकतो. एखाद्या शेअरचा भाव जर पडणार असला, तर स्टॉक एक्सचेंज अशा रीतीनं शेअर हातात नसताना आधी विकायला आणि नंतर ठरावीक मुदतीत पडलेल्या किमतीला विकत घ्यायला परवानगी देतं.

एक कोटी डॉलर्स अकाऊंटवर असल्यामुळे मार्लीला असे दोन कोटी डॉलर्सचे शॉर्ट सेलिंगचे व्यवहार करायला बँकेची परवानगी होती.

मार्कसनं भराभर बटनं दाबून व्यवहार पूर्ण झाल्याचं सांगितलं आणि चटकन हेडसेट घातला. मार्लीनं लगेच त्याला ट्रेलकोचे तीस हजार शेअर्स सव्वा छप्पन्न डॉलर्सला शॉर्ट सेल करायला सांगितले. हाही व्यवहार पूर्ण झाल्याचं त्यानं सांगितलं. आता मार्लीनं शॉर्ट सेलिंगचा धडाकाच लावला. तिनं स्मिथ ग्रीअरचे चाळीस हजार शेअर्स साडेचौसष्टला विकले, पायनेक्सचे साठ हजार शेअर्स सव्वाएकोणऐंशी डॉलर्सला विकले, ट्रेलकोचे आणखी तीस हजार शेअर्स सव्वाछप्पन्न डॉलर्सला विकले आणि स्मिथ ग्रीअरचेही पन्नास हजार शेअर्स साडेचौसष्टला विकले.

थांबून तिनं मार्कसला पायनेक्सच्या भावावर बारीक लक्ष ठेवायला सांगितलं. तिनं नुकतेच पायनेक्सचे एक लाख दहा हजार शेअर्स मार्केटमध्ये सोडलेले होते आणि आता यावर वॉल स्ट्रीट काय प्रतिक्रिया देणार, ही तिला काळजी पडलेली होती. पायनेक्स एकोणऐंशीवर गेल्यानंतर त्याची प्रगती थांबली, मग तो

साडेअठ्ठ्याहत्तरवर उतरला आणि पुन्हा एकोणऐंशीवर गेला.

''मला वाटतं आता तो स्थिरावलाय.'' मार्कसनं म्हटलं. गेले दोन आठवडे तो पायनेक्सवर बारीक लक्ष ठेवून होता.

''आणखी पन्नास हजार शेअर्स वीक.'' तिनं कसलाही विचार न करता सांगितलं.

मार्कस क्षणभर चक्रावला, पण त्यानं लगेच मान डोलावून व्यवहार पूर्ण केला.

लगेच पायनेक्स साडे-अठ्ठ्याहत्तर डॉलर्सवर आला आणि थोड्याच वेळात आणखी पाव डॉलर्सनं उतरला. विचार करत ती शांतपणे कॉफी पीत बसली, तर मार्कस वॉल स्ट्रीटच्या भावांकडे लक्ष देत बसून होता. निकोलस आत्ता काय करत असेल बरं, तिच्या मनात आलं. पण तिला चिंता मात्र कसलीच वाटत नव्हती.

मार्कसनं हेडसेट काढून ठेवला. ''आता आपण जवळजवळ दोन कोटी वीस लाखांचे व्यवहार केलेत, मिस मॅकरोलंड. मला वाटतं इथे आपण थांबावं. तुम्हाला आणखी व्यवहार हवे असले, तर मला वरून परवानगी घ्यावी लागेल.''

''नको. इथेच थांबू आपण.''

''वॉल स्ट्रीट आणखी पंधरा मिनिटांनी बंद होईल. तुम्हाला हवं तर तुम्ही खाली आमच्या क्लाएंट लाऊंजमध्ये जाऊन थांबू शकता.''

''नको. त्यापेक्षा मी माझ्या हॉटेलवर जाते.''

मार्कसनं उठून कोटाची बटनं लावली. ''एक प्रश्न विचारतो– या सगळ्या शेअर्सच्या भावांमध्ये हालचाल कधी होईल असा तुमचा अंदाज आहे?''

''उद्या सकाळी. अगदी सुरुवातीलाच.''

''बरेच मोठे चढउतार होतील?''

मार्लीही उठली. ''हो. तुम्हाला शेअरमार्केटमधलं खूप कळतं, तुम्ही खूप हुशार आहात, अशी जर तुम्हाला तुमच्या क्लाएंट्सची समजूत करून द्यायची असली, तर या चारही कंपन्यांचे शेअर ताबडतोब शॉर्ट सेल करा.''

मार्कसनं बँकेची एक छोटी मर्सिडीज गाडी तिच्यासाठी मागवली आणि सेव्हन माईल बीचवरच्या तिच्या हॉटेलात तिला नेऊन सोडण्याची व्यवस्था केली. हॉटेल बँकेपासून फार लांब नव्हतं आणि शहरापासूनही जवळच होतं.

मार्लीचा वर्तमानकाळ जरी तिच्या हातात असला, तरी तिचा भूतकाळ मात्र वाढत्या वेगानं उघडा पडत होता. फिचच्या एका माणसानं मिसुरी युनिव्हर्सिटीतल्या मुख्य ग्रंथालयात जाऊन काही सुगावा लागतो का पाहण्यासाठी ग्रंथालयातल्या पुस्तकं वापरणाऱ्या व्यक्तींच्या जुन्या नोंदी पाहायला सुरुवात केली होती. १९८६ सालच्या नोंदींमध्ये त्याला डॉक्टर एव्हिलिन वाय ब्रँट हे नाव सापडलं. या बाई

मध्ययुगीन इतिहासाच्या प्रोफेसर होत्या. पण १९८७ मधल्या नोंदींमध्ये मात्र हे नाव नव्हतं.

त्यानं लगेच त्याच्या एका सहकाऱ्याला फोन केला. हा माणूस बून काऊंटी कोर्टामधल्या टॅक्सच्या नोंदी तपासत होता. फोनवरून ब्रँट बाईंचं नाव समजल्याबरोबर तो तडक तिथल्या मृत्युपत्रांच्या नोंदणी विभागात गेला आणि त्यानं तिथलं रजिस्टर पाहायला सुरुवात केली. एव्हिलिन ब्रँटचं मृत्युपत्र तिथे नोंदणीसाठी एप्रिल १९८७ मध्ये आलेलं होतं. तिथल्या कर्मचाऱ्यानं त्याला ती फाईल शोधायला मदत केली.

आणि एकदम माहितीचं घबाडच त्याच्या हाती लागलं. मिसेस ब्रँटचा मृत्यू २ मार्च १९८७ या दिवशी झालेला होता. कोलंबियामध्ये वयाच्या छप्पन्नाव्या वर्षी त्यांना मृत्यू आला होता. त्यांच्यामागे वारस म्हणून पती नव्हता, एकच मुलगी होती. ग्रॅबिएल, वय २१. मृत्यूच्या तीन महिने आधी ब्रँटबाईंनी मृत्युपत्रावर सही केली होती आणि सगळी संपत्ती एकुलत्या एका मुलीच्या नावे केली होती.

इंचभर जाडीची ती फाईल फिचच्या त्या माणसानं झपाट्यानं वाचून काढली. मालमत्तेमध्ये एक घर होतं. त्याची किंमत एक लाख ऐंशी हजार डॉलर्स होती; आणि त्यावर नव्वद हजारांचं कर्ज होतं. एक गाडी होती, थोडंफार फर्निचर होतं, एक बँकेत ठेवलेल्या बत्तीस हजार डॉलर्स डिपॉझिटची पावती होती आणि एकूण दोन लाख दोन हजार डॉलर्स किमतीचे वेगवेगळ्या कंपन्यांचे शेअर होते. देणेकऱ्यांची फक्त दोन नावं होती. मिसेस ब्रँटला आपला मृत्यू अटळ आहे हे समजलेलं होतं आणि त्यासाठी त्यांनी आधीच कायदेशीर तजवीज करून ठेवली होती, असा याचा अर्थ होता. गॅब्रिएलच्या संमतीनं घर वगैरे विकून इस्टेटीचं रोख पैशात रूपांतर करण्यात आलं होतं आणि इस्टेटीवरचा कर, वकिलाची फी, कोर्टाचा खर्च वगैरे वजा केल्यावर उरलेल्या एक लाख एक्याण्णव हजार पाचशे डॉलर्सचा एक ट्रस्ट करण्यात आला होता. वारस म्हणून एकटी गॅब्रिएलच होती.

व्यवहार हाताळणारा वकील अतिशय कार्यक्षम आणि चोख असला पाहिजे, कारण त्यानं संपूर्ण व्यवहार अत्यंत उत्कृष्टपणे पार पाडला होता. डॉक्टर मिसेस ब्रँटच्या मृत्यूनंतर तेरा महिन्यांनी इस्टेट बंद करण्यात आलेली दिसत होती.

पुन्हा एकदा पानं उलटत त्यानं काही गोष्टी लिहून घेतल्या. दोन पानं एकमेकांना चिकटलेली होती, ती त्यानं हळुवार हातानं अलग केली. त्यातलं खालचं पान अर्धं टाईप केलेलं होतं आणि उरलेल्या अर्ध्या भागावर सरकारी शिक्का होतं.

तो मृत्यूचा दाखला होता. डॉक्टर एव्हिलिन वाय ब्रँट यांना फुप्फुसांच्या कॅन्सरनं मृत्यू आला होता.

घाईघाईनं कॉरिडॉरमध्ये येऊन त्यानं त्याच्या वरिष्ठाला फोन केला.

फिचला त्यांनी फोन केला, पण त्याआधी त्यांना आणखी माहिती मिळाली. फिचच्या त्या माणसाचा सुपरवायझर तिथे येऊन पोचला आणि त्यानं ती फाईल पुन्हा एकदा वाचून काढली. हा सुपरवायझर पूर्वी एफ.बी.आय.मध्ये होता, शिवाय तो कायद्याचा पदवीधर होता. फाईल वाचताना त्याला डॉक्टर ब्रँटनं मरण्याआधी काही संस्थांना देणग्या दिल्या असल्याचं आढळलं. त्या संस्थांमध्ये अमेरिकन लंग असोसिएशन, कॉअॅलिशन फॉर अ स्मोक फ्री वर्ल्ड, टोबॅको टास्क फोर्स, क्लीन एअर कॅम्पेन आणि अशाच आणखी धूम्रपानविरोधी प्रचार करणाऱ्या संस्थांची नावं होती. देणेकऱ्यांची जी दोन नावं होती, त्यांपैकी एक हॉस्पिटलचं नाव होतं. ब्रँटबाईंना सर्वांत शेवटी जेव्हा हॉस्पिटलमध्ये भरती केलेलं होतं, तेव्हाचं ते जवळजवळ वीस हजार डॉलर्सचं बिल होतं.

एका जुन्या इन्शुअरन्सच्या पॉलिसीवर वारस म्हणून डॉक्टर एव्हिलिन ब्रँटचा पती, डॉक्टर पीटर ब्रँटचं नाव होतं. म्हणून त्या सुपरवायझरनं रजिस्टरमधून पीट ब्रँटच्या इस्टेटीचीही नोंद शोधून काढली, ती १९८१ सालातली होती. त्याची फाईल त्यानं मिळवली आणि तीही वाचून काढली. डॉक्टर पीटर ब्रँटला बावन्नाव्या वर्षी जून १९८१ मध्ये मृत्यू आला होता आणि त्याच्या मागे त्याची प्रिय पत्नी एव्हिलिन आणि मुलगी गॅब्रिएल, अशा दोघी होत्या. गॅब्रिएल तेव्हा पंधरा वर्षांची होती. त्याच्या मृत्यूच्या दाखल्यानुसार त्याला घरीच मृत्यू आला होता. त्याच्या आणि एव्हिलिन ब्रँटच्या मृत्यूच्या दाखल्यांवर एकाच डॉक्टरच्या सह्या होत्या आणि तो कॅन्सरतज्ज्ञ होता.

डॉक्टर पीटर ब्रँटलाही फुफ्फुसांच्या कॅन्सरनंच मृत्यू आलेला होता.

सुपरवायझरनं स्वॅन्सनला सगळं फोन करून कळवलं.

स्वॅन्सननं ही सगळी माहिती बरोबर असल्याचं त्या दोघांना तीन-तीनदा विचारून घेऊन मगच फिचला फोन केला.

फिचनं ऑफिसचं दार बंद करून घेऊन एकांतातच तो फोन घेतला. त्यानं काहीही आरडाओरडा केला नाही, कारण ते शक्यच नव्हतं. त्याला जो प्रचंड धक्का बसलेला होता, त्यामुळे तो पुरता बधिर होऊन गेला होता.

मार्लीची आई आणि वडील, दोघंही फुफ्फुसांच्या कॅन्सरनंच मरण पावलेले होते.

फिचनं हे एका कागदावर खरडलं आणि त्याच्याभोवती पेननं एक गोल काढला आणि त्या गोलापासून दूर जाणाऱ्या प्रकाशकिरणांसारख्या रेघा काढल्या. जणू तो आता एखादा फ्लो-चार्ट काढून या माहितीचं काही विश्लेषण करता येतंय का, मार्लीनं दिलेल्या निकालाच्या आश्वासनाशी त्याची कुठे सांगड घालता येतेय का असा विचार करत होता.

“हॅलो, रॅन्किन, ऐकतोयस ना?” बराच वेळ उत्तराची वाट बघितल्यावर स्वॅन्सननं विचारलं.

“हो.” फिचनं एवढंच म्हटलं. नंतरही थोडा वेळ तो काहीच बोलला नाही.

“ती पोरगी कुठाय?” स्वॅन्सननं विचारलं. कोलंबियाच्या कोर्टाबाहेर कडाक्याच्या थंडीत तो त्याचा अत्यंत लहानसा सेलफोन कानाशी घट्ट दाबून धरून उभा होता.

“माहीत नाही. तिला शोधून काढावं लागेल.” फिचनं उत्तर दिलं, पण त्याच्या बोलण्यात जोरच नव्हता. स्वॅन्सननं काय ते मनात ओळखलं– ती पोरगी अदृश्य झालेली दिसतेय.

पुन्हा बराच वेळ शांतता.

“मग आता मी पुढे काय करू?” स्वॅन्सननं विचारलं.

“परत ये, दुसरं काय करणार.” फिचनं कसंबसं, निराशेनं म्हटलं आणि एकदम फोन ठेवून दिला. त्याच्या हातातल्या डिजिटल घड्याळाचे आकडे एकदम पुसटले. त्यानं डोळे घट्ट मिटून घेऊन थाड थाड उडणारी कानशिलं दोन्ही हातांनी जोरानं दाबून धरली. टेबलावरची प्रत्येक वस्तू त्याला थडाथड फेकून द्यावीशी वाटत होती. पण फार मोठ्या प्रयत्नानं त्यानं आपल्या संतापावर, निराश भावनेवर काबू मिळवला. आता डोकं शांत ठेवण्याचीच गरज होती.

आता ज्यूरींची निकालाची प्रक्रिया थांबवायची तर कोर्टाच्या बिल्डिंगवर बाँब फेकणं किंवा तिला आग लावून देणं, याहून दुसरा काही उपाय नव्हता. आता हे बारा जण तिथे ज्यूरी रूममध्ये असतील. दाराबाहेरही पहारा असेल. त्यांना जर आपल्या नशिबानं आजच निर्णय घेता आला नाही आणि आजची रात्र पुन्हा त्यांना अज्ञातवासात काढावी लागली, तर आपण आपल्या टोपीतून अजूनही काही तरी शक्कल काढून हा खटला ‘मिसट्रायल’ करायला भाग पाडू शकतो.

किंवा, कोर्टात बाँब आहे, असाही एक निनावी फोन करून गोंधळ उडवून देता येईल. मग ज्यूरींना चटकन तिथून बाहेर काढतील, आणखी थोडा काळ, कदाचित नवीन गुप्त जागी घेऊन जातील.

आणखी असल्या काय कारवाया करता येतील? फिच उगाचच यादी करत होता. पण या सगळ्याच कारवाया एक तर पूर्णपणे बेकायदेशीर होत्या, त्यात प्रचंड धोके होते आणि त्या अयशस्वी होणार हे जवळजवळ निश्चित होतं.

घड्याळाचा काटा पुढे सरकतच होता.

आणि ते बारा जण. निवडक बारा जण. अकरा शिष्य आणि बारावा त्यांचा तो गुरू.

प्रचंड निराशा, संताप आणि आपल्या हातात काहीही उरलेलं नसल्याची पराकोटीची भावना त्याच्या मनाच्या भिंतींवर धडका घेत होती. सावकाश उठत त्यानं

त्याच्या टेबलावरचा अत्यंत फालतू असा एक चिनी मातीच्या स्टँडचा टेबल लँप हातात घेतला. मागे एकदा, तुमच्या टेबलावर एवढा पसारा असतो की, हा लँप इथे जिवंत राहणं शक्य नाही, त्यामुळे मी तो उचलतो, असं कॉन्रॅडनं त्याला म्हटलं होतं. तुमच्या संतापाच्या तडाख्यातून तो वाचणं शक्य नाही असं उघड म्हणायला त्याची जीभ रेटली नव्हती, एवढंच.

कॉन्रॅड आणि पँग हे दोघं त्याच्या ऑफिसबाहेर घुटमळत होते. पुढे काय करायचं, ते त्यानं सांगण्याची ते वाट बघत होते. काही तरी भयंकर घडलंय, एवढं त्यांनी ओळखलेलं होतं. तेवढ्यात तो टेबल लँप दाणकन ऑफिसच्या बंद दारावर आदळून त्याच्या ठिकऱ्या उडाल्या. फिच प्रचंड आवाजात ओरडला. त्याच्या ऑफिसच्या प्लायवुडच्या तकलादू भिंती हादरल्या. आणखी काहीतरी वस्तू अशीच दाणकन आदळून फुटली. फिचनं ''आपले पैसे गेले फुकट xxx !'' असली काहीतरी एक डरकाळी फोडली आणि पाठोपाठ त्याचं आख्खं टेबलच धाडकन भिंतीवर आदळलं.

ते दोघंही घाबरून एकदम मागे सरकले. दार उघडल्यावर त्याच्यासमोर जाण्याची दोघांचीही छाती नव्हती. दाण! दाण! दाण! तो आतून भयंकर जोरानं प्लायवुडच्या भिंतींवर बुक्क्या हाणत होता.

''तिला शोधून काढा!'' तो ओरडला. दाण! दाण!

''शोधून काढा तिला! जा! निघा!''

४०

ओढूनताणून लक्ष देऊन जो-तो आपापल्या हातातला रिपोर्ट वाचत होता.

असा बराच वेळ गेला, तेव्हा निकोलसच्या लक्षात आलं की, आता यात थोडा बदल व्हायला हवा. शेवटी त्यानंच सुरुवात करायचं ठरवलं आणि जेकब वुडच्या फुप्फुसांची जी अवस्था झाली होती, तिच्याबद्दलचं डॉक्टर फ्रिकचं म्हणणं त्यानं सगळ्यांना थोडक्यात सांगितलं. त्यानं ते फोटोही सगळ्यांना बघण्यासाठी दिले, पण सगळ्यांनीच त्या फोटोंकडे जवळजवळ दुर्लक्ष केलं. हे सगळं त्यांनी आधीही ऐकलेलं होतं, ते फोटोही पाहिलेले होते. सगळेच जण भयंकर कंटाळलेले होते.

"डॉक्टर फ्रिकच्या रिपोर्टमध्ये म्हटलंय की, वर्षानुवर्षं सिगारेट ओढल्यामुळे फुप्फुसांचा कॅन्सर होतो." त्यानं आपलं सांगायचं म्हणून सांगितलं.

"त्यापेक्षा आपण असं करू या." रिकी कोलमननं म्हटलं. "सिगारेटमुळे फुप्फुसांचा कॅन्सर होतो, हे सगळ्यांना मान्य आहे का, एवढंच आपण बघू. त्यानं पुष्कळ वेळ वाचेल आपला." तीही आता वैतागलेली होती. आता वेगळं काहीतरी व्हावं, निदान दार तरी उघडावं, असं तिला वाटत होतं.

"चालेल. मस्त कल्पना आहे." लॉनीनंही लगेच म्हटलं. तो तर त्या सगळ्यांपेक्षाही जास्त वैतागलेला होता.

निकोलसनं नापसंतीनं खांदे उडवले. तो जरी फोरमन असला, तरी त्यालाही एकच मत होतं. "चालेल." त्यानं म्हटलं. "सिगारेटमुळे फुप्फुसांचा कॅन्सर होतो, हे सगळ्यांना मान्य आहे का? ज्याला मान्य असेल त्यानं हात वर करावेत."

ताबडतोब बाराच्या बाराजणांनी हात वर केले. खटल्याच्या निकालाच्या दिशेनं

अखेर वाटचाल तरी सुरू झाली.

"आता निकोटिनची सवय लागते का, यावर किती लोक सहमत आहेत, ते बघू या." रिकीनं सगळ्यांकडे बघत म्हटलं. "निकोटिनची सवय लागते, हे कोणाला मान्य आहे?"

पुन्हा एकदा बारा हात वर झाले.

रिकी स्वत:वरच खूष झाली. आता तिनं 'लाएबिलिटी' नावाच्या एका अत्यंत धोकादायक भागात पाऊल टाकायचं ठरवलेलं होतं.

"सगळे निर्णय असे एकमतानंच होऊ देत, दोस्तांनो." निकोलसनं म्हटलं. "आपण इथून एकत्रितपणे, एकजुटीनंच बाहेर पडणं फार महत्त्वाचं आहे. आपली मतं फुटली, तर गडबड होईल."

बऱ्याचशा लोकांनी हे असलं बोलणं आधीही ऐकलेलं होतं. कायद्याच्या दृष्टीनं यामागची कारणं काय असतील हे फारसं कुणाला माहीत नव्हतं, पण तो म्हणेल त्याच्यावर सगळ्यांचा विश्वास मात्र होता.

"आता आपण हे रिपोर्ट संपवून टाकू या. आणखी कुणाचा रिपोर्ट वाचून झालाय?"

लॉरीन ड्यूककडे डॉक्टर स्प्रॉलिंग-गुडचा सुंदर छापलेला रिपोर्ट होता. त्यातला 'परिचय'चा भाग तिनं वाचलेला होता, त्यात म्हटलं होतं की, या रिपोर्टमध्ये सिगारेट कंपन्यांच्या जाहिरातविषयक धोरणांचा सखोल अभ्यास आहे, त्यातही विशेषत: या जाहिरातबाजीचा अल्पवयीन मुलांना उद्युक्त करण्यासाठी कसा आणि काय उपयोग केला जातो, यावर जास्त भर देण्यात आला आहे. तिनं 'निष्कर्ष' वाचून काढले होते, त्यात सिगारेट कंपन्या जाहिरातबाजीनं लहान मुलांना लक्ष्य बनवत नाहीत, असं म्हटलेलं होतं. रिपोर्टमधल्या उरलेल्या दोनशे पानांना तिनं हातही लावलेला नव्हता.

तिनं त्या आढाव्याचाही आढावा घेतला. "यात असं म्हटलंय की सिगारेट कंपन्या लहान मुलांना आकर्षित करणारी जाहिरातबाजी करत असल्याचे पुरावे मिळाले नाहीत."

"हे तुला पटतंय?" मिलीनं विचारलं.

"नाही. आणि आपणच एकदा इथे म्हटलं होतं की, बरेचसे लोक अठराव्या वर्षाआधीच सिगारेट ओढायला सुरुवात करतात आणि त्या दिवशी आपण त्यावर मतदानही घेतलं होतं ना?"

"हो, बरोबर आहे तुझं." रिकीनं उत्तर दिलं, "आपल्यापैकी जे सिगारेट ओढतात, त्यांनीही किशोरवयातच सिगारेट ओढायला सुरुवात केली होती."

"हो. आणि मला आठवतंय ते असं की, बऱ्याच जणांनी सिगारेट सोडूनही

दिली.'' लॉनीनं कडवटपणे म्हटलं.

''चला. पुढे?'' निकोलसनं मध्येच म्हटलं. ''आणखी कोण तयार आहे?''

जेरीनं संख्यातज्ज्ञ डॉक्टर किलवॅनचा कंटाळवाणा रिपोर्ट थोडक्यात सांगण्याचा तितकाच कंटाळवाणा आणि अगदीच कमजोर प्रयत्न केला. सिगारेट ओढणाऱ्या लोकांना फुफ्फुसांचा कॅन्सर होण्याचा धोका कसा जास्त संभवतो, हे किलवॅननं आकडेवारीनं सिद्ध केलं होतं. जेरीचं बोलणंच असं होतं की, त्यात कुणी फारसा रसही घेतला नाही, प्रश्नही विचारले नाहीत, की चर्चाही केली नाही. शेवटी जेरी स्वत:च उठून 'चटकन एक सिगारेट ओढून येतो' असं म्हणून बाहेर निघून गेला.

पुन्हा एकदा सगळे वाचण्यात गढून गेले आणि रूममध्ये पुन्हा एकदा शांतता पसरली. ज्याला जेव्हा वाटेल तेव्हा तो बाहेर जाऊन येत होता– कधी सिगारेट ओढायला, कधी पाय मोकळे करायला, कधी टॉयलेटला, तर कधी नुसताच कंटाळा आला म्हणून. लू डेल, विलिस आणि चक् मात्र दाराबाहेर पहारा देत होते.

मिसेस ग्लॅडिस कार्डनं पूर्वी कधी तरी नवव्या इयत्तेतल्या मुलांना बायॉलॉजी शिकवलेली होती. तिला शास्त्र विषयात चांगली गती होती. तिनं रॉबर्ट ब्रॉम्स्कीच्या रिपोर्टचं फार उत्तम विश्लेषण करून सगळ्यांना अगदी एखाद्या शिक्षिकेच्या थाटात समजावून दिलं. सिगारेटच्या धुरात काय द्रव्यं असतात, हे सांगणारा हा रिपोर्ट होता – वेगवेगळी चार हजार द्रव्यं, कॅन्सर निर्माण करणारी ज्ञात अशी सोळा द्रव्यं, चौदा प्रकारच्या अल्कली वगैरे वगैरे.

आपल्या एकसुरी आवाजात ती बोलत चाललेली होती आणि मंडळींच्या चेहऱ्यांवर नापसंतीपासून घृणेपर्यंतच्या तऱ्हेतऱ्हेच्या भावना दिसत होत्या.

तिचं बोलून संपलं, तेव्हा निकोलस जागाच होता. त्याने तिचे तोंड भरून आभार मानले आणि ''आता जरा कॉफी घेऊ या.'' म्हणत तो उठून उभा राहिला.

''मग? तुझं काय मत झालं या सगळ्याबद्दल?'' लॉनीनं विचारलं. रूमकडे पाठ करून तो खिडकीशी एक 'कोक' पीत उभा होता.

''मला विचारशील, तर सिगारेटचा धूर अत्यंत घातक असतो, ही गोष्ट यातून निर्विवादपणे सिद्ध होते.'' तिनं उत्तर दिलं.

लॉनीनं मागे वळून तिच्याकडे पाहिलं. ''बरोबर. पण मला वाटतं हा निष्कर्ष आपण आधीच काढलाय.'' त्यानं मग निकोलसकडे मान वळवली. ''माझं म्हणणं असं की, आपण मतदान सुरू करूया. गेले तीन तास आपण वाचतो आहोत आणि जर न्यायमूर्तींनी मला विचारलं की मी हे सगळं वाचलं का, तर मी सरळ सांगेन की, ओ यस, प्रत्येक शब्द वाचलाय मी.''

''काय तुला पाहिजे ते कर, लॉनी.'' निकोलसनं जोरात म्हटलं.

''ओके. मग मतदान घेऊ या.''

''हो, पण कशावर मतदान?'' निकोलसनं विचारलं. ते दोघं आता टेबलाच्या विरुद्ध बाजूंना उभे होते. बाकीचे सगळेजण त्यांच्या मध्ये आपापल्या जागीच बसून होते.

''आपण कोण कुठे आहे, याचा अंदाज घेऊ या. हवं तर मी सुरुवात करतो.''

''ओके. बोल.''

लॉनीनं एक दीर्घ श्वास घेतला. बाकी सगळे त्याच्याकडे वळून बघत होते.

''माझं मत अगदी सोपं आणि स्पष्ट आहे. सिगारेट ही अत्यंत घातक वस्तू आहे, असं माझं पक्कं मत आहे. सिगारेटचं व्यसन लागतं, ती प्राणघातक गोष्ट आहे. म्हणूनच मी सिगारेटला हातही लावत नाही. हे सगळ्यांनाच माहितेय. किंबहुना, आपण हा निष्कर्ष आधीच काढलेला आहे. त्याचबरोबर, माझ्या मते प्रत्येकाला निवडीचं स्वातंत्र्य आहे, हक्कही आहे. तुम्हाला कोणी सिगारेट ओढायची जबरदस्ती करू शकत नाही, पण तुम्ही सिगारेट ओढायची ठरवलीत, तर तिचे परिणामही भोगायची तयारी ठेवा. तीस वर्षं भकाभका सिगारेट ओढून मग आपल्याला कोणी तरी नुकसानभरपाई देऊन प्रचंड श्रीमंत करेल, अशी अपेक्षा करू नका. माझ्याकडून तरी नाहीच. या असल्या वेडपटासारख्या खटल्यांवर खरं तर बंदीच घातली पाहिजे.''

तो चांगल्या मोठ्या आवाजात, स्पष्ट बोलत होता आणि त्याचा प्रत्येक शब्द सगळ्यांनी कान देऊन ऐकला.

''झालं तुझं?'' निकोलसनं विचारलं.

''हो, झालं.''

''ओके. आता कोण बोलणार आहे?''

''मला एक शंका आहे.'' मिसेस ग्लॅडिस कार्डनं म्हटलं. ''आपण फिर्यादीला किती पैसे द्यावेत अशी अपेक्षा आहे? मि. ऱ्होरनं त्याच्या भाषणात हे अधांतरीच ठेवलं होतं.''

''त्याला प्रत्यक्ष नुकसानभरपाईपोटी वीस लाख हवेत आणि दंडात्मक नुकसानभरपाई त्यानं आपल्यावर सोडलीय.'' निकोलसनं तिला समजावून सांगितलं.

''मग त्यानं त्या फळ्यावर ऐंशी कोटीचा आकडा कशाला लिहून ठेवला होता?''

''कारण तो ऐंशी कोटीसुद्धा मोठ्या आनंदानं घेईल.'' लॉनीनं उत्तर दिलं. ''त्याला एवढा पैसा देणार का तू?''

''छे, छे.'' तिनं म्हटलं. ''एवढा पैसा असतो हेच मला माहीत नव्हतं. पण त्या सेलेस्ट वुडला तरी आपण दिलेले सगळे पैसे मिळणार का?''

"बाहेर किती वकील आहेत, दिसतायत का तुला?" लॉनीनं कोरड्या आवाजात म्हटलं. "तिला थोडे जरी पैसे मिळाले, तरी ती सुदैवी आहे, असंच म्हणावं लागेल. हा खटला तिच्या त्या मेलेल्या नवऱ्याबद्दल आहे असं तुला वाटत असेल, तर तो तुझा भ्रम आहे. ते फक्त निमित्त होतं. हा खटला त्या वकिलांनी सिगारेट कंपन्यांकडून पैसे उकळून स्वत: गडगंज होण्यासाठी चालवलाय. आपण जर त्यात फशी पडलो, तर मग मूर्ख आहोत आपण."

"मी सिगारेट ओढायला कशी सुरुवात केली, माहीतय का तुला, लॉनी?" एंजल वीझनं अजून उभ्याच असलेल्या लॉनीकडे बघत विचारलं.

"नाही."

"मला तो नेमका दिवसही जसाच्या तसा आठवतोय. मी तेव्हा तेरा वर्षांची होते आणि डिकॅटुर स्ट्रीटवरची एक भलीमोठी जाहिरात मला रोज जाता-येता दिसत होती. त्यात एक अतिशय देखणा, उंच, सडपातळ निग्रो तरुण त्याची जीनची पँट वर दुमडून समुद्रकिनाऱ्यावर गुडघाभर पाण्यात खेळताना दाखवलेला होता. त्याच्या एका हातात एक सिगारेट होती आणि त्यानं एका त्याला शोभेलशा सुंदर निग्रो तरुण पोरीला पाठीवर घेतलेलं होतं. दोघंही गालावर गाल घासत झकासपैकी हसत होते. सुंदर चेहरे, सुंदर पांढरे शुभ्र दात. सालेम मेन्थॉल सिगारेटची जाहिरात होती ती. मी नेहमी म्हणायची, याला म्हणतात जीवन! असं जगता आलं पाहिजे आपल्याला. आणि त्या दिवशी मी घरी गेले, माझा ड्रॉवर उघडला, पैसे घेतले आणि सरळ सालेम मेन्थॉलचं एक पाकीट विकत घेतलं. माझे मित्र-मैत्रिणी म्हणायचे, सिगारेट ओढताना किती मस्त दिसतेस तू आणि तेव्हापासून मी सिगारेट ओढायला लागले." थांबून तिनं लॉरीन ड्यूककडे कटाक्ष टाकला आणि पुन्हा लॉनीकडे बघितलं. "त्यामुळे, लॉनी, कोणालाही सिगारेट सहज सोडता येते हे मला कधीही परत सांगू नकोस. मला आता सिगारेटचं जबर व्यसन जडलंय, ते सोडायचा मी हजारदा प्रयत्न केलाय, पण ते मला जमलेलं नाही. आज मी वीस वर्षांची आहे, रोज मी दोन पाकिटं ओढते आणि मी जर ती सोडली नाही, तर मी पन्नाशीसुद्धा गाठू शकणार नाही. आणि या कंपन्या लहान मुलांना लक्ष्य बनवत नाहीत, हेही मला सांगू नकोस. या कंपन्या गोऱ्यांना, काळ्यांना, पिवळ्यांना, तांबड्यांना, पुरुषांना, बायकांना, मुलांना, काऊबॉईजना, सगळ्यांना लक्ष्य बनवतात आणि हे तुलाही पक्कं माहितेय."

गेल्या महिन्याभरात आपल्या कुठल्याच वागण्या-बोलण्यात कसल्याच भावनेचं प्रदर्शन एंजलनं केलेलं नव्हतं, त्या पार्श्वभूमीवर तिच्या आवाजातला संताप सगळ्यांना धक्काच देऊन गेला. लॉनी फक्त तिच्याकडे एकटक बघत राहिला, बोलला मात्र नाही.

आता लॉरीनही तिच्या मदतीला आली. "माझ्या दोन मुलींपैकी एक जी पंधरा

वर्षांची आहे, तिनं मला मागच्या आठवड्यात सांगितलं की, मी आता शाळेत सिगारेट ओढायला सुरुवात केलीय, कारण माझ्या बाकीच्या सगळ्याच मैत्रिणी सिगारेट ओढतात. व्यसन म्हणजे काय हे कळण्याचं या मुलींचं वय नाही आणि ते जेव्हा त्यांना समजेल, तेव्हा फार उशीर झालेला असेल. या सिगारेट तू कुठून आणल्यास असं मी तिला विचारलं, तेव्हा तिनं काय सांगितलं, माहितेय?''

लॉनी काहीच बोलला नाही.

''व्हेंडिंग मशीनमधून. आता जिथे जिथे पोरं-पोरी जमतात, तिथे तिथे सिगारेटची व्हेंडिंग मशीन्स असतात. त्या मॉलमध्ये मशीन्स आहेत, सिनेमा थिएटरच्या लॉबीत एक मशीन लावलंय. एक-दोन फास्ट फूड जॉइंटमध्येही मशीन्स आहेत. तू काय सांगतो त्या कंपन्या लहान मुलांना लक्ष्य बनवत नाहीत म्हणून? छे! शिसारी येते अगदी. इथून घरी गेले की, मी पहिलं काम तेच करणार आहे – माझ्या पोरीचा चांगला समाचार घेणार आहे.''

''मग ती बीअर प्यायला लागल्यावर काय करणार आहेस तू?'' जेरीनं विचारलं. ''सगळी पोरं चोरून बीअर पितात म्हणून का तू त्या बडवायझर कंपनीवर एक कोटी डॉलर्सचा दावा ठोकणार आहेस का?''

''बीअरचं प्रत्यक्षात व्यसन लागतं असं सिद्ध करणारे कसलेही पुरावे नाहीत.'' रिकीनं मध्येच म्हटलं.

''का? त्यामुळे माणसं मरत नाहीत म्हणून का?''

''दोन्हीत पुष्कळ फरक आहे.''

''काय फरक आहे? सांग बघू.'' जेरीनं म्हटलं. या वादाच्या निमित्तानं माझ्या दोन व्यसनांवर चर्चा होणार की काय? त्याला तिला विरोध करायचा नव्हता, फक्त उत्सुकता होती.

रिकीनं काही क्षण गप्प राहून आपल्या म्हणण्यावर जरा विचार केला आणि मग तिनं अल्कोहोल पिण्याचं, तितकंसं सयुक्तिक नसलेलं समर्थन सुरू केलं. ''रोजच्या वापरातली सिगारेट ही एकमेव वस्तू अशी आहे की, तिचा जसा वापर करणं अपेक्षित आहे तसा तो केला, तर ती घातक ठरते. दारू, वाईन, बीअर अशा वेगवेगळ्या स्वरूपात अल्कोहोलही पिण्यासाठीच बनवलेलं असतं, पण ते मर्यादित, प्रमाणशीर स्वरूपात. मर्यादित प्रमाणात ते घेतलं, तर ते घातक ठरत नाही. अर्थात, लोक भरपूर दारू पिऊन बाकीच्यांना मारतात, स्वत:ही मरतात, पण मग अशा बाबतीत निदान निश्चितपणे सांगता तरी येतं की, या वस्तूचा अतिरेकी वापर होतोय, गैरवापर होतोय.''

''म्हणजे एखाद्यानं पन्नास वर्षं अल्कोहोल प्यायलं, तरी तो मरत नाही असं म्हणायचंय तुला?'' जेरीनं उत्सुकतेनं विचारलं.

"हो, तो जर मर्यादित प्रमाणात दारू पीत असेल, तर नाही मरणार."

"वा! सुटलो."

"आणखी एक फरक सांगते. अल्कोहोल जास्त झालं की तुम्हाला ते लगेच आपोआपच कळतं. ती धोक्याची घंटाच असते. तिथे तुम्ही पिणं थांबवायचं. सिगारेटचं तसं नाही. सिगारेट ओढून तुमच्या शरीराचं काय नुकसान झालंय, हे तुम्हाला लगेच कधीच कळत नाही. त्याला कित्येक वर्षं जावी लागतात. पण तोपर्यंत त्या व्यसनानं तुम्हाला इतकं जखडलेलं असतं की, त्या विळख्यातून तुम्ही बाहेर येऊच शकत नाही."

"पण बहुतेक सगळ्यांना सिगारेट सोडता येते." खिडकीशी उभ्या असलेल्या लॉनीनं एंजलची नजर टाळत म्हटलं. त्यानं आपला हेका सोडलेला नव्हता.

"आणि प्रत्येक जण सिगारेट सोडायचा का प्रयत्न करतो असं वाटतं तुला?" रिकीनं शांतपणे विचारलं. "त्याला सिगारेट ओढण्यात मजा वाटते म्हणून? त्याला आपण सिगारेट ओढताना रुबाबदार दिसतो असं वाटतं, म्हणून? नाही. सिगारेट सोडायचा प्रयत्न करणारा माणूस आपल्याला कॅन्सर किंवा हार्ट डिसीज होऊ नये, म्हणून ती सोडायचा प्रयत्न करत असतो."

थोडा वेळ कुणीच काही बोललं नाही.

"ओके. मग आता तू मतदान कोणत्या बाजूनं करणार?" लॉनीनं विचारलं.

"अगदी स्पष्ट आहे." रिकीनं उत्तर दिलं. "खटल्याच्या सुरुवातीला मी निष्पक्षपाती राहूनच विचार करत होते. पण आता माझ्या लक्षात आलंय की, सिगारेट कंपन्यांना जबाबदार धरण्याची सुरुवात आपल्यालाच करावी लागेल."

"जेरी, तुझं काय?" हा तरी आपल्या बाजूनं असेल या अपेक्षेनं लॉनीनं विचारलं.

"अजून मी पक्कं ठरवलेलं नाही. त्याआधी मला वाटतं मी बाकीच्यांची मतं ऐकेन."

"आणि तू?" लॉनीनं सिल्व्हिया टेलर टॅटमला विचारलं.

"त्या बाईला कोट्यधीश करण्याचं काम आपण का करायचं, तेच मला समजत नाहीय अजून."

लॉनीनं बाकीच्यांकडे बघत टेबलाभोवती एक चक्कर मारली. बहुतेक जणांनी त्याच्याशी नजरानजर करण्याचं टाळलं. त्याला जणू आपण बंडखोर गटाच्या नेता असल्यासारखं वाटत होतं. तो त्यावरच खूष होता. "आणि मि. सॅव्हेल, तुमचं काय? तुम्ही तर गप्पच दिसताय."

सगळ्यांनीच कान टवकारले. कारण सॅव्हेलचं नेमकं मत काय असेल याबद्दल कुणाला अजून काही अंदाजही करता आलेला नव्हता.

''माझा निवडीच्या हक्कावर पूर्णपणे विश्वास आहे.'' सॅव्हेलनं प्रथमच तोंड उघडलं. ''प्रत्येक जण आपापल्या आवडी-निवडीप्रमाणे आपण काय करायचं किंवा नाही, हे ठरवतो. तो त्याचा हक्कही आहे आणि त्याला ते स्वातंत्र्यही आहे – अर्थात जोपर्यंत ते कायद्याला धरून असेल, तोपर्यंतच. या कंपन्या पर्यावरणाचं जे नुकसान करत असतात, ते मला मुळीच पसंत नाही. त्यांची उत्पादनंही घातक असतात. पण निवडीचा अधिकार प्रत्येकालाच आहे.''

''मि. वू?'' लॉनीनं विचारलं.

हेन्री वू नं घसा साफ केला आणि थोडासा विचार केल्यासारखं दाखवलं. ''मी अजून विचार करतोय.'' खरं तर ते निकोलसचं अनुकरण करणार हे उघड होतं. निकोलस स्वत: मात्र या क्षणी कमालीचा गप्प होता.

''आणि मि. फोरमन, तुमचं काय?'' लॉनीनं निकोलसकडे वळून विचारलं.

''आपण हे उरलेले रिपोर्ट अर्ध्या तासात वाचून एकदा त्यांचा निकाल लावू या आणि मग आपण मतदान सुरू करू.''

या पहिल्याच झालेल्या खऱ्याखुऱ्या वादावादीनंतर सगळ्यांनाच थोडंसं सुटल्यासारखं वाटलं आणि त्यांनी रिपोर्ट्स वाचण्याचं काम पुढे सुरू केलं.

पण युद्धाचे ढग भराभर जमा होत होते.

सुरुवातीला त्याला खरोखरच वाटलं की, जोझेला घेऊन आपल्या सबर्बन गाडीतून हायवे-९० वरून तिला शोधत हिंडावं. ती सापडण्याची सुतराम शक्यता नाही, हे पक्कं ठाऊक असूनही – निदान आपण काही तरी प्रयत्न तरी करत राहू, योगायोगानं सापडलीच तर उत्तमच.

पण संतापाचा भर किंचित ओसरल्यावर त्यानं ठरवलं की, त्यापेक्षा आपण ऑफिसात फोनपाशी एकटं बसून राहावं, हेच बरं. कोणी सांगावं, कदाचित ती पुन्हा फोन करेल आणि सांगेल, आपलं एकदा ठरलं ते ठरलं आणि निकाल आपण ठरवल्याप्रमाणेच होईल. कॉन्रॅड सारखा ये-जा करत होता. त्यानं आणलेल्या बातम्याही फिचला अपेक्षितच होत्या : तिची गाडी तिच्या कॉन्डो अपार्टमेंटबाहेरच गेले आठ तास उभी आहे. अपार्टमेंटच्या आत किंवा बाहेर कसलीही हालचाल दिसत नाही. तिचा कुठेही सुगावा लागत नाही.

गंमत अशी की, निकाल देण्यासाठी ज्यूरींचं कोर्टरूममध्ये आगमन जसजसं लांबत होतं, तसतशी फिचच्या मनात उगाचच वेडी आशा पल्लवित होत होती. आपले पैसे घेऊन पळून जायचं आणि फिर्यादीच्या बाजूनं निकाल होईल अशी व्यवस्था करून आपली वाट लावायची हाच जर तिचा इरादा असता, तर मग अजून तसा निकाल का लागलेला नाही? कदाचित तिला आतल्या सगळ्या गोष्टी 'मॅनेज'

करणं अपेक्षेपेक्षा अवघड जात असेल, किंवा कदाचित निकोलसलाच नऊ ज्यूरींना पटवण्यात अडचणी येत असतील.

मी अजून एकदाही असली केस हरलेलो नाही, तो पुन्हा पुन्हा स्वत:लाच पटवून देण्याचा प्रयत्न करत होता. आणि अशा भयानक तणावाच्या वेळा पूर्वीही अनेकदा झालेल्या आहेत आणि शेवटी निकाल आपल्याच बाजूनं लागले आहेत. आताही तसंच होईल.

बरोबर पाचच्या ठोक्याला न्यायमूर्ती हार्किनननी कोर्टाचं काम पुन्हा सुरू केलं आणि ज्यूरींकडे निरोप पाठवला. सगळे वकील धावत-पळत परत आले. बरेचसे प्रेक्षकही आले.

ज्यूरर लोक रांगेनं येऊन आपापल्या जागी बसले. सगळेजण विलक्षण थकलेले दिसत होते, पण या वेळेला सगळेच ज्यूरी असे दिसायचे.

''तुम्हाला अगदी थोडे प्रश्न विचारतो.'' न्यायमूर्तींनी म्हटलं. ''तुम्ही कुणाची फोरमन म्हणून निवड केलीय का?''

सगळ्यांनी माना डोलावल्या आणि निकोलसनं हात वर केला. ''तो बहुमान मला मिळालाय.'' त्यानं हळूच, मोठ्या विनयानं म्हटलं.

''गुड. आता तुमच्या माहितीसाठी सांगतो, मी तासाभरापूर्वी मि. हर्मन ग्राईम्सशी बोललो. त्यांची तब्येत झपाट्यानं सुधारतेय. तो हार्ट ॲटॅक नव्हता असं एकंदरीत दिसतंय आणि त्यांना उद्या घरी सोडतील. त्यांनी तुम्हाला शुभेच्छा कळवल्या आहेत.''

सगळ्यांच्या चेहऱ्यांवर समाधानाचं हसू फुटलं.

''आता मूळ मुद्दा. तुमच्या हाती केस देऊन आता पाच तास झालेत. निकालाच्या दिशेनं तुमची काही प्रगती झालीय का?''

निकोलस काहीसे आढेवेढे घेत उभा राहिला आणि त्यानं आपल्या पँटच्या खिशात हात खुपसले. ''असं मला तरी वाटतं, युअर ऑनर.''

''गुड. ज्यूरी कोणत्या ना कोणत्या स्वरूपात निकाल देऊ शकतील असं वाटतं तुम्हाला? तुम्ही आतापर्यंत जी काही चर्चा केली असेल, ती माहिती इथे न सांगता मला फक्त एवढंच सांगा.''

निकोलसनं मान वळवून आपल्या सहकाऱ्यांकडे एक दृष्टिक्षेप टाकला. ''हो, युअर ऑनर. माझी खात्री आहे तशी.''

''हे केव्हापर्यंत होऊ शकेल? मी तुम्हाला घाई करतोय असं मुळीच समजू नका, बरं का. तुम्हाला हवा तेवढा वेळ घ्या. मी विचारतोय ते फक्त एवढ्यासाठी की, आज आपल्याला रात्री उशीर होणार असला, तर मला तशी व्यवस्था करावी

लागेल.’’

“आम्हांला सगळ्यांनाच आता घरी जायची घाई आहे, युअर ऑनर. त्यामुळे ही केस आज रात्रीच कधी तरी संपवण्याचा आमचा निर्धार आहे.’’

“मग तर फारच छान. डिनर मागवलंय, ते येईलच एवढ्यात. आणि माझी गरज भासली तर मी माझ्या चेंबरमध्येच आहे.’’

४१

डिनर घेऊन येण्याची मि. ओ'रायलेची आता ही शेवटचीच वेळ होती. आता हे सगळे ज्यूरी त्याला आपले मित्रच वाटत होते. हे सगळे लोक जणू राजेशाही पाहुणे असल्यासारखी त्यानं प्रत्येकाची अत्यंत अदबीनं विचारपूस करत, त्यांना काय हवं-नको ते विचारत सगळ्यांना भरपूर जेवू घातलं. त्याच्या दिमतीला त्याची तीन माणसंही होती.

साडेसहा वाजता त्यांचं डिनर उरकलं आणि प्रत्येकाला घरची ओढ लागली. सर्वांत प्रथम त्यांनी 'लाएबिलिटी'च्या मुद्द्यावर मतदान घ्यायचं ठरवलं. सगळ्यांना समजेल अशा भाषेत निकोलसनं हा प्रश्न विचारला. "जेकब वुडच्या मृत्यूबद्दल पायनेक्स कंपनीला जबाबदार धरायला तुम्ही तयार आहात?"

रिकी कोलमन, मिली डुप्री, लॉरीन ड्यूक आणि एंजल वीझनं ताबडतोब स्पष्ट होकार देऊन टाकला. लॉनी, फिलिप सॅव्हेल आणि मिसेस ग्लॅडिस कार्डनं तितक्याच ठामपणे 'नाही' म्हटलं. बाकीच्या लोकांची मतं या दरम्यान पडली. पूडलचं मत पक्कं नव्हतं, पण तिचा कल 'नाही'च्या बाजूनं होता. जेरीचं मत अचानक डळमळीत झालं, पण त्याचाही कल 'नाही' कडेच होता. नुकताच ज्यूरर झालेल्या शाईन रॉईसनं सकाळपासून ओळीनं तीन शब्द काही बोललेले नव्हते. तो अजून हवेतच होता. पण तो सगळ्यात जवळच्या गाड्यावर उडी मारणार हे उघड होतं – फक्त हा गाडा आहे, हे कळण्याचा अवकाश होता. हेन्री वूनंही आपलं मत अजून पक्कं बनलं नसल्याचं सांगितलं, पण तो निकोलस काय म्हणतो त्याची वाट बघत होता आणि निकोलस बाकीच्यांचं मत मांडून होण्याची वाट बघत होता. लोकांमध्ये एवढे मतभेद आहेत, हे बघून तो जरा खट्टू झालेला होता.

''मला वाटतं, आता तू बोलण्याची वेळ आलीय.'' लॉनीनं निकोलसकडे बघत म्हटलं. त्याच्या आवाजात आव्हान होतं.

''हो. आता तू बोल.'' रिकीही शस्त्रं परजून तयार होती. सगळ्यांच्या नजरा आता त्यांच्या फोरमनवर खिळलेल्या होत्या.

''ओके.'' निकोलसनं म्हटलं. सगळीकडे गंभीर शांतता पसरली. इतकी वर्षं वाट बघितली, बेत रचले, कारस्थानं केली, त्या सगळ्याचं फलित म्हणून हा क्षण आता आलाय, त्यानं मनात म्हटलं. जे काही बोलायचं, ते त्यानं हजारदा मनात घोकलेलं होतं, तरीही त्यानं सावकाश, एकेक शब्द जपून, तोलून-मापून वापरत बोलायला सुरुवात केली. ''माझी अशी खात्री पटलीय की, सिगारेट प्राणघातक असतात. दरवर्षी चार लाख लोक सिगारेटमुळे मृत्युमुखी पडतात. सिगारेट उत्पादकांना माहीत असतं की निकोटिनची शरीराला सवय होते, व्यसन लागतं आणि तरीही ते सिगारेटमधलं निकोटिनचं प्रमाण भरपूर ठेवतात. निकोटिन कमी केलं तर सिगारेटचा धोका किती तरी कमी होईल. कंपन्यांना वाटलं तर त्या निकोटिन कमी करूही शकतील, पण त्यामुळे सिगारेटची विक्री खूपच घसरेल. जेकब वुडचा मृत्यू सिगारेटमुळेच झाला असं माझं स्पष्ट मत आहे आणि यावरून तुमच्यापैकी कोणी माझ्याशी वाद घालण्याचा प्रयत्नही करू नये. माझी अशीही खात्री पटलीय की, लहान मुलांना सिगारेटचं व्यसन लावण्यासाठी सिगारेट कंपन्या वाटेल ते करतात, थापा मारतात, फसवाफसवी करतात. या कंपन्या अत्यंत निर्दय असतात आणि माझ्या मते त्यांना आपण धडा शिकवलाच पाहिजे.''

''अगदी बरोबर.'' हेन्री वू नं पटकन सांगून टाकलं.

रिकी आणि मिली तर जाम खूष झालेल्या होत्या. त्यांना जोरजोरात टाळ्या वाजवाव्याशा वाटत होत्या.

''म्हणजे त्यांना दंडात्मक नुकसानभरपाई द्यायला लावायची?'' जेरीनं भयंकर आश्चर्यचकित होऊन विचारलं.

''त्याशिवाय या निकालाला काही अर्थच राहणार नाही, जेरी. त्यांना जी रक्कम द्यायला लावायची, ती प्रचंडच असायला हवी. आपण जर फक्त प्रत्यक्ष झालेल्या नुकसानीचीच भरपाई मागितली, तर त्याचा अर्थ असा होईल की, सिगारेट उद्योगाला त्यानं केलेल्या अपराधांबद्दल लक्षात राहील अशी शिक्षा करण्याची धमकच आपल्यात नाही.''

''हो, हो, त्यांना कायमची लक्षात राहील अशी शिक्षा फर्मावली पाहिजे.'' शाईन रॉईसनं प्रथमच तोंड उघडलं. आपल्यालाही यातलं काही कळतं, एवढंच फक्त त्याला दाखवायचं होतं. त्याला त्याचा गाडा दिसलेला होता आणि तो त्यानं ओळखलेलाही होता.

लॉनीनं शाईन आणि वू कडे अविश्वासानं बघितलं. फिर्यादीच्या बाजूनं सात मतं, त्यानं चटकन हिशोब केला. ''आत्ता तुला पैशाबद्दल बोलता येणार नाही. तुझ्याकडे अजून तुझी मतं आलेली नाहीत.''

''हॅ! ती काय माझी मतं आहेत का?''

''आहेत ना.'' लॉनीनं कडवटपणे म्हटलं. ''हा निकालच तुझा आहे.''

त्यांनी परत एकदा अंदाज घेतला – फिर्यादीच्या बाजूनं सात, बचावाच्या बाजूनं तीन, जेरी आणि पूडल कुंपणावर. पण आता त्यांनाही कोणत्या तरी एका बाजूला उतरायचं होतं. पण तेवढ्यात मिसेस ग्लॅडिस कार्डनं गणित बिघडवलं. ''मला खरं तर या सिगारेट कंपनीच्या बाजूनं मत द्यायचं नाहीय, पण त्या सेलेस्ट वुडला एवढा पैसा आपण का द्यायचा, तेच मला समजत नाही.''

''किती पैसे द्यायचे तिला? तुला काय वाटतं?'' निकोलसनं विचारलं.

मिसेस कार्डही एकदम गोंधळून गेली. ''कोण जाणे. काही तरी पैसे द्यावेत असं माझंही मत आहे, पण किती द्यावेत, कोण जाणे.''

''तुझ्या मनात काय आकडा आहे?'' रिकीनं निकोलसकडे नजर रोखत विचारलं. पुन्हा सगळीकडे एकदम शांतता पसरली.

''एक बिलियन.'' निकोलसनं अत्यंत निर्विकारपणे सांगून टाकलं. ''शंभर कोटी.'' एखाद्या बाँबसारखे त्याचे शब्द टेबलाच्या मधोमध आदळले. सगळ्यांचीच तोंडं उघडी पडली. नजरा विस्फारल्या, भुवया वर गेल्या.

पण आणखी कुणी काही बोलायच्या आधी त्यानं पुढे सांगायला सुरुवात केली. ''सिगारेट उद्योगाला जर आपण काही संदेश देणार असलो, तर त्यांना झटकाच द्यावा लागेल. आपण जो निकाल देऊ तो एखाद्या मैलाच्या दगडासारखा असलाच पाहिजे. तो निकाल असा असला पाहिजे की, सगळ्या जगाला कळलं पाहिजे की, या दिवशी अमेरिकन जनतेनं खडबडून जागं होऊन तिच्या न्यायव्यवस्थेमार्फत साऱ्या सिगारेट उद्योगाला जोरात हटकलं आणि 'झालं एवढं पुरे झालं!' असं बजावून सांगितलं.''

''वेड लागलंय तुला.'' लॉनीनं तिरस्कारानं म्हटलं. त्या क्षणी तरी सगळ्यांचं तेच मत होतं.

''म्हणजे तुला एकदम सुपरस्टार बनायचंय तर.'' जेरीनंही उपरोधानं म्हटलं.

''मला नाही सुपरस्टार व्हायचं, मला आपल्या निकालाला सुपरस्टार करायचंय. आणखी दोन दिवसांनी लोक आपली नावं विसरून जातील, पण आपण दिलेला निकाल विसरायचा म्हटला तरी ते कुणालाही शक्य होणार नाही. आपल्याला जर निकाल द्यायचाच असेल, तर तो असा देऊ आपण.''

''मला पटलं हे.'' शाईन रॉईसनं हळूच म्हटलं. एवढे पैसे आपण देणार या

विचारानं त्याचं डोकं फिरायला लागलेलं होतं. हा एकमेव ज्यूरर मोटेलमध्ये आणखी एक रात्र काढायला तयार होता. कारण त्याला फुकट जेवण मिळालं असतं, शिवाय वर आणखी पंधरा डॉलर्सही मिळाले असते.

"आपण असं केलं, तर नंतर काय होईल?" मिली अजूनही त्या धक्क्यातून बाहेर येत नव्हती.

"काय होणार? बचाव पक्ष अपील करेल आणि दोन वर्षांनी आणखी कोणी काळे झगे घातलेले बोकड ती रक्कम कमी करतील. ती आणखी जरा योग्य वाटेल इतकी खाली आणतील. ते म्हणतील, ताळतंत्र सोडलेल्या ज्यूरींनी दिलेला हा त्यांना शोभणारा निकाल आहे आणि मग ते तो त्यांना हवा तसा सुधारतील."

"मग हे आपण करून काय उपयोग?" लॉरीननं विचारलं.

"सध्याच्या परिस्थितीत बदल घडवून आणण्यासाठी हे आपण करायला हवं. लाखो लोकांच्या मृत्यूला कारणीभूत झाल्याबद्दल सिगारेट उद्योगाला जबाबदार धरलं गेलं पाहिजे. सध्या त्यांच्यावर कुणाचाच वचक नाही. ही प्रक्रिया वर्षानुवर्षं चालेल, पण त्याची सुरुवात आपण करू. एक लक्षात घ्या की, त्या कंपन्यांनी अजूनपर्यंत एकही खटला हरलेला नाही. आपण अजिंक्य आहोत, आपलं कोणी काही वाकडं करू शकत नाही अशी त्यांची कल्पना आहे. त्यांचा आपण भ्रमनिरास करू आणि तो अशा पद्धतीनं करू की, पुढच्या लोकांना सिगारेट उद्योगाशी टक्कर घेताना मुळीच भीती वाटता कामा नये."

"म्हणजे तू त्या कंपन्यांना दिवाळखोर बनवणार तर." लॉनीनं म्हटलं.

"नाही, पण तसं झालं तरी मला काहीही वाटणार नाही. पायनेक्सची नेट वर्थ एकशे वीस कोटी आहे आणि त्या कंपनीचा जवळजवळ सगळाच नफा अशा लोकांच्या खिशातून येतो की, ते त्यांच्या सिगारेट ओढतात, पण त्यांना त्या व्यसनातून मनोमन बाहेर पडायचं असतं. उलट मी तर म्हणतो की, पायनेक्सचं दिवाळं वाजूच दे. जगातली केवढी तरी मोठी घाण जाईल. ती कंपनी बुडाली, तर रडणारं तरी कोण आहे?"

"तिथे काम करणारे लोक रडतील की."

"हं. हे खरंय. पण पायनेक्सच्या सिगारेटींच्या व्यसनात कायमचे जखडलेल्या हजारो लोकांबद्दल मला त्यापेक्षा जास्त सहानुभूती वाटते."

"सेलेस्ट वुडला ते अपील कोर्ट किती पैसे देईल?" मिसेस ग्लॅडिस कार्डनं विचारलं. आपल्याच शहरात राहणाऱ्या एका अनोळखी बाईला एका रात्रीत कोट्यधीश करायची कल्पना अजूनही तिला सहन होत नव्हती. माझा नवरा प्रोस्टेट कॅन्सरनं आजारी पडला पण तेव्हा कोणावर खटला भरावा असं काही त्याच्या मनात आलेलं नव्हतं, तिनं मनात म्हटलं.

''ते मात्र मला सांगता येणार नाही.'' निकोलसनं म्हटलं. ''आणि त्यावर आपण डोकेफोड करण्याचं काही कारण नाही. तेव्हा कोर्ट वेगळं असेल, ज्यूरीही वेगळे असतील. सगळंच वेगळं असेल. शिवाय अशा निकालात ज्या मोठ्या नुकसानभरपाईच्या किंवा दंडाच्या रकमा दिलेल्या असतात, तर त्या कमी करण्यासाठी सुद्धा काही नियम असतात, मार्गदर्शक तत्त्वं असतात.''

''एक बिलियन डॉलर्स.'' लॉरीन ड्यूकनं स्वत:शीच, पण इतरांना ऐकू जाण्याइतकं मोठ्यानं म्हटलं. सगळेजण बिलियन म्हणजे किती, त्याच्याच कल्पनेत गढून गेलेले होते.

कर्नल हरेराला वेळीच घरची वाट दाखवल्याबद्दल निकोलसनं निदान दहाव्यांदा स्वत:ची पाठ थोपटली. हरेरानं या आकड्यावरून आकाशपाताळ एक केलं असतं, पण आता रूममध्ये शांतता होती. लॉनी एकटाच अजूनही बचाव पक्षाची पाठराखण करत होता आणि तो पुन्हा पुन्हा मतांची विभागणी मोजून बघण्यात गर्क होता.

कर्नल हरेरापेक्षाही जास्त महत्त्व हर्मनच्या अनुपस्थितीला होतं, कारण लोकांनी त्याचं ऐकलं असतं. तो खूप विचारी, विवेकी होता, हिशोबी होता. भावनेच्या आहारी जाणाऱ्यांपैकी तो नव्हता आणि असल्या प्रचंड रकमेच्या निकालाला तो मान्यता देणं शक्यच नव्हतं.

पण आता ते दोघंही इथे नव्हते.

जबाबदारीच्या विषयावरून निकोलसनं मोठ्या कौशल्यानं बोलणं नुकसानीवर आणलेलं होतं. या गोष्टीचं महत्त्व फक्त तोच जाणून होता. त्यानं टाकलेल्या आकड्यालाच सगळे इतके बिचकले होते की, ते आपोआपच जबाबदारीऐवजी पैशाचा विचार करायला लागले होते.

आणि हे असंच राहू देण्याचा निकोलसचा निर्धार होता. ''ही फक्त एक कल्पना आहे.'' त्यानं म्हटलं. ''त्यांना जागं करून त्यांचं लक्ष आपल्याकडे वेधून घेण्याची गरज आहे.''

निकोलसनं जेरीकडे बघून हळूच डोळा मारला. लगेच जेरीनं एन्ट्री घेतली. ''नाही रे बाबा. इतकी मोठी रक्कम मला पटत नाही.'' त्यानं खास त्याच्या सेल्समनच्या आवाजात म्हटलं. ''हे म्हणजे डोक्याच्या बाहेरचं आहे. थोडी फार नुकसानभरपाई द्यायला हवी हे एकदम मान्य. पण शंभर कोटी म्हणजे फारच जास्त आहे.''

''तुला वाटतंय तसं नाही ते.'' निकोलसनं म्हटलं. ''कंपनीकडे रोख ऐंशी कोटी आहेत आणि या कंपन्या म्हणजे नोटा छापायचे छापखाने असतात.''

जेरीच्या रूपानं आठवं मतही गेलं, हे बघितल्यावर लॉनी एका कोपऱ्यात जाऊन बसला आणि नेलकटर काढून हातांची नखं कापू लागला.

तेवढ्यात पूडलच्या रूपानं नववं मत फिर्यादीच्या बाजूनं पडलं. ''खरंय. हा आकडा फारच मोठा आहे. एवढा नाही जमणार.'' तिनं म्हटलं. ''यापेक्षा कमी चालतील, पण शंभर कोटी? नाही. नको.''

''मग किती?'' रिकीनं विचारलं.

फक्त पन्नास कोटी. फक्त दहा कोटी. त्यांच्या मध्यमवर्गीय डोक्यांमध्ये एवढे मोठाले आकडेच बसत नव्हते आणि त्यांना ते उच्चारायलासुद्धा नको वाटत होतं.

''कोण जाणे. मला नाही सांगता येणार.'' सिल्व्हियानं म्हटलं. ''तुझं काय मत आहे?''

''या लोकांना फटकारण्याची कल्पना मला आवडलीय.'' रिकीनं म्हटलं. ''आपल्याला जर सगळ्या सिगारेट उद्योगाला काही संदेश पाठवायचा असेल, तर त्यात गुळमुळीतपणा करण्यात काय अर्थ आहे?''

''हो, पण एकदम शंभर कोटी?'' सिल्व्हियानं विचारलं.

''हो, काय हरकत आहे? माझी तयारी आहे.''

''हो, माझीही.'' शाईन रॉईसनंही म्हटलं. त्याला तर एवढ्या मोठ्या रकमेचा विचार करतानासुद्धा आपण स्वत:च कोट्यधीश असल्यासारखं वाटत होतं.

बराच वेळ कोणीच काही बोललं नाही. फक्त लॉनीच्या नेलकटरचा तेवढा आवाज येत होता.

शेवटी निकोलसनं विचारलं, ''अजिबातच नुकसानभरपाई देऊ नये असं कोणाला वाटतंय?''

सॅव्हेलनं हात वर केला. लॉनीनं त्याच्या प्रश्नाकडेच दुर्लक्ष केलं, पण त्यानं उत्तर देण्याचीही गरज नव्हती.

''या मुद्द्यावर दहा विरुद्ध दोन अशी विभागणी झालेली आहे.'' निकोलसनं जाहीर केलं आणि लिहून घेतलं. ''म्हणजे ज्यूरीनं जबाबदारीच्या मुद्द्यावर आपला निर्णय घेतलाय. आता नुकसानभरपाईचा मुद्दा घेऊया. प्रत्यक्ष नुकसानभरपाईबद्दल जेकब वुडच्या वारसांना वीस लाख डॉलर्स दिले जावेत, याबद्दल या दहा लोकांचं एकमत आहे का?''

खुर्ची लाथाडून सॅव्हेल सरळ बाहेर निघून गेला. लॉनीनं एका कपात कॉफी भरून घेतली आणि तो खिडकीशी जाऊन बसला. बाकीच्यांकडे त्याची पाठ होती, पण सगळं बोलणं मात्र तो कान टवकारून ऐकत होता.

शंभर कोटींच्या पुढे वीस लाख हा आकडा इतका किरकोळ होता की, दहाही जणांनी ही रक्कम ताबडतोब एकमतानं मान्य केली. न्यायमूर्तींनी दिलेल्या फॉर्मवर निकोलसनं हेही लिहून घेतलं.

''ओके. आता, दंडात्मक नुकसानभरपाईपोटी काही ना काही रक्कम वसूल

केली जावी, असं या दहा जणांना वाटतं का?'' त्यानं विचारलं आणि टेबलाभोवती सावकाश फिरून प्रत्येकाकडून होकार मिळवला. मिसेस ग्लॅडिस कार्ड मात्र आढेवेढे घेत होती. पण तिनं जरी 'नाही' म्हटलं असतं, तरी काही बिघडत नव्हतं, कारण नऊच मतं हवी होती.

''ओके. आता दंडात्मक नुकसानभरपाईची रक्कम ठरवू या. कुणाला काही नवीन सुचतंय का?'' त्यानं विचारलं.

''माझ्या डोक्यात आलीय एक कल्पना.'' जेरीनं म्हटलं. ''प्रत्येकानं कागदावर त्याला वाटते ती रक्कम लिहावी. ती गुप्तच ठेवायची. त्यानंतर त्या सगळ्या आकड्यांची बेरीज करायची आणि तिला दहानं भागायचं. म्हणजे आपल्याला प्रत्येकाच्या मताची सरासरी मिळेल.''

''पण ही सरासरी येईल, तीच मान्य करणं बंधनकारक असावं का?'' निकोलसनं विचारलं.

''नाही. पण निदान आपल्याला एक कल्पना तरी येईल.''

ही कल्पना सगळ्यांनाच आवडली. प्रत्येकानं कागदाच्या एकेका तुकड्यावर स्वत:च्या मनातला आकडा लिहून त्याची घडी घातली.

निकोलसनं प्रत्येक कागद सावकाश उघडून हे आकडे मिलीला वाचून दाखवले आणि मिलीनं ते एका कागदावर नीट लिहून घेतले – शंभर कोटी, दहा लाख, पाच कोटी, एक कोटी, शंभर कोटी, दहा लाख, पन्नास लाख, पन्नास कोटी, शंभर कोटी, वीस लाख.

मिलीनं मग गणित केलं. ''याची बेरीज येते तीनशे छप्पन्न कोटी नव्वद लाख आणि दहानं भागल्यावर याची सरासरी पस्तीस कोटी एकोणसत्तर लाख येते.''

शून्यं मोजण्यातच मंडळींचे काही क्षण गेले. लॉनी ताडकन उठून टेबलाशी आला. ''तुम्हा लोकांना वेड लागलंय, वेड.'' एवढं कसंबसं बोलून तो रूमचं दार उघडून बाहेर पडला आणि त्यानं दाणकन दार बंद केलं.

''बाप रे. हे फार अवघड आहे.'' मिसेस ग्लॅडिस कार्डनं म्हटलं. ती चांगलीच सटपटलेली दिसत होती. ''हे बघा, मी एक साधी पेन्शनवर जगणारी बाई आहे. पेन्शनही तसं भरपूर आहे. पण हे आकडे म्हणजे माझ्या डोक्याबाहेरचं काम आहे.''

''हो, पण हे सगळे आकडे खरे आहेत. बरोबरही आहेत. पायनेक्सकडे रोख स्वरूपात ऐंशी कोटी डॉलर्स आहेत आणि शंभर कोटीपेक्षा जास्त तिचं इक्विटी भांडवल आहे. मागच्या वर्षी आपल्या देशाला थेट सिगारेटमुळे होणाऱ्या रोगांवरच्या वैद्यकीय उपचारांच्या खर्चापोटी सहाशे कोटी डॉलर्स खर्च करावे लागले आणि हा आकडा दर वर्षी वाढतोच आहे. या सगळ्यात मोठ्या चार सिगारेट कंपन्यांची गेल्या वर्षीची एकंदर विक्री जवळजवळ सोळाशे कोटी होती आणि हाही आकडा फुगतोय.

त्यामुळे या खटल्याचा विचारसुद्धा तुला प्रचंड मोठ्या प्रमाणावर करावा लागेल. आपण जर फक्त पन्नास लाखांची नुकसानभरपाई द्यावी असा निर्णय घेतला, तर ही माणसं हसतील आपल्याला. यानं कशातही कसलाही बदल होणार नाही. बेफिकिरीनं ते नुकसानभरपाई आपल्या तोंडावर मारतील आणि मग पुन्हा पहिले पाढे पंचावन्न, अशी स्थिती होईल. मुलांना खेचून घेणाऱ्या पुन्हा तशाच जाहिराती. काँग्रेसपुढे पुन्हा तशाच भूलथापा. सगळं काही तसंच, पहिल्यासारखं. त्यांना झटका देऊन जागं केलं नाही, तर हा सगळा खटाटोप व्यर्थ आहे.''

रिकीनं कोपरं टेबलावर टेकून पुढे झुकून मिसेस कार्डच्या नजरेला नजर भिडवली. ''तुला हे जमणार नसेल, तर त्या दोघांसारखी तूही बाहेर निघून जा.''

''मला टोमणे मारू नकोस, रिकी.''

''टोमणे नाही मारत तुला. एवढं मोठं काही करायचं तर त्यासाठी हिंमत लागते. निकोलस म्हणतोय ते बरोबर आहे. त्यांच्या तोंडात मारून जर आपण त्यांना गुडघ्यावर आणलं नाही, तर कशातच काही बदल होणार नाही. ही माणसं अत्यंत निर्दय आणि निर्ढावलेली आहेत.''

भयंकर अस्वस्थ झाल्यामुळे मिसेस कार्डचे हातपाय थरथरत होते. तिला आता कोणत्याही क्षणी रडू कोसळण्याचं चिन्हं दिसत होती. ''आय ॲम रिअली सॉरी. तुम्ही म्हणताय ते पटतंय मला, पण तेवढी हिंमतच नाहीय माझ्यात.''

''असू दे, मिसेस कार्ड. एवढं वाईट वाटून घेण्याचं काही कारण नाही. एखाद्याला नाही जमत. जाऊ दे.'' निकोलसनं तिला धीर देत म्हटलं. बिचारीला कोणाच्या तरी सहानुभूतीची गरज आहे, त्यानं विचार केला. आणि जोपर्यंत नऊ मतं आपल्या खिशात आहेत, तोपर्यंत यानं फारसं काहीच बिघडत नाही. फक्त आता आणखी मतं फुटणं परवडणार नाही आपल्याला.

कोणी काहीच बोलत नव्हतं. आता ही कोलमडून पडते, का स्वत:ला सावरते, इकडेच सगळ्यांचं लक्ष होतं. पण काही क्षणानंतर तिनं एक मोठा थोरला श्वास घेतला आणि मान ताठ करून हनुवटी उचलली.

''मी एक शंका विचारू?'' निकोलसकडे जणू तोच आता सगळ्यांचा त्राता असल्यासारखं बघत एंजल वीझनं विचारलं.

''जरूर.'' निकोलसनं खांदे उडवत म्हटलं.

''आपण म्हणतोय तशी जर प्रचंड मोठी नुकसानभरपाई द्यावी असा निकाल आपण दिला, तर या सिगारेट उद्योगाचं काय होईल?''

''कोणत्या दृष्टीनं विचारतेस? आर्थिक दृष्टीनं, कायद्याच्या दृष्टीनं, की राजकीय दृष्टीनं?''

''सगळ्याच दृष्टींनी.''

दोन क्षण त्यानं विचार करून बोलायला सुरुवात केली. ''सुरुवातीला प्रचंड गोंधळाची परिस्थिती निर्माण होईल. या धक्क्याच्या बऱ्याच लाटा एकापाठोपाठ एक करत आदळतील. आता पुढे काय होणार याची बऱ्याच अधिकारी मंडळींना चिंता उत्पन्न होईल. आता आपल्यावर खटल्यांचा महापूर येतो की काय, अशी भीती वाटेल या कंपन्यांना. त्यांना त्यांची जाहिरातविषयक धोरणं पुन्हा नीट तपासून बघणं भाग पडेल. त्यांच्याकडे प्रचंड पैसा आहे, त्यामुळे इतक्या लगेच काही त्या दिवाळखोरीत जाणार नाहीत. त्या काँग्रेसकडे धाव घेतील, आपल्यासाठी खास कायदे करण्याची मागणी करतील आणि माझा अंदाज असा आहे की, सरकारचीही त्यांच्यावरची माया हळूहळू आटत जाईल. थोडक्यात सांगायचं, एंजल, तर सिगारेट उद्योगात आमूलाग्र बदल होतील. पण जर आपण आपलं कर्तव्य केलं, तरच.''

''कदाचित एक दिवस सिगारेटचं उत्पादनच बेकायदेशीर ठरवलं जाईल.'' रिकीनं मध्येच म्हटलं.

''एक तर ते तरी, किंवा आर्थिकदृष्ट्याच कंपन्यांना सिगारेट बनवणं परवडण्यासारखं उरणार नाही.'' निकोलसनं म्हटलं.

''पण आपलं काय होणार?'' एंजलनं विचारलं. ''म्हणजे, मी असं विचारतेय की, आपल्याला काही धोका निर्माण होऊ शकतो का? तू म्हणाला होतास की, हा खटला सुरू झाला तेव्हापासून या कंपन्यांची माणसं आपल्यावर नजर ठेवून आहेत.''

''नाही, नाही. आपल्याला कसलाच धोका नाही.'' निकोलसनं म्हटलं. ''हे लोक आपलं काहीच वाकडं करू शकणार नाहीत. मघाशी मी म्हणालो तसं, आठवड्याभरानं लोक आपली नावंसुद्धा विसरून जातील. पण आपला निकाल मात्र कायमचा सगळ्यांच्या लक्षात राहील.''

तेवढ्यात दार उघडून फिलिप सॅव्हेल आत आला आणि आपल्या खुर्चीवर बसला. ''मग काय, रॉबिन हुडच्या आधुनिक अवतारहो, काय ठरवलंय तुम्ही?''

निकोलसनं त्याच्याकडे बघितलंसुद्धा नाही. ''आपल्याला जर आज घरी जायचं असलं, लोकहो, तर अजून आपल्याला रक्कम ठरवावी लागेल.''

''माझी कल्पना होती की, ते आपण ठरवून झालंय.'' रिकीनं म्हटलं.

''पण त्यासाठी आपल्याकडे नऊ मतं आहेत का?''

''किती रक्कम ठरवली तुम्ही?'' फिलिप सॅव्हेलनं मध्येच उपरोधानं विचारलं.

''साधारण पस्तीस कोटी वर आणखी थोडे.'' रिकीनं उत्तर दिलं.

''ओहो, मला एकदम मार्क्सच्या संपत्तीच्या विभाजनाच्या जुन्या सिद्धांताची आठवण झाली. गंमतच आहे. पण तुम्ही कोणी कम्युनिस्टांसारखे दिसत नाही मला.''

“मला काय वाटतं, सांगतो.” जेरीनं मध्येच म्हटलं, “आपण पस्तीस कोटी एकोणसत्तर लाख हा आकडा सरळ चाळीस कोटी करू. म्हणजे कसं, एकदम सुटसुटीत होईल. पायनेक्सकडच्या रोख रकमेच्या निम्मी रक्कम बरोबर एवढीच होते आणि त्यामुळे त्यांच्यावर दिवाळखोरीचीही पाळी येणार नाही. त्यांनी जरा कमरा कसल्या, पैसे वाचवले, निकोटिन आणखी थोडं वाढवलं, आणखी थोड्या पोरांना सिगारेटचं व्यसन लावलं की, झालं काम. बघता बघता वर्षा-दोन वर्षांत नुकसान भरून निघेल त्यांचं.”

“हा काय लिलाव चाललाय का तुमचा?” फिलिपनं उगाचच वाक्य टाकलं.

“मग चला. तसंच करूया.” रिकीनं म्हटलं.

“हे ज्यांना मान्य आहे, त्यांनी हात वर करा, म्हणजे मी मतं मोजतो.” निकोलसनं म्हटलं. लगेच नऊ हात वर झाले. मग त्यानं प्रत्येकाला ‘प्रत्यक्ष नुकसानभरपाईपोटी वीस लाख आणि दंडात्मक नुकसानभरपाई म्हणून चाळीस कोटी डॉलर्स हे तुम्हाला मान्य आहे का?’ असं विचारून घेतलं. सगळ्यांनीच होकार दिला. त्यानं मग निकालाच्या फॉर्मवर हे सगळं लिहिलं आणि त्यावर प्रत्येकाची सही घेतली.

तेवढ्यात लॉनी आत आला.

“आमचा निर्णय पक्का झालाय, लॉनी.” निकोलसनं म्हटलं.

“आश्चर्यच आहे. किती रक्कम ठरवली तुम्ही?”

“चाळीस कोटी वीस लाख.” सॅव्हेलनं परस्पर उत्तर दिलं.

लॉनीनं डोळे विस्फारून आधी सॅव्हेलकडे आणि मग निकोलसकडे बघितलं. “थट्टा करताय माझी?” त्यानं कसंबसं विचारलं.

“छे, छे. थट्टा कशाला?” निकोलसनं म्हटलं. “खरंच आहे ते. आणि नऊ जणांनी त्याच्या बाजूनं मतदानही केलंय. तुला यायचंय का?”

“हँ! मुळीच नाही.”

“विश्वासच बसत नाही ना?” सॅव्हेलनं म्हटलं. “आणि विचार कर, आपल्याला केवढी प्रचंड प्रसिद्धी मिळेल आता.”

“कमाल आहे. हे असलं कधी ऐकलेलंसुद्धा नव्हतं पूर्वी.” भिंतीशी टेकून उभं राहत लॉनीनं म्हटलं.

“अगदीच काही तसं नाहीय.” निकोलसनं उत्तर दिलं. “काही वर्षांपूर्वी टेक्सॅकोविरुद्ध तर ज्यूरींनी दहा बिलियन डॉलर्सचा – एक हजार कोटींचा – निकाल दिला होता.”

“ओहो. म्हणजे पायनेक्सची सुटका भलतीच स्वस्तात झाली म्हणायची.”

“तुला काय पाहिजे ते म्हण.” निकोलस उठला. “आमच्या दृष्टीनं आम्हाला जे न्याय्य वाटलं ते आम्ही केलंय.” दाराशी जाऊन त्यानं दार उघडलं आणि लू

डेलकरवी न्यायमूर्तींना निरोप पाठवला की, ज्यूरींचा निकाल झालाय.

त्यांना आता थोडा वेळ होता. तेवढ्यात लॉनीनं निकोलसला एका बाजूस घेतलं. "यातून माझं नाव बाजूला ठेवण्याचा काही मार्ग आहे का रे?" त्यानं कुजबुजत्या आवाजात विचारलं.

"आहे ना. काळजी करू नकोस. आता कोर्टरूममध्ये न्यायमूर्ती प्रत्येकानं कसं मतदान केलं ते विचारतील. ते जेव्हा तुला विचारतील, तेव्हा तू स्पष्ट आवाजात सांग की, तू या निकालात सहभागी नव्हतास, तू विरोधात मतदान केलं होतंस."

"हरकत नाही. सुटलो. थँक्स, निकोलस."

४२

निकोलसच्या बाकीच्या चिठ्ठ्यांसारखीच ही चिठ्ठीही लू डेलनं घेतली आणि ती विलिसला दिली. विलिसनं स्वत: चालत जाऊन ती चिठ्ठी न्यायमूर्ती हार्किनच्या हातात दिली. त्या वेळी न्यायमूर्ती फोनवर बोलत होते, पण मनोमन निकालाची वाट बघत होते. आतापर्यंत त्यांनी काही कमी निकाल ऐकले नव्हते, पण हा निकाल काहीतरी विशेष असणार असं त्यांचं मन त्यांना सांगत होतं.

त्यांनी चिठ्ठी उघडली.

चिठ्ठीत लिहिलं होतं, ''युअर ऑनर, आमचे काम झाल्यावर आम्हाला सोडले की, लगेच माझ्यासोबत कोर्टाचा एखादा कर्मचारी देण्याची आपण व्यवस्था करू शकाल? मला फार भीती वाटत आहे. याचे सर्व स्पष्टीकरण मी आपल्याला नंतर देईन. निकोलस ईस्टर.''

न्यायमूर्तींनी चेंबरच्या बाहेर उभ्या असलेल्या एका कर्मचाऱ्याला योग्य त्या सूचना दिल्या आणि झपाझप पावलं टाकत ते कोर्टरूममध्ये आले. कोर्टरूममधलं संपूर्ण वातावरणच एक प्रकारच्या विचित्र, औत्सुक्यमिश्रित तणावानं भारलेलं होतं. त्यांना बघितल्याबरोबर आसपास रेंगाळत, गप्पा मारत असलेले सगळे वकील घाईघाईनं धावत-पळत येऊन आपापल्या जागेवर बसले. सगळ्यांच्याच चेहऱ्यावर त्या विचित्र ताणाचा स्पष्ट ठसा उमटलेला होता. प्रेक्षकही भराभर आत येऊन बसू लागले. रात्रीचे जवळजवळ आठ वाजलेले होते.

''आत्ताच मला समजलंय की ज्यूरींचा निकाल पूर्ण झालाय.'' हार्किननी समोरच्या माईकमध्ये मोठ्यानं म्हटलं. सगळी कोर्टरूम उत्कंठेनं ज्याची वाट बघत होती, तो क्षण आलेला होता. ''ज्यूरींना घेऊन या.'' त्यांनी फर्मावलं.

गंभीर चेहऱ्यानं मान खाली घालून ज्यूरी एका रांगेत बाहेर आले आणि ज्यूरी बॉक्समध्ये येऊन आपापल्या जागेवर बसले. सगळ्या ज्यूरींचे चेहरे निकाल सांगण्याच्या वेळी असेच असतात. त्यांनी कुठल्याही बाजूसाठी आनंदाची बातमी आणलेली असो, की शिक्षा फर्मावलेली असो, त्यांच्यात एकमत झालेलं असो वा नसो, त्यांच्या नजरा नेहमी खालीच वळलेल्या असतात. त्यामुळे होतं काय की, दोन्ही पक्षांचे लोक आधीच खचून जातात आणि पुढे अपील करण्याचे डावपेच आखू लागतात.

लू डेलनं निकोलसच्या हातातून तो फॉर्म घेतला आणि न्यायमूर्तींकडे दिला. आणि चेहरा कमालीचा निर्विकार, मख्ख ठेवत न्यायमूर्तींनी तो वाचून काढला. आपण लोकांवर केवढा प्रचंड बॉंब टाकणार आहोत, याचा त्यांनी पुसटसासुद्धा सुगावा लागू दिला नाही. त्यांना स्वत:लाच निकाल वाचून भयंकर धक्का बसलेला होता, पण तांत्रिकदृष्ट्या निकाल अगदी बरोबर होता, त्यामुळे त्यांना काहीही करणं शक्य नव्हतं. नंतर जरी नुकसानभरपाईची रक्कम कमी करावी असे प्रस्ताव येणार हे उघड असलं, तरी या क्षणी त्यांचे हात बांधलेले होते. फॉर्मची घडी घालून त्यांनी तो लू डेलकडे परत दिला आणि तिनं तो निकोलसला नेऊन दिला. निकोलस उठून उभा राहिला.

"मि. फोरमन, प्लीज तुमचा निकाल वाचून दाखवा."

निकोलसनं फॉर्मची घडी उलगडली, हलकेच खाकरून घसा साफ केला, फिच कुठे दिसतोय का ते हळूच बघितलं आणि तो दिसत नाही म्हटल्यावर वाचायला सुरुवात केली. "आम्ही ज्यूरी फिर्यादी सेलेस्ट वुड यांच्या बाजूनं निकाल देत आहोत की, त्यांना प्रत्यक्ष नुकसानभरपाईपोटी बचाव पक्षानं वीस लाख डॉलर्स द्यावेत."

कोर्टात नेहमी घडणारी एवढीच गोष्ट असते. पुढे जे घडलं, ते कोर्टात सहसा घडत नाही. वेन्डेल ऱ्होर आणि त्याच्या सगळ्या सहकारी वकिलांनी एकत्रितपणे सुटकेचा एक भलामोठा नि:श्वास सोडला. त्यांनी नुकताच नवा इतिहास घडवलेला होता.

पण निकाल अजून वाचून संपलेला नव्हता.

"आम्ही ज्यूरी फिर्यादी सेलेस्ट वुड यांच्या बाजूनं निकाल देत आहोत की, त्यांना दंडात्मक नुकसानभरपाईपोटी बचाव पक्षानं चाळीस कोटी डॉलर्स द्यावेत."

वकिलांच्या दृष्टीनं पाहिलं, तर निकाल ऐकणं ही एक मोठी अवघड अशी कलाच आहे. वकिलानं निकाल ऐकल्यावर कसलीही पसंती-नापसंती चेहऱ्यावर दाखवायची नसते; त्रागा, आनंद, दु:ख व्यक्त करायचं नसतं. क्लाएंटला आनंदानं – किंवा धीर देण्यासाठी – मिठी मारायची नसते. वकिलानं निकाल ऐकताना संपूर्णपणे निर्विकार चेहऱ्यानं जागेवर बसून राहायचं असतं. जराही मान वर न करता

समोरच्या पॅडवर काही तरी गिरगटत बसायचं असतं. कसाही निकाल आला, तरी हे असंच होणार हा आपला आधीपासूनचाच अंदाज असल्याचं भासवत जागेवर बसून राहायचं असतं.

इथे मात्र सगळ्याच कलाकारांनी या कलेशी साफ बेईमानी केली. केबल कोणी तरी पोटात गोळी मारल्यासारखा मटकन खाली बसला. त्याचे सगळे वकील आ वासून, संपूर्ण अविश्वासानं डोळे बारीक करून बघत राहिले. पाठीमागून कुठून तरी ''ओ माय गॉड!'' असंही एका कनिष्ठ वकिलानं न राहवून कपाळावर हात मारत म्हटलं.

ऱ्होरच्या चेहऱ्यावर प्रचंड समाधानाचं हास्य उमटलं, पण त्यानं चटकन शेजारी बसलेल्या, निकाल ऐकल्याबरोबर भावनावेग अनावर झालेल्या सेलेस्ट वुडच्या खांद्याभोवती एक हात टाकून तिला हलकेच थोपटलं. त्याच्या बाकीच्या सहकारी वकिलांनी मूकपणे एकमेकांचे हात पकडून अभिनंदन करायला सुरुवात केली. निकालाच्या रकमेपैकी चाळीस टक्के वाटा त्यांचा होता!

खाली बसून निकोलसनं लॉरीन ड्यूकच्या गुडघ्यावर हलकेच थोपटलं. संपलं एकदाचं सगळं.

न्यायमूर्ती हार्किननी मात्र लगेचच स्वतःला सावरलं आणि जणू असले निकाल आपण रोजच ऐकत असल्यासारखी पुढे कामाला सुरुवात केली. ''ज्यूरीतल्या सभ्य स्त्रीपुरुषहो, प्लीज इकडे लक्ष द्या. या निकालाशी तुम्ही सहमत आहात का, असं मी आता तुमच्यापैकी प्रत्येकाला विचारणार आहे. मी मिस लॉरीन ड्यूकपासून सुरुवात करतो. तुम्ही या निकालाच्या बाजूनं मतदान केलंय का, ते मला स्पष्ट सांगा.''

''हो, मी केलंय.'' लॉरीननं मोठ्या अभिमानानं सांगितलं. काही वकील हे लिहून घेत होते, तर काही शून्यात नजर लावून नुसतेच बसलेले होते.

''मि. ईस्टर, या निकालाच्या बाजूनं तुम्ही मतदान केलंय?''

''हो.''

''मिसेस डुप्री?''

''हो, सर.''

''मि. सॅव्हेल?''

''नाही, सर.''

''मि. रॉईस, तुम्ही?''

''हो, सर.''

''मिस वीझ?''

''हो.''

''मि. वू?''

''हो, युअर ऑनर.''

''मि. लॉनी शेव्हर?''

अर्धवट उठून उभं राहत लॉनीनं स्पष्ट शब्दात बोलायला सुरुवात केली. ''नाही, युअर ऑनर. मी या निकालाच्या बाजूनं मतदान केलेलं नाही आणि मला तो साफ अमान्य आहे.''

''थँक्यू. आणि मिसेस रिकी कोलमन, तुमचं काय?''

''हो, सर.''

''मिसेस ग्लॅडिस कार्ड?''

''नाही, सर.''

केबलला, पायनेक्सला आणि फिचला आणि एकूणच साऱ्या सिगारेट उद्योगाला अचानक आशेचा किरण दिसू लागला. तीन ज्यूरर्सनी निकालाच्या विरोधात मत दिलेलं होतं. आता आणखी फक्त एकच मत की, लगेच ज्यूरींना पुन्हा एकदा आणखी चर्चा करायला ज्यूरी रूममध्ये जावं लागणार होतं. निकाल दिल्यानंतर, न्यायमूर्तींनी मतदान घेताना आधीच्या निकालाच्या कशा ठिकऱ्या उडाल्या, ज्यूरी रूममध्ये जो निकाल चांगला मजबूत वाटला होता, तोच निकाल बाहेर कोर्टरूममधल्या खुल्या वातावरणात आल्यावर किती वेगळा भासला, याचे अनेक प्रसंग मोठे, अनुभवी वकील लोक खुलवून सांगताना दिसतात, ते यामुळेच.

पण पूडल आणि जेरीनंही निकालाच्या बाजूनंच मत नोंदवल्यावर ही चमत्काराची धुगधुगीही लगेचच विझली.

''एकंदरीत असं दिसतंय की, मतदान निकालाच्या बाजूनं नऊ आणि विरोधात तीन असं झालंय.'' न्यायमूर्तींनी म्हटलं, ''सगळं काही नियमांना धरूनच केलेलं दिसतंय. मि. ऱ्होर, तुम्हाला काही म्हणायचंय यावर?''

ऱ्होरनं फक्त मूकपणे माने हलवली. भर कोर्टात ज्यूरींचे आभार मानणं त्याला शक्य नव्हतं, पण या क्षणी त्याला प्रत्येक ज्यूररच्या पायाचे मुके घ्यावेसे वाटत होते. त्यामुळे तो मोठ्या तोऱ्यात, पण शांतपणे सेलेस्ट वुडच्या खांद्याभोवती एक जाडजूड हात टाकून नुसताच बसून राहिला.

''मि. केबल?''

''नाही, सर.'' केबलनं कसंबसं म्हटलं. मनात मात्र तो या बारा बिनडोकांना शिव्यांची लाखोली वाहत होता.

फिच कोर्टरूममध्ये दिसत नाही म्हटल्याबरोबर निकोलसचं मन नाना शंकाकुशंकांनी झाकोळून गेलं. तो इथे नाही, म्हणजेच तो बाहेरच्या अंधारात कुठे तरी आहे. आता आणखी काय काय समजलं असेल त्याला? पण एव्हाना त्याला बहुतेक सगळंच समजलं असेल. निकोलसला आता शक्य तितक्या लवकर इथून निघून शहराबाहेर

पळ काढण्याची घाई झालेली होती.

न्यायमूर्तींनी आभारप्रदर्शनाचं एक लांबलचक भाषण सुरू केलं. राष्ट्रभक्ती, सामाजिक कर्तव्यं वगैरेचे भरपूर डोस ते अधून-मधून पाजत होते, कधी काही सुविचार ऐकवत होते, मध्येच काहीतरी रंगहीन विनोदही करण्याचा प्रयत्न करत होते. शेवटी बऱ्याच वेळानं त्यांनी या निकालाच्या वेळी झालेल्या चर्चेबद्दल बाहेर कुणालाही काही न सांगण्याची तंबी दिली, जर असं कोणी काही बोलल्याचं समजलं तर तो कोर्टाचा अपमान समजला जाईल असं बजावून सांगितलं आणि मग पुन्हा त्यांचे आभार मानून त्यांना निरोप दिला.

अजून एकदा सगळ्यांना सामान घेण्यासाठी मोटेलवर जाणं भागच होतं.

हा सगळा प्रसंग फिच आपल्या ऑफिसात बसून कॅमेऱ्याच्या डोळ्यातून पाहत आणि ऐकत बसलेला होता. आता तो एकटाच होता, कारण ज्यूरी तज्ज्ञांना त्यानं केव्हाच हाकलून दिलेलं होतं.

स्वॅन्सन परत आल्यावर फिचनं त्याला निकोलसला पळवून नेण्याचा आपला विचार बोलून दाखवला होता. पण मग त्यांनी म्हटलं होतं, त्यानं काय साध्य होणार? ईस्टर काही तोंड उघडणार नाही आणि उलट आपल्यावरच अपहरणाचा आरोप येईल. बिलॉक्सीतल्या तुरुंगात कुजत पडण्याचं काही कारण नाही, आधीच आपल्यामागे एवढ्या कटकटी आहेत.

मग त्यांनी त्याचा पाठलाग करायचं ठरवलं होतं – या अपेक्षेनं की, तो आपल्याला त्या मार्लीपर्यंत घेऊन जाईल. हो, पण समजा ती अगदी सापडली, तरी तिचं करायचं काय? तिच्याविरुद्ध पोलिसात तक्रार करणार? कशी काय? तिनं चोरीचाच पैसा पळवलाय. आणि एफ.बी.आय.ला तरी काय लिहून देणार? मी तिला खटल्याचा निकाल सिगारेट कंपन्यांच्या बाजूनं फिरवण्यासाठी एक कोटी डॉलर्स दिले होते आणि तिनं माझा विश्वासघात केला, असं लिहून द्यायचं?

प्रत्येक वळणावर मार्ली त्याला पुरून उरली होती.

फिचला टीव्हीच्या पडद्यावर, मॅकअॅडूच्या कॅमेऱ्यानं पाठवलेला कोर्टरूमचा सीन दिसत होता. ज्यूरी उठले, सावकाश चालत एका रांगेनं आत निघून गेले आणि ज्यूरी बॉक्स रिकामी झाली.

सगळेजण आपापल्या पर्स, पुस्तकं, वर्तमानपत्रं वगैरे घेण्यासाठी ज्यूरी रूममध्ये आले. निकोलस फालतू गप्पा मारण्याच्या मन:स्थितीतच नव्हता. तो पटकन दारातून बाहेर पडला. बाहेरच चक् उभा होता. एव्हाना त्यांची बऱ्यापैकी मैत्री झालेली होती. बाहेर शेरीफ वाट बघत उभा असल्याचं चक्नं त्याला सांगितलं.

गेला महिनाभर ज्या लोकांबरोबर तो राहिला होता, त्यांच्यापैकी एकाशीही एक चकार शब्दही न बोलता निकोलस घाईघाईनं चक्बरोबर निघून गेला. ते कोर्टाच्या

मागच्या दारानं गुपचुप बाहेर आले. शेरीफ स्वत: आपल्या भल्यामोठ्या फोर्डमध्ये बसून त्याची वाट बघत होता.

''न्यायमूर्तींनी मला सांगितलं की तुम्हाला थोड्या मदतीची गरज आहे.'' शेरीफनं म्हटलं.

''हो. फॉर्टी नाईन नॉर्थ स्ट्रीटवर चला. कुठे जायचं ते मी दाखवतो. आणि आपला पाठलाग कोणी करत नाही ना, तेवढं बघा.''

''ओके. कोण करेल आपला पाठलाग?''

''गुंड.''

चकूनं लगेच त्याला आत बसवून दिलं आणि गाडी भरवेगात निघाली. निकोलसला दुसऱ्या मजल्यावरच्या ज्यूरी रूममधल्या मोठ्या खिडकीतून मिलीनं रिकीला मिठी मारलेली ओझरतं दिसलं.

''पण मोटेलमध्ये तुम्हाला परत नाही जायचं का? तुमचं सामान असेल ना?'' शेरीफनं विचारलं.

''नको. ते मी नंतर घेईन.''

शेरीफनं रेडिओवरून बोलून दोन पोलिसांच्या गाड्या मागवून घेतल्या आणि त्यांना आपल्या गाडीच्या मागे राहायला सांगितलं. वीस मिनिटांनी गाडी गल्फपोर्टमधून वेगानं जाऊ लागली. निकोलस त्याला कसं जायचं ते सांगत होता. शेवटी शहराच्या उत्तर भागातल्या एका मोठ्या अपार्टमेंट कॉम्प्लेक्सच्या आवारातल्या टेनिस कोर्टाबाहेर त्यानं गाडी थांबवायला सांगितली आणि तो खाली उतरला.

''इथे सोडलं तरी चालेल? तुम्हाला धोका नाही अशी खात्री आहे तुमची?'' शेरीफनं विचारलं.

''हो. इथे मी माझ्या मित्रांबरोबर राहीन. थँक्स.''

''गरज लागली तर लगेच फोन करा.''

''हो, जरूर करेन.''

वळून चालत निकोलस अंधारात दिसेनासा झाला. एका कोपऱ्यावर तो त्या गाड्या जाईपर्यंत वाट बघत थांबला. इथूनच त्याला अपार्टमेंट कॉम्प्लेक्समध्ये जाणाऱ्या-येणाऱ्या गाड्याही दिसत होत्या. थोडा वेळ त्यानं नीट निरीक्षण केलं आणि काही संशयास्पद हालचाल दिसत नाही अशी खात्री केल्यावर तो निघाला.

मार्लीनं त्याच्यासाठी एक नवी कोरी भाड्यानं घेतलेली गाडी दोन दिवसांपूर्वीच आणून तिथल्या पार्किंग लॉटमध्ये लावून ठेवलेली होती. अशाच भाड्यानं घेतलेल्या आणखी दोन गाड्या तिनं आणखी दोन वेगवेगळ्या पार्किंग लॉटमध्ये ठेवलेल्या होत्या. निकोलसनं गाडी सुरू केली.

काहीही गडबड न होता तो दीड तासानं हॅटिसबर्गला पोचला. वाटेत तो मागून

कोणी आपला पाठलाग करत नाही ना, हे एकसारखं आरशात बघत होता.

हॅटिसबर्गच्या विमानतळावर तेच लिअरजेट विमान थांबलेलं होतं. निकोलसनं किल्ल्या गाडीतच ठेवून गाडीची दारं बंद केली आणि शांतपणे चालत तो विमानतळाच्या इमारतीत शिरला.

मध्यरात्रीनंतर थोड्या वेळानं निकोलस जॉर्ज टाऊनला उतरला आणि नवे कोरे कॅनेडियन पासपोर्ट, व्हिसा, ड्रायव्हिंग लायसन्स वगैरे दाखवून तिथल्या कस्टम्समधून बाहेर पडला. एवढ्या रात्री संपूर्ण विमानतळ जवळजवळ रिकामाच होता. सामान घेण्याच्या जागेपाशी मार्ली त्याची वाटच बघत उभी होती. भेटल्याबरोबर त्यांनी एकमेकांना कडकडून मिठी मारली.

"तू बातमी ऐकलीस की नाही?" चालत विमानतळाबाहेर येता येता त्यानं विचारलं.

"हो, ऐकली ना." तिनं मोठ्यानं हसून म्हटलं. "पण फक्त नऊच मतं मिळवता आली तुला?"

थोड्याच वेळात त्यांची गाडी जॉर्ज टाऊनकडे निघाली आणि रात्रीच्या शांत, निर्मनुष्य रस्त्यांवरून वळणं घेत जाऊ लागली. पीअरच्या जवळ बँकांच्या अत्याधुनिक, सुंदर इमारती होत्या. "ती बघ आपली बँक." रॉयल स्विस ट्रस्टच्या इमारतीकडे तिनं बोट दाखवलं.

"हं. छान आहे."

जरा वेळानं ते दोघं समुद्रकिनाऱ्यावर वाळूत जाऊन बसले. शांत, छोट्या छोट्या लाटा हळूच त्यांच्या पायांशी येऊन फुटत होत्या. अगदी क्षितिजावर थोड्या फार बोटींचे दिवे दिसत होते. किनाऱ्यावर दुसरं कोणीच नव्हतं.

गेली चार वर्षं चालू असलेली त्यांची धावपळ आता संपलेली होती. सगळं काही ठरल्याप्रमाणे पार पडलेलं होतं. व्यवस्थित पार पडलेलं होतं. याच क्षणाची त्यांनी स्वप्नं बघितली होती. आता आपलं स्वप्न पुरं होणंच शक्य नाही, अशी खात्री झाल्याच्या वेळाही काही कमी आलेल्या नव्हत्या.

आता मात्र मिनिटं कशी पंख लावल्यासारखी भुर्रकन उडून चाललेली होती.

बँकेतल्या मार्कसची आणि निकोलसची गाठ पडली नाही, तरच जास्त बरं, असं त्यांनी ठरवलं. कारण तो काही ना काही चौकशी करेल अशी शक्यता बरीच होती.

बरोबर सकाळी नऊ वाजता मार्ली बँकेत हजर झाली आणि रिसेप्शनिस्टनं स्वत: तिला वरच्या मजल्यावर मार्कसच्या ऑफिसात आणून सोडलं. मार्कस तिची वाटच

बघत होता. त्याच्या मनात अनेक प्रश्न घोटाळत होते, पण त्यापैकी बरेचसे तो तिला विचारूही शकणार नव्हता. तिला कॉफी देऊन त्यानं ऑफिसचं दार बंद करून घेतलं.

''पायनेक्सचे शेअर शॉर्टसेल करण्याची तुमची कल्पना चांगलीच फायदेशीर ठरलेली दिसतेय.'' त्यानं हसून म्हटलं.

''असं दिसतंय खरं.'' मार्लीनंही तितकंच गुळमुळीत उत्तर दिलं. ''आता किती भावावर तो खुला होईल?''

''हं. मी न्यूयॉर्कला एकसारखे फोन करून अंदाज घेतोय आणि तिकडे वॉल स्ट्रीटमध्ये एकदम गोंधळाची परिस्थिती झालीय. तो जो निकाल जाहीर झालाय, त्यामुळे सगळ्यांनाच प्रचंड मोठा धक्का बसलाय. अपवाद फक्त तुमचा, मला वाटतं.'' त्यानं म्हटलं. त्याला आणखी चाचपणी करायची अनावर इच्छा होत होती, पण आपल्याला ही काहीच उत्तरं देणार नाही, हेही त्याला पक्कं ठाऊक होतं. ''तो कदाचित आज व्यवहारांसाठी खुलाच होणार नाही. बहुतेक ते लोक या शेअरचे व्यवहार एक-दोन दिवस बंदच ठेवतील.''

तिनंही नुसतीच मान डोलावली. कालचे शेअरचे बंद होतानाचे भाव बघत दोघंही थोडा वेळ कॉफी घेत बसले. साडेनऊला मार्कसनं पुन्हा डोक्यावर हेडसेट चढवला. ''वॉल स्ट्रीट उघडलेलं दिसतंय.'' आपल्या कॉम्प्युटरच्या पडद्यावर बघत त्यानं म्हटलं.

चेहरा शांत ठेवण्याचा आटोकाट प्रयत्न करत मार्ली त्याचं बोलणं कान देऊन ऐकत होती. झटकन घुसायचं, भराभर पैसा मिळवायचा आणि दूर निघून जायचं, असं तिनं आणि निकोलसनं ठरवलं होतं. अशा जागी की, जी त्यांनी सुद्धा पूर्वी कधी बघितली नसेल. पण त्याआधी तिला काल शॉर्ट सेल केलेले पायनेक्सचे एक लाख साठ हजार शेअर्स कव्हर करणं भाग होतं.

''त्यांनी पायनेक्सचे व्यवहार थांबवलेत.'' मार्कसनं म्हटलं आणि तिनं हाताची नखं कुरतडायला सुरुवात केली. मग त्यानं न्यूयॉर्कमध्ये कोणाशी तरी बोलायला सुरुवात केली. मध्येच तो काहीतरी आकडे सांगत होता, भाव सांगत होता. ''पन्नास डॉलर्सला लोक विकायला बघतायत, पण कोणी खरेदीच करत नाहीय. काय करू? घेऊ? आत्ताच व्यवहारांना सुरुवात होतेयसं दिसतंय.''

''नको.''

दोन मिनिटं अशीच गेली. त्याची नजर कॉम्प्युटरच्या पडद्यावर खिळलेली होती. ''आता तो बोर्डावर पंचेचाळीस डॉलर्सला दिसतोय. काय करू?''

''नका घेऊ. बाकीच्या शेअर्सची काय परिस्थिती आहे?''

त्याची बोटं कीबोर्डवरून सराईतपणे नाचत होती. ''बाप रे. ट्रेलको तेरा

डॉलर्सनी उतरून त्रेचाळीसवर आलाय. स्मिथ ग्रीअर अकरा डॉलर्सनं उतरून त्रेपन्नवर आलाय. कॉनपॅक आठ डॉलर्स उतरलाय आणि पंचवीस डॉलर्सवर आलाय. नुसती कत्तल चाललीय, कत्तल. संपूर्ण सिगारेट उद्योगच मार खातोय.''

''आता पायनेक्स परत बघा.''

''अजून उतरतोच आहे. बेचाळीसवर आलाय. अगदी किरकोळ खरेदी दिसतेय.''

''बेचाळीस डॉलर्स भावानं वीस हजार शेअर्स घ्या, पायनेक्सचे.'' हातातला कागद बघत मार्लीनं म्हटलं.

काही सेकंद तसेच गेले. ''घेतले. भाव त्रेचाळीस झालाय आता. म्हणजे कोणाची तरी नजर आहे या व्यवहारावर. पुढच्या वेळी वीस हजारांपेक्षा कमी शेअर्स घेतलेले बरे.''

कमिशन वजा जाता मार्ली-निकोलस जोडीनं नुकतेच सात लाख चाळीस हजार डॉलर्स कमावलेले होते.

''परत त्याचा भाव बेचाळीसवर आलाय.'' मार्कसनं म्हटलं.

''मग एकेचाळीस झाला की, आणखी वीस हजार शेअर्स घ्या.''

पुन्हा एक मिनिट शांतता. ''घेतले.''

आणखी सात लाख साठ हजार फायदा.

''आता तो अर्ध्या डॉलर्सनं चढलाय.'' त्यानं एखाद्या रोबॉटसारखं म्हटलं. ''आपली खरेदी पाहिली त्यांनी.''

''आणखी कोणी खरेदी करतंय?''

''नाही. अजून तरी नाही.''

''मग ती कधी सुरू होईल असं वाटतं तुम्हाला?'' तिनं विचारलं.

''कोण जाणे. पण माझ्या मते थोड्याच वेळात सुरू होईल. त्या कंपनीकडे प्रचंड पैसा आहे. इतक्या लवकर काही ती डबघाईला जात नाही. त्या शेअरची बुक व्हॅल्यू जवळजवळ सत्तर डॉलर्स आहे. पन्नास डॉलर्सला मिळाला तरी तो फारच स्वस्तात मिळाला, असं म्हणेन मी. मी माझ्या सगळ्याच क्लाएंटला सांगतो की, आत्ताच हा शेअर घ्या. हीच वेळ आहे.''

तिनं एकेचाळीस डॉलर्स भावानं आणखी वीस हजार शेअर्स घेतले, मग तासाभरानं भाव चाळीसवर पोचला तेव्हा आणखी वीस हजार शेअर्स घेतले. ट्रेलको जेव्हा सोळा डॉलर्सनी उतरून चाळीस डॉलर्सवर आला, तेव्हा तिनं ट्रेलकोचेही वीस हजार शेअर्स घेऊन तीन लाख वीस हजार फायदा कमावला.

अत्यंत थोड्या वेळात प्रचंड नफा कमावण्याची त्यांची कल्पना उत्तमपणे आकार घेत होती. साडेदहाला तिनं मार्कसच्या फोनवरून निकोलसला फोन केला. निकोलस त्या वेळी सी.एन.एन.वर त्यांनी केलेल्या बॉंबस्फोटाचे परिणाम प्रत्यक्ष

बघण्यात गर्क होता. सी.एन.एन.नं बिलॉक्सीत त्यांचं युनिट पाठवलेलं होतं आणि ही मंडळी ऱ्होर आणि केबल आणि हार्किन, ग्लोरिया लेन किंवा आणखी ज्या कोणाला माहिती असेल त्याच्या मुलाखती घेण्याची धडपड करत होती, पण कोणालाच त्यांच्याशी बोलायचं नव्हतं. त्याच वेळी निकोलस आर्थिक क्षेत्रातल्या घडामोडींच्या बातम्या देणाऱ्या एका चॅनेलवर शेअरचे भावही बघत होता.

पायनेक्सच्या शेअरची खरेदी-विक्री सुरू झाल्यावर तासाभरानं पायनेक्सच्या भावानं आपली किमान पातळी गाठली. भाव अडतीस डॉलर्स झाल्यावर त्याची खरेदी करणारे लोक दिसू लागले. ताबडतोब मार्लीनं तिला हवे असलेले ऐंशी हजार शेअर्स उचलले आणि हिशोब पूर्ण केला.

ट्रेलकोचा भाव बराच वेळ एकेचाळीस डॉलर्सच्या खाली उतरत नाहीय, हे पाहिल्यावर तिनं ट्रेलकोचे चाळीस हजार शेअर्स घेतले आणि तोही हिशोब पूर्ण केला. या दोन महत्त्वाच्या कंपन्यांच्या शेअरच्या व्यवहारातून प्रचंड नफा कमावल्यावर तिला बाकीच्या दोन कंपन्यांमध्ये फारसा रस उरला नाही. तरीही मोठ्या प्रयत्नानं स्वत:वर ताबा ठेवत तिनं तेही शेअर्स घेतले आणि त्यातूनही ती बाहेर पडली.

हे होईपर्यंत जवळजवळ दुपारचे बारा वाजत आले होते. शेअर बाजारात अजूनही गोंधळाचीच परिस्थिती होती. मार्कसनं हेडसेट काढून ठेवून कपाळावरचा घाम टिपला.

''अगदीच काही वाईट खेळलो नाही आपण, मिस मॅकरोलंड. कमिशन वजा जाता तुम्ही जवळजवळ ऐंशी लाख कमावलेत.'' त्यानं म्हटलं. पलीकडच्या प्रिंटरवर तिच्या सगळ्या व्यवहारांची माहिती छापून येत होती.

''हे सगळे पैसे तुम्ही झुरिकमधल्या एका बँकेत पाठवा.'' तिनं म्हटलं.

''आमची तिकडे जी ब्रँच आहे, तिकडे पाठवायचे?''

''नाही.'' आणि तिनं पैसे कुठे आणि कसे पाठवायचे त्या सूचना लिहिलेला एक कागद त्याला दिला.

''किती पाठवायचे?''

''तुमचं कमिशन कापून उरतील ते सगळे.''

''ताबडतोब ना?''

''हो, अगदी ताबडतोब.''

ती भराभर सामानाची आवराआवर करत होती. त्याच्याकडे नेण्यासारखं फारसं काही नव्हतंच, त्यामुळे तो तिच्याकडेच बघत होता. हॉटेलमधल्याच एका दुकानात त्यानं दोन गोल्फ शर्ट आणि एक जीनची पँट घेतलेली होती. तेवढंच त्याचं सामान होतं. आता नवीन ठिकाणी गेलं की सगळेच कपडे नवीन घ्यायचे, त्यांनी ठरवलेलं होतं. कारण आता पैशाचा विचार करण्याचं काही कारणच उरलेलं नव्हतं.

विमानानं फर्स्ट क्लासमधून ते दोघं मायामीला आले. तिथे पुढचं ॲमस्टरडॅमला जाणारं विमान यायची त्यांना दोन तास वाट पाहावी लागली. विमानातही टीव्हीवर सी.एन.एन. आणि फिनान्शिअल न्यूज हेच दोन चॅनेल्स दाखवले जात होते. एकीकडे बिलॉक्सीत घेतलेल्या मुलाखती, तर दुसरीकडे अजूनही पुरतं गोंधळलेलं वॉल स्ट्रीट बघून त्यांची चांगलीच करमणूक होत होती. दोन्ही ठिकाणी तथाकथित तज्ज्ञ मंडळींचं पेव फुटलेलं होतं. कायदा शिकवणारी प्रोफेसर मंडळी सिगारेट कंपन्यांना भविष्यकाळात कसं जबाबदार धरलं जाईल याचे ठणकावून अंदाज सांगत होती. शेअर विशेषज्ञ लोक तर वाटेल ती मतं व्यक्त करत सुटलेले होते. एकाचंही मत दुसऱ्यासारखं नव्हतं. न्यायमूर्ती हार्किननी 'नो कॉमेंट' म्हणून मुलाखतीला आलेल्यांना कटवलं. केबल कुठेसा दडून बसलेला होता, तो कुठे भेटतच नव्हता. ऱ्होरनं मात्र या अभूतपूर्व विजयाचं संपूर्ण श्रेय स्वत:कडे घेतलं. या गोंधळात रॅन्किन फिच कुठेच दिसत नव्हता. त्यामुळे मार्ली जरा खट्टू झाली. पुरता उजाड झालेला त्याचा चेहरा एकदा तरी दिसावा, अशी तिची फार इच्छा होती.

तिचं शेअर घेण्याचं टायमिंग मात्र अत्यंत योग्य होतं, असं त्यांच्या लक्षात आलं. कारण बाजार कोसळल्यावर थोड्याच वेळात त्यानं आपली किमान पातळी गाठली होती आणि त्या दिवसाच्या शेवटी पायनेक्सचा भाव पंचेचाळीस डॉलर्सवर स्थिरावला होता.

ॲमस्टरडॅमला उतरल्यावर ते दोघं विमानानं जीनेव्हाला आले आणि तिथल्या उत्तम हॉटेलातला एक सूट त्यांनी महिनाभरासाठी घेतला.

४३

निकालानंतर तीन दिवसांनी फिच बिलॉक्सीतून बाहेर पडला. आर्लिंग्टनला तो आपल्या घरी परतला आणि वॉशिंग्टनमधलं आपलं रोजचं काम त्यानं सुरू केलं. 'फंड'चा डायरेक्टर म्हणून आता तो किती दिवस राहील ही शंकाच होती, पण त्याच्या छोट्याशा फर्मला पुरून उरेल एवढं इतर काम होतं. अर्थात, 'फंड' एवढा पैसा त्याला कुठल्याच कामातून मिळणं शक्य नव्हतं.

निकाल लागून गेल्यावर एका आठवड्यानं फिचनं न्यूयॉर्कला जाऊन ल्यूथर व्हॅन्डेमीर आणि डी. मार्टिन जँकलची भेट घेतली आणि मार्लीशी केलेल्या कराराची सगळी माहिती त्यांना सांगून टाकली. ही मीटिंग वादळी ठरणार हे उघडच होतं आणि झालंही तसंच. तिथून बाहेर पडताना फिचची अवस्था खरोखरच वादळानं झेंजारून गेलेल्या माणसासारखी झालेली होती.

आता या निकालाला कसं आव्हान द्यायचं याचीही चर्चा त्यानं न्यूयॉर्कमधल्या काही 'निर्ढावलेल्या' वकिलांशी केली. निकालानंतर ईस्टर ताबडतोब नाहीसा झाला, यात कुठे तरी नक्कीच पाणी मुरत होतं. हर्मन ग्राईम्सनं आपली त्या वेळची सगळी वैद्यकीय उपचारांची कागदपत्रं देण्याचं आधीच कबूल केलेलं होतं. त्याला हार्ट ॲटॅक येणार अशी कुठलीही चिन्हं आधी दिसलेली नव्हती. त्या दिवशी सकाळीसुद्धा तो एकदम ठणठणीत होता. कॉफीची चव काहीतरी विचित्र लागली आणि नंतर लगेच आपण जमिनीवर पडलो, हे त्याला पक्कं आठवत होतं. कर्नल फ्रँक हरेरानंही लेखी प्रतिज्ञापत्र दिलेलं होतं की, आपल्या बेडच्या खाली जी नियतकालिकं आणि वृत्तपत्रं सापडली होती, ती आपण स्वत: तिथे ठेवलेलीच नव्हती, आपल्याला कोणीही भेटायला आलेलं नव्हतं, 'मोगल' हे नियतकालिक मोटेलच्या आसपास

कुठेही विकलं जात नव्हतं. या निकालाभोवतीचं संशयाचं पटल दिवसेंदिवस आणखी गडद होत चाललेलं होतं.

न्यूयॉर्कमधल्या त्या वकिलांना मार्लीबरोबरच्या कराराबद्दल मात्र फिचनं एक अवाक्षरही सांगितलं नाही. पुढेही कधी ते त्यांना कळणार नव्हतं.

केबलनं एक प्रस्ताव केलेला होता की, या खटल्यातल्या सर्व ज्यूरर लोकांना प्रश्न विचारण्याची परवानगी मिळावी. तो हा प्रस्ताव प्रत्यक्ष फाईलही करण्याच्या विचारात होता. न्यायमूर्ती हार्किननाही विचार केल्यावर ही कल्पना पटत चाललेली होती. नाही तर त्या वेळी ज्यूरी रूममध्ये घडलेल्या घडामोडींची माहिती कळण्याचा दुसरा मार्गच नव्हता. लॉनी शेव्हर तर सगळ्यांना हे सांगायला नुसता फुरफुरत होता. त्यालाही दरम्यानच्या काळात ठरल्याप्रमाणे प्रमोशन मिळालेलं होतं आणि आता तो 'कॉर्पोरेट' अमेरिकेचं रक्षण करायला दोन्ही हातांत तलवारी घेऊन सिद्ध झालेला होता.

एकंदरीत प्रयत्न केले तर यश येईल, असं म्हणायला बरीच जागा होती. अर्थात, अपील करणं आणि त्यापुढचे सोपस्कार, या गोष्टी भरपूर वेळखाऊ होत्या. कठीणही होत्या.

ऱ्होर आणि त्याच्याबरोबर खिशातले पैसे घालून हा खटला लढवलेल्या त्याच्या साथीदारांबद्दल सांगायचं, तर त्यांचा संपूर्ण भविष्यकाळ संधींनी परिपूर्ण असा होता. त्यांनी तर पुढे येणारा फोनचा महापूर हाताळण्यासाठीसुद्धा आणखी माणसं नेमलेली होती, आणखी 'टोल फ्री' नंबरही घेऊन ठेवलेले होते. सिगारेट कंपन्यांविरुद्ध मोठ्या प्रमाणात लढा देण्याची त्यांनी पुरती तजवीज करून ठेवलेली होती.

वॉल स्ट्रीटचा कलही सिगारेट उद्योगापेक्षा ऱ्होरच्याकडेच जास्त आहेसं चित्र दिसत होतं. खटल्यानंतरच्या पुढच्या काळात अजूनही पायनेक्सचा भाव पन्नास डॉलर्सपेक्षा जास्त चढत नव्हता आणि बाकीच्या तीन कंपन्यांचे भावही किमान वीस टक्क्यांनी उतरलेले होते. धूम्रपानाच्या विरोधात काम करणाऱ्या संस्था तर सिगारेट उद्योग हळूहळू डबघाईत जाईल आणि मग कालांतरानं लयाला जाईल, असे अंदाज उघडपणे व्यक्त करत होत्या.

बिलॉक्सीतून बाहेर पडल्यावर साधारण दीड महिना उलटून गेला होता. एक दिवस फिच एकटाच वॉशिंग्टनमधल्या ड्युपाँट सर्कलजवळच्या एका छोट्याशा भारतीय रेस्टॉरंटमध्ये बसून तिथलं एक मसालेदार सूप चाखत बसलेला होता. त्याच्या अंगावर त्यानं अजून ओव्हरकोट तसाच ठेवलेला होता, कारण बाहेर बर्फ पडत होतं, आणि आतमध्ये भयंकर थंड वातावरण होतं.

आणि अचानक ती समोर येऊन उभी राहिली. कुठून आली ते कळलंच नाही. मागे न्यू ऑर्लिन्समध्येही ती अशीच एकदम जणू हवेतून अवतीर्ण झाली होती. ''हाय, फिच.'' तिनं म्हटलं आणि त्याच्या हातातला चमचा गळून पडला.

त्यानं त्या जवळजवळ अंधाऱ्या रेस्टॉरंटमध्ये इकडेतिकडे बघितलं. सगळीच मंडळी भारतीय दिसत होती. त्याच्या टेबलापासून चाळीस फुटांच्या परिघात कोणी एक शब्दही इंग्लिशमध्ये बोलत नव्हतं. सगळेजण गप्पा मारत समोरच्या पदार्थांचा आस्वाद घेण्यात गर्क होते.

''तू कशी इथे?'' ओठ फारसे न हलवता फिचनं विचारलं. तिच्या अंगातल्या कोटाच्या फरच्या कॉलरपुढे तिचा चेहरा बराच झाकलेला होता. ती दिसायला किती सुंदर आहे, हे त्याला आठवलं. तिनं आपले केस आणखीच कापलेले दिसत होते.

''काही नाही, तुला 'हॅलो' करावं म्हटलं.''

''मग आता म्हणालीस ना ते?''

''हो आणि तुझे पैसे तुझ्या अकाऊंटमध्ये जमा होतायत. त्या हॅन्वा बँकेतल्या तुझ्या अकाऊंटमध्ये ते पैसे मी वायर ट्रान्स्फर करतेय. सगळे पैसे. एक कोटी डॉलर्स.''

यावर लगेच काय बोलावं हेच त्याला सुचेना. या सुंदर पोरीनं माझ्यावरही कुरघोडी केली आणि आत्ता ही पुन्हा तितक्याच सहजतेनं माझ्यासमोर आलीय, अजूनही माझी तीच स्थिती आहे. मला तिला प्रत्युत्तर देता येत नाहीय, अजूनही मला तिच्या मनाचा थांग लागत नाहीय! ''थँक्स.'' त्यानं बोलायचं म्हणून, पण काहीशा उपरोधानं म्हटलं.

''खरं तर मी ते पैसे कोणत्या तरी सामाजिक कार्य करणाऱ्या संस्थांना, त्यातही धूम्रपानाच्या विरोधात काम करणाऱ्या संस्थांना देऊन टाकायचं ठरवलं होतं. पण मग आम्ही तसं न करण्याचं ठरवलं.''

''तुम्ही? निकोलस कसा आहे?''

''त्याचीही आठवण येत असेल ना तुला?''

''हो, अगदी सतत.''

''तो मजेत आहे.''

''म्हणजे तुम्ही दोघं आता एकत्रच राहताय?''

''हो. म्हणजे काय?''

''मला वाटलं होतं की ते पैसे घेतल्यावर तू चक्क पळून गेलीस. त्यालाही सोडून.''

''काहीतरीच काय, फिच!''

''पण आता मला ते पैसे नकोयत.''

"ग्रेट. मग ते अमेरिकन लंग असोसिएशनला देणगी म्हणून देऊन टाक."

"नाही, नाही. ते काही माझं क्षेत्र नव्हे. पण मला सांग, तू ते पैसे परत का करतेयस?"

"कारण ते माझे नाहीत, म्हणून."

"अस्सं. म्हणजे तुलाही काही नीतिमत्ता आहे, तत्त्वं आहेत म्हणायची."

"उगाच लेक्चरबाजी करू नकोस, फिच आणि नीतिमत्ता, तत्त्वं असे शब्द तुझ्या तोंडात शोभतच नाहीत. दुसरं म्हणजे मला तुझे पैसे कायमचे कधीच नको होते. मला ते फक्त तात्पुरते हवे होते."

"तू इतकी खोटं बोललेली आहेस, फसवाफसवीही भरपूर केलीयेस, आता चोरीही करायला काय हरकत आहे?"

"मी चोर नाही, फिच. आणि मी खोटं बोलले, बनाव रचले याचं कारण असं की, तुझ्या क्लाएंटला तीच भाषा कळते. तू मला असं सांग की, गॅब्रिएलला शोधून काढलंस का तू?"

"हो, काढलं."

"आणि तिच्या आईबापांना?"

"ते कुठायत ते आम्हाला माहितेय."

"मग आता तुला या सगळ्याचा अर्थ समजला का?"

"पूर्ण जरी नाही, तरी तू तसं का वागलीस, हे मला थोडं फार उमगलंय."

"फार छान माणसं होती ती दोघं. अतिशय हुशार, उत्साही होते. त्यांचं जीवनावर मनापासून प्रेम होतं. कॉलेजमध्ये शिकत असतानाच दोघांनाही सिगारेटचं व्यसन जडलं. त्यांच्या मृत्यूपर्यंत त्यांनी त्यातून बाहेर पडायचे काय नि कसे प्रयत्न केले, हे मी पाहिलंय. असं सिगारेटच्या व्यसनात अडकल्याबद्दल ते स्वत:लाही कायम शिव्या घालत होते, पण सिगारेटनं त्यांच्याभोवतीचे पाश कधी ढिलेसुद्धा केले नाहीत. फार भयंकर, यातनामय मृत्यू आला त्या दोघांना, फिच. ते कसे धापा टाकत, खंगत, झिजत मेले ते मला विचार, फिच. मी त्यांची एकुलती एक मुलगी होते. तुझ्या माकडांनी शोधून काढलं का हे?"

"हो."

"माझ्या मम्मीला घरातल्या हॉलमध्ये सोफ्यावरच मृत्यू आला, कारण ती बेडरूमपर्यंतही चालू शकली नाही. तेव्हा फक्त आम्ही दोघीच होतो." थांबून तिनं इकडेतिकडे बघितलं. तिचे डोळे किती स्वच्छ दिसतायत, फिचनं मनात म्हटलं. पण तिच्या आईबापांचे मृत्यू फार दु:खद असणार याची तो कल्पना करू शकत असूनही त्याला तिच्याबद्दल जरासुद्धा सहानुभूती वाटत नव्हती.

"ही तुमची योजना तुम्ही प्रत्यक्षात आणायला कधी सुरुवात केली?" बऱ्याच

वेळानं सूपचा एक घुटका घेत त्यानं विचारलं.

''ग्रॅज्युएट स्कूलपासूनच मी ती हळूहळू प्रत्यक्षात आणायला लागले. त्या वेळी निकोलस नव्हता. मी एकटीनंच सुरुवात केली. मी फायनान्सचा अभ्यास करत होते आणि कायद्याचं शिक्षण घ्यायचा विचार करत होते. पण स्वतः कायदा शिकण्याऐवजी मी एका वकिलाशी दोस्ती वाढवली. त्या वेळी मला या सिगारेटसंबंधीच्या कायद्यांची आणि खटल्यांची माहिती समजली आणि तिथून पुढची योजना तयार होत गेली.''

''पण खरंच, दाद दिली पाहिजे तुम्हा दोघांना. केवढा प्रदीर्घ आणि सुंदर कट रचलात तुम्ही.''

''थँक्स, फिच. आमच्या कटाला तू नावाजतोयस म्हणजे खरोखरच तो बऱ्यापैकी असला पाहिजे.''

हातातले ग्लोव्हज नीट घट्ट करून तिनं उठायची तयारी केली. ''तुला खरोखरच फक्त 'हॅलो' म्हणायचं होतं, फिच. आणि यामागचा उद्देश तुला कळला की नाही, ते बघायचं होतं.''

''म्हणजे आता ही आपली शेवटचीच भेट का?''

''नाही. तुमच्या अपिलावर आणि पुढच्या सगळ्या कायदेशीर प्रक्रियेवर आमची करडी नजर असेल आणि त्या निकालावर प्रतिहल्ला चढवताना जर तुझ्या वकिलांनी ताळतंत्र सोडलं ना, फिच, तर माझ्याकडे त्या वेळच्या पैसे वायर ट्रान्स्फर केले तेव्हाच्या कागदांच्या झेरॉक्स आहेत. त्यामुळे जपून, फिच. आम्ही जो निकाल घडवून आणलाय, त्याचा आम्हाला सार्थ अभिमान आहे. आणि तुम्ही लोक काय करताय, यावर आमची अगदी बारीक नजर आहे.''

ती उठली. ''आणखी एक गोष्ट लक्षात ठेव, फिच. पुन्हा जेव्हा तुमचा खटला सुरू होईल ना, तेव्हाही आम्ही तिथे असूच.''